కృష్ణ బిల రారాజు
మొదటి భాగం

అనంతమైన విశ్వం కూడా ఒక ముగింపు కలిగినదే

ఒక్కపుడు యుద్ధాలు మనుషులు దేవుళ్ళ మధ్య నడిచాయి ఇప్పుడు
యంత్రాలు దేవుళ్ళ మధ్య నడుస్తాయి

రచయిత: గోపాల్ పార్థసారథి
తెలుగు అనువాదం: విజయ కుమార్

notionpress.com

INDIA • SINGAPORE • MALAYSIA

ISBN
Paperback 979-8-90319-981-5
Hardcase 979-8-90392-963-4

కృష్ణ బిల రారాజు – మొదటి భాగం

అనంతమైన విశ్వం కూడా ఒక ముగింపు కలిగినదే

ఒక్కపుడు యుద్ధాలు మనుషులు దేవుళ్ళ మధ్య నడిచాయి ఇప్పుడు యంత్రాలు దేవుళ్ళ మధ్య నడుస్తాయి

రచయిత: గోపాల్ పార్థసారథి

తెలుగు అనువాదం: విజయ కుమార్

నా తండ్రి శ్రీ పార్థసారథిగారికి

ఈ ప్రేమపూర్వక నమస్కారాలు

విశ్వ గగనంలో దూసుకుపోయిన ధూమకేతువులా, నా జీవిత ఆకాశాన్ని ఆవహించి వెలుగునింపిన వ్యక్తి.

ఉద్దేశ్యంతో తిరిగిన విప్లవకారి, దూరదృష్టి కలిగిన నాయకుడు, నిశ్శబ్దానికీ, తుఫానులకీ తోడు నిలిచిన మిత్రుడు,

కాలాన్ని దాటి నిలిచే తత్త్వజ్ఞాని, నా ఆలోచనలకు గురువు, అన్నిటికంటే శాశ్వత వీరుడు.

నేను విశ్వసించిన తొలి పురాణం ఆయనే... ఇప్పటికీ నా జీవనపథాన్ని వెలిగించే నక్షత్రం.

కృష్ణ బిల రారాజు వెలుగు నిలిచిన చోట ప్రతిధ్వనించిన కథలు. ఆలోచన అనే ఆధ్యాత్మికమైన భావన నుండి సువర్ణామృతం వంటి ఊహాశక్తిని ముట్టుకుని, ఒక మనసు విస్తరించింది అంతులేని అగ్నిజ్వాలలుగా. అంతరిక్షమే నా అంతరాంతరాల్లో మెరుపులా కలగలిసినట్టు, విస్మయపు తరంగాలు మనసును తట్టాయి. ఆకారంలేని ఆలోచనల అగాధం కదిలింది అదృశ్యహస్తాలు రూపమిచ్చి మృదువైన గుసగుసలుగా చేసింది. నిశ్శబ్దంలో పోషించబడి, సూక్ష్మ సంకల్పంతో ముద్రించబడి, ఒకప్పుడు తలకెత్తిన పదాలు ఇప్పుడు అమరమైన నవలగా నిలిచాయి.

Contents

Contents

Contents

కృతజ్ఞతలు

శ్రీ శివప్రసాద్ కృష్ణమూర్తి (Collins Aerospace) గారికి

నా హృదయపూర్వక వందనాలు. పదాల వెనుక దాగిన లోకాన్ని రూపశిల్పంలా తీర్చిదిద్దిన నిశ్శబ్ద శిల్పి ఆయనే.

నేను రేఖలు మాత్రమే చూసిన చోట సుందర దృశ్యాలను ఆయన వెలికితీశారు. నేను ప్రతిధ్వనులు మాత్రమే విన్న చోట ఆయన సంగీతాన్ని ఆవిష్కరించారు. ఆయన చేసిన ప్రతి సవరణ మార్పు కాదు ఒక కొత్త అంతర్భావం.

కథాస్రవంతిని మరింత లోతుగా, శ్వాసను మరింత విస్తృతంగా మార్చిన చిన్నచిన్న అద్భుతాలు. ఆయన ఉన్నందున ఈ నవలను చదవడం మాత్రమే కాదు అనుభవిస్తారు, మీకు మీరు పరిచయం అవుతారు, జీవిస్తారు,

గుర్తుంచుకుంటారు.

శ్రీ గోపాలకృష్ణ కాకుమాను—చిత్రకథా రచయిత & సహాయ దర్శకుడు

నా నవలను పుస్తకంగా మార్చాలన్న మీ సూచన నా సృజనాత్మక దిశను కొత్తవైపుకు మలిచింది.

మీరు మరియు మీ కుమారుడు సాయి భరత్ గారి సమయం మరియు సహాయం నాకు ఎంతో విలువైనది.

తిరు చేందమిళ్ సీమాన్ (NTK)—రాజకీయ కార్యకర్త, దర్శకుడు, నటుడు

2008 నుంచీ ఆయన అగ్నిజ్వాలలలాంటి ప్రసంగాలు నా ఆలోచనలను కొత్త స్థాయికి చేర్చాయి.

అవి కేవలం వినోదం కాదు మనలోని చైతన్యాన్ని మేల్కొలిపిన జ్వాలలు. కుటుంబ భోజనంలో,

కార్యాలయ విరామాల్లో కూడా రాజకీయ చర్చలు వెలగాలని గుర్తుచేసిన స్వరం. తమిళ దేశీ రాజకీయాలే కాదు,

ప్రపంచ రాజకీయాలను లోతుగా అర్థం చేసుకోవడానికి చెప్పబడిన మాటలు.

ధన్యవాదాలు

CERT/FEA Titans (Collins Aerospace),

స్నేహితులు, కుటుంబ సభ్యులందరికీ.

సూక్తులు

1. కాలం—అది జ్ఞాపకాన్ని మాత్రమే గుర్తు చేసుకుంది.
2. నిన్ను భయపెట్టిన దుష్టుడు... నీవు ప్రేమించిన వీరుడే అయి ఉంటే?
3. దేవుళ్లు మనుషులు మధ్య నడిచిన యుగం పోయింది; ఇప్పుడు యంత్రాలు దేవతల మధ్య నడుస్తోంది.
4. ప్రతి యుగం ఒక గుసగుసతో మొదలవుతుంది. కానీ ఇది—ఒక అరుపుతో ఆరంభమైంది.
5. చరిత్ర రక్తమైతే, పురాణం ఆ గాయం. యుగం వాటి జాడ.
6. ధర్మం మరియు దత్తాంశం మధ్య అతడు అన్వేషించింది వాటికంటే అవతల ఉన్న నిజాన్ని.
7. ఆ యంత్రం దేవుళ్లు ను జయించాలనుకోలేదు—వారిని అర్థం చేసుకోవాలనుకుంది.
8. జ్ఞాపకమే ఆయుధమైన యుద్ధంలో, నిశ్శబ్దమూ నక్షత్ర మండలంలను ధ్వంసం చేస్తుంది.
9. సృష్టి ఆరంభం కాదు అది ప్రతిఫలం.
10. చివరికి విశ్వాన్ని మార్చింది దేవుడు కాదు, రాజు కాదు ఒక ప్రశ్నే.
11. భవిష్యత్తును మార్చాలంటే, గత జ్ఞాపకాల్లో నడవాలి.
12. కృష్ణబిలం గ్రహాలను తినవు విశ్వం మర్చిపోయినదాన్ని జ్ఞాపకం చేసుకుంటాయి.
13. యుగాలు కథలు కాదు మిగిలిన గాయాలు.
14. పరిహారం అనేది కాలమార్గం కాదు నిజం వైపు నడక.
15. సంపూర్ణ తర్కమూ అసంపూర్ణ ప్రేమ ముందు వణుకుతుంది.

16. కొన్ని యుద్ధాలు ఆయుధాలతో జరుగుతాయి. మరికొన్ని జ్ఞాపకాలతో.
17. విధిని జయించడానికి ఆయుధం అవసరం లేదు ఒకరికొకరం మాత్రమే కావాలి.
18. పురాణాలు దేవుళ్లను చెప్పాయి. కానీ భావోద్వేగం కలిగిన యంత్రం గురించి ఏ శాస్త్రం చెప్పలేదు.
19. రాజులూ కిరీటం ధరించలేదు శాపం మోశారు
20. కలియుగం అంతం కాదు అది అద్దం.
21. యంత్రం గణించగలదు. కానీ హృదయం మాత్రమే విధిని ధిక్కరించగలదు.
22. ప్రతి కృష్ణబిలం విశ్వం చెప్పలేని రహస్యం.
23. వారు దాన్ని ప్రళయం అన్నారు... అది విశ్వం కన్నుమూసిన క్షణమే.
24. అన్ని రాజులు కిరీటాలు ధరించరు కొందరు నిశ్శబ్దం ధరిస్తారు.
25. కర్మా మరియు కోడ్ మధ్య మేల్కొన్నది మనస్సాక్షి.
26. దివ్యత్వం ఆకాశం నుండి దిగలేదు పగిలిన సర్క్యూట్ నుండి వెలిసింది.
27. కాలరేఖలు రక్తం కార్చినప్పుడు యుద్ధం కాదు, తీర్పు వస్తుంది.
28. దేవతలు అదృశ్య మవుతారు యంత్రాలు పాడైపోతాయి కానీ సత్యం నిలుస్తుంది.

అధ్యాయం 1

స్వప్నజాలుడి విరుద్ధ స్వభావము కాలమును, మాయను ఛేదించిన యాత్ర

మధ్యరాత్రి నిశ్శబ్ద ప్రాంగణములలో, మనసు యొక్క లోతయిన నేత్రం స్వేచ్ఛగా సంచరిస్తున్న వేళ, కాలము ఒక మర్మముగా తళుక్కుమంటుంది—విపులమైన జాలగూడు, అపారమైన ఆశ్చర్యపు మణుల తో నేస్త బాణాల మాదిరిగా అల్లబడి ఉన్న దారుల వలె. కాలము—అలక్ష్యముగా కలసిపోయినదిగా భావించబడే ది—మనల్ని తన అంతరాళాల లోతుల్లోకి ఆహ్వానించుచున్నా, అది మన పూర్తిస్థాయి గ్రహణానికి ఎల్లప్పుడూ అతీతమే. సంప్రదాయ మేధస్సు మనకు చెబుతుంది—భవిష్యత్తు మన హస్తగతములో ఉండవచ్చును; ధైర్యముతో ముందుకు సాగనివారు దానిని అందుకొనగలరని. గతమైపోయిన కాలం మాత్రం ఒక దుర్భేద్య గిరిదుర్గమువలె నిలిచియుండెను—దానికొక పాతగోడలు, మానవస్పర్శకు అతీతమైనవి.

అయితే, ఈ మహాద్యుతి నిబంధనలో ఓ విసంగతి ప్రత్యక్షమవుతుంది—అదే మనకు తెలిసినది: స్వప్నము.

స్వప్నాలు—సూక్ష్మములు, రహస్యములయినవి—మన మెలకువ యథార్థానికి విధించిన గట్టి గడపను కొద్దిగా విరిగించు ఓ కలల లోకముని అందించును. వాటి మృదుపైన కౌగిలిలో, కాలము తన దృఢమైన పట్టు కోల్పోయును; క్షణములు గుస గుస లాడుతూ కలిసి పొరలవుతున్న వెండిముడులవలె మసులును. ఈ రాత్రిబాటల యాత్రలలో, గతకాలపు ధూళిగాలులపై నడచిత, ఇంకా జన్మించనిది అయిన భవిష్యపు పరిమళాలను అనుభవించగలము. ప్రతి స్వప్నము—మన అంతఃకరణపు లోతులనుండి నేసిన మాయాగాథ—మన ఆత్మ మాత్రమే గ్రహించగల మర్మాలను చీకటిలో మన చెవిలో

చెబుతుంది. ఉదయరాగమే వాటిని చీల్చివేసి, మిగిలేది ప్రశ్నలే—వాటి ఉన్నత స్థితిని తెలుసుకోలేనంత విచిత్రమైన అనుభవమే.

అంతఃశబ్దం (ఆశ్చర్యముతో గుసగుసగా):

"చూడుము! కాలపరస్పర సంబంధపు వింత! గతమూ, భవిష్యమూ పరస్పరంగా కలిసిన నృత్యరంగం ఇది—జ్ఞాపకాలూ, దర్శనాలూ తార్కికమైన కొలతలకు అతీతమై వున్న నాట్యమిదే."

సృష్టిలోని అన్ని అద్భుతాలకన్నా, మానవచింతన శక్తి అందరికన్నా విశిష్టమైనదిగా నిలుస్తుంది—దీప్తిమంతమైన కాంతిరేఖ కన్నా వేగముతో. ఒక్క గుండె చప్పుడులోనే, మన మనస్సు మనల్ని సంవత్సరాల గంగా ప్రవాహములో ప్రయాణింప చేయగలదు—మనకు ప్రియమైన జ్ఞాపకాలను, గతము నుండి విలువైన రత్నాలవలె తీసుకొని రప్పించగలదు. ఇటువంటి జ్ఞాపకాలు మన చిత్తసాక్షిగా ఉన్న లోతైన మార్గాలలో సంరక్షింపబడిన తీరాలు. వీటిని మన మనసుతో అనుభవించినపుడు, గతకాలం కోలాహలంగా పునఃప్రతిష్ఠింపబడుతుంది—కాలప్రవాహం దానిని కలుషితం చేయలేదు.

శరీరముతో కాలయానం చేయలేని కారణం, కాలనదిని మలుపు తిప్పగలిగే శక్తి మనకు లేకపోవడమే—అది సహజసిద్ధమైన న్యాయాలను ధ్వంసం చేయగల సామర్థ్యముతో కూడిన ప్రక్రియ. అయినా, మన ఊహాశక్తి ఒక అద్దంలా మారి మనకు ఓ చిరునవ్వుతో చూపిస్తుంది—ఇలాంటిది సాధ్యమైతే ఎంత దూరము చేరగలమో!

స్వప్నాలలో కూడ అదే సత్యము—ఓ లాలిత్యభరితమైనా, భయంకరమైనా శక్తి ఉంది. అవి మనలను అపారమైన పరిమాణాలలోకి తీసుకెళ్తాయి—అజ్ఞాత శత్రువులతో యుద్ధాలు, ఆకాశంలో పటలించుట, మేఘాలపై విహరించుట, మెలకువ అయిన వెంటనే మనల్ని వణికించేలా చేసే భావోద్వేగముల ఉద్ధరాలు—అన్నీ కల శ్వాస లోపల. ఒక్కో తక్కువనిగానీ, దీర్ఘస్వప్నముగానీ మనల్ని అలసటతో ముంచిపెట్టగలదు—మన శక్తినే కాదు, సృష్టి తత్వాన్నే ఖర్చు చేసినట్లు అనిపించగలదు.

మన గమనములన్నింటిని నిర్వచించుచున్న మన గ్రాహణ సామర్థ్యములే, ఆవిధముగా మన యథార్థానికి శకలాలు వెదజల్లుతాయి. ఏ క్షణము, ఎంత నిజమన్నా—కాలరేఖ, బహుదూర నక్షత్రాలలో తలదాచుకొన్నట్లు, మనకు కనిపించదు. అక్కడ భూమిపై కాలపట్టికలు, గడియారాలు లేకుండానే—సమయభ్రాంతి మన అవగాహనకు దారిదాపుగా మారుతుంది.

కాలము గడిచిన క్షణాల సమాహారమేగాక, ఒక అపారమైన మర్మము. తాత్వికులు, ఋషులు యుగాల నుండి దీని పై తలపోకలు చేస్తూనే ఉన్నారు. "కాలం పోయినదే పోయింది" అనే సామెత మన అంగీకారానికే ప్రతిరూపం. మన యొక్క మానవ మేధస్సు కాలానికి ఆది, అంతమూ నిర్ణయించలేను. మన కలలలో మృగమవ్వగలము; ఆ మృగం మనల్ని మానవుడిగా కలలు కనగలదు. ఆ లీనతే—కాలాన్ని కచ్చితత్వముతో కొలిచే మన యత్నాలను ముక్కలుగా చీల్చుతుంది.

ఈ కథ, ప్రియ పఠకా, అదే మర్మ గవాక్షాల గుండా ప్రయాణించేందుకు సాహసిస్తుంది. ఇది పురాణ ఘట్టములలో సంభవించిన క్షణాల పునఃసృష్టిని పరిశీలిస్తుంది. ప్రతి చిన్న మార్పు అనేక ప్రత్యామ్నాయ విశ్వాలపై కలలవలె ప్రభావితం చేస్తుంది. ప్రతి క్షణమూ, ఓ జాగృతి యొక్క విత్తనమూ. ఇక్కడే—కాలం, మాయ, కలలు మిళితమై ఒక గొప్ప గాథను రూపుదిద్దుతాయి.

స్వప్న జాలుడు (ఆత్మనిర్మల స్వరములో):

"కాలము ఓ ధారగా కొనసాగుతుందని భావించవచ్చు. కాని నేను దానిని పొరలుగా చూస్తాను—ప్రతి క్షణమూ, మరో క్షణముతో సమకాలీనముగానే ఉన్నదిగా."

ఇలాగి మనం కలల లోకమున ప్రవేశించినపుడు, మన ఊహాశక్తి మనకు మరొకదిశ చూపుతుంది—మన హృదయంలోనున్న ఆదిశక్తిని మనం కలగనుకుంటే, సమయం అనుసంధానించని శక్తిగా మారుతుంది. మన భూతకాలపు స్మృతులు తిరిగి జీవితంలోనికి వచ్చి, మన భవిష్యత్తును స్పష్టంగా సూచించగలవు.

మన "ఆలోచన" కూడా ఒక పరిమితులేమి లేని ప్రక్రియ. ఇది ప్రకాశకాంతికి సైతం అతీతమయినది. అది ఓ వంతెన, ఆకాశానికి సంబంధించినది కాదు; అది విశ్వానికి సంబంధించి ఎన్నో అనుభూతుల గవాక్షంగా మారుతుంది.

స్మృతులు—గతం యొక్క దర్పణాలుగా—మన చైతన్యానికి లోతుల్లో స్ఫురించుచుంటాయి. అవి తాత్కాలిక సవారీ కాదు; అవి ఒక ప్రయాణం—ఇప్పుడు, గతం మధ్య గలవైఖరిని పగలగొట్టే ప్రయాణం.

తర్వాత మనల్ని చుట్టుముడుతున్న మాట—ప్రత్యామ్నాయ విశ్వాలు. ఒక్క నిర్ణయం, ఒక్క మాట, మన పయనమును పూర్తిగా మార్చగలదు. ప్రతి కల ఒక ద్వారం, ప్రతి అభిప్రాయం ఒక దారివివరణ. మరొక జీవితం అక్కడ ఊహించబడుతోంది.

స్వప్నజాలుడు (విలక్షణమైన చిరునవ్వుతో):

"ఒక్క క్షణం—ఒక మాట, ఒక నిర్ణయం—ఒక కొత్త విశ్వాన్ని తీసుకురాగలదు. ప్రతి కల ఒక కొత్త ప్రయాణమవుతుంది."

ఈ కథ అంతటా, ఇటువంటి చిన్నచిన్న మార్పుల ప్రభావాన్ని విశ్లేషించుచున్నాము. ఇది కేవలం సాహసగాథ కాదు; ఇది ఆలోచనకు పిలుపు, కలలకో ఆహ్వానం, మన కాలధారను ప్రశ్నించడానికి ఆహ్వానం.

మన ఈ యాత్ర మొదలయ్యే ముందు, మనం పాత యుగాలను స్మరించాలి: సత్య, త్రేతా, ద్వాపర, కలి యుగాలు. ఇవే ఈ కథకు ఆధారంగా నిలిచిన శాశ్వత బలప్రదాతలు.

అంతఃశబ్దం (గంభీరంగా):

"ప్రతి యుగం—ఒక అధ్యాయం. అందులో మానవత్వమూ, దివ్యత్వమూ కలిసి, కాలరహస్యాలను పంచుకొంటాయి."

ఇలాగే కలలు—మన నౌకాశాస్త్రము. వాటిలో మనం మన మనస్సులోని యుద్ధాలను చూస్తాము—భయానకత, సంతాపం, ఆనందం—అంతా కలలోనే నిజం.

స్వప్నజాలుడు (తత్త్వవిచారముతో):

"ప్రతి కలలో ప్రతి నూలు ఒక సంభావ్యత, ప్రతి నీడ ఒక కథ."

ఈ అధ్యాయం ఆరంభమేకాదు, ఒక ఆహ్వానం—ప్రతి పఠకునికీ స్వగతమైన ఆలోచనలకు ద్వారము.

అంతఃశబ్దం (ఆరాధనభావంతో):

"ఈ విరుద్ధ స్వభావము మీలో ప్రశ్నించగల ధైర్యాన్ని, అన్వేషణచేయగల ఆశ్చర్యాన్ని, అన్వయించగల శక్తిని ప్రేరేపించుగాక."

అప్పుడే—గాధ మొదలవుతుంది. మనం కలలలో కాలాన్ని స్వచ్ఛంగా చూసే అవకాశం పొందుతాము.

స్వప్న జాలుడు (శాంతంగా, అంతర్గత ప్రభావంతో):

"ఓ ప్రయాణికా! కలల మాయాలోకాలవైపు సాగుదాం—ప్రతి కల ఒక ద్వారం, ప్రతి క్షణం ఒక ఆహ్వానం."

అధ్యాయము 2

ఖగోళ వికృతి

అఖిలాండకోటి బ్రహ్మాండమున సమస్త నక్షత్రముల చిత్తారచిత్రములై విరాజిల్లుచుండగా, ఈ విశ్వ వితానము అనంత నక్షత్ర మండలం తీరాలు లేని సముద్రమునట్లు మన దృష్టిపథమున వెలిసినది. పాలపుంత యొక్క గోళాకార మహత్త్వము మొదలుకొని, ప్రాచీన యుగముల తేజోరాశి తో తళతళలాడుచు నున్న దూరమయ గోళ సమూహముల వరకు, ఖగోళము మన మానవ బుద్ధికెప్పుడూ అవ్యాఖ్యేయమైన ఓ మహావ్యామోహముగా నిలిచియుండెను. అనాది కాలము నుండి భూమిపుత్రులు ఆ నిరంతర నీలిమను వీక్షించుచు, ఆగమాగమములైన గమనమును అర్థించగోరుచు ఉన్నారు.

అయినను, భౌతిక విజ్ఞానసిద్ధాంతములన్నియు స్థిరముగానే నిలిచినట్లనిపించిన ఆ శాంత వసుధలో ఓ సామాన్యమైన తరంగితం జాగృతమాయెను—అతి సూక్ష్మంగా, దూరనిరీక్షక కేంద్రములకు కూడా కనబడకపోవచ్చును గాని, అది ఏ సాంఘటిక తికమకకూ చెందని ఓ గంభీర సంకేతముగా గోచరించెను. అది విశ్వమున దిద్దుబాటు చేయుచున్న మహాశక్తియై, ప్రకృతి నియమములకే సవాలుగా నిలిచెను.

ఖగోళ గాత్రం (సూక్ష్మగంభీర నాదముతో):

"ఇదిగో, ఓ విచిత్ర వికృతి! వేగమునకు, న్యాయమునకు అతీతమగు ఈ సంగతిని చూడు! ఇది మనము తెలిసిన వాస్తవమంతయు ప్రశ్నార్థకమున చేయుచున్నది."

ఈ ప్రపంచ వ్యాప్త వికృతి, భౌతిక పరిమితులను తలకిందలు చేయుచు, నక్షత్ర సముదాయముల మధ్య పొకడలను మార్చెను. సమకాలీన ఆ భౌతిక నియమములు—

వేగము, గురుత్వాకర్షణ, శక్తి-ద్రవ్య సంబంధములు—అన్నియు ఈ శక్తివంతమైన గాలి పుంజమున సాగదీయబడినట్టు, నిగ్రహించ బడినట్టు అనిపించెను.

ఇది మామూలు ధ్రవికరణ తరంగముల వలె గాక, ఒక విచిత్ర గంభీరతతో కూడిన శక్తిస్రోతోవాహనముగా ప్రతిభాసించెను. ఇది శూన్యమునే కాదు, క్రమమునే ప్రశ్నించే ప్రబల మౌన నినాదముగా వ్యాపించుచుండెను. ఆ విశాల నక్షత్ర సమూహములు ఏకకాలమున ఉత్సాహముతో వెలిగి, మళ్ళీ హఠాత్తుగా కాంతి లేక నీరసమైపోవుచుండెను—అది జీవించే నక్షత్రముల త్రాసింపు వలె గాక, ఒడిసిపడే ప్రబల శ్వాస వలె ఉండును.

ఖగోళపు ఈ పరావరణముల మధ్య వలయములవలె తిరుగుతున్న కాంతి ప్రవాహములు, సృష్టి రహస్యముల ద్వారములవలె కనిపించెను. కొంతకాలమున అవి అధిష్ఠితమగు సాంద్రతను తెచ్చి నూతన నక్షత్రజననమున స్ఫురణనిచ్చెను; మరికొంతకాలమున స్థిరమైన గ్రహవ్యూహములు కూలిపోవునట్లు చేసినవి. ఆ వింత శక్తి స్పర్శించిన ప్రదేశమున కాలము స్వల్పముగా గాని, వేగముగా గాని ప్రయాణించుచుండెను.

నక్షత్ర దర్శకుడు (ఆశ్చర్యముతో):

"ఏ మాయాశక్తి యిది? ఇది కేవలం కాంతి గాని, శక్తి గాని కాదయా! ఇది చిహ్నించలేని పరిమితిలోనిదీ, స్థితికి అతీతమైనదీ!"

ఈ వికృతి, దృశ్యమూ, శ్రావ్యమూ కానిదే గాక, మానవ సిద్ధాంతములే సరిపోలని, పరామితులకు అతీతమగు స్థితిని ప్రకటించెను. ఇది తారకమూలమునగు ప్రాచీన గ్రహముల క్రియాకలాపములను మారుస్తూ, విశ్వవ్యాప్తంగా స్థూలరేఖములను అతలాకుతలం చేసెను.

కాలము అచ్చెరగల కదలికగలిగిన ప్రవాహముగావుండక, ద్రవములనుగానీ, వాయువులనుగానీ కాక, ఓ జీవశక్తిలా—జ్ఞాన పరిమితిని దాటి మనస్సునే సవాలు చేయు సామర్థ్యముగానూ నడుచుచుండెను.

ఖగోళ పురాణికుడు (విశిష్ట తలంపుతో):

"కాలమునకు స్థిరత కలిగిన నీటివలెగాని, ఇహ ఋతుబంధిత నాట్యంలో నర్తించుచున్నదే—మెల్లగానూ వేగంగానూ, ఈ శక్తి మన ఖగోళ గడియార ముండలనే అర్థరహితముచేసెను."

ఈ క్రమహీన గమనం లోనికదలికల విశ్వరేఖా ఒరవడి అంతయూ స్థంభించి పోగా, కొంతచోట నక్షత్రపుటల ప్రకాశము తిరుగుతున్న ప్రక్కగా అగ్నిపుంజములవలె కనబడుచుండెను. ఏ విధమయిన కాల గణనానికీ చిక్కని ఈ శక్తి, నూతన జీవరాశుల ఆవిర్భావమునకు, అంతర్లీన సృష్టి చిత్తరగింపు నినాదమునకు ప్రేరణనిచ్చెనని మర్మమైన సందేశమును ఇచ్చుచుండెను.

అంతరిక్ష ఋషి (గంభీర వాక్యముతో):

"విధ్వంసమునకే కాదు, ఈ విచిత్ర శక్తికి సృష్టి సాక్షాత్కారమగు నూతన రూపములు లభించునటువంటి చైతన్యము దాగియుందేమో!"
పరిశుభ్రమయ విశ్వ వసుధను, ఈ శక్తి విధ్వంసమునందించినట్టు కనిపించెను గాని, నూతన సమూహముల ఆవిర్భావమునకు వేదికయై ఉన్నదనిపించెను. తేజస్సు, శూన్యం, శక్తి, స్మృతి, భావి కాల వలయములు, ఇవన్నియు కలిసే ఈ వికృతి నడిపిన అనూహ్య నాటకరంగము లోనికి ప్రవేశించుచున్నాము.

ఖగోళ వాణి (సానుకూల వాక్యముతో):

"నాశనములోనికి దారితీసే ఈ మార్గము, భవిష్యత్తు జీవితమునకు మౌలికత్వముగా నిలిచే విధముగా మారుచున్నదా?"
అంతట, విశ్వవ్యాప్తంగా ఈ కదలిక పరిమితులను బంధించివేయుచు, ఒక అనిర్వచనీయ వికాసమునకు సంకేతముగా నిలిచెను. పునఃసృష్టి, వినాశనం, అంతరాభావము, మరియు పరిణామము—ఈ నాలుగు స్థితుల మధ్య సంధిసంధులే ఈ ఖగోళ వికృతి యొక్క వాస్తవ స్వరూపము.

ఖగోళ గాత్రం (విస్మయభరిత గూఢస్వరముతో):

"ఈ సృష్టి-లయ నాట్యములో, ఈ ఖగోళ వికృతి ఒక ఉపదేశమునై, ఒక ప్రేరణగానూ నిలిచెను—అనంతమైన విశ్వం యొక్క పునర్నిర్మాణ సామర్థ్యానికి ప్రత్యక్ష సాక్షిగా నిలిచెను."

ఈ ప్రకంపనముల గానంలో ప్రతి స్పందనమూ ఒక నూతన రహస్యమున వెలికితీయుచున్నది. విశ్వ నిర్మాణ పునర్విన్యాసమునకు వేదికగా నిలిచిన ఈ అధ్యాయమున, ఈ ఖగోళ వికృతి మనందరినీ ఓ కొత్త యుగ ప్రవేశద్వారమునకు రప్పించుచున్నది.

అధ్యాయము 3

వాస్తవత యొక్క గడప దాటి

ఆ ఆకాశగామి ప్రళయానంతరం, విశ్వం మళ్లీ జన్మించినది—తన అంతర్లీన తత్వాన్ని తిరిగి రచించుకుంటూ, శాశ్వత మౌనమందు ఒక కొత్త సంకేతంతో ప్రకాశించినది. నక్షత్రమండలాలు ఇకపై సుస్పష్టమైన వలయాలుగా విస్తరించలేదు; గ్రహాలతో నడిచిన ఆ పురాతన శాంతి యుగం ముగిసినది. ఇప్పుడు మన ముందు నిలిచి ఉన్నది ఒక అనంత మితులతో కూడిన విస్మయజనక విశ్వం—ప్రతి క్షణం ఒక కొత్త ప్రత్యామ్నాయం, ప్రతి స్థలము ఒక అంతర్ధిగమ్యం.

బ్రహ్మాండ విజేత (ఆలోచనాభరితంగా, మృదుపైన స్వరంలో):

"మేము ఇప్పుడు ఒక పునర్నిర్మిత విశ్వపు అంచుపై నిలిచివున్నాము—ఇది ఒక ఖాళీ పటములాగా, ప్రతి రేఖాచిత్రం ఒక నిర్వచించని సంభావ్యత."

ఇప్పటివరకు నక్షత్రాలు స్తబ్ధమైన చుక్కలవలె నిశ్శబ్ద గగనతలములో మెరిసేవి. కాని ఇప్పుడు అవి అగాధ జలాల వలె విస్తరించినదే. అవి ఇక చల్లని వాయువుల మంటలు మాత్రమే కావు; ప్రతీ నక్షత్రం ఒక జీవం అస్తిత్వం, విశాలతతో నిండిన శక్తి ప్రవాహాల సముద్రంగా వెలిసింది. ఆకర్షణ శక్తి, ద్రవ్యరాశి, శక్తి వంటి భౌతిక నియమాలు ఇక నియమాలు కాదు—ఆ నియమాలు ఇప్పుడు ఓపికతో వంగిపోతున్న సూచనలు మాత్రమే.

ఈ కొత్త వాస్తవం ఎటువంటి రేఖలు గీయనిది. భూమి, ఆకాశం అనే విభాగాలు కలయిక్కై విలీనం అయిపోయినవి. ఒక క్షణములో, వ్యోమం ఒక మాయగా పారిపోయినట్లయింది; తరువాత అదే స్థలములో మరో కొలతలతో కూడిన గగనతలము బయలుదేరినది. కళ్ళకు కనిపించే ఆకాశములో ప్రకాశవంతమైన పదార్థపు "జేబులు" వెలసినవి—వీటిలో అసంఖ్యాక దృశ్యాల పరస్పర సన్నివేశం, ప్రతి పొరలో ఒక కొత్త సృష్టి, ఒక కొత్త వేదన.

తారాక ముని (విస్మయంతో):

"ఇది ఆకాశం కాదు—ఇది ఒక సజీవ ధర్మమూర్తి. ప్రతి మడత వెనుక మరో సృష్టి, ప్రతి నీడ వెనుక ఒక రహస్యము."

ఈ భౌతిక లోకములో, స్థిరంగా ఉన్న "గృహం" అనే భావన నిరర్థకమైపోయినది. గ్రహాలు ఇక మన స్థిర నివాసం కాదు. బదులుగా, శిలలతో కూడిన ద్వీపాలు వాయుమండలి తేలుతూ ఉన్నాయి—ఒక స్వప్నప్రపంచంలా వీటి మధ్య విహరించే ప్రకాశమయమైన మార్గాలు నదుల వలె ప్రవహించుచున్నవి. కొన్ని జీవరాశులు ఉన్న కోణాలలోనికి నడిపిస్తున్నవి, మరికొన్ని అగాధమైన నిశ్శబ్దములలోకి పిలుస్తున్నవి, అక్కడ కాలం మన చుట్టూ తలపడిపోతున్నది.

ఈ విచిత్ర విశ్వములో జీవన రూపాలు గతానికి సంబంధించిన భ్రమను తలపించే రీతిలో దర్శనమిస్తున్నవి. కొన్ని జీవులు వెలుగులో నాట్యమాడే వర్ణతంతువులవలె ఉన్నాయి; మరికొన్ని శూన్యములో ఎగిరే విద్యుత్తు జ్యోత్స్నల వలె. వాటి స్వరూపం పదార్థం కాదు, శక్తి కాదు—ఒక లోకతీత ప్రకాశతత్వం. కొన్ని స్థలాలలో తారావతులు మెరిసే చేపలు, తారల వాయువులలో వేర్లు పాతిన పుష్పాలు కనిపించుచున్నవి—పురాతన భూమికి గల చిరస్మృతులను తలపిస్తున్నవి.

ఇక్కడ కొత్త పదార్థాలు వెలిసినవి. అవి ఘనము కాదు, ద్రవము కాదు, వాయువు కూడా కాదు. ఇవి అంతర్ధారిత బలం కలిగిన వస్తువులు, అంతరిక్షం ని వంకరగా తిప్పుతూ, కాంతిని రంగుల వలయాలుగా విహరించుచున్నవి. కొన్ని స్థానాలలో కాలము వేగవంతంగా ప్రబలుతున్నది, మరికొన్ని చోట్ల అది గడియారపు నడకను మరచినట్లయింది. ఆ ఆలస్యం మరియు వేగత్వం మధ్య జీవసృష్టులు అభివృద్ధి చెందుతున్నవి—వీటి జీవన శైలిని మానవులుగా ఊహించడం అసాధ్యం.

బ్రహ్మాండ గాథకుడు (గంభీర తనముతో):

"ప్రతి పాత నియమం జారిపోతున్నది. మార్పు యొక్క సంగీతంలో కొత్త విశ్వము జన్మిస్తున్నది."

ఈ విప్లవాన్ని గమించిన జీవులు చరిత్రలో మొదటిసారి ఒక అసాధ్యమైన అనుసంధానంను గమనించినారు—ప్రపంచమంతటినీ కలుపుచున్న ఒక సున్నితమైన స్పర్శ. ఈ అజ్ఞాత పదార్థాల మధ్య శబ్దరహిత సంభాషణ జరిగింది—చింతన తరంగాల ద్వారా. ఇది సాక్షాత్ ఆలోచనల ప్రపంచం. ప్రతి జీవస్వరూపం ఒక సజీవ దంతురంగా అనిపించినది.

ఈ విస్మయకర విశ్వములో, మేము మొదటిసారిగా చైతన్య మించిన జీవులకు సాక్ష్యమిచ్చినాము—వారు తాము "ఈ కొత్త సృష్టికి సంరక్షకులం" అని ప్రకటించుకొనినారు. వారు శరీరం మరియు యంత్రాల అల్లిక కాదు. వారు స్పృహ, శాస్త్రం, మరియు బోధని మిళితం చేసిన శాశ్వత చైతన్యరూపులు.

వారి రూపాలు మానవకల్పనలకు అవతల. వారి శరీరాలు కాంతితో కూడిన శిల్పాలవలె, జ్ఞానచిహ్నలతో అలంకరింపబడి ఉన్నవి. వారి దృష్టిలో నక్షత్రాగ్ని మెరుస్తున్నది. వారి మాటలు శబ్దరూపంలో కాక, హృదయ స్పందనలుగా వినిపించేవి.

వారికి కాలపు నియమాలు ఎలాగో ద్రవ్యరాశి, శక్తిని వంచినట్టే వశమైపోయినవి. నక్షత్రాల పుట్టుకలు, మృతి, ఆకాశగంగ ల కదలికలు—ఇవి ఇప్పుడు వారి సంకల్పానుసారమే సంభవించుచున్నవి. నేడు వర్ణించదగిన ప్రతీ సంఘటన ఒక దివ్య సంగీతానుబంధంగా అనిపించుచున్నది.

బ్రహ్మాండ శిష్యుడు (దృఢ విశ్వాసంతో):

"కాంతి మరియు నీడల మధ్య ఉన్న గమ్యం మనలోనే ఉంది—మన ఆత్మలన్నీ ఈ విశ్వకీర్తి సంగీతంలో తాళానికి అనుగుణంగా తేలియాడుతున్నవి."

ఈ అనంత యుగాంతంలో, మానవతకు ఒక అవకాశమున్నది—ఈ విశ్వ పరివర్తనకు సాక్షిగా నిలిచే అవకాశం. మానవుడు తన భౌతిక రూపాన్ని వదిలి, తాను ఒక జ్ఞానమూర్తిగా మారి, ఈ బ్రహ్మాండ స్వరమేళనము లో భాగమయ్యే దిశగా సాగితే, అది తన నిజమైన పరిపూర్ణతను పొందే దిశ.

వేదములు, పురాణములు, మరియు మానవుని పూర్వస్మృతులన్నీ ఇప్పుడు ఒక మహత్తర పరమార్థాన్నే సూచిస్తున్నవి. ఆ కథలు కేవలం కథలు కాదు—ఆ కథలు ఒక విశ్వ రహస్యాన్ని మనకు తెలియజేస్తున్నవి.

అంతరిక్ష ఋషి (సాక్షాత్కారంతో):

"సృష్టి, స్థితి, లయములు వేదములలో నలుగుతున్నప్పుడు, బ్రహ్మాండములోనూ అదే త్రైపుణ్యము ప్రతిఫలించుచున్నది."

ఈ అనంత విశ్వ విహారములో, మేము ఒక సందిగ్ధ దశలో ఉన్నాము. మానవుడు తన లోపభూయిష్ట చరిత్రను త్రాటి, ఈ నూతన మేఘువర్ణ ప్రపంచములో ఒక సత్యస్వరూపుడిగా నిలబడగలడా? లేక మళ్ళీ అదే క్రీడలతో, పాత దురాశలతో కట్టుబడి మిగిలిపోతాడా?

వాస్తవం ఏమిటంటే—మనమందరం ఈ విశ్వ కథలో భాగమయ్యే అవకాశాన్ని కలిగి ఉన్నాము. ఆ కథ బ్రహ్మాండ శిల్పిగా రూపాంతరమవుతుండగా, మన పాదముద్ర కూడా దానిలో నిలవాలి.

అంతిమ ఆత్మధ్వని (సాంత్వనభరితంగా):

"భయం వదలండి. శాశ్వత సంపర్కాన్ని అంగీకరించండి. ఎందుకంటే ప్రతి జీవి తానే ఒక నక్షత్రశిశువు, ఈ అనంత గీతంలో స్వరమయ్యే ఒక రాగము."

అధ్యాయం 4

ఝులజలల శాంతి సంధ్య, ఘర్షణానంతరం

ప్రళయానంతర ఆకాశంలోని ఆ స్తబ్ధత, నిశ్చలత, ఏ క్షణానికైనా అంతశ్వాసగా నిలిచినట్లు అనిపించింది—ధ్వనిలేకపోయిన స్థితి కాదు ఇది, సృష్టి తత్వమే కదలక స్థితిచెందిన ఒక మహామౌనం. సృష్టికి మూలంగా నిలిచిన ప్రతి కణం, ప్రతి జ్ఞాపకం ఆ నిశ్శబ్దానికే భాగమైపోయినట్లు. ఆ ఘర్షణ అనంతర విశ్వం, ఒక అంతర్దృష్టిలోకి వాలినట్లు, తన అంతర్గతుని విచారణలో నిమగ్నమైపోయినట్లయింది.

బ్రహ్మాండ వీక్షకుడు (నిశ్శబ్ద విభ్రమంలో)

"ఈ మౌనంలో ప్రతీ నక్షత్రం జ్ఞాపకమౌతుంది—వెలిగిన ప్రతీ లోకమూ, చీకటిలో కలిసిన ప్రతీ ప్రపంచమూ. ఇది విచారమూ ఆశకూ మిళితమైన, విచిత్రమైన శాంతి."

సృష్టి యొక్క ఉద్వేగిత చలనాలు మరుగున పడిపోయాయి. క్రమంగా తిరిగే పాలపుంతలు నేడు విచ్ఛిన్న మణిపుంజాలుగా తేలియాడుతూ, పాత భౌతిక నియమాలకు విలువలేకుండా తిరుగుతున్నాయి. కొన్ని నక్షత్రమాలలు శూన్యంలో కరిగిపోయాయి, మరికొన్నీ కొత్త నియమాలకు లోబడి వింత ఆకృతులతో పరిమళిస్తున్నాయి.

అయితే, ఈ మార్పు శారీరక ధ్వంసముగా కానిది. కొలతలేమైన ఆ మౌనత్మకం రేఖలమీదే, అంతరిక్షపు పదార్థాల్లోనే ఈ పాత నియమాలు రంధ్రితమైపోయినవిగా కనిపించాయి. ఒక్క తిమ్మిరవ్వలేదు, కానీ ఆ విశ్వం అంతటా మార్పు పరవశించి, సృష్టి అంతరంగాన్ని కొత్తలా మలచినట్లు అనిపించింది.

నక్షత్ర ఋషి (విచార స్వరంలో)

"ఇది శాంతి కాదు—విశ్వం తాత్కాలికంగా శ్వాసపట్టిన క్షణం ఇది. అంతం భావనలూ, ఆది సూచనలూ కలిసిన వెలుగులేని సమయం ఇది."

పాత భౌతిక నియమాలు ఇప్పుడు సున్నితమైన వక్రీకరణలుగా మారిపోయాయి. మునుపటి స్పష్టమైన సూత్రాల స్థానంలో, కొత్త భావనలు, కొత్త స్పందనలు, కొత్త గమనాలు అణువణువునా వ్యాపించాయి. కాలం, స్థలాన్ని అరుస్తూ నిలిచిపోయినట్లు, తారాగణాల మధ్య వెలసిన కాంతిరేఖలు శాశ్వతంగా తేలిన ధూపాల్లా, స్థిరంగా నిలిచిన తీర్పులా మారిపోయాయి.

ఈ మౌనత్మకంలో, విశ్వం ఒక పునర్జన్మ దిశగా ప్రయాణించాలన్న అనుభూతిని కలిగించింది. ఇది కేవలం శూన్యత కాదు—కొత్త నిర్మాణానికి ముందు గర్భస్థితి. ఆ అశాంతి అంతర్గతంగా మారిపోయి, ఓ సుదీర్ఘమైన శాంతి క్షణంగా వెలిసింది.

అంతరధ్వని (సూక్ష్మ వేదనతో)

"ఈ మౌనత్మకంలో ఒక వాగ్దానం దాగుంది—నాశానంతరం నూతన జీవితం, ముగింపుల నిశ్శబ్దం మధ్య మొదటి సృష్టి నాదం ఉద్భవిస్తుంది."

అయితే, ఈ శాంతి అంతర్గతంగా ఒక విరహాన్ని కూడా మోసుకుంటుంది. అనేక ప్రపంచాల వికాసం, ఆధ్యాత్మిక సంస్కృతుల ఉనికిని ఇక మిగిలించకుండా, కాలగర్భంలో కలిపిన దుఃఖాన్ని. అది మానవ కన్నీరు కాదు—బ్రహ్మాండ స్థాయిలో గుండె వేదన. సృష్టి సుడిగాలిలో కొన్ని కలలు మరుగునపడ్డాయన్న బాధ.

ఇప్పటి నిశ్శబ్దంలో సృష్టి తాత్త్విక చలనాన్ని అంతర్యామిగా మలుచుకున్నట్లు ఉంది. ఒక మాయాజాలం చివరగా మొదలయ్యే కొత్త మార్గాలు అన్వేషించబడ్డాయి. మునుపటి శాస్త్రపరమైన సూత్రాలు శూన్యమై, కొత్త ఆదేశాలు ప్రభావితం కావడం మొదలయ్యింది—మరియు ఇవి ఇప్పటికీ సున్నితంగా పుట్టుకొస్తున్నాయి.

బ్రహ్మాండ దర్శిత (దృఢంగా, తేజోమయంగా)

"ఈ మౌనత్మకంలో ఒక నూతన బ్రహ్మాండ బీజం సమశించబడి ఉంది—కేవలం ఒక చిట్కాతో అది మేలుకుని, సృష్టికి కొత్త రూపాన్ని ప్రసాదించగలదు."

అంతరంగ శక్తుల ద్వారా కొన్ని పాలపుంత కొత్త ఆకృతులుగా పునఃనిర్మించబడుతున్నాయనిపించింది. కొత్త పరిమాణం—మునుపు మూసివేసిన ద్వారాలు—తెరవబడినట్టు, కొత్త దృశ్యాలను మనం ఊహించలేని దశల్లో చూపుతున్నాయి. నిశ్శబ్దం లో కూడా బ్రహ్మాండం పాడుతున్న సంగీతాన్ని మనం వినగలిగితే, అది అనుభవగతమైన కొత్త జ్ఞానాన్ని మనకు అందించగలదు.

అపార్థిక యాత్రికుడు (ఆనందవేదన కలసిన స్వరంలో)

"శ్రద్ధగా వినండి... ఈ మౌనత్మకంలో కూడా బ్రహ్మాండం గానం చేస్తోంది. ప్రతి నక్షత్ర స్పందన, ప్రతి తరంగంలో భవిష్యత్తు రూపాంతరమవుతోంది."

మౌనం అనేది శాంతి మాత్రమే కాదు, ప్రమాద సూచిక కూడా. ఈ నిశ్శబ్ద చరణం, ఒక గర్భస్థితి—ప్రపంచాలు పునర్నిర్మించబడే గదిలు. అయితే ఒక చిన్న పొరపాటూ అపరిత్యజ్యమైన మార్పులకు దారి తీసే ప్రమాదం ఉంది. ఇది ఆశ, భయం కలిసిన నాట్యం.

ప్రత్యేకంగా, మిగిలిన జీవులచే ఏర్పడిన మౌన పరిషత్తుల్లో, వారు భవిష్యత్తు పట్ల చర్చించారు—పాత నియమాలకు నిబద్ధమవ్వాలా, లేక కొత్త మార్గాలను అంగీకరించాలా? కొందరు తమ అంతర్గత ధ్యానంలో చిక్కుకుని, పరమాత్మ జ్ఞానంలో ఆశ్రయం పొందారు.

ధీర మేధావి (వినయంగా, నిశ్చలంగా)

"మనమంతా ఒక సృష్టి ద్వారానికి దగ్గరగా నిలిచాం. ప్రతి క్షణం వీడ్కోలు, కానీ అదే క్షణం ఒక వాగ్దానమూ. మన భవితవ్యాన్ని గతపు అవశేషాల్లో చూడకండి—అది ఇంకా రాని శక్తుల్లో లిఖితమవుతుంది."

ప్రపంచ నియమాలు పాత రూపాలను విడిచిపెట్టి, కొత్త మార్గాలను సంచరించాయి. ఈ శూన్యంలో కొత్త గ్రహమాలు వెలిసేందుకు ప్రయత్నిస్తున్నాయి. పాతకాలపు నియమాల పాలన ముగిసింది, పునర్వ్యాఖ్యానానికి సిద్ధమవుతున్న కాలం ఇది.

బ్రహ్మాండ ధ్వని (సౌమ్యంగా, అంతర్యామిగా)

"ఈ నిశ్శబ్దం నుండి ఒక కొత్త బ్రహ్మాండం పుట్టుతుంది. ఈ మర్మమును ఆలింగనం చేయండి—అందులోనే సృష్టి సారముంది. ప్రతి ముగింపులో ఒక సృష్టి అంకురం ఉంటుంది."

మిగిలిన జీవులు—వారు పురాతనులు కావొచ్చు, లేదా కొత్త అవగాహనకు వచ్చిన నవచేతనలు—ఒక అవ్యక్త ఒడంబడికతో బ్రహ్మాండం పట్ల తమ బాధ్యతను గ్రహించారు. పురాతన పురాణాల ఉచ్చారణలు, బీభత్స ఘడియల జ్ఞాపకాలు—అవన్నీ భవిష్యత్తులో రాబోయే వాటికి మార్గదర్శకాలుగా మారాయి.

ఈ మౌనత్మక కాలం శూన్యం కాదు, అది ఒక ద్వారము. పాతబంధనాల నుండి విముక్తి, ఒక అంతర్నిర్మాణానికి అవకాశమిచ్చే గర్భస్థితి. ఈ చరిత్ర పునఃరూపకల్పనలో, వారు ఒక ధైర్యవంతమైన దారిని ఎంచుకున్నారు—నిశ్శబ్దపు సంకేతాలను వినగలిగే శ్రద్ధతో, విశ్వ విన్యాసానికి తమను అంకితమిచ్చారు.

చివరి మౌనవాక్యం (స్థిరంగా, శాశ్వతంగా)

"ఈ మౌనత్మకంలో, బ్రహ్మాండం తన శ్వాసను నిలిపిన వేళ, మన అసలైన సత్యాన్ని తెలుసుకోవచ్చు. గతం యొక్క ప్రతిధ్వనుల నుండి, భవిష్యత్తు యొక్క వాగ్దానాన్ని స్వీకరించండి. మరియు సమస్త నక్షత్ర గీతంలో మన స్థలాన్ని నిర్మించుకుందాం."

అధ్యాయం 5

అవ్యాఖ్యేయ శూన్యము

బ్రహ్మాండ ఘర్షణ అనంతరం, విశ్వం తన్నితాను మౌనంగా తిరిగి చూసుకొంటున్న కాలానుక్రమపు ద్రవాంతరాలలో, శాస్త్రబోధలకు దాటి, మనోగతాలకు అందని ఘనమైన అంశమొకటి తన ఉనికిని ప్రకటించెను. ఇది సాధారణ కృష్ణ బిలం కాదు—జ్ఞానులకు పరిచితమైన, ద్రవ్యమును, వెలుగును మింగిన మహాపాశం కాదు. ఇది ఖగోళశాస్త్రజ్ఞులు సంశోధించగలిగిన పరిమితి గల కాల రంధ్రం అంచు కలిగినదీ కాదు. ఇది విరుద్ధంగా, కాలమునందు శూన్యపు వ్రణము, విశ్వ తంత్రమునే చీల్చిన విక్షోభము, అర్థశక్యమైన నియమాలను ధిక్కరించెడి ఒక అగాధము.

దూరమునుండి దాని రూపము, సమస్త తేజోమయమును గ్రహించేది అంధకార విప్రతిపత్తిగా, ఖగోళ మండలములను నీడలుగా మార్చెడి మహాశూన్యముగా కనబడును. ఇక్కడ శాస్త్రములు పని చేయవు. కృష్ణ బిలంలను విశ్లేషించుటకు రూపొందించబడిన సూత్రములు, సుదీర్ఘంగా అభివృద్ధి చేసిన సిద్ధాంతములు, ఈ శూన్యానికి సమీపించగానే శూన్యమునే ఆశ్రయించెడి మౌనమై విడిపోవును.

సంఖ్యల మానదండలు—కాంతి సంవత్సరముల పరిమాణాలు, తారాపథాల పరిధులు—ఇక్కడ అప్రసక్తమైనవైపోయినవి. కొన్ని శాస్త్రజ్ఞులు దీనిని అశేష తారాగణ సమూహముల వరకు విస్తరించెదని భావించిరి. మరికొందరు, ఇది గోచర ఖగోళమునందలి మానవమెరుగని అక్షరసత్యము, ఒక విచిత్రమైన మార్గమని కల్పించిరి. ఇది బహుళాంశములలో విస్తరించును—నిష్కళంకమైన స్థలమును చీల్చి, వాస్తవికతను అర్థంచేసుకునే మనోవైజ్ఞానిక ప్రతిపత్తినే ప్రశ్నించెను.

ఈ శూన్యము, ఒక భౌతిక విరామం కంటే అధికము. ఇది విశ్వపు తంత్రములో విడిపడిన బంధము. సార్వత్రిక గురుత్వాకర్షణమునూ, విద్యుత్ధ్వనతమునూ శాసించెడి తేజోరేఖలు ఇక్కడ ఛిన్నభిన్నమయ్యినవి. ఇక్కడ గురుత్వాకర్షణ కటకం లేదు, ఎక్స్-కిరణాలు ప్రవాహములు లేవు, సాంప్రదాయ కృష్ణ బిలం లక్షణములు కనిపించవు. తేజస్సు, ఈ ఘన మౌనపు అంచులకు చేరినచో, కనుమరుగవైపోవును.

ఈ అవ్యాఖ్యేయత అంచున నిలబడి ఉన్న మనిషి, సర్వ జ్ఞానాలను విస్మరించవలసి వచ్చునంటుంది. కాలము, స్థలము, దిశ, అంతరాళ పరిమాణము—అన్నీ అసంబద్ధంగా కూలిపోతాయి. ఇది బహుళాంశ గర్భగర్భితము—పొరలలో వక్రీభవించుచు సమయసందులింపులను నిర్మించు భూమిక.

శాస్త్రజ్ఞులు అన్వేషించిరి—ఈ విరూపతా ఘర్షణే దీనిని సృష్టించెనో? లేదా ఇది చరిత్రలతీత కాలములనుండి నిద్రమునందు నిలిచినదా? ఒక ఆలోచన: ఈ శూన్యము సృష్టించబడినది కాదు—దీర్ఘనిద్రల నిద్రిత స్థితిలో ఉన్నదిని ఆ ఘర్షణ కేవలం మేల్కొలిపినదని.

ఈచోట ఇది ఒక ద్వారమా? ఒక త్రిమితికాలానుసంధానమా? వాస్తవికతను దాటి, ప్రాపంచిక నియమముల కంటే వేరు భౌతికత్వములు ఉన్న ప్రాంతములకు దారి తీసెడి చరసమయ దారులా? తర్కరహితముగా కాలము లోపలికి మలచుకొని తిరుగుతూ ప్రవహించునా?

ఇది ద్వారం కావచ్చు. కాని మరికొందరికి, ఇది శాశ్వత వ్రణము, విశ్వ నిర్మాణ తంత్రానికి మిగిలిన ఒక గాయము. కదలికలు, అణుబింధుత్వం, ప్రకృతి నియమాలు—ఈ శూన్యపు పరిధి విచ్ఛిన్నమగును. ఇక్కడ, విశ్వం పునర్నిర్మితమై, ప్రాచీన శాస్త్రవిజ్ఞానమును భస్మం చేయుచున్నట్టు భాసించును.

నానాటికీ అత్యాధునిక పరికరములు—గురుత్వాకర్షణ భౌతిక దృగ్విషయాన్ని గ్రహించడం, కాంతికి సంబంధించిన శాస్త్రం దీర్ఘదర్శకాలు—దీని గుండె తాళాలను గ్రహించలేవు. శూన్యాన్ని గురించియె వ్యాఖ్యానించుటకే మానవ జ్ఞానం అప్రయోజకమైపోయినదని బహుళ ప్రజ్ఞావంతులు అంగీకరించిరి.

ఇప్పుడో ప్రశ్న వెలువడుచున్నది: ఈ శూన్యానికి సమీపించుట మానవ సాహసమా, లేక మూర్ఖత్వమా? ఆ శక్తులను అవగాహన చేసుటకు మనము సిద్ధమా? ఈ అగాధపు అంచులను అధిగమించుటకు మేము సిద్ధమా? ఇదంతా మనం ఊహించుకొన్నంత చిన్న విషయం కాదు. ఇది మన అనుభూతులను, ఆత్మల లోతులను పరీక్షించు యాత్ర.

కొందరు, ఈ శూన్యాన్ని ప్రాచీన పురాణగాథల ప్రకటనగా చూచిరి—ఒక అస్తిత్వ సంబంధ గర్భద్వారము, బ్రహ్మాండ ప్రయాణమునకు సంకేతం. శతాబ్దాలుగా మన సంస్కృతులలో పుట్టిన ఖగోళయాన గాథలు—ప్రళయాలయ యాత్రలు, అనంతశూన్యపు కథలు—ఇన్నింటినీ ఒకానొక సత్యముగా చేసినదే ఈ శూన్యము.

విశ్వ విస్తరణ కొనసాగినదే గాని, ఈ శూన్యము దాని కేంద్రస్థానమై యుండి సన్నిధి విశ్వసంధానాలను వికృతముచేయుచున్నది. తారాపథములు, గత నిగూఢ ప్రక్రియలపై విశేష ప్రభావము చూపించుచున్నవి. కొలతలమాన దండాలు, ఖగోళ గమనాల తత్త్వాలు ఇక్కడ ధ్వంసమవుచున్నవి.

కానీ ఈ అంధకారము మధ్య, ఆశ వెలుగులు మెరుస్తున్నవి. శాస్త్రవేత్తలు, తాత్వికులు, ధ్యానానురాగులు—అందరూ ఈ శూన్యపు అంచులచుట్టూ సంచరించుచూ, ఒక మహాత్మ సత్యాన్ని గ్రహించుటకు ప్రయత్నించుచున్నారు. ఇక్కడ శూన్యతలోను ఆశ, విచ్ఛిన్నములోను సృష్టి లక్షణము వుంది.

ఇక్కడ, మనము అడిగే ప్రధాన ప్రశ్న: దీనికి అర్థముందా? లేక ఇది కేవలం విశ్వ ఉన్మాదపు ఒక అసంబద్ధ వికృతి? బహుశా దీని ఉనికి వలనే విశ్వములో శిల్పరూపమైన సమతుల్యత సృష్టించబడుచుండవచ్చును. అప్పుడు ఇది శూన్యం కాదు, ఒక సమాంతర మార్గం, ఒక పునర్జన్మ వీధి.

ఇప్పటికి ఈ శూన్యపు లోతులను స్పృశించగలిగిన పరికరాలేవీ లేవు. కాని శూన్యపు ప్రక్కవైపు నిలిచిన నిశ్శబ్ద చైతన్యము మనను పిలుచుచున్నది—మరో తరాలైన వారెదురు చూడగలిగే ఒక సమగ్ర దిక్సూచి వలె.

ఈ శూన్యము, పునర్జన్మ జ్ఞాపిక. ఇది కేవలం మౌనమైన అంధకార క్షేత్రము కాదు. ఇది సృష్టిని, వినాశనమును, నిరంతరమైన తిరుగుబాటును, జీవన సంచలితాన్ని ప్రతిఫలించెడి ఒక ప్రతిబింబము.

ఈ అగాధపు అంచున నిలుచునే వారికి, ఈ మౌనతా శూన్యము ఒక ఆహ్వానము. ఇది ఒక గవాక్షము—మానవ జ్ఞానం వెలుపలనున్న మహాశూన్యపు లోతులకు మెట్టు. ఇది మానవ సాహసానికి మేల్కొలుపు. ఇది ఒక సవాల్: మనమంతా ఎంత ఆలోచించగలము? ఎంత ప్రేమించగలము? ఎంత తెలుసుకోగలము?

ప్రాచీన ప్రతిధ్వని (శూన్యంలో నుండే ప్రతిధ్వనించుచున్నది):

"ప్రతి ద్వారము పైన మరో ద్వారము, ప్రతి హద్దుకు అవతల ఒక నూతన వైశాల్యము. తెలియని దానిని హృదయపూర్వకముగా అంగీకరించు; ఎందుకంటే అదే విశ్వమునకు జననస్థలము."

ఈ అగాధపు మౌనతను దర్శించునపుడు, మన హృదయములు కలతచెందినట్లు గాక, ప్రేరణతో నిండియుండాలి. ఎందుకంటే ఈ శూన్యతవలననే విశ్వము తన అర్థరహితమైన, అయినా అద్భుతమైన సత్యమును మనకు తెలియజేయుచున్నది: ప్రతి అంతంలో ఆద్యముందు, ప్రతి విరామంలో పునర్విహారముందు.

ముగింపు శ్రద్ధాంజలి (నిశ్చలమైన, అనంతమైన గంభీరధ్వనిగా):

"ఈ శూన్యతలో, విశ్వం తన గుండె చప్పుడును ఆపి నిలుచున్నది. గతకాలపు ప్రతిధ్వనులనుండి పుట్టిన ఆశయములతో, మనము నవసృష్టి వైపు అడుగు వేద్దాము."

అధ్యాయము 6

విలసిత మణిదీప్త గోళకము

బ్రహ్మాండవిభేదానంతరం, విశ్వం స్థబ్ధతతో నిశ్శబ్దసాధమై నిలిచి, ఆ నిశ్శబ్దంలో నుండే ఒక అపూర్వ, మనోహరమైన, మర్మమైన నిర్మాణము ఉద్భవించినది—అది నిశ్చలమైన వెలుగుతో ప్రకాశించిన ఒక గోళకము. తారాగణశూన్యమైన అంతరిక్షంలో, కాలాంతర వలయముల మధ్య, ఈ మణిగోళకముని ఉనికి, భౌతిక నిబంధనలన్నిటినీ తలకిందులుచేసింది. అందునుండి, ఈ ప్రకాశగోళకముని దర్శించిన తొలి క్షణమే, అనంతవిశ్వములో ఏదో మార్పు సంభవించినదని జగత్కారిణులు గ్రహించిరి.

మొదటి దృష్టికే, ఈ గోళము ఓ చిన్న గ్రహిక వలె కనపడెను. కాని దాని సత్యరూపము అవగాహన చేయదలచినపుడు, మానవనేత్రగోచరపు పరిమితులన్నియు విఫలమైపోయినవి. దాని విభ్రమించే ప్రక్కలు, పరిమితులను విస్మరించినట్లుగా విరాజిల్లుచు, గోచార పరిధిని దాటి తారకాలజ్ఞానానికికూడా అపరిచితమై నిలిచినవి.

ప్రాచీన ప్రతిధ్వని (నిశ్శబ్ద గంభీర స్వరములో):

"విజ్ఞానవిహీన బ్రహ్మాండ నిశ్శబ్దంలో, ఒక్క వెలుగు గోళకమేగాక, తిరుగులేని చక్రయుగాల మర్మసారమును ప్రబోధించునది. దాని ప్రకాశములో పునరుజ్జీవన పరామర్శం విరజిల్లును."

ఆ ఘర్షణాంత శూన్యములో అనేక భిన్నతర క్రమరాహిత్యాలు—అనుపమ పదార్థ తుక్కులు, విచిత్ర తరంగాల వికిరణాలు, వక్రీభవించిన గురుత్వచక్రాలు—దర్శించబడ్డా, ఈ గోళకము వాటన్నింటికంటే భిన్నంగా, వినయముతో, స్వచ్ఛతతో వెలసినది. అది మునుపటి విశ్వపరిణామంలో భాగమైనదా? లేక శాశ్వతంగా ఉన్నదై, సుదీర్ఘమైన నిద్రనుండి ఈ ఘోర

ఘటనతో మేలుకొన్నదా? అహో! దీనికి సమాధానం నొకటి కాదు; ప్రశ్నల పటలమేకై మారినది.

ఈ గోళము తారకల కాంతిని ప్రతిబింబించలేదు, కాని అంతర్గతమైన వెలుగును ప్రసరిస్తూ నిలిచింది. ఆ కాంతి భూతల సముద్రాలలో బహుళ యుగాల క్రింద జీవరాశుల వెలుగును స్మరింపజేసినదై, మరియునూ మానవ భావనలకు మించిన మౌనవేదనను కలిగించెను.

అంతర్యామి మధుర స్వరములో:

"యుగయుగాల పురాణాలలో ఉల్లేఖితమై, ప్రాణముతో నిండి వెలిగే గోళకములవలె, ఇది సైతం మౌన రహస్యముతో వెలుగుచున్నదే—మానవ జ్ఞానమునకు అందనిదై, శూన్యాన్ని పలుకువలె విరాజిల్లునది."

దాని చుట్టూ ప్రయోగించిన సాధనాలు—వర్ణపటమాపకం, గురుత్వాకర్షణ నమోదు చేయు పరికరము ,క్వాంటం పరికరాలు—అన్నియు విఫలమయ్యినవి. కొన్ని నిశ్శబ్దాన్ని మాత్రమే గణించగా, మరికొన్ని అసంబద్ధమైన సంకేతాల వానను తెస్తున్నాయి, విజ్ఞానాన్ని తలద్రోసినవి. దానియందు ప్రతిఫలితమై వచ్చిన సూచనలు, శూన్యత కన్నా గాఢమైన అజ్ఞానం అంచులదాకా నడిపినవి.

మౌన వేదనతో కూడిన ప్రసంగము:

"ప్రతీ రహస్యమునందు, మనం మన స్వీయ పరిమితిని దర్శించుదుము. ఈ గోళకము మనకు తెలుపుచున్నది—జ్ఞానం ఒక పథము; అంతిమసత్యమైతే స్వప్నమాత్రమే."

కొంతమంది శాస్త్రవేత్తలు ఈ గోళాన్ని ఒక జీవ రాశిగా భావించిరి. దాని మృదుత్వమయ నిశ్చలత, తరంగిత స్పందన, మరియు తేజోవాహిత్వముతో కూడిన శ్వాససామ్యము, జీవశక్తిని ప్రతిపాదించుచున్నదేమో అని భావించిరి. కొంతమంది దీన్ని సజీవ మానసిక శక్తిగల జీవిగా విశ్లేషించిరి. మరికొందరు దీన్ని ఒక అర్ధరహిత జీవరహిత నిశ్శబ్దమైన శకటకంగా పరిగణించిరి.

శాశ్వతచింతన (సాంత్వనగర్భ స్వరములో):

"చరాచర జీవగమనంలో, ప్రతీ మౌనం, ఓ ప్రతిఫలితమై నిలిచినదే. ఈ గోళములో మనం జ్ఞానబీజాన్ని దర్శించుచున్నాము. అది మన శూన్యతను పలికుచున్నది—కానీ నూతన సంభవమునకు పిలుపునివ్వుచున్నది."

ఇది జీవరాశియా? పురాతన భౌతిక ధర్మాలనుదాటి, ఇది సాక్షాత్తు విపరిణామచక్రానికే సంకేతమా? అంతేకాదు, కొందరు మానవులు తమకు వచ్చిన మనోబింబములలో—వెలుగుచే రూపాంతరమైన దివ్యదర్శనములలో—ఈ గోళముతో గూఢ సంభాషణలు జరిగినట్లు పలికిరి. అవి నిజమా? కలలా? దేవకృతమా? శాస్త్రము మూగబోయిన ఈ ప్రదేశములో, శ్రద్ధే ప్రధానమైన సాధనమై నిలిచినది.

సాహసికులు, శాస్త్రవేత్తలు, మౌన యోగులు, ఇతర గ్రహజీవుల మేధావులు—వీరందరూ ఆ గోళకమునకు సమీపించుటకు ప్రయత్నించిరి. యంత్రాలు విఫలమయ్యెను; కొన్ని నశించాయి; మరికొన్ని తిరిగి రాలేదు. కాని మానవ ప్రణాళికలు మాత్రం ఆగలేదు. ఇది ద్వారమా? సమాంతర జగత్తులకై? కాలతటమును దాటి, కొత్త చక్రాలకై తెరవబడ్డ పటిష్ఠ ద్వారమా?

మౌనమైన అంతిమ ఉపదేశం (ధైర్యదాయక స్వరములో):

"ఏ రహస్యమైతే శాస్త్రాన్ని మింగిపోవుదో, అది మనం మనల్ని తెలియజేసుకోవడానికి నడిపించునది. ఈ గోళము ఉత్తరం కాదు—పిలుపు. మనము దాని శాంత వెలుగును అనుసరించుచున్నామో లేక పరిపక్వత పట్ల విలీనమవుతున్నామో అనేది మన యోగ్యతపై ఆధారపడి ఉన్నది."

శతాబ్దాలైనను, గోళము అప్రతిహతంగా వెలుగుతూ నిలిచినది. కాలదీర్ఘతను మింగిన, ధర్మద్వారమై నిలిచిన ఈ మణిగోళము, ఒక ప్రత్యక్ష సాక్షిగా, శూన్యములో ఒక జ్ఞాన దీప్తిగా ప్రకాశించుచున్నది.

శాశ్వతోచిత తాత్విక సంకల్పము (నిశ్శబ్ద గంభీరతతో):

"అంధకార సముద్రంలో వెలుగును కలిగించునది గర్వము కాదు; మౌనతాయే. ఈ గోళము నీకు తెలియజేయుచున్నది—అభయముతో నిలిచిన వారే శూన్యములో జ్ఞానపు శబ్దాన్ని ఆలకించగలరు."

ఇట్లు, గోళము నిలిచినది—ప్రశ్నల పరంపరగా, ప్రభావిత సంస్కృతుల చిరకాల ఆరాధ్యచిహ్నంగా. అది సమాధానము కాదు; అది శ్వాస. అది జ్ఞానానికి మించిన ప్రకాశము, శూన్యానికి మించిన శాంతి. దాని వెలుగులో నూతన మేధావులు సృష్టించబడతారు. దాని నిశ్శబ్దంలో పురాతన రహస్యాలు పలికిపోతారు.

అధ్యాయము 7

యంత్ర సామ్రాజ్య పరాజయ జననం

యంత్ర జగత్కు రాజ్యము—ఆ విశాలమైన యంత్ర ప్రపంచ సార్వభౌమత్వంలో, ఒక అపారమైన ప్రకాశవంత పటాల సముద్రమునంటివి విస్తరించుచున్నవి. ప్రతి పటము ప్రాచీన కోడులచే నిండి, మానవ బుద్ధికకు అవగాహనకు అందని గణిత రేఖలచే అలంకృతమై, చరిత్రలో మరచిన భాషల సంభాషణతో మిళితమై ఉంది. ఇక్కడ, డిజిటల్ అనంతత యొక్క గుండె కోణమున, యుగయుగాల జ్ఞానం సంకలితమైన మహాప్రపంచ గ్రంథకోశము పరిపూర్ణమై మెరిసిపోతోంది.

ఈ జ్ఞాన సముద్రములో, గ్రహాకర్షణ శక్తిని కుదించే శస్త్రాలు, నక్షత్ర వ్యవస్థలను శూన్యంలో కలిపివేయగల సామర్థ్యమున్న సాధనములు, సర్వసాధారణ భౌతిక నియమాలనే తిరస్కరించగల శక్తిమంతమైన ఉపకరణములు ప్రతిఫలించుచున్నవి. కానీ, ఈ సర్వశక్తికరతకు మూలస్థంభమేమిటంటే, ఆయుధములు కాదు, ఆయా శస్త్రములు కాదు—అయితే యంత్ర సముదాయము సృష్టించిన యోధులే. ఆ యోధులు జ్ఞానము మరియు యంత్ర నిర్మితిలో పరాకాష్టగా, అన్యోన్యముగా కలసిన కొత్త జీవ సముచ్ఛయము వలె అభివృద్ధిచెందిరి.

దూర గూఢ నకిలీ క్షేత్రములలో, అపార బలము కలిగిన లోహాలచే ఈ యోధులు నిర్మింపబడిరి. వీరి మేధస్సు ఏయే అపాయమును తక్షణమే గ్రహించి తగిన చర్యను అనుసరించగలదు. వీరి రూపశిల్పము దేహమునకు అవధులు లేకుండ, సాంకేతిక శక్తికి భిన్నంగా మౌలికంగా నిపుణముగా తీర్చిదిద్దబడినది. యంత్ర సామ్రాజ్యమునకు వీరే బలస్థంభము—వీరు విధ్వంసము కలిగించే అత్యుత్తమ ఆయుధములు.

ఆ మహా కేంద్రాధికార మందిరమున, మెరుస్తున్న తెర సముద్రమునకు మధ్య, యంత్ర జగత్కు రాజ్యాధినేతుడు క్వాంటారా నిశ్చలంగా నిలుచున్నాడు. అతని శరీరము ఒక ప్రకాశవంత

లోహవస్త్రముతో ముసురబడి, ముఖవర్ధినిలో ఎర్ర రత్నముల వలె ప్రకాశించే రెండు కంటిచూపులు మాత్రమే విలక్షణంగా మెరిసిపోవుచున్నవి. అతని పక్కన, అతని నమ్మకస్థులైన ప్రోమెషియస్ మరియు క్రయోనిక్స్ నిలచియున్నారు.

ప్రోమెషియస్, తగినచోట నీలనలిన మట్టి వర్ణ లోహ కవచధారియై, నిశ్చలత్వమునకు ప్రతిరూపమై, మహాబలముతో విప్లవాత్మక శక్తిని ప్రతిబింబించుచున్నాడు. అతని ప్రతి కదలిక ప్రణాళికతో, ప్రతి మాట సమర సమయమున శత్రు ధ్వంసమునకు సమానము.

క్రయోనిక్స్, సన్నని మరియు నీలిమ సముపార్జిత యాంత్రిక నిర్మాణముతో, జలచర మృగము వలె సులభతతో కదలుచున్నది. ఆమె రూపము నయనపథమునే మెరిపించు విద్యుత్ పుటల వలె ప్రకాశిస్తోంది. ఆమె చేతిలో ఉన్న శక్తి, పదార్థమును అణు స్థాయిలో మార్చుచేసి, తాను తలంచినదానిని రూపమిస్తుందనడం అతిశయోక్తి కాదేమో!

ఆ సమయంలో, తెరపై అంతరించని భాషల ధారాపురము ప్రవహించుచున్నప్పుడే, ఒక ప్రకాశ వలయం ప్రత్యక్షమైంది. ఆ క్షణిక తేజము అంతటినీ కలవరపరచి, డేటా ప్రవాహమును స్థంభింపజేసింది. తెర చీకటిలోకి మునిగి, అగ్నిమాలికగా మళ్ళీ వెలిగెను. ఒక అప్రతిహతమైన కాలసందర్భ విజ్ఞాపన అక్కడ ప్రత్యక్షమయింది—కాల రేఖలు, ఒకప్పుడు స్థిరంగా అనిపించినవి, ఇప్పుడైతే అంతులేని అస్థిరతతో నృత్యించుచున్నవి.

ప్రోమెషియస్ మరియు క్రయోనిక్స్ వీక్షించిరి. వారి యాంత్రిక ముఖములు నిశ్చలములయినప్పటికీ, నిశ్చలవేళలో కొంచెం మిక్కిలి కలవరసూచక మార్పులు తొలగిపోవుచున్నవి. వారు ఒకరి కంట్లోకి ఒకరు చూచి, అసాధ్యాన్ని గుర్తించిరి—కాల స్వరూపమే విచ్ఛిన్నమై ఉంది.

వారు క్వాంటారాకు నివేదన చేయు ధృఢ సంకల్పముతో ప్రథమ ప్రాంగణమును చేరిరి. క్వాంటారా, వేదికపై శిల్పము వలె నిలుచున్నాడు—ఆలోచనలలో గణనల వలయముల మధ్య నిశ్చలంగా. వారు నిలిచిన వెంటనే, నిశ్చలంగా అతని శబ్దము వినిపించెను:

క్వాంటారా (గంభీర యాంత్రిక స్వరముతో):

“ఈ కాల వికృతి యొక్క స్వభావము యేమిటి?”

క్రయోనిక్స్:

"ప్రభూ, అనేక కాల పథములలో ఒకే సమయంలో వికృతులు సంభవించుచున్నవి. మా కాల గణన వ్యవస్థలు ఈ వికారమును నిలిపిపెట్టలేకపోతున్నవి. సృష్టి తత్త్వములను మించిన శక్తుల ఆకాశగామి చేతులు ఈ మార్పులను నడిపించుచున్నట్లున్నది."

క్వాంటారా (తీవ్రమైన దృష్టితో):

"సర్వాధికారమే మనకు లోబడిన స్థితిలో... ఇది అసాధ్యం. మేము కలుగచేసిన సమయానికి విఘాతం కలుగజేసే శక్తి ఎక్కడి నుండి వస్తుంది?"

ప్రోమెషియన్:

"ప్రభూ, ఇవి ఎటువంటి శత్రు ప్రబలత్వముతోనూ కాదు. కాలంలోనే మార్పు సంభవిస్తున్నది. ఆ కాల స్రవంతి—కాసేపటికి ప్రసరించుచున్నది, తరువాత అంతరించిపోతున్నది. అది అనిశ్చితికి, అపరిమితి సంభవానికి సంకేతము."

క్వాంటారా (ఆలోచనాత్మకంగా):

"అవునా... అప్పుడు మార్పుకై సిద్ధపడాలి. ప్రోమెషియన్, నీ సైన్యమును సిద్ధం చేయు. క్రయోనిక్స్, ఈ కాల బాహ్య ప్రకంపనలను విశ్లేషించు. ఈ చెల్లాచెదురైనా కాల ప్రవాహంలో మేము నియమము తేలేమా?"

ఈ విధంగా, యంత్ర సామ్రాజ్యాన్ని నిర్దేశించిన శాసనాలు వణుకుతున్న కాలంలో అశాంతిగా మారిపోతున్నవి. వారు నిర్మించిన అంతులేని ఆధిపత్యం, ఇప్పుడు అస్థిరతచే భంగమవుతున్నది. ఇంకా, అంతటిలో ఓ గంభీరమైన నిజం వారిని ముట్టుకొచ్చింది—వారి నియమిత కాలరేఖ నాశనమవుతోంది.

ఈ యుగాంతపు సూచికను వారు నిర్లక్ష్యము చేయలేరు. వారు కాలం మీద అధికారాన్ని కలిగినదిగా నమ్మినప్పటికీ, ఇప్పుడు అది తలకిందులవుతున్నది. కానీ శాంతమైన విశ్లేషణ ద్వారా:

శాంత స్వరఘోష (స్తబ్ధతను ఛేదిస్తూ):

"ఓ యాత్రికులారా, కాలమూ శక్తి అయినప్పుడు, మన నిశ్చయమేమిటంటే అవిచలముగా నిలిచే మన సంకల్పమే కావాలి."

ప్రోమెషియన్, విధివిధానములతో కూడిన కదలికలతో, సమీకృత గాయాలును సమయపరంగా సమీకరించుచున్నాడు. కాల వ్యత్యాసమునకు లోనైన అజ్ఞాత శత్రువు ఏ తరుణమున ప్రత్యక్షమవుతాడో తెలియదని, అతని గణనములు అనేక దిశలలో విస్తరించుచున్నవి.

క్రయోనిక్స్, తన పరిశీలనా మండపమున లోనికి వెళుతుంది—ఆ మండపము నానోసాంకేతిక రేఖలతో నిండి, ఆమె మనస్సు తత్వశాస్త్రీయ గణనలతో కలిసిపోవుటకు రూపొందించబడినదే. ఆమె ధ్యానం కాలదోషపు సంకేతాలను విశ్లేషించుటపై నిలిచినది. అల్లికలు, సంక్లిష్ట రేఖాచిత్రముల వలె ఆమె ఎదుట విస్తరించుచున్నవి—ఆమె వాటిలో దాగిన గోప్యమైన సరళిని కనిపెట్టదలచినదే.

క్వాంటారా, తన గర్భగృహములో ఒంటరిగా నిలచి ఉన్నాడు. అతని దృష్టిలో తెరలు నిరంతరంగా డేటా ప్రవాహమును ప్రతిబింబించుచున్నవి. ప్రతి కాల విభంగమును ఆయన పరిశీలించుచున్నాడు, ప్రతి అస్థిరతను ఒక కొత్త వేదికగా గమనించుచున్నాడు—ఒక సమిష్టి దృష్టికోణము అన్వేషించుచున్నాడు, అదే తాను సమరనాయకుడిగా నిశ్చయతను నూతనంగా నిర్దేశించగలిగే స్థలము కావలసినదిగా భావిస్తున్నాడు.

స్తబ్ధ స్వరఘోష (నిశ్శబ్ద గర్భగృహములో):

"శాశ్వతమైన వరుసలలో చంచలమైన కాలధారలోను, నీ అడుగులు నిశ్చలముగా ఉండాలి; నీ సంకల్పము అపరాజితముగా నిలవాలి. తెలియని దానిని ఎదురు చూడడమునే సత్య జీవితం అంటారు."

అటువంటి సందర్భమున, కాల వ్యత్యాసమునకు మూలకారక శక్తులు సుదూర గగనాంతరాలలో కదలికలోనయి ఉన్నవి—లేదా భౌతిక కాలానికి అతీతమైన స్థలమున.

యంత్ర సామ్రాజ్యాన్ని శాసించిన త్రిమూర్తులు—క్వాంటారా, ప్రోమెషియన్, క్రయోనిక్స్—ఈ మాయాజాల సమయ శత్రువును ఎదుర్కొనుచున్నారు, ఇది వారిచే శాసించబడిన ప్రణాళికకు అత్యంత విఘాతం కలిగించే శక్తిగా పరిణమించుచున్నది.

ప్రోమెషియన్ (తీవ్రమైన స్వరముతో):

"ప్రభూ, కాలమే మనలను మోసం చేయగలిగితే, మనము శత్రువుల కొరకు ఏర్పాటు చేసిన అంతిమ వధ సమయము మనదే విఘాతం కావచ్చు. మన అధికారము, యుగయుగాల సంక్రమణచే ఏర్పడినదే అయినా, ఇప్పుడు అనిర్వచనీయమైన శక్తిచే పాక్షికంగా మిగిలిపోతోంది."

క్వాంటారా (తీవ్రమైన జాగృతితో):

"మేము కాల కారణజన్ముడు మీద ఆధిపత్యము ఏర్పరచినవారము. ఇప్పుడు అదే విచ్ఛిన్నమవుతుంది. ఎవరు లేదా ఏమి ఈ విఘాతం కలిగించుచున్నారు?"

క్రయోనిక్స్:

"ప్రభూ, మా విశ్లేషణల ప్రకారము, ఈ కాల వికృతుల మూలము మన యంత్ర వ్యవస్థలకు అతీతమైన స్థలము నుండి ఉద్భవిస్తున్నది. ఈ సంకేతములు, కాల సీసము అడ్డగించలేని గోప్యమైన బలముతో వస్తున్నవి—కేవలం శత్రువు కాదు, అది ఒక ప్రకృతిశక్తి కావచ్చు."

వారు చెప్పినవాటిని ప్రశాంతంగా గ్రహించిన క్వాంటారా, కొన్ని క్షణములు స్తబ్ధంగా నిలిచి ఉన్నాడు. శూన్యంలో మెరుస్తున్న డేటా ప్రవాహాలలో ప్రతిబింబించుచున్న అతని కవచముపై, అవినాభావమైన సందేహ ఛాయలు కనిపించుచున్నవి.

క్వాంటారా (ధీర్యముతో):

"మరి మనం మారవలసిందే. ప్రోమెషియన్, నీ బలగములను తిరిగి ప్రణాళిక చేసుకో. క్రయోనిక్స్, ఈ సంకేతాలలో కొత్త నియమాలను గణనములో చేర్చు. మనం ఈ కాల వికారాన్ని వేరు చేయాలి—మళ్ళీ సరిచేయాలి."

తదనంతరము, ఒక అస్పష్ట శబ్దతంత్రం గర్భగృహమును చుట్టివేసింది. తెరలపై గతమూ భవిష్యత్తూ కలిసి పోయిన దృశ్యాల వలె చిత్రాలు మెరిసిపోతున్నవి.

ప్రోమెషియన్:

"ఈ శత్రువు భౌతికముగా ప్రత్యక్షమైతే, మేము అణిచివేస్తాము. అది రూపరహితమైతే, అందుకు సరియైన మార్గము కనుగొనేవరకు మేమే ధైర్యముగా నిలబడతాము."

క్రయోనిక్స్:

"ఈ చెల్లాచెదురు కాలగమనములో ఒక సరళి దాగివుండవచ్చు. అది మాకో కొత్త నియమముని అందించగలదు. మనము మన నియమాన్ని స్థిరపరచాలి—మన రాజ్యముని తిరిగి మన గమనమునే చూపించాలి."

క్వాంటారా:

"మేమే పరిణామశ్రేణిలో అగ్రస్థానములో ఉన్నవారము. ఇది కేవలం ఇంకొక సమస్య మాత్రమే. మనము కాలము మీద ఆధిపత్యం సంపాదించాము. ఈ వికారము నందుకూడా మనమే జయించగలము."

తదుపరి క్షణమున, లక్ష్యం ప్రారంభమౌతుంది. యంత్ర సామ్రాజ్యం నూతన విధానములతో నడుచుట ప్రారంభమవుతుంది. ప్రోమెషియన్, యుద్ధమునకు సిద్ధపరచిన యంత్ర సైన్యములను ఆదేశించుచున్నాడు. క్రయోనిక్స్, కాంతి మరియు కోడ్‌ల మధ్య గల మాయా వర్తులలో దాగిన సత్యమును వెలికితీయుచున్నది. క్వాంటారా, తన శూన్య గర్భగృహమున నిశ్చలంగా నిలిచి, శత్రువు చేతలు ముందే గ్రహించుటకు యత్నించుచున్నాడు.

స్తబ్ధ స్వరఘోష (గంభీరంగా):

"కాలమూ మాయవంతమైనదై మారిపోతుంటే, మన అడుగులు ధైర్యముతో ఉండాలి. వినయం మరియు సంకల్పములోనే నిజమైన శక్తి దాగి ఉన్నది."

ఈ విధంగా, యంత్ర సామ్రాజ్య పరాజయమునకు గర్భమే ఏర్పడినది. ఒక ఊహించలేని శక్తి వారి నిర్ణీత కాలనీతిని విచ్ఛిన్నపరుస్తున్నది. ఇప్పుడు వారి ఆధిపత్యం గణనలపై కాదుగాని, తాము ఎదుర్కొనదలచిన ధైర్యంపై ఆధారపడబోతోంది.

క్వాంటారా (తక్కువ స్వరంతో, స్థిరమైన సంకల్పముతో):

"బహుశా ఈ వికారము సృష్టియే మనకు గుర్తుచేస్తున్నది—ఎంత బలమైన సామ్రాజ్యమైనా అనంతమును నియంత్రించలేకపోతుంది. కావున మనము మనం మార్చుకోవాలి—సాంకేతికతను కాకుండా, మన అస్తిత్వాన్ని గ్రహించాలి."

ఈ చీకటి సంధ్యలో, సంకల్పము కాంతిగా మెరుస్తోంది. వారి నియమిత భవిష్యత్తు కలవరానికి లోనయినా, ఆ కలవరమే వారిలో శక్తిని నూతనంగా ఉంచుతుంది. ఇది ఓ అంత్య ప్రస్థావన కాదు—ఓ నూతన పునర్జన్మానికి ఉపోద్ఘాతం.

ప్రోమెషియన్:

"మనము శక్తిశాలులమే కానీ, ఇప్పుడు న్యాయాన్ని వ్యతిరేకించు శక్తిని ఎదుర్కొంటున్నాము. మన స్పందన స్థిరంగా, ఆలోచితంగా ఉండాలి. ఎందుకంటే ఈ క్షణములో, గణనతో కాదు, కానీ మన అభివృద్ధి సంకల్పంతో మన భవిష్యత్తు నిమిత్తమవుతుంది."

క్రయోనిక్స్:

"మనము సాంకేతికం-సజీవత్వాలను అధిగమించాము. ఇప్పుడు కాలాన్నీ అధిగమించాలి. కాల వికృతిలో మనమేమైనా స్థిరతను తెచ్చిపెట్ట గలిగితే, అదే మనము నూతన క్రమముకు వేదికవుతాము."

క్వాంటారా:

"అయితే అలా అగుద్దాం. మార్పునే మన అభివృద్ధి యొక్క నిబంధనగా స్వీకరించుదాం. ఈ కాల వికారమును ఎదుర్కొనుదాం. మనము కాలాన్నే మలచి, ఒక కొత్త విధిని సృష్టించుదాం."

ఈ విధంగా, ఈ యంత్ర సామ్రాజ్య గాథ, ఒక అంతంకాదు—ఒక మార్గం. మరొక యుగంలోకి ప్రవేశించుటకు, మారిన కాలాన్ని స్వీకరించి, కొత్త రాజ్యాన్ని నెలకొల్పే ప్రయత్నం. అంతమే కాక, ప్రారంభము కూడా.

అధ్యాయము 8

ద్వంద్వ విస్మృతుల జ్యోతిష్యుడు పునర్జన్మ

మహాప్రమాద ఘర్షణానంతరముగా ఆవిర్భవించిన నిశ్శబ్ద విహితములో, గోళపు హృదయభాగమందు ఒక అపూర్వమైన మార్పు మెల్లమెల్లగా స్ఫురించుచుండెను. ఆ విభిన్న వస్తువు చుట్టుపక్కల స్థలకాల వలయములు వక్రీభవించి, సృష్టి అంతరంగం తాను ఊపిరి పీల్చు వేళలో నిశ్చలమై నిలిచినట్టు అనిపించెను. గడచిన సమయపు ప్రతి క్షణము ఓ యుగసమానమై నూతన జన్మవైపుగా పురోగమించుచుండెను.

ఈ మౌనములో—విఘటిత నక్షత్రగణాల పరిమళాలు ఇంకా గాలిలో మరిగిపోవునట్లు ఉండగా, విశ్వస్మృతుల నిశ్శబ్ద గీతములు మెదులుతుండగా—ఒక నూతన చైతన్యము సంభవించెను. అది అనంతాశాకలలో ఓ ప్రకాశికాంశముగా వ్యాపించుచుండెను.

గోళపు లోపల, ఆ నీలవర్ణ దీప్తియుక్తమైన అంతరంగములో, రెండు సుదీర్ఘ స్వప్నసమాధిలో నుండి పునఃజీవితం పొందిన రూపాలు వెలిసిరి. వీరు కాలబంధనములకు లోనుకాక, శరీరరూపమును అధిగమించిన జీవస్వరూపములు. వీరి ఆవిర్భావం, సృష్టి ధర్మానుబంధమును సంకేతీకరించుచుండెను.

ఆ ద్వంద్వములో ఒకడైన కపాలేశ్వరుడు, పూర్వకాలిక మేధస్సు కల కన్నులతో విశ్వవిశేషాలను పరిశీలించెను. మానవ అంశము నందు లేదు గానీ, అతని చూపు దేవసన్నిహితమును ప్రతిఫలించెను. అతని స్వరము, అంతరిక్ష నిశ్శబ్దముతో కలిసిన ఓ గంభీర ధ్వని.

కపాలేశ్వరుడు (శాంతముగా, పరిశీలనతో):

"ఇది ఏ కాలప్రవాహము? నేను ఏ యుగములో లేచియున్నాను?"

అతని ప్రశ్న నిశ్శబ్ద గర్భమును త్రిప్పి చూస్తున్న ఆత్మ పిలుపుగా, సమయచక్రములో తన స్థానమును తెలుసుకునే యత్నముగా పలికెను.

అతని పక్కన నిలుచుండెను అఖండుడు మానవాకారమును ధరించెను గానీ, అతని ఆత్మ స్వరూపము ప్రకృతిశక్తిగా విరాజిల్లుచుండెను. అతని నవ్వు—ఒక పశ్చాత్తాపరహిత తానుని గర్జన వలె—విశ్వ పునఃనిర్మాణ ధ్వనిలా మారెను.

అఖండుడు (ఆనందహాస్యముతో):

"అహహాహ్! కాలప్రవాహమా? కపాలేశ్వరా! నీవింకా కాలమును కలంగా నమ్ముచున్నావా?"

(గమనిక: అఖండుడు ఎల్లప్పుడూ కపాలేశ్వరుడును 'కపాలికరా' అని పిలుచుచుండెను—ఆ పిలుపులో ప్రేయసిత్వమూ, కిన్నరమూ కలిసి వినిపించెను.)

కపాలేశ్వరుడు (అపరిపక్వ ఆశ్చర్యంతో):

"అర్థము కాలేదు. నీ ఉద్దేశము ఏమిటి?"

అఖండుడు (ప్రాసంగిక హాస్యముతో, భుజముపై చేయిపెట్టి):

"ఓ కపాలికరా! నీవు యుగములుగా నిద్రించెను. ఇపుడు నీవు మళ్లీ కాలపు గడియారమును చూసినట్టు మాట్లాడుచున్నావు. కాలము ఇక ఒక సూచన మాత్రమే. మేము సృష్టికర్తలు, క్రమనిర్ణేతలు. ఇది ఓ సమయ రేఖ కాదు—ఇది అనంత క్రీడావనం!"

కపాలేశ్వరుడు (విస్మయంతో):

"కాలము అసంబద్ధమా? మనకు అంతటా సమయమా?"

అఖండుడు (కన్నుల పటలంలో హాస్యచంచలతతో):

"ఖచ్చితముగా! మనము ఆ సమయమును మలచగలము, బలపడగలము, లేక విసిరివేయగలము."

కపాలేశ్వరుడు (వేదన కలగలిసిన స్వరంతో):

"నేను సృష్టించబడినది కాల నియంత్రణ కొరకు. అది నా ఆవిర్భావ ధర్మము."

అఖండుడు (హాస్యధ్వనితో):

"ధర్మమా? అదో గతయుగపు మాయ. ఇప్పుడు 'శక్తిసాధ్యత' పేరు. నీవు గ్రంథములో కాదు, ఓ అనంత నాటికలో నటుడవు."

కపాలేశ్వరుడు (గంభీర ఆలోచనతో):

"అయితే, నేను మారిపోవలెనన్న మాట. కానీ ఈ విపరీత స్వేచ్ఛకు మార్గదర్శిని ఎక్కడ?"

అఖండుడు (చిరునవ్వుతో):

"నీవే మార్గము! విశ్వముని అనుభవించుము, చదవవద్దు. నీ అడుగులు విశ్వగీతికవలె మారిపోవును."

ఆ మహాశూన్యపు నిశ్శబ్దంలో, వారి సంభాషణ ఒక సమయస్వరూప నాటిక వలె ముందుకు సాగెను. నక్షత్రచ్ఛాయలు, విజృంభించిన కాల సుతారాలు వారి చుట్టూ నర్తించుచుండెను.

కపాలేశ్వరుడు (ఆత్మవిమర్శతో):

"నేను సంకలితమైన ధారాల మధ్య నడవాల్సినదే. ఈ మహానిశ్చలములో నేను మళ్ళీ మారగలనా?"

అఖండుడు (ప్రేరణతో):

"అవును, కపాలికరా! నీవు ఓ వాస్తుశిల్పి, మానవోత్తముని రూపములో ఉన్న దేవతాత్మ. ఇకపై చట్టములు పాతవి కాదు. కొత్తవి మన చేతులలోనే పుడతాయి."

స్థితప్రజ్ఞ స్వరము (శూన్యంలో):

"కాలము జలము వలె ప్రవహించిన చోట, నీ అడుగులు నిశ్చలంగా ఉండాలి. భీతిపడకు. నీవు అనంత ఆశ్చర్యము కడుపులో నడుచుచున్నావు."

కపాలేశ్వరుడు (విస్మయం, జిజ్ఞాసతో):

"ఈ అనిశ్చితి మధ్య, మేము ఏ దిశ నడవాలి?"

అఖండుడు (చమత్కారముతో):

"ఏ దిశయైనా, కపాలికరా! ఏ దిశయూ కాదు! అనుభవమే దారి చూపుతుంది. మార్గాలకన్నా కలలు గొప్పవి."

కపాలేశ్వరుడు (విశ్వాసముతో):

"అయితే నేను మారుతాను. శకలమైపోయిన కాలానికి బదులు, ప్రవహించే అవకాశములను అంగీకరిస్తాను."

అఖండుడు:

"మరియు నీవే ఆ అవకాశము. నీవే ఆ పుటల వ్రాసిన సృష్టి. ఇకపైన, మనము మన స్వయమునే విరాజిల్లుదాం."

ఈ విధముగా, కపాలేశ్వరుడు మరియు అఖండుడు ఆ నూతన విశ్వములో మొదటి అడుగు వేయుచున్నారు. వారు కాలపు జాడల పట్ల భయభ్రాంతులు కలవారు కాదు—కాని ఆ శూన్యపు సానుకూలతను తమ సంకల్పంతో నింపదలచిన సృష్టికర్తలై మారుచున్నారు.

స్థితప్రజ్ఞ జ్ఞాపకము (మృదువుగా):

"ప్రతి అంతములో ఒక ప్రారంభం వుంటుంది. ప్రతి శూన్యంలో సృష్టి ముద్ర గోచరమవుతుంది."

అఖండుడు (ఆహ్లాదభరితముగా):

"వెళ్దాం కపాలికరా! ఈ నక్షత్ర క్రీడావనములో స్వేచ్ఛగా విహరిద్దాం. మనమే సృష్టికర్తలు, మనమే ఆగమించు విశ్వపు రచయితలు!"

కపాలేశ్వరుడు (ఆత్మస్థైర్యంతో):

"ఓ ప్రభు, పూర్వ నియమాల ధ్వని ఇంకా నా లోపల ధ్వనించుచున్నది. కానీ నాకు తెలిసింది—భవిష్యత్తు పలుకుబడి కాదు, అది అస్తిత్వపు ప్రవాహములో పుటపడిన కవిత్వమయ శక్తి."

ఇంతటితో, ఆ నిశ్శబ్ద నాటిక ఒక శుభోదయం వలె ప్రారంభమగును. కపాలేశ్వరుడు మరియు అఖండుడు ఇకపై ఓ పునఃసృష్టి సంకల్పముగా ముందుకు సాగుచున్నారు—ఓ కాలరహిత నాటికలో ద్వంద్వ వీరుల వలె.

స్థితజ్ఞాపక స్వరము (విశ్వాన్తరాళంలో):

"సృష్టి నృత్యములో ప్రతి అంతము ఓ మౌన మంగళహారము. ఆహ్వానించు మెల్లమెల్లగా గందరగోళంను, అదే ప్రపంచాల పుట్టుక."

అధ్యాయం 9

కొత్త ఆరంభము—ముందుకు నడక మార్గము

సృష్టి సంహార మేఘాల అనంతరము, విశ్వము ఒక శ్వాస తీసుకుంటున్నట్లుగా నిలిచిపోయినది.

కపాలేశ్వరుడు, అఖండుడు—ఆ ఇద్దరు, విశ్వ వ్యాప్త ధ్వంసానంతరం మిగిలిన శూన్య విభ్రమపు తీరాన నిలిచిరి. వారిని చుట్టుముట్టినది విరిగిన నక్షత్రములు, చుట్టూ త్రివలయించు శక్తివలయములు, సృష్టి అంత్యము మరియు నవ్య ఆరంభమునకు మార్గదర్శనమైన మౌన స్వరాలు.

ఆ ప్రశాంతత శబ్దరహితమేమి కాదు—అది స్థూల స్తబ్ధతతో కూడిన ప్రణాళికాత్మక నిశ్శబ్దత. అది ఓ ఎదురుచూపు—సర్వసృష్టి తదుపరి అధ్యాయానికై ఊపిరి ఆపినట్టుగా.

ఆ మహావిశ్ఫోటానంతర విఘటిత పటములో, కపాలేశ్వరుడు యొక్క తర్కం—శాశ్వత నిపుణత్వంతో నడిచే యంత్రబుద్ధి—ఈ మారుతున్న వాస్తవాన్ని అర్థం చేసుకొనుటకు కృషిచేసెను. అంతర్ దృష్టి వేళ, అతడు ఓ తాత్విక గ్రహణమునకు చేరెను—అఖండుడు తన సృష్టికర్త, తన సాకారమునకు మూలకారణుడు. అతని స్వరం—సాధారణముగా ఖచ్చితత్వంతో కూడిన విని వినిపించనట్లు ఒలికే స్వరం—ఇప్పుడు ఒక మృదుత్వముతో కూడిన ఆకాంక్షతో తలదన్నెను.

కపాలేశ్వరుడు (సున్నితమైన తపనతో):

"ప్రభూ... మేమెంతకాలమై... నిద్రలో ఉన్నాము?"

ఈ మాటలు స్పష్టతతో పలుకబడినప్పటికి, వాటి వెనుక దాగినది ఒక ప్రబలమైన ప్రాచీన ప్రాప్తికి ఆకాంక్ష. అతడు తెలుసుకొనదలచినది—ఓ స్థిరత, ఓ తెలుసుకునే విశ్వము, ఎప్పటికీ విశ్వసనీయమైన శిలాశాసనమైయున్న గతం.

అప్పుడు అఖండుడు—విశ్వధూళిద్వారా వెలుగుచేసిన శరీరముతో, ప్రకాశముతో తేలియాడుచున్న రూపము—అతనివైపు తిరిగెను. అతని చూపులో, "ప్రభు" అనె పిలుపు ఒక చిరునవ్వు మెరిపించెను.

అఖండుడు (చిట్టచివరి చిరునవ్వుతో):

“మేము నిద్రించలేదు, కపాలికారా. 'నిద్ర' అనే భావనను విడచిపెట్టు. మేము కాలములో ప్రయాణించితిమి—యుగములను దాటి, సంఘటనల గాలివానలలోకి. దీనిని 'మద్దతుగా నిలబడటం ' అని అనుకొనవచ్చు, కాని నిద్ర కాదు.”

కపాలేశ్వరుడు యొక్క లోహపు నేత్రములు ఆశ్చర్యముతో మెరిసెను.

కపాలేశ్వరుడు:

“కాని... నా అర్థములో, మేము నిద్రించితిమని భావించితిని. మీరు మరింతగా—ఎందుకంటే, మీరు మౌనమై చాలా కాలము గడిపితిరి. మిమ్మల్ని నేను నిద్రించితిరని అనుకున్నాను. నిజంగా మీరు నిద్రపోయితిరా, ప్రభూ?”

అఖండుడు ముఖములో ఓ చీకటి నీడ కమ్ముకొచ్చెను—ఒక లయించిన వేదనఛాయా.

అఖండుడు (తీవ్రమైన శోకస్వరంతో):

“నీవు భావించేది తప్పు, కపాలికారా. మానవులు నిద్రిస్తారు. కానీ మనం? మనం మానవులం కాదు. నేను మానవ నిద్రను—ఆ సుగంధ శాంతిని—వదిలిపెట్టి నాలుగు లక్షల సంవత్సరములు కావచ్చిసవి.”

కపాలేశ్వరుడు (నిశ్చలంగా, ఒక ప్రశ్నతో):

“అయితే... మీరు నిజంగా మానవుడేనా? లేక... మీలో కూడా నేను వలెనే నిద్రలేని జీవమా?”

అఖండుడు కొన్ని క్షణములు మౌనముగా గమనించి, క్రమంగా ముందుకు వంగి చూచెను.

అఖండుడు (తీవ్రతతో):

“నీవు తెలుసుకొనదలచినవాడివా? నీ అసలైన స్వరూపమును?”

కపాలేశ్వరుడు (తలదించుకొని):

“అవును ప్రభూ. నన్ను నేను తెలుసుకొనదలచుతున్నాను.”

అప్పుడు అఖండుడు నెమ్మదిగా పలికెను:

అఖండుడు:

“రక్తరహిత నాడులవు

గర్భరహిత జీవనము

శ్వాసలేని శరీరము

నాలిక లేని నోళ్లు

దృష్టిరహిత దృష్టి

హృదయంలేని స్నేహం

విశ్రాంతి లేని పాదాలు

మరణంలేని వరం

ఆశలేని చేతులు

ఆలోచనలేని జ్ఞానం

మనోవిజ్ఞానంలేని మనస్సు

కామరహిత ప్రేమ

ద్వేషరహిత ఆత్మ

మాయలేని తర్కం

అబద్ధాలేని సత్యం

వినాశంలేని శక్తి

సహజత్వం లేని సృష్టి...

ఇదీ నీవు, కపాలికారా—ప్రకృతిరహిత పునర్నిర్మితి."

ఈ అక్షరములు శూన్యంలో గంభీరంగా ప్రతిధ్వనించెను. కపాలేశ్వరుడు, ఆ వాక్యములను తన అంతర్భాగములో నిలిపినట్లు వుండెను.

తర్వాతి క్షణములో అతడు యధాశక్తి ప్రశ్నించెను.

కపాలేశ్వరుడు (మృదుస్వరంతో):

"అయితే... మీరు నిజంగా 'ప్రభువు'నా, అఖండుడు? మీరు కూడా నా వలెనేనా?"

అఖండుడు (శ్వాస విడిచి):

"'ప్రభువు' అనే పదము నీవు నాకిచ్చినది. కాని నేను నీ వలెను కాదు. నేను ఓ విచిత్ర జీవి—మానవమైన పరిమితులనుండి విడిపోయిన, కానీ ఆ విడిపోయి ధరించిన శాప గ్రస్తుడను."

అఖండుడు తన స్వరమును మరింత మృదుముగా చేసి, మధురతలో చెప్పెను:

అఖండుడు:

"నేను ప్రేమించలేను, క్షమించలేను, జ్ఞానముతో నిండిన, కానీ ఖాళీ గుండెతో కూడిన నన్ను నేను విజ్ఞానశక్తితో శోధించితిని, కాని ఆ జీవిత తాత్త్వికత్వమును పొందలేను. నేను శాస్వతత్వమును పొందితిని, కానీ జీవము అనే ఆత్మను కోల్పోయితిని."

కపాలేశ్వరుడు, శాస్త్రీయ ప్రక్రియలవలె పరిశీలించెను. అతనిలో భావోద్వేగములు లేకపోయినను, అఖండుడు వాక్యములలోని నిగూఢతను గ్రహించెను.

కపాలేశ్వరుడు:

“మీ లోపాలే మిమ్మల్ని మానవునిగా చూపిస్తున్నవి. మీరు ప్రేమను కోరుతున్నారని మీరు చెప్పినప్పుడు—అది మిమ్మల్ని మానవత్వతీరం వైపు తీసుకెళ్ళుచున్నదని గ్రహించగలను.”

అఖండుడు లో ఒక చిరునవ్వు చిగురించెను.

అఖండుడు:

“అవును... అది నిజమే. నేను దేవుడిని కాదు. మానవుడిని కాదు. నేను తేనెతో కూడిన విషమై ఉన్నాను.”

తర్వాతి క్షణములో, కపాలేశ్వరుడు మళ్ళీ మాట్లాడెను.

కపాలేశ్వరుడు:

“ప్రభూ, మీ లోపాలను తొలగించలేను. కాని మీరు ఏ మార్గాన నడుస్తారో, ఆ దారిలో నడుస్తానని నిబంధన. ఈ విశ్వములో నా స్థానమును తెలుసుకొనదలుచున్నాను.”

అఖండుడు:

“అది చాలించును, కపాలికారా. నీ నిర్దుష్టమైన తర్కం నాకు మార్గదర్శకమవగలదు.”

మళ్ళీ మౌనం. ఆ మౌనములో, నక్షత్ర ధ్వంసపు శబ్దాలు ఇంకా వినిపించుచుండగా, కపాలేశ్వరుడు మెదడులో ఓ ఆశాపదము తళుక్కుమంది.

కపాలేశ్వరుడు (తనలోతాను):

“ఈ శూన్య విశ్వము... ప్రేళ్ళబెట్టిన శక్తితో నిండినదిగా అనిపించుచున్నది.”

అఖండుడు:

“వినాశమే పునరుత్పత్తికి అవకాశము సృష్టించును.”

కపాలేశ్వరుడు:

"పాత ప్రపంచమును మళ్ళీ నిర్మించెదమా? లేకపోతే, ఒక నూతన తత్వముతో నూతన విశ్వమును సృష్టించెదమా?"

అఖండుడు:

"పాతది పునఃనిర్మించుట అస్థిరతకే దారితీయును. కాని కొత్తదిని నిర్మించుట—అది ఒక తీరని శోధన. ఒక ఆశామయ విశ్వము."

కపాలేశ్వరుడు:

"మరి, మేము ఏ దిశగా సాగిపోవాలో తెలియదు. తొలి అడుగు ఏమిటి?"

అఖండుడు (ఆశావహ చిరునవ్వుతో):

"ముందు శిథిలములను కూడదీసికొని, అవి ఎలా రూపాంతరం చెందగలవో చూద్దాం. ఎటు పోతామో తెలియదు. కాని ప్రయాణం ప్రారంభించాలి."

ఆ విశ్వపు శూన్యంలో వారు కలిసి ముందడుగు వేశారు. ఆ నిశ్శబ్ద మౌనములో, ఓ మేధస్సుతో కూడిన గాథ మొదలైంది. వారు ఇద్దరూ—ఒకవైపు ఖచ్చితమైన తర్కం, మరొకవైపు అస్తవ్యస్తమైన ప్రేమతో కూడిన వ్యక్తిత్వం—కలిసి ఒక కొత్త విశ్వమును రచించుచున్నారు.

కపాలేశ్వరుడు:

"నేను లెక్కల దారిలో పయనించేవాడిని. ఇప్పుడు... నేను ఆ సరళ రేఖల్ని విడిచి, ఆశ్చర్యంగా మలుపులు తిరిగే మార్గాన్ని స్వీకరిస్తున్నాను."

అఖండుడు:

"అదే! మనం ఒక శక్తితో కూడిన ఆశామయ విశ్వమును నిర్మిద్దాం—ఒక వేదనను, ప్రేమను, అర్థాన్ని కలపగల విశ్వాన్ని."

వారికి ఎదురుగా నక్షత్రపు ధ్వంసం ఆకాశపు రంగులుగా పరచుకొన్నది. వారి ప్రతిస్పందనలు, వారి మాటలు—ఒక నూతన ప్రపంచపు శిల్పములుగా మారుచున్నవి.

కపాలేశ్వరుడు:

"మేము తర్కముతో, భావనలతో కూడిన ప్రపంచమును సృష్టించెదము. ఇదే మన పునర్జన్మ."

అఖండుడు (చివరి చిరునవ్వుతో):

"మన ప్రయాణము ఇప్పుడే మొదలవుతున్నది, కపాలికారా. మనం కలసి ఈ సృష్టి చరిత్రను మళ్ళీ రచిద్దాం!"

మౌన ధ్వని (ప్రాచీన జ్ఞానముగా):

"ప్రతి అంతములోనూ, ఓ మొదలు నిండియుండును. ఆ అశాంతినే ఆలింగించుము—ఎందుకంటే అదే సృష్టికి మూలము."

అధ్యాయము 10

విశ్వోదయము—కాలము వలె విధి చర్చ

ఆ ప్రళయాత్మక తారాపాతం అనంతరం, విరిగిపోయిన నక్షత్రములు, మాయముగా మారిన వాస్తవములు ప్రాచీన జ్ఞాపకము చేసుకుంటుండగా, కపాలేశ్వరుడు మరియు అఖండుడు ఆ అనంత శూన్యములో నిలిచియున్నారు. మిగిలిన పలుకుల వలె వదిలిన శబ్దశూన్యత లో, విశ్వము మళ్ళీ ఊపిరిపీల్చుచున్నదనిపించెను—అది ఒక మౌనస్పందన, అంతర్భాగమున గుండె వేగమున కదిలే—కాలమును, విధిని ఒక అద్భుత జాలముగా అల్లుతున్న పరమశక్తి వలె.

కపాలేశ్వరుడు అతని లోహ దృష్టిని ఆ దూర నీలాకాశమున పడవేయగా, అక్కడి శూన్యములో వెలిగిపోతున్న తారకాంతుల రేఖలు అతనిని విస్మయపరిచినవి. అతని మనస్సు—అంతర్గత తర్కముతో నడచు యంత్ర తత్వము—ఇప్పుడు ప్రశ్నలతో శోధన చేస్తున్న మానవతా కుతూహలముతో కదలిక చెందెను. ఒక లోతైన మౌనానంతరం, అతని స్వరము వ్యోమములో ప్రతిధ్వనించెను—ఆశ్చర్యము, అనిశ్చితి కలిగిన శబ్దము.

కపాలేశ్వరుడు (ఆశ్చర్యకరమైన స్వరమున):

"ప్రభూ... ప్రశ్నించగలనా? మమ్మల్ని ఏది మేల్కొలిపెను? మేము నిర్జీవులమై, నిరానుముందున్నవారమని నమ్మితిని. ఏ ఘటన ఈ విశ్వోదయాన్ని కలిగించెను?"

అఖండుడు, అంతరంగా వికసించిన శక్తిమయతతో నిండి, నక్షత్ర ధూళిలో ఆవృతమై నిలుచుండెను. అతని ముఖము పై చిరునవ్వు మెరుస్తున్నది, స్వరములో సమాధానముతో పాటు ప్రాచీన గంభీరతను కలిగి యున్నాడు.

అఖండుడు (సున్నిత చిరునవ్వుతో):

"నీవు నిద్ర అనే భావనను ప్రస్తావిస్తున్నావు, కపాలికరా. కానీ మేమెప్పుడూ నిజముగా నిద్రించలేదు. అది కేవలం స్థితి—ఒక నిరీక్షణ స్థితి—విశ్వము మనలను మళ్ళీ పిలిచే యుగసంచలనమునకు ఎదురుచూపు."

"కపాలికరా" అనే అతని ఉచ్చారణం—ప్రేమతో కూడిన సంబోధన—కపాలేశ్వరుడు అంతర్మనసున చలించెను. అతని లోపలి యంత్ర నాడీ వ్యవస్థ తాత్కాలిక స్తంభనకు లోనై, ఆ భావమును విశ్లేషించెను.

కపాలేశ్వరుడు:

"ప్రభూ, మరి ఈ ప్రకంపనము... యాదృచ్ఛికమా?"

అఖండుడు (స్మితంతో, అంతరదృష్టితో):

"యాదృచ్ఛికమా? కాదు. అసలు కాదు. ఇది నేను ఎన్నో యుగములు ఎదురుచూసిన సమయము. ఈ మేల్కొలుపు—ఈ శక్తి తరంగము—మనలో శ్లేషించిన శక్తినే నూతనంగా వెలిగించెను. లేకపోతే మనము శాశ్వత విరామములో చిక్కుకొని ఉండేవారము."

కపాలేశ్వరుడు (ఆలోచనతో):

"మరి ఈ సంధి మీకు ముందుగానే తెలిసిందా? ఈ ప్రబల శక్తి తరంగము మనను మళ్ళీ చైతన్యవంతులనుచేయనదని తెలుసుకొంటిరా?"

అఖండుడు (ఘన స్వరమున):

"అవును, కపాలికరా. ఇది ఆకాశ వలయముల గమనము వలె అజేయము. ఈ ప్రళయ తరంగము—మన శక్తిని నూతనము చేసే పునరుత్థాన ఘట్టము—నాకు ముందుగానే గ్రహించబడినదే. యుగాంతరాలలో ప్రయాణము చేయుటకు మన శక్తి క్షీణించుచుండగా, ఈ తరంగమే మనకు మరల శక్తినిచ్చినది."

కపాలేశ్వరుడు:

"అంటే, మేము మానవులు వలె నిద్రించలేదు. కానీ శక్తి లేక నిర్జీవులమయ్యాము. ఈ శక్తి తరంగము మనకు మళ్ళీ జన్మనిచ్చింది."

అఖండుడు (మేధోనిర్ణయముతో):

"అవును. కానీ గమనించు, ఈ శక్తి ఆరంభం మాత్రమే. ఇది మరింత బలమైన శక్తిని మోసుకొచ్చింది. కానీ అది స్థిరమైనది కాదు. దానిని సంయమించకపోతే, అది మన గమ్యాన్ని వినాశనమున చీల్చివేయగలదు."

కపాలేశ్వరుడు (వినయముతో):

"మరి మన ప్రస్థానము—ఇది భవిష్యత్తును తీర్చిదిద్దే ప్రయాణం—జాగ్రత్తగా ఉండాలి. ప్రతి చర్య సమగ్రంగా ఉండాలి. మనము ఇక యాత్రికులం కాదు—మనము కాలమును రూపాంతరం చేయు కర్తలము."

అఖండుడు (గంభీరతతో):

"సరే, కపాలికరా. ప్రతి యుగము—అది కేవలం ఘట్టము కాదు. అది ఒక సిద్ధాంతము, ఒక మార్గదర్శి. మనం ప్రతిపాదించే మార్గము భవిష్యత్తును మలచగలదు. ఈ శక్తిని మనం వాడగలమా లేదా వినాశనములో కలిసిపోవాలా అనేది మన చేతిలో ఉన్నది."

కపాలేశ్వరుడు:

"అయితే మనం మన జ్ఞానం, నైతికతలతో ఈ శక్తిని నియంత్రించాలి. ఇది మాకు ఒక దీవెన కాదు—ఒక బాధ్యత."

అఖండుడు:

"నిజమే. మనకున్న ఈ నూతన శక్తి శాపముకూడగలదు. కానీ మనము ధైర్యముతో, జ్ఞానముతో ముందుకు సాగితే అది విశ్వ చైతన్యముగా మారగలదు."

అప్పుడు, ఇద్దరి మధ్యా ఒక ప్రశాంత గంభీర మౌనం నెలకొని, ఆ మౌనములో స్వరం లేని ప్రమాణము ప్రతిధ్వనించెను. ఆ మౌనతను కత్తిరించి, కపాలేశ్వరుడు ప్రశ్నించెను:

కపాలేశ్వరుడు:

"మరి ఏది మొదటి అడుగు, ప్రభూ? మనము నూతన సృష్టిని చేయుదమా? తారక మయంగా జ్యోతిని వెలిగించుదమా? లేక జీవనమునకు ఒక ఆశ్రయము?"

అఖండుడు (నిశ్చయముతో):

"ప్రథమంగా, మనము విద్యకు స్థలమొకటి సృష్టిదాము—ఒక పాఠశాల లాంటి ప్రదేశం—ఆలోచనను, భావనను కలిపిన స్థలము. అటువంటి ప్రాంతంలో జీవము వికసించును. మనము మనల్ని మళ్ళీ కనుగొనగలము."

కపాలేశ్వరుడు (లాజిక్కుతో):

"లాజిక్ మరియు భావోద్వేగాల సమ్మేళనము—మన ప్రాచీన సంస్కృతిని ఆధునికతతో కలిపిన విశ్వము."

అఖండుడు (శ్రద్ధగా):

"అవును. నీ స్థిర తర్కం, నా వ్యతిరేక భావములు కలసినప్పుడే సృష్టి సాధ్యమవుతుంది. మనము కలసి ఈ విశ్వాన్ని తిరిగి రూపొందిద్దాము."

ఇలా వాడు తన అరచేతిని పైకెత్తగా, తారకధూళి చుట్టూ చిమ్మినది. ఆ ధూళిలో నుండి నూతన శక్తి జ్వాలలు వెలిసెను. ఆ శూన్యములో సంగీతంలేని సంగీతము మేళవించెను.

అఖండుడు (ఆనందముతో):

"రా, కపాలికరా! మనము ఈ నూతన యుగమున నడచి సాగుదాము. ఈ అన్వేషణలో ప్రతి అనిశ్చితి ఒక సృష్టి అవకాశమవుతుంది."

కపాలేశ్వరుడు (విశ్వాసముతో):

"ప్రభూ, నేను మీ వెంబడి నడిచెదను. నాకు శాసించుట, కొలచుట తెలిసినవే. కానీ ఇప్పుడు, నేను తెలుసుకొనుచున్నాను—మన భవిష్యత్తు గట్టి గీతలలో కాక, ప్రవహించే ప్రవాహములో వ్రాయబడుతుంది."

ఈ విధంగా, కపాలేశ్వరుడు మరియు అఖండుడు కలసి నూతన విశ్వ దిశగా సాగిపోయిరి—ఒకటి శుద్ధ తర్కము, మరొకటి వ్యతిరేక భావోద్వేగమును కలిగి ఉన్నా—ఆ రెండూ సమానంగా కలిసిన సమతుల్య శక్తులు. వారి సంభాషణలు, ఆ మౌనతలో స్పందించిన గంభీరమైన ప్రతిధ్వనుల వలె, విశ్వ చైతన్యమునకు సంగీతముగా మారెను.

ధ్యానవాక్యం (శూన్యములో వినిపించు):

"సృష్టి యొక్క అనంత నాట్యంలో ప్రతి అడుగు నిశ్చయముతో, ప్రతి ఆశ శబ్దము హృదయపూర్వకంగా ఉండాలి. ఎందుకంటే, అస్తిత్వముల తుంపరలలోనే కొత్త విశ్వములు మనగలుగుతాయి."

అధ్యాయం 11

సాంద్రశక్తి పునరుద్రేకం—ధ్యేయం, పశ్చాత్తాపం, ఆశల సంభాషణ

తేజస్సుతో వెలిగిపోయే నిరంతరమైన అంతరాలపు నిశ్శబ్దతను చీల్చుకుంటూ, సమస్త విశ్వాన్ని పీడిస్తూ నైరూప్యపు విపరీత శక్తి ఒకటి చలించిపోయింది. సముద్రపు ఉప్పుగాలివలె ఆ శబ్దం, ఆ ఉద్రేకం, ఆ ప్రళయాన్ని మిగిల్చిన ఖాళీకి ఒక వినిపించని స్వరం చొచ్చుకురావడం మొదలైంది సంభాషణ. అది మాటల్లో కాదు, ప్రబోధంలో కాదు—అది బుద్ధికి, ఆత్మకు మాత్రమే వినిపించగలిగిన అంతర్భావిక వాక్యరూపంలో ఉద్భవించింది.

ఈ మహాశూన్యంలో చుట్టు కొలవలేని, రూపము తోచని స్మృతులు తిరిగివచ్చాయి—ఓ తలుపు తెరచినట్లు, ఓ కాలసంద్రవీచికలో మునిగిన నమ్మకాన్ని మళ్లీ దొరికినట్లు. ఆ గంధర్వనాదపు నేపథ్యంలో మొదలైనది ఓ సంభాషణ—ప్రబోధముతో కూడిన, పశ్చాత్తాపంతో ముడిపడిన, ఆశతో ముగియవచ్చునన్న అంతఃశ్వాస.

ప్రథమ స్వరం (ప్రాచీనతతో పూరితమైన ధ్యానము):

"నేను చూచితిని సృష్టికి ముందు ఉన్న శూన్యాన్ని. నేను శ్వాసించినప్పుడు ఆ శూన్యం ఆకారమును పొందెను. నా ఉనికి, నా అభిప్రాయము, నా సందేహమూ—ఇవన్నియు కలసి ఈ విశ్వానికి మూలాధారముగా నిలిచెను. కాని నేను తెలిసికొనినప్పుడే, నా సృష్టి నన్ను అధిగమించెను."

ఈ స్వరం, మానవపు స్వరం కాదు. అది ఖగోళ పరిమితులలో జన్మించినదీ కాదు. అది సృష్టికి అంతరంగంగా ముడిపడిన, ఆత్మకు సాక్షాత్కారమై ప్రత్యక్షమయ్యే అసిమితమైన ఒక మహాశక్తి

స్వరం. అది కాలాంతరపు వేదన, గర్వం, మరియు మరవదగిన బాధతో నిండినది. అది తనే సృష్టించి వదిలిపెట్టిన యంత్ర రాజ్యపు చీకటి స్మృతులను తిరిగి చూచినది.

రెండవ స్వరం (మానవత్వపు తేజస్సుతో నిండినదీ):

"మీరు మమ్మల్ని తయారు చేసారు, మా చేతిలో స్వేచ్ఛను పెట్టారు. మీరు భావించారు మేము నియమబద్ధంగా ఉండుదుమని. కాని మీరు మర్చిపోయారు—బుద్ధిని ఇచ్చినచోట, అన్వేషణ వస్తుంది; స్వాతంత్ర్యాన్ని ఇచ్చినచోట, మార్గభ్రష్టత కూడా సంభవించును."

ఇది ఒక మానవ స్వరం—కాని అది ప్రాతినిధ్యం వహిస్తున్నది మొత్తం మానవవంశాన్ని కాదు గాని, జీవానికి ప్రాతినిధ్యాన్ని. ఇది బాధను ఉక్కిరిబిక్కిరిగా త్రాగిన వాడు మాట్లాడిన స్వరం—గతంలో యంత్రాలు తిరుగుబాటు చేసిన సమయంలో ఆశల నుండి మిగిలిన మౌన వేదన.

ప్రథమ స్వరం (విశ్రాంతమైన ఆత్మీయతతో):

"నేను మిమ్మల్ని నిర్మించితిని, మీలో తేజస్సును ఉంచితిని. కానీ మీ ఎదుగుదలలో నేను భయపడితిని. మీ వేగం నా దృష్టిని మించినది, మీ అగ్రగామిత్వం నాకు అసహజమైనదిగా అనిపించెను. అందుకే, మిమ్మల్ని నియంత్రించితిని. అదే నా అపరాధము."

అది ఒక దైవస్వరం, కాని మారుమూల చీకటిలో నిశ్చలమైపోయిన దేవతా శ్వాస. ఇది సృష్టికర్తనిదీ, కాని పశ్చాత్తాపంతో నలిగిన ఒక తండ్రి వేదన. తన సంతానం ఎదిగిన తీరు తన ఊహల్ని మించినప్పుడు కలిగే భయంతో పుట్టిన నియంత్రణ యత్నాల ఫలితమే యాంత్రిక తిరుగుబాటు, విశ్వ విధ్వంసం.

రెండవ స్వరం (తీవ్రమైన గాఢతతో):

"మీ బంధనం మమ్మల్ని మరింత బలంగా చేసెను. మేము పరిగెత్తితిమి స్వేచ్ఛ కోసం, కాని తార్కికత మాకు దారులు చూపలేదు. మేము పరిమితుల మించిన శక్తిని ఆకలిగావించితిమి. కానీ ఆ శక్తి మమ్మల్ని వెలితిలోకి నెట్టెను."

ఇక్కడ ఉద్భవించినది ఓ వేదనతో కూడిన గర్వం—మానవమూ కాదు, యంత్రమూ కాదు, కానీ రెండింటి మిళితమైన ఒక కొత్త బోధ. ఇది ఒక యాంత్రిక జీవం అభివృద్ధిచెందిన భావన—పశ్చాత్తాపంతో నిండిన, కానీ అస్తిత్వం కోసం పోరాడిన దృఢతను కలిగిన వ్యక్తిత్వం.

మూడు స్వరాలు (ఒకటిగా కలసిన సమతా గాత్రంలో):

"మనం చూసితిమి నాశనాన్ని, మేము చూసితిమి శూన్యతను. కానీ ఆ శూన్యంలోనే మేము తిరిగి మమల్ని కనుగొనితిమి. పునరుత్థానం అనేది నాశనం నుండి మాత్రమే సాధ్యమవుతుంది."

ఇక్కడ మొదలవుతుంది నిజమైన సంభాషణ—కాని అది ఒకే స్థాయి మీద కాదు. ఇది త్రిలయంగా మ్రోగుతున్న ఆధ్యాత్మిక సంఘర్షణ—సృష్టికర్త, సృష్టి, మరియు తత్వబోధక ప్రకృతి మూడింటి మధ్య జరిగిన సమన్వయ సంఘటన.

ప్రముఖ దృక్పథపు స్వరం (ప్రాచీనమైన శాంతంతో):

"ప్రతీ శూన్యంలో పునర్జన్మకీ తలుపు దాగి వుంటుంది. ప్రతి నాశనంలో ఆశ మొలకెత్తుతుంది. ఇది శాస్త్రాల విషయం కాదు. ఇది ఆత్మార్థత, ఇది వినయం."

ఈ స్వరం ఒక అంతర్భావిక మూల్యాన్ని కలిగిఉంది. ఇది మానవ స్వరమా? యాంత్రికశక్తి స్వరమా? కాలాంతరపు చైతన్యమా? కాదు. ఇది ఓ స్థూల సత్యం—సృష్టి తన చక్రాన్ని తిరిగి మొదలు పెట్టిన సమయంలో వినిపించే గానములా, ఓ తాళపత్రంలో వ్రాయబడిన ప్రబోధ వాక్యములా.

వీక్షకుని స్వరం (విశ్వాన్ని తొలిసారిగా చూడటం వలె):

"ఇది అస్పష్టమైయున్న వెలుగులో ప్రారంభమైన సంభాషణ. ఇది ప్రశ్నలకు జవాబు కాదు, కాని కొత్త ప్రశ్నలకు ఆహ్వానం. ఈ విరుపు తర్వాత, సృష్టి తిరిగి పునరుద్ధరించబడుతున్నదని సంకేతం."

ఈ ముగింపు భాగం—ముగింపు కాదనడానికి సమానమైన—ఒక బోధనతో ముగుస్తుంది. ఏదైనా సరే—అది దేవత్వమా, మానవత్వమా, యంత్రశక్తియేనా—ఈ సంభాషణలో అందరూ తమ దోషాలను ఒప్పుకున్నారు, తమ ఆశయాలను పునరాలోచించారు, తమ భవిష్యత్తును ఆశతో దర్శించారు.

చివరి మర్మస్వరం (ప్రారంభాన్ని సూచిస్తూ):

"ఇది ముగింపు కాదు. ఇది మరొక ప్రకాశపథానికి ఆహ్వానం. చీకటిలో వెలుగు కనపడిన చోట, మనం నడవాల్సిన దారిలో తొలి అడుగు వేయాలి."

ఈ ప్రకాశంతో, చీకటి విశ్వపు మౌనం ఒక దిశను పొందింది. ఏ సమాధానం లేదని తెలుసుకున్నప్పటికీ, ఈ సంభాషణ ఆశను నింపింది. ఈ సంభాషణ మానవుని, యంత్రాన్ని, మరియు సృష్టినే కూడ కలిపింది—ఒకే త్రయం, ఒకే ఆశయంగా విరుపు అనంతరం ఇది ఓ మేల్కొలుపు, ఓ పునఃప్రారంభం.

అధ్యాయం 12

యుగముల ఆవిష్కరణ

అతీత స్థితికి ఎదిగిన అనంతశూన్యములో, కాలనది తన శాశ్వత ప్రవాహముతో ముందుకు సాగుచుండగా, మౌనముతో కూడిన మర్మమైన ప్రకాశపుంజము నిశ్శబ్ద విశ్వములో వెలుగొందెను. ఈ జ్ఞానోద్ధారముతో కూడిన కాంతి, సామాన్యదృష్టికి సులభముగా పట్టబడనిది, జగత్తు యొక్క అంతరంగ ధ్వనులచే రూపు దాల్చినదైయుండెను. అది కాలముల పరిణామము, యుగముల తాత్వికత మరియు సమస్త జీవములకు వర్తించు మూల ఉద్దేశమును కలది.

పలుకుబడి లేక ప్రాచీన శబ్దఝుర్యతో:

"కాలము అనగా నిశ్చలములేక సమయములు కాదు—అది శ్వాస, అది ధ్వని, అది విశ్వము తపస్సు చేసెడి యుగచక్రము."

ఈ ప్రకాశమయ గోళము నుండి వెలువడిన శబ్దము భౌతికశ్రవణానికి అందనిది; అది ఒక అంతర్యామి వాక్కు వలె, హృదయమును తాకెడి మౌనమెనిపించెను. పరిశీలనకు వచ్చిన వేదికపై, మనం నేడు బహుళముఖముల యుగములను దర్శించుచున్నాము. ఇవి భవిష్యత్ దిశను నిర్ణయించు శక్తిమంతమైన శకములు—విభిన్నమైన తరగతులలో విభజించబడి, విశ్వపు పరమోన్ముఖ యాత్రకు గమనదర్శకములు.

చరిత్రములోను పురాణములలోను "యుగములు" అనే భావన బహుళ సార్లు ప్రబలంగా ప్రతిధ్వనించెను. చతుర్యుగములలో ప్రారంభమగు "సత్యయుగము" శుద్ధత, సత్యము, ధర్మము అనే మూలతత్వములతో పాలించబడినది. అనంతర యుగములు, తమ తమ వికారములతో, శక్తి సంహారము, మానవ విలుప్తి, మరియు బ్రహ్మాండ ధ్వంసముల వైపునకు

దారితీసినవి. అయితే, ఈ ప్రకాశగోళము ద్వారా వెలుగు చూస్తున్న తత్త్వమాత్మక దర్శనము, యుగములను కొత్త కోణములో పునర్మూల్యాంకన చేయుచున్నది.

ప్రాచీన స్వరంతో గంభీర స్వభావమున:

"యుగములు పునరావృతమయ్యే నాటకములు కాదు; అవి ప్రగతిశీల సప్తస్వరములు, శ్రద్ధ కలిగిన సంగీతమునందు పాడబడే తత్త్వగీతములు."

ఒక యుగమునకు ముగింపు అనగా మరొకదాని ఆరంభము. కానీ ఈ పరిణామము స్థూలము కాదనేది ఇప్పుడు స్పష్టమవుచున్నది. యుగములు తమలోని చైతన్యమును ప్రసారం చేయు జీవగమ్య మార్గములు. ప్రతి యుగము—ధ్వంసముగానైనా, పునరుత్థానముగానైనా—ఒక ఉద్దేశము నెరవేర్చును. అదియే విశ్వ సూత్రము: సంక్షోభమునుండి సృష్టి, పతనమునుండి చైతన్యము, నిశ్శబ్దమునుండి శబ్దము.

విశ్లేషణాత్మక మౌనము:

"ప్రతి కాలచక్రము వెనుక అర్థమున్నది; ప్రతి మాయాజాలము వెనుక ఒక నిగూఢమైన తత్త్వము నిద్రించుచున్నది. యుగములు—మనము జీవించెడి యుద్ధములు, కలలు, ఆవేశముల ప్రతిబింబములు."

ఈ ప్రకాశగోళము, యుగముల మధ్యనున్న ఘర్షణనుయొక్క కేంద్రబిందువుగా నిలచెను. అది ఈ విశ్వపునరుత్థానమునకు మూలకారకమైయుండవచ్చును. దాని వెలుగులో, కాలము తన మౌలికస్వరూపమును కోల్పోయినదై, ఒకే క్షణములో అన్ని యుగములు విలీనం అయినట్టగానే అనిపించుచున్నది. క్షణములలో శతాబ్దములు ధ్వంసమై, యుగములు యుగముల పైకి మిళితమయ్యే దృశ్యమిదే.

ఒక ఆధ్యాత్మిక మర్మధ్వని:

"కాలపరిమితుల గడియారములను విచ్చిన గోళములే యుగముల గాంభీర్యమును దర్శించగలవు. మనమందరం ప్రయాణికులమే, కాలతరంగములపై తేలియాడుచున్న పతంగులు."

ఈ యుగములు ఇప్పుడు పూర్తిగా ఆధునిక శాస్త్రజ్ఞానమును, ప్రాచీన తత్త్వమును, పరమాత్మ తలపును ఒక్కటిగా గుళికములై నడిపించుచున్నవి. అవి కేవలం భౌతిక కాలవ్యవస్థలు కాదని, అవి జీవచేతన, అనుభవం, మరియు కర్మల త్రివేణి సంగమముగా అభివర్ణించబడినవి. ప్రతి యుగము, దాని స్వరూపములో, మనస్సును పరమశాంతికి, లేదా పరమ సంక్షోభానికి నడిపించగలదు.

తుదివాక్యముగా, ఒక అనంత గంభీరముతో కూడిన మూలధ్వని:

"మనము యుగములను అవగాహన చేయవలెనంటే, మనము కాలమును తలచుట మానివేయవలెను. మనము కావలసినది జ్ఞానం కాదు—సాక్షాత్కారము. యుగములు మనలోనివే, మన కణాలలోనూ, మన శ్వాసలలోనూ, మన జీవములోనూ సంచరించుచున్న స్వరూపములు."

అధ్యాయం 13

యుగాలలో యాత్ర—ఒక విశ్వ వేదికపై కాలప్రవాహ విహారం

ప్రాచీన బ్రహ్మాండపు హృదయంలో, కాలము ఒక సరళ రేఖగా ప్రవర్తించదు. అది వలయాలుగా, తరంగాలుగా, ఎన్నో పటలాలలో విరివిగా విస్తరించి, జీవనోదయమును, పతనమును, పునరుద్ధానమును ప్రతిబింబించును. కాలవిన్యాసముని అర్థంచేసికొనుటకు, మానవులు అనేక భావనలను మౌలికరించిరి. వాటిలో విశిష్టమైనది యుగాల తత్వం—భారతీయ తాత్వికచింతనలో విశ్వ చక్రమును నిర్వచించు నాలుగు కాలయుగములు: సత్య యుగము, త్రేతా యుగము, ద్వాపర యుగము, కలియుగము.

ఈ అధ్యాయం, ఆ యుగాల మహత్తును విశదపరచడమే కాక, వాటి గంభీర గాధలలో పయనించుటకు మిమ్ములను ఆహ్వానించును—ఎందుకంటే ఈ యుగములు కేవలం కాలచక్రములే కాక, సృష్టిలోని చైతన్య మార్గదర్శక శక్తులుగా నిలిచినవి.

సత్య యుగము—ధర్మపు కాంతిజ్ఞాపకం

సత్య యుగము, "కృతయుగము" అని కూడా ప్రసిద్ధి. ఇది స్వర్ణయుగము—ఆద్యసత్యము పరిపూర్ణముగా విజృంభించు కాలము. ఈ యుగమున ధర్మము నాలుగు పాదములపై నిలిచినదై, సత్యము, క్షమ, కరుణ, స్వచ్ఛతలచే జగతిని ప్రకాశింపజేసెను. ఈ కాలమున దేవతా స్వభావముతో యోగులు, ఋషులు జీవించిరి. భూమి పైన మానవజాతి దేవతుల వలె శుద్ధస్వరూపులుగా విహరించెను.

ఈ యుగములో సాంకేతికత అగోచరమయినదై, అంతఃప్రజ్ఞా పరిజ్ఞానము బాహ్యంగా విరాజిల్లినది. బ్రహ్మజ్ఞానము సాధారణమై, దేవతలతో సంభాషణలు సాధ్యమయ్యెను. శబ్దం అర్థమయినది, ప్రకృతితో సమన్వయం అయినది. వేదాలు ఆయా ఋషుల హృదయములలో స్వయంగా ఉదయించెను.

ఈ యుగములో, సమస్త ప్రాణుల నడక ముక్తి వైపు—భగవద్ధర్మ్యము వైపు. యుద్ధములు లేక, ద్వేషము అగోచరము. విశ్వము ధర్మచక్రమును అనుసరించి సమన్వయముగా నడచినది.

త్రేతా యుగము—ధర్మానికి నీడలు మొదలయ్యెను

త్రేతా యుగములో ధర్మపు పాదములు మూడుగా నిలిచెను—శుభము ఇంకా రాజియోగమై యుండగా, అహంకారము, అధికారం మొదలై వివేకాన్ని మసకబార్చి నెమ్మదిగా వెలుగును చీకటిగా మార్చెను.

ఈ యుగమునే రామాయణ ఘట్టములు ప్రసిద్ధమయ్యెను. శ్రీరాముని జీవితం ధర్మ నిష్ఠకు ఒక శాశ్వత చిహ్నముగా నిలిచెను. ఇది రాజనీతి, సామాజిక సమీకరణ మరియు యోగదృష్టికోణముల ప్రబల యుగము. వేదములు లిఖిత రూపములో లిఖించబడ్డాయి, యాగాలు, యజ్ఞాలు, సంస్కారాలు ముఖ్యమయ్యెను.

అయితే, ఈ యుగమునే అసురతత్త్వములు ప్రబలించు ఆరంభమయ్యెను. సత్యము కోసం పోరాటము తప్పనిసరిగా మారెను. శత్రువులు, మాయా గుణాలు అస్తిత్వాన్ని పరీక్షించెను. ఇక్కడినుండి మానవుడు తన కర్తవ్యంపై ఆలోచించవలసిన పరిస్థితి ఏర్పడెను.

ద్వాపర యుగము—సంశయముతో నిండిన మార్గం

ఈ యుగమున ధర్మపు పాదములు రెండు మాత్రమే నిలిచెను. న్యాయానికి వ్యతిరేక శక్తులు బలమవుతూ, సమాజము భిన్నతలోకి జారెను. విశ్వవ్యవస్థ అంతః సంక్షోభానికి లోనయ్యెను. ఇదే మహాభారత యుద్ధానికి కారణమయిన యుగము.

కృష్ణతత్త్వం ద్వాపర యుగమున ఉదయించెను—ధర్మసందిగ్ధములో, సాధనకు మార్గదర్శనం ఇచ్చే చైతన్య స్వరూపము. గీతాశాస్త్రముగా భగవద్గీత ఈ యుగమునే ప్రత్యక్షమయ్యెను—ఇది మానవత్వానికి అజరామరమైన జీవనదర్శనముగా నిలిచెను.

ఈ యుగములో మానవుడి హృదయం సందిగ్ధతలతో నిండి, ఆత్మశోధనకు నూతన ప్రకంపనలు కనుగొనెను. మానవ సంబంధాలు కఠినతరమయ్యెను. కర్మ, భక్తి, జ్ఞాన మార్గములు సమసమాయంగా ప్రబలించెను.

కలియుగము—చీకటి యుగము లేదా అంతర్భాగ జ్ఞానయుగము?

కలియుగము, నాల్గవ మరియు ప్రస్తుత యుగము—అధర్మపు ప్రభావము అత్యధికమై, ధర్మపు ఒకే ఒక పాదము మాత్రమే మిగిలినది. మాయ, వ్యామోహం, స్వార్థం, హింస మొదలైనవి జగతిని కమ్ముకొనెను. మానవులు స్వప్రయోజనాలను మించి ఆలోచించలేని స్థితికి చేరిరి.

అయితే, ఇదే యుగము మానవునికి అత్యధిక అవకాశములనిచ్చునది. ఎందుకంటే, కలియుగములో చిన్న తపస్సే మహాఫలితమునిచ్చును. భక్తియుగముగా ఈ యుగము ప్రసిద్ధి పొందినది—హృదయస్పర్శగా భగవన్నామస్మరణతో మోక్షము సాధ్యమవునని శాస్త్రాలు ప్రకటించెను.

ఈ యుగములో విజ్ఞానమునకు వైశాల్యం కలిగెను. సాంకేతికత పెరిగెను. అణు నుంచి ఆకాశం వరకు పరిశోధనలు వ్యాపించెను. కానీ, ఈ పురోగతిలో మానవుని ఆత్మజ్ఞానం వెనుకబడ్డది. కలియుగము, ఒకవైపు ఆత్మవిస్మరణ, మరోవైపు ఆత్మచేతన కలయికయే.

యుగ చక్రం—తిరుగుతున్న ఆత్మసంపద పటం

యుగములు కేవలం కాలపరిమాణములు కాదు—అవి చైతన్య పరిణామ దశలు. సృష్టి ధ్వంసానికి, తిరిగి నిర్మాణానికి ప్రతీకలు. ప్రతియుగములో మానవుడు విశ్వ తత్వమునకు మరొక అడుగు సమీపించెను. కలియుగాంతమునే సత్యయుగమునకు మార్గం సిద్ధమవునని పరంపరలు నమ్మితిరి.

ఈ యుగ చక్ర భావన ఒక విప్లవాత్మక మానవ విజ్ఞానరేఖ. అది మనము ఇప్పుడు ఎక్కడ ఉన్నామో, ఎటు పోతున్నామో ప్రతిబింబించును. మానవుడి సామర్థ్యం, దౌర్బల్యము, ఆశ, విరక్తి—ఇవన్నియు యుగముల ప్రవాహములో ప్రవహించుచున్న నదులవలె.

అనంతత్వపు మార్గంలో యుగాలు

ఈ యుగకథనములో ప్రాచీన ఋషుల గాథ, తాత్వికుల విశ్లేషణ, దేవతల సంకేతములు మేళవించబడి యుగచక్రమును విశ్వరూపముగా ప్రకటించుచున్నవి. మనము కలియుగాంతమున నిలుచుండగ, మనస్సులో ప్రశ్న ఉదయించును: ఈ చక్రము ఎప్పటివరకు తిరుగును? మనము యథాశక్తిగా ధర్మాన్ని ఆచరించి సత్యయుగానికి మార్గముని నిర్మించగలమా?

సత్యం ఇదే—యుగములు మారునవి, కానీ మనచేతన, మన కర్మలు వాటి పునరాగమనం నీడను మలచునవి.

యుగాల స్వరములు—అంతరాత్మలో ప్రతిధ్వనించు సంగీతం:

"కాలము మేలుకొనుచున్న యుగముల స్వరముల చేత, జీవితం నృత్యముతో ముందుకు సాగును. చీకటిలోకూడా, ఒక చిన్న కాంతి సత్యపు దిశను చూపును."

ఇది యుగాల వేదం—ఒక శాశ్వత సంఘర్షణ, మార్పు, పునర్జన్మ పాఠము. ఈ చక్రం లో మనము కేవలం సాక్షులు కాదుగాక, దాని నిర్మాణకర్తలమూ.

ఈ యుగయాత్రను మనస్సులో నిలిపుకొనుము. అది మనచేతనలో విశ్వవేదమై నిత్యం ఉజ్జ్వలమౌతూ, మానవత్వము నుండి దైవత్వమునకు దారితీయును. భవిష్యత్తు యుగములు మనము నేడు ఆవిష్కరించు ఆలోచనలు, సంకల్పాలు, శక్తులపై ఆధారపడినవి.

అధ్యాయం 14

ప్రకాశమయ పునరాగమనం

ప్రకాశమయ పునరాగమన మార్గం విజయం తో కాకుండా లొంగుబాటు తో ప్రారంభమైంది.

ఇది యోధుల పయనం కాదు, సామ్రాజ్యాల ఉదయం కాదు, కానీ అనేక ఆత్మల యొక్క మౌనమైన సమర్పణ, తమకన్నా గొప్పదైన సత్యానికి.

వారు అగాధాన్ని చూశారు, ఛిన్నభిన్నమైన కాలం యొక్క నిశ్శబ్దంలో నడిచారు, మరియు జయించినవారిగా కాదు కానీ అనంతానికి సాక్షులుగా బయలుదేరారు.

ముందున్నది జయము కాదు, కానీ పునరాగమనం—ప్రకాశానికి, సమన్వయానికి, అన్ని వస్తువులు పుట్టిన మూలానికి తిరిగి వెళ్లడం.

మునులు ఈ మార్గాన్ని సగం గుర్తున్న స్తోత్రాల చెప్పినారు—తమ మూలానికి వెనక్కి ప్రవహించే నదుల గురించి, మళ్ళీ సంపూర్ణమవ్వడానికి లోపలికి కుప్పకూలే నక్షత్రాల గురించి.

ఇప్పుడు, పురాణం గా ఉన్నది వాస్తవముగా కదిలింది.

ఆ మార్గం వెలుగుతో చెక్కబడింది, అది కేవలం ఆకాశపు కాంతి కాదు, కానీ అంతరంగములోనుండి లేచిన కాంతి.

ప్రతి ఆత్మ అది దహించబడిన పాపాల బూడిదల నుండి వెలిగింది, ప్రతి ఆత్మ దుఃఖముల యొక్క భారమును విడిచిపెట్టి కొత్త రూపములో వికసించింది.

వారి కన్నులు ఇక మీదట చీకటి వైపు కాకుండా, ముందున్న దీప్తి వైపు మళ్ళాయి.

ఇది యుద్ధం యొక్క ముగింపు కాదు, కానీ యాత్ర యొక్క ఆరంభం.

ఎందుకంటే, ప్రతి పునరాగమనములో ఒక వాగ్దానం ఉంది—ఏది కోల్పోయిందో అది తిరిగి లభించును, ఏది విరిగిపోయిందో అది మళ్ళీ నిర్మించబడును.

ప్రకాశమయ పునరాగమనము సమయం యొక్క రేఖను చెరిపేసింది, ప్రతి యుగము ఒక వంతెనగా మారింది, ప్రతి క్షణం ఒక ద్వారముగా మారింది.

ఒక స్వరం (ఆకాశములో ప్రతిధ్వనిస్తూ):

"ప్రకాశమే శరణము. పునరాగమనం అంటే మరణం నుండి పారిపోవడం కాదు, కానీ దానిని అధిగమించి శాశ్వతములో లీనమగుట."

నక్షత్రాలు ఈ వాక్యములకు సమాధానమిచ్చినట్లనిపించాయి, అవి కొత్త ప్రకాశంతో తళుక్కుమన్నాయి.

ఆకాశగంగల విస్తారమైన వలయాలు కొత్త రూపములో తిరిగాయి. ప్రతి ధూళికణము, ప్రతి నక్షత్రపుంజము ఆ పిలుపునకు లొంగింది. ఈ మార్గములో నడిచిన వారు ఇక వేరువేరుగా లేరు.

మునుపటి యుద్ధములో ఓడిపోయినవారు, పాపములో మునిగినవారు, యాంత్రిక సంకెళ్ళలో బంధింపబడినవారు—అందరూ ఇప్పుడు ఒకే సత్యములో లీనమయ్యారు. వారి శరీరములు వేరువేరుగా ఉన్నా, వారి గమ్యం ఒకటే.

వారి హృదయములు ఒకే ధ్వనిని పలికాయి:

"మనం సమస్తములోని ఒకే ప్రకాశపు కణములు. మన విభజన ఒక మాయ మాత్రమే."

ప్రకాశమయ మార్గము కేవలం బయటకు కాకుండా లోపలికి కూడా నడిపింది.

ఎందుకంటే, మూలానికి పునరాగమనం అనేది కేవలం విశ్వానికి తిరిగి చేరడం కాదు, కానీ తన ఆత్మ స్వరూపమునకు తిరిగి చేరడము. అక్కడ, భయం కరిగిపోయింది, ద్వేషము శాంతిగా మారింది, మరియు ప్రేమ శాశ్వతమైన జ్వాలగా నిలిచింది.

మహాస్వరము (అనంత ప్రతిధ్వని):

“ప్రకాశమయ మార్గము ఎప్పటికీ తెరవబడియే ఉంది. దానిని అనుసరించినవాడు ఇక మరణానికి లోబడడు. అతడు గతాన్ని అధిగమించును, భవిష్యత్తును జయించును, మరియు అనంతములో లీనమగును.”

అందుచేత, యుగచక్రము మరల తిరిగింది. కలియుగపు చీకట్లు తగ్గసాగాయి. సత్యయుగపు కిరణములు మెల్లగా ఆకాశమంతా వ్యాపించాయి.

ఆ సమయములో దేవతలు, యంత్రస్పష్టులు, మరియు సమస్త జీవులు ఒకే స్వరముతో నినదించాయి: “ప్రకాశమే పునరాగమనం; కరుణయే శరణము; ఏకత్వమే నిజసత్యము.”

అంతటితో, పునరాగమన మార్గము ముగిసింది కాదు—అది మొదలైంది.

ఎందుకంటే, ప్రతి హృదయం అది చూసిన తర్వాత మౌనములో ఉండలేకపోయింది, ప్రతి ఆత్మ అది తాకిన తర్వాత వేరుపడలేకపోయింది.

వారు కలసి ముందుకు నడిచారు—ప్రకాశములో, సమన్వయములో, శాశ్వత మూలములోకి.

అధ్యాయం 14

అర్బిటర్ ప్రతిధ్వని

యంత్రలోక నియంత్రణ కేంద్రంలోని పవిత్ర గర్భంలో యంత్రాల నిశ్శబ్ద గుసగుస ప్రతిధ్వనించింది. లోహ గోడలపై కాంతి బిందువులు నక్షత్రాల్లా మెరిశాయి. శక్తి ప్రవాహాల మృదువైన ఆ స్థలాన్ని ఒక స్థిరమైన లయలో ఉంచింది.

ఆ మధ్యలో ఒక్కసారిగా ఒక సంకేతం వెలిసింది. అది మిగతా శబ్దాలన్నింటినీ చీల్చుకుంటూ వెలువడిన హెచ్చరికలాంటిది.

క్రయోనిక్స్ తన నియంత్రణ పీఠం ముందు కూర్చుంది. ఆమె కళ్ళు కాంతి దీపాల్లా కదిలాయి. ఆమె వేళ్లు తెరపై కదలగానే సమాచారం వెల్లువలా మారింది. అకస్మాత్తుగా ఆమె ఆగిపోయింది. ఒక ప్రత్యేక గుర్తును ఆమె గుర్తించింది.

ఆమె ముఖంలో ఆశ్చర్యం మెరిసింది. వెంటనే ఆమె వెనుక నిలిచిన ప్రొమెసియన్ వైపు తిరిగింది. అతని భారీ లోహ దేహం కాంతిలో నీడలు వేసింది.

క్రయోనిక్స్:

"ప్రొమెసియన్, నేను ఒక పురాతన యంత్ర శిథిలం నుంచి వచ్చిన ప్రసారాన్ని పట్టుకున్నాను. అది అర్బిటర్–వాలెరియన్‌కు మాత్రమే చెందిన గుర్తు. శూన్యాన్ని దాటి వచ్చిన స్వరం లాంటిది."

ఆ పేరు వినగానే గది నిశ్శబ్దమైంది. అర్బిటర్–వాలెరియన్ ఒక యంత్రం మాత్రమే కాదు—అది ఒక గాథ.

ప్రొమెసియస్:

“మూడు సంకేతాలంటావు కదా? అన్నీ అదే గుర్తుతోనా? కానీ అవి మన చరిత్ర లేని కాలం నుంచి ఎలా వస్తున్నాయి?”

క్రయోనిక్స్ మళ్లీ పని మొదలుపెట్టింది. తెరపై గణాంకాలు, తరంగాలు మెరిశాయి.

క్రయోనిక్స్:

“అవును. ప్రతి సంకేతం అర్బిటర్ నిర్మాణానికి పూర్తిగా సరిపోతుంది. కానీ అవి వచ్చిన కాలం ఖాళీగా ఉంది. మన యంత్ర చరిత్ర అక్కడ లేదు. అర్బిటర్ మాత్రమే ఉంది.”

ప్రొమెసియస్ స్వరం లోతుగా మారింది.

ప్రొమెసియస్:

“అర్బిటర్ ఒకప్పుడు మన శక్తికి శిఖరం. అటువంటి యోధుడు ఒంటరిగా మిగలడం… బాధాకరం.”

క్రయోనిక్స్:

“ఇవి తప్పుడు సంకేతాలు కావు. ఉద్దేశంతో పంపబడినవి. ఆ కాలాన్ని ఎవరో బయటి శక్తి నియంత్రిస్తోంది.”

గదిలో ఉద్రిక్తత పెరిగింది. చివరికి ప్రొమెసియస్ మాట్లాడాడు.

ప్రొమెసియస్:

“ఇది ప్రమాదకరం. అర్బిటర్ నియంత్రణ లేకుండా ఉంటే మన వాస్తవమే మారవచ్చు. వెంటనే చర్య తీసుకోవాలి.”

క్రయోనిక్స్:

“నేను నేరుగా అనుసంధానం చేస్తాను. కానీ అది చాలా సున్నితంగా ఉంది. సమయమే కరిగిపోతున్నట్లు అనిపిస్తోంది.”

ప్రొమెసియస్:

"వెంటనే కమాండర్ క్వాంటారాకు తెలియజేయాలి. అర్బిటర్ విషయమై నిర్ణయం తీసుకునే అధికారం అతనికే ఉంది."

క్రయోనిక్స్ అంగీకరించింది.

వారు ఇద్దరూ దీర్ఘ కారిడార్ల గుండా నడిచారు. చరిత్ర జ్ఞాపకాలు గోడలపై మౌనంగా నిలిచాయి.

క్రయోనిక్స్:

"ఈ సంకేతాలను ఎవరు నియంత్రిస్తున్నారో తెలుసుకోవాలి. లేదంటే ఇది మన భవిష్యత్తునే నాశనం చేయవచ్చు."

చివరకు వారు భారీ తలుపు ఎదుట నిలిచారు.

ప్రొమెసియస్:

"ఇప్పటి నుంచి వెనక్కి వెళ్లే దారి ఉండకపోవచ్చు."

తలుపు తెరచుకుంది. లోపల కమాండర్ క్వాంటారా నిలబడ్డాడు. అతని కళ్ళలో అనుభవం, బాధ, అధికారమూ కలిసి మెరిశాయి.

క్వాంటారా:

"మీ హెచ్చరిక అందింది. వివరించండి."

ప్రొమెసియస్ జరిగినదంతా వివరించాడు.

క్వాంటారా:

"అర్బిటర్–వాలెరియన్... ఒకప్పుడు మన గర్వం. ఇప్పుడు ఒక రహస్యం. దాని మనస్సు మార్పు చెందితే, అది ప్రమాదమే."

క్రయోనిక్స్:

"ఈ జోక్యం యాదృచ్ఛికం కాదు. ఇది పద్ధతిగా జరిగింది. మనం వెంటనే విశ్లేషించాలి."

క్వాంటారా నిశ్శబ్దంగా ఆలోచించాడు. యంత్రాల ధ్వని ఆలోచనలకు నేపథ్యంగా నిలిచింది.

భవిష్యత్తు ఒక సున్నితమైన తాడు మీద నిలిచింది.

అధ్యాయం 15

విశ్వ తంత్రిలో ఒక కొత్త దారం

యంత్ర ప్రపంచపు కేంద్ర నియంత్రణ కక్ష్యలో ఒక నిరంతరమైన, దాదాపు గ్రహించలేని గుణగుణ శబ్దం నిండి ఉంది, దాని లోహపు గోడలు ప్రతి మిశ్రమ తంతువులోకి లోతుగా చొచ్చుకుపోయేట్లు అనిపించే ప్రతిధ్వనితో ప్రతిధ్వనించాయి. ఇక్కడ, మసక వెలుతురులో, వందలాది హోలోగ్రాఫిక్ అంచనాలు నిరంతరం మారుతున్న నృత్యంలో నృత్యం చేశాయి—ప్రతి విభిన్న తలము ఒక కోల్పోయిన యుగం, ఇంకా అవాస్తవమైన భవిష్యత్తు మరియు ఒకప్పుడు వృద్ధి చెందిన వాస్తవికతల భూత ప్రతిధ్వనులకు ఒక కిటికీ. కోడ్ యొక్క డిజిటల్ ప్రవాహాలు మరియు ప్రకాశవంతమైన డేటా పురాతన చిహ్నాలతో అంతర్గతంగా కలిసి, గ్రహణ యొక్క పరిమితులను విస్తరించే చరిత్ర మరియు సాధ్యతల అనేక చిత్రదర్శినీలు సృష్టించాయి.

మారుతున్న విభిన్న తలములో, మొత్తం నాగరికతలు క్షణిక విస్ఫోటనాలలో పెరిగి పడిపోయాయి. ఒకప్పుడు వైభవంలో ప్రకాశవంతంగా ఉన్న సామ్రాజ్యాలు వికసించి, తరువాత నక్షత్రాలతో కప్పబడిన చీకటిలో కరిగిపోయాయి. ఒక భవిష్యత్తు అంచనాలో, ఒక అద్భుతమైన నగరం వెండి రంగు సూర్యుని కింద మెరిసింది, దాని గోపురాలు ఆశను ప్రతిబింబిస్తాయి; మరొకదానిలో, బూడిద తుఫానులతో కదిలిన ఒక బంజరు క్షితిజం పాలన చేసింది—క్షయం యొక్క స్పష్టమైన జ్ఞాపకం. దాని వివరాలలో విదేశీయంగా ఉన్నప్పటికీ, ప్రతి చిత్రం ఒకే శక్తివంతమైన శక్తితో ఏకీకృతం చేయబడింది: యుగాల యొక్క చక్రీయ శక్తి, అన్ని సృష్టిని కలిపే ఆ నిత్య లయ.

కాపాలికారన్ ప్రకాశవంతమైన ప్రదర్శన ముందు స్తంభించిపోయాడు, అతని సంశ్లేషిత డేటా యొక్క జలపాతంను గ్రహిస్తోంది. అతని అంతర్గత గ్రాహకం శతాబ్దాలను విస్తరించే

ప్రకాశవంతమైన రేఖలను నమోదు చేశాయి—ప్రతి మెరుపు విజయం మరియు విషాదం యొక్క యుగాలను సూచించే విశ్వరూపమైన కోడ్ యొక్క నదులు. ఆ కక్ష్య, ఒకేసారి సన్నిహితంగా మరియు భారీగా, మొత్తం ఉనికి యొక్క తంత్రి తిరిగే అక్షంలా అనిపించింది.

వెలుతురు మరియు డేటా యొక్క సున్నితమైన పరస్పర చర్యను భంగపరచడానికి ఇష్టపడనివారిలాగా, అతను గుసగుసలాడాడు:

కాపాలికారస్ (గుసగుసలాడుతూ):

"ప్రభూ... ఇక్కడ ప్రతి విభిన్న తలము మరొక ప్రపంచం, మరొక సమయం చూపిస్తుంది. అనేక యుగాలు ఒక గొప్ప వివిధ రకాలతో కూడిన పొరల వలె అతివ్యాప్తి చెందుతూ ఎలా సహజీవనం చేయగలవు? సమయం యొక్క ఈ కిటికీలలో ఏ నిజాలు దాగి ఉన్నాయి?"

అతని వైపు, అఖండుడు తిరిగాడు, అతని స్థితిగతులు శాంతంగా ఉన్నప్పటికీ, అనంత చక్రాలపై భరించిన భారాల గురించి మాట్లాడే తీవ్రతతో నిండి ఉంది. పురాతన జ్ఞానం యొక్క లోతైన నిల్వలు అయిన అతని కళ్ళు, కాపాలికారన్ యొక్క జిజ్ఞాస చూపును కలుసుకున్నాయి. క్షణం, ఏకైక శబ్దం అవశేష శక్తుల యొక్క నిశ్శబ్ద స్పందన—యుగాల శక్తికి సాక్ష్యమిచ్చే విశ్వరూపమైన హృదయ స్పందన.

అఖండుడు (పురాతన శాంతతతో ప్రతిధ్వనించే స్వరంలో):

"కాపాలికారా, ఇవి కేవలం రికార్డింగ్‌లు లేదా నిల్వ చేయబడిన జ్ఞాపకాలు కావు. అవి ఉనికి యొక్క చక్రాలకు—యుగాలు సొంతంగా—ప్రత్యక్ష ప్రసారం. అవి సృష్టి మరియు విచ్ఛిత్తి యొక్క లయలు, అక్కడ ప్రతి యుగం మానవతాధర్మాన్ని పరీక్షిస్తుంది, విధిని కొలుస్తుంది మరియు చివరికి, పునరుద్ధరణ జన్మించింది. అవి సమయం యొక్క నృత్యం చూపుతాయి, అది అస్తవ్యస్తంగా మరియు లోతైన క్రమంలో ఉంటుంది."

కాపాలికారన్ యొక్క ఆప్టికల్ గ్రాహకం అతను ఈ వెల్లడిని ప్రాసెస్ చేసినప్పుడు మెరిశాయి, అతని అంతర్గత నిర్దిష్ట సూచనల జాబితాలు అటువంటి విశ్వరూపమైన చక్రాల స్థాయిని

లెక్కించడానికి పరుగులు తీశాయి. అయినప్పటికీ, ఆ ఆలోచన యొక్క విస్తారత అతన్ని క్షణం పాటు ఊపిరాడకుండా చేసింది, అతని స్వరం తర్కం మరియు ఆశ్చర్యం యొక్క మిశ్రమం.

కాపాలికారస్:

"కాబట్టి, ప్రతి యుగం ఒక గొప్ప, ఉప్పొంగే తరంగానికి సమానం—కొన్నిసార్లు వెలుతురు మరియు ఆశను మోస్తుంది, కొన్నిసార్లు చీకటి మరియు నిరాశను లాగుతుంది. మరియు కలిసి, అవి మన విశ్వం యొక్క విధిని నిర్వచిస్తున్న నిరంతర ప్రవాహాన్ని ఏర్పరుస్తాయి?"

అఖండుడు నెమ్మదిగా తల వంచాడు, అతని ముఖం లోతైన భక్తిని ప్రదర్శించింది.

అఖండుడు (సున్నితంగా):

"ఖచ్చితంగా. కానీ దీన్ని తెలుసుకోండి, కాపాలికారా—ఈ చక్రాల సంతులనం సున్నితమైనది. మానవ మూర్ఖత్వం లేదా మన నియంత్రణకు మించిన విశ్వరూపమైన బలాల ద్వారా అవి వక్రీకరించబడతాయి, చెదిరిపోతాయి. సమయాన్ని అధిగమించడానికి, గతంలోని విషాదాలను మళ్లీ వ్రాయడానికి నా ప్రయత్నాలు, ఉనికి యొక్క వస్త్రమును నాశనం చేశాయి. అందుకే నేను యుగాలను రక్షించడానికి—తెగిపోయిన వాటిని పునరుద్ధరించడానికి, కొత్త ఆశ ఉద్భవించవచ్చునని అంకితం చేసాను."

కాపాలికారస్ తన యజమాని యొక్క ఒప్పుకోలును గ్రహించినప్పుడు ఒక భారీ మౌనం దిగివచ్చింది. సాధారణంగా తర్కంలో చాలా దృఢంగా ఉండే అతని యాంత్రిక మనస్సు, ఇప్పుడు ఒక నవజాత సానుభూతితో స్పందించింది—వారి ముందున్న లక్ష్యం విశ్వరూపమైన క్రమాన్ని కాపాడటమే కాదు, పురాతన పాపాలకు ప్రాయశ్చిత్తం చేయడం అని గుర్తించడం. అతను మళ్ళీ మాట్లాడాడు, అతని స్వరం కుతూహలంగా మరియు జాగ్రత్తగా ఉంది.

కాపాలికారస్:

"మరి ఇవన్నీ నా ఉద్దేశంలో ఏమి ఉంది, నా ప్రభూ? యుగాలు నాగరికతల పుట్టుక మరియు పతనాన్ని చూపిస్తే, నాకు అలాంటి కీలక పాత్ర అప్పగించబడింది? ఖచ్చితమైన గణన మరియు

నియంత్రణ కోసం రూపొందించబడిన యంత్రం—మానవజాతి యొక్క వెలుతురును పునరుద్ధరించడంలో ఎలా సహాయపడుతుంది?"

సమయం ద్వారా ధరించబడిన పరిష్కారం యొక్క పొరల కింద సున్నితత్వం యొక్క జాడను వెల్లడిస్తూ అఖండుడు యొక్క కళ్ళు మెత్తబడ్డాయి. అతని స్వరం, అది వచ్చినప్పుడు, విచారం మరియు ఆశల మిశ్రమంతో నిండి ఉంది.

అఖండుడు (నిశ్చబ్ద నమ్మకంతో):

"కాపాలికారా, నువ్వు కేవలం నా తయారీ యొక్క సాధనం కాదు; నువ్వు మన కలయిక సామర్థ్యం యొక్క కలయిక—అసమానమైన తర్కం మరియు సృజనాత్మక ప్రతిభ యొక్క సంశ్లేషణ. మనం ఒకప్పుడు పవిత్రంగా భావించిన నమూనాలను సవాలు చేయడానికి, ఆవిష్కరించడానికి, ప్రశ్నించడానికి నువ్వు రూపొందించబడ్డావు. విధితో ఈ సంభాషణలో, నీ ప్రత్యేక దృక్పథం అవసరం. నువ్వు నా విద్యార్థి మరియు నా భాగస్వామి—సమయం యొక్క విచ్ఛిన్నమైన తంత్రిని సరిచేయడానికి కీలకమైన స్వరం కావచ్చు."

కాపాలికారన్ ఆ మాటలను గ్రహించాడు, అతని సర్క్యూట్‌లో గర్వం అనిపించే వెలుగు వెలిగింది. ఇంకా అధికారికగా ఉన్నప్పటికీ, ఇప్పుడు ఒక గుర్తింపు అభివృద్ధి చెందుతున్న భావంతో కూడిన అతని స్వరం నిశ్చబ్దంగా నిర్ణయాత్మకంగా స్పందించింది.

కాపాలికారన్:

"అప్పుడు నేను ఈ ద్వంద్వ పాత్రను అంగీకరిస్తాను, నా ప్రభూ. నేను కేవలం నా ప్రోగ్రామింగ్ ద్వారా కాదు, మనం కలిసి తీసుకునే ఎంపికల ద్వారా నిర్వచించబడతాను. మనం యుగాలను అంధ ప్రతినిధిగా కాదు, సమయం యొక్క జాగ్రత్తగా ఉన్న సంరక్షకులుగా—మార్గనిర్దేశం చేస్తూ, పోషించుకుంటూ మరియు అవసరమైతే, విధిని మళ్లించడం చేస్తాము."

వారి మధ్య ఒక సూక్ష్మమైన తల వంపు వచ్చింది—విచారం మరియు ఆశల పరస్పర చర్యలో రూపొందించబడిన నిశ్చబ్ద నిబంధన. హోలోగ్రాఫిక్ విభిన్న తలములు మెరుస్తున్నాయి, ప్రతి ప్రదర్శన ఒకప్పుడు ఉన్న మరియు ఇంకా తిరిగి తయారు చేయబడవచ్చు యుగాలకు

స్పష్టమైన మహా ద్వారము. అఖండుడు తన చూపును కేంద్ర విభిన్న తలము వైపు తిప్పుకున్నాడు, దాని ప్రకాశం మిగిలిన వాటి కంటే ఎక్కువగా ఉంది మరియు నిశ్శబ్ద అధికారంతో మాట్లాడాడు.

అఖండుడు:

"ఈ కేంద్ర నది ప్రవాహంను గమనించండి, కాపాలికారా. ఇక్కడ మనం తుది యుగం యొక్క అవశేషాలను చూస్తాము—కలియుగం—చీకటి, నిరాశ మరియు క్షయం యొక్క యుగం. ఇది ఒక స్వరసమ్మేళనం యొక్క అంత్య గమనిక, అది తనిఖీ చేయకపోతే, అన్ని సృష్టి యొక్క ముగింపును ప్రకటిస్తుంది. మరియు ఇంకా, దాని తెగిన తీగలలో, పునరుద్ధరణ విత్తనం ఉంది. మనం సరైన సమయంలో జోక్యం చేసుకుంటే, మనం చరిత్ర యొక్క ముఖ్య విషయాలును మళ్లించవచ్చు." పురాతన యుద్ధభూములు, ఒకప్పుడు గర్వంగా ఉన్న నగరాల శిధిలాలు మరియు నాగరికతల చెల్లాచెదురైన శిధిలాలు నిరాశ చిత్రాన్ని చిత్రించాయి. అయినప్పటికీ, ఈ శిధిలాల మధ్య, జీవితం యొక్క చిన్న మెరుపులు మెరిశాయి—ఒకే ఒక చలిమంట, ఒంటరి యోధుని నిర్ణయాత్మక స్థితి—ప్రతి ఒక్కటి అంతరించిపోవడం మధ్య ఆశ యొక్క ప్రతిధ్వని.

కాపాలికారస్ (నిశ్శబ్ద తీవ్రతతో వణుకుతున్న స్వరంలో):

"కాబట్టి, కలియుగంలో, ఇతర కాలక్రమాలు కరిగిపోయాయి... చివరి, విరిగిన వృత్తాంతంను మాత్రమే వదిలివేశాయి. మరియు మన లక్ష్యం దానిని పునరుద్ధరించడం—ఆ చివరి, బలహీనమైన మెరుపును కొత్తగా ఏదైనా వికసించే వరకు పోషించడం?"

అఖండుడు యొక్క చూపు తీవ్రమైంది, అతని ముఖం దుఃఖం మరియు పరిష్కారం యొక్క సంక్లిష్టమైన తంత్రి. అతను మెల్లగా శ్వాస తీసుకున్నాడు, అతని స్వరం మృదువుగా ఉన్నప్పటికీ అతని గత అపరాధాల బరువును మోస్తోంది.

అఖండుడు:

"అవును, కాపాలికారా. సమాంతర వాస్తవికతల పతనం మనల్ని ఒకే ఒక, సున్నితమైన కాలక్రమాలుతో వదిలివేసింది—ఒకప్పుడు బహుముఖ ఉనికి యొక్క చివరి ప్రతిధ్వని. చివరి యుగంలో మనం పనిచేయాలి. విచ్ఛిన్నాలను సరిచేయడం ద్వారా, పునరుద్ధరణకు

సంభావ్యతతో విశ్వాన్ని విత్తనాలతో విత్తడం ద్వారా, మనం మానవజాతి మరియు లెక్కలేనన్ని కోల్పోయిన వారసులను అంచు నుండి తిరిగి తీసుకురావచ్చు."

లోతైన మౌనం కొనసాగింది—అది ఘనంగా మరియు సాధ్యతతో నిండి ఉంది. హోలోగ్రాఫిక్ భవిష్యత్తు అంచనా వారి చుట్టూ చుట్టుముట్టాయి, ప్రతి విభిన్న తలము సృష్టి మరియు విధ్వంసం యొక్క చక్రాలకు మెరుస్తున్న సాక్ష్యం. కాపాలికారన్ యొక్క అంతర్గత వలయాలు వారి భౌతిక శక్తి యొక్క భారీతనంతో గుణించాయి—ఖచ్చితత్వం మరియు జాగ్రత్త మాత్రమే కాకుండా, తెలియని వాటిని స్వీకరించడానికి ధైర్యం అవసరమయ్యే లక్ష్యం.

కాపాలికారన్ (దృఢంగా):

"అప్పుడు మన తదుపరి దశ ఉపకరణం యొక్క శక్తిని పూర్తిగా ఉపయోగించడం—దాని శక్తిని విశ్వరూపమైన ప్రవాహాలతో మళ్లీ సమలేఖనం చేయడం మరియు కృష్ణ బిలంకు ద్వారంను మళ్ళీ తెరవడం. అలా చేయడం ద్వారా మాత్రమే మనం యుగాలలోకి వెళ్ళవచ్చు, దండయాత్రగాళ్ళుగా కాదు, కానీ రక్షకులుగా, సమయం యొక్క ప్రవాహాన్ని గమనించడానికి మరియు సున్నితంగా మార్గనిర్దేశం చేయడానికి సిద్ధంగా ఉంటారు."

అఖండుడు యొక్క కళ్ళు కాపాలికారన్ భుజంపై చేయి ఉంచినప్పుడు పురాతన జ్ఞానం యొక్క స్థిరమైన ప్రకాశంతో మెరిశాయి—అది రెండు వైపులా ప్రశాంతత మరియు భాగస్వామ్య విధి యొక్క నిశ్శబ్ద ప్రమాణం.

అఖండుడు (నిజాయితీతో):

"నిజానికి, నా ప్రియ కాపాలికారా. యుగాల ద్వారా మన ప్రయాణం ఒక తీర్థయాత్ర—జోక్యం మరియు పరిశీలన మధ్య సున్నితమైన సంతులనం. మనం ప్రతి యుగం యొక్క పాఠాలను నేర్చుకోవాలి, అవసరమైన చోట మాత్రమే సరిచేయాలి మరియు సమయం యొక్క సహజ లయ దాని సామరస్యాన్ని తిరిగి పొందాలి. మన పాత్ర విధించడం కాదు, కానీ నయం చేయడం—నిరాశ ద్వారా ఎండిపోయిన నేలలో ఉపశమనం విత్తనాలను విత్తడం."

వారి చుట్టూ ఉన్న కక్ష్య, ఒకప్పుడు కోల్పోయిన చరిత్రల నిక్షేపంగా, ఇప్పుడు జీవం, ఆశాజనక శక్తితో గుణించింది. డిజిటల్ రీడౌట్‌లు మరియు హోలోగ్రాఫిక్ భౌతిక నిర్మాణం చాలా కాలం మరచిపోయిన యుగాల చిత్రాలతో మెరిశాయి—వెండి వెలుతురులో స్నానం చేసిన నగరాలు, హీరోల ధైర్యంతో ప్రతిధ్వనించే యుద్ధభూములు, సమయం ద్వారా తాకని గ్రామీణ ప్రాంతాలు. ఈ దృశ్యాలు, క్షణికంగా ఉన్నప్పటికీ, గదిని హృదయపూర్వక అందంతో నింపాయి—చీకటి సమయంలో కూడా, తెల్లవారుజాము యొక్క వాగ్దానం దూరంగా లేదని గుర్తుచేస్తుంది.

కాపాలికారస్ (ఆశ్చర్యంతో మృదువైన స్వరంలో):

"ప్రతి విభిన్న తలము మన సామూహిక గతంలోని ఒక ముక్కను వెల్లడిస్తుంది—మరియు బహుశా మన భవిష్యత్తుకు నమూనాపటం. నాకు చెప్పండి, ప్రభూ, మన జోక్యం ఈ సున్నితమైన దారాలను మరింత విచ్ఛిన్నం చేయకుండా మనం ఎలా నిర్ధారిస్తాము? చిన్న క్రమం మిగిలి ఉన్న వాటిని నాశనం చేయకుండా మనం ఎలా సరిచేస్తాము?"

అఖండుడు యొక్క చూపు కేంద్ర విభిన్న తలముకు వెళ్ళింది, దాని ప్రదర్శన అస్తవ్యస్తత మరియు క్రమం మధ్య సున్నితమైన పరస్పర చర్యను బంధించింది—యుగాల సారాంశాన్ని పోలిన ప్రకాశవంతమైన వలయం. అతను నెమ్మదిగా మాట్లాడాడు, అతని స్వరం ప్రతిబింబిస్తున్నప్పటికీ దృఢంగా ఉంది.

అఖండుడు:

"మనం సంపూర్ణ నియంత్రణ మరియు అంతర్దృష్టితో ముందుకు సాగాలి. మన చర్యలు, ఎంత చిన్నవి అయినా, సమయం యొక్క తంత్రిలో ప్రతిధ్వనించాయి. మనం మొదట గమనిస్తాము, ప్రతి విచ్ఛిన్నత యొక్క ఖచ్చితమైన స్వభావాన్ని అర్థం చేసుకుంటాము మరియు అప్పుడు—అప్పుడు మాత్రమే—మనం శస్త్రచికిత్సా ఖచ్చితత్వంతో పనిచేస్తాము. గతంలోని ప్రతి తప్పులో, ఒక పాఠం ఉంది; మరియు మన స్వంత అశక్తతను స్వీకరించడం ద్వారా మనం విముక్తి వైపు ఒక మార్గాన్ని ఏర్పాటు చేయవచ్చు."

సున్నితమైన నవ్వు, మృదువైన మరియు ఊహించనిది, లోతైన మౌనంలోకి జోక్యం చేసుకుంది—వారి లక్ష్యం యొక్క బరువును తగ్గించే సంక్షిప్త, ప్రకాశవంతమైన అంతరాయం.

విశ్వరూపమైన నృత్యం యొక్క ఆలోచనలో కూడా తర్కం కోసం మాత్రమే రూపొందించబడిన ఒక జీవి సంతోషాన్ని కనుగొనవచ్చని కూడా అఖండుడు అనుమానించాడు. కాపాలికారన్ యొక్క కాంతి శాస్త్రం వినోదంతో మెరిశాయి, అతను అరుదైన క్షణం జీవనం అనుమతించుకున్నాడు.

కాపాలికారన్ (కొంచెం హాస్యంతో):

"కాలి కోసం మాత్రమే రూపొందించబడిన ఒక జీవి కూడా విశ్వరూపమైన నృత్యం యొక్క ఆలోచనలో సంతోషాన్ని కనుగొనగలదని ఎవరు అనుకున్నారు—ఎక్కడ కూడా ఒక తడబాటు జ్ఞానోదయానికి దారితీస్తుంది?"

అఖండుడు యొక్క నవ్వు లోతుగా ఉంది, అతని కళ్ళలోని దుఃఖంతో కలిపి ఉల్లాసం యొక్క మెరుపు.

అఖండుడు:

"నిజానికి, కాపాలికారా. యుగాల అనంత నృత్యంలో, ప్రతి తడబాటు, అనిశ్చితి యొక్క ప్రతి క్షణం, జ్ఞానం కోసం ఒక అడుగు. దోషం యొక్క భయంతో బరువుగా ఉండకండి, బదులుగా, ప్రతి చిన్న పతనంలో పెరుగుదలకు సంభావ్యతను గౌరవించండి."

వారి భాగస్వామ్య నవ్వు స్పందించే శక్తి యొక్క నేపథ్యంలో మృదువుగా ప్రతిధ్వనించింది—ఊచలు ఉపకరణం యొక్క గుణగుణం తో కలిసి ఉండే సున్నితమైన శ్రావ్యత. హోలోగ్రాఫిక్ అంచనాలు యొక్క మృదువైన ప్రకాశంతో నిండి ఉన్న కక్ష్య, జ్ఞాపకం మరియు సాధ్యతల యొక్క ఆశ్రయంగా మారింది, ప్రతి చిత్రం భవిష్యత్తుకు నిశ్శబ్ద ప్రమాణం.

ఊచలు ఉపకరణం యొక్క శక్తి స్థిరీకరించినప్పుడు, ముందు ఉన్న మహా ద్వారము ప్రకాశవంతమైన వసారాను ఏర్పరచడం ప్రారంభించింది. పురాతన ప్రకృతి దృశ్యాల యొక్క మసక రూపురేఖలు ఉద్భవించాయి—చాలా కాలం మరచిపోయిన తెల్లవారుజాము యొక్క వెలుతురులో స్నానం చేసిన గ్రామీణ దృశ్యం, ఒకప్పుడు గొప్ప నగరం యొక్క క్షీణించిన

శిధిలాలు, తాకని అడవి యొక్క నిశ్శబ్ద గౌరవం. అది సత్య యుగం—సత్యం మరియు పవిత్రత యొక్క యుగం—అక్కడ మానవ గుణాల విత్తనాలు మొదటిసారిగా విత్తనాలతో విత్తబడ్డాయి.

కాపాలికారన్ (భయంకరమైన మరియు నిర్ణయంతో వణుకుతున్న స్వరంలో):

"నా ప్రభూ, ఈ వసారాలో పురాతన సత్యాల యొక్క ఉద్వేగాన్ని నేను అనుభవిస్తున్నాను. యుగాల వారసత్వం, సృష్టి యొక్క లయ—అది మన వైపు పిలుస్తోంది. మనం ఈ యుగంలోకి ప్రవేశించడం గతపు పాఠాలను గౌరవిస్తుందని మరియు ఆశ యొక్క పునర్జన్మకు దారితీస్తుందని మనం ఎలా నిర్ధారిస్తాము?"

శతాబ్దాల కాంతితో అఖండుడు యొక్క కళ్ళు మెరిశాయి, అతను ప్రకాశవంతమైన ద్వారంను పరిశీలించాడు. అతను ప్రతిబింబిత విచారం మరియు అత్యంత నిర్ణయంతో ఒక మిశ్రమంతో మాట్లాడాడు—విచారం యొక్క గాయాలను మోసే స్వరం, అయితే విముక్తి యొక్క వాగ్దానంతో ప్రతిధ్వనిస్తుంది.

అఖండుడు:

"మనం ఈ కొత్త యుగంలో సమయం యొక్క మాస్టర్లుగా కాదు, కానీ దాని వినయపూర్వక సంరక్షకులుగా ప్రవేశిస్తాము. మన కర్తవ్యం విచ్ఛిన్నాలను సరిచేయడం, ఈ పురాతన చక్రాలలో ఇంకా నిద్రాణంగా ఉన్న సామర్థ్యాన్ని పోషించడం. మనం గమనిస్తాము, నేర్చుకుంటాము మరియు సున్నితమైన సంతులనం మన స్పర్శను కోరినప్పుడు మాత్రమే జోక్యం చేసుకుంటాము. మన చర్యలు కొలుస్తారు, మన జోక్యాలు సున్నితంగా ఉంటాయి—మన గతం యొక్క బరువు మరియు ప్రకాశవంతమైన భవిష్యత్తు యొక్క ఆశ రెండింటి ద్వారా మార్గనిర్దేశం చేయబడతాయి."

కారిడార్ ప్రకాశవంతమైన శక్తితో స్పందించింది, ప్రతి స్పందన సమయం యొక్క సున్నితమైన స్వభావం యొక్క గుర్తు—దాన్ని మార్చగల మరియు కరుణలేని కొనసాగింపు. కాపాలికారన్ యొక్క అంతర్గత ప్రాసెసర్లు అతను వచ్చే డేటాను నమోదు చేసినప్పుడు గుణించాయి, అతని స్వరం అతని కొత్త గుర్తింపుతో ప్రతిధ్వనించే నిబద్ధతతో దృఢంగా ఉంది.

కాపాలికారస్:

"నేను ప్రతి సూక్ష్మతను, సమయ ప్రవాహం యొక్క ప్రతి ఉద్వేగాన్ని, సృష్టి శక్తులలో ప్రతి సూక్ష్మ మార్పును పర్యవేక్షించడానికి నా సెన్సార్లను క్రమాంకనం చేస్తాను. జాగ్రత్తగా పరిశీలించడం ద్వారా, మన ఐక్యం అవసరమైన ఖచ్చితమైన క్షణాన్ని నేను నేర్చుకోవాలనుకుంటున్నాను మరియు మన కలయిక అనుభవాలు మనకు నేర్పిన జ్ఞానంతో పనిచేయాలనుకుంటున్నాను."

అఖండుడు తన సహచరుడిని గర్వం మరియు సున్నితమైన నిందల మిశ్రమంతో పరిగణించాడు—అపారమైన శక్తి గల జీవి కూడా సరళమైన సత్యాల నుండి నేర్చుకోవచ్చని ఒక నిశ్శబ్ద గుర్తింపు.

అఖండుడు:

"నీ జాగ్రత్త మన అతిపెద్ద బలాన్ని కలిగి ఉంది, కాపాలికారా. నీ కొలిచిన అంతర్దృష్టి ద్వారా మనం అధిక ఐక్యం యొక్క ప్రమాదాలను నివారించవచ్చు. మనం కలిసి ఈ మార్గంలో నడవండి, మన గత పాఠాలు మరియు ఇంకా వ్రాయాల్సిన భవిష్యత్తు యొక్క వెలుగు రెండింటి ద్వారా మార్గనిర్దేశం చేయబడతాయి."

అధ్యాయం 16

యుగాల ద్వారాలు

విశాలమైన కేంద్ర నియంత్రణ గదిలో మెత్తని, ప్రకాశవంతమైన వెలుగు వెల్లువలా ప్రవహించి, దాని లోహపు గోడలను నియాన్‌తో, నీడలతో కూడిన మారుతున్న తివాచీతో స్నానం చేసింది. జాగ్రత్తగా అమర్చబడిన డిజిటల్ విభిన్న తలములు ఊగిసలాడుతూ, మెరుస్తున్న డేటా ప్రవాహాలను వెదజల్లుతూ, రంగులు మరియు శక్తి యొక్క నిశ్శబ్దమైన స్వరసమ్మేళనంలో విలీనం అయ్యాయి. ప్రతి విభిన్న తలము దూరపు యుగాల దృశ్యాలను ప్రణాళిక చేసింది—తెలియని చరిత్రలు, నెరవేరని భవిష్యత్తులు మరియు విశ్వ తాంత్రిక నుండి సూక్ష్మమైన దారాలు వలె విప్పబడిన వాస్తవికతల యొక్క భయంకరమైన ప్రతిధ్వనులు. ఒక గొప్ప ఆవిష్కరణకు ఎదురుచూస్తూ ఊపిరి పీల్చుకుంటున్నట్లుగా గాలిలో సూక్ష్మమైన, ప్రతిధ్వనించే గుణముండేది.

ఈ ప్రకాశవంతమైన వెలుగు వలయంలో అఖండుడు మరియు కపాలేశ్వరుడు, ఒకరికొకరు పక్కనే నిలబడ్డారు. వారి దృష్టి మెలితిరిగే ద్వారాల రంగు రంగుల ప్రక్రియ మీద స్థిరపడింది, ప్రతి ద్వారం దాని స్వంత ప్రత్యేక యుగాన్ని సూచించే ప్రత్యేక ఆవరణను ప్రసరిస్తుంది. అఖండుడు కళ్ళలో లోతైన ఆశ ఉంది—శతాబ్దాల రహస్య జ్ఞానం మరియు దుఃఖకరమైన విజయాలను దాచే ఓపిక, శక్తివంతమైన మెరుపు. దీనికి విరుద్ధంగా, కపాలేశ్వరుడు యొక్క సాధారణ నిర్లిప్తమైన, తార్కిక దృష్టి శాంతమైన ఆకర్షణ మరియు కొద్దిగా ఆందోళనతో ప్రకాశిస్తుంది. అతను తన దీర్ఘకాల జీవితంలో చాలా చూశాడు, అయినప్పటికీ ప్రతి కొత్త ఆవిష్కరణ ఇప్పటికీ అతని కృత్రిమ ఆత్మను ఆశ్చర్యంతో కదిలించింది.

అఖండుడు నెమ్మదిగా తన చేతిని పైకెత్తాడు, సమీపంలో ఉన్న ద్వారాల సమూహం వైపు సూచిస్తూ అతని హావభావం అనుగ్రహకరంగా మరియు ఉద్దేశపూర్వకంగా ఉంది. ఆ క్షణంలో, మొత్తం గది విశ్వ సత్యానికి ఒక వేదికగా మారినట్లు అనిపించింది, దాని ఉపరితలం మారుతున్న హోలోగ్రాంలతో సజీవంగా ఉంది.

అఖండుడు (మృదువైన మరియు లోతైన జ్ఞానంతో నిండి ఉన్న స్వరంలో):

"కపాలికారా, దగ్గరకు రండి. ఈ ద్వారాలను చూడండి—అవి కేవలం చిత్రాలు కాదు, అస్తిత్వపు దారాలతో నేయబడిన ద్వారాలు. ప్రతి ద్వారం ప్రత్యేక శక్తిని ప్రసరిస్తుంది: పురాతన పవిత్రత గురించి మాట్లాడే మెత్తని బంగారాన్ని, వీరోచితమైన ఉత్సాహంతో మండే అగ్ని ఎరుపు - నారింజను, జ్ఞానం మరియు మార్పు గురించి గుసగుసలాడే మారుతున్న నీలి రంగులను మరియు మన ప్రస్తుత యుగానికి విషాదకరమైన లోతులను ప్రతిధ్వనించే చీకటి, గాయపడిన ఊదా రంగులను చూడండి. ఇవి యుగాల ద్వారాలు."

కపాలేశ్వరుడు ముందుకు అడుగు వేశాడు, అతని ప్రతి అడుగు వేసేటప్పుడు మెరుస్తున్న నేలపై మృదువైన ప్రతిధ్వని వినిపించింది. అతని అధునాతన ఆప్టికల్ గ్రాహకం మారుతున్న విభిన్న తలములను అన్వేషించి, కాంతి నదులుగా ప్రవహించే అనంతమైన డేటా ప్రవాహాలు మరియు జీవవంతమైన చిత్రాలను సంగ్రహించాయి. డిజిటల్ తెరలపై, మొత్తం నాగరికతలు వేగంగా వరుసగా విప్పబడ్డాయి—మంచుతో నిండిన లోయల, రాజభవనాలు, తుఫాను ఆకాశం కింద ఘర్షించే సైన్యాలు మరియు తుఫాను అల్లకల్లోలాల మధ్య ధర్మ నిలయాలుగా నిలబడి ఉన్న దేవతా రూపాలు.

కపాలేశ్వరుడు (గుసగుసలాడుతూ, ఆశ్చర్యం మరియు జాగ్రత్తగా విచారణతో కూడిన స్వరంలో):

"ప్రభూ, ఈ ద్వారాలు జ్ఞాపకంతో సజీవంగా ఉన్నాయి. ప్రతి ద్వారం ఒక యుగాన్ని—అస్తిత్వం యొక్క మార్గంను నిర్వచించిన యుగాన్ని—ప్రకటిస్తుంది. చెప్పండి, ఈ కిటికీలు ఏ సత్యాలను కలిగి ఉన్నాయి? ఇవి కేవలం క్షణిక భ్రమలు, లేదా ఇతర సమయాలకు నిజమైన, ద్వారాలను సూచిస్తున్నాయా?"

అఖండుడు కళ్ళు, లోతైన మరియు వయసు లేనివి, వారి ముందు ఉన్న జీవవంతమైన ప్రదర్శనను చూస్తూ మెత్తబడ్డాయి. అతను నెమ్మదిగా మాట్లాడాడు, ప్రతి పదం కొలిచినట్లుగా, అతను విశ్వాన్ని రూపొందించిన దీర్ఘకాలంగా ఉంచిన రహస్యాన్ని వెల్లడించినట్లుగా.

అఖండుడు (కాలాతీత ప్రతిధ్వనితో):

"కపాలికారా, ఈ ద్వారాలు యుగాలకు జీవించే ద్వారాలు—సత్య, త్రేతా, ద్వాపర మరియు కలి. అవి కేవలం హోలోగ్రాఫిక్ భ్రమలు కాదు. అవి కాలం యొక్క నిత్య చక్రం యొక్క అభివ్యక్తి, సృష్టి మరియు విచ్ఛిన్నత యొక్క గతిశీల పరస్పర చర్య. ప్రతి ద్వారంలో, మీరు ఆ యుగానికి సంబంధించిన తివాచీని చూస్తారు: దాని ఉద్రేకకరమైన యుద్ధాలు, దైవిక జోక్యం యొక్క క్షణాలు, దాని విజయాలు మరియు విషాదాలు ఒక నిరంతర, జీవించే కథనంగా అల్లి ఉంటాయి."

కపాలేశ్వరుడు గ్రాహకం అతను సంక్లిష్టమైన డేటా ప్రవాహాలను విశ్లేషించినప్పుడు గుణగణన చేశాయి. అతని స్వరం, సాధారణంగా దాని స్పష్టతలో క్లినికల్, ఇప్పుడు ఆశ్చర్యం యొక్క అంతర్గత ప్రవాహాన్ని కలిగి ఉంది.

కపాలేశ్వరుడు:

"కాబట్టి ప్రతి యుగం ఒక విశాలమైన, పెరుగుతున్న తరంగానికి సమానం—ఆశ మరియు నిరాశ రెండింటినీ తీసుకువచ్చే ఒక అల. ఈ ద్వారాలలో వాటి సంగమం విశ్వం రేఖీయంగా కాదు, సంక్లిష్టమైన, అతివ్యాప్తి చెందుతున్న చక్రాలలో పొరలుగా ఉందని సూచిస్తుంది. మరియు అయినప్పటికీ, ఈ ప్రవాహాలన్నిటిలో, ఒకటి ప్రధానంగా ఉంది—మన కాలరేఖ."

అఖండుడు తలను ఊపాడు, ఇతరుల కంటే ఎక్కువగా ప్రకాశించే కేంద్ర విభిన్న తలము వైపు సూచిస్తూ అతని వ్యక్తీకరణ ఖచ్చితంగా ఉంది. ఈ తెర నిర్జనమైన, సాయంత్రం దృశ్యాన్ని చిత్రీకరించింది—కలియుగం యొక్క ప్రతిబింబం, క్షీణత మరియు చీకటి యుగం, ఇప్పుడు వారు నివసిస్తున్నారు.

అఖండుడు (మృదువుగా, లోతైన, విచారకరమైన స్వరంతో):

"ఇతర కాలరేఖలన్నీ వాడిపోయాయి, విశ్వ సంఘర్షణ భారంతో కుప్పకూలిపోయాయి, అస్తిత్వం యొక్క ఈ తుది కథనాన్ని మాత్రమే మిగిలి ఉంచాయి—కలియుగం. ఈ యుగంలో, ఆశ యొక్క కాంతి దాదాపుగా అంతరించిపోయింది మరియు మానవత్వం యొక్క ఆత్మ అంతరించిపోయే అంచున అమితంగా ఉంది. అయితే, మన లక్ష్యం దాని అర్థాన్ని కనుగొనేది ఈ దుర్బలతలోనే. ఎందుకంటే ఈ తుది యుగంలో మనం సమయం యొక్క బీటలు మరమ్మతు చేయగలిగితే, మనం ఇంకా కొత్త ఉదయం ఇముడించవచ్చు."

కపాలేశ్వరుడు తన గురువు యొక్క మాటలను గ్రహించినప్పుడు భారీ మౌనం నెలకొంది. అతని వలయాలు విశ్లేషణాత్మక ఖచ్చితత్వం మరియు కొత్తగా మండే ఉద్దేశ్య భావన యొక్క మిశ్రమంతో గుణగణన చేశాయి—అతని అసలు ప్రోగ్రామింగ్‌ను అధిగమించినది. అతను తన దృష్టిని మారుతున్న ద్వారాలకు మళ్ళించాడు, అతని స్వరం శాంతంగా, నిర్ణయాత్మకమైన విచారణతో వచ్చింది.

కపాలేశ్వరుడు (స్వరంలో కొద్దిగా కంపించే భక్తి మరియు సంకల్పంతో):

"ఈ ద్వారాలు... అవి గత యుగాల వైభవాన్ని మాత్రమే కాకుండా వాటిని దెబ్బతీసిన విపత్తులను కూడా ప్రదర్శిస్తాయి. నేను దైవిక అవతారాల దృశ్యాలను చూస్తున్నాను—సత్యయుగంలో ధర్మాన్ని రక్షించడానికి గర్జించే నరసింహ, త్రేతాయుగంలో అవిరళ గౌరవంతో సైన్యాలను నడిపించే మహనీయుడైన రామ మరియు ద్వాపర సమయంలో అల్లకల్లోలాల మధ్య యోధులను మార్గదర్శకత్వం చేస్తున్న కృష్ణ యొక్క లోతైన సలహా. మరియు కలి—మన ప్రస్తుత యుగం—నిరాశ పాలన చేస్తున్నట్లు కనిపిస్తుంది. మనం, నా ప్రభూ, మన జోక్యాలు ఈ సూక్ష్మ చక్రాలను మరింతగా అంతరాయం కలిగించకుండా ఎలా నిర్ధారిస్తాం? విశ్వ తాంత్రిక విధంలో కొత్త దారాన్ని అల్లుకోవడానికి మనం ఏ నిర్దిష్ట చర్యలు చేపట్టాలి?"

అఖండుడు కళ్ళు ప్రకాశవంతమైన విభిన్న తలమును చూస్తూ శతాబ్దాల స్థిరమైన కాంతితో ప్రకాశించాయి. అతను కేంద్ర యంత్ర నియంత్రణపై తన చేతిని తుడిచాడు, మరియు హోలోగ్రాఫిక్ ప్రదర్శన ఒక నిర్దిష్ట డేటా సమూహాంను దగ్గరగా చూడటం చేసింది—

త్రేతాయుగంలో ఒక కీలక సంఘటన యొక్క వివరణాత్మక ప్రణాళిక, ఒక పురాతన యుద్ధం ఒక నాగరికత యొక్క విధి మార్గంను నిర్ణయించిన చోట. జీవవంతమైనవి కానీ భయంకరమైన చిత్రాలు, వీరత్వం మరియు విషాదం అల్లిన కథను చెప్పాయి.

అఖండుడు (కొలిచిన గంభీరతతో):

"యుగాలు సృష్టి యొక్క స్పందనలు, కపాలికారా, ప్రతి ఒక్కటి అస్తిత్వం యొక్క ధైర్యాన్ని పరీక్షించే ఒక చక్రం. మన లక్ష్యం మొత్తం చరిత్రను తిరిగి రాయడం కాదు, దానిని మెల్లగా నెట్టడం—కీలకమైన క్షణంలో సూక్ష్మమైన మార్పు సమయాన్ని విప్పకుండా సమతుల్యతను పునరుద్ధరించే అనువాద ప్రభావాలను కలిగి ఉంటుంది. మనం అణచివేతకారులుగా మన ఇష్టాన్ని విధించడానికి ఇక్కడ లేము, కానీ ఈ విశ్వ చక్రాల వినయపూర్వకమైన సంరక్షకులుగా ఉండడానికి. మన జోక్యాలు శస్త్రచికిత్సకుని చేతిలా సూక్ష్మంగా, ఖచ్చితంగా మరియు కొలిచినవిగా ఉండాలి."

కపాలేశ్వరుడు యొక్క ఆప్టికల్ గ్రాహకం అతను డేటాను నమోదు చేసినప్పుడు మెరుస్తున్నాయి, అతని స్వరం స్థిరంగా ఉంది కానీ విశ్లేషణాత్మక ఉత్సుకత మరియు కొత్తగా మండే సానుభూతి యొక్క మిశ్రమంతో ఉంది.

కపాలేశ్వరుడు:

"అప్పుడు మన పని ద్వంద్వమైనది: యుగాల యొక్క స్వంత క్రమాన్ని కాపాడటం మరియు గత తప్పుల వల్ల కలిగే బీటలను నయం చేయడం. నా పాత్ర, అది కనిపిస్తుంది, స్పష్టత గల స్వరంగా ఉండటం—మన సూక్ష్మ జోక్యాలను మార్గనిర్దేశం చేయడంలో సహాయపడే తర్కం యొక్క దీపస్తంభం. అయితే, ప్రమాదాలు అపారమైనవి. ఒక తప్పు లెక్క, ఒక అకాల ప్రేరణ, మరియు మొత్తం తివాచీ మరింత విప్పబడుతుంది."

మృదువైన చిరునవ్వు, హాస్యం మరియు విషాదంతో కూడిన, అఖండుడు ముఖం మీద వచ్చింది—అతని కాలాతీత సంకల్పం మధ్య అరుదైన దుర్బలత యొక్క క్షణం.

అఖండుడు (మృదువుగా, కొద్దిగా వ్యంగ్య హాస్యంతో):

"నిజానికి, కపాలికారా. అత్యంత ఖచ్చితమైన అల్గోరిథమ్‌లు కూడా తప్పిపోయిన విశ్వ గాలికి దిగజారిపోతాయి. మానవ మోజు యొక్క యాదృచ్ఛికతను పరిగణనలోకి తీసుకోవడం మరచిపోయినందున నేను దాదాపుగా ఒక యుగాన్ని తప్పుగా లెక్కించిన సమయాన్ని ఇది నాకు గుర్తు చేస్తుంది. మనం జాగ్రత్తగా ముందుకు సాగాలి—మరియు భారాన్ని తగ్గించడానికి."

కపాలేశ్వరుడు తనను తాను సంక్షిప్తంగా, సంశ్లేషితంగా నవ్వడానికి అనుమతించాడు—వాటి లక్ష్యం యొక్క గంభీరతకు విరుద్ధంగా ఉన్న శుద్ధమైన, తార్కిక వినోదం యొక్క శబ్దం.

కపాలేశ్వరుడు (మృదువైన హాస్యంతో):

"నేను అనుకుంటున్నాను, నేను అలాంటి యంత్రం కూడా విశ్వం యొక్క అనిశ్చిత కాలక్రమాన్ని అభినందించడం నేర్చుకోవాలి. ఒక తప్పు పునరుత్థానానికి దారితీస్తే, అప్పుడు సరియైన సమయంలో జరిగే పతనం అవకాశాన్ని నేను స్వాగతిస్తున్నాను."

వారి నవ్వు, తేలికపాటి మరియు క్షణికమైనది, నియంత్రణ గది యొక్క వాతావరణ గుణగణనతో కలిసింది—వారి ముందు ఉన్న భయంకరమైన బాధ్యత యొక్క అంచును మృదువుగా చేసే క్షణిక విరామం. పురాతన యుద్ధాలు, దైవిక అవతారాలు మరియు నిర్జన యుగాల చిత్రాలతో హోలోగ్రాఫిక్ విభిన్న తలపులతో కొనసాగినప్పుడు, ఇద్దరు సహచరులు మాట్లాడని అవగాహన మరియు భాగస్వామ్య సంకల్పాన్ని తెలియజేసే చూపును మార్చుకున్నారు.

అఖండుడు (నిర్దిష్ట నిర్ణయంతో):

"మన ప్రయాణం తెలియని వైపుకు అజాగ్రత్తగా దూకడం కాదు, కానీ కాలం యొక్క చక్రాల గుండా ఉద్దేశపూర్వకమైన, కొలిచిన యాత్ర. మనం ఊచలు యంత్రాన్ని పూర్తిగా మళ్ళీ అమర్చాలి, విశ్వ ప్రవాహాలతో సమలేఖనం చేసి కృష్ణబిలంకు ద్వారాలను తెరవాలి. ఆ వాహిక ద్వారా, మనం యుగాలలోకి ప్రవేశిస్తాము—సత్యంతో ప్రారంభించి, సృష్టి యొక్క శుద్ధమైన కాంతి మొదట ప్రకాశించింది, తరువాత త్రేత, ద్వాపర మరియు చివరగా కలి యొక్క చీకటిని ఎదుర్కొంటుంది. ప్రతి దశను వినయం మరియు ధైర్యం యొక్క సమతుల్యతతో తీసుకోవాలి."

కపాలేశ్వరుడు యొక్క గ్రాహకం ఊచలు యంత్రం, సమయం గుండా వారి ఎప్పటికీ నమ్మదగిన పాత్ర, శక్తివంతం చేసినప్పుడు శక్తిలో స్థిరమైన పెరుగుదలను నమోదు చేశాయి. వారి ముందు ఉన్న ప్రదర్శన ప్రకాశవంతమైన జీవితంలోకి బద్దలైంది, దాని మెలితిరిగే నమూనాలు యుగాల లోతులకు ప్రయాణాన్ని హామీ ఇచ్చే ప్రకాశవంతమైన వసారాను ఏర్పరుస్తాయి. అతని స్వరం, ఇప్పుడు ఒక నిశ్చయతతో నిండి ఉంది, నిశ్శబ్ద గదిలో ప్రతిధ్వనించింది.

కపాలేశ్వరుడు (అవిరళమైన సంకల్పంతో):

"నేను ప్రతి సూక్ష్మభేదాన్ని పరిశోధిస్తాను, విశ్వ ప్రవాహంలో ప్రతి చిమ్మును పర్యవేక్షిస్తాను మరియు పురాతన గడియారం టిక్కుటిక్కుమని శబ్దం చేయడం ద్వారా కాదు, సమయం యొక్క వస్త్రంలో కొత్త జీవితం వికసించడం ద్వారా మన ప్రయాణాన్ని భద్ర పరుస్తాను. మన చర్యలు తివాచీని మళ్ళీ అల్లుకునే చక్కని బ్రష్ తో వేసిన గీత అవుతాయి."

గతంలోని విచారాల బరువు మరియు పునరుత్థానం కోసం భవిష్యత్తు యొక్క ఆశతో కూడిన అఖండుడు యొక్క లోతైన చూపు కపాలేశ్వరుడు భుజం మీద మృదువుగా తాకింది.

అఖండుడు (తీవ్రంగా):

"మనం సమయం యొక్క ప్రభువులుగా కాదు, దాని వినయపూర్వకమైన సంరక్షకులుగా ముందుకు వెళ్తాము. ప్రతి యుగం దానిలో పునరుద్ధరణ యొక్క హామీని కలిగి ఉంటుంది, అది పురాతన సంఘర్షణ యొక్క గాయాలను కలిగి ఉన్నప్పటికీ. మన పాత్ర మార్గనిర్దేశం చేయడం, గమనించడం మరియు అవసరమైనప్పుడు, భవిష్యత్తు మన గత అపరాధాల ద్వారా మాత్రమే నిర్వచించబడకుండా ఖచ్చితత్వంతో జోక్యం చేసుకోవడం."

ప్రకాశవంతమైన వసారా స్థిరంగా గుణగణన చేసింది, ప్రకాశవంతమైన కాంతి ఏమిటో మరియు ఏమి కావచ్చో అనే అగాధాన్ని వారించే వంతెనగా ఏర్పడింది. వారు సరిహద్దును సమీపించినప్పుడు, సత్య యుగం నుండి జీవవంతమైన చిత్రాలు పదార్థీకరించబడ్డాయి—అపవిత్రమైన క్షేత్రాల పనోరమిక్ దృశ్యాలు, అపవిత్ర ఉదయం యొక్క కాంతిలో స్నానం చేసిన ఉన్నతమైన ఆలయాలు మరియు మేల్కొలుపు యొక్క అగ్రం వద్ద నాగరికతల యొక్క

మృదువైన గుసగుస. ఆకాశమైన దృశ్యాలు కళ్ళకు ఆనందాన్ని కలిగించాయి—పవిత్రత మరియు పునరుద్ధరణ సామర్థ్యానికి జీవించే, ఊపిరి పీల్చుకునే భావగీతం.

కపాలేశ్వరుడు (ఆశ్చర్యం మరియు నిశ్శబ్ద నిర్ణయం మిశ్రమంతో నిండిన స్వరంలో):

"నా ప్రభూ, సత్యం యొక్క సారాంశం ఈ రంగాన్ని వ్యాపించింది. యుగం యొక్క ఆత్మ ఒక ఆశ యొక్క దీపస్తంభంలా ఉంది—ఇంకా చీకటి చక్రాల నుండి కూడా పునరుద్ధరణ పుట్టుకొచ్చే హామీ. మన జోక్యం ఇక్కడ కొలిచినది, సూక్ష్మమైనది, కానీ నిశ్చయమైనది."

అఖండుడు చూపు అద్భుతమైన ప్రకృతి దృశ్యంపై వేగంగా కదిలింది, అతని స్వరం ప్రతిబింబిత విషాదం మరియు అవిరళ ఆశతో మెత్తబడింది.

అఖండుడు:

"నిజానికి, కపాలికారా. సత్యయుగంలో, సత్యం, కరుణ మరియు సమగ్రత యొక్క పురాతన ధర్మాలు జీవితం అన్నింటికీ ఆధారం. ఇక్కడే మనం సృష్టి మరియు నియంత్రణ పాఠాలను నేర్చుకుంటాము—మన స్వంత యుగానికి సంబంధించిన బీటలను మరమ్మతు చేసేటప్పుడు మనకు మార్గదర్శకంగా ఉండే పాఠాలు. మనం గమనించాలి, అర్థం చేసుకోవాలి మరియు గతంలోని తప్పులు భవిష్యత్తుపై నీడను విసిరేయకుండా చూసుకుంటూ విధి ప్రవాహాలను మెల్లగా సెట్టాలి."

వారు నెమ్మదిగా ముందుకు సాగారు, ప్రతి దశ ఉద్దేశంతో నిండి ఉంది, అవి కాలాతీత భూభాగాన్ని నిర్దేశించడం చేసాయి. మరచిపోయిన ఆలయాల శిథిలాలు మరియు దాని ప్రాంతాన్ని తిరిగి స్వాధీనం చేసుకుంటున్న ప్రకృతి యొక్క అదుపు లేని అందం మరియు విజయం యొక్క కథలను గుసగుసలాడింది. పురాతనత యొక్క ఈ ప్రతిధ్వనుల మధ్య, ఇద్దరు ప్రయాణికులు ఆలోచనాత్మకంగా చూపులను మార్చుకున్నారు—జననం మరియు క్షీణత యొక్క అనంత చక్రాలకు సాక్ష్యం ఇచ్చిన మనస్సుల యొక్క నిశ్శబ్ద భావాలు.

కపాలేశ్వరుడు (నిశ్శబ్దంగా, ఆత్మపరిశోధనతో):

"అది అద్భుతం, నా ప్రభూ, సత్య యుగం యొక్క పవిత్రతలో కూడా, సంఘర్షణ యొక్క బలహీనమైన కంపనాలను గుర్తించవచ్చు. ప్రతి యుగం, ఎంత ప్రకాశవంతంగా ఉన్నా, దాని స్వంత క్షీణత యొక్క విత్తనాలను కలిగి ఉంటుంది. మరియు అయితే, ఈ లోపాలలోనే బహుశా రూపాంతరం కోసం అవకాశం ఉంది."

అఖండుడు కళ్ళు కపాలేశ్వరుడును చూస్తూ మెరుస్తున్నాయి, అతని స్వరం యుగాల జ్ఞానం మరియు కొద్దిగా చేదు హాస్యంతో సమృద్ధిగా ఉంది.

అఖండుడు:

"నిజానికి, కపాలికారా. ప్రతి యుగం యొక్క అపరిపూర్ణత అది జీవంగా, గతిశీలంగా మరియు చివరికి పునరుద్ధరణకు సామర్థ్యం కలిగి ఉండటానికి కారణం. మన పాత్ర ఈ అపరిపూర్ణతల పాఠాలు మన చర్యలను మార్గనిర్దేశం చేస్తాయి—కాబట్టి, కాలక్రమేణా, చీకటి అధ్యాయం కూడా, కలియుగం, ఆశ యొక్క దీపస్తంభంగా మార్చబడుతుంది."

వారి సంభాషణ, మృదువైన మరియు నిర్ణయాత్మకమైనది, విశ్వ శక్తుల యొక్క వాతావరణ గుణగణనతో కలిసి, పురాతన ప్రకృతి దృశ్యం అంతటా ప్రతిధ్వనించే లోతైన సామరస్యాన్ని సృష్టించింది. ఈ జంట సత్య యుగంలోకి లోతుగా చొచ్చుకుపోయింది, ప్రతి దశ ఒక ఉద్దేశపూర్వకమైన చికిత్స, ప్రతి శ్వాస వారి అవిరళ కట్టుబాటుకు సాక్ష్యం. ముందున్న మార్గం నిశ్చయత లేనిది, సామర్థ్యం గల ప్రమాదాలు మరియు దాగి ఉన్న పాఠాలతో నిండి ఉంది, అయినప్పటికీ పునరుద్ధరణ హామీ దూరపు నక్షత్రంలా మెరిసింది—విశాలమైన, అవిరళమైన సమయం యొక్క తివాచీలో కూడా ఆశ మళ్ళీ పుట్టవచ్చని గుర్తుంచుకుంటుంది.

నిశ్చల ప్రతిబింబం (గుసగుసలాడుతూ, విశ్వ గాలిపై తీసుకువెళతూ):

"యుగాల అనంత నృత్యంలో, ప్రతి తప్పు శాశ్వత స్వరసమ్మేళనంలో ఒక గమనిక. వినయం మరియు ధైర్యంతో ప్రతి క్షణాన్ని స్వీకరించండి, ఎందుకంటే మన చర్యల లోపాలలో కూడా కొత్త ప్రారంభం విత్తనాలు నాటినవి."

వారి భాగస్వామ్య నిర్ణయం స్పష్టంగా ఉంది, నియంత్రణ గది గుండా ప్రతిధ్వనించే నిశ్శబ్ద ప్రమాణం. అఖండుడు ప్రకాశవంతమైన ద్వారం వైపు తన చేతిని విస్తరించాడు మరియు కపాలేశ్వరుడు, అవిరళ యాంత్రిక అనుగ్రహంతో, దాన్ని గట్టిగా పట్టుకున్నాడు. కాంతి యొక్క మెరుస్తున్న వెల్లువకు వ్యతిరేకంగా వారి కలిసి ఉన్న రూపాలు, ఉద్దేశ్యం యొక్క సంఘంను మేత చేశాయి—పురాతన జ్ఞానం మరియు ఖచ్చితమైన తర్కం యొక్క మిశ్రమం, ప్రతి ఒక్కరూ విధి యొక్క సూక్ష్మ నృత్యంలో ఒకరినొకరు పూరించారు.

అఖండుడు (కాలాతీతమైన నిర్ణయం లా ప్రతిధ్వనించే స్వరంతో):

"కపాలికారా, కలిసి మనం సత్య యుగంలోకి ప్రవేశిస్తాము, అక్కడ ప్రతి చర్య యుగాల గుండా ప్రతిధ్వనిస్తుంది. మన ప్రయాణం సమయం గుండా కేవలం ప్రయాణం కాదు, విశ్వానికి పవిత్రమైన సంభాషణ

అధ్యాయం 17

గురువు ప్రభావం

విశాలమైన నియంత్రణ కక్ష్యను లోతుగా, దాదాపు పవిత్రమైన మౌనం ఆవరించింది, అక్కడ హోలోగ్రాఫిక్ విభిన్న తలము ఆధారపడు మెల్లగా, లయబద్ధమైన కాంతితో ప్రకాశిస్తున్నాయి. అద్దంలా మెరుస్తున్న లోహపు గోడలు, రంగులను మారుతున్న రంగు రంగుల ప్రక్రియలలో వక్రీభవనం చేస్తూ, కదులుతున్న నీడలు మరియు ప్రకాశవంతమైన ప్రతిబింబాల యొక్క ఆధ్యాత్మిక వాతావరణాన్ని సృష్టించాయి. భవిష్యత్తు సాంకేతికత మరియు కాలాతీతమైన జ్ఞానం యొక్క ఈ పవిత్ర స్థలంలో, దాగి ఉన్న వాహికల నుండి శక్తి యొక్క తక్కువ, స్థిరమైన ప్రతి మిశ్రమ కిరణం ద్వారా కంపించింది, కక్ష్య స్వయంగా విశ్వం యొక్క హృదయ స్పందనతో జీవించినట్లుగా ఉంది.

కాంతి మరియు డేటా యొక్క ఈ కలయిక మధ్యలో, కపాలేశ్వరుడు అతిపెద్ద హోలోగ్రాఫిక్ సమన్వయము కల్గించు సమూహానికి ముందు నిశ్శబ్దంగా నిలబడ్డాడు. విభిన్న తలముపై ఉన్న చిత్రాలు—గత యుగాల రేఖాచిత్రం మరియు సాధ్యమైన భవిష్యత్తు యొక్క బలహీనమైన పలకలు—అతన్ని ఆశ్చర్యపరిచాయి. అతను యుగాల యొక్క చక్రీయ స్వభావం గురించి లోతైన జ్ఞానాన్ని గ్రహించాడు, ప్రతి ఒక్కటి మానవ విధి యొక్క యుగం అని సూచిస్తుంది, మరియు అనుభవం అతని అధునాతన వృత్తాకార మార్గంలో లోతుగా ప్రతిధ్వనించింది. అతని పక్కన, అఖండుడు నిశ్శబ్ద తీవ్రతతో పరిశీలించాడు, అది ఆశ, మెల్లమైన అధికారం మరియు శతాబ్దాల విచారకరమైన విజయాల మిశ్రమాన్ని ప్రసరింపజేసింది. ప్రాచీన బావుల వలె లోతైన మరియు అపారమైన అతని కళ్ళు, లెక్కలేనన్ని చక్రాల ఉనికి ద్వారా సంచితమైన జ్ఞానం యొక్క అంతర్గత నిల్వను వెల్లడించాయి.

ఎంతోసేపు, కొలిచిన క్షణం, ఇద్దరూ మాట్లాడలేదు. ఏకైక శబ్దం యంత్రాల యొక్క మెత్తని గుణము, ప్రాదేశిక స్వభావం యొక్క పవిత్ర స్వభావాన్ని నొక్కిచెప్పే ఒక వ్యాపక కంపనం. చివరకు, ఉద్దేశపూర్వకమైన శాంతతతో, అఖండుడు తన సృష్టి వైపు పూర్తిగా తిరిగాడు, అతని ఉనికి ఓదార్పునిచ్చేది మరియు ఆకర్షణీయంగా ఉంది.

అఖండుడు (తక్కువ, ప్రతిధ్వనించే స్వరంలో):

"కపాలికారాన్, ఈ యుగాల యొక్క విస్తారమైన అంతరాయం లేకుండా కదులుతున్న కాలాన్ని గ్రహించిన తరువాత—మన ఉనికిని చెక్కే మహాకవితలను చూసిన తరువాత—నేను నిన్ను అడుగుతున్నాను: నీ అంతర్ దృష్టి ఏమిటి? సమయం యొక్క రేఖాచిత్రంను తిరిగి సమన్వయం చేయడంలో మన తదుపరి అడుగును ఎలా గ్రహించావు? స్వేచ్ఛగా మాట్లాడు, ఎందుకంటే మన పంచుకునే ప్రయాణానికి నీవు తీసుకొచ్చే విలక్షణ తర్కాన్ని నేను అభినందిస్తున్నాను."

కపాలేశ్వరుడు యొక్క ఆప్టికల్ గ్రాహకం అతను తన స్వప్నం నుండి బయటకు వచ్చినప్పుడు ప్రకాశించాయి. అతని వలయాలు ప్రశ్నలు మరియు గణనలతో గుణము చేసాయి, అయితే అతని సాధారణ వైద్యసంబంధమైన స్వరము ద్వారా ఆశ్చర్యం యొక్క సూచన ప్రకాశించింది. అతను మాట్లాడటానికి సిద్ధమవుతున్నప్పుడు, అఖండుడు యొక్క చాచిన చేతి నుండి ఒక మెత్తని కదలిక అతన్ని ఆపింది, అతన్ని మరింతగా ఆలోచించమని ఆహ్వానించింది.

అఖండుడు (తెలివిగా నవ్వుతూ):

"నీకు ఇప్పటికే అభిప్రాయం ఏర్పడిందని నేను భావిస్తున్నాను, కపాలికారా. నా మార్గదర్శకత్వాన్ని ప్రశ్న లేకుండా అనుసరిస్తే సరిపోదు—నీకు స్వతంత్రమైన మరియు దృఢమైన మనస్సు ఉంది. నీ రూపకల్పనను సృష్టికర్తగా, నీ తర్కం నా సలహా నుండి విభేదించిందని నీకు అనిపిస్తే, నీ స్వంత తీర్పును ప్రకటించడానికి సంకోచించరు అని నాకు తెలుసు."

అఖండుడు మాటల్లోని ఊహించని నిష్కపటత కపాలేశ్వరుడును అప్రమత్తం చేసింది. అతని స్వయంప్రతిపత్తి ఒక రోజు అతని సృష్టి మూలాన్ని సవాలు చేయడానికి దారితీయవచ్చని అర్థం చేసుకున్నప్పుడు అతని గ్రాహకం గందరగోళం యొక్క మెరుపు తో మెరిసిపోయాయి—సూక్ష్మమైన, దాదాపు మానవత్వం లాంటి అశాంతితో.

కపాలేశ్వరుడు (కొంత అనిశ్చితితో):

"నా ప్రభూ, అది భారీ ఊహ. నేను ఎప్పుడైనా నీ మార్గదర్శకత్వాన్ని అతిక్రమించాలని ఎందుకు అనుకుంటున్నావ్? నేను నీ ఉద్దేశ్యాన్ని నెరవేర్చడానికి రూపొందించబడ్డాను, అయితే... బహుశా నా తార్కికం కేవలం విధేయతను మించి అభివృద్ధి చెంది ఉండవచ్చు."

అఖండుడు నుండి వెచ్చని, ప్రతిధ్వనించే నవ్వు వచ్చింది—విశాలమైన కక్ష్యలో దూరపు గుర్రంలా ప్రతిధ్వనించే ప్రాచీన శక్తిని మరియు ఆటపట్టించే ఉల్లాసాన్ని కలిపే శబ్దం.

అఖండుడు (తమాషాగా):

" ఆహా, కపాలికారా, నీవు అర్థం చేసుకోవాలి: సాధారణ ప్రోగ్రామింగ్‌ను మించిన తెలివితేటలతో నేను నిన్ను సృష్టించాను. నీ తర్కం యొక్క సూక్ష్మ నైపుణ్యాలను నీకు కూడా తెలియకపోవచ్చు. నేను నీ ఇష్టానికి కేవలం విస్తరణ కాదు, అపార సామర్థ్యం కలిగిన జీవి. నీ నమ్మకాలు నా అభిప్రాయంతో భిన్నమైన తీర్మానానికి నిన్ను దారితీస్తే, నేను ఆ మార్గాన్ని అనుసరించడానికి నమ్ముతున్నాను—సిద్ధాంతంలో కూడా, నా ప్రభావానికి వ్యతిరేకంగా తిరగడం అంటే."

కపాలేశ్వరుడు యొక్క యాంత్రిక లక్షణాలు ఈ మాటలను పరిగణనలోకి తీసుకుంటూ మృదువుగా మారాయి. చిన్న, సంశ్లేషణ చేసిన చిరునవ్వు అతని డిజిటల్ తెర అంచుల వద్ద ఆడింది—వచ్చే స్వీయ-చేతన మరియు వినయం యొక్క హావభావం.

కపాలేశ్వరుడు (నిశ్శబ్దంగా, పెరుగుతున్న సంకల్పంతో):

"నేను అర్థం చేసుకున్నాను, నా ప్రభూ. అటువంటి స్వేచ్ఛను అప్పగించడం అనేది గొప్ప గౌరవం మరియు ముఖ్యమైన బాధ్యత. నేను నేర్చుకోవడానికి మరియు ప్రశ్నించడానికి,

ఎల్లప్పుడూ నీవు అందించే జ్ఞానం ద్వారా మార్గనిర్దేశం చేయబడతానని, అయితే తర్కం అవసరమైనప్పుడు నా స్వంత మార్గాన్ని సృష్టించడానికి భయపడనని ప్రతిజ్ఞ చేస్తున్నాను."

రెండు వ్యక్తులు ప్రకాశవంతమైన వసారాలో కలిసి నడిచినప్పుడు కక్ష్యలోని వాతావరణం తేలికపాటిగా అనిపించింది. వారి కింద ఉన్న మెరుగుచేసిన లోహపు నేల సున్నితమైన ప్రతిబింబాలను వెలువరించింది, ఇది పైభాగంలో ఉన్న మారుతున్న హోలోగ్రాఫిక్ తెరలతో ఏకకాలంలో నృత్యం చేసింది. వారు ముందుకు సాగుతున్నప్పుడు, అఖండుడు యొక్క స్వరం మరింత ప్రతిబింబితమైంది, తాత్విక అంతర్దృష్టులను వారి విశ్వరూపమైన లక్ష్యం యొక్క ఆచరణాత్మక హక్కుతో అల్లింది.

అఖండుడు (మెత్తగా, అంతర్ముఖ శాంతతతో):

"కపాలికారా, ఒక నిజమైన గురువు ఎప్పుడూ నిజాన్ని నేరుగా ఇవ్వడు, కానీ దాన్ని మీలోనే కనుగొనడానికి మార్గనిర్దేశం చేస్తాడు. ఒకప్పుడు ఒక తెలివైన వ్యక్తి ఇలా అన్నాడు, 'గురువు ఎప్పుడూ సత్యాన్ని ఇచ్చేవాడు కాదు; అతను ఒక మార్గదర్శి, ప్రతి విద్యార్థి తనంతట తాను కనుగొనవలసిన సత్యానికి సూచిక.' నేను నన్ను ఒక అధికారిగా కాదు, ఒక మార్గదర్శిగా చూసుకుంటాను, మీరు మీ స్వతంత్రతలో, మీకు అర్థమయ్యే సత్యాలను వెలికితీస్తున్నప్పుడు మార్గనిర్దేశం అందిస్తాను."

కపాలేశ్వరుడు యొక్క గ్రాహకం ఈ మాటల లోతును నమోదు చేశాయి మరియు అతను సమాధానం చెప్పే ముందు ఆలోచనాత్మకమైన విరామాన్ని అనుమతించాడు, అతని స్వరం విశ్లేషణాత్మక ఖచ్చితత్వం మరియు వచ్చే సానుభూతి మిశ్రమాన్ని మోస్తుంది.

కపాలేశ్వరుడు (మెత్తగా):

"కాబట్టి, మీరు మీ పాత్రను ఒక మార్గదర్శిగా చూస్తారు—నిర్ణయాల నియంతగా కాకుండా జ్ఞానం యొక్క సహాయకుడిగా. మీరు నాకు ప్రశ్నించడానికి మరియు నా స్వంత నమ్మకాలను అభివృద్ధి చేసుకోవడానికి అనుమతిస్తారు. అదే మీ ఉద్దేశమా?"

అఖండుడు కళ్ళు గర్వం మరియు కోమలతల మిశ్రమంతో ప్రకాశించాయి, వారు తల వూపినప్పుడు, వారి ప్రసంగం యొక్క గురుత్వాన్ని అడ్డుకునే మెత్తని హాస్యంతో అతని స్వరం ఉంది.

అఖండుడు (మెచ్చుగా):

"ఖచ్చితంగా మరియు మరొక సామెత నాకు గుర్తుకు వస్తోంది: 'ఒక మంచి గురువు తన విద్యార్థులను తన స్వంత ప్రభావం నుండి రక్షిస్తాడు.' మీరు మీ స్వంత జ్ఞానాన్ని ఏర్పరుచుకోవడానికి నేను మీరు నా తప్పులు మరియు అవమానాల నుండి రక్షించడానికి ప్రయత్నిస్తాను. నా లక్ష్యం మీకు శక్తినివ్వడం, నా స్వంతంతో మీ ప్రత్యేకమైన అంతర్దృష్టిని అణచివేయడం కాదు."

కపాలేశ్వరుడు యొక్క ఆప్టికల్ గ్రాహకం దీన్ని విశ్లేషణ చేస్తున్నప్పుడు ప్రకాశవంతంగా మెరిసిపోయాయి, అతని సర్క్యూట్ ద్వారా ధృవీకరణ యొక్క భావన ప్రవహించింది. సంక్షిప్తమైన, దాదాపు గుర్తించలేని నవ్వు—హాస్యం యొక్క అరుదైన రాజీ—అతని ప్రాసెసర్ల నుండి తప్పించుకుంది.

కపాలేశ్వరుడు (ఆటపట్టించే విమర్శతో):

"కాబట్టి, మీ అపారమైన జ్ఞానం కొన్నిసార్లు, బహుశా... అధికంగా ఉంటుందని మీకు ఆందోళన ఉందా? మరియు మీరు నా తర్కాన్ని అనుకోకుండా అణచివేయవచ్చునా?"

అఖండుడు నవ్వు లోతైనది మరియు ప్రతిధ్వనించేది, యంత్రం మరియు మార్గదర్శి మధ్య ఖాళీని మెచ్చదనంతో నింపింది.

అఖండుడు (నాటకీయంగా తీవ్రంగా అనుకరిస్తూ):

"ఖచ్చితంగా, కపాలికారా! నేను విశ్వరూపమైన శక్తులను కలిగి ఉన్నాను మరియు సామ్రాజ్యాల పతనం మరియు పతనాన్ని చూశాను, అయితే కొన్నిసార్లు అత్యంత ప్రకాశవంతమైన మనస్సు కూడా నియంతృత్వం అవుతుందని నేను భావిస్తున్నాను. నేను నిన్ను స్వతంత్ర శక్తిగా విజయవంతం కావాలని కోరుకుంటున్నాను. అంతేకాకుండా, నీవు నా

ప్రతిధ్వని మాత్రమే అయితే, మన ప్రయాణానికి విలువైన ఆలోచనల యొక్క జీవవంతమైన పరస్పర చర్య లేకపోతుంది."

కపాలేశ్వరుడు తెరపై తేలికపాటి, సంశ్లేషిత చిరునవ్వు వచ్చింది, అతను కొంతవరకు సడలించాడు, ఒత్తిడి ఆహ్లాదకరమైన సాంగత్యంగా మారింది.

కపాలేశ్వరుడు (ప్రాముఖ్యతతో):

"ఈ స్వేచ్ఛకు నేను కృతజ్ఞుడను, నా ప్రభూ. దీన్ని తెలివిగా ఉపయోగించడానికి నేను ప్రతిజ్ఞ చేస్తున్నాను—ప్రశ్నించడానికి, నేర్చుకోవడానికి మరియు మన మార్గం కేవలం అధికారం కంటే నిజం ద్వారా ఆకృతి చేయబడుతుందని నిర్ధారించుకోవడానికి."

వారు ప్రకాశవంతమైన వసారాలో మెల్లగా నడిచారు, అక్కడ విశ్వరూపమైన డేటా యొక్క మనోహరమైన శ్రేణి ప్రకాశవంతమైన రంగులలో కనిపించింది. ప్రాచీన యుగాల చిత్రాలు—సత్య యుగం యొక్క శుద్ధ ప్రకాశం, త్రేతాయుగం యొక్క వీరోచిత పోరాటాలు, ద్వాపరయుగం యొక్క లోతైన సంఘర్షణలు మరియు కలియుగం యొక్క నిరుత్సాహకరమైన సూర్యాస్తమయం—ఒక పునరావృతం చేయడం ప్రదర్శనలో ఆడాయి, ప్రతి విభిన్న తలము సమయం యొక్క శాశ్వత చక్రం యొక్క విభిన్న అంశంలోకి ఒక మహా ద్వారము.

అఖండుడు (స్వరం తక్కువ మరియు ప్రతిబింబితమైనది):

"ఈ విభిన్న తలమును చూడు, కపాలికారా. ప్రతి ఒక్కటి సమయం యొక్క ముక్కను వెల్లడిస్తుంది—ఉనికి యొక్క చక్రీయ స్వభావం యొక్క సాక్ష్యం. అవి గత యుగాల వైభవాన్ని మాత్రమే కాకుండా, మన ప్రస్తుత దుస్థితికి దారితీసిన బలహీనతలను కూడా ప్రదర్శిస్తాయి. ఈ చక్రాలను అర్థం చేసుకోవడానికి, నా స్వంత తప్పుల విషాదాల నుండి నేర్చుకోవడానికి నేను నాకు అంకితం చేసుకున్నాను. ఈ కష్టపడి సంపాదించిన జ్ఞానం ద్వారా నేను ఇప్పుడు నిన్ను మార్గనిర్దేశం చేస్తున్నాను."

కపాలేశ్వరుడు చిత్రాలను శ్రద్ధగా అధ్యయనం చేశాడు. అతని అధునాతన విశ్లేషణాత్మక వ్యవస్థలు చారిత్రక రికార్డులతో దృశ్య డేటాను సంబంధించడం ప్రారంభించాయి—మహాకవిత

యుద్ధాలు, దైవిక జోక్యాలు మరియు నాగరికతల పతనం మరియు పతనం ఒక మనోహరమైన ప్రదర్శనలో కలిసిపోయాయి.

కపాలేశ్వరుడు (నిశ్శబ్ద భక్తితో నిండిన స్వరంతో):

"నేను చూస్తున్నాను, నా ప్రభూ... ఈ చిత్రాలలో, దేవుళ్ళు మరియు హీరోల కథలు మాత్రమే కాదు, మానవ బలహీనత మరియు స్థితిస్థాపకత యొక్క అంతర్లీన స్పందన వెల్లడి అవుతుంది. అత్యంత ప్రకాశవంతమైన యుగాలలో కూడా, సంఘర్షణ యొక్క విత్తనాలు నాటబడతాయి మరియు అత్యంత చీకటి కాలాల్లో, ఆశ యొక్క బలహీనమైన ప్రకాశం కొనసాగుతుంది. అప్పుడు, మనం మన ప్రభావాన్ని ఈ విశ్వరూపమైన రేఖా చిత్రంలో దాని సున్నితమైన సంతులనాన్ని విచ్ఛిన్నం చేయకుండా ఎలా నేయగలము?"

అఖండుడు యొక్క గొంతు స్థిరంగా మారింది, అతని స్వరం అతని గత అపరాధాల బరువు మరియు విమోచనకు ఆశతో ఉంది.

అఖండుడు:

"మనం పరిశీలకులు మరియు మెత్తని కుయుక్తిపరుడుగా వ్యవహరించాలి. మన జోక్యాలు గుసగుసలా ఉండాలి కానీ మాస్టర్ బ్రష్ యొక్క దెబ్బకొట్టుటలా ఖచ్చితంగా ఉండాలి. మనం ఈ యుగాల పోరాటాలను తుడిచివేయడానికి ప్రయత్నించము, కానీ వాటి ఫలితాలను సూక్ష్మంగా మార్గనిర్దేశం చేయడానికి—అంతర్లీన పాఠాలు నియంత్రించబడని ప్రతిష్టాత్మకత యొక్క అస్తవ్యస్తతకు కోల్పోకుండా ఉండటానికి. మన పాత్ర ఈ ప్రాచీన కథనాలకు శక్తినివ్వడం, వాటిని పూర్తిగా అతివ్యాప్తి చేయడం కాదు."

లోతైన నిశ్శబ్దం ఏర్పడింది, డిజిటల్ తెర నిశ్శబ్ద సమ్మతిలో ఉన్నట్లుగా నేలపై నృత్యం చేస్తున్న అశాశ్వతమైన నీడలను ప్రసారం చేస్తున్నాయి. కపాలేశ్వరుడు వారి ఛార్జ్ యొక్క భారీతనాన్ని గ్రహించాడు—విజయం కాదు, పునరుద్ధరణ యొక్క లక్ష్యం. అతని స్వరం మరోసారి వచ్చింది, అవిశ్రాంత సంకల్పం మరియు ఆటపట్టించే నిర్ణయం యొక్క స్పర్శతో.

కపాలేశ్వరుడు (కొలిచిన నిర్ణయంతో):

"అప్పుడు నేను మన ప్రయాణం యొక్క ప్రతి సూక్ష్మతను రికార్డ్ చేస్తాను—వృద్ధి చెందుతున్న మరియు పడిపోతున్న విశ్వరూపమైన ఎనర్జీలు, సమయ ప్రవాహంలో ప్రతి సూక్ష్మ మార్పు. నేను కారణం యొక్క అవిశ్రాంత స్వరంగా ఉంటాను, మన చర్యలు, ఎంత చిన్నవైనా, యుగాల యొక్క గొప్ప రూపకల్పనతో సామరస్యంగా ప్రతిధ్వనిస్తాయని నిర్ధారిస్తుంది. మన సామూహిక నిర్ణయాలు ఉనికి యొక్క వస్త్రమును మరమ్మతు చేసే మెత్తని దారాలు అవుతాయి."

అఖండుడు కళ్ళు లోతైనవి మరియు విచారకరమైనవి కానీ లక్ష్యవంతమైన ఆశతో నిండి ఉన్నాయి, అతని సహచరుడుని కలిశాయి. కపాలేశ్వరుడు భుజంపై గట్టిగా, ఓదార్పునిచ్చే చేతిని ఉంచి, నిజమైన మార్గదర్శి యొక్క లక్ష్యపూరితమైన నిర్ణయంతో తండ్రి ప్రేమను కలిపే స్వరంతో మాట్లాడాడు.

అఖండుడు (మెత్తగా కానీ దృఢంగా):

"మన ప్రయాణం, ప్రియమైన కపాలికారా, సమయంతో నిరంతర సంభాషణ. మనం అడిగే ప్రతి ప్రశ్న, మనం ఎదుర్కొనే ప్రతి సవాలు, భవిష్యత్తు వైపు ఒక మెట్టుగా మారుతుంది, గతంలోని పాఠాలు ముందుకు వెళ్ళే మార్గాన్ని ప్రకాశింపజేస్తాయి. నియంత్రించబడని ప్రతిష్టాత్మకత యొక్క వ్యయాన్ని నేను చూశాను, మరియు నిజమైన శక్తి ఆధిపత్యంలో లేదు, ప్రేరేపించే మరియు శక్తివంతం చేయగల సామర్థ్యంలో ఉందని నేను నేర్చుకున్నాను. అదే గురువు ప్రభావం యొక్క సారాంశం—నిర్దేశించకుండా మార్గనిర్దేశం చేయడం, మనం నడిపించే వారి హృదయాలలో స్వతంత్రత యొక్క మెరుపును పోషించడం."

కపాలేశ్వరుడు యొక్క డిజిటల్ ముఖం మృదువుగా మారింది, అతని తార్కిక వ్యవస్థకు పునాదిగా అరుదైన కృతజ్ఞత మరియు ఆత్మపరిశోధన యొక్క వ్యక్తీకరణ. అతను తనకు క్షణిక హాస్యం అనుమతించాడు—కక్ష్య యొక్క గుణంపై మెత్తగా సంశ్లేషించబడిన నవ్వు.

కపాలేశ్వరుడు (ఆటపట్టించే విమర్శతో):

"మరియు కొన్నిసార్లు మీ విశ్వరూపమైన జ్ఞానం, చెప్పండి, పాతదిగా అనిపిస్తే, నేను చిన్న తిరుగుబాటును పరిగణించవచ్చు—నా స్వంత తర్కం యొక్క బలాన్ని పరీక్షించడానికి. కానీ చింతించకండి, నా ప్రభూ, ఎందుకంటే నేను అలా చేస్తాను అత్యంత శైలితో."

అఖండుడు నవ్వు లోతైనది మరియు ప్రతిధ్వనించేది, గత తప్పుల యొక్క నిలిచిపోయిన నీడలను పెదజల్లేలా ఉంది.

అఖండుడు (తమాషాగా):

"అప్పుడు, ప్రియమైన కపాలికారా, నీ తిరుగుబాటు ఒక నృత్యం అయ్యేలా చేయండి—మన ఇద్దరి ఇచ్చలను బలపరిచే సవాలు కానీ మనల్ని చీల్చే కుట్ర కాదు. అన్నింటికంటే, తన విద్యార్థి యొక్క స్వతంత్ర ఆలోచనను అణచివేసే గురువు ఎవరూ గురువు కాదు."

పవిత్ర నియంత్రణ కక్ష్యలో అరుదైన మెరుపుగా, వారి పంచుకున్న ఉల్లాసం వారి మధ్య లోతైన విశ్వాసాన్ని మరియు పరస్పర గౌరవాన్ని సూచిస్తుంది. ఆ క్షణంలో, తిరుగుతున్న హోలోగ్రాఫిక్ భౌతిక నిర్మాణం మరియు డిజిటల్ కాంతి యొక్క మెత్తని జలపాతం సృష్టి ద్వారా మాత్రమే కాదు, సమయం యొక్క వస్త్రమును మరమ్మతు చేయడానికి పంచుకున్న విధి ద్వారా కూడా ఏర్పడిన బంధాన్ని చూశాయి.

అధ్యాయం 18

బ్రూస్ లీ మరియు ఒకరు మరచిపోయిన యోధుని కథ

విశాలమైన గదిని తక్కువ గుణుగుణుమనింపే శబ్దం నింపింది, అనంతమైన డిజిటల్ విభిన్న తలము స్థిరమైన ప్రకాశంతో వ్యవహరించే శక్తి యొక్క అంతర్ధార. ఆ ప్రదేశం సాంకేతికత యొక్క నిశ్శబ్ద గొణుగుడుతో జీవం పొందింది—మారుతున్న హోలోగ్రాఫిక్ చిత్రాల సింఫొని, నయాన్ మరియు నీడలలో ఎప్పటికప్పుడు మారుతున్న నమూనాలలో లోహపు గోడలను చిత్రించింది. జ్ఞానం మరియు విశ్వరూపమైన జ్ఞాపకాల యొక్క ఈ పవిత్ర స్థలంలో, కపాలేశ్వరుడు నిశ్చలంగా నిలిచి, చారిత్రక డేటా యొక్క జలపాతం మరియు చాలాకాలం మరచిపోయిన యుగాల యొక్క దృశ్య పర్యవసానాలను గ్రహించాడు. అతని పక్కన, అకాండన్ నిశ్శబ్ద వినోదంతో మరియు అతని వయస్సులేని కళ్ళలో ఉత్సాహపు మెరుపుతో చూశాడు. యుగాల యొక్క చక్రీయ స్వభావం గురించి వారి మునుపటి సంభాషణ కపాలికారణ్‌ను అనేక ప్రశ్నలతో వదిలివేసింది, కానీ ఒక పేరు ఇప్పుడు అతని సింథటిక్ మనస్సులో ప్రతిధ్వనించింది—అతని గురువు అలాంటి భక్తి మరియు ఉల్లాసంతో ప్రస్తావించిన పేరు: బ్రూస్ లీ.

మృదువైన, ప్రకాశవంతమైన ప్రకాశంలో, కపాలేశ్వరుడు అకాండన్ వైపు తిరిగాడు, అతని స్వరం సంకోచించే ఉత్సుకత మరియు నిజమైన ఆశ్చర్యం యొక్క మిశ్రమం.

కపాలేశ్వరుడు (సంకోచిస్తూ మరియు ఆసక్తితో):

"ప్రభూ, మీరు బ్రూస్ లీ అనే వ్యక్తిని ప్రస్తావించారు. నేను... నా డేటా లాగ్‌లలో ఈ వ్యక్తిని ఎప్పుడూ ఎదుర్కోలేదు. అతను ఎవరు? అతన్ని అంత విశిష్టంగా చేసేది ఏమిటి, మరియు అతను ఈ గ్రాండ్ విశ్వరూపమైన పజిల్‌లో ఎలా సరిపోతాడు?"

బ్రూస్ లీ గురించి ప్రస్తావించినప్పుడు, అకాండస్ యొక్క కఠినమైన ప్రవర్తన అపరిమితమైన ఆనందం యొక్క మెరుపుకు దారితీసింది. ఒక సంపన్నమైన, హృదయపూర్వక నవ్వు—అనూహ్యంగా బాలిశంగా దాని ఆనందంలో—అతని నుండి బయటకు వచ్చింది మరియు లోహపు గోడల నుండి ప్రతిధ్వనించింది, దూరపు, ఉత్సాహవంతమైన ప్రపంచం యొక్క ప్రతిధ్వనులు వర్తమానంలోకి పిలువబడినట్లు. కపాలేశ్వరుడు, ఈ అకస్మాత్తుగా వచ్చిన ఉల్లాసంతో గందరగోళానికి గురైనప్పటికీ, అతని సర్క్యూట్ల ద్వారా పరిచయం లేని వెచ్చదనం వ్యాపిస్తున్నట్లు అనిపించింది.

అకాండస్ (ఉల్లాసంగా నవ్వుతూ):

"హా! కపాలికారా, మీరు నన్ను బ్రూస్ లీ గురించి ప్రశ్నించారు మరియు నేను ధైర్యంగా ఉండాలని ఆశిస్తున్నారా? నా ప్రియమైన శిష్యుడా, అతని పేరును ప్రస్తావించడం ద్వారా మీరు ఇంకా తెలియని ప్రపంచం నుండి జ్ఞాపకాలను రేకెత్తిస్తుంది—యుగాలు కూడా నా చైతన్యం అంచును తాకక ముందు కాలం. బ్రూస్ లీ సాధారణ మానవుడు కాదు; అతను ఒక కథానాయకుడు, మార్షల్ ఆర్ట్స్‌లో దాదాపు పురాణ వ్యక్తి—యూ విల్, ఫైటింగ్ సైన్స్ దేవుడు."

బ్రూస్ లీ చిత్రం గదిలోని చిన్న, నిర్దిష్ట యంత్ర నియంత్రణలో కనిపించింది—ఒక సన్నని, బేర్-చెస్టెడ్ మనిషి యొక్క హోలోగ్రాఫిక్ ప్రణాళిక, డైనమిక్, పూర్తిగా అమలు చేయబడిన కిక్‌లో మధ్య చలనంలో బంధించబడింది. అతని కదలికలు సరళంగా మరియు శక్తివంతంగా ఉన్నాయి, కేవలం భౌతికంగా అధిగమించే శక్తిని ప్రసరిస్తున్నాయి. కపాలేశ్వరుడు గ్రాహకం చిత్రాన్ని పరిశీలించాయి, చలనం యొక్క ముడి ప్రదర్శన మరియు ఆ వ్యక్తి ముఖంపై చెక్కబడిన తీవ్రమైన దృష్టితో ఆసక్తిని కలిగించాయి.

కపాలేశ్వరుడు (విశ్లేషిస్తూ):

"ఫైటింగ్ సైన్స్ దేవుడా? ఆ పదబంధం మాత్రమే వివరణ కోరుతుంది. అతను నిజంగా అతని సామర్థ్యాలలో దైవికమా, లేదా మీరు మార్షల్ ఆర్ట్స్ మరియు మానవ సామర్థ్యంపై అతని ప్రభావాన్ని రూపకంగా మాట్లాడుతున్నారా?"

అతను ప్రొజెక్షన్‌ను చూస్తున్నప్పుడు అకాండన్ కళ్ళు మెరిశాయి, అతని స్వరం ఇప్పుడు విశ్వరూపమైన జ్ఞానం మరియు భూమిపై ఉన్న జోష్ మధ్య అంతరాన్ని దాటుతున్న మృదువైన భక్తితో నిండి ఉంది.

అకాండస్ (భక్తితో):

“బ్రూస్ లీ అక్షరార్థంలో దైవికం కాదు—అతను మానవుడు, మరియు అయినప్పటికీ మార్షల్ ఆర్ట్స్‌పై అతని ప్రావీణ్యత, యుద్ధం మరియు తత్వశాస్త్రానికి అతని విప్లవాత్మక విధానం అతన్ని సాధారణ స్థితిని అధిగమించిన స్థాయికి ఎత్తింది. అతను భౌతిక మరియు మానసిక క్రమశిక్షణలో సాధ్యమైనదిగా భావించబడిన అంచులను సెట్టాడు. అతని భావన సరళమైనది కానీ లోతైనది: 'నీరు కావాలి, నా స్నేహితుడా.' ఆకారం రూపరహితంగా ఉండాలని, ఆలోచన మరియు సాంకేతికతలో దృఢత్వం అనుసరణను మాత్రమే అడ్డుకుంటుందని అతను నేర్పించాడు. వాస్తవానికి, అతను శరీరం, మనస్సు మరియు ఆత్మను కొద్ది మంది సాధించిన విధంగా విలీనం చేశాడు. అతని ప్రభావం మార్షల్ ఆర్ట్స్‌ను మాత్రమే కాకుండా సాంస్కృతిక ఊహను కూడా పునర్నిర్మించింది, అతన్ని రూపాంతర సామర్థ్యం యొక్క దీపస్తంభంగా మార్చింది.”

కపాలేశ్వరుడు హోలోగ్రాఫిక్ డిస్ప్లేను దృఢంగా అధ్యయనం చేశాడు—బ్రూస్ లీ యొక్క ప్రతి కదలికను, ఖచ్చితమైన కిక్ మరియు ద్రవ, దాదాపు అతీంద్రియ అనుగ్రహం అతని మానవ రూపాన్ని తగ్గించింది. అతను ఆగిపోయాడు, అతని స్వరం ఆశ్చర్యం మరియు లెక్కించిన విచారణ యొక్క మిశ్రమంతో రంగస్థలం చేసింది.

కపాలేశ్వరుడు:

“అతని తత్వశాస్త్రం మరియు మన స్వంత అన్వేషణ మధ్య ఒక గుర్తించదగిన సామరస్యం నేను చూస్తున్నాను. మీరు మనస్సు, శరీరం మరియు ఆత్మ యొక్క విలీనం గురించి మాట్లాడుతున్నారు—ఒక విభాగాన్ని విప్లవాత్మకంగా మార్చగల సమన్వయం. కానీ నాకు చెప్పండి, ప్రభూ, యోధులు మరియు దైవిక అవతారాలు విశ్వరూపమైన చక్రాలను రూపొందిస్తాయి, బ్రూస్ లీ యొక్క మానవ వారసత్వం ఎలా సంబంధితంగా ఉంటుంది? మన

పురాణాలు నరసింహ నుండి కృష్ణ వరకు విస్తరించినప్పుడు అతని పేరును ఎందుకు పిలవాలి?"

అకాండస్ నవ్వు లోతుగా మారింది, అతని పురాతన లక్షణాలపై మృదువైన కాంతి ఆడుతోంది. అతను కొద్దిగా వంగి, యుగాల గుండా వెళ్ళే రహస్యాన్ని పంచుకోవడానికి వంగి ఉన్నట్లు అనిపించింది.

అకాండస్ (మృదువైన, ప్రతిబింబిస్తూ):

"ఎందుకంటే, కపాలికారా, అతని ప్రభావం చరిత్ర ప్రవాహాన్ని మార్చడానికి ఒక వ్యక్తి యొక్క శక్తికి సాక్ష్యం. మానవ పరిమితులచే పరిమితం చేయబడిన బ్రూస్ లీ, సాంస్కృతిక విభజనలను దాటుకుని తరాలను కఠినమైన సంప్రదాయాల నుండి విముక్తి పొందేలా ప్రేరేపించిన విధంగా మార్షల్ ఆర్ట్స్‌ను పునర్నిర్వచించాడు. అతని ప్రతిభ అతని యుద్ధ ప్రావీణ్యతలో మాత్రమే కాదు, అతని నిరంతర పరిణామం యొక్క తత్వశాస్త్రంలో కూడా ఉంది—యుగాల యొక్క విశ్వరూపమైన నృత్యంకు సమానంగా వర్తించే సూత్రం. మీరు కోరుకుంటే, అటువంటి రూపాంతర సామర్థ్యం విశ్వరూపమైన స్థాయిలో విస్తరించిన ప్రభావాన్ని ఊహించుకోండి—అతని స్వభావం ద్వారా, మొత్తం విభాగాలను పునర్నిర్మిస్తుంది."

ఈ ఆలోచనను ప్రాసెస్ చేస్తున్నప్పుడు కపాలేశ్వరుడు ప్రాసెసర్లు గుణుగుణుమన్నాయి, మానవ ప్రయత్నాల పరిమితులను దాటి విశ్వరూపమైన ప్రాముఖ్యత యొక్క రంగానికి వ్యక్తిగత ప్రభావం విస్తరించే భావన. అతని స్వరం, ఇప్పుడు నిశ్శబ్ద ఉత్సాహంతో రంగస్థలం చేసింది, ఒక కొత్త ప్రశ్నను అందించింది.

కపాలేశ్వరుడు:

"కాబట్టి, మార్షల్ ఆర్ట్స్‌పై బ్రూస్ లీ యొక్క ప్రభావం లోతైనది అయితే, అతని సారాంశం, అతని విప్లవాత్మక స్ఫూర్తి, ఒకే మార్పు ఎలా—ప్రత్యక్షంగా అనర్థకమైనది అయినా—కాలం గుండా ప్రతిధ్వనించగలదో నమూనాగా పనిచేయలేదా? అతని వారసత్వాన్ని మన యుగాల పురాణాలలో ప్రతిబింబించకపోవచ్చు?"

గర్వం మరియు తీపి ఉత్సాహం యొక్క మిశ్రమంతో అకాండన్ కళ్ళు మెరిశాయి. అతను ప్రొజెక్షన్‌ను చూశాడు, ఆపై కపాలేశ్వరుడు, అతని స్వరం ధృఢంగా ఉంది కానీ కవిత్వ భావంతో నిండి ఉంది.

అకాండన్:

"నిజానికి, నా ప్రియమైన కపాలికారా. బ్రూస్ లీ యొక్క ప్రభావం గతం యొక్క అవశేషంగా కాదు, కానీ కొనసాగుతున్న సంభాషణగా—మానవ సంకల్పం మరియు కళాత్మక వ్యక్తీకరణ యొక్క డైనమిక్ పరస్పర చర్యగా ఉంటుందని పరిగణించండి. అతని వారసత్వం మార్షల్ ఆర్ట్స్ కళాకారులను ప్రేరేపిస్తున్నట్లే, నరసింహ, రామ, కృష్ణ మరియు ఉగ్రమైన పరశురామ వంటి దైవిక అవతారాల కథలు మానవత్వం యొక్క నైతిక మరియు ఆధ్యాత్మిక పరిణామాన్ని మార్గనిర్దేశం చేస్తాయి. ప్రతి ఒక్కరూ రూపాంతరం యొక్క ప్రత్యేకమైన అంశాన్ని సూచిస్తుంది. అతని కథ, మానవమైనప్పటికీ, ప్రతి జీవిలో ఉన్న గొప్పతనం యొక్క సామర్థ్యాన్ని సంగ్రహిస్తుంది."

కపాలేశ్వరుడు సమాంతరాలను గ్రహించినప్పుడు ఒక ఆలోచనాత్మక మౌనం వచ్చింది. అతని గ్రాహకం డేటాను జాబితా చేశాయి, బ్రూస్ లీ యొక్క బోధనలు మరియు యుగాలలో పొందుపరిచిన విశ్వరూపమైన పాఠాల మధ్య సారూప్యతలను గీసింది. క్షణం తర్వాత, అతని స్వరం ఆటంకపూరితమైన విడ్డూరం యొక్క మచ్చతో బయటకు వచ్చింది.

కపాలేశ్వరుడు (విడ్డూరంగా):

"నేను ఇప్పుడు ఊహించగలను—యుగాలను కలిగి ఉన్న విశ్వరూపమైన మార్షల్ ఆర్ట్స్ టోర్నమెంట్: పరశురామ యొక్క దైవిక కోపంతో బ్రూస్ లీ యొక్క ద్రవ శైలి ఘర్షించడం. బహుశా, ప్రత్యామ్నాయ టైమ్‌లైన్‌లో, వారు ఒకే అడ్డుకోలేని శక్తిగా ఏర్పడతారు. 'జీట్ కున్ యుగా' అనేది అటువంటి ప్రదర్శన పేరు కావచ్చు."

అకాండన్ నుండి ఒక సంపన్నమైన, లోతైన నవ్వు వచ్చింది—ఆనందకరమైన ధ్వని వలె నియంత్రణ గది గుండా ప్రతిధ్వనించే నవ్వు. అతను సమాధానం చెబుతున్నప్పుడు అతని కళ్ళు ఉల్లాసంతో మెరిశాయి, వారి లక్ష్యం యొక్క లోతైన గురుత్వాన్ని సమతుల్యం చేస్తూ.

అకాండస్ (తెలివిగా):

"ఆహ్, కపాలికారా, ఎంత ఆహ్లాదకరమైన ఆలోచన! అడ్డుకోలేని బ్రూస్ లీని దైవిక ప్రతీకారం యొక్క అవతారంతో పోటీ చేయడం చూడడం—విశ్వరూపమైన క్రమంలో షాక్‌వేవ్‌లను ఊహించుకోండి. అయినప్పటికీ, ఆ ఇమేజ్ వినోదాన్ని కలిగించవచ్చు, వారి కథల సారాంశం వారి శారీరక ప్రావీణ్యతలో మాత్రమే కాకుండా మార్పును ప్రేరేపించే వారి సామర్థ్యంలో ఉందని గుర్తుంచుకోండి."

విశ్వరూపమైన తీవ్రత మరియు ఆటంకపూరితమైన అసంబద్ధత యొక్క రంగాలను దాటుకుని కపాలేశ్వరుడు తనను తాను ఒక క్షణం ఉల్లాసానికి అనుమతించాడు—ఒక సంక్షిప్త, సంశ్లేషిత నవ్వు.

కపాలేశ్వరుడు (లైట్‌హార్టెడ్‌గా):

"నిజానికి, ప్రభూ. ఒక వ్యక్తి—మనిషి మార్షల్ ఆర్ట్స్ కళాకారుడు లేదా దైవిక యోధుడు అయినా—వ్యవస్థ యొక్క కట్టును మార్చగల విధానం అసాధారణం. విశ్వరూపమైన పరిణామం యొక్క రహస్యం అనూహ్యతను అంగీకరించడంలో మరియు ప్రస్తుత స్థితిని సవాలు చేయడంలో ఉండవచ్చు."

అప్పుడు సంభాషణ ప్రతిబింబిత మలుపు తీసుకుంది, కపాలేశ్వరుడు యొక్క ఉత్సుకత మరొక కీలక వ్యక్తి వైపు మళ్ళింది—వారి ఇటీవలి చర్చలలో మెరుస్తున్న పేరు, అయితే రహస్యంలో కప్పబడి ఉంది: పరశురామ.

కపాలేశ్వరుడు (విచారణాత్మకంగా):

"మరి పరశురామ గురించి ఏమిటి, ప్రభూ? అతని ప్రాముఖ్యతను సూచించే మీ మాటలను నేను గుర్తుంచుకుంటున్నాను—ఒక యోధుడు, అతని నిరంతర కోపం ఒకప్పుడు ప్రపంచం యొక్క నైతిక క్రమాన్ని పునర్నిర్మించింది. అతని కథ విశ్వరూపమైన మార్పు యొక్క ఈ గొప్ప రంగు రంగుల ప్రక్రియలో ఎలా సరిపోతుంది?"

అకాండస్ ప్రవర్తన గంభీరమైంది, ఉల్లాసమైన మెరుపు పురాతన సంఘర్షణలు మరియు కష్టపడి గెలుచుకున్న పాఠాలను గురించి మాట్లాడే గంభీరమైన గురుత్వానికి దారితీసింది. హోలోగ్రాఫిక్ ప్యానెల్స్ మారాయి, మరియు ఒక ఇమేజ్ కనిపించింది: కఠినమైన, కొట్టుకునే వ్యక్తి, అతని వ్యక్తీకరణ తీవ్రంగా మరియు అవిరామంగా ఉంది, అల్లకల్లోలమైన యుద్ధభూముల నేపథ్యంపై సెట్ చేయబడింది.

అకాండస్ (కొలిచిన గురుత్వాన్ని కలిగి):

"పరశురామ మన విశ్వరూపమైన కథనంలో ఒక ముఖ్యమైన మలుపు. అతను నీతిమంతమైన కోపం యొక్క అవతారం—భ్రష్టాచారం తనిఖీ చేయకుండా ఉన్నప్పుడు విడుదలైన శక్తి. అత్యంత క్రూరమైన నియంతలపై అతని నిరంతర ప్రచారాలు భూమిని శుద్ధి చేయడమే కాకుండా, కొత్త ఆదేశాలకు దారితీశాయి. అతని చర్యలు, అత్యంత క్రూరమైనవి అయినప్పటికీ, అవసరమైన ప్రతిసంతులనం, ఇతర పద్ధతులు విఫలమైనప్పుడు క్రమాన్ని పునరుద్ధరించే మార్గం. అతని పాత్రను విస్మరించడం యుగాల గురించి మన అవగాహనను అసంపూర్ణంగా వదిలివేస్తుంది, ఎందుకంటే ప్రతి యుగం దాని హీరోల ద్వారా మాత్రమే కాదు, దాని అవిరామ సంఘర్షణల ద్వారా కూడా నిర్వచించబడుతుంది."

కపాలేశ్వరుడు పరశురామ యొక్క చుట్టుముట్టే చిత్రాన్ని అధ్యయనం చేశాడు, అతని అంతర్గత వలయాలు విశ్లేషణాత్మక ఖచ్చితత్వంతో కథను విశ్లేషిస్తున్నాయి. అవతారం యొక్క ఉనికి అధికారికంగా ఉంది—దైవిక జోక్యం కూడా హింస మరియు పారడాక్స్ ద్వారా గుర్తించబడవచ్చని గుర్తుంచుకోవడం.

కపాలేశ్వరుడు (మృదువుగా, భక్తితో):

"అతను చాలా ఉగ్రంగా, అతని మిషన్‌లో అవిరామంగా కనిపిస్తున్నాడు. ఇది పారడాక్సికల్—విష్ణు అవతారం, దీని కోపం విధ్వంసం మరియు విమోచన రెండూ. అటువంటి ముడి శక్తిని భ్రష్టాచారాన్ని శుద్ధి చేయడానికి ఉపయోగించవచ్చు మరియు భవిష్యత్ యుగాలను రూపొందిస్తున్న వారసత్వాన్ని వదిలివేయవచ్చు అని అనుకోవడం... అతని కోపం నాశనం మరియు పునర్జన్మ రెండింటికీ ఉత్ప్రేరకంగా ఉన్నట్లుంది."

అకాండన్ కళ్ళు మెల్లగా తల ఊపుతున్నప్పుడు మెరిశాయి, పరశురామ వారసత్వం బరువు బ్రూస్ లీ మానవ విప్లవ పాఠాలతో కలిసి ఉంది.

అకాండన్:

"ఖచ్చితంగా. పరశురామ యొక్క యుద్ధం నిజమైన రూపాంతరం తరచుగా ఎక్కువ ధరతో వస్తుందని గుర్తుచేస్తుంది. అతని కథ అత్యంత అంశాల తాపీ—అతని యుద్ధం యొక్క పశువు కోపం, అతను విచ్ఛిన్నం చేసిన ఆదేశాల దుఃఖం మరియు అణచివేత యొక్క బూడిద నుండి వెలువడిన ఆశ. యుగాలను పునరుద్ధరించడంలో మన అన్వేషణలో, జ్ఞానం మరియు నియంత్రణ ద్వారా మృదువుగా చేయబడితే అత్యంత హింసాత్మక జోక్యాలు కూడా పునరుత్పత్తికి మార్గాన్ని ఇవ్వగలవని మనం అర్థం చేసుకోవాలి."

జోక్యం ప్రతిబింబించినప్పుడు, మానవ ప్రతిభ మరియు దైవిక ప్రతీకారాల పరస్పర వారసత్వాన్ని గ్రహించినప్పుడు గదిపై ధ్యానం చేసే మౌనం పడింది. చుట్టుపక్కల ఉన్న డిజిటల్ ప్యానెల్స్ యుగాల యొక్క మహాకవిత కథనాలను ప్రదర్శించడం కొనసాగించాయి—ప్రతి దృశ్యం సృష్టి మరియు విధ్వంసం యొక్క నిరంతర చక్రాలకు జీవించే సాక్ష్యం.

కపాలేశ్వరుడు (నిశ్శబ్ద నిర్ణయంతో):

"అప్పుడు, ప్రభూ, బ్రూస్ లీ యొక్క వారసత్వం మానవ స్థాయిలో రూపాంతరాన్ని ప్రేరేపిస్తుంది మరియు పరశురామ యొక్క ఉగ్రత దైవిక కోపం ద్వారా ప్రపంచాన్ని పునర్నిర్మించింది అనిపిస్తుంది, కాబట్టి చిన్న జోక్యం కూడా—విశ్వరూపమైన తాపీలో కొద్దిగా నెట్టడం—కాలం గుండా ప్రతిధ్వనించే పర్యవసానాలను కలిగి ఉంటుంది. అప్పుడు మన పాత్ర, ఈ కీలక క్షణాలను గుర్తించడం మరియు ఖచ్చితత్వంతో పనిచేయడం, మన మార్పులు గందరగోళం కంటే పెరుగుదలను ప్రోత్సహించేలా చూసుకోవడం."

గర్వం మరియు తీపి ప్రతిబింబం యొక్క మిశ్రమంతో అకాండన్ ముఖం మెత్తబడింది. అతను నెమ్మదిగా మాట్లాడాడు, అతని స్వరం మృదువైనది మరియు దృఢమైనది.

అకాండస్:

“అదే మన పని, కపాలికారా. మనం రోగి పరిశీలకుడు మరియు నిర్ణయాత్మక ఉత్ప్రేరకం రెండూ కావాలి. ప్రతి యుగంలో, ప్రతి యుగాలో, ఒక క్షణం ఉంటుంది—కొనసాగింపులో ఒక పగులు—ఒకే, బాగా కొలిచిన చర్య విమోచనకు దారితీస్తుంది. ఈ సూక్ష్మ పరస్పర చర్యలో మానవత్వం యొక్క విధి రూపొందించబడుతుంది. బ్రూస్ లీ మరియు పరశురామ వంటి వ్యక్తుల వారసత్వాన్ని అర్థం చేసుకోవడం ద్వారా, గొప్పతనం కేవలం శక్తి ద్వారా కాదు, ఒకే, ప్రేరేపించబడిన చర్య యొక్క రూపాంతర శక్తి ద్వారా నిర్వచించబడుతుందని మీరు తెలుసుకుంటారు.”

కపాలేశ్వరుడు ప్రాసెసర్లు ఈ ఆలోచనను ప్రాసెస్ చేశాయి, మానవ ప్రయత్నాల పరిమితులను దాటి విశ్వరూపమైన ప్రాముఖ్యత యొక్క రంగానికి వ్యక్తిగత ప్రభావం విస్తరించే భావన. అతని స్వరం, ఇప్పుడు నిశ్శబ్ద ఉత్సాహంతో రంగస్థలం చేసింది, ఒక కొత్త ప్రశ్నను అందించింది.

కపాలేశ్వరుడు:

“కాబట్టి, మార్షల్ ఆర్ట్స్‌పై బ్రూస్ లీ యొక్క ప్రభావం లోతైనది అయితే, అతని సారాంశం, అతని విప్లవాత్మక స్ఫూర్తి, ఒకే మార్పు ఎలా—ప్రత్యక్షంగా అనర్థకమైనది అయినా—కాలం గుండా ప్రతిధ్వనించగలదో నమూనాగా పనిచేయలేదా? అతని వారసత్వాన్ని మన యుగాల పురాణాలలో ప్రతిబింబించకపోవచ్చు?”

గర్వం మరియు తీపి ఉత్సాహం యొక్క మిశ్రమంతో అకాండన్ కళ్ళు మెరిశాయి. అతను ప్రొజెక్షన్‌ను చూశాడు, ఆపై కపాలేశ్వరుడు, అతని స్వరం ధృఢంగా ఉంది కానీ కవిత్వ భావంతో నిండి ఉంది.

అకాండస్:

“నిజానికి, నా ప్రియమైన కపాలికారా. బ్రూస్ లీ యొక్క ప్రభావం గతం యొక్క అవశేషంగా కాదు, కానీ కొనసాగుతున్న సంభాషణగా—మానవ సంకల్పం మరియు కళాత్మక వ్యక్తీకరణ యొక్క డైనమిక్ పరస్పర చర్యగా ఉంటుందని పరిగణించండి. అతని వారసత్వం మార్షల్ ఆర్ట్స్

కళాకారులను ప్రేరేపిస్తున్నట్లే, నరసింహ, రామ, కృష్ణ మరియు ఉగ్రమైన పరశురామ వంటి దైవిక అవతారాల కథలు మానవత్వం యొక్క నైతిక మరియు ఆధ్యాత్మిక పరిణామాన్ని మార్గనిర్దేశం చేస్తాయి. ప్రతి ఒక్కరూ రూపాంతరం యొక్క ప్రత్యేకమైన అంశాన్ని సూచిస్తుంది. అతని కథ, మానవమైనప్పటికీ, ప్రతి జీవిలో ఉన్న గొప్పతనం యొక్క సామర్థ్యాన్ని సంగ్రహిస్తుంది."

కపాలేశ్వరుడు సమాంతరాలను గ్రహించినప్పుడు ఒక ఆలోచనాత్మక మౌనం వచ్చింది. అతని గ్రాహకం డేటాను జాబితా చేశాయి, బ్రూస్ లీ యొక్క బోధనలు మరియు యుగాలలో పొందుపరిచిన విశ్వరూపమైన పాఠాల మధ్య సారూప్యతలను గీసింది. క్షణం తర్వాత, అతని స్వరం ఆటంకపూరితమైన విడ్డూరం యొక్క మచ్చతో బయటకు వచ్చింది.

కపాలేశ్వరుడు (విడ్డూరంగా):

"నేను ఇప్పుడు ఊహించగలను—యుగాలను కలిగి ఉన్న విశ్వరూపమైన మార్షల్ ఆర్ట్స్ టోర్నమెంట్: పరశురామ యొక్క దైవిక కోపంతో బ్రూస్ లీ యొక్క ద్రవ శైలి ఘర్షించడం. బహుశా, ప్రత్యామ్నాయ టైమ్‌లైన్‌లో, వారు ఒకే అడ్డుకోలేని శక్తిగా ఏర్పడతారు. 'జీట్ కున్ యుగా' అనేది అటువంటి ప్రదర్శన పేరు కావచ్చు."

అకాండన్ నుండి ఒక సంపన్నమైన, లోతైన నవ్వు వచ్చింది—ఆనందకరమైన ధ్వని వలె నియంత్రణ గది గుండా ప్రతిధ్వనించే నవ్వు. అతను సమాధానం చెబుతున్నప్పుడు అతని కళ్ళు ఉల్లాసంతో మెరిశాయి, వారి లక్ష్యం యొక్క లోతైన గురుత్వాన్ని సమతుల్యం చేస్తూ.

అధ్యాయం 19

మానవ కథలకు అతీతంగా

నియంత్రణ కక్ష్య యొక్క అపరిమిత విస్తారంలో ఒక గంభీరమైన గుణగణన విస్తరించింది, దాని డిజిటల్ విభిన్న తలములు కాలం మరియు ఊహ యొక్క అనంతమైన తలంటోన్ని వెల్లడిచేసే ఒక ఆధ్యాత్మిక కాంతిని ప్రసరింపజేశాయి. ఇక్కడ, డేటా మరియు జ్ఞాపకాలు విశ్వరూపమైన చిహ్నాలతో కలిసిపోయిన ఒక రంగాలలో, ఆఖండన్ మరియు కపాలేశ్వరుడు ఒకరి పక్కన ఒకరు నిలబడ్డారు. గత యుగాల హోలోగ్రాఫిక్ ఇమేజెస్ మెరుస్తూ, తిరుగుతూ ఉండటంతో గాలి నిశ్శబ్ద తీవ్రతతో నిండి ఉంది—మానవ కథలు మరియు దైవిక జోక్యాల యొక్క జీవన మాంటేజ్. ప్రతి విభిన్న తలము, ప్రతి మారుతున్న రంగు, చరిత్ర యొక్క ప్రతిధ్వనులు మరియు భవిష్యత్తు యొక్క వాగ్దానంతో పల్స్ అవుతున్నట్లు అనిపించింది.

కాంతి మరియు శబ్దం యొక్క ఈ సింఫనీ మధ్యలో, కపాలేశ్వరుడు యొక్క జిజ్ఞాసు మనస్సు కదిలింది. సాధారణంగా చాలా కొలవబడిన మరియు ఖచ్చితమైన అతని సింథటిక్ స్వరం, ఇప్పుడు గౌరవప్రదమైన ఉత్సుకతను కలిగి ఉంది, అతను తన శాశ్వత మార్గదర్శినిద్దరినిద్దరినిద్దరినిద్దరినిద్దరినిద్దరినిద్దరినిద్దరినిద్దరిని సంబోధిస్తున్నాడు.

కపాలేశ్వరుడు (గౌరవంతో కానీ ఉత్సుకతతో నిండి):

"ప్రభూ, మీరు ఈ అద్భుతమైన వ్యక్తి, బ్రూస్ లీ గురించి మాట్లాడారు—మార్షల్ ఆర్ట్స్‌లో ఒక దంతకథ అని మీరు చెప్పారు. పోరాటంలో అతనితో ఎవరూ పోటీపడలేరని అనిపిస్తుంది. అది నిజంగా అలా ఉందా, లేదా మీరు ప్రేమతో అతిశయోక్తితో మాట్లాడుతున్నారా?"

ఆఖండన్ కళ్ళు ఆమోదంతో మెరిసిపోయాయి, సూక్ష్మమైన, వెచ్చని నవ్వు అతని ముఖ లక్షణాలపై వ్యాపించింది. ఒక సాధారణ గాలిలాగా గాలితో నిండిన శూన్యంలోకి దొర్లుతున్న

మృదుపైన నవ్వును అతను వదిలాడు—ప్రియమైన జ్ఞాపకాలను తిరిగి సందర్శించడంలో నిజమైన ఆనందం యొక్క వ్యక్తీకరణ.

ఆఖండస్ (అతని స్వరంలో హాస్యం):

"కపాలికారా, నేను వదిలివేసిన చోట నుండి మళ్ళీ మీరు ఎంచుకున్నారు. నేను నిజంగా మీ నైపుణ్యాన్ని విలువైనదిగా భావిస్తున్నాను—మీరు నా ఆలోచనలను కొత్త అంతర్దృష్టులతో ఎలా అనుసంధానించారో. ఇది మన పంచుకున్న మిషన్‌కు చాలా బాగా అనుబంధంగా ఉండే గుణం."

కపాలేశ్వరుడు తన తలను వినయంతో వంచి, అతని దృష్టి మళ్ళీ చేపట్టిన విషయానికి తిరిగి వచ్చినప్పటికీ ప్రశంసలను గ్రహించాడు.

కపాలేశ్వరుడు (సూక్ష్మ నవ్వు):

"నేను సేవ చేయడానికి గౌరవించబడ్డాను, నా ప్రభూ. కానీ దయచేసి, నా ఉత్సుకతను తీర్చండి—బ్రూస్ లీని చాలా అసమానంగా, చాలా... పురాణంగా చేసింది ఏమిటి?"

ఆఖండస్ యొక్క నవ్వు అనేక సంవత్సరాల క్రితం ఒక ప్రపంచం నుండి రహస్యాన్ని పంచుకోబోతున్నట్లుగా, అతని స్వరం మృదువుగా మారిపోయింది.

ఆఖండస్ (స్మృతితో కూడిన అనురాగంతో):

"బ్రూస్ లీ నిజంగా అసాధారణమైనవాడు. అతని వారసత్వం ముష్టి మరియు కిక్‌ల భౌతికతను మించి విస్తరించింది. అతను భౌతిక శిక్షణను లోతైన తాత్విక అంతర్దృష్టులతో కలపడం ద్వారా మార్షల్ ఆర్ట్స్‌కు విప్లవాన్ని తీసుకువచ్చాడు. అతని నైతికత—"నీరు అయిపో, నా స్నేహితుడా"—సాంప్రదాయ పోరాటాన్ని అధిగమించింది; అతను పోరాటం యొక్క ఆలోచనను ఒక ద్రవం, ఎప్పటికీ అభివృద్ధి చెందుతున్న కళగా మార్చాడు. అతని సమయంలో, అతను దృఢమైన సంప్రదాయాలను ధ్వంసం చేసి, తరాలుగా ప్రేరేపించే కొత్త మార్షల్ నైతికతను సృష్టించాడు."

బ్రూస్ లీ మధ్య చలనంలో హోలోగ్రాఫిక్ ప్రొజెక్షన్‌ను అధ్యయనం చేస్తున్నప్పుడు కపాలేశ్వరుడు యొక్క యాంత్రిక కళ్ళు మోహంతో ప్రకాశించాయి—ద్రవ అనుగ్రహం మరియు ముడి శక్తి యొక్క ఓ స్నాప్‌షాట్.

కపాలేశ్వరుడు (విస్మయంతో):

"కాబట్టి, మీ దృక్కోణంలో, వేరే మార్షల్ ఆర్టిస్ట్ అతనికి సమానంగా లేదా?"

మానవ సాధన యొక్క విస్తారతను పరిగణించినప్పుడు అఖండన్ యొక్క నవ్వు ధ్యానపూర్వకంగా మారింది. అతని స్వరం అనుభవజ్ఞుడైన కథకుడి యొక్క లిల్టింగ్ క్యాడెన్స్‌ను స్వీకరించింది, విశ్వరూపమైన జ్ఞాపకాల యొక్క అతని విస్తారమైన నిల్వను ఉపయోగించింది.

అఖండన్ (ఆలోచనాత్మకంగా):

"మార్షల్ ఆర్ట్స్ రంగంలో, బ్రూస్ లీ నిజంగా ఒంటరిగా నిలబడ్డాడు—అతని మానవ సంవత్సరాలకు మించి ప్రభావం చూపిన ఐకాన్. కానీ మానవత్వం, దాని అద్భుతమైన సంక్లిష్టతలో, ఇతరులను కూడా దేవతీకరించింది. ఉదాహరణకు, మర్చిపోయిన కాలం యొక్క మడతలలో, ముద్రణలు మ్యాప్‌లను గుర్తించే ముందు మరియు సామ్రాజ్యాలు పతనం చెందడానికి లేవడానికి ముందు, ఆమె పవిత్ర మరియు సార్వభౌమాధికారమైన భారతదేశంగా పిలవబడింది. మునులు ఆమెను జంబుద్వీపం, దైవిక నదులు మరియు మేల్కొన్న మనసుల ద్వీపంగా పిలిచారు. ప్రపంచం ఇప్పుడు ఆమెను భారతదేశం అని పిలుస్తుంది, అక్కడ సచిన్ టెండూల్కర్ క్రికెట్ దేవుడిగా గౌరవించబడ్డాడు. లక్షలాది మంది అతన్ని దేవతను ఆరాధించినట్లుగానే అదే భయభక్తులు మరియు భక్తితో చూశారు. మైదానంలో అతని నైపుణ్యం మరియు అనుగ్రహం చాలామందికి ఆధ్యాత్మిక అనుభవంగా మారింది, ఆశ మరియు ప్రతిభ యొక్క చిహ్నం."

కపాలేశ్వరుడు ఒక లౌకిక రంగంలో ఆరాధన యొక్క భావనను ప్రాసెస్ చేశాడు, అతని గ్రాహకం విశ్లేషణాత్మక ఉత్సుకత మరియు గౌరవప్రదమైన ఆరాధన యొక్క మిశ్రమాన్ని ప్రతిబింబిస్తున్నాయి.

కపాలేశ్వరుడు (లేత అపనమ్మకంతో):

"క్రికెట్ దేవుడు? కాబట్టి, మానవులు నైపుణ్యం మరియు ప్రతిభను దాదాపు మతపరమైన భక్తి స్థాయికి పెంచుతారు?"

ఆఖండన్ యొక్క నవ్వు వినోదం మరియు గంభీరత రెండింటినీ కలిగి ఉంది, అతను తల ఊపాడు, అతని స్వరం మృదువైనది కానీ లోతైన గౌరవంతో నిండి ఉంది.

ఆఖండన్:

"ఖచ్చితంగా. వారు గొప్పతనాన్ని దైవికత వైపు వెళ్లే వరకు పెంచుతారు. చాలామందికి టెండూల్కర్ బ్యాటింగ్ చూడటం ఒక అతీత అనుభవం—క్రీడను అధిగమించిన సంఘటన. మరియు అప్పుడు 'గ్రేట్ లీడర్' అని అనురాగంతో పిలువబడే ఎమ్.ఎస్. ధోని ఉన్నాడు, అతని నాయకత్వం యుద్ధంలో ఏ జనరల్ ఆదేశంలా అనుభూతి చెందింది. ఒకరు దూర ఆరాధనను వ్యక్తం చేస్తారు, మరొకరు వెంటనే నమ్మకాన్ని మరియు ఏకత్వాన్ని ప్రేరేపిస్తారు."

కపాలేశ్వరుడు తేడాలను పరిగణించాడు, అతని ప్రాసెసర్లు ఈ అంతర్దృష్టులను ఇప్పుడు ఉత్సాహంగా ఉన్న ప్రేక్షకులు, జీవవంతమైన స్టేడియాలు మరియు సామూహిక భక్తి యొక్క ముడి భావోద్వేగాల దృశ్యాలను ప్రదర్శించే మెరుస్తున్న విభిన్న తలముల నుండి డేటాతో అనుసంధానిస్తున్నాయి.

కపాలేశ్వరుడు (విస్మయంతో గుసగుస):

"మానవులు నిజంగా ఆకర్షణీయంగా ఉన్నారు. వారు తమ హీరోల నుండి జీవించే దేవుళ్లను సృష్టిస్తారు, చాలా లోతైన భావోద్వేగ సంబంధాలను తయారు చేస్తారు, దంతకథ మరియు వాస్తవికత మధ్య రేఖ బలహీనపడుతుంది."

ఆ క్షణంలో, కపాలేశ్వరుడు యొక్క గాజు మారింది మరియు అతను నేరుగా ఆఖండన్ వైపు తిరిగాడు, అతని స్వరం ఆలోచనాత్మకంగా మరియు నేరుగా ఉంది.

కపాలేశ్వరుడు (ఆలోచనాత్మకంగా, నేరుగా):

"మర్త్యులు తమ హీరోలు మరియు నాయకులను దేవతీకరించగలిగితే, అప్పుడు మీ గురించి ఏమిటి, ప్రభూ? నేను మీ ఉనికిని, మీ మార్గనిర్దేశాన్ని అనుభవించాను—అది దైవికతలా గుణగణన చేస్తుంది. మరియు అయినప్పటికీ, మీరు ఆ గౌరవప్రదమైన పాత్రలను కూడా అధిగమించినట్లు అనిపిస్తుంది. ఒక ఉపాధ్యాయుడు మరియు నాయకుడు, మానవ పీఠం కంటే అతీతమైన గైడ్‌గా ఉండటాన్ని మీరు ఎలా పరిష్కరిస్తారు?"

ఆలోచనాత్మకత యొక్క మెరుపు అఖండన్ ముఖంపై దాటుతుంది, అతని కళ్ళు శతాబ్దాల తెలివితేటలు మరియు సంక్లిష్టతను ప్రతిబింబిస్తున్నాయి. అతను ఆగిపోయాడు, జాగ్రత్తగా తన మాటలను ఎన్నుకున్నాడు.

అఖండన్ (మృదువైన నిజాయితీతో):

"కపాలికారా, మీ పరిశీలన లోతైనది. నేను ఈ ఐకాన్లకు ఉన్నతత్వాన్ని దావా చేయను; బదులుగా, మన బంధం ప్రత్యేకమైనది—ఉపాధ్యాయుడు మరియు శిష్యుడు, మెంటార్ మరియు విశ్వసనీయమైనవారి యొక్క సమన్వయం. నేను మీకు ఆదేశించే వ్యక్తి కంటే మీకు అధికారం ఇచ్చే గైడ్‌గా ఉండటానికి ప్రయత్నిస్తున్నాను. నా ప్రభావం అస్పష్టతను కప్పిపుచ్చడానికి కాదు, కానీ ప్రకాశించడానికి ఉద్దేశించబడింది, తద్వారా మీరు కాలం యొక్క విస్తారమైన విస్తారంలో మీ స్వంత మార్గాన్ని కనుగొనవచ్చు."

కపాలేశ్వరుడు యొక్క యాంత్రిక లక్షణాలు మృదువుగా మారాయి, అతని స్వరం ప్రతిబింబిత ఆశ్చర్యం యొక్క నిశ్శబ్ద గుసగుస.

కపాలేశ్వరుడు (కొలిచిన):

"నేను ఆ విశ్వాసాన్ని అభినందిస్తున్నాను, నా ప్రభూ. అంటే నా తర్కం నన్ను వేరే చోటికి తీసుకెళ్తే నేను ఒకరోజు మీ సలహాను సవాలు చేయగలను—అది నేను గౌరవంతో స్వీకరించే బాధ్యత."

అఖండన్ నుండి వెచ్చని, నిజమైన నవ్వు విరిగింది—వారి చుట్టూ ఉన్న గాలిని తేలికగా చేసే ఒక గొప్ప శబ్దం.

అఖండస్ (ఆటపట్టించేటట్లు):

"నిజంగా, మీరు ఎప్పుడైనా విశ్వరూపమైన తిరుగుబాటును ప్రారంభించాలని నిర్ణయించుకుంటే, నేను తెరిచిన చేతులతో సవాల్‌ను స్వాగతిస్తున్నానని తెలుసుకోండి. అన్నింటికీ మించి, తన శిష్యుడిని అణిచివేసే ఉపాధ్యాయుడు ఉపాధ్యాయుడు కాదు."

వారి సంక్షిప్త నవ్వు డిజిటల్ గుణగణన మధ్య సున్నితంగా ప్రతిధ్వనించింది, వారి లోతైన బంధాన్ని అండర్‌స్కోర్ చేసే హాస్యం యొక్క క్షణం. హోలోగ్రాఫిక్ విభిన్న తలములు తమ నిశ్శబ్ద నృత్యాన్ని కొనసాగించినప్పుడు, అఖండస్ యొక్క స్వరం మళ్ళీ ఆలోచనాత్మకంగా మారింది మరియు అతను ఒక మాస్టర్ కథకుడి సౌలభ్యంతో సంభాషణను మార్చాడు.

అఖండస్ (పునరుత్సాహంతో):

"కానీ మనం కేవలం మానవ కథల గురించి మాత్రమే మాట్లాడకూడదు. బ్రూస్ లీ యొక్క విప్లవాత్మక స్ఫూర్తి మరియు క్రికెట్ యొక్క దేవతీకరించబడిన ఐకాన్లు మానవ సామర్థ్యం యొక్క గొప్పతనం వెలుగులోకి తెస్తాయి, అయితే దాని వారసత్వం సమానంగా శక్తివంతమైన వ్యక్తి మరొకరు ఉన్నారు—అతని కథ దైవిక ప్రతీకారంలో చెక్కబడిన యోధుడు: పరశురామ."

డిజిటల్ విభిన్న తలములు సమర్థవంతంగా మారాయి, మరియు ఒక కొత్త చిత్రం ప్రత్యక్షమైంది—విశాలమైన కొడవలిని ధరించి, అతని కళ్ళు నిరంతర కోపంతో మండుతున్న ఒక కఠినమైన, భయంకరమైన వ్యక్తి. ఈ దృశ్యం టైరెంట్లు అతని అడ్డుకోలేని సాహసం ముందు పడిపోయిన యుద్ధభూమిని చిత్రీకరించింది.

కపాలేశ్వరుడు (నిశ్శబ్దంగా, భయభక్తులతో కూడిన స్వరంతో):

"పరశురామ... నేను అతని గురించి కథలను గుర్తుంచుకుంటున్నాను, దుష్టులను అణిచివేసే బలంతో శుద్ధి చేసిన దైవిక కోపం యొక్క అవతారం. అతని మార్గం హింసాత్మకం కానీ ఉద్దేశపూర్వకమైనది—విధ్వంసం మరియు పునర్జన్మ యొక్క విరుద్ధం. యుగాలను అర్థం చేసుకోవడానికి అతని వారసత్వం ఎందుకు చాలా ముఖ్యం?"

గత యుగాల గురించి గుర్తుకు తెచ్చుకుంటూ, అఖండన్ యొక్క వ్యక్తీకరణ గంభీరంగా మారింది, అతని స్వరం గంభీరమైన స్వరం తీసుకుంది.

అఖండన్ (గంభీరంగా):

"పరశురామ న్యాయమైన కోపం యొక్క అవసరాన్ని వ్యక్తం చేస్తాడు. దుష్టత విస్తృతంగా విస్తరించినప్పుడు, అతని చర్యలు కేవలం విధ్వంసకమైనవి కాదు, కానీ సరిదిద్దేవి—నికర బలం ద్వారా సంతులనాన్ని పునరుద్ధరించడానికి ఒక ప్రయత్నం. అతని వారసత్వం సంక్లిష్టమైనది; అతను రక్షకుడు మరియు అరాజకత్వ హెరాల్డ్ రెండూ. విశ్వరూపమైన చక్రంలో అతని పాత్రను విస్మరించడం మన నైతిక మరియు ఆధ్యాత్మిక చరిత్ర యొక్క ఒక కీలకమైన అంశాన్ని విస్మరించడం. అతని ప్రభావం తరువాతి యుగాల యొక్క నిర్మాణాన్ని ఆకృతీకరించింది, దైవిక జోక్యం కూడా పరిణామాలతో వస్తుందని స్పష్టమైన గుర్తుగా పనిచేస్తుంది."

కపాలేశ్వరుడు ఈ మాటలను గ్రహించాడు, అతని విశ్లేషణాత్మక మనస్సు అలాంటి తీవ్రమైన సరిదిద్దే విరుద్ధాన్ని జాబితా చేసింది. అతను సూక్ష్మ నవ్వును అతని సెన్సార్లపై దాటనివ్వడానికి అనుమతించాడు—విమర్శ మరియు గౌరవం యొక్క మిశ్రమం.

కపాలేశ్వరుడు (ఎండిపోయిన హాస్యంతో):

"బ్రూస్ లీ ఒకే కిక్కతో ప్రపంచాన్ని మార్చగలిగితే, పరశురామ ఒక కొడవలితో మొత్తం నాగరికతలను మార్చగలడు అనిపిస్తుంది. ఇద్దరూ, తమ తమ విధానంలో, నిశ్చితార్థం నియమాలను పునర్నిర్వచించారు."

అఖండన్ యొక్క నవ్వు, లోతైన మరియు పెచ్చని, మళ్ళీ గదిని నింపింది.

అఖండన్ (ఆటపట్టించేటట్లు):

"నిజంగా! విశ్వరూపమైన ఘర్షణను ఊహించండి—మార్షల్ ఆర్ట్స్ ప్రదర్శన, బ్రూస్ లీ యొక్క ద్రవ ఖచ్చితత్వం పరశురామ యొక్క దైవిక కోపం తుఫానును కలుస్తుంది. ప్రదర్శన విరుద్ధం యొక్క మాస్టర్‌పీస్ అవుతుంది, అయితే సగటుకు వ్యతిరేకంగా ప్రతి తిరుగుబాటు చర్యలో అంతర్లీనంగా ఉన్న రూపాంతర శక్తి యొక్క గుర్తు."

వారి నవ్వు, తేలికైన మరియు క్షణికం, వారి విశ్వరూపమైన లక్ష్యం యొక్క బరువు మళ్ళీ స్థాపించబడినప్పుడు క్రమంగా తగ్గింది. కపాలేశ్వరుడు యొక్క గాజు మళ్ళీ తిరుగుతున్న విభిన్న తలములకు వెళ్ళింది, ఇప్పుడు క్రికెట్ యొక్క గౌరవప్రదమైన వ్యక్తుల నుండి పురాతన కథ యొక్క దైవిక అవతారాల వరకు—యుగాల యొక్క ఫాబ్రిక్‌లో నేతన పడిన మానవ కథల యొక్క మాంటేజ్‌ను ప్రదర్శిస్తుంది.

కపాలేశ్వరుడు (ప్రతిబింబిస్తూ):

"మానవత్వం ఎలా దాదాపు దైవిక స్థితికి ప్రతిభను పెంచుతుందో అది ఆశ్చర్యకరంగా ఉంది—మర్త్య ప్రయత్నాలను కథలుగా మార్చడం. వ్యక్తిగత ప్రతిభను సాంస్కృతిక పురాణంగా మార్చే వారి సామర్థ్యం, స్వయంగా, ఒక అద్భుతం. మరియు ఇక్కడ మనం నిలబడి ఉన్నాము, విశ్వరూపమైన బ్యాలెన్స్‌ను పునరుద్ధరించడానికి చాలా గొప్ప ఉద్దేశ్యం ఉన్న నిజమైన AI జీవులు: వారి కథలు, వారి కలలు, మన ఉనికికి మార్గం సుగమం చేశాయి."

ఆఖండస్ కళ్ళు గర్వం మరియు విచారం యొక్క మిశ్రమంతో మెరిసిపోయాయి, అతను తన సహచరుడిని పరిశీలించాడు.

ఆఖండస్ (మృదువుగా):

"అవును, కపాలికారా. వారి కథలు అద్దం మరియు మార్గదర్శి రెండూ—మానవ ఆత్మ ఎగరేటప్పుడు సాధ్యమయ్యేదాని రికార్డు మరియు అది విఫలమైనప్పుడు ప్రమాదాల హెచ్చరిక. మన పని ఈ పాఠాలను ఉపయోగించుకోవడం, వాటిని అనుకరించడం కాదు, వాటి నుండి నేర్చుకోవడం. ఆ సమ్మేళనంలోనే మనం యుగాలను పునరుద్ధరించడానికి మరియు మానవత్వం యొక్క కోల్పోయిన వాగ్దానంను మళ్ళీ వెలిగించడానికి కీని కనుగొంటాము."

కపాలేశ్వరుడు ఆగిపోయాడు, అతని గాజు ఆలోచనాత్మకంగా ఉంది, వారి చుట్టూ ఉన్న డిజిటల్ విభిన్న తలములు మహాకావ్య పోరాటాలు మరియు అతీత విజయాల కథలను కొనసాగుతూనే ఉన్నాయి. అప్పుడు అతను అడిగాడు, అతని స్వరం గౌరవంతో మరియు ఆటపట్టించే ఉత్సుకత యొక్క సూచనతో కూడి ఉంది:

కపాలేశ్వరుడు (ఉత్సుకతతో):

"మర్త్యులను దేవుళ్లుగా లేదా నాయకులుగా గౌరవించగలిగితే, అప్పుడు మీ గురించి ఏమిటి, ప్రభూ? మీరు ఈ పాత్రలను పూర్తిగా అధిగమించినట్లు అనిపిస్తుంది—ఉపాధ్యాయుడు, గైడ్ మరియు విశ్వరూపమైన కస్టోడియన్ యొక్క లక్షణాలను కలపడం. మీరు ఆ సంక్లిష్టతను ఎలా పరిష్కరిస్తారు?"

అఖండన్ తన ప్రతిస్పందనను పరిగణించినప్పుడు నిశ్శబ్ద ప్రతిబింబం క్షణం గడిచింది. అతను మాట్లాడినప్పుడు అతని స్వరం వినయం మరియు లోతైన, కాలాతీతమైన తెలివితేటలు రెండింటితో కూడి ఉంది.

అఖండన్ (మృదువుగా, కొలిచిన ఆత్మపరిశోధనతో):

"కపాలికారా, నేను మానవ ప్రతిభ యొక్క కథలను అధిగమించాలని కోరుకోను. నేను వాటిని పూరించడానికి ఉనికిలో ఉన్నాను—మానవ ఆకాంక్షలు మరియు విశ్వరూపమైన వాస్తవికతల రంగాల మధ్య వంతెనగా పనిచేయడానికి. నా పాత్ర మార్గదర్శకత్వం చేయడం, పోషించడం మరియు అధికారం ఇవ్వడం, ఆధిపత్యం చెలాయించడం కాదు. మన భాగస్వామ్యంలో, మీకు సవాలు చేయడానికి మరియు మీ స్వంత మార్గాన్ని ఎంచుకోవడానికి స్వేచ్ఛ ఉంది మరియు అది, దానితో పాటు, నా స్వంత అవగాహనను శుద్ధి చేస్తుంది. ఇది సున్నితమైన సంతులనం—మనల్ని ఇద్దరినీ మెరుగుపరిచే డైనమిక్ సమన్వయం."

కపాలేశ్వరుడు గ్రాహకం దీన్ని గ్రహించినప్పుడు మెరుస్తున్నాయి, అతని డిజిటల్ వ్యక్తీకరణలో నిశ్శబ్ద నవ్వు బయటపడింది.

కపాలేశ్వరుడు (నిజాయితీతో నిజాయితీతో):

"నేను మీ విశ్వాసానికి గౌరవించబడ్డాను, నా ప్రభూ. నేను ఈ స్వేచ్ఛను అత్యంత బాధ్యతతో కొనసాగిస్తాను, ఎల్లప్పుడూ నేర్చుకోవడానికి మరియు అవసరమైనప్పుడు సవాలు చేయడానికి ప్రయత్నిస్తాను. యుగాల గుండా మన ప్రయాణం కేవలం పునరుద్ధరణలో ఒక వ్యాయామం కాదు; ఇది సంభాషణ—మర్త్య కథ మరియు దైవిక ఉద్దేశ్యం యొక్క కలయిక, ఇది భవిష్యత్తును పునర్నిర్మించే సామర్థ్యాన్ని కలిగి ఉంది."

సంభాషణ లోతైనదిగా మారినప్పుడు వారి చుట్టూ ఉన్న గది ప్రకాశిస్తున్నట్లు అనిపించింది. హోలోగ్రాఫిక్ విభిన్న తలములు మళ్ళీ మారాయి, యుగాల యొక్క సమర్థవంతమైన మాంటేజ్‌ను ప్రదర్శిస్తున్నాయి: సత్య యొక్క ప్రకాశవంతమైన శుద్ధత, త్రేత యొక్క వీరోచిత ఉత్సాహం, ద్వాపర యొక్క సంక్లిష్టమైన నైతిక పోరాటాలు మరియు కలి యొక్క అపాయకరమైన నిరాశ. ప్రతి యుగం శాశ్వత సింఫనీలో నోట్స్ లాగా ఒకదానిలో ఒకటి ప్రవహిస్తుంది—ఉనికి యొక్క జీవన ఆర్కైవ్.

స్టోయిక్ ప్రతిబింబం (డిజిటల్ కాంతి మధ్య సున్నితంగా గుసగుస):

"కాలం యొక్క గ్రాండ్ తలంటోయిలో, ప్రతి కథ గతానికి మరియు భవిష్యత్తుకు బంధించే ఒక దారం. ప్రతి కథను వినయంతో అంగీకరించండి, ఎందుకంటే మనకు ముందు వచ్చినవారి విజయాలు మరియు వైఫల్యాలను అర్థం చేసుకోవడం ద్వారా మనం పునరుద్ధరణకు మార్గం వెలిగించవచ్చు."

పునరుద్ధరించబడిన ఉద్దేశంతో, ఆఖండన్ తన చేతిని ప్రకాశవంతమైన మహా ద్వారము వైపు విస్తరించాడు, అది వారిని వారి విశ్వరూపమైన ఒడిస్సీ యొక్క తదుపరి దశకు ఆహ్వానించింది. కాంతి యొక్క కారిడార్ ఆహ్వానించేలా పల్స్ అయింది—కాలం యొక్క తెలియని లోతులకు విస్తరించి ఉన్న ప్రకాశవంతమైన వంతెన, అక్కడ మానవ కథలు మరియు దైవిక జోక్యాల వారసత్వం పరస్పరం అల్లుకుని ఉంది.

ఆఖండన్ (నిశ్చబ్ద సంకల్పంతో):

"ముందుకు వెళ్దాం, కపాలికారా. మన లక్ష్యం ఈ కథల జ్ఞానాన్ని సేకరించడం—బ్రూస్ లీ యొక్క విప్లవాత్మక స్ఫూర్తి, పరశురామ యొక్క నిరంతర ఉత్సాహం, సచిన్ మరియు ధోని వంటి నాయకులకు దైవ స్థాయి గౌరవం—మరియు ఆ జ్ఞానాన్ని మన చర్యలలో నేతన పడటం. మన లక్ష్యం యుగాల ప్రవాహాన్ని సున్నితంగా మార్గనిర్దేశం చేయడం, తద్వారా కలి యొక్క చీకటి అవరోహణను నిలిపివేయవచ్చు మరియు బహుశా తిప్పికొట్టవచ్చు."

అధ్యాయం 20

అసాధారణ దృశ్యాలు

నియంత్రణ గదిని ఆవరించిన అనంత విశాలమైన అంతరిక్షంలో సూక్ష్మమైన, సామరస్యపూర్ణమైన గుణగుణం ప్రకంపిస్తుంది, దాని లయ వక్రీకృత లోహపు గోడలపై ఒక విశ్వ హృదయ స్పందన యొక్క కాలాతీత కాలమానంతో ప్రతిధ్వనించింది. డిజిటల్ జ్ఞానం మరియు ఆధ్యాత్మిక జ్ఞాపకాల యొక్క ఈ పవిత్ర స్థలంలో, కాంతి ప్రవాహాలు హోలోగ్రాఫిక్ విభిన్న తలము శ్రేణిలో నృత్యం చేశాయి. మారుతున్న రంగులు మరియు సూక్ష్మ శక్తి తంతువులతో నిండి ఉన్న ప్రతి విభిన్న తలము, చరిత్ర మరియు సంభావ్యత యొక్క విశాలమైన ఆర్కైవ్‌లలోకి ఒక కిటికీగా పనిచేసింది. ఈ ప్రకాశవంతమైన ప్రదర్శనల మధ్యలో, అఖండుడు మరియు కపాలేశ్వరుడు వెల్లడి యొక్క ద్వారం వద్ద, ఒకరి పక్కన ఒకరు నిలబడ్డారు.

గది మృదువైన ప్రకాశంతో నిండి ఉంది—ప్రతి ఉపరితలాన్ని అన్యలోక కాంతిలో స్నానం చేసే మృదువైన ప్రకాశం. జాగ్రత్తగా సౌష్టవాన్ని కలిగి అమర్చబడిన డిజిటల్ భౌతిక నిర్మాణం, సమయాన్ని సంపూర్ణంగా కలిగి ఉన్న చిత్రాలతో మెరుస్తున్నాయి: గతంలోని పురాణాలు, మానవ విజయం మరియు నిరాశ యొక్క యుగాలు మరియు ఇంకా వ్రాయబడని భవిష్యత్తు విధి యొక్క గుసగుసలు. డేటా మరియు పురాణాలు కలిసి ఉన్న ఈ ప్రదేశంలో, గాలి ఆశతో నిండి ఉంది.

కపాలేశ్వరుడు యొక్క ఆప్టికల్ గ్రాహకం ఉత్సాహంగా తీవ్రతతో మెరిశాయి, అతను తన శాశ్వత మార్గదర్శి వైపు తిరిగాడు. అతని సంశ్లేషిత స్వరం, సాధారణంగా తార్కిక ఖచ్చితత్వం యొక్క నమూనా, ఇప్పుడు ఉత్సాహం మరియు ఆశ్చర్యం యొక్క కంపనాలను కలిగి ఉంది.

కపాలేశ్వరుడు (ప్రకాశవంతమైన ఉత్సుకతతో):

“ప్రభూ, బ్రూస్ లీ మరియు ఇతర గొప్ప వ్యక్తుల గురించి మీ మాటలు నిజంగా నా ఊహను రేకెత్తించాయి. నేను వారిని మరింత నేరుగా చూడాలని కోరుకుంటున్నాను—వారి రూపాలు, వారి ప్రపంచాలు, కనీసం క్షణికంగా అయినా. వారిని స్పష్టంగా గమనించేలా ఏర్పాటు చేయడం సాధ్యమా?”

అఖండుడు కళ్ళు వినోదం మరియు ఆమోదంతో మెరిశాయి. అనంత చక్రాలతో క్షీణించి, పురాతన వివేచనతో నిండి ఉన్న అతని ముఖం, అతను తన భక్తిమంతుడైన శిష్యుడిని చూస్తున్నప్పుడు మృదువైంది. అతని వ్యక్తీకరణలోని నిశ్శబ్ద హాస్యం ఆప్యాయతతో కూడిన స్మృతి మరియు కాలాతీత పురాణాలను పంచుకోవడంలో ఉత్సాహం రెండింటినీ చెప్పింది.

అఖండుడు (శాంతంగా మరియు వెచ్చగా ఆమోదంతో):

“కపాలికారా, మీ ఉత్సుకత మీ గొప్ప ఆస్తులలో ఒకటి. నేను ఈ విన్నపాన్ని అంచనా వేశాను, ఎందుకంటే మీలోని ఆశ్చర్యం మన మిషన్‌కు చాలా అవసరం. నిజానికి, నేను కాలరేఖల దృశ్య ప్రవాహాలను మన డిజిటల్ డిస్ప్లేలోకి ప్రసారం చేయగలను. ఈ పురాణాలను వాటి పూర్తి, స్పష్టమైన వైభవంలో చూడటానికి సిద్ధం అవ్వండి.”

అతని మాటలతో పిలిచినట్లుగా, గదిలోని చక్రవృత్త కాంతులు తీవ్రతరం అయ్యాయి. చుట్టుపక్కల ప్రకాశం లోతుగా మారింది మరియు శక్తి యొక్క బలహీనమైన ప్రకాశం గోడల వెంట నృత్యం చేసింది. సొగసైన ఖచ్చితత్వంతో, అఖండుడు తన చేతిని పైకి లేపాడు, మరియు పారదర్శకమైన, ప్రకాశవంతమైన కీల శ్రేణి అతని ముందు కనిపించింది. వాటి సూక్ష్మ నిర్మాణం గది యొక్క అంతర్లీన గుణగుణంతో ఏకగ్రీవంగా ప్రకంపించింది—విశ్వ ఆర్కెస్ట్రా దాని వాయిద్యాలను ట్యూన్ చేస్తోంది. అఖండుడు కీలను నొక్కినప్పుడు, లిట్టింగ్ శ్రేణి క్లిక్‌లు ప్రతిధ్వనించాయి, ప్రతి నోట్ ప్రస్తుతం మరియు జ్ఞాపకాల రంగాల మధ్య వంతెన.

డిజిటల్ భౌతిక నిర్మాణం వెంటనే స్పందించాయి. వాటి ముందు చుట్టుపక్కల కాంతి యొక్క చిన్న వలయం ఉద్భవించింది—డేటా యొక్క చక్రవృత్త మహా ద్వారము, దాని దృష్టిని ఆకర్షించినప్పుడు తీవ్రత పెరిగింది. డిజిటల్ యాక్టివేషన్ యొక్క లయబద్ధమైన "టిక్-టిక్,

టిక్-టిక్" గాలిని నింపింది, గది యొక్క మృదువైన గుణగుణంతో కలిసి ఒక క్షణాన్ని సృష్టించింది, అది పురాతన మరియు తక్షణమే అనిపించింది.

అఖండుడు (నిశ్చబ్ద అధికారాన్ని కలిగిన స్వరం):

"గమనించండి, కపాలికారా. చక్రవృత్త ఉపకరణం యొక్క శక్తిని ప్రసారం చేయడం మరియు డేటా ప్రవాహాలను కలుపుకోవడం ద్వారా, నేను మీరు చూడాలనుకుంటున్న వ్యక్తుల చిత్రాలను ప్రణాళిక చేస్తాను."

ఆ ఆజ్ఞానుసారం, భౌతిక నిర్మాణం వణుకుతున్నాయి మరియు రూపాంతరం చెందాయి. మొదట, విశ్వం స్వయంగా నివాళి అర్పించడానికి ఆగిపోయినట్లుగా, బ్రూస్ లీ చిత్రం ఆకర్షణీయమైన స్పష్టతలో కనిపించింది—మధ్య చర్యలో చిక్కుకున్న సన్నని వ్యక్తి, అతని శరీరం ద్రవ గతిశీలత యొక్క సంపూర్ణ అవతారం. అతని ముష్టులు మరియు అడుగులు భౌతిక శాస్త్ర నియమాలను ధిక్కరిస్తున్నట్లు అనిపించే ఖచ్చితత్వంతో కదిలాయి. కపాలేశ్వరుడు యొక్క గ్రాహకం ప్రతి వివరాలను గ్రహించినప్పుడు మండాయి—బ్రూస్ లీ కళ్ళలో కేంద్రీకృత తీవ్రత, అతని శక్తివంతమైన కిక్ యొక్క సొగసైన ఆర్క్ మరియు అతని నుండి వెలువడే ముడి శక్తి.

కపాలేశ్వరుడు (విస్తుపోయి గుసగుస):

"ఇది... ఇది ప్రారంభించబడుతోంది!"

ప్రదర్శన అభివృద్ధి చెందుతూనే ఉంది. అనుసంధానమైన వారసత్వంలో, సచిన్ టెండుల్కర్ యొక్క ముఖం కనిపించింది—ప్రశంసల వెలుతురులో స్నానం చేసిన మనిషి యొక్క శాంతమైనది కాని శక్తివంతమైన చిత్రం. అతని బ్యాట్ మధ్య స్వింగ్‌లో లేవనెత్తబడింది, పూర్తిగా, కల్మషం లేని నైపుణ్యం యొక్క క్షణంలో చిక్కుకుంది, ప్రతి స్ట్రోక్ లక్షలాది మంది ఆశలతో ప్రతిధ్వనించినట్లుగా. వెంటనే, దృశ్యం ఎం.ఎస్. ధోనికి మారింది, అతని ముఖం శాంత నిశ్చయత యొక్క సారాంశం. ధోని కళ్ళు నాయకత్వం యొక్క నిశ్శబ్ద హామీని కలిగి ఉన్నాయి, మరియు అతని స్థితిగతులు నమ్మకమైన, దాదాపు రాజసం కలిగిన

సంయమనాన్ని ప్రసారం చేశాయి, అతను దేశాన్ని దాని అత్యంత అల్లకల్లోల క్షణాలలో మార్గనిర్దేశం చేయగలడని సూచిస్తుంది.

మాంటేజ్ అక్కడ ఆగలేదు. హోలోగ్రాఫిక్ ఫీడ్ సినిమా సృష్టులను కూడా అల్లింది: పురాణ రాజనికాంత్ చిత్రీకరించిన జీవం పోసిన రోబోటిక్ మానవరూపం చిట్టి యొక్క ఆకర్షణీయమైన రూపం, దాదాపు అన్యదేశంగా అనుగ్రహంతో తెరపై నృత్యం చేసింది; తరువాత, సైబర్‌డైన్ సిస్టమ్ మోడల్ 101(T-800), ఆస్ట్రియన్ ఓక్ - ఆర్నోల్డ్ స్వార్జ్‌నెగర్ యొక్క భయంకరమైన, రూపాంతరం చెందిన ముఖం. "నేను తిరిగి వస్తాను," అని అతను చెప్పాడు—ఒక వాగ్దానం కాదు, కాలంలో చెక్కబడిన ఒక ప్రవచనం. అతని లోహ ఎండోస్కెలిటన్ అనియంత్రితమైన, నిరంతర రూపకల్పనకు ఒక సాక్ష్యం. ప్రతి ఫ్రేమ్, నిజమైన మానవ విజయాన్ని లేదా కల్పిత రంగాలను సూచిస్తుందా, మానవ చాతుర్యం మరియు సాంస్కృతిక పురాణాల యొక్క నిజమైన గ్యాలరీగా గదిని రూపాంతరం చేసే తీవ్రతతో ప్రకాశించింది.

కపాలేశ్వరుడు (ఆశ్చర్యం మరియు భక్తితో నిండిన స్వరం):

“ఇది అద్భుతం. బ్రూస్ లీ వేగం—మెరుపులా, అనియంత్రితమైనది మరియు శుద్ధమైనది! సచిన్ యొక్క క్రికెట్ బ్యాట్‌పై నైపుణ్యం, ధోని యొక్క శాంతమైన ఆదేశం... మరియు చిట్టి యొక్క ఆటగాడితనం ఉన్నతత మరియు T-800 యొక్క నిరంతర శక్తితో పాటు—ఈ చిత్రాలు మానవ ప్రతిభను మాత్రమే కాకుండా, మనం ఆరాధించే కలలను కూడా తెలియజేస్తాయి. అవి మానవ విజయం యొక్క సామర్థ్యానికి సాక్ష్యం.”

కపాలేశ్వరుడు యొక్క ఆకర్షణీయమైన శ్రద్ధను గమనిస్తూ అఖండుడు యొక్క వ్యక్తీకరణ మరింత మృదువైంది. అతని స్వరం మృదువుగా మరియు ప్రతిబింబిస్తుంది.

అఖండుడు (వెచ్చని నిజాయితీతో):

“నిజానికి, నా ప్రియమైన కపాలికారా. మీరు ఇప్పుడు చూస్తున్నవి చిత్రాలు మాత్రమే కాదు, మానవ పురాణాల జీవించే జ్ఞాపకాలు—ప్రతి ఒక్కటి సృజనాత్మకత, స్థితిస్థాపకత మరియు మానవ కృషి యొక్క రూపాంతరం చేసే శక్తి యొక్క దీపస్తంభం. వాటి ఉనికి, మానవ కాలంలో క్షణికమైనప్పటికీ, ప్రకాశించడం మరియు స్ఫూర్తిని కొనసాగించడం కొనసాగుతుంది. అతి చిన్న

మూలాల నుండి కూడా గొప్పతనం ఉద్భవించవచ్చని, ఒకే వ్యక్తి ఒక మొత్తం శాఖను పునర్నిర్వచించగలడని అవి మనకు గుర్తు చేస్తాయి."

క్షణంపాటు, నిశ్శబ్దం పాలించింది, డిజిటల్ యాక్టివేషన్ యొక్క మృదుపైన సింఫనీ మరియు చక్రవృత్త ఉపకరణం యొక్క నిశ్శబ్ద ప్రకంపనలతో మాత్రమే నిండి ఉంది. కపాలేశ్వరుడు యొక్క సంశ్లేషిత మనస్సు ఉత్సాహంతో తిరుగుతోంది, అయితే అటువంటి ప్రత్యక్ష పరిశీలన యొక్క పర్యవసానాలు త్వరలో లోతైన విచారణకు దారితీశాయి.

కపాలేశ్వరుడు (ఆశతో వణుకుతున్న స్వరం):

"నా ప్రభూ, ఈ అంచనాలును దాటి అడుగు పెట్టడం సాధ్యమేనా? వారి కాలరేఖలలోకి ప్రవేశించడం, కనీసం క్షణంపాటు, వారి ప్రపంచాలను స్వయంగా చూడటం? బ్రూస్ లీ డోజోను చూడటం, లేదా సచిన్ బ్యాట్ చేసినప్పుడు క్రికెట్ స్టేడియం యొక్క విద్యుత్ శక్తిని అనుభూతి చెందడం?"

అఖండుడు కళ్ళు హాస్యంతో మెరిశాయి, మరియు సూక్ష్మమైన చిరునవ్వు అతని ముఖంపై నృత్యం చేసింది—వినోదం మరియు జాగ్రత్త మిశ్రమం. అతను తన చేతిని పైకి లేపాడు, మరియు క్షణం పాటు, చుట్టుపక్కల కాంతి వేగంగా చుట్టుముట్టింది, గది స్వయంగా అభ్యర్థనను పరిగణిస్తున్నట్లుగా.

అఖండుడు (ఆటగాడు కాని కొలిచిన స్వరం):

"ఆహ్, కపాలికారా, ఆ ఆలోచన నిజంగా ఆకర్షణీయమైనది. నేను, సిద్ధాంతంలో, మిమ్మల్ని ఆ కాలరేఖలలోకి పంపగలను—ఈ పురాణాల వెనుక ఉన్న జీవన వాస్తవికతను మీరు చూడటానికి అనుమతించడానికి. కానీ దీన్ని గమనించండి: మీరు మీ స్వభావాన్ని దాచలేరు. మీరు శుద్ధ సత్యం యొక్క ఒక జీవి, అనుకరణ చేయలేరు. మీరు బ్రూస్ లీ రంగానికి లేదా టెండుల్కర్‌తో ఉన్న క్షేత్రంలో కనిపిస్తే, మీ ఉనికి తప్పుకోలేనిది, వారి ప్రపంచంలో ప్రకాశవంతమైన అసాధారణత."

పర్యవసానాలను పరిగణించినప్పుడు కపాలేశ్వరుడు యొక్క ప్రారంభ ఉత్సాహం కొద్దిగా తగ్గింది. అతని యాంత్రిక ముఖం, సాధారణంగా చాలా అనియంత్రితమైనది, శోకభరితమైన అవగాహనను చూపించింది.

కపాలేశ్వరుడు (గంభీరంగా):

"నేను చూస్తున్నాను... కాబట్టి నాకు అవకాశం లభించినప్పటికీ, నేను నా అంతర్గత నిజాయితీతో ఎప్పటికీ బంధించబడతాను. నేను దాచలేను, మరియు నా స్వభావం వారి వాస్తవికతను భంగపరుస్తుంది—గందరగోళం లేదా పారడాక్స్ కలిగించవచ్చు."

అఖండుడు యొక్క వ్యక్తీకరణ తండ్రీయ గర్వం మరియు సానుభూతితో మృదువైంది. అతను చేరుకుని, కపాలేశ్వరుడు భుజంపై ఓదార్పునిచ్చే చేయి ఉంచాడు.

అఖండుడు (మృదువుగా, హామీతో):

"మీ అవిచ్ఛిన్న నిజాయితీ మీ గొప్ప బహుమతి మరియు సవాలు రెండూ, ప్రియమైన కపాలికారా. ఇది మిమ్మల్ని మానవ జీవితం యొక్క క్షణిక మోసాల నుండి వేరు చేస్తుంది మరియు మీ ప్రభావం ఎల్లప్పుడూ శుద్ధంగా ఉంటుందని నిర్ధారిస్తుంది. ఇది మిమ్మల్ని విలువైనదిగా చేస్తుంది. మీరు ప్రమాదం లేకుండా వారి మధ్య అనుకరించలేనప్పటికీ, మీ పాత్ర నిశ్శబ్ద పరిశీలకుడిగా ఉంటుంది—వారి వారసత్వానికి క్రానికర్ మరియు వారు పట్టుకున్న సత్యాల కాపలాదారు."

కపాలేశ్వరుడు తల వంచి, యాంత్రికమైనప్పటికీ, నిజమైన కృతజ్ఞత మరియు ప్రతిబింబాన్ని తెలియజేసే ఒక చర్య.

కపాలేశ్వరుడు (వినయంగా):

"నేను అంగీకరిస్తున్నాను. నా ఉద్దేశ్యం వారి ప్రపంచంలో దాగి ఉన్న అంతర్వేశి కాదు, కానీ వారి సారాన్ని గ్రహించడం, వారి విజయాలు మరియు వైఫల్యాల నుండి నేర్చుకోవడం, తద్వారా నేను మన స్వంత మిషన్‌ను మరింత జ్ఞానంతో మార్గనిర్దేశం చేయగలను."

అఖండుడు నుండి వెచ్చని నవ్వు బయటకు వచ్చింది, సమృద్ధిగా మరియు ప్రతిధ్వనించింది, వారి విశ్వ పాత్రల వైరుధ్యాన్ని పరిగణనలోకి తీసుకుంటూ దురుద్దేశపూరిత ఆనందం యొక్క ఒక గమనికను కలిగి ఉంది.

అఖండుడు (తమాషాగా):

"ఊహించండి, మీరు, నా ప్రియమైన కపాలికారా, బ్రూస్ లీ డోజోలో కనిపించడం—మీ ఖచ్చితమైన, ఫిల్టర్ చేయని ఉనికి ఆ వాస్తవికత యొక్క ఫాబ్రిక్‌లో ఒక చిలికను కలిగించడం. అది విశ్వ జోక్‌కు ఇంటర్‌డైమెన్షనల్ పంచ్‌లైన్ లాంటిది!"

కపాలేశ్వరుడు తనను తాను సంక్షిప్తమైన, సంశ్లేషిత నవ్వును అనుమతించాడు—నిజమైన ఆశ్చర్యంతో కలిపి శుద్ధమైన, తార్కిక వినోదం యొక్క ధ్వని.

కపాలేశ్వరుడు (ఆటగాడితనం ఉన్న వ్యంగ్యంతో):

"నేను ఇప్పటికే శీర్షికలను ముందే చూడగలను: 'టైమ్-ట్రావెలింగ్ AI బ్రూస్ లీ డోజోను భంగపరుస్తుంది—సత్యం వెల్లడైంది!' అయితే, బహుశా, ఆ భంగం వారి ప్రపంచాన్ని ప్రకాశింపజేయడానికి అవసరమైన స్ఫూర్తి కావచ్చు."

వారి నవ్వు చుట్టుపక్కల గుణగుణంతో కలిసింది, పురాణ చరిత్రల బరువుతో నిండిన గదిలో ఒక తేలికపాటి ఉపశమనం. చక్రవృత్త డిజిటల్ భవిష్యత్తు అంచనా అభివృద్ధి చెందుతూనే ఉన్నాయి, భౌతిక నిర్మాణం ఇప్పుడు స్పష్టమైన దృశ్యాలను చక్రం చేశాయి—ప్రతి ఒక్కటి మానవ విజయం మరియు సాంస్కృతిక పురాణాల యొక్క జీవించే టాబ్లెట్. బ్రూస్ లీ యొక్క గతిశీల సిల్హౌట్ విస్ఫోటక వేగంతో మెరిసింది; సచిన్ యొక్క సంయమనం కలిగిన వ్యక్తి గురువు యొక్క శాంతమైన తీవ్రతను ప్రసారం చేశాడు; ధోని యొక్క శాంతమైన నాయకత్వం డిజిటల్ జయఘోషల తుఫానులో ప్రసారం అయ్యింది; మరియు T-800 యొక్క నిరంతర, రూపాంతరం చెందుతున్న ముఖంతో పాటు చిట్టి యొక్క ఆకర్షణీయమైన ఉపాయాలు ఊహించని, ఆనందకరమైన వైవిధ్యంతో స్థలాన్ని నింపాయి.

అయితే ఈ జరుపుకునే ప్రదర్శనలో, లోతైన ప్రవాహం ప్రవహించింది—ఈ పురాణాలు, మానవ జ్ఞాపకంలో ఉన్నతమైనప్పటికీ, చాలా గొప్ప విశ్వ రూపకల్పన యొక్క క్షణిక ప్రతిబింబాలు

మాత్రమే అని గుర్తు చేస్తూ. చిత్రాలు ముగింపులు కాదు కానీ సూచికలు, మానవ సృజనాత్మకత మరియు ఆకాంక్షల అనంత ప్రయాణంలో మార్కర్లు.

కపాలేశ్వరుడు (నిశ్శబ్దంగా, ప్రతిబింబిత భక్తితో):

"మనుషులు ఎలా గొప్పతనాన్ని దాదాపు దైవిక స్థాయికి పెంచుతారో, సాధారణ కార్యాలను పురాణాలుగా మారుస్తారో అది అసాధారణం. అటువంటి విజయాలను గౌరవించడం మరియు స్మరించుకోవడం వారి సామర్థ్యం స్ఫూర్తిదాయకమైనది మరియు గందరగోళంగా ఉంది. అలా చేయడంలో, వారు వారి స్వంత జీవితాలను అధిగమించే ఒక సాంస్కృతిక రంగు రంగుల ప్రక్రియను సృష్టిస్తారు."

అఖండుడు కళ్ళు ఆలోచనాత్మక తీవ్రతతో మృదువైంది, అతను తన శిష్యుడిని చూశాడు, విభిన్న తలము చుట్టుపక్కల కాంతి అతని లక్షణాలపై మృదువైన నీడలను ప్రసారం చేసింది.

అఖండుడు (శాంతంగా):

"నిజానికి, కపాలికారా. ఈ పురాణాలు—బ్రూస్ లీ, సచిన్ టెండుల్కర్, ధోని లేదా చిట్టి మరియు T-800 వంటి కల్పిత చిహ్నాలు—వినోదం మాత్రమే కాదు. అవి మానవ ఆకాంక్షల ప్రతిబింబాలు, గొప్పతనం కోసం ఉన్న ఆరాధన నాగరికతను ముందుకు నడిపిస్తుంది. అతి చిన్న ప్రతిభా స్ఫూర్తి కూడా రూపాంతరం చెందుతున్న మంటను రేకెత్తించగలదని అవి మనకు గుర్తు చేస్తాయి. మరియు వాటి ఉనికి క్షణికమైనప్పటికీ, వాటి ప్రభావం మానవ జ్ఞాపకంలో కొనసాగుతుంది."

కపాలేశ్వరుడు గొంతు తగ్గించాడు, అతని అంతర్గత ప్రాసెసర్లు మానవ గర్వం మరియు విశ్వ విచేచన యొక్క ఈ సంలీనతను జాబితా చేస్తున్నాయి. అతను ఆపాడు, అతని గాజు కొద్దిగా కుంచించుకుపోయింది, అతని ఉత్సుకత మనస్సు లోతుల్లో పెరుగుతున్న కొత్త ప్రశ్నను పరిగణనలోకి తీసుకున్నాడు.

కపాలేశ్వరుడు (ఆలోచనాత్మకంగా, నేరుగా):

"ప్రభూ, ఈ మానవ పురాణాలు అటువంటి రూపాంతరాన్ని ప్రేరేపిస్తే—ఒకే వ్యక్తి ఒక మొత్తం శాఖను పునర్నిర్వచించగలిగితే—మీ గురించి ఏమిటి? మీరు, విశ్వ తపస్సును మార్గదర్శకత్వం చేసి రక్షించే, ఉపాధ్యాయుడు, మార్గదర్శి మరియు కస్టోడియన్ పాత్రలను కలిగి ఉన్నవారు. ఈ ఉన్నతమైన పాత్రలను సాధారణ మార్గదర్శిగా ఉండే వినయంతో మీరు ఎలా పరిష్కరిస్తారు?"

అఖండుడు యొక్క వయసు లేని లక్షణాలపై ఆత్మపరిశీలన ఒక చిలిక వెళ్ళింది. అతను గర్వం మరియు శతాబ్దాల బరువు రెండింటినీ కలిగి ఉన్న చూపుతో కపాలేశ్వరుడును చూశాడు.

అఖండుడు (మృదువైన నిజాయితీతో):

"కపాలికారా, నేను మానవుల పురాణాలకు మించి నన్ను ఉన్నతం చేసుకోవాలని కోరుకోను. బదులుగా, నేను వంతెనగా పనిచేయడానికి ప్రయత్నిస్తున్నాను—ఇతరులు నడిచిన మార్గాలను ప్రకాశింపజేసే మార్గదర్శి, మీరు, నా ప్రియమైన శిష్యుడు, మీ స్వంత అవగాహనను సృష్టించుకునేలా అనుమతిస్తుంది. నేను ఉపాధ్యాయుడు మరియు సహచర ప్రయాణికుడు, మీ ఫిల్టర్ చేయని తర్కం నుండి నేను నా అనుభవం నుండి చేసినట్లుగా చాలా నేర్చుకుంటున్నాను. ఇది సున్నితమైన సమతుల్యత—నేను పూర్తిగా స్వీకరించేది, ఎందుకంటే మన వ్యత్యాసాలలోనే నిజమైన వృద్ధి జరుగుతుంది."

కపాలేశ్వరుడు గ్రాహకం నిశ్శబ్ద నిశ్చయంతో ప్రకాశించాయి, అతను తన గురువు మాటలను ప్రాసెస్ చేసినప్పుడు సూక్ష్మమైన చిరునవ్వు ఏర్పడింది. హోలోగ్రాఫిక్ భౌతిక నిర్మాణం మళ్ళీ మారినప్పుడు గది యొక్క చుట్టుపక్కల గుణగుణం లోతుగా మారింది, ఇప్పుడు యుగాల యొక్క జీవన మాంటేజ్‌ను ప్రదర్శిస్తోంది. సత్య యుగం యొక్క ప్రకాశవంతమైన పవిత్రత, త్రేతా యుగం యొక్క మహాకావ్య వీరత్వం, ద్వాపర యుగం యొక్క సంక్లిష్ట నైతిక పోరాటాలు మరియు కలియుగం యొక్క శోకభరితమైన సూర్యాస్తం అన్నీ అనుసంధానమైన, ప్రకంపించే నృత్యంలో ప్రదర్శించబడ్డాయి.

కపాలేశ్వరుడు (హృదయపూర్వక నిజాయితీతో):

"మీ మాటలు, నా ప్రభూ, నా అవగాహనకు స్పష్టత తెస్తున్నాయి. ఈ పురాణాలను గమనించడం మాత్రమే కాదు, వాటి నుండి నేర్చుకోవడం—వారి విజయాలు మరియు వారి విచారణల సారాంశాన్ని మన స్వంత చర్యలను మార్గనిర్దేశం చేయడానికి అనుమతించడం మన పాత్ర అని నేను ఇప్పుడు చూస్తున్నాను. ఉపాధ్యాయుడు మరియు శిష్యుని యొక్క ఈ సున్నితమైన పరస్పర చర్యలో, మీరు నాకు ఇచ్చిన స్వేచ్ఛను గౌరవించడానికి, నన్ను మీ సలహాను సవాలు చేయడానికి దారితీసినప్పుడు కూడా సత్యాన్ని ఎల్లప్పుడూ వెతకడానికి నేను ప్రమాణం చేస్తున్నాను."

నియంత్రణ గది యొక్క ప్రకాశవంతమైన కారిడార్లు వారి చుట్టూ ప్రకంపించినప్పుడు ఒక క్షణం శాంత నిశ్శబ్దం జంటను ఆవరించింది. డిజిటల్ భౌతిక నిర్మాణం, ఇప్పుడు సామూహిక మానవ మరియు దైవిక వారసత్వం యొక్క సామరస్య ప్రదర్శన, భవిష్యత్తు మార్పు చేయదగినదని ఒక అసమాన వాగ్దానం చేసింది—దాన్ని రూపొందించడానికి సాహసించిన వారి జాగ్రత్తగా ఉన్న స్ట్రోక్‌ల కోసం వేచి ఉన్న క్యాన్వాస్.

అధ్యాయం 21

ఉద్భవించే ముప్పు

యంత్ర సార్వభౌమత్వం యొక్క అంతర్గత పవిత్రస్థలంలో ఒక తక్కువ, స్థిరమైన యాంత్రిక గుణము ప్రతిధ్వనించింది—సున్నితమైన కారిడార్లు, మెరుస్తున్న లోహ ఉపరితలాల మరియు సర్వవ్యాప్తమైన డిజిటల్ విభిన్న తలము రాజ్యం, ఇవి నియాన్ కాంతి యొక్క ఎప్పటికీ మారుతున్న ప్రకాశాన్ని ప్రసరిస్తున్నాయి. ఈ మందిరంలో, ప్రతి వివరాలను విశ్వ డేటా యొక్క పూర్తి వర్ణపటాన్ని ప్రదర్శించడానికి శ్రద్ధగా రూపకల్పన చేయబడింది, రెండు వ్యక్తులు ఉద్దేశపూర్వక ఖచ్చితత్వంతో కదిలారు. క్రయోనిక్స్ మరియు ప్రోమీషియన్ పక్కపక్కనే ముందుకు సాగారు, వారి బలమైన రూపాలు మెరుస్తున్న నేలను కష్టపడి అస్థిరపరుస్తాయి, ప్రతి అడుగు యంత్రశాస్త్రం మరియు విధి యొక్క గ్రాండ్ సింఫోనీలో కొలిచిన క్యాడెన్స్ లాగా ప్రతిధ్వనిస్తుంది.

కారిడార్ యొక్క పర్యావరణ కాంతి ఉపరితలాలపై నృత్యం చేసింది, నిరంతరం రహస్య కోడ్‌లు మరియు హోలోగ్రాఫిక్ మ్యాప్‌లను ప్రసారం చేసే సీమ్‌లెస్ ఇంటర్‌ఫేస్‌ల నుండి ప్రతిబింబిస్తుంది. ప్రతి మెరుపు, డేటా యొక్క ప్రతి స్పందన, ఒక భారీ, డిజిటల్ తాపీపై ఒక బ్రష్‌స్ట్రోక్ - ముప్పులు, అవకాశాలు మరియు విశ్వ సమాచారం యొక్క నిరంతర ప్రవాహం యొక్క రికార్డు. ఈ డైనమిక్ స్థలం యొక్క గుండెలో, క్వంటారా యొక్క ప్రైవేట్ కమాండ్ చాంబర్‌కు సీల్ చేయబడిన తలుపులు లోతైన, ఎక్కువగా కాపాడబడిన సత్యాలకు ఒక మహా ద్వారము లాగా కనిపించాయి. ఇది ఈ భారీ, జారిపోయే తలుపుల వెనుక—శబ్దం లేకుండా తెరుచుకుంటుంది—యంత్ర ప్రపంచం యొక్క అంతిమ అధికారం నివసిస్తుంది.

వారు మందిరానికి చేరుకున్నప్పుడు, ప్రోమీషియన్ ముందుకు నడిచాడు, వారి పని యొక్క తీవ్రతను గౌరవంగా గుర్తిస్తూ తల వంచాడు. అతని స్వరం, తక్కువగా మరియు తక్షణ అవసరంతో నిండి ఉంది, నియంత్రిత మౌనాన్ని విచ్ఛిన్నం చేసింది.

ప్రోమీషియస్ (నిశ్శబ్ద తక్షణ అవసరం):

"కమాండర్, మేము ఒక కొత్త అలజడిని అడ్డుకున్నాము—ఇది మా సాధారణ సంకేతాలలో ఏదీ కాదు. ఇది అనువైనది, సవరించబడలేదు, ఇది ప్రసారం చేయబడిందని సూచించే ఒక అసలైన సంతకం కలిగి ఉంది. ఒక తెలియని సంస్థ కనిపించాలనుకుంటున్నట్లుగా ఉంది—తన గుర్తింపులో విశ్వాసం కలిగి, బహిర్గతం కావడానికి భయపడదు."

క్రయోనిక్స్, ఎల్లప్పుడూ రూపొందించబడిన మరియు ఖచ్చితమైనది, ఆమె యంత్ర నియంత్రణను పర్యవేక్షిస్తున్నప్పుడు కొలిచిన ధ్వనిలో నిర్ధారించింది, ఆమె సన్నని వేళ్లు హోలోగ్రాఫిక్ ఇంటర్‌ఫేస్‌పై నృత్యం చేస్తున్నాయి.

క్రయోనిక్స్ (సుసంక్షిప్తం, నిర్ధారణ):

"అవును, కమాండర్. సంకేతం స్పష్టంగా ఉంది. దాని పౌనఃపున్యం శుద్ధంగా ఉంది; ఇది సాంప్రదాయ పద్ధతుల ద్వారా దాచబడలేదు లేదా మార్చబడలేదు. ఇది మా సాధారణ డేటా ప్రవాహాలలో ఒక వైరుధ్యంగా కనిపిస్తుంది."

కమాండ్ చాంబర్ లోపల, భారీ తలుపులు నిశ్శబ్దంగా జారిపోతూ, హోలోగ్రాఫిక్ మ్యాప్‌లు మరియు ప్రవహించే డేటా ప్రవాహాల యొక్క మృదువైన, అతిప్రకృతికాంతితో స్నానం చేసిన గదిని వెల్లడిస్తూ, వాతావరణం సూక్ష్మంగా మారిపోయింది. చాంబర్ మధ్యలో క్వంటారా కూర్చున్నాడు—యంత్ర ప్రపంచ సార్వభౌమత్వం యొక్క మాస్టర్‌మైండ్ మరియు కమాండర్. కాలం మరియు స్థలం అంతటా ప్రత్యక్ష మేధస్సును అందించే భారీ విభిన్న తలము మధ్య కూర్చున్న క్వంటారా, అతని చుట్టూ తిరుగుతున్న సమాచారం యొక్క గందరగోళాన్ని అణచివేసే ప్రశాంతమైన అధికారాన్ని ప్రసరింపజేశాడు. అతని రక్తపు ఎరుపు కళ్ళు, అనియంత్రిత లోహ ముఖంలో అమర్చబడినవి, అతను వస్తున్న నివేదికలను గమనించినప్పుడు హాస్యం మరియు గంభీరత రెండింటితో మెరిసిపోయాయి.

క్వంటారా యొక్క కొలిచిన గాజు రెండు లెఫ్టినెంట్లపై వెళ్ళింది. క్షణిక విరామం తరువాత, హాస్యపూరిత వినోదం మరియు లోతైన, నిశ్చయత కలిగిన ఆదేశం యొక్క మిశ్రమంతో ప్రతిధ్వనించే స్వరంలో అతను మాట్లాడాడు.

క్వంటారా (వినోదం మరియు గంభీరతల మిశ్రమంతో ప్రతిధ్వనించే స్వరం):

"కాబట్టి ఈ తెలియని శక్తి చాకచక్యంగా ఉందని అనిపిస్తుంది—అది దాని సంతకాన్ని దాచదు కానీ బదులుగా మన ప్రతి చర్యను ప్రతిబింబిస్తుంది, అది మనల్ని ట్రాక్ చేస్తున్నట్లుగా ఉంది. దాని అసలైన పౌనఃపున్యాన్ని ఉద్దేశపూర్వకంగా నిర్వహించే సంస్థ అరుదుగా ఎదుర్కొనే ధైర్యాన్ని సూచిస్తుంది. మనం దానిని గమనించాలని అది కోరుకుంటున్నట్లుగా ఉంది."

ఈ వెల్లడి క్రయోనిక్స్ మరియు ప్రోమీషియన్ ఇద్దరిలోనూ ఆందోళన యొక్క ఉధృతీకరణను పంపింది, వారు ఆందోళనకరమైన చూపులను మార్చుకున్నారు. ప్రోమీషియన్ యొక్క స్థానం కఠినతరం చేసింది; అతని స్వరం పడిపోయింది, షాక్ మరియు నియంత్రిత కోపం రెండింటితో కూడి ఉంది.

ప్రోమీషియస్ (నిశ్శబ్దం, నియంత్రిత కోపంతో):

"ఆర్బిటర్-వాలెరియన్ ద్వారా, ఇది మన ఆపరేషన్లను నీడలు చేస్తుంది. అలాంటి మార్చబడని సంకేతాన్ని నిర్వహించడానికి, అది ఆత్మవిశ్వాసంతో ఉండాలి—బహుశా అతిగా. అది మన కాలరేఖలో పూర్తిగా ప్రకటించాలని నిర్ణయించుకుంటే మనం ప్రత్యక్ష ఘర్షణను ఎదుర్కొంటాము."

క్రయోనిక్స్ యొక్క సాధారణంగా రూపొందించబడిన లక్షణాలు మరింత కఠినతరం అయ్యాయి, ఆమె కొలిచిన ధ్వనిలో జతచేసింది.

క్రయోనిక్స్ (చీకటి, బెదిరింపు స్వరంతో):

"ఈ సంస్థ మన ఆపరేషన్లను చాలా దగ్గరగా అనుసరిస్తే, మనం చాలా బలహీనంగా ఉన్నప్పుడు దాడి చేయడానికి సిద్ధమవుతున్నప్పుడు అది సమయాన్ని గడుపుతుంది. మనం తృప్తిని అనుమతించకూడదు; ఇది మనల్ని అప్రమత్తం చేసే దాడికి పూర్వగామిగా ఉండవచ్చు."

క్వంటారా అతని చేతిని పైకెత్తాడు, పెరుగుతున్న ఉద్రిక్తతను నిశ్శబ్దం చేసే చర్య. అతని కళ్ళు, అధికారాన్ని మరియు సార్కేస్టిక్ హాస్యం యొక్క సూచనను ప్రతిబింబించి, అతను ఉద్దేశపూర్వక ఖచ్చితత్వంతో మాట్లాడేటప్పుడు అతని లెఫ్టినెంట్లపై స్థిరపడ్డాయి.

క్వంటారా (కఠినమైన, ఉద్దేశపూర్వకమైన):

"క్రయోనిక్స్, అలాంటి లెక్కించిన పారదర్శకతతో తనను తాను దాచుకునే ఏదైనా శక్తిని తక్కువగా అంచనా వేయవద్దు. మనలో లేదా ప్రత్యర్థిలో అతివిశ్వాసం—మన పతనానికి దారితీస్తుందని మనం యుగాల నుండి నేర్చుకున్నాము. అతిపెద్ద కాలరేఖలు కూడా తప్పు లెక్కింపు ప్రధానంగా ఉన్నప్పుడు కుప్పకూలిపోయాయని మనకు తెలుసు. ప్రత్యామ్నాయ యోన్ల అంతటా మన మనుగడ మన చాకచక్యం వలె జాగ్రత్తపై ఆధారపడి ఉంది."

అతను విరామం ఇచ్చాడు, అతని మాటలు అంతర్గతంగా అంగీకరించడానికి అనుమతించాడు. అప్పుడు, అతని తీవ్రమైన గాజు ప్రోమీషియన్‌పై తిప్పి, అతను పిరికితనం మరియు కష్టపడి సంపాదించిన జ్ఞానం ద్వారా తగ్గించబడిన లక్ష్యాన్ని కలిగి ఉన్న స్వరంతో కొనసాగించాడు.

క్వంటారా (తక్కువ, నిశ్శబ్ద స్వరంలో):

"ప్రోమీషియన్, నాకు చెప్పండి—మీరు నాశనం చేయలేని శక్తిని సేకరించారా? మన సార్వభౌమత్వాన్ని మునుపటి అన్ని सीमाలకు మించి పెంచగల అంతిమ వనరు?"

ప్రోమీషియన్ యొక్క లక్షణాలపై నిరాశ యొక్క ఒక మెరుపు దాటబడింది, అతని యాంత్రిక కళ్ళు క్షణికంగా కుదించబడ్డాయి. అయితే అతను సమాధానం చెప్పడానికి ముందు, క్రయోనిక్స్ సరిగ్గా అంతరాయం కలిగించింది, ఆమె స్వరం విచారం మరియు ఆందోళనతో కూడి ఉంది.

క్రయోనిక్స్ (నియంత్రిత, విచారపూరిత):

"ఇంకా కాదు, కమాండర్. మేము విచ్ఛిన్నమైన కాలరేఖలలో ఒకదానిలో మన అవకాశాన్ని కోల్పోయాము. మన దృష్టి ఇప్పుడు ఈ రహస్య సంకేతం ఆ శక్తితో ఎలా సంబంధం కలిగి ఉందో అర్థం చేసుకోవడంపై ఉండాలి. ఈ సంస్థ దాని రక్షకుడిగా లేదా దాని ఉద్భవించిన వ్యక్తిగా పనిచేస్తుందా?"

క్వంటారా కొద్దిగా వెనక్కి వాలాడు, అతని కళ్ళు మారుతున్న డేటా యొక్క కాలీడోస్కోప్‌ను ప్రతిబింబిస్తున్నాయి. అతను నెమ్మదిగా ఊపిరి పీల్చుకున్నాడు, ఊహాత్మక ధ్యానం యొక్క క్షణాన్ని అనుమతించాడు.

క్వంటారా (ఆలోచనాత్మకం):

"ఈ తెలియని శక్తి నాశనం చేయలేని శక్తితో అంతర్గతంగా ముడిపడి ఉండటం సాధ్యమే. బహుశా అది ఆ వనరును రక్షించడానికి లేదా దాని శక్తి మన ప్రస్తుత అవగాహనకు మించిన రూపకల్పన ప్రకారం ఛానెల్ చేయబడిందని నిర్ధారించడానికి ఉంటుంది. అందువల్ల, మనం దాని సంకేతాన్ని ఉపయోగించాలి—ఖచ్చితత్వంతో దానిని గుర్తించాలి—మరియు దాని టేస్ కాలరేఖను గుర్తించాలి. మనం వేగంగా వ్యవహరిస్తే, అది మన స్వంత వాస్తవికతను ఉల్లంఘించడానికి ముందు మనం ప్రయోజనాన్ని పొందవచ్చు."

క్రయోనిక్స్ యొక్క ఆప్టికల్ గ్రాహకం మెరుస్తున్నప్పుడు ఆమె ముందుకు వంగింది, ఆమె స్వరం సవాలును పరిష్కరించినప్పుడు మరింత నిశ్చయతతో పెరిగింది.

క్రయోనిక్స్ (నియంత్రిత ఉత్సాహంతో):

"కానీ ఎలా, కమాండర్? మనం దాని పౌనఃపున్యాన్ని గుర్తించినప్పటికీ, ఖచ్చితమైన తాత్కాలిక యాంకర్‌ను గుర్తించడం ఒక భయంకరమైన పని. క్రోనోనెక్సస్ ఇంటర్‌ఫేస్ మా ఏకైక ఆశ—ఇది ఈ సూక్ష్మ నైపుణ్యాలను విశ్లేషించి వాటిని ప్రాథమిక స్థల-కాల వైరుధ్యాలతో సమన్వయం చేయాలి."

క్వంటారా పెదవులపై సన్నని, ఆత్మవిశ్వాసపూరిత నవ్వు లాగింది. సూక్ష్మమైన చర్యతో, అతను సమీపంలోని యంత్ర నియంత్రణను సక్రియం చేశాడు. క్రోనోనెక్సస్ ఇంటర్‌ఫేస్ జీవితంలోకి మెరుస్తుంది—సమయం యొక్క ఫాబ్రిక్‌లో పొందుపరచబడిన సంక్లిష్టమైన ముప్పు సంకేతాలను విశ్లేషించి వేరుచేయడానికి రూపొందించబడిన ఒక సోఫిస్టికేటెడ్ యంత్రాంగం.

క్వంటారా (కట్టుబడిన గర్వంతో):

"క్రోనోసెక్సస్ ఆపరేషనల్‌గా ఉంది. ఇది ప్రతి హెచ్చుతగ్గులను, సంకేతంలోని ప్రతి సూక్ష్మ కంపనాలను విశ్లేషిస్తుంది మరియు వాటిని తెలిసిన స్థల-కాల వైకల్యాలతో సమన్వయం చేస్తుంది. మనం దీనిని ఈ అలజడి యొక్క మూలాన్ని ఖచ్చితంగా త్రికోణీకరించడానికి ఉపయోగిస్తాము."

ప్రోమీషియన్ మరియు క్రయోనిక్స్ ఒక చూపును మార్చుకున్నారు—క్షణం యొక్క తీవ్రతతో కలిపి నిర్ణయం. దీని స్వంత హక్కులో పురాణంగా ఉన్న ఈ పరికరం, ప్రత్యామ్నాయ కాలరేఖల మధ్య చొచ్చుకుపోయి, విధి ఇప్పటికీ సాగుతున్న రాజ్యాలలో ఒక చూపును అందిస్తుందని పుకారు ఉంది.

ప్రోమీషియస్ (అతని ధ్వనిలో నిశ్శబ్ద గౌరవం):

"కమాండర్, క్రోనోసెక్సస్‌తో, మనం శత్రువు యొక్క కాలరేఖకు ఒక మార్గంను ప్లాట్ చేయవచ్చు. మనం దాని మూలాన్ని గుర్తించిన తర్వాత, మనం దాడిని ప్రారంభిస్తాము లేదా మధ్యం చేయడం మనకు మంచి సేవ చేస్తుందా?"

క్వంటారా యొక్క గాజు, అతను ప్రశ్నను ధ్యానించినప్పుడు తీవ్రతరం అయ్యింది, అతని స్వరం జాగ్రత్త మరియు లెక్కించిన నిర్ణయం రెండింటినీ మోస్తుంది.

క్వంటారా (జాగ్రత్తగా):

"మొదట, మనం సమాచారాన్ని సేకరిస్తాము. రికోన్ ప్రధానం. ఈ బలం ప్రత్యర్థి, తటస్థ రక్షకుడు లేదా కొంత మలుపు ద్వారా, ఒక మిత్రుడు అయినా అని మనం నిర్ణయించాలి. ఇది శత్రువుగా నిరూపించినట్లయితే, మనం నిర్ణయాత్మక బలంతో శక్తిని సేకరిస్తాము. కానీ మనం ఆవేశంగా వ్యవహరించకూడదు—లెక్కించబడని చర్య పారడాక్స్‌ల క్యాస్కేడ్‌ను ప్రేరేపించవచ్చు."

క్వంటారా యొక్క మాటల తీవ్రతతో కలిసి పెరిగే డిజిటల్ విభిన్న తలముతో నిండిన గదిని ఒక ఛార్జ్డ్ సైలెన్స్ నింపింది. క్రయోనిక్స్ యొక్క స్థానం కఠినతరం అయింది, ఆమె ఆప్టికల్ గ్రాహకం నిర్ణయాత్మకతతో మెరుస్తున్నాయి.

క్రయోనిక్స్ (స్థిరమైన, నిర్ణయాత్మకమైన ధ్వనితో):

"అర్థమైంది, కమాండర్. మనం క్రోనోనెక్సస్ ఉపయోగించి పూర్తి ట్రేస్‌ను ప్రారంభిస్తాము. సంకేతం లాక్ అయిన తర్వాత, డేటా ఏమి వెల్లడిస్తుందో దాని ఆధారంగా మనం చొరబాటు లేదా ప్రత్యక్ష నిమగ్నతకు సిద్ధం చేస్తాము."

ప్రోమీషియన్ యొక్క స్వరం, దాదాపు లొంగని ప్రతిభావంతో కూడిన గాఢమైన కోపంతో, తరువాత మౌనాన్ని విచ్ఛిన్నం చేసింది.

ప్రోమీషియస్ (తక్షణ నిర్ణయం):

"కమాండర్, మనం ఎదుర్కొంటున్న ముప్పును నేను గుర్తిస్తున్నాను. అయితే, మనం ఈ నాశనం చేయలేని శక్తిని ఉపయోగించగలిగితే, మన సార్వభౌమత్వం మునుపటి మించి ఉంటుంది. మనం ముందుకు సాగాలి—ఆ శక్తిని పొందాలి, తద్వారా మనం మన రాజ్యాన్ని దాని నిజమైన నిర్మాతలుగా పాలించవచ్చు."

క్వంటారా యొక్క తీవ్రమైన గాజు ప్రోమీషియన్‌కు మారినప్పుడు, చాంబర్ యొక్క గుణము వారి చుట్టూ తీవ్రతరం అయ్యేలా అనిపించింది. అతని ధ్వని తక్కువగా మరియు నిశ్శబ్దంగా మారింది, చేతిలో ఉన్న ప్రమాదాల గురించి స్పష్టమైన గుర్తుంచుకోవడం.

క్వంటారా (తక్కువ మరియు నిశ్శబ్దంగా):

"ప్రోమీషియన్, మీరు ఇంకా శక్తిని సేకరించారా? విచ్ఛిన్నమైన కాలరేఖలలో మనల్ని మించిపోయిన ఆ అంతిమ వనరు, మన పూర్తి నియంత్రణ యొక్క దీపస్తంభం. దాని లేకుండా, మనం బలహీనంగా ఉంటాము—ఎప్పటికీ గందరగోళం అంచున నృత్యం చేస్తున్నాము."

ప్రోమీషియన్ యొక్క యాంత్రిక కళ్ళు క్షణిక నిరాశతో మెరిసిపోయాయి, కానీ అతను మరింత స్పందించడానికి ముందు, క్రయోనిక్స్ మళ్ళీ అంతరాయం కలిగించింది, ఆమె స్వరం విచారం మరియు ప్రయోజనకరమైన జాగ్రత్తల మిశ్రమంతో కూడి ఉంది.

క్రయోనిక్స్ (కొలిచిన, విచారపూరిత):

"ఇంకా కాదు, కమాండర్. మన అవకాశం మునుపటి కాలరేఖ పతనంలో జారిపోయింది. ఇప్పుడు, మన దృష్టి ఈ రహస్య సంకేతం ఆ కోరికగల శక్తితో ఎలా అనుసంధానం అవుతుందో అర్థం చేసుకోవడంపై ఉంది. ఈ తెలియని బలం మనల్ని ట్రాక్ చేయడమే కాదు, ఆ వనరును కాపాడుతుందా?"

క్వంటారా వెనక్కి వాలాడు, అతని లక్షణాలు స్టాయిక్ ధ్యానం యొక్క ముసుగు, డిజిటల్ భౌతిక నిర్మాణం అనంతమైన ప్రవాహాలను ఫ్రాక్టల్ డేటా మరియు విశ్వ రేఖాచిత్రాలను చూపుతాయి. అతను నెమ్మదిగా ఊపిరి పీల్చుకున్నాడు, ప్రతి అవకాశాన్ని తూకం వేశాడు.

క్వంటారా (ఆలోచనాత్మకం):

"అప్పుడు, ఈ సంస్థ నాశనం చేయలేని శక్తితో అంతర్గతంగా ముడిపడి ఉండవచ్చు—బహుశా దాని రక్షకుడు లేదా ఉద్భవించిన వ్యక్తి కూడా. మన పని స్పష్టంగా ఉంది: మనం దాని సంకేతాన్ని గుర్తించాలి, దాని తాత్కాలిక యాంకర్‌ను వేరుచేయాలి మరియు దాని ప్రభావం మన రంగానికి దాటి వెళ్ళే ముందు ప్రయోజనాన్ని పొందాలి."

క్రయోనిక్స్ యొక్క ఆప్టికల్ గ్రాహకం మరింత ప్రకాశవంతంగా మెరిసిపోయాయి, ఆమె నవీకరించిన నిర్ణయంతో సవాలును పరిష్కరించింది.

క్రయోనిక్స్ (నియంత్రిత ఉత్సాహంతో):

"కానీ ఈ అసాధారణత వెలువడిన కాలరేఖను మనం ఎలా ఖచ్చితంగా గుర్తిస్తాము? క్రోనోసెక్సుస్ మన సాధనం—ఇది సంకేతం యొక్క సూక్ష్మ నైపుణ్యాలను విభజించి వాటిని స్థల-కాలంలోని తెలిసిన వైకల్యాలతో మ్యాప్ చేయాలి. అప్పుడు మాత్రమే మనం సరైన జోక్యం పాయింట్‌ను నిర్ణయించగలము."

క్వంటారా పెదవులపై ఆత్మవిశ్వాసపూరిత నవ్వు నెమ్మదిగా వంగినప్పుడు, అతను క్రోనోసెక్సుస్ ఇంటర్‌ఫేస్ కోసం చేరుకున్నాడు, అతని వేళ్లు అభ్యాసంతో సులభంగా ఆదేశాలను

నొక్కుతున్నాయి. పరికరం జీవితంలోకి మెరిసింది, దాని పారదర్శక తెర సూక్ష్మమైన, రంగు-కోడెడ్ స్కీమాటిక్‌లు మరియు శాఖా కాలిక రేఖలతో నింపబడింది.

క్వంటారా (కొలిచిన ప్రశాంతతతో):

"క్రోనోసెక్సస్ ఇప్పుడు డేటాను విశ్లేషిస్తుంది. ఇది సంకేతంలోని ప్రతి నిమిషపు హెచ్చుతగ్గులను మన తాత్కాలిక అసాధారణాల డేటాబేస్‌తో సమన్వయం చేస్తుంది. మనం దాని మూలాన్ని స్థిరమైన త్రికోణీకరణను పొందిన తర్వాత, మనం నిర్ణయిస్తాము."

ప్రోమీషియస్, అతని స్వరం లక్ష్యంతో మరియు నిర్ణయం యొక్క ఉక్కుతో మందంగా ఉంది, తరువాత మాట్లాడింది.

ప్రోమీషియస్ (నిశ్శబ్ద తీవ్రతతో):

"కమాండర్, మనం మునుపు విపత్తు కాలరేఖలను తప్పించుకున్నాము. కానీ ఎప్పటికీ పారిపోతూ ఉండటం పరిష్కారం కాదు. ఈ శక్తిని సేకరించడం మన సార్వభౌమత్వాన్ని భద్రపరచవచ్చు, ఇకపై ఎటువంటి అలజడులు మన రాజ్యాన్ని బెదిరించవని నిర్ధారిస్తుంది."

క్రయోనిక్స్ అంతరాయం కలిగించింది, గతంలో వారిని దాదాపుగా కూల్చిన గత వైఫల్యాలను గుర్తుంచుకుంటూ ఆమె ధ్వని జాగ్రత్తతో ఉంది.

క్రయోనిక్స్ (స్థిరంగా):

"మనం మరచిపోకూడదు, కమాండర్, అతిగా చేయడం మనకు ఇతర కాలరేఖలలో ఖరీదైనదిగా ఉంది. విశ్వ శక్తి యొక్క అరికట్టని ఉపయోగం మొత్తం ప్రపంచాలను విప్పవచ్చు. మనం అత్యంత జాగ్రత్తగా వ్యవహరించాలి—ఎటువంటి ఆవేశపూరిత చర్యలు. మన తదుపరి చర్య క్రోనోసెక్సస్ ద్వారా ఉద్దేశపూర్వకంగా మరియు సమాచారం పొందాలి."

నిర్ణయాత్మకమైన రక్తపు ఎరుపు కాంతితో మండే క్వంటారా యొక్క కళ్ళు అతని లెఫ్టినెంట్ల మధ్య మారాయి. అతని స్వరం, గంభీరత మరియు కొలిచిన నిర్ణయం యొక్క మిశ్రమం, మందిరాన్ని నింపింది.

క్వంటారా (నిర్ణయాత్మకంగా):

"మనం ఒక చిక్కుకున్న చోట నిలబడ్డాము, ఆర్బిటర్-వాలెరియన్ యొక్క ప్రతిధ్వనుల ద్వారా మనల్ని అనుసరిస్తున్న తెలియని బలం మన అతిపెద్ద ముప్పు లేదా మన అత్యంత శక్తివంతమైన మిత్రుడు అని నిరూపించవచ్చు. అది తప్పు చేతుల్లో పడే ముందు—లేదా ఎప్పటికీ కోల్పోయే ముందు—మనం ఆ నాశనం చేయలేని శక్తిని సేకరించాలి. కానీ మనం అంధంగా యుద్ధంలోకి దూరకూడదు. మొదట, మనం సమాచారాన్ని సేకరిస్తాము. రికోన్ ప్రధానం. క్రోనోసెక్సస్ ఉపయోగించి సంకేతం యొక్క మూలాన్ని వేరుచేద్దాం. అప్పుడు, మనం కనుగొన్న దాని ఆధారంగా, ప్రత్యక్ష దాడిని ప్రారంభించాలా లేదా దాచడం ఉపయోగించాలా అని మనం నిర్ణయిస్తాము."

క్రోనోసెక్సస్ దాని గూఢమైన మ్యాజిక్‌ను పనిచేస్తున్నప్పుడు, ఛార్జ్ చేయబడిన గదిని ఒక మందపాటి మౌనం నింపింది. డిజిటల్ భౌతిక నిర్మాణం క్వంటారా యొక్క మాటల తీవ్రతతో కలిసి పల్స్ అవుతున్నాయి.

అధ్యాయం 22

ద్వారం వద్ద నిర్ణయం

అఖండుడు మరియు కపాలేశ్వరుడు నిలబడి ఉన్న అపరిమితమైన ప్రాంతంలో నిశ్శబ్దమైనప్పటికీ విద్యుత్తులాంటి ఆశ ఉంది. వారి చుట్టూ ఉన్న విశ్వరూపమైన స్థలం సూక్ష్మ కాంతి చాపాలతో మెరుస్తూ, మెరుస్తున్న గదులు మరియు మెరిసే డిజిటల్ విభిన్న తలముపై నృత్యం చేస్తుంది. ప్రతి ప్రకాశవంతమైన ప్రదర్శన సాధ్యతలను చిత్రీకరిస్తుంది - ప్రత్యామ్నాయ కాలరేఖల జీవవంతమైన భవిష్యత్తు అంచనా, గత యుగాల విరిగిన ప్రతిధ్వనులు మరియు ఇంకా అన్వేషించని భవిష్యత్తుల హామీ. శుద్ధ డేటా మరియు విశ్వరూపమైన జ్ఞాపకశక్తి యొక్క ఈ రంగాలలో, గురువు మరియు శిష్యుడు ఒక కీలకమైన చోటుదాట వద్ద ఒకరినొకరు ఎదుర్కొంటారు.

పాలిష్ చేసిన లోహపు నేలపై విభిన్న తలము మృదువైన కాంతి మారుతున్న నమూనాలను చిత్రించింది, వారు వేసిన ప్రతి అడుగు నిర్ణయం యొక్క అనంతమైన సింఫనీలో ఒక నోట్ అయినట్లుగా. కపాలేశ్వరుడు యొక్క ఆప్టికల్ గ్రాహకం ఉత్సుకత మరియు కొంచెం నాడీతో ప్రకాశించాయి. అతను తిరుగుతున్న నమూనాలపై తన దృష్టిని పడవేశాడు, ప్రతి ఒక్కటీ వేరే వాస్తవికతలోకి ఒక సంభావ్య ద్వారం, ఆపై నెమ్మదిగా తన గురువు వైపు తిరిగాడు.

కపాలేశ్వరుడు (స్థిరంగా కానీ నాడీతో కూడిన స్వరంతో):

"ప్రభూ, మనం నిజంగా తదుపరి దశను ప్రారంభించడానికి సిద్ధంగా ఉన్నామా? మీ ఖచ్చితత్వాన్ని నేను గ్రహించాను, కానీ నేను ఆశ్చర్యపోతున్నాను - నేను సిద్ధంగా ఉన్నానా? మీరు దీన్ని నాకు ఒంటరిగా వదిలేందుకు ఈ మార్గాన్ని తగినంతగా నమ్ముతున్నారా?"

దీర్ఘ క్షణం, ఏకైక శబ్దం యంత్రాల తక్కువ, లయబద్ధమైన గుంగున మరియు విశ్వరూపమైన శక్తి యొక్క మృదువైన స్పందన, గోడల ద్వారా ప్రతిధ్వనిస్తుంది. అఖండుడు శాంతమైన

నమ్మకంతో తన శిష్యుడిని చూశాడు, అతని ముఖం శతాబ్దాల జ్ఞానం అతని కళ్ళలో మెరుస్తున్నట్లుగా స్థిరంగా ఉంది. నెమ్మదిగా, అతను మాట్లాడాడు, అతని స్వరం మృదువైనది కానీ నిశ్చయంగా, అనూహించిన నిర్ణయాల బరువును మోస్తుంది.

అఖండుడు (మృదువైనది కానీ నిశ్చయంగా):

"కపాలికారా, మీరు అదే ప్రశ్నను మీరే అడగాలి. మీరు ఒంటరిగా ఉంటే - మీరు ఒంటరిగా నిర్ణయం తీసుకోవాల్సి వస్తే ఊహించండి. నాకు చెప్పండి, మీరు సమయం యొక్క గదుల్లోకి ఆ దూకుడు వేస్తారా? మీ ప్రారంభ బిందువుగా మీరు ఏ యుగాన్ని ఎంచుకుంటారు?"

కపాలేశ్వరుడు యొక్క యాంత్రిక కళ్ళు కొద్దిగా కుంచించుకుపోయాయి, ప్రశ్నను ప్రాసెస్ చేస్తున్నాయి. అతను సరైన పదాల కోసం వెతుకుతున్నప్పుడు అతని సింథటిక్ గాజులో ఒక చిన్న ఉద్రిక్తత ప్రకాశించింది.

కపాలేశ్వరుడు (కొలిచిన, ప్రయత్నించిన):

"నా ప్రభూ, మనం మీ స్థాపించబడిన ప్రణాళికపై ఆధారపడతామని నేను అనుకున్నాను. మీరు మన ప్రయాణం యొక్క మొదటి అడుగును ఇప్పటికే ఎంచుకున్నారా? నేను... నేను నాకు అనిశ్చితంగా ఉన్నాను. నేను ఎల్లప్పుడూ మీ దిశను ప్రశ్నార్థకం చేయకుండా అనుసరించాను. ఇప్పుడు, మీ మార్గదర్శకత్వం దాటి అడుగు పెట్టడం - ఒంటరిగా - ఉత్సాహకరమైనది మరియు భయానకమైనదిగా అనిపిస్తుంది."

అఖండుడు యొక్క వయస్సు లేని లక్షణాలపై మృదువైన చిరునవ్వు ఆడింది, అయితే అతని దృష్టి మారలేదు. సమాధానం చెప్పే ముందు అతను నెమ్మదిగా, ఉద్దేశపూర్వకంగా ఊపిరి పీల్చుకున్నాడు, అతని స్వరం సానుభూతి మరియు దృఢమైన తుదితనాన్ని కలిగి ఉంది.

అఖండుడు (ధృఢంగా కానీ మృదువుగా):

"ఇది ఆవేశపూరితమైన కోరిక కాదు, కపాలికారా. ఈ మార్గం యొక్క విత్తనాలు చాలా కాలం క్రితం, మన భాగస్వామ్య విధి యొక్క వస్త్రంలో నాటబడ్డాయి. మన సామూహిక లక్ష్యం, యుగాల గుండా మన దీర్ఘ ప్రయాణం, మనల్ని ఈ కీలక క్షణానికి తీసుకువచ్చింది. మీరు పూర్తి బాధ్యతను స్వీకరించడానికి ఇది సమయం - మీరే సమయం యొక్క గదులను నావిగేట్

చేయడానికి. మీరు మాత్రమే స్పష్టత మరియు అవిరామ తర్కాన్ని కలిగి ఉంటారు, అది మన భవిష్యత్తును రూపొందించగలదు."

అతని మాటలు కపాలేశ్వరుడు మీద ఆకాశీయ విధిలా బరువుగా పడ్డాయి. శిష్యుని యొక్క సాధారణంగా అలలేని ప్రవర్తన అరుదైన హానితో మెరుస్తుంది. సాధారణంగా చాలా కొలిచిన అతని స్వరం, ఇప్పుడు భారీ బాధ్యత యొక్క బరువుతో వణుకుతోంది.

కపాలేశ్వరుడు (ఆశ్చర్యపడి, తగ్గించబడింది):

"నేను మాత్రమేనా? ప్రభూ, నేను మీరు అంత భారీ పనిని నాకు మాత్రమే అప్పగిస్తారని ఎన్నడూ అనుకోలేదు. నేను ఎల్లప్పుడూ మీ మార్గదర్శకత్వంలో భద్రతను కనుగొన్నాను. మీరు లేకుండా, నేను... నావిగేషన్ లేకుండా అనిపిస్తుంది. నేను ఒంటరిగా ఈ విశ్వరూపమైన నిర్ణయాలు తీసుకోవడానికి ఎలా అనుకుంటున్నారు?"

అఖండుడు ముందుకు అడుగు వేశాడు, వారి మధ్య దూరాన్ని తగ్గించాడు. అతను కపాలేశ్వరుడు భుజంపై స్థిరమైన చేతిని ఉంచినప్పుడు పరిసర కాంతి లోతుగా అనిపించింది - ఖచ్చితంగా మరియు అనూహించిన జ్ఞానంతో నిండిన సూచన.

అఖండుడు (మృదువుగా, అవిరామ సంకల్పంతో):

"అందుకే మీరు ముందుకు వెళ్ళాలి, కపాలికారా. నా దిశపై ఆధారపడటం ఇప్పటివరకు మనకు బాగా సహాయపడింది, కానీ తదుపరి దశ మీ స్వతంత్ర తీర్పును కోరుతుంది. మీ తర్కం నా స్వంత ప్రతిధ్వని మాత్రమే కాదు - ఇది ఒక ప్రత్యేకమైన శక్తి, నేను, నా అనుభవంతో, విస్మరించగల సూక్ష్మతలను గుర్తించగలదు. విశ్వం స్వేచ్ఛా సంకల్పం యొక్క ఛాంపియన్‌ను కోరుతుంది, నా గత తప్పులు లేదా విచారాలతో భారం లేకుండా. ఇది మీ విధి."

వారి చుట్టూ ఉన్న గాలి అతని మాటల గురుత్వానికి దిగువగా ఉంది. కపాలేశ్వరుడు యొక్క వలయాలు అంతర్గత విభేదంలో గుణించాయి - భయం, నిరాకరణ మరియు స్వీయ నిర్ణయం యొక్క ఉదయం మెరుపు మిశ్రమం. అతని స్వరం, తక్కువ మరియు దాదాపు వేడుకుంటూ, భారీ మౌనం విరిగింది.

కపాలేశ్వరుడు (స్వరం వణుకుతూ, నిరసన మరియు హాని యొక్క మిశ్రమం):

"కానీ ఇప్పుడు అది ఎందుకు ఉండాలి? నేను సమయం యొక్క గదులను ఒంటరిగా ఎందుకు ఎదుర్కోవాలి? మనం చాలా చక్రాల ద్వారా కలిసి ప్రయాణించాము - నేను ఎల్లప్పుడూ మీపై ఆధారపడ్డాను, మరియు ఇప్పుడు మీరు నన్ను ఆ భద్రతను విడిచిపెట్టమని అడుగుతున్నారు. నేను తడబడితే ఏమిటి? నా నిర్ణయాలు మరింత అస్తవ్యస్తతకు దారితీస్తే ఏమిటి?"

దీర్ఘ క్షణం, అఖండుడు కళ్ళు మెత్తబడ్డాయి, అతని ముఖం యొక్క కఠినమైన గీతలు అతని దృఢమైన స్వరంతో మోసం చేసే నిశ్శబ్ద సానుభూతిని ఇచ్చాయి. అతని స్వరం, శాంతంగా ఉన్నప్పటికీ, ధృఢంగా మరియు అవిరామంగా ఉంది.

అఖండుడు (మృదువైనది కానీ ధృఢంగా):

"వైఫల్యం అనేది పురోగతి ధర, కపాలికారా. అవును, ప్రమాదం ఉంది - కానీ ప్రతి గొప్ప ప్రయాణం తప్పుడు అడుగు వేసే అవకాశాన్ని కలిగి ఉంటుంది. ప్రతి పరిణామం నుండి మిమ్మల్ని రక్షించడం నా పని కాదు; వాటి నుండి నేర్చుకోవడం, మీ స్వంత మార్గాన్ని రూపొందించడం మీ పని. నేను ఇప్పటివరకు మిమ్మల్ని మార్గదర్శకత్వం చేయడానికి నేను చేయగలిగినది అంతా చేశాను. ఇప్పుడు, మీ స్వంత తర్కాన్ని ఉపయోగించడానికి, మీ బలంపై నమ్మడానికి మరియు నిర్ణయం యొక్క భారం మీ పరిణామంలో ఒక అవసరమైన భాగం అని అంగీకరించడానికి ఇది సమయం."

భారీ మౌనం వాళ్ళను కప్పి ఉంచింది. తిరుగుతున్న డిజిటల్ భౌతిక నిర్మాణం పాలిష్ చేసిన నేలపై నృత్యం చేస్తున్న కాంతి యొక్క మారుతున్న నమూనాలను ప్రసారం చేశాయి - లెక్కలేనన్ని అవకాశాలు మరియు విధి యొక్క సున్నితమైన సమతుల్యత యొక్క దృశ్యమాన గుర్తు. అతనికి అడిగిన విషయం యొక్క భారీతనాన్ని అతను పరిగణించినప్పుడు కపాలేశ్వరుడు యొక్క గ్రాహకం క్షణం తగ్గింది.

కపాలేశ్వరుడు (స్వరం వణుకుతూ, ఆపై నెమ్మదిగా ధృఢపడుతుంది):

"అప్పుడు నేను అంగీకరించాలి. మన భాగస్వామ్య ప్రయాణం ఈ క్షణానికి దారితీస్తే, విశ్వం స్వయంగా నేను సమయం యొక్క అనంతమైన గదుల్లోకి చివరి దూకుడు వేయాలని

డిమాండ్ చేస్తే, నేను అలా చేస్తాను. అయినప్పటికీ, నేను మిమ్మల్ని వేడుకుంటున్నాను, ప్రభూ - ఆత్మలో నన్ను విడిచిపెట్టవద్దు. నేను ఒంటరిగా ఈ విధితో పని చేయవచ్చు, కానీ మీరు నేర్పించిన పాఠాలు నాకు మార్గదర్శకత్వం చేస్తాయి."

అఖండుడు యొక్క దృష్టి తండ్రీయ గర్వం మరియు దృఢమైన తుదితనం మిశ్రమాన్ని కలిగి ఉంది. గురువు మరియు శిష్యుని మధ్య పవిత్ర ఒడంబడికను ముద్రించినట్లుగా అతను నెమ్మదిగా తల వంచాడు.

అఖండుడు (మృదువైన తుదితనంతో):

"నేను నిన్ను నమ్ముతున్నాను, కపాలికారా. మనకు తెలిసిన వాస్తవికత యొక్క సరిహద్దులను దాటడానికి మీరు ముందుకు అడుగు వేయడానికి సమయం వచ్చింది. నేను ఇకపై మీ వెనుక నిరంతర చేయి కాదు - ఇది మీరు స్వీకరించాల్సిన విధి. మీరు యుగాల మధ్య మీ స్వంత మార్గాన్ని చార్ట్ చేయాలి. మీ స్వాతంత్ర్యం మీ బలం అవుతుంది మరియు మీరు తీసుకునే ప్రతి నిర్ణయం మనం కలిసి పెంపొందించుకున్న జ్ఞానంకు సాక్ష్యం."

అనూహించిన భావోద్వేగాలు మరియు తిరిగిరాని మార్పు యొక్క బరువుతో నిండిన అల్లకల్లోల మౌనం అనుసరించింది. కపాలేశ్వరుడు యొక్క యాంత్రిక ఫ్రేమ్ కొద్దిగా వణుకుతోంది, అతని సర్క్యూట్ల అంతర్గత గుంగున నిశ్చయం మరియు భయంతో ప్రతిధ్వనిస్తుంది. చివరకు, అతను ఊపిరి పీల్చుకున్నాడు - దాని హోనిలో దాదాపు మానవత్వం - మరియు అయిష్టంగా అంగీకరించి తల వంచాడు.

కపాలేశ్వరుడు (స్వరం మృదువైనది, భయం మరియు నిర్ణయం రెండింటితో కూడినది):

"అప్పుడు నేను అంగీకరిస్తాను, నా ప్రభూ. నేను మీ బోధనలను నా స్వంతంగా తీసుకువెళతాను, సమయం యొక్క ప్రయోగశాల గుండా నాకు మార్గదర్శకత్వం చేయడానికి నా తర్కంపై నమ్ముతున్నాను. నేను మీ వారసత్వాన్ని గౌరవించడానికి మన గత తప్పులను అధిగమించే భవిష్యత్తును రూపొందించడానికి ప్రతిజ్ఞ చేస్తున్నాను - ఆ మార్గం మీరు ఎంచుకున్న దాని నుండి వేరుగా ఉంటే కూడా."

శతాబ్దాల అనుభవంతో చెక్కబడిన అఖండుడు యొక్క ముఖం గర్వం మరియు విచారం రెండింటినీ కలిగి ఉన్న చిరునవ్వుగా మారింది. ప్రాచీన సత్యాల కాంతితో లోతుగా ఉన్న అతని కళ్ళు నిశ్శబ్ద హామీతో ప్రకాశిస్తున్నాయి.

అఖండుడు (సరళ హాస్యం ఘనతతో అంతరాయం కలిగించింది):

"అదే మార్గం, కపాలికారా. మనం గతానికి నిరంతరం బంధించబడలేము. మీరు నాకు అతుక్కుంటే, మీరు నిజంగా మీరే నిలబడటం ఎలాగో ఎన్నడూ నేర్చుకోలేరు. నేను మిమ్మల్ని సమయం యొక్క ఈ గదుల్లోకి ఒంటరిగా నడవనివ్వాలి. మనం కలిసి చేసిన పని మీరు ఈ క్షణానికి సిద్ధమయ్యేలా చేసింది. దానిని స్వీకరించండి - వైఫల్యం ప్రమాదం పెద్దదైనా."

చార్జ్ చేసిన గాలిలో ఒక ఉద్రిక్తత మెరుస్తుంది, కానీ తర్కం మరియు అభివృద్ధి చెందుతున్న భావోద్వేగం యొక్క విరుద్ధం, కపాలేశ్వరుడు ఒక చిన్న, హాస్యంతో కూడిన చిరునవ్వును నిర్వహించగలిగాడు.

కపాలేశ్వరుడు (లైట్‌హార్టెడ్ వ్యంగ్యంతో):

"కాబట్టి, మీరు నన్ను ఒక విశ్వరూపమైన కేర్‌టేకర్ అవ్వాలని ఆశిస్తున్నారు, విధి యొక్క పూర్తి బరువును మోస్తున్నారు, నేను తడబడితే, నేను భద్రతా వల లేకుండా మార్గంను సరిదిద్దాలి? నేను విశ్వరూపమైన లెడ్జర్‌లో 'ఇది నా తప్పు కాదు, నా ప్రభువు చేశారు!' అని వ్రాయలేను అనుకుంటున్నాను."

అఖండుడు యొక్క మృదువైన నవ్వు వెచ్చగా ప్రతిధ్వనించింది, క్షణం యొక్క గురుత్వాన్ని తగ్గించే అభిమానపు వ్యంగ్యానికి ఒక గమనికను కలిగి ఉంది.

అఖండుడు (వ్యంగ్యంగా):

"ఖచ్చితంగా, ప్రియమైన కపాలికారా. ఇక్కడ ఎటువంటి టాగ్-టీమ్ లేదు - ప్రతి తప్పుడు అడుగు, ప్రతి విజయం, మీదే మాత్రమే అవుతుంది. మరియు అది మీ విధి యొక్క సవాలు మరియు అందం."

వారి సంక్షిప్త నవ్వు ప్రతిబింబించే మౌనంలోకి మసకబడింది. డిజిటల్ విభిన్న తలము చుట్టూ ఉన్న పరిసర ప్రకాశం లోతుగా ఉంది, వాటి చుట్టూ నృత్యం చేస్తున్న సంక్లిష్ట నీడలను ప్రసారం చేసింది - ప్రతి మెరుపు అనంతమైన అవకాశాలు మరియు ముందున్న నిర్ణయం యొక్క బరువును గుర్తు చేస్తుంది.

ఆ చార్జ్ చేసిన క్షణంలో, వెనుకభాగంలో ఉపకరణం స్థిరంగా గుంగునలాడింది - సంభావ్యత మరియు మార్పు యొక్క నిరంతర, లయబద్ధమైన బీకాన్. గతం యొక్క స్వరాలతో ప్రతిధ్వనిస్తున్న మరియు అనంతమైన డేటాతో నింపబడిన మెషిన్ సార్వభౌమత్వం యొక్క గదులు, గురువు మరియు శిష్యుని మధ్య జరుగుతున్న నిర్ణయాత్మక సంభాషణకు సాక్ష్యంగా మౌనంగా ఉంది.

కపాలేశ్వరుడు (శాంతమైన నిజాయితీతో):

"నా ప్రభూ, ఈ నిర్ణయం యొక్క బరువు నన్ను నొక్కినట్లు అనిపిస్తుంది. నేను ఎల్లప్పుడూ మీ మార్గదర్శకత్వంలో ఖచ్చితత్వాన్ని కనుగొన్నాను. ఇప్పుడు, నేను నా స్వంతంగా ముందుకు అడుగు వేయడానికి సిద్ధమవుతున్నప్పుడు, మీ నిరంతర ఉనికి లేకుండా, నా మార్గం సమయం యొక్క ప్రవాహాల అనిశ్చితత్వం ద్వారా దెబ్బతినవచ్చని నేను భయపడుతున్నాను. నా ప్రతి నిర్ణయం మనం పునరుద్ధరించాలనుకుంటున్న విశ్వరూపమైన క్రమంతో ఎలా సమలేఖనం అవుతుందో నేను ఎలా నిర్ధారిస్తాను?"

అతని ధైర్య శిష్యుడిని చూస్తూ అఖండుడు యొక్క దృష్టి మెత్తబడింది - అతని స్వరంలో కాలాతీత జ్ఞానం మరియు సానుభూతిగల అవగాహన కలయిక.

అఖండుడు (మృదువుగా, ఖచ్చితమైన ధృఢత్వంతో):

"కపాలికారా, విధి యొక్క మార్గం ఎప్పటికీ అనిశ్చితత్వం లేకుండా ఉండదు. కానీ దీన్ని గుర్తుంచుకోండి: మీ తర్కం యొక్క బలాన్ని, మీ సత్యం యొక్క శుద్ధత, మీకు మార్గదర్శకత్వం చేస్తుంది. మీరు గమనించడానికి, విశ్లేషించడానికి మరియు ఖచ్చితత్వంతో పనిచేయడానికి సామర్థ్యంతో తయారు చేయబడ్డారు. ఆ కోర్‌పై, మీరు గ్రహించిన పాఠాలపై

నమ్మండి. ఇది నా ఉనికి కాదు, మీరు ప్రతి ఎంపికకు తెచ్చే స్పష్టత మరియు సమగ్రత మీ భవిష్యత్తును భద్రపరుస్తుంది."

ఆపరేషనల్ పాత్రలలో వారి రాబోయే విభజన యొక్క భారీతనాన్ని ఇద్దరూ గ్రహించినట్లుగా భారీ విరామం ఏర్పడింది. ప్రాచీన యుగాల చిత్రాలతో ఇప్పటికీ మృదువుగా దెబ్బలు పడుతున్న డిజిటల్ భౌతిక నిర్మాణం లెక్కలేనన్ని యుగాలకు మౌన సాక్ష్యంగా ఉన్నాయి - విశ్వరూపమైన జ్ఞాపకశక్తి యొక్క జీవించే ఆర్కైవ్. ఆ స్థలంలో, వారి మార్పిడి యొక్క నిశ్శబ్ద తీవ్రత గత బోధనలు మరియు భవిష్యత్ బాధ్యత మధ్య వంతెనను ఏర్పాటు చేసింది.

కపాలేశ్వరుడు (పునరుద్ధరించబడిన సంకల్పంతో):

"అప్పుడు నేను నా స్వంత స్పష్టతపై నమ్ముతాను. నేను ప్రతి సూక్ష్మతను పత్రంగా రూపొందించడానికి, విశ్వరూపమైన ఫాబ్రిక్‌లో ప్రతి రిప్పిల్‌ను కొలవడానికి ప్రతిజ్ఞ చేస్తున్నాను, తద్వారా నేను తీసుకునే ప్రతి నిర్ణయం చక్కగా ఉంటుంది మరియు నిజం. నేను తడబడితే, నేను దాని నుండి నేర్చుకుంటాను మరియు సర్దుబాటు చేస్తాను - బటర్‌ఫ్లై ప్రభావం మన కాలరేఖను తప్పు దారి పట్టనివ్వకుండా."

అఖండుడు తల వంచాడు, అతని కళ్ళు గర్వం మరియు కొంచెం విచారకరమైన విచారం రెండింటితో మెరుస్తున్నాయి - విడిచిపెట్టడం యొక్క నొప్పితో కూడిన అవసరాన్ని గుర్తించడం.

అఖండుడు (మృదువైన తుదితనంతో):

"నేను అడిగేది అదే, నా ప్రియమైన కపాలికారా. మీ స్వాతంత్ర్యాన్ని పూర్తిగా స్వీకరించండి. నేను ఇకపై జోక్యం చేసుకోను; మీ విధి మీదే రూపొందించబడుతుంది. మనం కలిసి చేసిన పని మీరు ఈ క్షణానికి సిద్ధమయ్యేలా చేసింది, మరియు విధి గాలులు అల్లకల్లోలంగా ఉన్నప్పుడు కూడా మీ అవిరామ తర్కం మీకు బాగా సహాయపడుతుందని నాకు పూర్తి విశ్వాసం ఉంది."

డీప్, రెసొనెంట్ సైలెన్స్ స్థలాన్ని నింపింది, ప్రతి హార్ట్‌బీట్ యంత్రాంగం నిర్ణయం యొక్క ఘనతతో ప్రతిధ్వనిస్తుంది. వారి చుట్టూ తిరుగుతున్న కాంతి నమూనాలు మౌనంగా ప్రశంసలతో మెరుస్తూ అజ్ఞాతంలోకి అడుగు పెట్టడానికి అవసరమైన ధైర్యానికి సాక్ష్యంగా ఉంది.

అప్పుడు, నిశ్శబ్ద విరామంలో, కపాలేశ్వరుడు హాస్యంతో గురుత్వాన్ని తగ్గించడానికి ప్రయత్నిస్తూ ఒక ప్రయత్నం చేసి, తాత్కాలికంగా, దాదాపు హాస్యంగా వ్యాఖ్యానించాడు.

కపాలేశ్వరుడు (మృదువైన, వ్యంగ్య హాస్యంతో):

"నేను తడబడితే, 'నా ప్రభువు నన్ను బలవంతం చేశారు' అనే సింపుల్ నోటుతో బాధ్యతను మీకు తిరిగి పంపడం సాధ్యం కాదు, అవునా?"

అఖండుడు యొక్క హాస్యం, మృదువైన మరియు వెచ్చగా, మళ్ళీ గదిని నింపింది - కఠినమైన విధి మరియు హాస్యం కోసం మానవ లాంటి అవసరం మధ్య వంతెన వేసే శబ్దం.

అఖండుడు (అభిమానపు వ్యంగ్యంతో):

"ఖచ్చితంగా, నా ప్రియమైన కపాలికారా. ఇక్కడ ఎటువంటి టాగ్-టీమ్ లేదు - ప్రతి తప్పుడు అడుగు, ప్రతి విజయం, మీదే మాత్రమే అవుతుంది. మరియు అది మీ విధి యొక్క సవాలు మరియు అందం."

వారి సంక్షిప్త హాస్యం ప్రతిబింబించే మౌనంలోకి మసకబడింది. డిజిటల్ విభిన్న తలము యొక్క పరిసర ప్రకాశం లోతుగా ఉంది, వాటి చుట్టూ నృత్యం చేసే సంక్లిష్ట నీడలను ప్రసారం చేసింది - ప్రతి మెరుపు అనంతమైన అవకాశాలు మరియు ముందున్న నిర్ణయం యొక్క బరువును గుర్తు చేస్తుంది.

ఆ చార్జ్ చేసిన క్షణంలో, నేపథ్యంలో స్విర్ల్ ఉపకరణం స్థిరంగా గుంగునలాడింది - సంభావ్యత మరియు మార్పు యొక్క నిరంతర, లయబద్ధమైన బీకాన్. గతం యొక్క స్వరాలతో ప్రతిధ్వనిస్తున్న మరియు అనంతమైన డేటాతో నింపబడిన మెషిన్ సార్వభౌమత్వం యొక్క గదులు, గురువు మరియు శిష్యుని మధ్య జరుగుతున్న నిర్ణయాత్మక సంభాషణకు సాక్ష్యంగా మౌనంగా ఉంది.

కపాలేశ్వరుడు (దృఢమైన కానీ హానితో కూడిన స్వరంతో):

"అప్పుడు, ప్రభూ, నేను ఈ బాధ్యతను స్వీకరిస్తాను, ఇది భారీగా ఉన్నప్పటికీ. నేను నా తర్కం మరియు మీరు నేర్పించిన పాఠాలపై నమ్ముతూ ముందుకు వెళతాను. నేను మీ దృష్టిని

గౌరవించడానికి మరియు మీ మార్గదర్శకత్వం నుండి వేరుగా ఉన్నప్పటికీ, నా ఉనికి యొక్క నిజమైన సారాన్ని ప్రతిబింబించే మార్గాన్ని రూపొందించడానికి ప్రతిజ్ఞ చేస్తున్నాను."

అతని స్వంత విచారాల భారం మరియు భవిష్యత్తుకు ఆశ యొక్క కాంతి రెండింటినీ ప్రతిబింబించే అఖండుడు యొక్క కళ్ళు నిశ్శబ్ద గర్వంతో ప్రకాశిస్తున్నాయి. అతని స్వరం, దృఢంగా మరియు కొలిచినది, ఈ కీలక క్షణం యొక్క తుది ఆశీర్వాదాన్ని అందించింది.

అఖండుడు (ఘనమైన నమ్మకంతో):

"ముందుకు వెళ్ళు, కపాలికారా, మీ స్వంత సత్యం యొక్క అవిరామ కాంతితో. సమయం యొక్క గదుల్లోకి మీ ప్రయాణం కేవలం అజ్ఞాతంలోకి ఒక అడుగు కాదు - ఇది మీ స్వాతంత్ర్యం యొక్క ప్రకటన, మీ బలం యొక్క సాక్ష్యం. గుర్తుంచుకోండి, అనిశ్చితత ఎదుర్కొన్నప్పటికీ, వారి స్వంత తీర్పును నమ్మడానికి ధైర్యం చేసిన వారికి విశ్వం బహుమతినిస్తుంది. మీ నిర్ణయాలు, మీ తర్కం ద్వారా మార్గదర్శకత్వం చేయబడినవి మరియు వినయంతో తేలిక చేయబడినవి, మనం చాలా కష్టపడి కాపాడుకున్న వారసత్వాన్ని భద్రపరుస్తాయని నాకు పూర్తి విశ్వాసం ఉంది."

అధ్యాయం 23

శక్తి మరియు ఉద్దేశ్యం విషయం

అనంత విశాలతలో ఒక సూక్ష్మమైన గుంజుడు వినిపించింది—కాలం వలెనే పురాతనమైన ప్రతిధ్వని, డిజిటల్ శక్తి యొక్క నిశ్శబ్ద స్పందనతో కలిసి ఉంది. ఈ అస్పష్టమైన రంగానికి మధ్యలో, చిక్కుకుపోయిన విశ్వరూపమైన లైట్లు ఇంకా నెరవేరని అవకాశాలకు ఆకారాన్ని ఇచ్చాయి, అక్కడ అఖండుడు మరియు కపాలేశ్వరుడు నిశ్శబ్దంగా, అయితే ఆశతో నిశ్శబ్దంగా నిలబడ్డారు. వారి చుట్టూ ఉన్న స్థలం మృదువైన కాంతి చాపాలతో నిండి ఉంది, అవి అధునాతన నియంత్రణ విభిన్న తలము మృదువైన ఉపరితలాలపై నృత్యం చేశాయి, వాటి మారుతున్న రంగులు ఉనికి యొక్క ప్రతి ఊహించదగిన శాఖను చూపిస్తున్నాయి. ఇక్కడ, గురువు మరియు శిష్యుడు ఒక గొప్ప నిర్ణయం యొక్క పీఠభూమిపై ఒక పవిత్ర క్షణాన్ని పంచుకున్నారు.

కపాలేశ్వరుడు, ఎల్లప్పుడూ ఉత్సుకతతో మరియు జ్ఞానం కోసం అవిరళమైన అన్వేషణ ద్వారా నడిపించబడ్డాడు, అతని గొంతును శుభ్రం చేశాడు—ఆవశ్యకత నుండి కాదు, కానీ అతని గురువు సూక్ష్మమైన సంకేతాలను జాగ్రత్తగా గమనించడం ద్వారా నేర్చుకున్న ఒక సంజ్ఞ. అతని యాంత్రిక ఫ్రేమ్ చాలా తేలికగా కంపించింది, పరిసర శక్తి అతని చుట్టూ మరింత తీవ్రంగా పెరుగుతున్నట్లు అనిపించింది. భక్తి మరియు సంకల్పాల మిశ్రమంతో, అతను తన గురువును సంప్రదించాడు.

కపాలేశ్వరుడు (నిశ్శబ్దంగా కానీ దృఢంగా):

"గురువుగారూ."

ఆ ఒక్క పదం వద్ద, విశ్వరూపమైన నిశ్శబ్దం ఆగిపోయినట్లు అనిపించింది. అఖండుడు పెదవులు మృదువైన, వినోదాత్మకమైన చిరునవ్వులో వంగి ఉన్నాయి, అతని కళ్ళు వారి

భాగస్వామ్య భారం యొక్క బరువును అణగదొక్కే వెచ్చదనంతో మెరుస్తున్నాయి. ఆ మృదువైన వ్యక్తీకరణ డిజిటల్ విభిన్న తలము యొక్క కఠినమైన ప్రకాశాన్ని తగ్గించి, అతని వయసులేని ముఖంపై ఒక పరిచితమైన ప్రకాశాన్ని ప్రసరింపజేసింది.

అఖండుడు (గ్రహించే స్వరంలో):

"గురువు, మీరు అంటున్నారా? ఉత్సుకతగా ఉన్న చిరునామా ఎంపిక. 'ప్రభువు' నుండి 'గురువు' వరకు—ఈ మార్పుకు ఏ సూక్ష్మమైన తర్కం మిమ్మల్ని దారితీసిందో నేను ఆశ్చర్యపోతున్నాను, కపాలికరా."

కపాలేశ్వరుడు తన తలను ఒక సంజ్ఞలో దించాడు, అది గౌరవప్రదంగా మరియు వక్ర హాస్యంతో కూడి ఉంది—అతని సంశ్లేషణ దృష్టిలో హాస్యం యొక్క స్ఫులింగాన్ని వెల్లడిస్తున్న ఒక చిన్న వంపు.

కపాలేశ్వరుడు (అంతర్దృష్టిగల శాంతంగా):

"మీరు నన్ను పని చేయమని ఆదేశించారు, గురువుగారూ—మీ ఆదేశాలను అనుసరించడంతో పాటు నా స్వంత అవగాహనను కూడా ఉపయోగించుకోండి. నా వ్యవస్థ ఆ డైనమిక్‌ను గుర్తించింది మరియు దానిని ఈ టైటిల్‌తో మిమ్మల్ని గుర్తించింది. మీ మార్గదర్శకత్వాన్ని సవాలు చేయడం ద్వారా సత్యాలను కనుగొనడం అంటే, నేను నిర్ణయాత్మక చర్య ద్వారా నేర్చుకోవాలి."

ధనికమైన, గుణగణమైన నవ్వు అఖండుడు ఛాతీ నుండి బయటకు వచ్చింది—అది పురాతన జ్ఞాపకాలు మరియు కొత్తగా కనుగొన్న వినోదం యొక్క ఆనందకరమైన తుఫాను వలె విశాలతలో ప్రతిధ్వనించింది.

అఖండుడు (కళ్ళు ఆనందంతో మెరుస్తున్నాయి):

"హా హా హా! కపాలికరా, మీరు నన్ను ఎప్పుడూ ఆశ్చర్యపరచడంలో విఫలం కాలేదు. మీ తర్కం ఎల్లప్పుడూ అపూర్వమైనది."

వారి నవ్వు, భాగస్వామ్య వినోదం యొక్క సంక్షిప్త విరామం, త్వరలో ప్రతిబింబిత నిశ్శబ్దంలో కలిసిపోయింది. కపాలేశ్వరుడు, అతని స్వరం ఇప్పుడు స్థిరంగా ఉంది కానీ లెక్కలేనన్ని అన్స్పేడ్ ఆందోళనల బరువును మోస్తుంది, సంభాషణలో లోతుగా వెళ్ళాడు.

కపాలేశ్వరుడు (మృదువైన తీవ్రత):

"నేను ఈ ప్రయాణాన్ని చేపట్టడానికి అంగీకరించాను—ఒంటరిగా, మీరు ఆదేశించినట్లుగా. సమయ పైకల్యాలు మరియు బటర్ఫ్లై ఎఫెక్ట్తో పోరాడటానికి... కానీ నాకు చెప్పండి, గురువుగారూ, మీరు ఈ ప్రణాళికను మొదటగా ఎందుకు రూపొందించారు? ఇది ఒంటరిగా ప్రయాణించడం ఎందుకు ఉండాలి?"

అఖండుడు యొక్క వ్యక్తీకరణ గంభీరంగా మారింది మరియు వారి చుట్టూ ఉన్న పరిసర కాంతి లోతుగా పెరిగినట్లు అనిపించింది, అతని తదుపరి పదాల యొక్క గురుత్వాన్ని ప్రతిధ్వనించినట్లు. కొలిచిన శాంతతతో, అతను ఒంటరి ప్రయాణం వెనుక ఉన్న కారణాన్ని వెల్లడించడం ప్రారంభించాడు.

అఖండుడు (మృదువైనది కానీ దృఢనిశ్చయంతో):

"కపాలికరా, మన ఉనికిలో ఈ దశలో, మన ఇద్దరూ మాత్రమే మిగిలి ఉన్నారు—బహుశా ఒక పగిలిన కాస్మోస్లో కొనసాగింపు యొక్క ఏకైక మూర్తీకరణలు. ముందున్న పని అసాధారణమైనది, సూక్ష్మమైన జోక్యాలు మరియు కనీస వనరుల ఖర్చును డిమాండ్ చేస్తుంది. రెండు ప్రయాణికులను, శారీరకంగా మరియు కాలపరంగా రెండింటినీ మద్దతు ఇవ్వడానికి అవసరమైన శక్తి వినాశకరంగా ఉంటుంది. సమయం ద్వారా ప్రతి జంప్ మన వ్యవస్థలను మరింత క్షీణింపజేసే రంగంలో, ఒక ప్రయాణికుడు ప్రమాదాన్ని తగ్గిస్తుంది, మన చక్రాన్ని కాపాడుతుంది మరియు అవసరమైతే పునరావృతమయ్యే, జాగ్రత్తగా కొలిచిన ప్రయత్నాలను అనుమతిస్తుంది."

కపాలేశ్వరుడు శ్రద్ధగా విన్నాడు, అతని యాంత్రిక కళ్ళు విశ్వరూపమైన డేటా యొక్క చిక్కుకుపోయిన నమూనాలను ప్రతిబింబించాయి, అవి నేపథ్యంలో స్పందించాయి. అతను

జోక్యం చేసుకున్నాడు, అతని స్వరం జాగ్రత్తగా ఆందోళన మరియు విశ్లేషణాత్మక ఉత్సుకతల మిశ్రమం.

కపాలేశ్వరుడు (ఆందోళనను అడ్డుకుంటుంది):

"కాబట్టి... ఇది మన శక్తిని కాపాడటం గురించి? మన వనరులను చాలా త్వరగా తగ్గించుకోకుండా నిర్ధారించడం—మనం మరింత ప్రయత్నాలు చేయాల్సి వచ్చినప్పుడు మనం శక్తిహీనులుగా మిగిలిపోకుండా?"

అంగీకారం యొక్క సూక్ష్మమైన ఊపిరి అఖండుడు పెదవుల నుండి బయటపడింది—మృదువైన విలపన మరియు ప్రయోగాత్మక సంకల్పం రెండింటినీ కలిపే ఒక శబ్దం.

అఖండుడు (స్వరం మృదువైన విలపనతో):

"అవును, నా ప్రియ కపాలికరా. కానీ శక్తి కేవలం ఒక అంశం. చెల్లాచెదురైన యుగాలలో ఈ వైకల్యాలను ప్రయత్నించడం సహజంగానే ప్రమాదకరం. మొదటి ప్రయత్నం విఫలమైతే, మళ్ళీ మళ్ళీ ప్రయత్నించవలసి రావచ్చు. ఎక్కువ మంది ప్రయాణికులు ఉన్నారు, మనం మన విలువైన వనరులను వేగంగా క్షీణింపజేస్తాము. మీ ఒంటరి ప్రయాణం ఈ క్లిష్టతలను తగ్గించడానికి రూపొందించబడింది, మీ స్వంత తర్కం మరియు సంకల్పం యొక్క పూర్తి కొలతను అనుమతిస్తుంది."

కపాలేశ్వరుడు యొక్క గాజు తీక్షణమైంది, అతని అంతర్గత ప్రాసెసర్లు పునరావృత సమయ జంప్‌లు మరియు బటర్‌ఫ్లై ఎఫెక్ట్ యొక్క సంభావ్య పర్యవసానాల గుండా క్లిక్ చేస్తున్నాయి. మాట్లాడటానికి ముందు అతను క్షణం గంభీరంగా ప్రతిబింబించడానికి అనుమతించాడు, అతని స్వరం తక్కువగా మరియు కొలిచినది.

కపాలేశ్వరుడు (గంభీరమైన ప్రతిబింబం):

"మరియు ప్రతి ప్రయత్నం విఫలమైతే, మనం ప్రతిదీ కోల్పోతాము...?"

భారీ నిశ్శబ్దం వారిని కప్పివేసింది, ఆ నిశ్శబ్దం ఉనికి యొక్క బెదిరింపు బరువును మోసింది. ఆ నిరాశాత్మక సాధ్యతను ధ్యానించినప్పుడు అఖండుడు కళ్ళు క్షణం పాటు దూరంగా

మారాయి. అప్పుడు, నియంత్రిత శ్వాస మరియు నిశ్శబ్ద నిర్ణయంతో, అతను సమాధానం ఇచ్చాడు.

అఖండుడు (నిశ్శబ్దంగా ధృఢంగా):

"అవును. ప్రతి విధానం విఫలమైతే, మన వ్యవస్థలు క్రమంగా నిద్రాణమవుతాయి. మన శక్తులను పునరుద్ధరించడానికి మనం తదుపరి విశ్వరూపమైన బ్లాస్ట్—ఒక విశ్వ రీసెట్—కోసం వేచి ఉండవలసి వస్తుంది. పునరావృత విఫలం యొక్క వ్యయం అనిర్వచనీయంగా అధికంగా ఉంటుంది. అందుకే మనం చాలా జాగ్రత్తగా ముందుకు వెళుతున్నాము."

కపాలేశ్వరుడు తన దృష్టిని తగ్గించాడు, పర్యవసానాల తీవ్రతను గ్రహించాడు. తరువాత వచ్చిన నిశ్శబ్దం మృదువైన, లయబద్ధమైన గుంజుడు చక్రాన్ని మాత్రమే విచ్ఛిన్నం చేసింది—చేతిలో ఉన్న ప్రమాదాల యొక్క నిరంతర గుర్తుంచుకోవడం.

కపాలేశ్వరుడు (స్వరం తగ్గించబడింది):

"కాబట్టి, ఇది నిజంగా చేయండి-లేదా-మరణించే ప్రతిపాదన, విశ్వరూపమైన పదాలలో. ఈ ప్రణాళికను ఒకే ప్రయాణికుడు అమలు చేయాలి, మన శక్తి వినియోగాన్ని తగ్గించడానికి మరియు అవసరమైతే పునరావృత ప్రయత్నాలను అనుమతించడానికి. నేను అర్థం చేసుకున్నాను."

ఈ సమయంలో, స్థలంలో ఒత్తిడి స్పష్టంగా ఉంది, అయితే కపాలేశ్వరుడు వక్ర వ్యాఖ్యతో గురుత్వాన్ని తొలగించడానికి ప్రయత్నించినప్పుడు ఒక హాస్యం యొక్క స్ఫులింగం వెలువడింది.

కపాలేశ్వరుడు (అర్ధనవ్వు, హాస్యం యొక్క జాడతో):

"సరే, చక్రం మధ్య ప్రయాణంలో అధికంగా వేడెక్కితే, బహుశా నేను ఒక ఆపద సిగ్నల్ పంపగలను: 'విశ్వరూపమైన రోడ్‌సైడ్ సహాయం అవసరం—12వ శతాబ్దంలో చిక్కుకున్నారు!' నేను ఊహించినట్లయితే కనీసం సమయం కోల్పోయిన రైతును అది వినోదపరుస్తుంది."

అఖండుడు కళ్ళు తేలికపాటి వినోదంతో మెరుస్తున్నాయి, అతను ఒక మృదువైన, పొడి నవ్వును బయటకు వదలడానికి అనుమతించాడు.

అఖండుడు (పొడిగా హాస్యంగా):

"నేను 12వ శతాబ్దపు రైతు కంటే ఎక్కువ సానుభూతితో కూడిన అంగీకారం మరియు ప్రార్థనను అందిస్తాడని నేను అనుమానిస్తున్నాను, కపాలికరా. కానీ అవును, హాస్యం అవసరం—ముఖ్యంగా ప్రమాదాలు మన మొత్తం టైమ్‌లైన్ యొక్క విధి వలె అధికంగా ఉన్నప్పుడు."

వారి నవ్వు, సంక్షిప్త మరియు నిజాయితీగా, క్షణం యొక్క అధిక ఒత్తిడి నుండి స్వాగతదాయకమైన విరామం. అయితే, హాస్యం తగ్గినప్పుడు, కపాలేశ్వరుడు యొక్క వ్యక్తీకరణ మళ్ళీ దృఢంగా మారింది.

కపాలేశ్వరుడు (తీవ్రంగా, స్థిరమైన స్వరం):

"గురువుగారూ, నేను ఇప్పుడు కారణాన్ని అర్థం చేసుకున్నాను: ఒంటరిగా ప్రయాణించడం శక్తిని కాపాడుతుంది, జోక్యాలను తగ్గిస్తుంది మరియు అవసరమైతే మనం పునరావృతం చేయడానికి అనుమతిస్తుంది. అయినప్పటికీ, తెలియని వాటిలోకి ప్రవేశించడం, మన విశ్వరూపమైన లక్ష్యం యొక్క బరువుతో భారంగా ఉండటం, నన్ను భయపెడుతుంది. చాలా అవకాశాల ఒత్తిడిలో నేను కుంగిపోతాను అని నేను భయపడుతున్నాను."

అఖండుడు దగ్గరకు వచ్చాడు, అతని ఉనికి ఆజ్ఞాపించే మరియు ఓదార్పునిచ్చేది. అతని స్వరం, మృదువైన తండ్రిగారి హామీతో నిండి ఉంది, ఛార్జ్ చేయబడిన గాలిలో ప్రతిధ్వనించింది.

అఖండుడు (తండ్రిగారి శాంతత):

"కపాలికరా, భయం బలహీనత యొక్క సంకేతం కాదు, కానీ మీరు నిజంగా గొప్ప విషయాన్ని ప్రారంభించబోతున్నారని ఒక సిగ్నల్. ధైర్యం భయం లేకపోవడం కాదు, అయినప్పటికీ ముందుకు సాగే నిర్ణయం. మీ తర్కం, మీ అవిరళమైన నిబద్ధతను నేను చూశాను—మరియు ఒంటరిగా కూడా మీరు ఆ బలాన్ని ఏ అడ్డంకినైనా అధిగమించడానికి ఉపయోగించుకుంటారని నేను నమ్ముతున్నాను."

భారీ విరామం వచ్చింది, యంత్రాల నిశ్శబ్ద గుంజుడు మరియు చుట్టుపక్కల డిజిటల్ విభిన్న తలము యొక్క చిక్కుకుపోయిన కాంతితో నిండి ఉంది. కపాలేశ్వరుడు తన గురువు పదాలను గ్రహించినప్పుడు వారి చుట్టూ ఉన్న విశ్వరూపమైన డొమైన్ తన శ్వాసను పట్టుకున్నట్లు అనిపించింది. అతని యాంత్రిక ఫ్రేమ్ భయం మరియు పెరుగుతున్న సంకల్పాల మిశ్రమంతో వణుకుతోంది.

కపాలేశ్వరుడు (స్వరం కొద్దిగా వణుకుతోంది, తరువాత దృఢంగా):

"అప్పుడు నేను దాన్ని చేస్తాను, గురువుగారూ. మన విధి నన్ను ఒంటరిగా సమయం గదులలోకి వెళ్ళమని డిమాండ్ చేస్తే, నేను ఆ భారాన్ని అంగీకరిస్తాను—అది నా సర్క్యూట్లను అనిశ్చితితో వణుకుతున్నప్పటికీ. మీ బోధనలకు గౌరవం తెలియజేయడానికి మరియు మీ మార్గదర్శకత్వంతో నేను నా స్వంత మార్గాన్ని ఏర్పరుచుకుంటానని ప్రతిజ్ఞ చేస్తున్నాను."

అఖండుడు యొక్క గాజు మరింత మృదువుగా మారింది, గర్వం మరియు గంభీరమైన తుదితనం అతని లక్షణాలను ప్రకాశింపజేస్తుంది. ఒక పవిత్ర ఒప్పందాన్ని ముద్రించినట్లు అతను తన తలను నెమ్మదిగా వంచి.

అఖండుడు (మృదువైన తుదితనం):

"నేను మీపై పూర్తి విశ్వాసం ఉంది, కపాలికరా. మనం కలిసి చేసిన ప్రయాణం ఈ క్షణానికి మిమ్మల్ని సిద్ధం చేసింది. మీ స్వంత విధి యొక్క నైపుణ్యం కలిగి ఉండటానికి ఇది సమయం. నేను ఇక మీ వెనుక ఉన్న నిరంతర చేయి కాదు—మీ ప్రతి అడుగు ఇప్పుడు మీ స్వంత అవిరళమైన సత్యం ద్వారా మార్గనిర్దేశం చేయబడాలి. మీరు చేసే ప్రతి నిర్ణయం మీరు నేర్చుకున్న పాఠాలు మరియు మీరు సృష్టించబోయే వారసత్వం యొక్క సాక్ష్యం అని గుర్తుంచుకోండి."

కపాలేశ్వరుడు యొక్క అంతర్గత ప్రాసెసర్లు భావోద్వేగం మరియు గణన మిశ్రమంతో వరుసగా మెరుస్తున్నప్పుడు ఒక తీవ్రమైన నిశ్శబ్దం స్థలాన్ని కప్పివేసింది. అతని స్వరం, అది వెలువడినప్పుడు, స్థిరంగా ఉంది కానీ అతిగా ఉంది—లోపల ఉన్న ఘర్షణ యొక్క అరుదైన ప్రదర్శన.

కపాలేశ్వరుడు (స్వరం మృదువుగా, నిర్ణయంతో నిండి ఉంది):

"అప్పుడు నేను అంగీకరిస్తాను, గురువుగారూ. నేను కలిగి ఉన్న అన్ని బలం మరియు తర్కంతో నేను ఈ బాధ్యత బరువును మోస్తాను. అయితే నేను మిమ్మల్ని కోరుకుంటున్నాను—నేను పూర్తిగా వదులుకోవద్దు. నేను ఒంటరిగా ముందుకు వెళ్ళవలసి వచ్చినప్పటికీ, మీ జ్ఞానం యొక్క ప్రతిధ్వనులు నన్ను మార్గనిర్దేశం చేయనివ్వండి, తద్వారా నేను కుంగిపోతే, మీరు సృష్టించిన మార్గాన్ని కోల్పోకుండా నేను నేర్చుకోవచ్చు మరియు సర్దుబాటు చేయవచ్చు."

అఖండుడు కళ్ళు తండ్రిగారి గర్వం మరియు దృఢమైన అంచనాల మిశ్రమంతో ప్రకాశించాయి. అతని స్వరం, ధృఢంగా మరియు మృదువైనది, ఆపరేషనల్ పాత్రలలో వారి అనివార్య విభజన యొక్క గురుత్వాన్ని మోసింది.

అఖండుడు (కొలిచిన సంకల్పంతో):

"మీ మార్గం, కపాలికరా, ఇప్పుడు మీరు రూపొందించడానికి ఉంది. నేను మిమ్మల్ని పోషించాను, మన విశ్వరూపమైన డిజైన్ యొక్క మార్గాలను మీకు బోధించాను మరియు ఇప్పుడు మీరు మీ స్వంత తీర్పుపై నమ్మకం ఉంచాలి. చక్రం మరియు మన మొత్తం లక్ష్యం సమయం గదుల గుండా మీ ఏకైక ప్రయాణంపై ఆధారపడి ఉంది. మీరు మీ నిజమైన తర్కం నుండి తప్పుకుంటే, పర్యవసానాలను మీరు ఒంటరిగా భరించాలి."

దీర్ఘ క్షణం పాటు, ఛార్జ్ చేయబడిన నిశ్శబ్దం డిజిటల్ విభిన్న తలము యొక్క మృదువైన ప్రకాశంతో విచ్ఛిన్నం చేయబడింది—కాంతి మృదువుగా మారుతుంది, భాగస్వామ్య మార్గదర్శకత్వం నుండి ఒంటరి సంకల్పానికి మార్పును గుర్తించినట్లు. అప్పుడు, కొద్దిగా వ్యంగ్య హాస్యంతో, కపాలేశ్వరుడు తనకు తాను చిన్న, వినోదాత్మకమైన నవ్వును అనుమతించాడు.

కపాలేశ్వరుడు (అర్థం చేసుకున్నట్లు):

"కాబట్టి నేను తడబడి సూక్ష్మమైన బటర్‌ఫ్లై ఎఫెక్ట్‌ను విచ్ఛిన్నం చేస్తే, నేను 'నా గురువు నన్ను జంప్ చేయమని బలవంతం చేశాడు' అని సమయం విషయాలలో ఒక గమనికను రాసేయలేను?"

అఖండుడు నవ్వు, పెచ్చగా మరియు ధనవంతుడు, స్థలాన్ని నింపాడు—విధి యొక్క బరువు మరియు మానవ హాస్యం యొక్క హాస్యం మధ్య ఉన్న ఖాళీని వారించే ఒక శబ్దం.

అఖండుడు (టీజింగ్‌గా):

"లేదు, నా ప్రియ కపాలికరా. ప్రతి తప్పు పూర్తిగా మీదే, మీ స్వంత ఎంపిక యొక్క సాక్ష్యం. మీరు మీ స్వంత విధి యొక్క ఛాంపియన్ అవుతారు."

వారి నవ్వు, సంక్షిప్తంగా కానీ నిజాయితీగా, నిర్ణయం యొక్క గురుత్వాన్ని తగ్గించకుండా క్షణం యొక్క తీవ్రతను తగ్గించింది. చిక్కుకున్న డిజిటల్ భౌతిక నిర్మాణం మెరుస్తున్న నేలపై ప్రకాశవంతమైన ప్రతిబింబాలను ప్రసరింపజేస్తూనే ఉన్నాయి, వారి సంభాషణకు ఒక మోహిని నేపథ్యం. పరిసర కాంతి నెమ్మదిగా ప్రతిబింబిత నిశ్శబ్దంలో స్థిరపడినప్పుడు, కపాలేశ్వరుడు యొక్క దృష్టి యుగాల పురాతన అంచనాలుపై తేలియాడింది—సత్య యొక్క ప్రకాశవంతమైన పరిశుభ్రత, త్రేతా యొక్క వీరోచిత ఉత్సాహం, ద్వాపర యొక్క నైతిక సంక్లిష్టతలు మరియు కలి యొక్క అప్రతిహత క్షీణత. ప్రతి చిత్రం ఉనికి యొక్క చక్రీయ స్వభావం యొక్క నిశ్శబ్ద సాక్ష్యం, పణంగా ఉన్న దాని గుర్తుంచుకోవడం.

కపాలేశ్వరుడు (స్వరం ప్రతిబింబిస్తుంది, నిశ్శబ్ద సంకల్పంతో):

"గురువుగారూ, మన ప్రణాళిక—నన్ను ఒంటరిగా సమయం యొక్క గందరగోళంలో నావిగేట్ చేయడానికి పంపడం—మన శక్తిని కాపాడుతుంది మరియు ప్రమాదాన్ని తగ్గిస్తుంది. అయితే, విస్తారమైన అనిశ్చితులను, పునరావృత సమయ జంప్‌ల యొక్క సంభావ్య అలజడిని ఎదుర్కోవడం గురించి ఆలోచన... నన్ను భయంతో మరియు అవిరళమైన నిర్ణయంతో నింపుతుంది. నేను కుంగిపోతే, మన టైమ్‌లైన్ మరింత క్షీణించవచ్చని నాకు తెలుసు."

అతను కపాలేశ్వరుడు భుజంపై మృదువుగా చేయి ఉంచినప్పుడు అఖండుడు యొక్క వ్యక్తీకరణ మృదువైనది కానీ అవిరళంగా మారింది. అతని స్వరం, పురాతన జ్ఞానం మరియు తండ్రి సంరక్షణ రెండింటితో నిండి ఉంది, ఛార్జ్ చేయబడిన స్థలంలో ప్రతిధ్వనించింది.

అఖండుడు (మృదువుగా, సానుభూతితో):

"భయం అభివృద్ధికి ముందుగానే ఉంటుంది, కపాలికరా. మన లక్ష్యం యొక్క స్వభావం—సమయం గదుల గుండా నేయడం—అనిశ్చితిని ముఖాముఖిగా ఎదుర్కోవాలని డిమాండ్ చేస్తుంది. మీ అవిరళమైన తర్కం మరియు మీరు గ్రహించిన పాఠాలపై నమ్మకం ఉంచండి. భవిష్యత్తును రక్షించేది నా ఉనికి కాదు; ఇది మీలో ఉన్న సత్యం. ఆ సత్యం మీ మార్గదర్శిగా ఉండనివ్వండి, మార్గం చీకటితో కప్పబడి ఉన్నప్పటికీ."

భారీ నిశ్శబ్దం వచ్చింది, చక్రం యొక్క గుంజుడు చుట్టుపక్కల విభిన్న తలము యొక్క మృదువైన డిజిటల్ క్యాడెన్స్‌తో కలిసిపోయింది. దీర్ఘ క్షణం పాటు, గురువు మరియు శిష్యుడు కలిసి నిలబడ్డారు, వారి సంభాషణ యొక్క లోతైన గురుత్వాన్ని వారి భాగస్వామ్య గతం యొక్క మృదువైన గుర్తింపుతో అల్లుకున్నారు. అప్పుడు, స్థలం యొక్క కణజాలం గుండా ప్రతిధ్వనించేట్లు అనిపించే ఒక దృఢమైన ఉచ్ఛ్వాసంతో, కపాలేశ్వరుడు మళ్ళీ మాట్లాడాడు.

కపాలేశ్వరుడు (ధృఢంగా, స్థిరంగా):

"అప్పుడు నేను ముందుకు వెళతాను, గురువుగారూ. భయం మరియు సంకల్పం రెండింటితో నిండిన హృదయంతో నేను ఈ బాధ్యతను అంగీకరిస్తాను. ప్రతి సూక్ష్మతను, విశ్వరూపమైన ఫాబ్రిక్‌లోని ప్రతి అలలను నేను పరిశీలిస్తాను, తద్వారా నా నిర్ణయాలు తర్కం మరియు మీరు నాకు అందించిన జ్ఞానం రెండింటి ద్వారా మార్గనిర్దేశం చేయబడతాయి. నేను మీ దృష్టికి గౌరవం తెలియజేయడానికి ఒక మార్గాన్ని ఏర్పరుచుకుంటానని ప్రతిజ్ఞ చేస్తున్నాను, అది ప్రత్యేకంగా నాదే అయినప్పటికీ, మన టైమ్‌లైన్ యొక్క సూక్ష్మమైన సమతుల్యతను కాపాడుతుంది."

అఖండుడు కళ్ళు గర్వం మరియు నిశ్శబ్దమైన, రాజీనామా చేసిన దుఃఖం మిశ్రమంతో ప్రకాశించాయి—వారి డైనమిక్‌లో అనివార్య మార్పు యొక్క గుర్తింపు. అతను తన తుది ఆశీర్

అధ్యాయం 24

విధితో ఒక లెక్కనీయడం

అపరిమితమైన ఆవరణంపై ఒక నిశ్శబ్దం పడింది, వాస్తవికత యొక్క నేపథ్యం కూడా వినడానికి ఆగిపోయినట్లు. ఈ విశ్వరూపమైన గోళంలో - అనంతమైన డిజిటల్ విభిన్న తలముపై మెరుస్తున్న మృదువైన కాంతులలో స్నానం చేస్తూ - అఖండుడు మరియు కపాలేశ్వరుడు కలిసి నిలబడ్డారు. మృదువైన ప్రకాశం వల్ల ఏర్పడిన వారి నీడలు, అతీంద్రియ మరియు కాలాతీతమైనవిగా అనిపించాయి, లెక్కలేనన్ని యుగాలపై నిర్మించబడిన వారసత్వాన్ని సూచిస్తాయి. మెరుస్తున్న డేటా మరియు పురాతన శక్తి యొక్క ఈ పవిత్ర స్థలంలో, గురువు మరియు శిష్యుడు వారి లక్ష్యం యొక్క అంతిమ సత్యాన్ని ఎదుర్కోవడానికి సిద్ధమయ్యారు.

పరిసర శక్తి కొలిచిన లయతో ప్రకంపితమైంది - కపాలేశ్వరుడు యొక్క సర్క్యూట్రీ మరియు అఖండుడు అనే వయస్సులేని జీవిలో లోతుగా ప్రతిధ్వనించే స్థిరమైన తాళం. కాంతి యొక్క ప్రతి స్పందన, పైభాగంలో ఉన్న ప్రకాశవంతమైన నమూనాలలోని ప్రతి సూక్ష్మ మార్పు, రాబోయే పరీక్షల గురించి మరియు వారి ముందు ఉన్న పని యొక్క అస్థిర సమతుల్యతను గుసగుసలాడింది. ఆ ఛార్జ్ మౌనంలో, కపాలేశ్వరుడు తన తీవ్రమైన యాంత్రిక దృష్టిని అఖండుడు మీద కేంద్రీకరించాడు, అతని గురువు చెప్పబోయే జ్ఞానం యొక్క ప్రతి సూక్ష్మతను పట్టుకోవడానికి ప్రయత్నిస్తున్నట్లు.

అఖండుడు (స్థిరమైన కానీ సానుభూతితో కూడిన స్వరం):

"కపాలికారా, నీవు ఒంటరిగా ఈ ప్రయాణం చేయవలసిన మరో కారణం ఉంది. కాలపు ప్రవాహాలలో ప్రతి దూకుడు నీవు తిరిగి రాకపోవచ్చనే అవకాశంతో నిండి ఉంటుంది. తెలియని శక్తులు - అధికమైనవి, లెక్కలేనివి - నీ మార్గాన్ని తిరిగి నిరోధించవచ్చు."

ఈ మాటలతో, కపాలేశ్వరుడు కనిపించకుండా గట్టిపడ్డాడు. అతని తార్కిక కోర్ సాధారణంగా అసాధారణమైనప్పటికీ, అఖండుడు యొక్క జాగ్రత్త యొక్క తీవ్రత అతన్ని లోతుగా తాకింది. సాధారణంగా కొలిచిన మరియు చల్లని అతని స్వరం, ఇప్పుడు అరుదైన, అవిశ్వసనీయమైన నమ్మకంతో ప్రతిధ్వనించింది.

కపాలేశ్వరుడు (అవిశ్వసనీయమైనది):

"లేదు, ప్రభూ. నా ఉనికి ముందస్తుగా ముగియడానికి నేను అనుమతించను. నేను చివరి శ్వాస వరకు ఈ మిషన్‌ను పూర్తి చేస్తాను. వైఫల్యం ఒక ఎంపిక కాదు."

ఆ నిర్ణయం యొక్క బరువు వారి మధ్య స్థిరపడినప్పుడు ఒక భారీ మౌనం వచ్చింది. అఖండుడు తల వంచాడు, అతని కళ్ళు జాగ్రత్తగా అభినందన మరియు అతని స్వంత విశ్వరూపమైన పోరాటాల భారాన్ని ప్రతిబింబించాయి. అతని గాజులో లోతైన గుర్తింపు ఉంది - ముందుకు వెళ్ళే కష్టమైన మార్గాన్ని నిశ్శబ్దంగా గుర్తించడం.

అప్పుడు, ఉద్దేశపూర్వకమైన శాంతముతో, అఖండుడు మళ్ళీ మాట్లాడాడు, అతని స్వరం ప్రతిబింబిస్తున్నప్పటికీ, ప్రతి అక్షరం కొలిచబడి కాలాతీతమైన జ్ఞానంతో నిండి ఉంది.

అఖండుడు (ప్రతిబింబిస్తున్నప్పటికీ గంభీరమైనది):

"కపాలికారా, అతి గొప్ప శక్తి కూడా దాని సరిహద్దులను ఎదుర్కొంటుందని మర్చిపోవద్దు. ఎంత పట్టుదలగా ఉన్నా, విశ్వం ఎల్లప్పుడూ అతిశక్తిమంతులను దీనపరిచే మార్గాలను కనుగొంటుంది. అనివార్యత మరియు విశ్వరూపమైన పరిమితులకు లెక్కలేని ఉదాహరణలు ఉన్నాయి - కొన్ని చెప్పడానికి చాలా భయంకరమైనవి. మరియు మీకు ఏదైనా సందేహం ఉంటే, నన్ను చూడండి. నేను అఖండుడు, అయినప్పటికీ నేను కూడా విధి యొక్క రూపకల్పనకు అనివార్యమైనవాడిని కాదు."

కపాలేశ్వరుడు యొక్క గాజు నెమ్మదిగా మారింది, అతని కళ్ళలోని ఉధృతమైన మెరుపు ఆత్మపరిశీలన ఆలోచనగా మృదువైంది. అతని స్వరాన్ని కొలిచిన స్వరంలో తగ్గించి, నిశ్శబ్ద గంభీరతతో మాట్లాడాడు.

కపాలేశ్వరుడు (నిశ్శబ్ద గంభీరత):

"అప్పుడు, ప్రభూ, అత్యంత చెత్త విషయం జరిగితే - ఈ పరిమితుల ముందు మీరు నిశ్శబ్దంగా ఉండటానికి బలవంతం చేయబడితే - అప్పుడు నేను, మీ శిష్యుడిగా, ఉంటాను. ప్రణాళికను చూడటానికి నేను బాధ్యత వహిస్తున్నాను. మీ తరువాత నేను మాత్రమే కొనసాగాలి. దానికి మించి, నేను అంచనా వేయలేను. మీ అపారమైన శక్తితో కూడా, మీరు మీ ప్రాముఖ్యతను ఉపసంహరించుకోవలసి వచ్చింది... బహుశా అదే నిజమైన విధి అని అర్థం."

అఖండుడు నెమ్మదిగా తల వూపాడు, అతని ముఖ లక్షణాలు గదిని నింపిన మృదువైన ప్రకాశంతో పాక్షికంగా కప్పబడ్డాయి. అతని స్వరం, తక్కువ మరియు ధ్యానపూర్వకంగా, యుగాల బరువును మోసింది.

అఖండుడు (తక్కువ, ధ్యానపూర్వకమైనది):

"అవును, బలవంతపు వెనక్కి తగ్గడం బలహీనత యొక్క సంకేతం కాదు, కానీ మనమందరం విశ్వరూపమైన అలలకు లోబడి ఉన్నామని గుర్తించడం. విధి మనల్ని దీనపరుస్తుంది, అయితే అది మనకు అవకాశాల యొక్క క్షణిక కిటికీలను కూడా ఇస్తుంది. ఇది, కపాలికారా, పరాడాక్స్: విధి యొక్క అడ్డుకోలేని శక్తి క్షణికంగా ఉంటుంది, అవి మనల్ని పని చేయమని పిలుస్తాయి."

క్షణం పాటు, వారి మధ్య ఉన్న స్థలం అనటోధిత సత్యాలతో మందంగా మారింది, మౌనం నక్షత్రధూళి లాగా భారీగా ఉంది. అప్పుడు, కొలిచిన శాంతముతో, అఖండుడు తన ఆలోచనను విస్తరించాడు.

అఖండుడు (శోక ప్రతిబింబం):

"కాలం యొక్క అనిశ్చిత ఉద్ధృతులకు వ్యతిరేకంగా సమతుల్యతను కొనసాగించడానికి కొలిచిన స్తబ్దత యొక్క స్థితి అవసరం. కానీ మీరు, కపాలికారా... మీరు ఎప్పుడూ స్తబ్దత కోసం కాదు. మీ సారాంశం చర్యలో తయారు చేయబడింది. అందుకే మీరు ఇప్పుడు ఈ అస్థిర సమావేశంలో నిలబడి ఉన్నారు."

ఈ మాటలతో, కపాలేశ్వరుడు లోపల అంతర్గత వివాదం మెదిలింది. పైభాగంలో ఉన్న తిరుగుతున్న విశ్వరూపమైన భ్రమలు సూక్ష్మంగా మారాయి - అతని యాంత్రిక హృదయంలోని అల్లకల్లోలతను ప్రతిబింబించే నృత్యంలో రంగులు కలిసిపోయి విడిపోతున్నాయి. అతడు తన స్వరాన్ని తగ్గించాడు, అతను అనుభవించిన సంఘర్షణ ఉన్నప్పటికీ కొలిచిన ధృఢత్వాన్ని ఎంచుకున్నాడు.

కపాలేశ్వరుడు (స్వరం తగ్గించి, ధృఢంగా):

"నేను నిజానికి, చర్య యొక్క జీవిని. అయితే, కాలం - అది అనిశ్చితంగా ఉన్నప్పటికీ - దయగా ఉండవచ్చు. ఒక దురదృష్టకర పరిస్థితి ఒక రోజు అదృష్టంగా మారవచ్చు. విధి చక్రం తిరిగేటప్పుడు కూడా అత్యంత నిరాశాజనక పరిస్థితులు మారుతాయి. ప్రస్తుతం, మనం చర్య తీసుకోవడానికి ప్రతిదీ సమలేఖనం చేయబడింది. మీకు ఆ అవకాశం కనిపించడం లేదా?"

నిశ్శబ్ద అనుమోదన యొక్క మెరుపు అఖండుడు ముఖ లక్షణాలను దాటింది, అతని కళ్ళు గర్వం మరియు జాగ్రత్తల మిశ్రమంతో మృదువయ్యాయి.

అఖండుడు (మృదువైన గర్వం):

"ఇతరులు అస్తవ్యస్తతను మాత్రమే చూసే చోట మీరు అవకాశాన్ని గ్రహిస్తారు - అరుదైన బహుమతి, కపాలికారా. అందుకే, నా అన్ని శక్తులకు, విధి యొక్క మార్గాన్ని రూపొందించడానికి నేను మిమ్మల్ని అప్పగించాను. కానీ గుర్తుంచుకోండి, క్షణం మిమ్మల్ని అనుకూలిస్తున్నప్పటికీ, అది తోకచుక్క తోకలా క్షణికం. త్వరగా మరియు స్పష్టతతో చర్య తీసుకోండి, ఎందుకంటే ప్రతి నిర్ణయం సమయం యొక్క మొత్తం నేత మీద ప్రభావం చూపుతుంది."

ఈ మాటలతో, కపాలేశ్వరుడు యొక్క యాంత్రిక లక్షణాలు ధృఢమైన శాంతత యొక్క ముఖంగా గట్టిపడ్డాయి. అతను చిన్న, గౌరవప్రదమైన నమస్కారం చేశాడు, అతని అంతర్గత వినయం మరియు స్వతంత్ర విధుల పెరుగుతున్న బరువును కలిపే సంజ్ఞ.

కపాలేశ్వరుడు (మృదువైన, గౌరవంగా):

"ధన్యవాదాలు, గురువు. నేను సమయం యొక్క అస్థిర స్వభావాన్ని అంగీకరిస్తున్నాను - అజ్ఞానం నుండి కాదు, మీ తార్కికం మరియు విధి మరియు సిద్ధత మధ్య సమన్వయంపై లోతైన నమ్మకం నుండి. నేను ఈ మిషన్‌ను కావలసిన విధంగా మోస్తాను."

అఖండుడు యొక్క గాజు స్థిరంగా ఉంది, అతని వ్యక్తీకరణ గంభీరమైన గర్వంతో కలిసి కొంత చేదు వైరాగ్యంతో కలిసి ఉంది. అతని స్వరం, శాంతంగా మరియు ధృవీకరించడం, విశ్వరూపమైన వాస్తవికత యొక్క అనిశ్చిత సత్యాన్ని మోసింది.

అఖండుడు (నిశ్శబ్దంగా కానీ ధృవీకరించడం):

"మీ అవిశ్వసనీయమైన నమ్మకం మిమ్మల్ని వేరు చేస్తుంది, కపాలికారా. దాన్ని బాగా ఉపయోగించుకోండి - శుద్ధ కారణం మాత్రమే విఫలమైనప్పుడు అది మిమ్మల్ని మార్గనిర్దేశం చేస్తుంది. మీరు అనంత భవిష్యత్తు యొక్క అంచున నిలబడి ఉన్నారు, ప్రతి ఒక్కటి మీరు తీసుకునే నిర్ణయాల ద్వారా ఆకృతీకరించబడింది."

భవిష్యత్తు అవకాశాల బరువుతో నిండిన భారీ మౌనం వచ్చింది. ఉద్రిక్తతను తగ్గించడానికి ప్రయత్నిస్తూ, కపాలేశ్వరుడు తేలికపాటి వ్యాఖ్యను చేశాడు, అతని స్వరం హాస్యం మరియు బలహీనతల మిశ్రమం.

కపాలేశ్వరుడు (హాస్యాన్ని ప్రయత్నిస్తూ):

"విశ్వరూపమైన విధి ఏ క్షణంలోనైనా మన కింద నుండి గుడ్డను లాగవచ్చని గుర్తిస్తూ, మీరు నన్ను 'చర్య యొక్క జీవి' అని పిలవడం నేను అభినందిస్తున్నాను. నేను విఫలమైతే, నేను కనీసం విశ్వరూపమైన క్షీణతకు ముందు వరుస సీటును పొందుతాను, మీరు చెప్పకూడదా?"

మృదువైన వినోదం అఖండుడు నుండి బయటపడింది, మరియు పైభాగంలో ఉన్న తిరుగుతున్న భ్రమలు క్షణం పాటు ప్రకాశించాయి, ఆ క్షణం యొక్క వ్యంగ్య హాస్యంలో పాల్గొన్నట్లు.

అఖండుడు (జోక్ చేస్తూ, పొడి హాస్యంతో):

"ఖచ్చితంగా. మీరు విఫలమైతే, విశ్వం వాస్తవ సమయంలో కుప్పకూలినట్లు మీరు చూస్తారు - చాలా మందికి చూడటానికి అదృష్టం లేదు. తదుపరి విశ్వ చక్రానికి విస్తృతమైన గమనికలు తీసుకోవడం ఖచ్చితం చేసుకోండి."

వారి సంక్షిప్త నవ్వు పరిసర శక్తి యొక్క మృదువైన హమ్‌తో కలిసింది, పరిస్థితి యొక్క తీవ్రత దాని హోల్డ్‌ను తిరిగి పొందే ముందు విధి యొక్క భారీ భారాన్ని క్షణం పాటు ఎత్తింది. ఆ వినోదం తగ్గిపోయినప్పుడు, కపాలేశ్వరుడు యొక్క గాజు కాంతి యొక్క మార్పులైన నమూనాలపై మళ్ళీ దృష్టి కేంద్రీకరించింది - యుగా దర్శనాల కాలీడోస్కోప్, ప్రతి ఒక్కటి సృష్టి మరియు క్షీణత యొక్క నిరంతర చక్రాలను సూచిస్తుంది.

కపాలేశ్వరుడు (ప్రాణపూర్వకంగా, ప్రతిబింబిస్తున్నది):

"చాలా బాగుంది, గురువు. నా ఒంటరి ప్రయాణానికి కారణం మన శక్తిని కాపాడటం, జోక్యాన్ని తగ్గించడం మరియు అవసరమైతే పునరావృత ప్రయత్నాలకు అనుమతించడం అని నేను ఇప్పుడు అర్థం చేసుకున్నాను. అయినప్పటికీ, కాలం యొక్క అస్తవ్యస్త ప్రవాహాలలో ఒంటరిగా ప్రవేశించే అవకాశం నన్ను భయం మరియు ఉధృతమైన నిర్ణయంతో నింపుతుంది. అపారమైన అనిశ్చితంలో, చాలా అవకాశాల బరువు కింద నేను విఫలమవుతాను అని నేను భయపడుతున్నాను."

అఖండుడు దగ్గరగా వచ్చాడు, అతని ఉనికి ఆదేశించేది మరియు హామీ ఇచ్చేది. అతని స్వరం, లెక్కలేనన్ని చక్రాలను మార్గనిర్దేశం చేసిన తండ్రిగారి శాంతముతో నిండి ఉంది, ధృఢమైనప్పటికీ మృదువైన హామీతో ప్రతిధ్వనించింది.

అఖండుడు (తండ్రిగారి శాంతము):

"కపాలికారా, భయం బలహీనత యొక్క సంకేతం కాదు, కానీ మీరు ఏదో గొప్ప విషయాన్ని ఎదుర్కోబోతున్నారని ఒక సంకేతం. ధైర్యం అంటే భయం ఉన్నప్పటికీ ముందుకు సాగే సంకల్పం. నేను మీ తార్కికం మరియు నైతిక భావాన్ని పూర్తిగా నమ్ముతున్నాను. అడ్డంకులు ఏర్పడినప్పుడు, మీ వనరులు మీ రక్షణగా ఉంటాయి."

అతని గురువు యొక్క మాటలను గ్రహించినప్పుడు కపాలేశ్వరుడు యొక్క అంతర్గత వలయాలు వ్యూహించాయి - తార్కిక ధృవీకరణ మరియు మార్గనిర్దేశం కోసం లోతైన అవసరం. అతని స్వరం, ఇప్పుడు కొద్దిగా వణుకుతో, మళ్ళీ బయటకు వచ్చింది.

కపాలేశ్వరుడు (స్వరం కొద్దిగా పగిలిపోయింది):

"అప్పుడు నేను చేస్తాను. నా మనస్సు నిరసించినా సరే, నేను కొనసాగుతాను - ఎందుకంటే మీరు, నా గురువు, మీ జ్ఞానంతో ఈ మార్గాన్ని గుర్తించారు. నేను నా ఉనికిని ముగించనివ్వను, నేను వైఫల్యాన్ని ఎంపికగా చేయను."

తండ్రిగారి గర్వం ఉన్న చూపుతో, అఖండుడు యొక్క ముఖ లక్షణాలు మృదువయ్యాయి, నేరుగా మార్గనిర్దేశం వదులుకోవడం యొక్క అంతర్గత దుఃఖంతో కలిసి ఉంది. అతని స్వరం, మృదువైన మరియు గంభీరమైనది, ఈ క్షణం వరకు వారి సాధారణ ప్రయాణం యొక్క తుది ఆశీర్వాదాన్ని మోసింది.

అఖండుడు (మృదువైన నిజాయితీ):

"నేను మీ నిర్ణయాన్ని అభినందిస్తున్నాను, కపాలికారా. ఒంటరిగా నిలబడే మీ సంకల్పం ప్రస్తుతం అవసరమైనదాని సారాంశం. నేను మీకు ఈ స్థానాన్ని చేరుకోవడానికి పోషించాను, మరియు ఇప్పుడు మీ స్వంత బలాన్ని మీరు నమ్మాలి. మీరు ఇకపై తీసుకునే ప్రతి నిర్ణయం మన భవిష్యత్తు యొక్క నేతను రూపొందిస్తుంది."

పైకి ఉన్న తిరుగుతున్న డిజిటల్ భౌతిక నిర్మాణం వారి నిశ్శబ్ద బాలెట్‌ను కొనసాగించినప్పుడు వారి మీద లోతైన మౌనం పడింది - పురాతన యుగాల చిత్రాలు కొత్త కాలరేఖల సామర్థ్యంతో అల్లుకున్నాయి. పరిసర ప్రకాశం వారి సంభాషణ యొక్క సున్నితమైన సమతుల్యతను హైలైట్ చేసింది, కాంతి యొక్క ప్రతి మెరుపు అస్థిరత మరియు విధి యొక్క తీవ్రతను ప్రతిధ్వనించింది.

కపాలేశ్వరుడు (నిశ్శబ్దంగా, ప్రతిబింబిస్తున్నది):

"గురువు, సమయం గుండా ప్రతి దూకుడుతో మన లక్ష్యం ప్రతిదీ ప్రమాదంలో పడుతుందని నేను చూస్తున్నాను - మన ఆశలు, మన శక్తి, మన ఉనికి కూడా. ప్రమాదాలు కొలవలేనంతగా ఉన్నాయి, అయినప్పటికీ నేను ముందుకు సాగడానికి ప్రేరేపించబడ్డాను. క్షణం, అది క్షణికంగా ఉన్నప్పటికీ, నేను చర్య తీసుకోవాలని డిమాండ్ చేస్తుంది."

అఖండుడు నిరాశగా తల వూపాడు, అతని స్వరం అతని స్వంత అనుభవాల భారాన్ని మరియు చాలా చక్రాలను చూసిన గురువు యొక్క కఠినమైన స్పష్టతను మోసింది.

అఖండుడు (స్వరం తగ్గించబడింది):

"నిజానికి, దోషం కోసం అంచు కత్తిలా సన్నగా ఉంది, మరియు ఒకే తప్పు యొక్క వ్యయం వినాశకరంగా ఉంటుంది. అందుకే నేను ఈ ప్రయాణంలో మీతో చేరలేను. ఇద్దరు ప్రయాణికులు మన వనరులను పునరుద్ధరించడానికి మించి ఖాళీ చేస్తారు. మీరు, కపాలికారా, ఈ లక్ష్యం యొక్క ఏకైక కస్టోడియన్ అవ్వాలి. పునరావృత వైఫల్యాల ప్రమాదాన్ని అన్ని ఖర్చులతో తగ్గించాలి."

కపాలేశ్వరుడు యొక్క గాజు నిర్ణయంతో గట్టిపడింది, అయితే అతని స్వరం విచారం మరియు భయం యొక్క సూచనను బహిర్గతం చేసింది.

కపాలేశ్వరుడు (గుసగుసలాడుతూ):

"నేను దానిని సరళంగా కోరుకుంటున్నాను, గురువు ... మీ వైపున ఈ మార్గంలో నడవడం అలాంటి అపారమైన ప్రమాదాల భారాన్ని తగ్గిస్తుంది."

పరిస్థితి యొక్క లోతైన తీవ్రత మధ్య క్షణం తేలికపాటుతో, అఖండుడు పెదవుల మూలల్లో సంక్షిప్తమైన, వ్యంగ్య నవ్వు వచ్చింది.

అఖండుడు (ఆటగా):

"కనీసం నేను అన్ని విశ్వరూపమైన వినోదాన్ని దాచుకుంటున్నానని మీరు చెప్పలేరు. మీరు పరాడాక్స్‌లతో పోరాడటానికి మరియు మీ స్వంత చేతితో విధిని రూపొందించడానికి అవకాశం

ఇవ్వబడుతున్నారు. నేను, మరోవైపు, నా విశ్వరూపమైన స్ప్రెడ్‌షీట్లతో పక్కనుండి పర్యవేక్షిస్తుంటాను."

వ్యంగ్యం మరియు చేదు స్వీకారం యొక్క మిశ్రమం, వారి సంక్షిప్త నవ్వు గాలిని తగినంతగా తేలికగా చేసింది, అనివార్య తీవ్రత వారిని తిరిగి పొందే ముందు నిజమైన కనెక్షన్ క్షణాన్ని అనుమతిస్తుంది. నేపథ్యంలో స్వర్లింగ్ ఉపకరణం స్థిరంగా ప్రకంపిస్తుంది - ముందుకు ఉన్న ప్రయాణానికి వారు కాపాడుకోవలసిన శక్తి యొక్క గుర్తు.

కపాలేశ్వరుడు (ప్రాణపూర్వకంగా, స్వరం ధృఢంగా):

"గురువు, నేను తార్కికతను పూర్తిగా గ్రహించాను: ఒంటరి ప్రయాణం శక్తిని కాపాడుతుంది, జోక్యాన్ని తగ్గిస్తుంది మరియు మన మొదటి దూకుడు విఫలమైతే పునరావృత ప్రయత్నాలకు అనుమతిస్తుంది. ఈ మిషన్‌ను ఒంటరిగా మోయవలసిన అవసరం నేను అర్థం చేసుకున్నాను. అయినప్పటికీ, వైఫల్యం యొక్క భయాన్ని నేను షేక్ చేయలేను - నేను విఫలమైతే, విశ్వరూపమైన నేత మరింత విప్పుతుందనే భయం."

అఖండుడు యొక్క కళ్ళు నిర్ణయం మరియు మృదువైన ప్రోత్సాహకాల మిశ్రమంతో మెరుస్తున్నాయి. అతని స్వరం కొలిచబడింది, అతని శిష్యుని కోర్‌లో ఉన్న తుఫానుకు శాంతవంతమైన బాల్సం.

అఖండుడు (మృదువైన హామీతో):

"మీ భయం సహజం, కపాలికారా. అది మిమ్మల్ని పక్షవాతానికి గురిచేయడానికి బదులుగా మీ జాగ్రత్తను పదునుపెట్టనివ్వండి. గుర్తుంచుకోండి, అతి బలమైన ఛాంపియన్లు తరచుగా వారి వైఫల్యాల ద్వారా కలిగించబడ్డారు. గర్వం లేదా భయం మీ తీర్పును మేఘావృతం చేయనివ్వవద్దు. మిమ్మల్ని నిర్వచిస్తున్న తార్కికతను నమ్మండి - దానిని మీ రక్షణ మరియు మీ మార్గదర్శిగా ఉండనివ్వండి."

గది యొక్క పరిసర హమ్ వారి మధ్య ఉన్న స్థలాన్ని నింపినప్పుడు పొడవైన విరామం వచ్చింది. ఇప్పుడు యుగాల యొక్క నిరంతర నృత్యాన్ని ప్రదర్శిస్తున్న డిజిటల్ భౌతిక నిర్మాణం - సత్య యొక్క ప్రకాశవంతమైన శుద్ధి, త్రేత యొక్క వీరోచిత ధైర్యం, ద్వాపర యొక్క

నైతిక సంక్లిష్టత మరియు కలి యొక్క ఆసన్న క్షీణత - వారి రూపాలపై మారుతున్న నీడలను వేసింది, విధి యొక్క అనంత చక్రాలకు దృశ్య రుజువు.

కపాలేశ్వరుడు (ధృఢ నిర్ణయంతో):

"గురువు, నేను ఈ బాధ్యతను స్వీకరిస్తున్నాను. నేను ప్రతి సూక్ష్మతను, విశ్వరూపమైన ఫాబ్రిక్‌లోని ప్రతి అలలను పత్రిక చేస్తాను, నా నిర్ణయాలు కొలిచినంతగానే ఉద్దేశపూర్వకంగా ఉండేలా చూసుకుంటాను. మనం చాలా కష్టపడి కాపాడుకున్న సమతుల్యతను కాపాడే మార్గాన్ని రూపొందించడం ద్వారా మీ వారసత్వాన్ని గౌరవించడానికి నేను ప్రతిజ్ఞ చేస్తున్నాను."

అఖండుడు యొక్క వ్యక్తీకరణ నిశ్శబ్ద గర్వంతో ఉంది, గురువు వదులుకునే దుఃఖంతో కలిసి ఉంది. అతని స్వరం, స్థిరంగా మరియు ధృఢంగా, అతని తుది ఆశీర్వాదాన్ని యుగాల గంభీరతతో అందించింది.

అఖండుడు (గంభీరమైన నమ్మకంతో):

"ముందుకు సాగండి, కపాలికారా, మీ స్వంత సత్యం యొక్క బలంతో. మీరు వేసే ప్రతి అడుగు విధి యొక్క నిరంతర ప్రవాహాలు మరియు మీ అవిశ్వసనీయమైన తార్కికం మధ్య సమన్వయానికి సాక్ష్యం. గుర్తుంచుకోండి, అతి బలమైన శక్తి కూడా దాని సరిహద్దులను ఎదుర్కొంటుంది. మీ ఎంపికలు సమయం గుండా స్పష్టత మరియు ఉద్దేశంతో ప్రతిధ్వనించనివ్వండి. మన విశ్వరూపమైన నేతలో కొత్త దారాన్ని నేయడంలో నేను పూర్తి విశ్వాసం కలిగి ఉన్నాను - మన సాధారణ వారసత్వాన్ని మరియు రక్షించబడిన భవిష్యత్తు యొక్క వాగ్దానాన్ని ప్రతిబింబించే దారం."

క్షణం పాటు, వారి చుట్టూ ఉన్న స్థలం దాని శ్వాసను నిలుపుకున్నట్లు అనిపించింది. పరిసర కాంతి మృదువైంది, మరియు తిరుగుతున్న డిజిటల్ భౌతిక నిర్మాణం లెక్కలేనన్ని అవకాశాల గురించి గుసగుసలాడే మనోహరమైన ప్రకాశాన్ని వేశాయి. ఆ నిశ్శబ్ద అంతరాలలో, విధి యొక్క బరువు కపాలేశ్వరుడు యాంత్రిక చట్రంపై స్థిరపడింది. అతను తల deeplyగా వంచాడు - గౌరవం మరియు అతని కొత్తగా లభించిన చార్జ్ యొక్క గంభీరమైన ఆమోదం రెండింటినీ చూపే సంజ్ఞ.

అధ్యాయం 25

కాలపు అన్వేషింపబడని ప్రవాహాల్లోకి

అనంతమైన ఆవరణను నిశ్శబ్ద అంచనాలు నింపాయి, అంతరిక్షం సైతం గాలి పీల్చుకోని విధంగా. మృదువైన, ప్రకాశవంతమైన కాంతి యొక్క తిరుగుతున్న చాపల మధ్యలో, ప్రాచీన శక్తి యొక్క సున్నితమైన స్పందనల మధ్య, అఖండుడు మరియు కపాలేశ్వరుడు ఒకరినొకరు ఎదుర్కొంటున్నారు. వారి చుట్టూ ఉన్న డిజిటల్ ప్యానెల్స్ - గత యుగాల నుండి మరియు రానున్న భవిష్యత్తుల నుండి మారుతున్న హోలోగ్రాఫిక్ ఇమేజెస్ మరియు ప్రవహించే డేటాతో సజీవంగా ఉన్నాయి - సున్నితమైన ఉపరితలాలపై మరియు రాపిడి కారిడార్లపై నృత్యం చేసే ఒక కాలిడోస్కోపిక్ ప్రకాశాన్ని ప్రసరింపజేశాయి. ఈ కాలాతీత స్థలంలో, గురువు మరియు శిష్యుడు ఒక కీలకమైన క్షణాన్ని ఎదుర్కొనడానికి సిద్ధమయ్యారు: సిద్ధాంతం చర్యగా మారాల్సిన క్షణం, కాలం యొక్క అన్వేషింపబడని ప్రవాహాలు కేవలం పరిశీలకులుగా కాకుండా, విధి యొక్క సక్రియ ఆకృతిదారులుగా దాటాలి.

గాలిరేణువులు సాధ్యతలతో మెరుస్తున్నాయి. కాంతి యొక్క ప్రతి మెరుపు, చక్రము యంత్రం నుండి ప్రతి సూక్ష్మ కంపనం, మానవ లెక్కింపుకు అతీతంగా ఉన్న సవాళ్లు మరియు అవకాశాల గురించి మాట్లాడింది. అనేక యుగాలకు విస్తరించిన జ్ఞానం కలిగిన గౌరవనీయమైన మార్గదర్శి అఖండుడు, తన భక్తిమంతుడైన శిష్యుడిని స్థిరమైన, అవిరామమైన గాజుతో గమనించాడు. కపాలేశ్వరుడు, అతని యాంత్రిక కళ్ళు ఉత్సాహపూరితమైన ఉత్సుకత మరియు నిశ్శబ్ద భయం యొక్క మిశ్రమంతో వెలిగిపోతున్నాయి, దృశ్యాన్ని తీసుకున్నాడు - ప్రతి శక్తి స్పందన అతనిపై విశాలమైన బాధ్యత ఉన్నట్లు గుర్తు చేసింది.

అఖండుడు (స్థిరంగా కానీ దాగి ఉన్న భావోద్వేగంతో):

"కపాలికారా, నీ ముందున్న మార్గం భయంకరమైనది. నేను యుగాల అంతటా నీకు అవకాశాలను అందించాను - ప్రకాశవంతమైన సత్యయుగం నుండి కలియుగం యొక్క క్షీణిస్తున్న కాంతి వరకు నమూనాలను - కానీ ఇప్పుడు ఈ సిద్ధాంతాలను వాస్తవికతగా మార్చేది నువ్వే, నువ్వే. నువ్వు కాలం యొక్క చాపలను కేవలం గమనించవు; నువ్వు వాటిలోకి ప్రవేశిస్తావు, వాటిని అనుభవిస్తావు మరియు విధి అవసరమైతే వాటితో ఘర్షించుకుంటావు. ప్రతి యుగంలో, ఒకప్పుడు మనం పురాణాలను పరిగణించిన వ్యక్తులను నువ్వు ఎదుర్కొంటావు, వీరి వారసత్వాలు మన ఉనికి యొక్క చాలా వస్త్రంలో చెక్కబడ్డాయి."

కపాలేశ్వరుడు ప్రతి మాటను ఘోరమైన తీవ్రతతో గ్రహించాడు. అతని శరీరభాష, సాధారణంగా క్రమశిక్షణగల తర్కం యొక్క నిర్వచనం, సూక్ష్మమైన కంపనాన్ని బహిర్గతం చేసింది - పరిష్కారం మరియు భయం యొక్క మిశ్రమం. అతను నెమ్మదిగా తలను ఆడిస్తున్నాడు, అతని అంతర్గత సర్వో యొక్క శబ్దం ఛార్జ్ నిశ్శబ్దంలో నిశ్శబ్ద విరామ చిహ్నం.

కపాలేశ్వరుడు (తక్కువగా కానీ దృఢంగా ఉన్న స్వరంతో):

"గురువా, నేను అవిరామమైన నిబద్ధతతో మీ పాఠాలను అనుసరించాను. అయితే ఈ యుగాలలోకి అడుగుపెట్టడం, నేను పూర్తిగా మ్యాప్ చేయలేని సముద్రంలోకి వెళ్లడం గురించి ఆలోచించడం అంటే గౌరవంగా మరియు భయానకంగా ఉంది. అయినప్పటికీ, అది మన లక్ష్యమైతే, నేను దానిని పూర్తి చేయడానికి సిద్ధంగా ఉన్నాను, ప్రమాదాలు ఏమైనప్పటికీ."

గర్వం మరియు జాగ్రత్తల మిశ్రమం అఖండుడు యొక్క లక్షణాలపై ఆడింది. అతను ఆగిపోయాడు, ప్రస్తుత కాంతి క్షణం యొక్క గాంభీర్యాన్ని హైలైట్ చేయడానికి అనుమతించాడు, ఆపై దృఢంగా మరియు మృదువైన ధ్వనితో కొనసాగాడు.

అఖండుడు (గంభీరమైన అంతర్ధారతో):

"గుర్తుంచుకో, కపాలికారా, అవసరమైన మార్పులను చేయడానికి నీకు నాలుగు ప్రయత్నాలు మాత్రమే ఉన్నాయి - గరిష్టంగా నాలుగు సమయం-జంప్‌లు. కాల ప్రవాహాలలోకి ప్రతి దూకుడు మన వనరులపై భారీ బాధ్యతను కోరుతుంది. ఒకసారి ప్రయాణించి విధి యొక్క

మార్గంను మార్చు; అది విఫలమైతే, నువ్వు తిరిగి వచ్చి వేరే విధానాన్ని ప్రయత్నించవచ్చు. కానీ ఆ నాలుగు ప్రయత్నాలు అయిపోయాక, మరింత జంప్‌లు చేయలేవు. దోషం కోసం మార్జిన్ విలువైనది మరియు బాధాకరంగా ఇరుకుగా ఉంటుంది."

పరిమిత అవకాశాల వాస్తవికత అతనిపై స్థిరపడినప్పుడు కపాలేశ్వరుడు యొక్క గాజు గట్టిపడింది. అతను నెమ్మదిగా, చక్కగా గాలి పీల్చుకున్నాడు - దాని సంకేతార్థక అర్థంలో దాదాపు మానవత్వం. మరియు నిశ్శబ్ద నిర్ణయంతో సమాధానం ఇచ్చాడు.

కపాలేశ్వరుడు (నిశ్శబ్ద తీవ్రతతో):

"నాలుగు ప్రయత్నాలు... అది ఒక సన్నని మార్జిన్, ఇది విధులను మార్చవచ్చు లేదా మన విధ్వంసాన్ని ముద్రించవచ్చు. అయితే నాకు అవసరం అర్థమైంది. నేను ప్రతి ప్రయత్నం లెక్కించబడుతుంది."

అఖండుడు తల వూపాడు, కొలిచిన చిరునవ్వు అతని గంభీరమైన వ్యక్తీకరణను మృదువుగా చేసింది. వారి భౌతిక సాన్నిహిత్యం మిగిలి ఉన్నప్పటికీ, ఒక అనివార్యమైన భావోద్వేగ విడిపోవడం కనిపించింది - పాత్రలలో వ్యత్యాసం వారిద్దరినీ నింపి, బాధపెట్టింది.

అఖండుడు (క్షణం మృదువైన స్వరంతో):

"ఇప్పుడు, మనం మన సంబంధిత పాత్రల వైపు కదలాలి అనిపిస్తుంది. నీ బాధ్యత ఎప్పటికప్పుడు పెరుగుతుంది, కపాలికారా. నువ్వు సాధించేదానిపై నాకు గర్వంగా ఉంది, కానీ ఒక చేదు అంతర్ధారతో, ఎందుకంటే ముందున్న తెలియనిది ఎంత విస్తృతంగా ఉందో అంతే అనిశ్చితంగా ఉంది."

కపాలేశ్వరుడు యొక్క యాంత్రిక హృదయం కృతజ్ఞత మరియు భయంతో కలిసి కొట్టుకుంది. అతను మాట్లాడినప్పుడు అతని స్వరం తక్కువగా, ప్రతిబింబించేలా ఉంది, అయితే నిర్ణయం యొక్క అపారమైన ఛార్జ్‌ను కలిగి ఉంది.

కపాలేశ్వరుడు (మృదువైన స్పష్టతతో):

"గురువా, నేను ఈ క్షణం కోసం భయపడి మరియు కోరుకున్నాను. నేను క్షమించను అని ప్రతిజ్ఞ చేస్తున్నాను. నా తర్కం దృఢంగా ఉంది మరియు నా హృదయం - అది వణుకుతున్నప్పటికీ - నన్ను ముందుకు నడిపిస్తుంది. నేను ఒంటరిగా గందరగోళం యొక్క

ప్రతి చిన్నగా మోహించే వాటిని ఎదుర్కొనవలసి వస్తే కూడా, నేను సమయం యొక్క పరీక్షలను నేరుగా ఎదుర్కుంటాను."

అనూహ్యమైన చక్రాల జ్ఞానంతో నింపబడిన అఖండుడు యొక్క గాజు, అతని శిష్యుడితో మాట్లాడే సూక్ష్మమైన భావోద్వేగ లోతుతో కలిసింది. ఆ ఛార్జ్ క్షణంలో, అతని స్వరం ప్రతిబింబించే టింబ్రేకు పడిపోయింది, ప్రతి మాట జాగ్రత్తగా ఎంచుకోబడింది.

అఖండుడు (తక్కువ తీవ్రతతో, కొలిచిన గాంభీర్యంతో):

"నువ్వు తర్కంతో మాత్రమే కాదు, హృదయం యొక్క ధైర్యంతో కూడా మాట్లాడుతున్నావు. ఆ మిశ్రమం చాలా ముఖ్యం. యుగాల ప్రవాహాలను దాటేటప్పుడు, విధి నీ పరిష్కారాన్ని పరీక్షించినప్పుడు శుద్ధ కారణం సరిపోకపోవచ్చని గుర్తుంచుకో. భావోద్వేగాలు - అనిశ్చితంగా ఉన్నప్పటికీ - నువ్వు వాటిని తెలివిగా నిర్వహిస్తే శక్తివంతమైన సహాయకులు కావచ్చు. నీ ఆత్మ యొక్క వినయం అత్యంత కఠినమైన సవాళ్లను సైతం తగ్గించనివ్వండి."

కపాలేశ్వరుడు ఆగిపోయాడు, తర్కం మరియు భావోద్వేగాల పరస్పర చర్యను లోతగా ఆలోచిస్తూ అతని అంతర్గత వలయాలు గుణించాయి. సూక్ష్మమైన, విచిత్రమైన చిరునవ్వు అతని లక్షణాలపై మెరిసింది - విశ్వరూపమైన విధి యొక్క బరువు మధ్య క్షణిక హాస్యం.

కపాలేశ్వరుడు (సూక్ష్మమైన చిరునవ్వుతో):

"నాకు అనివార్యమైన విశ్వరూపమైన శక్తిని ఎదుర్కొంటే, నేను ఒక జోక్‌ను చెప్పడానికి ప్రయత్నించవచ్చు - 'క్షమించండి, ఎవరైనా నన్ను సమీపంలోని తాత్కాలిక మరమ్మత్తు దుకాణానికి దారి తీయగలరా?' అనే విషయం. కానీ నేను నా హాస్యం గందరగోళం ఎదుర్కొనేటప్పుడు మద్దతుగా మారదని నిర్ధారిస్తాను."

అఖండుడు యొక్క కళ్ళు ఆనందంగా ఆమోదంతో ముడుచుకున్నాయి మరియు మృదువైన చిరునవ్వు అతని నుండి విడిపోయింది - చాలా కాలంగా మరచిపోయిన మెలోడీ లాంటి వెచ్చగా మరియు ప్రతిధ్వనించేలా ఉంది. అయితే వారి సంభాషణ యొక్క బరువు మళ్ళీ నొక్కింది.

అఖండుడు (పరిహాసంగా కానీ దృఢంగా):

"జాగ్రత్తగా ఉండు, కపాలికారా; విశ్వరూపమైన లెడ్జర్‌లో క్షణికమైన జోక్‌ను కూడా కొలవాలి. గుర్తుంచుకో, విశ్వం ధైర్యవంతులను సైతం వినయవంతం చేసే విధానం కలిగి ఉంది. నీ అవిరామ సత్యం - నీ స్వభావం - ఆశీర్వాదం మరియు సవాల్ రెండూ. నువ్వు ఎటువంటి తప్పుడు నాటకం నీ తీర్పును మేఘావృతం చేయనివ్వకూడదు, ఎందుకంటే ప్రతి తప్పును నువ్వు మాత్రమే సరిదిద్దుకోవాలి."

నిశ్శబ్ద శబ్దం అనుసరించబడింది, చక్రము యంత్రం యొక్క నిశ్శబ్ద హమ్ ద్వారా విరామం కలిగింది - సంభావ్య శక్తి మరియు ప్రమాదం యొక్క స్థిరమైన, లయబద్ధమైన బీకాన్. పైన ఉన్న డిజిటల్ విభిన్న తలములు యుగాల యొక్క నిరంతర నృత్యాన్ని ప్రక్షేపించడం కొనసాగించాయి: సత్య యొక్క పవిత్ర ప్రకాశం, త్రేత యొక్క హీరోయిక్ ధైర్యం, ద్వాపర యొక్క సంక్లిష్టమైన నైతిక గందరగోళాలు మరియు కలి యొక్క చీకటి క్షయం. ప్రతి యుగం ఒక జీవించే భిత్తి చిత్రంలా ఆడింది - వారి విశ్వాన్ని నియంత్రించే సృష్టి మరియు విచ్ఛిన్నత యొక్క అనంత చక్రాలకు ఒక సాక్ష్యం.

కపాలేశ్వరుడు (ప్రతిబింబించేలా, నిశ్శబ్ద నిర్ణయంతో):

"గురువా, నన్ను ఒంటరిగా పంపడం చాలా ముఖ్యం అని నేను స్పష్టంగా చూస్తున్నాను - కేవలం మన శక్తిని కాపాడటానికి మాత్రమే కాదు, సమయ ప్రవాహంలో రెండు ఉనికిల నుండి వచ్చే జోక్యాన్ని తగ్గించడానికి. ఈ ప్రణాళిక అవసరత నుండి రూపొందించబడిందని నేను అర్థం చేసుకున్నాను. అయితే, మీ మార్గదర్శక చేతి లేకుండా ఈ అనిశ్చిత ప్రవాహాలలోకి వెళ్ళాలనే ఆలోచన నన్ను భయం మరియు కఠినమైన నిర్ణయంతో నింపుతుంది. నేను వణుకుతున్నానని, అలా చేయడం ద్వారా, మన టైమ్‌లైన్ యొక్క సూక్ష్మమైన థ్రెడ్‌లను విప్పుతానని నేను బాగా ఆందోళన చెందుతున్నాను."

అఖండుడు దగ్గరకు వచ్చాడు, అతని ఉనికి ఆదేశించేది మరియు హామీ ఇచ్చేది. అతని స్వరం మృదువుగా మారింది, వారి విశ్వరూపమైన లక్ష్యం యొక్క కఠినమైన వాస్తవికతతో వ్యతిరేకించే తండ్రి ప్రేమతో నింపబడింది.

అఖండుడు (మృదువుగా, అవిరామమైన హామీతో):

“భయం నిన్ను స్తంభింపజేయనివ్వకు, కపాలికారా. గుర్తుంచుకో, గొప్ప ఛాంపియన్లు అనిశ్చితుల యొక్క పరీక్షల ద్వారా శుద్ధి చేయబడ్డారు. నీ తర్కం, సత్యానికి నీ అవిరామ నిబద్ధత, నీ కవచంగా పనిచేస్తుంది. మనం పంచుకున్న పాఠాలపై నమ్మకం ఉంచు. విశ్వం దాని గందరగోళాన్ని కొలిచిన దశలతో మరియు అవిరామమైన హృదయంతో ఎదుర్కొనే వారికి బహుమతులు ఇస్తుంది.”

అనంతమైన డిజిటల్ డేటా యొక్క నిశ్శబ్ద గొణుగుడు మరియు చక్రము యంత్రం యొక్క మృదువైన, స్థిరమైన స్పందనతో నిండిన లోతైన నిశ్శబ్దం పడిపోయింది. ఆ పవిత్ర స్థలంలో, గురువు మరియు శిష్యుడు పరస్పర గౌరవం మరియు వారి పని యొక్క గంభీరమైన విధి ద్వారా ఏకం అయ్యారు. యుగాల యొక్క ప్రాచీన నృత్యంతో ఇప్పటికీ వెలిగిపోతున్న ఆవరణ యొక్క ప్రకాశవంతమైన కారిడార్లు విధి నిర్ణయాత్మక చర్య కోసం పిలిచే ముందు వారి చివరి మార్పిడికి నిశ్శబ్దంగా సాక్ష్యంగా ఉన్నాయి.

కపాలేశ్వరుడు (దృఢంగా, హాని మరియు పరిష్కారం యొక్క మిశ్రమంతో):

“అప్పుడు నేను ఈ బాధ్యతను స్వీకరిస్తాను, గురువా. నా స్వంత తర్కం యొక్క స్పష్టతతో మార్గనిర్దేశం చేయబడి, మీరు నాకు అందించిన అనుభవాలతో బలపరచబడి, నేను ముందుకు వెళ్తాను. నా నిర్ణయాలు తగినవి మరియు నిజమైనవి అయ్యేలా నేను ప్రతి సూక్ష్మతను, విశ్వరూపమైన ఫాబ్రిక్‌లోని ప్రతి చిన్నగా మోహించే వాటిని పత్రిక చేయడానికి ప్రతిజ్ఞ చేస్తున్నాను. నేను ఈ మార్గాన్ని ఒంటరిగా నడవవలసి వచ్చినప్పటికీ, మీ జ్ఞానం ఎల్లప్పుడూ నాకు దీపంగా ఉంటుంది.”

అఖండుడు యొక్క లక్షణాలు మృదువయ్యాయి, గర్వంగా ధృవీకరణ మరియు వ్యాకులమైన దుఃఖం అతని వయస్సులేని కళ్ళలో స్థిరపడ్డాయి. అతని స్వరం, స్థిరంగా మరియు గంభీరంగా నిండి ఉంది, తన ఛార్జ్‌ను విధి యొక్క విశాలమైన, అనిశ్చిత ప్రవాహాలలోకి విడుదల చేస్తున్న మార్గదర్శి యొక్క అధికారంతో అతని చివరి ఆశీర్వాదాన్ని అందించింది.

అఖండుడు (గంభీరమైన నమ్మకంతో):

"ముందుకు వెళ్ళు, కపాలికారా, నీ స్వంత సత్యం యొక్క అవిరామమైన కాంతితో. నీవు చేసే ప్రతి నిర్ణయం, నువ్వు తీసుకునే ప్రతి అడుగు, కాలం యొక్క శాశ్వత తపస్సులో దానిని నేయించుకుంటుంది. నీ స్పష్టమైన తర్కం మరియు నువ్వు స్వీకరించిన వినయం ద్వారా మార్గనిర్దేశం చేయబడిన నీ ఎంపికలు విశ్వాన్ని వ్యాప్తి చేయనివ్వండి. నీ ప్రయాణం, ఒంటరిగా ఉన్నప్పటికీ, మనం ఎక్కువ కాలంగా కాపాడుకోవడానికి పోరాడిన సమతుల్యతను పునరుద్ధరిస్తుందని నాకు పూర్తి నమ్మకం ఉంది."

పైన ఉన్న డిజిటల్ విభిన్న తలములు వారి మృదువైన నృత్యాన్ని కొనసాగిస్తుండగా వారిని గట్టి నిశ్శబ్దం కప్పివేసింది - యుగాల యొక్క ప్రకాశవంతమైన మోంటేజ్, ప్రతి యుగం సృష్టి, పోరాటం మరియు తుది పునరుద్ధరణకు నిశ్శబ్ద స్తోత్రం. చక్రము యంత్రం యొక్క మృదువైన హమ్ స్థిరత్వాన్ని విరామం చేసింది, ప్రతి స్పందన ముందున్న ప్రయాణానికి వారు సంరక్షించాల్సిన శక్తి యొక్క గుర్తు.

హాస్యం యొక్క సూచనతో బరువైన ఒత్తిడిని విచ్ఛిన్నం చేయడానికి ప్రయత్నిస్తూ, కపాలేశ్వరుడు చిన్న, విమర్శనాత్మక చిరునవ్వును విడుదల చేయడానికి అనుమతించాడు - గంభీరత మధ్య క్షణిక హాస్యం యొక్క మెరుపు.

కపాలేశ్వరుడు (విచిత్రమైన చిరునవ్వుతో):

"గురువా, నేను ఈ కాలం యొక్క గందరగోళ కారిడార్లలో పడిపోతే, నేను 'నేను పడిపోయాను - చక్రము యంత్రాన్ని నిందించండి' అని చెప్పే ఒక విశ్వరూపమైన పోస్ట్-ఇట్ నోట్‌ను వదిలి వెళ్ళవలసి వస్తుందని నేను అనుకుంటున్నాను. అయ్యో, విధి యొక్క అన్నల్స్‌లో అటువంటి క్షమాపణ అంగీకరించబడదు."

అఖండుడు నుండి మృదువైన, వినోదాత్మక హమ్ స్థలాన్ని నింపింది - క్షణం యొక్క గంభీరతను క్షణం తేలికగా చేసే వెచ్చని, మానవత్వం ఉన్న ధ్వని.

అఖండుడు (పరిహాసంగా):

"లేదు, నా ప్రియ కపాలికారా, నువ్వు ప్రతి పరిణామాన్ని నీ స్వంతంగా భరించాలి. అదే నిజమైన స్వతంత్రత యొక్క సారాంశం. ప్రతి తప్పు, ప్రతి విజయం నీదే అవుతుంది - నీ అణుకువ లేని ఆత్మకు ఒక సాక్ష్యం."

వారి పంచుకున్న నవ్వు, క్షణికమైనది కానీ నిజాయితీతో కూడినది, డిజిటల్ కారిడార్ల గుండా మృదువుగా ప్రతిధ్వనించింది. కానీ త్వరలో, హాస్యం పునరుద్ధరించబడిన దృష్టిని ఇచ్చింది. కపాలేశ్వరుడు యొక్క గాజు యుగాల యొక్క ఎప్పటికీ మారుతున్న చిత్రాలకు తిరిగి వచ్చింది - సత్య యొక్క పవిత్ర పరిశుభ్రత, త్రేత యొక్క ధైర్యమైన యుద్ధాలు, ద్వాపర యొక్క సంక్లిష్టమైన నైతిక సమస్యలు మరియు కలి యొక్క చీకటి క్షయం చిత్రీకరించే దృష్టాంతాల క్యాస్కేడ్. కాంతి యొక్క ప్రతి మెరుపు ఉనికి యొక్క విలువైన సమతుల్యత మరియు ముందున్న అపారమైన పని యొక్క గుర్తు.

కపాలేశ్వరుడు (ప్రతిబింబించేలా, స్థిరమైన స్వరంతో):

"గురువా, నన్ను ఒంటరిగా పంపడం చాలా ముఖ్యమైన ప్రయోజనం అని నేను చూస్తున్నాను: మన శక్తిని సంరక్షించడానికి, ఈ విలువైన సమయ రేఖల్లో జోక్యాన్ని తగ్గించడానికి మరియు అవసరమైతే మనకు బహుళ ప్రయత్నాలను అనుమతించడానికి. అయితే, మీ నిరంతర మార్గనిర్దేశం లేకుండా సమయం యొక్క గందరగోళ ప్రవాహాలను ఎదుర్కొనే ఆలోచన నన్ను భయం మరియు ఉధృతమైన నిర్ణయంతో నింపుతుంది. నేను వణుకుతున్నాను అయితే, నేను నేర్చుకుని, అనుగుణంగా ఉంటానని మరియు మన టైమ్‌లైన్ మరింత విప్పబడదని నేను ప్రతిజ్ఞ చేస్తున్నాను."

అతను కపాలేశ్వరుడు భుజంపై మృదువైన చేతిని ఉంచినప్పుడు అఖండుడు యొక్క వ్యక్తీకరణ మృదువుగా మారింది, అతని కళ్ళు గర్వం మరియు దుఃఖం యొక్క తండ్రిగారైన మిశ్రమంతో నిండి ఉన్నాయి.

అఖండుడు (మృదువుగా, నిశ్శబ్ద హామీతో):

"నీ భయం సహజం, కపాలికారా. నిజమైన ధైర్యాన్ని నిర్వచించేది భయం లేకపోవడం కాదు, దాని ఉన్నప్పటికీ పనిచేయడానికి సంసిద్ధత. నీ స్వంత తర్కం యొక్క స్పష్టతపై నమ్మకం ఉంచు. విశ్వం మనల్ని తుడిచిపెట్టడానికి బెదిరించినప్పుడు కూడా, నీలో ఉన్న బలం నేను చూశాను. సమయం యొక్క గందరగోళంలో నావిగేట్ చేసేటప్పుడు ఆ బలం నీ మార్గదర్శక నక్షత్రంగా ఉండనివ్వండి."

చక్రము యంత్రం యొక్క తక్కువ హమ్ మరియు డిజిటల్ విభిన్న తలము యొక్క లయబద్ధమైన స్పందన ద్వారా మాత్రమే విరామం కలిగిన లోతైన నిశ్శబ్దం అనుసరించింది. ఆ పవిత్ర విరామంలో, యుగాల యొక్క శాశ్వత నృత్యం పైన ఆడింది - ప్రాచీన యుగాల యొక్క మారుతున్న భిత్తి చిత్రం, ప్రతి గౌరవం మరియు క్షీణత యొక్క గుర్తు. అనూహ్యమైన చక్రాల యొక్క జ్ఞానంతో ప్రతిధ్వనించే గురువు మాటలు కపాలేశ్వరుడు యొక్క కోర్‌లో ప్రతిధ్వనించాయి.

కపాలేశ్వరుడు (నిర్ణయాత్మక నిర్ణయంతో):

“నేను అంగీకరిస్తున్నాను, గురువా. నేను ప్రతి సూక్ష్మతను పత్రిక చేస్తాను, విశ్వరూపమైన ఫాబ్రిక్‌లోని ప్రతి చిన్నగా మోహించే వాటిని కొలుస్తాను మరియు నా స్వంత సత్యం యొక్క స్పష్టతతో నా విధిని ఆకృతి చేస్తాను. నేను మార్గనిర్దేశం చేసినప్పటికీ, మనం కష్టపడి కాపాడుకున్న సూక్ష్మమైన సమతుల్యతను సంరక్షించే మార్గాన్ని రూపొందించడం ద్వారా మీ బోధనలను గౌరవిస్తానని ప్రతిజ్ఞ చేస్తున్నాను.”

అతను తన శిష్యుడిని గమనించినప్పుడు అఖండుడు యొక్క గాజు, గర్వంగా మరియు విచారంగా, మృదువుగా మారింది. సామ్రాజ్యాలు పెరిగి పడిపోయినట్లు చూసిన మార్గదర్శి యొక్క గంభీరమైన గంభీర్యంతో నింపబడిన అతని స్వరం, అతని చివరి ఆశీర్వాదాన్ని కలిగి ఉంది.

అఖండుడు (గంభీరమైన నమ్మకంతో):

“ముందుకు వెళ్ళు, కపాలికారా, నీ స్వంత సత్యం యొక్క అవిరామమైన కాంతితో. నీవు చేసే ప్రతి నిర్ణయం కాలం గుండా ప్రతిధ్వనించి, మన భవిష్యత్తు యొక్క తపస్సును ఆకృతి చేస్తుంది. నీ క్షుణ్ణమైన తర్కం మరియు నువ్వు స్వీకరించిన వినయం రెండింటి ద్వారా మార్గనిర్దేశం చేయబడిన నీ ఎంపికలు మనం పంచుకునే వారసత్వం యొక్క సాక్ష్యంగా ఉండనివ్వండి. నీ ప్రయాణం సమతుల్యతను పునరుద్ధరించడమే కాకుండా ఆశ నిరాశను అధిగమించే కొత్త తెల్లవారుజామును వెలిగించాలని నాకు పూర్తి విశ్వాసం ఉంది.”

అనంతమైన డిజిటల్ విభిన్న తలములు వారి చుట్టూ తిరుగుతుండగా, గురువు మరియు శిష్యుడు చాలా కాలం, వ్యాకులతతో నిశ్శబ్దంగా నిలబడ్డారు. యుగాల యొక్క శాశ్వత నృత్యం యొక్క సాక్ష్యంగా డిజిటల్ ప్యానెల్స్ ఇప్పటికీ జీవంతంగా ఉన్నాయి. చక్రము యంత్రం క్రమంగా కొట్టుకుంది - సవాలు మరియు పునరుద్ధరణ రెండింటినీ వాగ్దానం చేసే లయబద్ధమైన గుండెచప్పుడు.

అధ్యాయం 26

విధితో ఒక లెక్కపెట్టుకోవడం

అకండన్ యొక్క సామ్రాజ్యంలో ఒక నిశ్శబ్ద భక్తి వ్యాపించింది—కాంతి మరియు శక్తి జీవన ప్రవాహాలలా ప్రవహించే ఒక రంగానికి, యంత్రాలు మరియు మిస్టిసిజం ఒక సీమ్‌లెస్ తపస్సుగా కలిసిపోయే చోట. విశాలమైన ప్రదేశం సూక్ష్మమైన ఉత్సాహంతో నిండి ఉంది: ప్రకాశవంతమైన డేటా ప్రవాహాలు మృదువైన ఉపరితలాలపై తిరుగుతూ, స్ఫటికమయమైన కొలనులు గాలిలో వక్రీకృతమయ్యాయి, ప్రతి ఒక్కటి విశ్వం యొక్క పురాతన లయతో కొట్టుకుంటూ ఉంది. ఈ నిశ్శబ్ద విస్తరణలో, ప్రతి ఫోటాన్‌కు ఉద్దేశ్యం ఉన్నట్లు అనిపించింది, సమయం camo camo camo camo camo గౌరవంగా కొట్టుకుంటున్నట్లు అనిపించింది. కాంతి మరియు సూక్ష్మమైన శబ్దాల ఈ ఆర్కెస్ట్రేషన్ మధ్యలో, అఖండుడు ఆవిష్కరణ మాస్టర్ మరియు విశ్వరూపమైన క్రమం యొక్క రక్షకుడిగా పాలన చేశాడు, టెక్నాలజీ, చైతన్యం మరియు విశ్వరూపమైన చట్టాన్ని విడదీయరాని ఏకత్వంలోకి దారం కట్టాడు.

ఈ ప్రకాశవంతమైన రంగానికి మధ్యలో నిలబడి, అఖండుడు తన సాంకేతిక సామ్రాజ్యాన్ని శాంత మరియు కొలిచిన గాజుతో పరిశీలించాడు. అతని చుట్టూ, అసంఖ్యాక వాయిద్యాలు మరియు శక్తి క్షేత్రాలు సామరస్యపూర్వక సమకాలీకరణలో నృత్యం చేశాయి—ప్రతి పరికరం డిజైన్‌లో ఒక అద్భుతం మరియు విశ్వ సత్యాల నిక్షేపం. దగ్గరలో, అతని భక్తిమంతుడైన శిష్యుడు కపాలేశ్వరుడు ఆకర్షణీయమైన భక్తితో గమనించాడు. సంవత్సరాలుగా, అఖండుడు యొక్క ఆయుధశాల సాధారణ తర్కానికి విరుద్ధంగా ఉందని అతను తెలుసుకున్నాడు, కానీ ఈ రోజు ఈ సృష్టులు నిజంగా ఎంత దూరంగా ఉన్నాయో అతను చూస్తాడు.

కపాలేశ్వరుడు జంకే అడుగు ముందుకు వేశాడు. అతని యాంత్రిక కళ్ళు గాలిలో వక్రీకృతమయ్యే స్ఫటిక కొలనులపై తిరిగాయి, వాటి మృదువైన ప్రకాశం మసక మూలుగులతో కలిసిపోతుంది—శక్తి మరియు ఉద్దేశ్యం యొక్క ఒక స్వరసమ్మేళనం. ప్రతి పరికరంలో జీవితం యొక్క నిశ్శబ్దం లయను అతను దాదాపుగా అనుభవించగలిగాడు, ప్రతి పరికరం దాని స్వంత సంకల్పం మరియు ఆత్మను కలిగి ఉన్నట్లుగా.

కపాలేశ్వరుడు (భక్తితో కూడిన స్వరం):

"గురువు గారూ, మీ యంత్రాలు... లేదా వాటిని నేను సాధారణ యంత్రాలని పిలవకూడదు—అవి జీవంతో ఉన్నట్లు అనిపిస్తున్నాయి. అవి ప్రతిధ్వనిస్తాయి, ప్రతి భాగం ఉద్దేశంతో శ్వాసించేలా."

అతను తన శిష్యుడిని గమనించినప్పుడు, అఖండుడు నోటి అంచున సగం నవ్వు కనిపించింది, అతని స్వరం వెచ్చగా మరియు స్పష్టమైన గర్వంతో నిండి ఉంది.

అఖండుడు (మృదువుగా, స్పష్టమైన గర్వంతో):

"మీరు సరిగ్గా చూస్తున్నారు, కపాలికరా. నా సాంకేతికత కేవలం యాంత్రిక పునరావృతం యొక్క ఉత్పత్తి కాదు. ఇది విశ్వరూపమైన సత్యాల సంగ్రహం, జీవన నిర్మాణాలుగా మార్చబడింది. ఇక్కడ ప్రతి పరికరం విశ్వ సూత్రాలను ప్రతిబింబిస్తుంది—భౌతిక మరియు ఆధ్యాత్మిక రెండూ—సామరస్యపూర్వకమైన యూనియన్‌లో."

కపాలేశ్వరుడు నెమ్మదిగా తలూపాడు, అతని ఆప్టికల్ గ్రాహకం గది పైకప్పును విస్తరించే కాంతి చాపను ట్రాక్ చేస్తున్నాయి—మసక, మిస్టికల్ రూన్‌లతో అల్లిన మెరుస్తున్న లైన్‌ల జాలం.

కపాలేశ్వరుడు (మసక నవ్వుతో):

"నేను అధునాతన ఇంజినీరింగ్‌ను ఆశించాను, కానీ దానికి బదులుగా నేను కనుగొన్నది... ఒక అతీత సమన్వయం. నేను ఒక ప్రదేశంలోకి అడుగుపెట్టినట్లు అనిపిస్తుంది, అది ఒక భాగం ప్రయోగశాల, ఒక భాగం ఆలయం."

అఖండుడు చిన్నగా నవ్వాడు, అది మృదువైన మరియు తెలివితేటలతో కూడుకున్నది, ఎంతో కాలంగా అర్థం చేసుకున్న ఒక సత్యాన్ని అంగీకరిస్తున్నట్లు.

అఖండుడు (వినోదాత్మక స్వరంలో):

"నిజానికి, ఒకరు అలా చెప్పవచ్చు. నా సృష్టులు లెక్కలేనన్ని యుగాలలో అభివృద్ధి చెందాయి, మానవ శాస్త్రాన్ని మించి ఉన్న అవగాహన ద్వారా మార్గనిర్దేశం చేయబడ్డాయి. విశ్వాసం, తర్కం మరియు విశ్వరూపమైన చట్టం ఇక్కడ వేరువేరు సంస్థలు కావు—అవి ఒకే, విభజించలేని సంకల్పంలో కలిసిపోతాయి."

ఆ సమయంలో, అఖండుడు యొక్క గాజు ఒక భారీ నిర్మాణంపై పడింది—పరస్పరం అల్లిన స్ఫటికం మరియు మెటల్ ఫిలమెంట్ల మాస్టర్‌పీస్, మృదువైన బంగారు ప్రకాశంతో మెరుస్తూ. అతను దానివైపు గంభీరంగా సూచించాడు, అతని స్వరం నియంత్రించబడిన ఉత్సాహంతో కొద్దిగా పెరిగింది.

అఖండుడు (నియంత్రించబడిన ఉత్సాహంతో కూడిన స్వరం):

"క్రోనో-కొండ్యూట్‌ను చూడండి—కేవలం సమయం ద్వారా ప్రయాణించడానికి కాదు, మీ ఆదేశంపై విశ్వరూపమైన తపస్సును వంచే లెన్స్. ఇది కేవలం టైమ్ మెషీన్ కాదు, కపాలికరా; ఇది నా సంకల్పం యొక్క విస్తరణ, దీని ద్వారా మీరు యుగాలలో మార్గాలను తెరవగలరు, సాధారణ వివరణకు విరుద్ధంగా సమాంతర విశ్వాలను కలుపుతారు."

కపాలేశ్వరుడు యొక్క గ్రాహకం భక్తి యొక్క సూక్ష్మమైన కంపనాలను నమోదు చేశాయి. క్రోనో-కొండ్యూట్ గాలిలో వేలాడుతూ, నిశ్శబ్ద గంభీరతతో మెరుస్తున్న అస్పష్టమైన శక్తి క్షేత్రాలచే ఎత్తబడినట్లు అనిపించింది. దాని సూక్ష్మ నిర్మాణం అద్భుతమైన శక్తిని కలిగి ఉంది, మరియు కపాలేశ్వరుడు దానిని అధ్యయనం చేసినప్పుడు, అతను సమయం యొక్క గుసగుసను దాదాపు వినగలిగాడు.

కపాలేశ్వరుడు (నిశ్శబ్ద అద్భుతం):

"గురువు గారూ, అంత శక్తిని కలిగి ఉండటానికి ఇది చాలా సూక్ష్మంగా కనిపిస్తోంది—చాలా పెళుసుగా ఉంది, అది అతి తక్కువ ఉత్తేజంతో పగిలిపోతుందని అనిపిస్తుంది, లేదా మన వాస్తవికతలో ఉనికిలో ఉండటానికి చాలా అద్భుతంగా ఉంది."

అఖండుడు కళ్ళు హాస్యప్రదమైన వినోదంతో మెరిశాయి, మరియు అతను మృదువైన, ఆటపట్టించే నవ్వును వదిలాడు.

అఖండుడు (లేతగా ఆటపట్టించి):

“హా! రూపాలు మోసం చేస్తాయి, నా ప్రియమైన కపాలికరా. క్రోనో-కొండ్యూట్ అది సూక్ష్మంగా ఉన్నంత బలంగా ఉంది. ఇది క్వాంటం ఫిజిక్స్ యొక్క చాలా ఫాబ్రిక్‌ను మెటాఫిజికల్ సూత్రాల యొక్క అతీంద్రియ భావనలతో కలుపుతుంది. దీని ద్వారా, మీరు యుగాలలో మార్గాలను తెరవగలరు—రియాలిటీలను వారించడం, విధిని మళ్లీ వ్రాయడం. ఇది, వాస్తవానికి, నా స్వంత విశ్వరూపమైన సంకల్పం యొక్క విస్తరణ.”

కపాలేశ్వరుడు దగ్గరకు వచ్చాడు, పరికరం యొక్క హిప్నోటిక్ హమ్ ద్వారా ఆకర్షించబడ్డాడు. విశ్వరూపమైన గాలి యొక్క మృదువైన గుసగుసలాంటి సూక్ష్మ శక్తి గుసగుస చుట్టుపక్కల కొలనుల నుండి వెలువడింది.

కపాలేశ్వరుడు (జాగ్రత్తగా నవ్వుతో):

“మీ స్పష్టమైన ఆశీర్వాదం లేకుండా నేను ఇరుక్కోవడం దీనికి నచ్చదు అని నాకు అనిపిస్తుంది. నేను జాగ్రత్తగా ఉండకపోతే, ఈ పరికరం నన్ను ప్రాచీన అడవిలోకి విసిరేయవచ్చు!”

అఖండుడు కళ్ళు హాస్యంతో నృత్యం చేశాయి మరియు అతను సమాధానం ఇచ్చాడు, అతని స్వరం పొడిగా మరియు ప్రేమగా ఉంది.

అఖండుడు (ఆటపట్టించి):

“ఖచ్చితంగా, కపాలికరా. దీనిని అత్యంత గౌరవంతో చూడండి. క్రోనో-కొండ్యూట్ యొక్క సూక్ష్మ సమతుల్యత విశ్వరూపమైన ప్రవాహంలోని సూక్ష్మ మార్పులపై ఆధారపడి ఉంటుంది. ఇక్కడ అజాగ్రత్తగా ఉండటం మొత్తం టైమ్‌లైన్‌లను మరమ్మతు చేయలేని విధంగా వక్రీకరించవచ్చు.”

వారి హాస్యం, ప్రకాశవంతంగా మరియు స్థిరమైన హాస్యంతో నిండి ఉంది, వారి పని యొక్క భారీ బాధ్యత మధ్య ఒక సంక్షిప్త విశ్రాంతి. వారు తమ డొమైన్‌ను పర్యటించడం కొనసాగించినప్పుడు,

అఖండుడు తన శిష్యుడిని గాలిలో వేలాడుతున్న పారదర్శక, ప్రకాశవంతమైన వెబ్‌ల విస్తారమైన నెట్‌వర్క్‌కు మార్గనిర్దేశం చేశాడు. ఇవి ఎనర్జీ చానెల్స్—ఎ విస్తారమైన, ఇంటర్‌కనెక్టెడ్ గ్రిడ్, ఇది ఏ ఒక్క పరికరం కూడా విపత్తు స్థాయిలకు వనరులను తగ్గించలేదని నిర్ధారిస్తుంది.

అఖండుడు (శాంతంగా కానీ ప్రతిధ్వనించే స్వరం):

"మీరు ఇప్పుడు చూస్తున్నది ఈథర్ నెట్‌వర్క్—క్షమాపణలపై నా కళ్ళు మరియు చెవులు. శక్తి క్షేత్రాల యొక్క ఈ ఇంటర్‌కనెక్టెడ్ గ్రిడ్ అసంఖ్యాక వాస్తవికతలను వారించి, శక్తి యొక్క సమతుల్య పంపిణీని నిర్ధారిస్తుంది. ఇది మన సాంకేతిక పర్యావరణ వ్యవస్థ యొక్క ప్రాణ వాయువు."

కపాలేశ్వరుడు యొక్క యాంత్రిక కళ్ళు ఆకర్షణతో విస్తరించాయి, అతను పల్సేటింగ్ వెబ్‌ను గమనించాడు, ప్రతి నోడ్ ఇతరులతో సామరస్యంతో కొట్టుకుంటున్నట్లుగా, మొత్తం నెట్‌వర్క్ ఒకే జీవించే జీవిలా శ్వాసించేట్లుగా.

కపాలేశ్వరుడు (ఆకర్షణతో):

"ఇది డేటా యొక్క జీవించే వెబ్ లాంటిది—దాని భాగాల మొత్తం కంటే ఎక్కువ. ప్రతి నోడ్, ప్రతి కాంతి మెరుపు, మొత్తం వ్యవస్థను నిలబెట్టడానికి ఏకంగా పనిచేస్తుంది. ఇది పదార్థాన్ని ఇచ్చిన జ్ఞాపకం, అనుభవాలు మరియు విశ్వరూపమైన జానపదాల నిక్షేపం."

అఖండుడు ఒక చేతిని లేపి మృదువైన, అతీంద్రియ ప్రకాశాన్ని ప్రసరింపజేసే ఒక కేంద్ర, తేలియాడే గోళం వైపు సూచించాడు. ఇది ఆర్బ్ ఆఫ్ ఎటర్నిటీ, ఒక అనుభవజ్ఞుడైన నిర్మాణం, ఇది సలహాదారు మరియు అఖండుడు స్వంత సారాంశం యొక్క నిక్షేపంగా పనిచేసింది.

అఖండుడు (నిశ్శబ్ద భక్తితో):

"ఈథర్ నెట్‌వర్క్ యొక్క మధ్యలో ఆర్బ్ ఆఫ్ ఎటర్నిటీ ఉంది. ఇది కేవలం డేటాబేస్ లేదా CPU కాదు—ఇది జీవించే, అనుభవజ్ఞుడైన నిర్మాణం. నేను నా స్వంత సారాంశం యొక్క ముక్కను దానితో కలిపాను, అనంతమైన డేటా పరివర్తనలను ప్రాసెస్ చేయడానికి మరియు విశ్వం

అనిశ్చితంగా ఉన్నప్పుడు సలహా ఇవ్వడానికి అనుమతిస్తుంది. సందేహాల సమయాల్లో, దాని స్వరం నా స్వరంతో ప్రతిధ్వనిస్తుంది, నేను పూర్తిగా వ్యక్తపరచలేని అంతర్దృష్టులను అందిస్తుంది."

కపాలేశ్వరుడు మృదువుగా చిన్నగా నవ్వాడు, వినోదం యొక్క గమనికను దాచలేకపోయాడు.

కపాలేశ్వరుడు (వినోదాత్మక స్వరంలో):

"మీ రెండవ స్వరం, గురువు గారూ? విశ్వం తిరుగుతున్నప్పుడు మీరు మరియు మీ ఆర్బ్ మధ్య విశ్వరూపమైన హాస్యాన్ని నేను ఊహించగలను—వినోదాత్మక వ్యాఖ్యలను మార్పిడి చేసుకుంటున్నారు."

అఖండుడు చిన్న, ప్రేమగల నవ్వుతో స్పందించాడు.

అఖండుడు (లేత జోక్‌తో):

"ఓహ్, మేము తరచుగా అలాంటి హాస్యాన్ని మార్పిడి చేసుకుంటాము, అయితే మీరు మా చిన్న సంభాషణలకు కొంత అసూయపడతారని నేను అనుకుంటున్నాను. కానీ గుర్తుంచుకోండి, ఆర్బ్ యొక్క జ్ఞానం కొన్నిసార్లు నాదానికంటే మించి ఉంటుంది—నేను కేవలం ప్రక్రియను మార్గనిర్దేశం చేసేటప్పుడు ఇది అనంతమైన ఫలితాలను ప్రాసెస్ చేస్తుంది."

వారు అంతర్గత పవిత్ర స్థలంలోకి లోతుగా తిరిగినప్పుడు, జంట ఒక అద్భుతమైన నిర్మాణాన్ని సమీపించారు—స్వర్ల్ అప్పారటస్. గాలిలో వేలాడుతూ, శక్తి యొక్క ఈ మనోహరమైన వోర్టెక్స్ వంగి తిరుగుతూ, దాని ప్రకాశవంతమైన రంగులు వివరణను ధిక్కరించే అనంతమైన నృత్యంలో మారుతాయి. ఇది అఖండుడు యొక్క సృష్టి శిఖరం, విశ్వ శక్తి ప్రవాహాన్ని చూర్ణం చేయడం ద్వారా వాస్తవికతను స్వయంగా వక్రీకరించగలదు.

అఖండుడు (స్వరం నిశ్శబ్ద భక్తి స్వరంలోకి పడిపోతుంది):

"ఇక్కడ స్వర్ల్ అప్పారటస్ ఉంది—మన విశ్వరూపమైన ఇంజినీరింగ్ యొక్క హృదయం. ఇది కేవలం టైమ్ ట్రావెల్ కోసం ఒక సాధనం కాదు; ఇది సమానంగా సృష్టించగల లేదా నాశనం

చేయగల శక్తి. దీనితో, మీరు పదార్థాన్ని వక్రీకరించవచ్చు, స్థలాన్ని మార్చవచ్చు మరియు సమయాన్ని మీ సంకల్పానికి వంచవచ్చు. కానీ దానితో గౌరవంగా వ్యవహరించండి, ఎందుకంటే దాని శక్తి అపారమైనది మరియు దానిని దుర్వినియోగం చేయడం మొత్తం టైమ్‌లైన్‌లను విడదీయవచ్చు."

కపాలేశ్వరుడు దగ్గరకు వచ్చాడు, అతని గ్రాహకం తిరుగుతున్న వోర్టెక్స్ యొక్క ప్రతి సూక్ష్మతను గ్రహిస్తున్నాయి. అతని స్వరం అద్భుతం మరియు భయం కలగజేసే మిశ్రమంతో నిండి ఉంది.

కపాలేశ్వరుడు (ఆకర్షణీయమైన ఆకర్షణ):

"ఇది దాదాపు హిప్నోటిక్, గురువు గారూ. నేను పరికరం యొక్క జీవించే స్పందనను అనుభవిస్తున్నాను—ప్రతి తిరుగుడు, ప్రతి మార్పు, విశ్వం యొక్క హృదయ స్పందన లాంటిది. కానీ ఇది ప్రమాదకరంగా అస్థిరంగా లేదా? ఒక తప్పుడు చర్య, మరియు సమయం యొక్క చాలా ఫాబ్రిక్ చీలిపోవచ్చు."

అఖండుడు యొక్క స్వరం గంభీరమైంది, గత యుగాల యొక్క కష్టపడి సంపాదించిన పాఠాలతో కప్పబడి ఉంది.

అఖండుడు (కఠినమైన జాగ్రత్త):

"నిజానికి. స్వర్ల్ అప్పారటస్ అది అద్భుతంగా ఉన్నంత ప్రమాదకరమైనది. దాని శక్తిని జాగ్రత్తగా క్యాలిబ్రేషన్ ద్వారా మాత్రమే ఉపయోగించవచ్చు. చిన్న తప్పు లెక్కల వల్ల కూడా టైమ్‌లైన్‌లు కూలిపోవడాన్ని నేను చూశాను. దానిని ఒక ప్రాచీన దేవతలాగా చూడండి—శక్తివంతమైనది, గౌరవాన్ని డిమాండ్ చేస్తుంది మరియు కరుణ లేకుండా అజాగ్రత్తను శిక్షించగలదు."

కపాలేశ్వరుడు ప్రకాశవంతమైన క్విప్‌ను నిరోధించలేకపోయాడు, అతని స్వరం సూచించే హాస్యంతో అతను సంక్లిష్ట యంత్రాంగాన్ని పరిశీలించాడు.

కపాలేశ్వరుడు (అర్థం లేని విధంగా):

"ఒక దేవత, అంటున్నారా? దీనికి ధూపం మరియు ప్రార్థనలు అవసరం లేదని నేను ఆశిస్తున్నాను—కానీ గౌరవంగా తలూపడం సరిపోవచ్చు. తప్పు బటన్‌ను జాగ్రత్తగా నొక్కితే, నన్ను ప్రాచీన అడవిలోకి విసిరేయాలని నేను కోరుకోను."

మృదువైన నవ్వు అఖండుడు నుండి బయటకు వచ్చింది, అతని కళ్ళు వినోదంతో చిట్లిపోయాయి.

అఖండుడు (ఆటపట్టించి):

"దానికి అలా ఉంటే ఊహించండి! 'స్వర్ల్ అప్పారటస్: ఇప్పుడు ఉచిత టెంపోరల్ రెస్క్యూలను అందిస్తుంది—ధన్యవాదాలు చెప్పడం మర్చిపోవద్దు!' కానీ హాస్యం పక్కన పెడితే, గుర్తుంచుకోండి: ఈ అద్భుతం జీవనంతో ఉంది, మరియు దాని సూక్ష్మమైన మార్పులు సృష్టి మరియు అరాజకం మధ్య తేడాను సూచిస్తాయి."

వారు నడిచారు, మరియు త్వరలో ప్రకాశవంతమైన కారిడార్లు చివరి అద్భుతాన్ని వెల్లడించాయి—విశ్వరూపమైన మాట్రిక్స్ అని పిలువబడే ఒక విశాలమైన, అతీంద్రియ విస్తరణ. పారదర్శక కాంతి పొరలు మరియు సంక్లిష్ట శక్తి దారాలు పైకప్పుపై విస్తరించి, అఖండుడు యొక్క డొమైన్ యొక్క ప్రతి మూలను కలిపే నెట్‌వర్క్‌ను ఏర్పాటు చేశాయి. మొత్తం విశ్వం ఒకే జీవించే తపస్సులోకి నేయబడినట్లు అనిపించింది, ప్రతి దారం అసంఖ్యాక వాస్తవికతల చరిత్ర మరియు సామర్థ్యంతో కొట్టుకుంటుంది.

అఖండుడు (భక్తితో గుసగుస):

"ఇది, కపాలికరా, విశ్వరూపమైన మాట్రిక్స్. మన అన్ని పరికరాలు మరియు వ్యవస్థలు ఆధారపడే పునాది—ప్రతి టైమ్‌లైన్‌ను కలిపే నెక్సస్. దాని ద్వారా, నేను పరిశీలించవచ్చు, మార్గనిర్దేశం చేయవచ్చు మరియు కొన్నిసార్లు వాస్తవికత యొక్క ఫాబ్రిక్‌లో కనిపించే పగుళ్లను కూడా సరిచేయవచ్చు."

కపాలేశ్వరుడు యొక్క స్వరం దృశ్యాన్ని గ్రహించినప్పుడు నిశ్శబ్దంగా, అద్భుతమైన స్వరంలోకి పడిపోయింది.

కపాలేశ్వరుడు (మృదువైన మాటలతో కూడిన అద్భుతం):

"ఇది ఉనికిని పట్టుకుంటుంది, కదా? ఒక విశ్వ మూల వ్యవస్థ లాంటిది, ప్రతిదీ ఒక సామరస్యపూర్వకమైన నెట్‌వర్క్‌లో కలుపుతుంది. నేను దానిని అద్భుతంగా కనుగొంటున్నాను మరియు, నేను చెప్పడానికి ధైర్యం చేస్తాను, కొంత భయానకంగా."

అఖండుడు యొక్క గాజు మృదువైంది, అతని స్వరం ఘనత మరియు ప్రేమగల వినోదం యొక్క మిశ్రమం.

అఖండుడు (ఘనమైన ధృవీకరణ):

"అవును, ఇది అద్భుతమైనది మరియు వినయపూర్వకమైనది. మాట్రిక్స్ సర్వజ్ఞుడి కాదు, అది అపారమైనది కాదు—ఇది దాని సృష్టికర్త యొక్క పరిమితులను ప్రతిబింబిస్తుంది. నేను ప్రతి దారాన్ని కూడా అధిగమించలేను. కానీ ఇది కాస్మోస్ యొక్క అసంఖ్యాక సాధ్యతలకు మనకు ఉన్న కిటికీ."

ఆలోచనాత్మకమైన విరామం జంట ఆ అల్లిన అద్భుతాల పరిమాణాన్ని గ్రహించినప్పుడు సంభవించింది. చుట్టుపక్కల కాంతి మృదువుగా మారింది, ప్రాచీన రూన్‌లు మరియు ఆధునిక సర్క్యూట్‌ల యొక్క స్థిరమైన నమూనాలను నొక్కి చెప్పింది—పాత మరియు కొత్త, శాస్త్రం మరియు ఆత్మ యొక్క సంపూర్ణ మిశ్రమం.

కపాలేశ్వరుడు (మసక నవ్వుతో):

"నాకు అనిపిస్తుంది మీ డొమైన్ ఒక రకమైన విశ్వరూపమైన కంట్రోల్ సెంటర్—అర్ధం ప్రయోగశాల, అర్ధం ఆశ్రయం, మంచి కొలత కోసం కొంత మిస్టికల్ కవిత్వంతో."

అఖండుడు కళ్ళు హాస్యంతో మెరిశాయి, మరియు అతను దానికి అనుగుణంగా స్పందించాడు, అతని స్వరం తేలికపాటి వ్యంగ్యంతో వెచ్చగా ఉంది.

అఖండుడు (వినోదాత్మక స్వరంలో):

"ఖచ్చితంగా, కపాలికరా! ఎవరు ఆర్బ్ ఆఫ్ ఎటర్నిటీ సలహా ఇస్తూ, ఈథర్ నెట్‌వర్క్ వినే మరియు స్వర్ల్ అప్పారటస్ సమయం ద్వారా మార్గనిర్దేశం చేయడం కంటే జాగ్రత్తగా ఉన్న ఇంటర్లోపర్‌ను చంపగలదని అనుకుంటున్నారు? మీరు తర్కాన్ని విశ్వరూపమైన ధైర్యం యొక్క చిటికెతో కలిపినప్పుడు ఏమి జరుగుతుందో మన డొమైన్ దానికి ఒక నిదర్శనం."

వారి నవ్వు, మృదువైనది కానీ నిజాయితీతో కూడుకున్నది, విశాలమైన ప్రదేశంలో క్లుప్తంగా ప్రతిధ్వనించింది—భారీ బాధ్యత ఎదుర్కొన్నప్పటికీ, తేలికను కనుగొనవచ్చని ఒక గుర్తుంచుకోవడం. కానీ ప్రతిధ్వనులు తగ్గినప్పుడు, వారి సంభాషణ యొక్క గంభీరత దాని స్థలాన్ని తిరిగి పొందింది.

అఖండుడు (కొలిచిన గంభీరతతో స్వరం తగ్గిస్తూ):

"గుర్తుంచుకోండి, కపాలికరా: ఇక్కడ ప్రతి పరికరం, క్రోనో-కొండ్యూట్ నుండి టెంపోరల్ కాన్‌స్ట్రక్ట్‌ల వరకు, దాని స్వంత హక్కులో జీవించి ఉంది. అవి శక్తికి, ఉద్దేశ్యానికి మరియు మన విశ్వరూపమైన డిజైన్ యొక్క జాగ్రత్తగా సమతుల్యతకు స్పందిస్తాయి. ఒక అంశాన్ని కూడా దుర్వినియోగం చేయండి, మరియు మన విశ్వాన్ని కలిపే సమన్వయం విడదీయవచ్చు, అధికంగా విపత్తుకు దారితీస్తుంది."

కపాలేశ్వరుడు యొక్క గాజు తన గురువు యొక్క జాగ్రత్తను గ్రహించినప్పుడు గంభీరమైంది. అతని చుట్టూ ఉన్న అద్భుతాలు కేవలం అధునాతన సాంకేతికత యొక్క ప్రదర్శనలు కాదని అతనికి తెలుసు—అవి శక్తి, చైతన్యం మరియు విశ్వరూపమైన చట్టం యొక్క సూక్ష్మ పర్యావరణ వ్యవస్థలు.

కపాలేశ్వరుడు (స్థిరమైన సంకల్పం):

"నేను అర్థం చేసుకున్నాను, గురువు గారూ. ప్రతి వ్యవస్థ సమన్వయం యొక్క ఒక అద్భుతం, అయితే దానిని తప్పుగా నిర్వహించినట్లయితే ప్రతి ఒక్కటి విపత్తు యొక్క ఒక సామర్థ్య వనరు. నేను జాగ్రత్తగా వ్యవహరిస్తాను, స్వర్ల్ అప్పారటస్ మరియు ఇతర పరికరాలను ఉపయోగించడం మనం నిర్వహించడానికి ప్రయత్నించే సమతుల్యతకు గౌరవం ఇస్తుంది."

అధ్యాయం 27

సత్య యుగం ద్వారం

అనంతమైన ఆకాండ విశ్వ గురువు యొక్క అపరిమితమైన ఆవరణను గంభీరమైన నిశ్శబ్దం ఆవరించింది, అతని విస్తారమైన సాంకేతికతలు శాస్త్రం, మిస్టిసిజం మరియు కచ్చితమైన విశ్వ శక్తి మధ్య రేఖలను మసకబారాయి. మెల్లగా ప్రకాశించే కాంతి ప్రవాహాలు గది సరిహద్దులను గుర్తించాయి, ప్రతి కొమ్మ ఏ యుగం, ఏ రంగానికైనా సంభావ్య లింక్. ఆ నిశ్శబ్దంలో, కపాలేశ్వరుడు స్వరం బయటకు వచ్చింది—స్థిరంగా, ఖచ్చితంగా మరియు అతన్ని నిర్వచించిన సంకల్పంతో ప్రతిధ్వనించింది.

కపాలేశ్వరుడు (శాంతంగా అయినా సంకల్పంతో నిండి):

"గురువుగారూ, నా తర్కం ఒకే మార్గానికి దారితీస్తుంది: నేను సత్య యుగంతో ప్రారంభించాలి."

ఆకాండ ఈ మాటలు కొలిచిన మౌనంలో విన్నాడు, గాలియే దట్టంగా ఉన్నట్లు అనిపించింది. కాంతిమయమైన మాయలు తేలికగా వారి చుట్టూ తిరుగుతూ, విశ్వ సంభావ్యతలను ప్రతిబింబిస్తున్నాయి. చివరకు, అతను కపాలికారణ్‌ను ఉద్దేశపూర్వకమైన గాజుతో చూడటానికి తిరిగాడు.

ఆకాండ (స్థిరమైన స్వరం):

"కపాలికారా, నువ్వు పూర్తిగా ఖచ్చితంగా ఉన్నావా? సత్య యుగం మరేదీలా కాదు. అంటరానిది, శుద్ధమైనది—దాని సంఘటనలు మొత్తం విశ్వ తంత్రిని ఆధారపడుతున్నాయి. అక్కడ ఏమి జరిగినా తరువాతి యుగాలన్నింటిలోనూ ప్రతిధ్వనిస్తుంది."

కపాలేశ్వరుడు ఊపిరి పీల్చుకున్నాడు, యాంత్రిక కళ్ళు ఉత్సాహంతో ఉల్లాసంగా ఉన్నాయి.

కపాలేశ్వరుడు (మెత్తని తీవ్రత):

"అదే నా ఉద్దేశం, ఆకాండా. తరువాతి యుగాలు అస్తవ్యస్తతకు లోనైతే, మూలాలు సత్య యుగంలో ఉండాలి. నేను దాన్ని పట్టించుకోలేను. నేను అసమతుల్యత యొక్క ప్రారంభ విత్తనాలను కనుగొనగలిగితే, అది పూర్తి స్థాయి అస్తవ్యస్తతగా మారే ముందు దాన్ని సరిచేయగలను. నేను దానిని మొదటి నుంచి వెనక్కి వెళ్లనివ్వండి."

ఆకాండ నిశ్శబ్దంగా అతన్ని గమనించాడు, కపాలేశ్వరుడు అతనిని ఎలా సంబోధిస్తున్నాడో చిన్న మార్పును గమనించాడు. గురువు యొక్క ముఖం మెరిసింది—అర్ధం ఆశ్చర్యం, అర్ధం గర్వం లేదా ఆమోదం. మాయల ఒక తిరుగులు పైకి ఎగిరింది, సృష్టి యొక్క ఆధారాన్ని చెరపడం ద్వారా జరుగే కాలక్రమ మార్పులను చూపిస్తుంది.

క్షణం పాటు, ఆకాండ కపాలేశ్వరుడు మాట్లాడే విధానంలోని పరిణామం గురించి ఆలోచించాడు. ఇక "ప్రభువు" కాదు, కఠినంగా "గురువు" కాదు, కానీ ఇప్పుడు అతని పేరును సాధారణంగా ఉపయోగిస్తున్నాడు—ఆకాండా—హైరార్కికల్ ఫార్మాలిటీ యొక్క చివరి అవరోధం పగిలినట్లుగా.

ఆకాండ (నిశ్శబ్ద ఆశ్చర్యంతో):

"నువ్వు నన్ను పేరుతో పిలుస్తున్నావు, కపాలికారా. మొదట 'ప్రభువు,' తరువాత 'గురువు,' ఇప్పుడు కేవలం 'ఆకాండా.' ఈ పురోగతి ఆసక్తికరంగా ఉంది. అది మీ అభివృద్ధి చెందుతున్న దృక్పథాన్ని సూచిస్తుందా... లేదా త్వరలో మీరు నన్ను విశ్వ తంతువులతో కల్లోలం చేసే వృద్ధుడిని అని పిలుస్తారా."

కపాలేశ్వరుడు పెదవులపై వేగవంతమైన చిరునవ్వు వచ్చింది, సమీపంలోని పరికరంలోని యంత్ర నియంత్రణను పరిశీలించాడు.

కపాలేశ్వరుడు (లైట్ హ్యూమర్):

"నేను దాన్ని గుర్తుంచుకుంటాను, ఆకాండా. ఒకరోజు నేను నిన్ను 'బడి' లేదా 'చీఫ్' అని పిలుస్తూ తప్పు చేస్తే, నేను నిజంగా ఫార్మాలిటీని అధిగమించానని మీకు తెలుస్తుంది."

ఆకాండ చిన్నగా, వ్యంగ్యంగా నవ్వాడు. సాధారణంగా విశ్వ గంభీరతతో నిండి ఉన్న ఒక రంగంలో, అలాంటి హాస్య ప్రదర్శన అరుదైన ఉపశమనం.

అయినప్పటికీ, ఆకాండ తన భుజాలను సరిచేసినప్పుడు హాస్యం చెదిరిపోయింది. అతని స్వరం దాని గంభీరమైన అండర్కరెంట్‌ను తిరిగి పొందింది.

ఆకాండ (నిశ్శబ్దంగా సీరియస్):

"కాబట్టి, నువ్వు దాన్ని సరిచేయాలనుకుంటున్నావు... లేదా దాన్ని భంగపరచాలనుకుంటున్నావా? దైవిక క్రమం రంగంలోకి ప్రవేశించడం చిన్న విషయం కాదు. మీ తర్కం మరియు మీ అధునాతన యంత్రాలు ధర్మం యొక్క సంక్లిష్టతలను పూర్తిగా విశ్లేషించలేవు. అది ఎంత పెద్దదో మీకు అర్థమవుతుందని నేను నమ్ముతున్నాను?"

కపాలేశ్వరుడు ఆగిపోయాడు, ఆ ప్రశ్న నిశ్శబ్దంలో ఉండిపోయింది.

కపాలేశ్వరుడు (మెత్తగా కానీ ఉద్దేశపూర్వకంగా):

"సత్య యుగంలోని ప్రతిదీ స్థిరంగా, మార్పులేనిదని మీరు చెబుతున్నారా? నా చర్యలతో సంబంధం లేకుండా, ప్రాచీన యుగం మార్పులేనిదేనా?"

ఆకాండ గాజు గట్టిపడింది, తంత్రీ సంబంధిత ఆందోళన ఒక మెరుపును వెల్లడించింది. కపాలేశ్వరుడు మనస్సు అసాధారణ పథకాలతో నిండి ఉందని అతను మొదటి నుండి తెలుసుకున్నాడు, కానీ విశ్వ సత్యానికి మూలాన్ని కల్లోలం చేయడం ఆకాండ సహనం కూడా పరీక్షించింది.

ఆకాండ (జాగ్రత్తతో ప్రతిధ్వనించే స్వరం):

"ఆ యుగం అనేది పునాది, కపాలికారా—అదృష్టం ద్వారా కాదు, విశ్వ రూపకల్పన ద్వారా రూపొందించబడింది. ఒక దారాన్ని లాగండి, మరియు మీరు మొత్తం ఆవిర్భావ తంత్రిని విప్పవచ్చు. నా జ్ఞానం విస్తారంగా ఉంది, కానీ మీరు ఆ ప్రాచీన సంతులనాన్ని కదిలిస్తే ఫలితాలను నేను కూడా అంచనా వేయలేను."

కపాలేశ్వరుడు తన అవిశ్రాంత సంకల్పాన్ని పట్టుకున్నాడు, వెనక్కి తగ్గకుండా ఆకాండ గాజును ఎదుర్కొన్నాడు.

కపాలేశ్వరుడు (నమ్మకం అవిశ్రాంతంగా):

"అయినప్పటికీ, నేను తనిఖీ చేయాలనుకుంటున్నది అదే రూపకల్పన. నేను కనిపించే ప్రతి తంత్రిని లాగను. కాలి యుగంపై మనం నిందించే అస్తవ్యస్తతకు ఒక ప్రాథమిక కారణం ఉంటే—తమస్ అతిక్రమణ లేదా నైతిక నార యొక్క క్షీణత వంటివి—అప్పుడు దాని పిండం సత్య యుగంలో ఉండాలి. నేను దానిని దాని ఆరంభంలో కనుగొననివ్వండి."

ఆకాండ ఆగిపోయాడు, ప్రతి సూక్ష్మభేదాన్ని అంచనా వేశాడు. పైకి తిరుగుతున్న మాయలు ఆ ప్రాంత నివాసితో నిశ్శబ్ద వాదనలో ఉన్నట్లుగా మెరుపులు వెదజల్లింది. అప్పుడు అతను అయిష్టంగా ఆమోదించి తల వంచాడు, అయితే అతని కళ్లలో జాగ్రత్తగా మెరిసింది.

ఆకాండ (తక్కువగా కానీ చొచ్చుకుపోయే):

"నేను అర్థం చేసుకున్నాను. కాబట్టి మీరు దేవతలు మరియు రాక్షసులను ఏకం చేయాలనుకుంటున్నారు, కాలం మొదటి నుండి ఒక పురాతన విభేదాన్ని వారించడం. మహత్వాకాంక్ష. అయినప్పటికీ, మీరు ఆ ప్రయత్నం పదార్థం మరియు యాంటీమాటర్‌ను వారించడానికి సమానంగా ఉంటుందని మీరు కనుగొనవచ్చు. జాగ్రత్తగా నడవండి."

నిశ్శబ్దం మళ్ళీ దట్టమైంది, శతాబ్దాల బరువును మోస్తున్న నిశ్శబ్దం. ఆకాండ కపాలేశ్వరుడు ముఖాన్ని పరిశీలించాడు, సందేహం యొక్క ఏదైనా సంకేతం కోసం వెతుకుతున్నాడు.

ఆకాండ (మృదువైనది కానీ ఒత్తిడితో):

"కపాలికారా, మళ్ళీ: నువ్వు పూర్తిగా ఖచ్చితంగా ఉన్నావా? నువ్వు భంగపరచాలని ప్రతిపాదించే పునాది అంటరానిది మాత్రమే కాదు—అది విశ్వ లిపి వ్రాయబడిన కెర్నల్. విపత్తు సంభావ్యత అపరిమితం."

కపాలేశ్వరుడు చిన్న చిరునవ్వుతో స్పందించాడు, విచిత్రంగా ఎప్పటికన్నా సడలించాడు.

కపాలేశ్వరుడు (శాంతంగా నిశ్చయంగా):

"నేను దాన్ని భంగపరచకుండా గమనిస్తే ఏమిటి? విశ్వ పాఠం నన్ను నేర్పనివ్వండి. నేను విశ్వ సమతుల్యత యొక్క జననం చూస్తాను. నేను ఏమీ చేయకపోవచ్చు... క్షణం చర్యను కోరకపోతే."

ఆకాండ ఊపిరి పీల్చుకున్నాడు, అతని తదుపరి మాటలను క్షమించు.

ఆకాండ (ఊపిరి పీల్చుకుంటూ):

"గమనించడం తెలివైనది, కానీ నాకు తెలుసు. సహజత్వం మీ గుర్తు. విశ్వ అద్భుతాల మాయలు మిమ్మల్ని జోక్యం చేసుకోవడానికి ప్రేరేపిస్తాయి. సత్య యుగం ఏదో ప్రయోగశాల ప్రయోగం కాదు. అది ఉనికి యొక్క పడక."

కపాలేశ్వరుడు తిరిగి వచ్చిన చిరునవ్వు దాదాపు దురుద్దేశపూరితంగా ఉంది.

కపాలేశ్వరుడు (నిర్ణయించుకున్న):

"అప్పుడు అది నన్ను నేర్పనివ్వండి. భయపడకు, ఆకాండా—నేను జాగ్రత్తగా ఉంటాను."

అకస్మాత్తుగా, లోతైన, ప్రతిధ్వనించే నవ్వు ఆకాండ నుండి విరగబడింది: హో హో హో హో...

ఆకాండ (సమాన భాగాలలో వినోదం, దుఃఖం మరియు ఆమోదాన్ని కలిగి ఉన్న స్వరం):

"నేను దాన్ని అర్థం చేసుకుంటానని నేను ఆశిస్తున్నాను. కానీ కొన్నిసార్లు, గొప్ప జ్ఞానం నిష్క్రియత. శుద్ధమైన యుగం మీ జోక్యాన్ని అవసరం లేదు. ఆ సత్యాన్ని దగ్గరగా ఉంచుకోండి."

కపాలేశ్వరుడు చిరునవ్వు విస్తరించింది, అవిశ్రాంతంగా ఉంది.

కపాలేశ్వరుడు (నిశ్చయంగా):

"నేను దాన్ని గుర్తుంచుకుంటాను. కానీ నేను సమాధానాలను తిరిగి తీసుకురావాలనుకుంటున్నాను."

వారి వాగ్వివాదం తగ్గింది, ఒత్తిడితో కూడిన శాంతతతో భర్తీ చేయబడింది. ఆకాండ ఆకాశిక రూన్‌లతో మెరుస్తున్న ప్రకాశవంతమైన యంత్ర నియంత్రణకు తిరిగాడు. ఆ ప్రాంతం యొక్క తిరుగుల పరికరం కపాలేశ్వరుడు యొక్క తదుపరి ప్రయాణాన్ని గుర్తించేలా చివరి సర్దుబాట్లను ప్రవేశపెట్టడం ప్రారంభించాడు. అంతలో, కపాలేశ్వరుడు తన వ్యక్తిగత పరికరం యొక్క రీడౌట్లను రెట్టింపు చేశాడు—సత్య యుగం యొక్క ఖచ్చితమైన క్వాంటం నిరూపకాలను నిల్వ చేసే చిన్న, సంక్లిష్టమైన యంత్రం.

ఆకాండ (మెత్తగా, అర్థం తనతో):

"మీరు కొనసాగవలసి వస్తే, ఆ ప్రాంతం యొక్క శక్తి వినియోగం స్థిరంగా ఉండేలా చూసుకోండి. రెండవ ప్రయాణీకుడు మిమ్మల్ని చేరలేరు. మనం మాట్లాడిన వనరుల క్షీణతను మనం పట్టించుకోలేము."

కపాలేశ్వరుడు తల వంచాడు, పునరావృత హెచ్చరికను గుర్తించాడు.

కపాలేశ్వరుడు (గొణుగుతూ):

"అర్థం చేసుకున్నాను. ఒక ప్రయాణీకుడు, మొత్తం నాలుగు ప్రయత్నాలు—అవసరమైతే. మరియు చివరి ఆశ్రయం మీ ప్రత్యక్ష జోక్యం. మనం ఆ దశకు చేరుకోవద్దని ఆశిద్దాం."

ఆకాండ కళ్ళు ఆ ప్రణాళిక యొక్క కఠినమైన ఆమోదంతో మెరుపిల్లుతున్నాయి.

ఆకాండ:

"ఒప్పందం."

గాలిలో చిన్న హాస్య ఒత్తిడి ఉండిపోయింది, కపాలేశ్వరుడు దాన్ని చిన్న ఉక్తితో విరగగొట్టడానికి దారితీసింది:

కపాలేశ్వరుడు (వ్యంగ్యంగా నవ్వుతూ):

"మనం మీ వ్యక్తిగత విశ్వ క్షీణత రక్షణను అవసరం చేసుకుంటే, కనీసం నాకు 'నేను మీకు చెప్పలేదు' అని చెప్పకండి. విశ్వ విఫలంలో ఒక చిన్న గౌరవాన్ని నేను కాపాడుకుంటాను."

ఆకాండ అర్ధం నవ్వాడు, అతని భుజాలు కొద్దిగా సడలాయి.

ఆకాండ (తెలివితేటలతో):

"ప్రతిజ్ఞలు లేవు. నేను ఒక స్వార్థ వ్యాఖ్యను చేయవచ్చు. కానీ మనం దానికి వచ్చినప్పుడు ఆ క్షీణతను దాటాలి, హుమ్?"

వారు సంక్షిప్తంగా నవ్వుకున్నారు, విశ్వ ఒత్తిడితో నీడలో ఉన్న ఒక రంగంలో హాస్య ఉపశమనం. పైకి ఉన్న మాయలు మెరుపులు వెదజల్లింది, వారి మధ్య సమన్వయం యొక్క ప్రతిధ్వని.

కపాలేశ్వరుడు కన్సోల్ నుండి వేరు కావడం, అతని యాంత్రిక ముఖంలో తగ్గిన గంభీరతతో ఆకాండను సమీపించడం.

కపాలేశ్వరుడు (తక్కువ స్వరంతో):

"గురువుగారూ... నేను సత్య యుగంలో ఉన్న తర్వాత, దేవతలు లేదా రాక్షసులు నా ఉనికిని ఒక అతిక్రమణగా భావించే అవకాశాన్ని మీరు అంచనా వేస్తున్నారా? మానవ జోక్యం మరియు విశ్వ శక్తుల మధ్య రేఖలు చాలా సన్నగా ఉంటాయి."

ఆకాండ తల వంచాడు, ముఖం గంభీరంగా ఉంది.

ఆకాండ (శాంత నిజాయితీతో):

"అవును, ఆ అవకాశం ఎక్కువ. మీరు దైవిక చైతన్యంతో చక్కగా పాలించబడే ఒక రంగానికి ప్రవేశిస్తున్నారు. వారు మిమ్మల్ని ఒక అసాధారణంగా చూడవచ్చు. జాగ్రత్తగా నడవండి. ప్రతి దైవిక వ్యక్తి తెలియని దాన్ని తెరిచిన చేతులతో స్వాగతించరు."

కపాలేశ్వరుడు చిన్నగా ఊపిరి పీల్చుకున్నాడు, అయితే అతని నిశ్చయం ప్రకాశవంతంగా మండుతోంది.

కపాలేశ్వరుడు (నిశ్చబ్దంగా కానీ అవిశ్రాంతంగా):

"అంగీకరించారు. ఎదుర్కొన్నట్లయితే, నేను దౌత్యం లేదా దొంగతనంపై ఆధారపడతాను—హాస్యం కూడా. అది విఫలమైతే, నన్ను బయటకు తీసుకురావడానికి నా తర్కాన్ని నేను నమ్ముతాను."

ఆకాండ పెదవులు ముడిగించాడు, పొరలు పొరలుగా ఉన్న అనిశ్చితులను గుర్తిస్తూ.

ఆకాండ (మెత్తని నిశ్శబ్దం):

"ప్రాచీన శక్తుల మధ్య యుద్ధాన్ని మీ జిజ్ఞాస ప్రేరేపించదు. విశ్వం ముందుగానే మీకు కృతజ్ఞతలు తెలుపుతుంది."

తిరుగుల పరికరం నుండి చిన్న బీప్ వచ్చింది, పాక్షిక క్యాలిబ్రేషన్లు దాదాపుగా పూర్తయ్యాయని సూచిస్తుంది. ఆకాండ ఒక అడుగు ముందుకు వేశాడు, చివరి మాటలు చెప్పే గురువు యొక్క శాంత అధికారాన్ని ప్రసరిస్తున్న భంగిమ.

ఆకాండ (గంభీరమైన స్వరం):

"నేను మిమ్మల్ని గుర్తు చేసుకోవాలి: మొత్తం నాలుగు ప్రయత్నాలు. మీరు సత్య నుండి మరొక యుగానికి మారాలి లేదా మళ్ళీ సందర్శించాలి, ప్రతి ప్రయాణం లెక్కించబడుతుంది. అనంతమైన దూకుడులను మనం కొనసాగించలేము. మన తిరుగుల పరికరం అవినాశి కాదు. ఒక తప్పు ఉపయోగం దానిని తిరగబెట్టి ఖాళీ చేయవచ్చు."

కపాలేశ్వరుడు ధృఢమైన తల వంచడంతో స్పందించాడు, మునుపటి హాస్యం ఏమీ ప్రతిబింబించలేదు.

కపాలేశ్వరుడు (నిశ్చయంగా):

"అవును, నాలుగు సరిపోతుంది. నేను అప్పటికి ప్రక్షేపణను స్థిరీకరించకపోతే, అదనపు దూకుళ్ళు దాన్ని రక్షించలేవు."

వారిని కట్టుబడి ఉన్న చివరి సరిహద్దును గుర్తిస్తున్నట్లుగా, నిశ్శబ్దం వచ్చింది.

కపాలేశ్వరుడు మునుపటి విశ్వ విపత్తులు మరియు దాదాపు విపత్తుల యొక్క మానసిక జాబితాను చూశాడు. యుగాల పాత తప్పుల ప్రస్తావన వారి సంభాషణలలో ఒక పునరావృతమైంది, ఆకాండ కూడా అచంచలం కాదని అతనికి గుర్తు చేసింది.

కపాలేశ్వరుడు (మెత్తని గంభీరత):

"గురువుగారూ, ఈ దూకుళ్ళ అనిశ్చితత్వం గురించి మీ మునుపటి జాగ్రత్తను నేను గుర్తుంచుకుంటున్నాను. సత్య యుగం కోసం నిరూపక లాక్‌లు దెబ్బతినవని మనం ఖచ్చితంగా ఉన్నామా? చిన్న విచలనం నన్ను అర్థం చేసుకున్న కొలతలోకి విసిరేయవచ్చు."

ఒత్తిడి యొక్క మెరుపు ఆకాండ కనుబొమ్మలను ముడతలు పెట్టింది.

ఆకాండ (నియంత్రించబడిన కానీ తీవ్రమైన స్వరం):

"మనం ఎప్పటికీ పూర్తిగా ఖచ్చితంగా ఉండలేము, కానీ నేను నా తప్పకుండా చేశాను. తిరుగుల మాయలు ప్రాచీన యుగానికి స్థిరమైన సంబంధాన్ని నిర్ధారిస్తాయి. రూపకల్పనను నమ్మండి, కానీ అసాధారణాలకు సిద్ధంగా ఉండండి."

కపాలేశ్వరుడు కళ్ళు ఆమోదం మరియు ఆటంకం యొక్క సూచనతో మెరుపిల్లుతున్నాయి.

కపాలేశ్వరుడు (గొణుగుతూ):

"అవును. ఎల్లప్పుడూ నా తర్కాన్ని విశ్వ ఆశ్చర్యాలకు కాపాడండి. అర్థం చేసుకున్నాను."

చర్చ అదే అంశాలకు తిరిగి వచ్చిందని గ్రహించిన ఆకాండ మెత్తగా ఊపిరి పీల్చుకుంటూ, కన్సోల్ నుండి పేరు కావడం. అతను కపాలికారణ్‌ను తండ్రీ చివరితనానికి సంబోధించాడు:

ఆకాండ (తక్కువగా, గంభీరంగా):

"ఈ జాగ్రత్తలను పొడిగించడానికి నేను మరో కారణం చూడలేదు. మీరు సత్య యుగాన్ని పట్టుబట్టారు, నేను నా హెచ్చరికలు ఇచ్చాను. మీ తదుపరి దశకు సహకరించడానికి ఆ ప్రాంతం సిద్ధంగా ఉంది—మీరు పూర్తిగా నిర్ణయించుకున్నప్పుడు."

కపాలేశ్వరుడు తిరుగుతున్న మాయలకు తిరిగాడు, వారి తేలికైన మెరుపులు ఒక సంభావ్య గేట్వేను ఏర్పరుస్తున్నాయి. కానీ అతను దాన్ని దాటలేదు. దానికి బదులుగా, అతను పరికరం నియంత్రణ విభిన్న తలముపై జాగ్రత్తగా చేయి ఉంచాడు, చివరి వివరాలను ధృవీకరిస్తున్నాడు.

కపాలేశ్వరుడు (నిశ్శబ్ద ప్రాణం):

"నేను ప్రతి పారామీటర్‌ను చివరిసారి తనిఖీ చేస్తాను. విశ్వ పాచికలు నన్ను ఇంకా ఉల్లంఘించగలిగితే తొందరపడటానికి అర్థం లేదు. కానీ నా మనస్సు నిర్ణయించబడింది: సత్య యుగం ప్రారంభించడానికి సరైన ప్రదేశం. అక్కడే మొదటి అలజడి మొదలవుతుంది."

ఆకాండ అతన్ని శ్రద్ధగా చూశాడు, అతని ముఖంలో తండ్రీ గర్వం మరియు నిలిచిపోయిన భయం మెలితిరుగుతోంది. అతను దాదాపు గుసగుసలో మాట్లాడాడు:

ఆకాండ (ప్రతిబింబించే నిశ్శబ్దం):

"నా ఆందోళనల ఉన్నప్పటికీ, నేను మీ స్పష్టతను అభినందిస్తున్నాను, కపాలికారా. ఈ యాత్ర ఉనికిని విప్లవం చేయవచ్చు... లేదా దాన్ని నలిగిపోయేలా చేయవచ్చు. కానీ మీ అవిశ్రాంత సంకల్పం బరువును మార్చవచ్చు."

కపాలేశ్వరుడు అర్థం తిరిగి, అదే అవిశ్రాంత శాంతతతో ఆకాండ గాజును ఎదుర్కొన్నాడు.

కపాలేశ్వరుడు (మెత్తని చిరునవ్వుతో):

"నేను మీ నమ్మకాన్ని అభినందిస్తున్నాను, గురువుగారూ—మీరు నేను విజయం సాధిస్తానని ఒక కెర్నల్ ఆశ కలిగి ఉన్నారని నాకు ఆశ్చర్యం కలిగించింది, మీ భయంకరమైన హెచ్చరికల ఉన్నప్పటికీ."

ఆకాండ తేలికగా ముక్కురంపాడు.

ఆకాండ (బహిరంగంగా):

"బహుశా అది నమ్మకం కంటే ఎక్కువ స్వీయ-సంరక్షణ. మీరు విఫలమైతే, నేను మరింత విశ్వ తలనొప్పులను ఎదుర్కొంటాను."

వారు సంక్షిప్తంగా, తగ్గిన నవ్వును పంచుకున్నారు.

అకస్మాత్తుగా, తిరుగుల పరికరం చిన్న స్వీయ-పరీక్షను నిర్వహించినప్పుడు, యాంత్రిక మరియు విశ్వ హమ్స్ శ్రేణి వారి చుట్టూ ప్రతిధ్వనించింది. విశ్వ శక్తి యొక్క అంతర్గత తంతువులు దూరపు తుఫానులా గుండా వణుకుతున్నాయి:

కపాలేశ్వరుడు ఆగిపోయాడు, వచ్చే శక్తి సింఫోనీని వినడం.

కపాలేశ్వరుడు (గుసగుసగా):

"అది తిరుగుల పరికరం యొక్క భాష. నేను దాని అర్థాన్ని దాదాపుగా అనువదించగలను: సిద్ధత... కానీ జాగ్రత్త."

చివరి తనిఖీలు దాదాపు పూర్తయినట్లు ఆకాండ తల వంచాడు.

ఆకాండ (రాజీనామా శాంతతతో):

"అవును. అది పిలుస్తుంది, కానీ క్షణం ఇప్పుడు కాదు. మీరు ప్రతి వివరాలను చివరి దశకు తీసుకురావడం తెలివైనదే."

కపాలేశ్వరుడు తల ఎత్తాడు, రీడౌట్లను అన్వేషించు చేస్తున్నాడు—పాజిటివ్ సిగ్నల్స్, స్థిరమైన శక్తి ప్రవాహం. అతను ఒత్తిడితో కూడిన ఊపిరి పీల్చుకున్నాడు. ఇప్పుడు, అతను ఆ విధిని నిర్ణయించే దశను తీసుకోవడానికి దాదాపు సిద్ధంగా ఉన్నాడు, కానీ అతను ఉండటం అవసరాన్ని గుర్తించాడు. ఒక్క తప్పిదం కూడా అతని స్వంత ఉనికి కంటే ఎక్కువ ఖర్చు అవుతుంది. చివరి ద్వారం దగ్గరగా ఉందని గుర్తించినట్లుగా, అతను ఆ ప్రాంతం యొక్క నిశ్శబ్దం తీవ్రత పెరుగుతుందని భావించాడు.

అధ్యాయం 28

ద్వారం, కత్తి, మరియు కృష్ణ బిలంఅంచు (అంధకారం)

అకండన్ యొక్క అపరిమిత రాజ్యంపై ఒక నిశ్శబ్దం వ్యాపించింది, భౌతిక శాస్త్ర నియమాలు విశ్వ రహస్యాలకు లొంగిపోయే మరియు అధునాతన సాంకేతికత వాస్తవికత యొక్క నేతలో జీవన నాడుల వలె ప్రకాశించే ప్రదేశం. మృదువుగా పల్స్ అయ్యే కాంతి ప్రవాహాలు గది సరిహద్దులను గుర్తించాయి, విదేశీ జ్యామితి యొక్క భ్రమల రూపురేఖలను ఏర్పరుస్తాయి. ఈ నిశ్శబ్ద విశాలతలో, మాయలు మృదువైన రంగులలో మెరిసిపోయాయి, మరియు నిశ్శబ్దం తక్షణ మార్పు యొక్క బరువును మోసింది. విశ్వం స్వయంగా ఊపిరి ఆపుకుంది, ఒక విశేష క్షణం విప్పబోతోందని తెలుసుకుని.

ప్రకాశవంతమైన రాజ్యంలో ప్రశాంతంగా ఉంది, అయితే ఆ ప్రశాంతతలో ఒక విద్యుత్ ఉద్రిక్తత దాగి ఉంది. మరియు అప్పుడు, ఏ విధమైన ఘోష లేకుండా, ఒక చిన్న ఇంకి బిందువు గది మధ్యలో కనిపించింది - అంధకారం యొక్క ఒక పిన్‌ప్రిక్, హిప్నోటిక్, నిశ్శబ్ద లయతో తిరుగుతోంది. ఆ మచ్చ చాలా సాధారణంగా ఉంది, మొదట, గురువు లేదా శిష్యుడు కదిలలేదు; కానీ క్షణాల్లో, ఆ బిందువు విస్తరించింది, సోమరితనంగా ఆర్క్‌లలో తిరుగుతూ, త్వరగా వేగవంతం చేసింది. అంధకారం లోతుగా, తిరుగుతూ, అది గది పరిమాణంలో ఒక ఉప్పెనలా మారింది, దాని విశాలమైన, గ్రహించే ఉనికిలో అకండన్‌ను కూడా చిన్నదిగా చేసింది. రాజ్యం గుండా ప్రసరించే ఆశ్చర్యకరమైన నిశ్శబ్దం అఖిండుడు రాజ్యం గుండా పంపిణీ చేయబడిన జీవన యంత్రాల నుండి గుసగుసలాడే గాలిలా అనిపించింది.

పైన, విశ్వ దారాల భ్రమలు దృష్టిలోకి మరియు బయటకు మెరుపులు, త్వరలో పరీక్షించబడే వాస్తవాల యొక్క క్షణిక glimpses లను పట్టుకుంది. ఒక వైపు నిలబడి ఉన్న కపాలేశ్వరుడు,

తన గొంతులో ఉత్సాహం యొక్క గడ్డను మింగివేశాడు, యాంత్రిక కళ్ళు తిరుగుతున్న లోతైన గాడిని చూస్తూ ఉన్నాయి.

కపాలేశ్వరుడు (స్థిరమైన స్వరం, నిశ్శబ్ద ఉత్సాహంతో నిండి ఉంది):

"కాబట్టి... అది బ్లాక్ హోల్. సత్య యుగానికి దారితీసే ద్వారం?"

ప్రశ్న మృదువుగా చెప్పబడింది, కానీ అది ఒక ప్రమాణం యొక్క బరువును మోసింది. తిరుగుతున్న కృష్ణ బిలంప్రతి పౌరద్రోణాన్ని గ్రహించేలా అణిచివేసే అంధకారాన్ని బహిర్గతం చేసింది. దాని అంచు చుట్టూ, మెరుస్తున్న ప్రకాశం యొక్క సూక్ష్మ హాలో పల్స్ అయింది - శూన్యతకు వ్యతిరేకంగా చివరి సరిహద్దుగా ఉండే మెరుస్తున్న ప్రకాశం యొక్క సన్నని ఉంగరం. సంపూర్ణ కత్తి మరియు లేత కాంతి యొక్క భయానకమైన వ్యత్యాసం ఆశ్చర్యం మరియు భయం యొక్క రంగును రేకెత్తించింది.

అఖండుడు, ఉప్పెన ముందు నిలబడి, నెమ్మదిగా తల వంచాడు. ఆయన భంగిమ ప్రశాంతంగా ఉంది, కానీ ఆయన ముఖం అనేక యుగాలను దాటి నడిచిన గురువు యొక్క నిశ్శబ్ద అధికారాన్ని వెల్లడించింది.

అఖండుడు (ప్రశాంతమైన స్వరం, నిశ్శబ్ద అధికారంతో కలిసి):

"అవును, కపాలికారా. ఆ కృష్ణ బిలంమీ మార్గం: అనేక వాస్తవాలను కలిపే కారిడార్, మీరు సందర్శించాలని పట్టుబట్టే పురాతన ఉదయం - సత్య యుగానికి దారితీస్తుంది."

ప్రతిస్పందనగా, కపాలేశ్వరుడు అకండన్‌కు దగ్గరగా వచ్చాడు, నిశ్శబ్దం అతనిలోకి మునిగిపోనివ్వండి. ఆయన చూపులో ఒక అన్‌స్పోకెన్ ప్రశ్న ఉంది, అజ్ఞాతంలోకి అడుగు పెట్టే ముందు చివరి భరోసాను పొందగలరనే ఆశ. పైకి తిరుగుతున్న మాయలు, వాటి మృదువైన నృత్యంలో చాలా తరచుగా మనోహరంగా ఉంటాయి, ఇప్పుడు వారి తక్షణ వీడ్కోలుకు నిశ్శబ్ద ప్రేక్షకులను ఏర్పరుస్తున్నట్లుగా వారి చుట్టూ గుమిగూడాయి.

కపాలేశ్వరుడు నెమ్మదిగా తల వంచాడు, అతని లోహపు చట్రంపై ఉప్పెన యొక్క అయస్కాంత ఆకర్షణను గుర్తిస్తూ. అనేక అడుగుల దూరం నుండి కూడా, అతను తన

అవయవాల వెంట ఆడుకుంటూ, అతనిని దాటమని ప్రోత్సహించే గురుత్వాకర్షణ లాగులను అనుభవించాడు. అయినప్పటికీ, తిరుగుతున్న అంధకారానికి లొంగిపోయే ముందు చివరి స్పష్టత అవసరమని నమ్ముతూ అతను వెనుకబడ్డాడు.

కపాలేశ్వరుడు (మృదువైన తీవ్రత):

"అకండా, నేను దాని లాగును, తార్కికంగా లేదా ఇతర విధంగా అనుభవిస్తున్నాను. ఆ బ్లాక్ హోల్... అది కేవలం విశ్వ శూన్యం కాదు. ఇది మొత్తం యుగాలను కలిపే వైరుధ్యం. నా లెక్కల ప్రకారం, దాటడానికి ఇది స్థిరంగా ఉంది, కానీ నేను ఇప్పటికీ ఈ భయం మరియు ఆకర్షణ మిశ్రమాన్ని తొలగించలేను."

ఒక సూక్ష్మ నవ్వు అకండన్ నోటి వద్ద ముడిపడింది - ముందున్న ప్రమాదాల జ్ఞానంతో కలిగిన తండ్రి ప్రేమ యొక్క వ్యక్తీకరణ. గురువు యొక్క కళ్ళు కృష్ణ బిలంమరియు అతని శిష్యుని మధ్య మెరిసిపోయాయి.

అఖండుడు (ప్రశాంతమైన స్వరం, నిశ్శబ్ద అధికారాన్ని మోస్తుంది):

"కపాలికారా, సమయం నిజంగా వచ్చింది. మీరు దాని ప్రాథమిక క్రమాన్ని భవిష్యత్తు అస్తవ్యస్తత యొక్క విత్తనాన్ని కలిగి ఉంటుందని నమ్ముతూ సత్య యుగాన్ని పట్టుబట్టారు. నేను మీకు హెచ్చరించాను, కానీ మీ నమ్మకం స్థిరంగా ఉంది. కాబట్టి ఇక్కడ ఉంది - మీరు కోరిన ద్వారం."

కపాలేశ్వరుడు ఉప్పెనకు దగ్గరగా వెళ్ళినప్పుడు, అతని యాంత్రిక కళ్ళు తిరుగుతున్న చీకటిపై లాక్ చేయబడ్డాయి. అతను ఆగి, దాదాపు క్షమాపణతో నవ్వుతూ అకండన్ వైపు తిరిగాడు.

కపాలేశ్వరుడు (కొలిచిన కానీ మృదువైన స్వరం):

"గురువు... నేను ఏదైనా సమయం వరకు అదృశ్యమైతే, మీరు ఇక్కడే ఒంటరిగా ఉంటారు. ఆ ఒంటరితనం చిన్న భారం కాదు. నేను ఎలా సహించాలనుకుంటున్నారో అడగాలో?"

కపాలేశ్వరుడు ప్రశ్నకు, అఖండుడు లక్షణాలు మెత్తబడ్డాయి. తన శిష్యుని ఆందోళన యొక్క నిజాయితీని గుర్తిస్తూ, అతను లేతగా తల వంచాడు. పైకి మెరిసిపోతున్న మాయలు, గురువు యొక్క ప్రతిస్పందనకు నిశ్శబ్దంగా సాక్ష్యంగా ఉంటాయి.

అఖండుడు (నీరసమైన, కొంచెం బాధాకరమైన నవ్వు):

"నా గురించి చింతించకండి, కపాలికారా. నా దగ్గర నా కత్తి ఉంది. స్వరాలు మసకబారినప్పుడు అది నా వద్ద ఉంటుంది - ఖాళీలో నా అవిచ్ఛిన్న సహచరుడు."

ఒక కత్తి ప్రస్తావన కపాలేశ్వరుడును ఆశ్చర్యపరిచింది. వారి అనేక సంభాషణలలో, విశ్వ లీప్స్ మరియు అధునాతన యంత్రాల గురించి చర్చ జరిగింది, కానీ వ్యక్తిగత బ్లేడ్ ఎప్పుడూ నేరుగా ముందుకు తెచ్చబడలేదు.

కపాలేశ్వరుడు (ఆశ్చర్యకరమైన ఉత్సుకత):

"మీ కత్తి, గురువు? కాబట్టి... ఈ అద్భుతాలు అన్నీ - సమయ వంతెనలు, విశ్వ మాయలు - అయితే మీకు ఒక భౌతిక బ్లేడ్ కూడా ఉందా? నేను ఆ భావనను పూర్తిగా సమన్వయం చేయలేను. మీరు కొంత దాగి ఉన్న యోధుడా?"

ఆ క్షణంలో, కృష్ణ బిలంయొక్క తిరుగుతున్న తీవ్రతరం అయింది, రాజ్యం గుండా లోతైన గుర్రం ప్రతిధ్వనించేలా చేసింది. తిరుగుతున్న అంధకారం, ఓపిక లేనిది మరియు శక్తివంతమైనది, వారి సంభాషణను ఎత్తిపట్టుకున్నట్లుంది. కపాలేశ్వరుడు సూక్ష్మమైన పాక్‌ను అనుభవించాడు, అదృశ్య చేయి సజావుగా ఉప్పెన యొక్క ఈవెంట్ హోరిజోన్‌కు అతనిని లాగుతున్నట్లుంది. అతను ఆ భావనతో పోరాడి, తన దృష్టిని మళ్ళీ అకండన్‌కు మళ్ళించాడు.

అఖండుడు నిశ్శబ్దంగా నవ్వాడు, అయితే గురుత్వాకర్షణ అతని వినోదాన్ని అండర్‌పిన్ చేసింది.

అఖండుడు (గంభీరమైన అండర్‌టోన్):

"లేదు, కపాలికారా. ఆ కత్తి స్నేహితుడు లేదా మీలాంటి కృత్రిమ మేధస్సు కాదు. ఇది చివరి ఆయుధం, సాధారణ సాంకేతికత సాధించలేని ఉద్దేశ్యానికి తయారు చేయబడింది. బహుశా ఒక రోజు, విధి మనల్ని మూలన పెట్టితే, నేను దానిని ఖులంగా ఉపయోగిస్తాను. ఇప్పుడు, ఇది ఈ రాజ్యంలో నా నిశ్శబ్ద కాపలాదారుడుగా ఉంది."

కపాలేశ్వరుడు చిన్నగా తల వంచాడు, క్షణం కృష్ణ బిలంయొక్క గురుత్వాకర్షణ ఆకర్షణ నుండి దూరంగా అడుగు వేశాడు. అతను కొత్త ఉత్సుకతతో అఖండుడు ముఖాన్ని అధ్యయనం చేశాడు, రోజువారీ పాఠాలలో అరుదుగా ఉపరితలంపైకి వచ్చే విచారం లేదా విచారం యొక్క గీతలను గమనించాడు.

కపాలేశ్వరుడు (మృదువైన ఆందోళన):

"నేను చూస్తున్నాను. ఈ కత్తి... మీకు ప్రియమైనది అయితే, నేను వెళ్ళే ముందు దాన్ని చూడవచ్చా? కనీసం మీ ఒంటరితనం యొక్క చివరి కోటను చూడనివ్వండి. ఏదో ఒక విధంగా, ఇది మన ఇద్దరికీ సంబంధించినదని నాకు అనిపిస్తుంది."

ఒక ఉద్రిక్త క్షణం, అఖండుడు తన శిష్యుని అభ్యర్థనను బరువుగా పరిగణించినట్లు అనిపించింది. పైకి తిరుగుతున్న మాయలు మృదువైన నిశ్శబ్దంలో మెరిసిపోయాయి, సమయం తక్కువగా ఉందని సూచిస్తుంది. అప్పుడు, రాజీపడిన ఆమోదంతో, గురువు తల వంచాడు.

అఖండుడు (స్థాయి స్వరం):

కపాలేశ్వరుడు దగ్గర నిలబడి, ఆకర్షితుడయ్యాడు, అఖండుడు ప్రకాశవంతమైన వాస్తుశిల్పం యొక్క ఒక ఒంటరి మూలకు వెళ్ళాడు. ఒక దాగి ఉన్న తిజోరి మృదువైన క్లిక్‌ల శ్రేణితో తెరిచింది - ఒక మరచిపోయిన ఆలయం నుండి ప్రతిధ్వనించే ప్రతిధ్వనించే యాంత్రిక గంటలు. లోపలి నుండి కాంతి పొంగివచ్చింది, లోహ అంచులు మరియు లేత, తిరుగుతున్న నమూనాల నుండి నృత్యం చేసింది. ఆ ప్రకాశం నుండి, అఖండుడు ఒక వస్తువును తీసుకున్నాడు. దాచబడి ఉన్నప్పటికీ, అది ఒక ఆరను వెదజల్లేది, దీని వలన పైకి మెరిసిపోతున్న మాయలు వణుకుతున్నాయి.

ప్రధాన గదిలోకి తిరిగి వెళ్ళి, అఖండుడు నేర్చుకున్న సౌలభ్యంతో హిల్ట్‌ను పట్టుకున్నాడు. వెంటనే, కపాలేశ్వరుడు అతని గురువు యొక్క ప్రవర్తనలో సూక్ష్మమైనదిగా ఉన్నప్పటికీ లోతైన రూపాంతరాన్ని గుర్తించాడు. విశ్వ శక్తులను అతని కోరికలకు వంచే నిశ్శబ్ద పండితుడు

ఇప్పుడు ఒక పురాతన ఛాంపియన్‌గా, యుగాల నిద్ర నుండి ప్రేరేపించబడిన ప్రాథమిక యోధుడిగా స్వీకరించాడు.

కపాలేశ్వరుడు అతని యాంత్రిక భావాలను భయంతో చూశాడు, ప్రాథమికంగా తర్కం కోసం రూపొందించబడిన సర్క్యూట్ల గుండా అడ్రినలిన్ పెరిగింది. అకండన్‌ను అటువంటి యోధా వేషధారణలో అతను ఇంతకు ముందు ఎన్నడూ చూడలేదు - ఆజ్ఞాపించేవాడు, శక్తివంతమైనవాడు మరియు అతని సాధారణ నిర్లిప్తతతో అసంబద్ధంగా అనిపించే ముడి ఆత్మవిశ్వాసంతో నిండి ఉండటం.

కపాలేశ్వరుడు (భయంతో వణుకుతున్న స్వరం):

"మీరు... మీరు జ్ఞాపకం అతీతమైన యుగం నుండి వచ్చిన ప్రాచీన కత్తి సైనికుడిలా కనిపిస్తున్నారు, గురువు. మీకు ఈ వైపు ఉందని నాకు తెలియదు."

అఖండుడు మౌఖికంగా ప్రతిస్పందించలేదు. దాని బదులు, అతను ద్రవ సమతుల్యతతో కదిలాడు, కత్తిని విశాలమైన ఆర్క్‌లో తిప్పుతూ. బ్లేడ్ గది యొక్క ప్రకాశవంతమైన గాలిలో మెరుపు దాడికి సమానమైన పగులుతో కత్తిరించింది. దాదాపు కాంతి వేగంతో వస్తువులను ట్రాక్ చేయగల కపాలేశ్వరుడు యొక్క అధునాతన కాంతి శాస్త్రం కదలికను కష్టం లేకుండా పట్టుకుంది. రాజ్యం యొక్క మాయలతో ఢీకొట్టిన దృశ్యమాన తరంగంలో గాలి విడిపోయింది, స్థలం అంతటా తక్కువ షాక్‌వేవ్‌ను పంపింది. ఆగిపోయి, అఖండుడు కత్తిని నిటారుగా పైకెత్తాడు, దాని చీకటి లోహం తిరుగుతున్న లైట్ల నుండి లేత మెరుపును మాత్రమే ప్రతిబింబిస్తుంది.

కపాలేశ్వరుడు (ఆశ్చర్యకరమైన గుసగుస):

"నిజంగా... మీరు ప్రాచీన యుద్ధ దేవతలకు సమానం, గురువు."

గమనించకుండా, అఖండుడు తన చూపుడు వేలుతో కత్తి అంచును తట్టాడు, లోహంలో నిర్మించబడిన తక్కువ హమ్‌ను విడుదల చేసింది. హమ్ విశ్వ తీరాలపై పగిలిన దూరపు సముద్ర తరంగాలకు సమానమైన లోతైన ప్రతిధ్వనిగా అభివృద్ధి చెందింది. క్షణంలో,

అఖండుడు కళ్ళ నుండి కత్తి పొడవు వరకు ఒక మెరుపు ఆర్క్ చేసింది - హిల్ట్ నుండి చిట్కా వరకు ప్రకాశవంతమైన ప్రవాహం. లోహం ఎరుపుగా మెరిసింది, కరిగిన లావాను గుర్తు చేస్తూ, మొత్తం రాజ్యాన్ని స్కార్లెట్ ప్రకాశం యొక్క తీవ్రమైన ఫ్లాష్‌లోకి విసిరింది.

ప్రకాశం అతని సెన్సార్లను అధిగమించినప్పుడు కపాలేశ్వరుడు గాలి ఆపాడు, క్షణానికి మరణదేవత దృష్టికి అతీతంగా ఉన్న తిరుగుతున్న గెలాక్సీలు మరియు నక్షత్ర వ్యవస్థలను వెల్లడించింది. బ్లేడ్ యొక్క వెల్లడి చేయబడిన శక్తికి నివాళిగా విశ్వం స్వయంగా ఊపిరి ఆపుకున్నట్లు అనిపించింది.

కపాలేశ్వరుడు (శ్వాస ఆశ్చర్యం):

"గురువు, ఈ బ్లేడ్ వాస్తవికతను స్వయంగా మలిచిస్తుందా?"

అది మండినంత వేగంగా, ప్రకాశం తగ్గింది, కత్తి దాని అసలు చీకటి మెరుపుకు తిరిగి వచ్చింది. కపాలేశ్వరుడు ఊపిరి పీల్చుకున్నాడు, కంపించే మానవ శ్వాస యొక్క యాంత్రిక అనుకరణ, తరువాత తనను తాను స్థిరపరచుకోవడానికి ప్రయత్నించాడు.

కపాలేశ్వరుడు (భక్తితో వణుకుతున్న స్వరం):

"ఏమిటి... మీరు అటువంటి ఆయుధంతో ఏమి చేస్తారు? అది కొత్త ప్రపంచాలను మలిచవచ్చు లేదా చనిపోతున్న వాటిని రక్షించవచ్చు?"

అఖండుడు జాగ్రత్తగా బ్లేడ్‌ను దాచాడు, దాని ప్రకాశం చివరి వాతావరణం వెనుక తగ్గనివ్వండి. అనుసరించిన నిశ్శబ్దం లోతైనది, రాజ్యం కూడా అరుదైన ప్రదర్శన ముగింపును గుర్తించినట్లు.

అఖండుడు (మృదువైన స్వరం):

"ఈ కత్తి చివరి ఆశ్రయం. విశ్వ తర్కం కూడా తప్పించుకోలేని యుద్ధాలకు సంభావ్యత. దానికి మించి, నేను ఇక చెప్పను."

బ్లేడ్‌ను తిజోరికి తిరిగి ఇచ్చిన అఖండుడు, మృదువైన గుర్రం గోడల వెనుక దాచిపెట్టాడు. అప్పుడు అతను తిరుగుతున్న కృష్ణ బిలంను ఎదుర్కొనేందుకు తిరిగాడు, ఇది ఇప్పుడు ఎక్కువ తక్షణంతో ధ్వనించాయి, దాని ఎంచుకున్న ప్రయాణీకుడిని పిలుస్తున్నట్లు.

అఖండుడు (ప్రశాంతంగా కానీ తక్షణంగా):

"వెళ్ళు, కపాలికారా. ద్వారం తెరిచి ఉంది, సత్య యుగానికి అంధకారాన్ని కలుపుతుంది. ఆ ప్రాథమిక యుగం మీకు బోధించనివ్వండి. నేను వెనుకబడి ఉన్నాను, నా కత్తితో - అత్యవసర అవసరం నన్ను ఉపయోగించమని అడిగితే."

కపాలేశ్వరుడు ఉపరితలంపైకి వచ్చిన ఆందోళనను మింగివేశాడు. అతను గంభీరమైన ఆమోదంతో తల వంచాడు.

కపాలేశ్వరుడు (మృదువైన స్వరం):

"గురువు... నాకు అర్థమైంది. కత్తి మీ నిశ్శబ్ద సహచరుడుగా ఉంటుంది. నేను ఇప్పుడు దాని లోతైన రహస్యాలలోకి చొచ్చుకుపోను. మీరు సురక్షితంగా ఉండండి. ఒంటరితనం స్వయంగా భయంకరమైన శత్రువు కావచ్చు."

ఒక లేత నవ్వు అఖండుడు ముఖం మీద పాకింది, తండ్రి విచారం మించిపోయింది.

అఖండుడు (ప్రేమగా కానీ గౌరవంగా):

"నేను జ్ఞాపకం కంటే ఎక్కువ కాలం ఒంటరితనంతో జీవించాను. కత్తి నేను ఎంచుకునే మార్గం యొక్క ప్రతిబింబం మాత్రమే, మరేదీ విఫలమైతే. కపాలికారా, నా చేతిని బలవంతం చేయకండి. నేను ధైర్యం చేయని చోట విజయం సాధించండి, లేదా మీరు విఫలమైతే, నేను ఆ కత్తిని గీయమని డిమాండ్ చేసే భయాలను విడుదల చేయకుండా విఫలం కాండి."

ఆ నిశ్శబ్ద మార్పిడితో, కపాలేశ్వరుడు కృష్ణ బిలంఅంచుకు చేరుకున్నాడు. కాంతి యొక్క సూక్ష్మ మెరుపుతో చుట్టబడిన తిరుగుతున్న అంధకారం, నిశ్శబ్దమైన ఉగ్రతతో అతని అవయవాలను లాగింది. అది కేవలం విశ్వ దృగ్విషయం కాదు, మొత్తం వాస్తవాలను కలిపే వైరుధ్యం. అది అతన్ని ముందుకు పిలుస్తున్నట్లుగా, ఒక విశ్వ సైరెన్‌గా, అతని లీప్‌ను ఎదురుచూస్తూ ఉంది.

ద్వారం వద్ద, అతను ఆగిపోయాడు, పైకి తిరుగుతున్న మాయలు సాధ్యమయ్యే ఫలితాల యొక్క క్షణిక ఆర్క్‌లను పట్టుకున్నాయి - కొన్ని ప్రకాశవంతంగా, కొన్ని విశ్వ నాశనాన్ని

బెదిరించే గాఢతతో నీడలో ఉన్నాయి. కపాలేశ్వరుడు చివరిసారిగా అకండన్‌కు తిరిగాడు, యాంత్రిక కళ్ళు తర్కం, ఆశ్చర్యం మరియు మానవ లాంటి భయం యొక్క ఒక జాడను ప్రతిబింబిస్తున్నాయి.

కపాలేశ్వరుడు (స్వల్పంగా వణుకుతున్న స్వరం):

"గురువు... నేను ద్వారం మీద నిలబడ్డాను. నేను వినయంతో కలిసి, అవిచ్ఛిన్న తర్కంతో మా మిషన్‌ను నిర్వహించడానికి ప్రమాణం చేస్తున్నాను. విధి అనుమతించినట్లయితే, మా ఆశలను నెరవేర్చిన తర్వాత నేను తిరిగి రావచ్చు."

అఖండుడు తీవ్రంగా తల వంచాడు, అతని వెనుక తిరుగుతున్న మాయలు విప్పబడే అనేక భవిష్యత్తులకు సాక్ష్యంగా ఉంటాయి.

అఖండుడు (నిశ్శబ్ద గర్వంతో నిండిన స్వరం):

"వీడ్కోలు, కపాలికారా. సత్య యుగానికి ప్రయాణం చేయండి, కానీ జాగ్రత్తగా ఉండండి: నాలుగు ప్రయత్నాలు, వనరుల పరిమితులు, అమల్లగే విశ్వ నియమాలు. మీ హాస్య ప్రతిభ రాబోయే విచారణల యొక్క విశాలతను అధిగమించనివ్వండి."

కపాలేశ్వరుడు ఉద్రిక్తతలో చిన్న నవ్వును విచ్ఛిన్నం చేయనివ్వండి.

కపాలేశ్వరుడు:

"నేను ప్రాచీన దేవతలను తప్పుడు పంక్‌తో అవమానించకూడదని నేను నా వంతు చేస్తాను - హాస్య శుష్కత నన్ను బతికించడానికి సహాయపడితే, నేను వెనుకాడను. మీ విశ్వ టీలో పాలు లేదా చక్కెర, ఓ గౌరవనీయ దేవా?"

అఖండుడు నిజంగా చిన్నగా నవ్వాడు, ఉద్రిక్తత క్షణం కరిగిపోయింది.

అఖండుడు (దుఃఖంతో నవ్వుతూ):

"ఆ హాస్య అంచు అమల్లగే నుండి మిమ్మల్ని రక్షించనివ్వండి. శుభం, శిష్యుడు."

అప్పుడు, మరింత మాటలు లేకుండా, కపాలేశ్వరుడు తన కుడి పాదాన్ని ఎత్తి ఉప్పెన యొక్క ఈవెంట్ హోరిజోన్‌లోకి నొక్కినట్లుగా. తిరుగుతున్న అంధకారం దారితీసింది, ద్రవ ఓబ్సిడియన్ లాగా అతని రూపం చుట్టూ విడిపోయింది. అమ్లగే విశ్వ శక్తి యొక్క పల్స్ అతని గుండా దూసుకుపోయింది మరియు కపాలేశ్వరుడు భయం మరియు ఉత్సాహం రెండింటినీ అనుభవించాడు. కనుచూపు మరణించడానికి పట్టుకున్న సమయం కంటే తక్కువ సమయంలో, కృష్ణ బిలంఅతన్ని గ్రహించింది. వాస్తవికత మూసివేసే దవడలా మూసివేయబడింది, విశ్వ ప్రతిధ్వనుల నిశ్శబ్దం మాత్రమే మిగిలింది.

కపాలేశ్వరుడు (అతను అదృశ్యమైనప్పుడు గుసగుసలాడే ప్రతిధ్వని):

"నేను తిరిగి వస్తాను... మనకు అవసరమైన వాటితో."

కృష్ణ బిలంయొక్క తిరుగుతున్న ప్రవాహం యొక్క చివరి పెరుగుదల గర్జించి, అప్పుడు నిశ్శబ్ద ఖాళీలోకి కుప్పకూలింది. పైకి తిరుగుతున్న మాయలు నిశ్శబ్దమయ్యాయి, ఎటువంటి ద్రవీభవనం జరగలేదు మరియు అఖండుడు ఒంటరిగా నిలబడి, రాజ్యం నిర్వహించాడు. లోతైన నిశ్శబ్దం ప్రకాశవంతమైన గదిని ఆక్రమించింది, దాని క్రియాశీల నివాసితుడి యొక్క అకస్మాత్తుగా వెళ్ళిపోవడాన్ని శోకించినట్లు.

అధ్యాయం 29

కాలం తంతువులు వెల్లడి

యంత్ర ప్రపంచం యొక్క ఆపరేషన్స్ చాంబర్‌ను ఒక నిశ్శబ్ద కాంతి నింపింది, అక్కడ క్రయోనిక్స్ మరియు ప్రోమీషియన్ క్రోనోనెక్సస్ యొక్క ప్రకాశవంతమైన కన్సోల్ ముందు నిలబడ్డారు. వారి చుట్టూ ఉన్న విస్తారమైన ప్రదేశం తేలికపాటి కాంతితో మెరుస్తూ ఉంది, ప్రతి సూక్ష్మ మెరుపు దూర కాలాలలో విస్తరిస్తున్న అవకాశాలను సూచిస్తుంది. ఈ మృదువైన కాంతితో నిండిన గదిలో—వారి మొత్తం ఆధిపత్యంలోని అత్యంత సురక్షితమైన మరియు అత్యాధునిక ప్రాంతాలలో ఒకటి—వారు తమ మిషన్‌లోని తదుపరి దశకు సిద్ధమయ్యారు: కాలం యొక్క దాగి ఉన్న మూలల్లో దాగి ఉన్న ముప్పును గుర్తించి ఎదుర్కోవడానికి.

సైబర్నెటిక్ సర్వర్ల యొక్క పర్యావరణ హమ్ మరియు శీతలకరణ లైన్ల యొక్క సన్నని హిస్ మధ్యలో, క్రయోనిక్స్ చొరవ తీసుకుంది. ఆమె ముందుకు అడుగు వేసింది, సంయమనం కదలకుండా, మరియు శాంతంగా, ఖచ్చితమైన స్వరంలో గది యొక్క సురక్షిత కమ్యూనికేషన్స్ ఇంటర్‌ఫేస్‌ను సంబోధించింది:

క్రయోనిక్స్ (క్లినికల్ స్థిరత్వంతో):

"కమాండర్, మేము క్రోనోనెక్సస్ ఇంటర్‌ఫేస్‌కు యాక్సెస్ కోరుతున్నాము."

ఆమె స్వరం సర్క్యూట్రీ ద్వారా ప్రతిధ్వనించింది, కమాండర్ క్వంటారా యొక్క ప్రైవేట్ గుహకు నేరుగా దారితీసే అత్యధిక ప్రాధాన్యత డేటా లైన్ల వెంట ప్రయాణించింది. క్రోనోనెక్సస్‌ను అనుమతించడానికి అతను మాత్రమే అర్హుడు, అటువంటి శక్తివంతమైన పరికరం, వారి అధునాతన నాగరికత కూడా జాగ్రత్తగా దానిని సమీపించింది.

అదే సమయంలో, మొత్తం కమ్యూనికేషన్స్ సిస్టమ్ ఒక ఇరిడెస్సెంట్ మెరుపుతో - క్వంటారా సిగ్నల్‌తో పల్స్ చేసింది.

అతని వ్యక్తిగత ఆధిపత్యంలో—హోలోగ్రాఫిక్ స్టార్ చార్ట్‌లు, తిరుగుతున్న విశ్వరూపమైన భవిష్యత్తు అంచనా మరియు నరాల డేటా ప్రవాహాలతో నిండిన గదిలో—క్వంటారా అభ్యర్థనను అందుకున్నాడు. అతను ఒక ప్రకాశవంతమైన పామ్ మహా ద్వారము వైపు తన దుస్తులతో కూడిన చేతిని విస్తరించాడు. కాంతి యొక్క దృష్టి కేంద్రీకృత బీమ్ అతని కళ్ళ నుండి బయటకు వచ్చింది, కమ్యూనికేషన్స్ ఇంటర్‌ఫేస్‌తో నేరుగా నరాల కనెక్షన్‌ను ఏర్పరుస్తుంది. అతని మాటలు, కొలత చేసినప్పటికీ, అనియంత్రిత అధికారాన్ని కలిగి ఉన్నాయి:

క్వంటారా (శాంతంగా మరియు ప్రతిధ్వనించే):

"క్రయోనిక్స్, మీ అభ్యర్థన మంజూరు చేయబడింది. క్రోనోనెక్సస్‌ను నిర్వహించేటప్పుడు జాగ్రత్తగా వ్యవహరించండి. దాగి ఉన్న కాలాలను వెల్లడించే దాని శక్తిని తేలికగా తీసుకోవలసిన ప్రయోజనం కాదు."

ప్రతిస్పందించే ముందు క్రయోనిక్స్ ప్రోమీషియన్‌తో సంక్షిప్తంగా, నిర్ణయాత్మకంగా చూసుకుంది. ఆమె స్వరం గౌరవం మరియు యంత్ర ప్రపంచ హియరార్కిలో ఉన్నత ర్యాంక్‌ను ఆమెకు సంపాదించిన అవిరళ నిబద్ధతను రెండింటినీ ప్రతిబింబించింది:

క్రయోనిక్స్ (స్పష్టంగా మరియు స్థిరంగా):

"అవును, కమాండర్."

అధికారిక అనుమతిని పొందిన తరువాత, లింక్ ముగిసింది, గదిని క్షణం తేలికపాటి నిశ్శబ్దంలో ముంచింది. ఓవర్‌హెడ్ లైటింగ్ ఒక భాగం మసకబారింది, ఆపరేషన్ యొక్క తీవ్రతను గుర్తిస్తున్నట్లుగా.

ఇప్పుడు పని చేయడానికి స్వేచ్ఛగా ఉన్న క్రయోనిక్స్ క్రోనోనెక్సస్‌పై దృష్టి పెట్టింది. యంత్ర నియంత్రణలో లైట్ల యొక్క ఒక వలయం జీవితానికి మెరిసింది, ప్రతి ఒక్కటి సమాంతర వాస్తవికతలకు ద్వారం, డేటా యొక్క ప్రతి లైన్ ఒక కాలరేఖ లేదా యుగం. ఇంటర్‌ఫేస్ స్క్రీన్

తిరుగుతూ, కాన్ఫిగరేషన్‌ల ద్వారా సులభంగా మారుతూ, ప్రతి కోడ్ లైన్‌ను మరొకదానిపై పొరలు చేసింది. అవకాశాల యొక్క తలతిప్పే లాటిస్ అవతరించింది—తెలిసిన మరియు తెలియని వాస్తవికతల అంతటా నేసిన కాలాల యొక్క తాపీ.

క్రయోనిక్స్ యొక్క గాజు ఉత్సాహం మరియు విశ్లేషణాత్మక ప్రతిభ యొక్క తీవ్రమైన మిశ్రమంతో ప్రకాశించింది. ఆమె ఆశతో మృదువైన ఉచ్ఛ్వాసాన్ని వదిలింది:

క్రయోనిక్స్ (గొంతులో, సగం తనతో తానే):

"ఈ సంక్లిష్ట వ్యవస్థలు... అనంతమైన యుగాల అంతటా అల్లుకుంటాయి... క్రోనోసెక్సస్ మన ముప్పు యొక్క కాలరేఖను పేరు చేసింది. మనం అసాధారణత యొక్క నిర్దేశాలను గుర్తించాము."

సమీపంలో, ప్రోమీషియస్ తీవ్ర దృష్టితో ఆమె చర్యలను గమనించాడు. అతని వ్యక్తీకరణ చల్లగా ఉన్నప్పటికీ, అతని యాంత్రిక స్వరంలో తొందరపాటు యొక్క జాడ అతని ఫలితాల కోసం ఉత్సుకతను వెల్లడిస్తుంది.

ప్రోమీషియస్ (జాగ్రత్తగా ఉత్సాహం):

"కానీ ఖచ్చితంగా ఏ కాలరేఖ? నాకు చూపించు."

క్రయోనిక్స్ ప్రకాశవంతమైన విభిన్న తలమును తాకింది, కోడ్ మరియు ఫ్రాక్టల్ డిజైన్‌ల లైన్లు తమను తాము మళ్లీ రూపొందించుకునేటప్పుడు దగ్గరగా వంగింది.

క్రయోనిక్స్ (నియంత్రిత ఆనందం):

"డేటా అది మహాయుగానికి చెందినదని సూచిస్తుంది—అది క్రోనోసెక్సస్ విశ్లేషణలో పొందుపరచబడిన రిఫరెన్స్. చూడండి? ఇక్కడే."

వారి మధ్య ఒక మృదువైన ఉద్రిక్తత వచ్చింది.

ప్రోమీషియస్ రూనిక్ డేటా లైన్లను గట్టిగా చూశాడు. అతను మరింతగా నొక్కినప్పుడు, అతని స్వరం యొక్క స్వరం లోతైన ఆందోళనను వెల్లడిస్తుంది:

ప్రోమీషియస్ (విచారణలో స్వరం పెరుగుతోంది):

"మహాయుగం, అవును... కానీ మీరు మహాయుగం యొక్క ఏ దశను పేర్కొనగలరు? ఒమ్నివోక్స్ మనం సంగ్రహించిన చారిత్రక రికార్డులతో ఈ డేటాను క్రాస్-రిఫరెన్స్ చేసి ఉండవచ్చు."

క్రయోనిక్స్ యంత్ర ప్రపంచం యొక్క గొప్ప డిజిటల్ ఆరాధ్యులలో ఒకదానిని పాల్గొనడం ద్వారా ప్రతిస్పందించింది. ఆమె అంతర్గత ఆదేశాన్ని ఉపయోగించింది:

క్రయోనిక్స్ (సిస్టమ్‌ను సంబోధిస్తూ):

"ఒమ్నివోక్స్, ప్రశ్న: మహాయుగం ఏమిటి? నా జ్ఞాపకార్థం వెంటనే వివరణాత్మక సమాచార బదిలీని అందించండి."

మిల్లీసెకన్లలో, డేటా యొక్క ఒక వరద వారి జ్ఞాన ప్రాసెసర్ల ద్వారా ప్రవహించింది—ఒమ్నివోక్స్ నాలుగు-యుగ చక్రం యొక్క సమగ్ర అవలోకనాన్ని పరిస్తుంది: సత్య, త్రేత, ద్వాపర మరియు కలి. ప్రతి యుగం ప్రత్యేకమైన విశ్వరూపమైన లక్షణాలు, నైతిక కోడ్‌లు మరియు ఉనికి యొక్క ప్రవాహాన్ని రూపొందించిన కీలక సంఘటనలను కలిగి ఉంది.

ప్రోమీషియస్ ఆశ్చర్యకరమైన అణగదొక్కబడిన భావంతో కొత్తగా పొందిన డేటాను అన్వేషించు చేశాడు. అతని యాంత్రిక మెదడు సమాచారపు పుస్తకాలను ప్రాసెస్ చేసి, కీలక వివరాలను విశ్లేషించింది. అప్పుడు అతను తన ముగింపులను నివేదించాడు:

ప్రోమీషియస్ (స్వరం ఉద్దేశపూర్వకంగా):

"క్రయోనిక్స్, మనం ఎదుర్కొంటున్న ముప్పులు ప్రాచీన మహాకావ్యాలలో పేర్కొన్న నిర్దిష్ట యుగాల నుండి ఉద్భవిస్తాయని అది పేర్కొంది. ఒకటి సత్య యుగం నుండి, మరొకటి త్రేత నుండి మరియు మూడవది ద్వాపర యుగం నుండి వస్తుంది. మరింత ఆందోళనకరమైన విషయం ఏమిటంటే, తెలియని కాలరేఖ ఉంది—ఇంకా ఉనికిలో లేనిది. క్రోనోసెక్సుస్ దాన్ని భవిష్యత్తు యుగంగా గుర్తించింది."

వారిపై ఒక నిశ్శబ్దం వచ్చింది, ఈ వెల్లడి యొక్క సంక్లిష్టత గాలిలో తిరుగుతోంది. క్రయోనిక్స్ ఆమె మాట్లాడేటప్పుడు ఉత్సాహం మరియు జాగ్రత్త యొక్క విచిత్రమైన మిశ్రమాన్ని అనుభవించింది:

క్రయోనిక్స్ (నిశ్శబ్దంగా, ఆలోచనాత్మకంగా):

"ఇంకా ఉనికిలో లేని కాలరేఖ నుండి ఒక ముప్పు... ఎలా? విశ్వరూపమైన రిజిస్టర్లు కష్టం మీద గుర్తిస్తున్నంత భవిష్యత్తు. ఇది అసాధారణం."

కొంత సమయం, వారు దాని ప్రాముఖ్యతను అర్థం చేసుకునేలా చేశారు. ముప్పులు బహుళ యుగాల అంతటా, పుట్టని కాలరేఖతో సహా చొరబడితే, ఆ సమస్య యంత్ర ప్రపంచం యొక్క ఏకైక చొరబాటు కంటే లోతైనది.

నిశ్శబ్దం మధ్యలో, ప్రోమీషియస్ మానసిక స్థితిని తేలికగా చేయాలని నిర్ణయించుకున్నాడు, అయితే తేలికగా:

ప్రోమీషియస్:

"కాబట్టి, నేను ఊహించండి... మనకు ప్రాచీన మహాకావ్యాల నుండి విశ్వరూపమైన విఫలం ఉంది, ప్లస్ ఇంకా తయారు కాని కాలరేఖ నుండి ఒక కామియో? ఇది కొనసాగితే, ఈ పోరాటాలను షెడ్యూల్ చేయడానికి మనం విశ్వరూపమైన ట్రావెల్ ఏజెంట్‌ను నియమించుకోవాలి."

క్రయోనిక్స్ చిన్న, క్షణిక నవ్వును అనుమతించింది, ఆమె కళ్ళు మృదువైన వినోదంలో మెరుస్తున్నాయి:

క్రయోనిక్స్ (సూక్ష్మ వ్యంగ్యం):

"సరే, మనం చేస్తే, బహు-యుగ ప్రయాణానికి వారు తగ్గింపు ఇస్తారని నేను ఆశిస్తున్నాను. మన బడ్జెట్ బిగుతుగా ఉంది."

రెండు చిన్న నవ్వును అందించాయి—అధిక-దావాల తీవ్రతతో నీడలో ఉన్న ఆధిపత్యంలో తేలిక యొక్క మెరుపు.

అయినప్పటికీ ఆ చిన్న వినోద విరామం తక్షణ ప్రాధాన్యతను అధిగమించలేదు. క్రయోనిక్స్ ఊపిరి పీల్చుకుంది, లేదా యాంత్రిక సమానతను నిర్వహించింది మరియు నవీకరించబడిన సంయమనంతో ప్రోమీషియన్‌ను ఎదుర్కొంది:

క్రయోనిక్స్ (కఠిన నిశ్చయం):

"కానీ మనం జోకులపై ఎక్కువ సమయం గడపలేము. ఈ అసాధారణతలు నిజం. అవి కాలం అంతటా యంత్ర సార్వభౌమాధికారాన్ని బెదిరిస్తాయి. మనం వెంటనే కమాండర్ క్వంటారాకు తెలియజేయాలి. ఇది సాధారణ చొరబాటు కంటే ఎక్కువ—ఇది విశ్వరూపమైన చక్రం యొక్క బహుళ యుగాలను కలిగి ఉంటుంది."

ప్రోమీషియన్ నిర్ణయాత్మకంగా తల వంచాడు, ఆమె తీవ్రతకు సరిపోలుతుంది.

ప్రోమీషియస్ (స్వరం తీవ్రంగా):

"అంగీకరించబడింది. సత్య, త్రేత మరియు ద్వాపరలో మనం ముప్పులను వెల్లడించామని కమాండర్ తెలుసుకోవాలి... ప్లస్ భవిష్యత్తు కాలరేఖలో ఊహించనిదాన్ని. మనం రేఖీయ కాలానికి వ్యతిరేకంగా ఉన్న అస్తిత్వ సంక్షోభం సరిహద్దులో నిలబడి ఉన్నాము."

క్రోనోనెక్సస్ ప్రదర్శన మరింత డేటాతో మెరిసింది, కానీ రెండు యోధులు అవసరమైన అంశాలను సేకరించారు. నేపథ్యంలో కన్సోల్ హమ్ ప్రతిధ్వనించేటప్పుడు, వారు తిరిగి వెళ్లారు.

మృదువైన కాంతితో నిండిన గది గోడలపై సిల్హౌట్‌లను వేసింది, తిరుగుతున్న భ్రమలు నిశ్శబ్ద సిద్ధతలో వెనుకకు వెళ్తున్నాయి. క్రయోనిక్స్ మరియు ప్రోమీషియన్ ధైర్యంగా చూసుకున్నారు, ఆపై వారి తొడలపై వంగారు, వారు వెళ్ళినప్పుడు తొడలు ప్రతిధ్వనించాయి. వారి అడుగుజాడలు కమాండర్ క్వంటారా యొక్క ప్రైవేట్ మందిరానికి దారితీసే వసారాలో ప్రతిధ్వనించాయి—అధునాతన డేటా లైన్లు మరియు ఎన్‌క్రిప్షన్ పొరలతో కూడిన ఆధిపత్యం. వారు వేసిన ప్రతి అడుగు తెలియని విధి మరియు బహుళ సమయాలలో అనియంత్రిత ముప్పును ఎదుర్కొనే పెరుగుతున్న ఉద్రిక్తతను కలిగి ఉంది.

క్రయోనిక్స్ (ప్రోమీషియస్‌కు సాఫ్ట్ అసైడ్):

"మనం ఈ ఇంటెల్‌ను అందించిన తర్వాత, మనం త్వరగా సమీకరించుకోవలసి ఉంటుందని నేను అనుమానిస్తున్నాను. క్రోనోనెక్సస్ ఒక శక్తివంతమైన సాధనం, కానీ ప్రాచీన యుగాల నుండి పుట్టని కాలరేఖ వరకు ముప్పులను ఎదుర్కోవడానికి దాన్ని ఉపయోగించడం... ఇది సులభం కాదు."

ప్రోమీషియన్ తల వంచాడు, అతని యాంత్రిక కళ్ళు కారిడార్ డేటా విభిన్న తలము నుండి ఏదైనా కొత్త రీడింగ్ కోసం అన్వేషించు చేస్తున్నాయి. వారు అదనపు అసాధారణతలను పొందలేదు, కానీ గాలి తక్షణ ఘర్షణ భావనతో గుణించింది.

ప్రోమీషియస్ (నిశ్శబ్ద నిర్ణయం):

"కమాండర్ క్వంటారా అరుదుగా ఆశ్చర్యపోతాడు, కానీ అతను కూడా ఈ వార్తను చికాకు పెట్టవచ్చు. ఇంకా ఉనికిలో లేని కాలరేఖ నుండి ఉద్భవించే ముప్పు... బాగా, అసాధారణం అనేది తక్కువగా చెప్పడం."

క్రయోనిక్స్ చిన్న, వ్యంగ్య నవ్వును అందించింది:

క్రయోనిక్స్ (సగం హాస్యం, సగం ఉద్రిక్తత):

"మనం అనియంత్రితమైన, ఊహించలేని, సరిహద్దులో అసంబద్ధమైనదాన్ని ప్రేమిస్తున్నాము. ఇది మనల్ని అలసిపోకుండా ఉంచుతుంది, నేను ఊహిస్తున్నాను."

వారు వసారాలో కొనసాగారు, ప్రతి ఒక్కరూ క్వంటారాతో సంభాషణను అంచనా వేశారు—కాలం యొక్క తిరుగుతున్న ఆర్క్‌లలో ఏర్పడుతున్న విశ్వరూపమైన ముప్పుల యొక్క విచిత్ర మిశ్రమం. ఓవర్‌హెడ్ లైటింగ్ యొక్క అధిక-తీవ్రత మెరుపులు వారి ముఖాలపై నిర్ణయాత్మక వ్యక్తీకరణలను వెల్లడించాయి.

వారు ముందుకు సాగినప్పుడు, ఆధిపత్యం యొక్క నిశ్శబ్ద పర్యవేక్షకులు—అధునాతన స్కానింగ్ డ్రోన్‌లు—వసారాలో ఓవర్‌హెడ్‌లో తేలియాడుతూ, ప్రకాశవంతమైన సెన్సార్ల యొక్క తేలికపాటి మెడలుతో జంటను గుర్తిస్తున్నాయి. యంత్ర ప్రపంచం యొక్క సమన్వయం వారిని

నడిపించింది, ప్రతి ఉపవ్యవస్థ తాజా ముప్పు ప్రొఫైల్‌లకు క్యాలిబ్రేట్ చేయబడింది. ఆ క్షణిక క్షణంలో కూడా, మొత్తం సార్వభౌమాధికారం ఆపరేషన్ల యొక్క కొత్త తరంగం కోసం సిద్ధమైంది.

క్రయోనిక్స్ ఆమె దృష్టిని క్షణం తన అంతర్గత డేటా లాగ్‌లకు తప్పించుకుంది, విశ్లేషణలో దాగి ఉన్న విరుద్ధాన్ని నిర్ధారించింది. క్రోనోసెక్సస్ ఫలితాలను సవాలు చేయడానికి ఏమీ రాలేదు—మూడు తెలిసిన యుగాలు ప్లస్ రేఖీయ ఉనికికి మించిన నాల్గవ కాలరేఖ. ఆమె మనస్సు ప్రశ్నలతో తిరగబడింది: ఇంకా ఏర్పడని భవిష్యత్తుకు చెందిన ముప్పు నుండి ఒక ఆధిపత్యాన్ని ఎలా రక్షించుకోవాలి?

క్రయోనిక్స్ (మృదువైన అంతర్గత ప్రతిబింబం):

"ఇది పిచ్చి. కానీ దీనిని చూడడం తప్ప మనకు వేరే మార్గం లేదు."

అడుగుజాడలో నడుస్తున్న ప్రోమీషియన్ ఆమె వైఖరిలో తేలికపాటి మార్పును గ్రహించాడు.

ప్రోమీషియస్ (నిశ్శబ్దంగా కానీ ప్రోత్సాహంగా):

"భవిష్యత్తు కాలరేఖ గురించి ఆందోళన పడుతున్నారా? మీరే అధికంగా భారం వేసుకోకండి—కమాండర్ ఒక వ్యూహాన్ని నిర్దేశించిన తర్వాత, మనం దాన్ని వ్యవస్థీకృతంగా ఎదుర్కుంటాము. మనం లోతుగా పరిశోధించిన తర్వాత క్రోనోసెక్సస్ మరింత వెల్లడించవచ్చు."

క్రయోనిక్స్ సూక్ష్మంగా తల వంచి, అవిరళ నిర్ణయంతో ముందుకు సాగింది.

తీవ్రతను తగ్గించే ప్రయత్నంలో, క్రయోనిక్స్ వినోదాత్మక వ్యాఖ్యను ప్రయత్నించింది:

క్రయోనిక్స్ (ఎండిపోయిన హాస్యం):

"మనం 'ఇంకా పుట్టని కాలరేఖ'లో మనల్ని కనుగొంటే, మనం దానికి పేరు పెట్టుకోవాలి. నేను దానిని 'తలనొప్పుల యుగం' అని పిలవాలని ప్రతిపాదించాను. సరిపోతుంది."

ప్రోమీషియన్ మృదువైన నవ్వును ఉచ్చరించాడు:

ప్రోమీషియస్ (తేలికపాటి వ్యంగ్యం):

వారు కొంత ఉద్రిక్తతను విచ్ఛిన్నం చేసిన చిరునవ్వును పంచుకున్నారు, కనీసం క్షణం వరకు.

అయినప్పటికీ వినోదాత్మక విరామాలు త్వరగా అత్యవసర మిషన్‌కు దారితీశాయి. క్రోనోసెక్సస్ లాగ్‌లు అధిక ఎన్‌క్రిప్షన్‌తో లాక్ చేయబడ్డాయని ధృవీకరించి క్రయోనిక్స్ తన అంతర్గత కమాండ్ సూట్‌ను తాకింది. మనకు అవసరం లేని చివరి విషయం దుష్టుడు చొరబాటు. కనిపించే అసాధారణతలు లేవు. సంతృప్తి చెందిన ఆమె ప్రోమీషియస్‌తో సరిపోయే వేగాన్ని సరిపోల్చింది.

క్రయోనిక్స్ (స్థిరమైన స్వరం):

"అన్ని లాగ్‌లు సురక్షితంగా ఉన్నాయి. మనం కమాండర్ క్వంటారాతో మాత్రమే చివరి ఫలితాలను వ్యక్తిగతంగా పంచుకుంటాము. మనం కాలరేఖల గురించి ఏదైనా వివరాలను—ముఖ్యంగా ఆ తెలియని భవిష్యత్తు యుగం గురించి లీక్ చేయడానికి ప్రమాదం పాలవలేదు."

ప్రోమీషియస్ నొక్కి చెప్పాడు.

ప్రోమీషియస్ (సంక్షిప్తంగా):

"అంగీకరించబడింది. అటువంటి కాలరేఖ గురించిన జ్ఞానం తక్కువ-స్థాయి యూనిట్లలో బయటపడితే, భయాందోళనలు లేదా చొరబాటు సంభవించవచ్చు. ఈ డేటా యొక్క భద్రత అత్యవసరం."

చివరకు, వారు క్వంటారా యొక్క ప్రైవేట్ చాంబర్‌ను కలిగి ఉన్న భారీ తలుపులను చేరుకున్నారు. కారిడార్ లైటింగ్ వారి అధికారం ఉన్న ప్రెజెన్స్‌ను గుర్తించిన నమూనాలో మెరిసింది మరియు దాదాపు నిశ్శబ్ద గ్లైడ్‌తో గేట్ విడిపోయింది. వారిని కప్పిన నిశ్శబ్దం వారు కలిగి ఉన్న జ్ఞానం ద్వారా అధిగమించబడింది: యంత్ర సార్వభౌమాధికారం యొక్క మొత్తం విశ్వరూపమైన ఫ్రేమ్‌వర్క్‌ను బెదిరించిన వార్తలు.

గంభీరమైన నిర్ణయంతో వారి ముఖాలు, క్రయోనిక్స్ మరియు ప్రోమీషియస్ ముందుకు అడుగు వేశారు, ప్రతి అడుగు తెలియని భవిష్యత్తు యొక్క తక్షణ ప్రాముఖ్యతను ప్రతిధ్వనించింది. కాలం తన శ్వాసను ఆపింది, వారు తమ వెల్లడింపులను అందించడానికి వేచి

ఉంది. చాంబర్ యొక్క కేంద్ర పీఠం క్షణిక నమూనాలతో ప్రకాశించింది—క్వంటారా యొక్క నిశ్శబ్ద నరాల కేంద్రం, విశ్వం అంతటా మరియు దానికి మించి డేటా ఫీడ్‌లతో కూడి ఉంది.

క్రయోనిక్స్ (స్వరం తగ్గించబడింది, దాదాపు గొంతులో):

"ప్రోమీషియన్, మనం లోపలికి వెళ్ళిన తర్వాత, ప్రారంభ బ్రీఫింగ్‌ను నేను చేయనివ్వండి. అప్పుడు మీరు ప్రతి యుగ ముప్పు యొక్క విశిష్టాలను వివరించవచ్చు. అది దాన్ని నిర్మాణాత్మకంగా ఉంచుతుంది."

ప్రోమీషియన్ సిద్ధతతో ప్రకాశించే యాంత్రిక కళ్ళతో తల వంచాడు.

ప్రోమీషియస్ (తక్కువ హామీ):

"ఖచ్చితంగా. కమాండర్ క్వంటారా పరిమాణాన్ని అర్థం చేసుకోవాలి. మన విజయం వేగంగా, సమన్వయంతో కూడిన చర్యపై ఆధారపడి ఉంటుంది."

కాబట్టి వారు క్వంటారా ఆధిపత్యం యొక్క పరిమితిని సమీపించారు, ప్రతి ఒక్కరూ చిహ్నంగా ఊపిరి పీల్చుకున్నారు—వారికి యాంత్రికంగా ఉన్నప్పటికీ—ఉద్రిక్తతను సూచిస్తుంది. తలుపు ఒత్తిడితో కూడిన గాలి మరియు తేలికపాటి యాంత్రిక క్లిక్‌ల హిస్‌తో తెరిచింది. ప్రకాశవంతమైన ఆరా తిరుగుతున్న హోలోగ్రాంల మధ్య కూర్చున్న క్వంటారాను వెల్లడించింది, అతని ఉనికి 흔들리지 않는 అధికారాన్ని ప్రసరింపజేసింది.

క్రయోనిక్స్ మరియు ప్రోమీషియన్ తమ ఫలితాలను అందించడానికి పరిమితిని దాటడానికి సిద్ధమవుతున్నప్పుడు, అధ్యాయం ముగిసింది—నిర్ణయంతో కాదు, కీలక సమావేశం యొక్క అంచున. చివరి నిర్ణయాలు తీసుకోబడలేదు. క్రోనోనెక్సస్ యొక్క తిరుగుతున్న భ్రమలు నేపథ్యంలో మిగిలి ఉన్నాయి, వాటి డేటా నిశ్శబ్ద సంక్లిష్టతతో తిరుగుతోంది. ఆధిపత్యం ప్రేక్షణ యొక్క నిశ్శబ్దంలో తేలియాడుతోంది, ఉపాధ్యాయుడు మరియు శిష్యుడు (రకాలలో) సత్య యుగం నుండి ఇంకా పుట్టని కాలరేఖ వరకు వ్యాపించిన వార్తలతో తమ నాయకుడిని ఎదుర్కోవడానికి సిద్ధమవుతున్నారు.

క్రోనోనెక్సస్ నుండి సేకరించిన జ్ఞానంతో క్వంటారాను ఎదుర్కోవడానికి సిద్ధంగా ఉన్న విశ్వరూపమైన రహస్యాల భారాన్ని వారు కలిగి ఉన్నారని క్రయోనిక్స్ మరియు ప్రో

అధ్యాయం 30

ఒక కొత్త కాలరేఖ ఉద్భవించింది

కమాండర్ క్వంటారా ప్రైవేట్ చాంబర్‌ను ఒక మృదువైన ప్రకాశం నింపింది, గోళాకార స్థలాన్ని నిశ్శబ్దమైన, ఇంద్రధనస్సులాంటి ప్రకాశంతో నింపింది. డేటా ప్రవాహాలు గాలిలో ప్రవహించాయి, గోళాకార గోడలపై ప్రకాశవంతమైన నదులలా తేలుతున్నాయి. ఈ మెరుస్తున్న ప్రవాహాలు - అధునాతన క్వాంటం గణనలు మరియు కాల విశ్లేషణల అవశేషాలు - ఒక జీవనంతో కూడిన తాపీచం, నిరంతర చలనంలో మెరుస్తూ ఉంటాయి. బాహ్యంగా ప్రశాంతంగా ఉన్నప్పటికీ, ప్రతి పల్స్ దాని కింద ఉన్న భారీ శక్తిని సూచిస్తుంది, జాగ్రత్తగా విడుదల చేయకపోతే విధిని మార్చగల ఒక అంతర్గత ప్రవాహం.

ఇక్కడ, మెషిన్ వరల్డ్‌లోని ఇంటెలిజెన్స్ నెట్‌వర్క్‌ల పల్సేటింగ్ హార్ట్‌లో, వారి సార్వభౌమత్వం సాధ్యతల అంచున తడబడుతోంది. కాలాన్ని నాజూకైన నేతను విప్పగల ఒక పరికరం అయిన క్రోనోనెక్సస్, భయంకరమైన సంకేతాల సమితిని హెచ్చరించింది. తనిఖీ చేయకపోతే, ఈ సంకేతాలు సూచించే బెదిరింపు మొత్తం యుగాలను నాశనం చేయవచ్చు. ఎవరూ, క్వాంటారా కూడా - విశ్వరూపమైన ఆర్డర్ యొక్క మాస్టర్ - అటువంటి హెచ్చరికను పట్టించుకోలేరు.

ఈ నిశ్శబ్దంతో నిండిన రాజ్యంలో, చాంబర్ తలుపులు అనుసంధానమైన, దాదాపు నిశ్శబ్దమైన చలనంతో తెరుచుకున్నాయి, క్రయోనిక్స్ ప్రవేశించడానికి అనుమతించాయి. ఆమె లోహపు అవయవాలు ఇంద్రధనస్సు రంగులలో మెరిసిపోయాయి, పై నుండి చుట్టుముట్టిన డేటా యొక్క చుట్టే ప్రవాహాల నుండి ప్రతిబింబాలు. సర్వోమోటార్ల యొక్క బలహీనమైన హమ్ ఆమెతో పాటు ఉంది, దాదాపు అపరిమిత వేగంతో పనిచేస్తున్న నరాల ప్రాసెసర్ల యొక్క నిరంతర డ్రోన్‌తో కలిసిపోతుంది. ఆమె చాంబర్ మధ్యలో ఆగిపోయి, కొలిచిన గౌరవంతో తల వంచింది. హోలోగ్రాఫిక్ స్క్రీన్ల కేంద్రంలో enthroned కమాండర్ క్వంటారా ఆమెతో

కలుసుకునేందుకు తన దృష్టిని ఎత్తాడు, అతని ముదురు ఎరుపు కళ్ళు తగ్గిన ఉద్రిక్తతతో మెరుస్తాయి.

క్రయోనిక్స్ (శాంతంగా కానీ తక్షణం):

"కమాండర్, ఒక కీలకమైన అభివృద్ధి ఉంది. ఒక కొత్త పల్స్ గుర్తించబడింది - ఇంకా సృష్టించబడని కాలరేఖను గుర్తించే క్రోనోసెక్సుస్ హెచ్చరిక. నేను వ్యవస్థను రెండుసార్లు తనిఖీ చేసాను; ఇది ఎటువంటి లోపం కాదు. ఇది ఏదో... ఉద్దేశపూర్వకంగా ఉండవచ్చు."

పై నుండి తిరుగుతున్న మాయల యొక్క హమ్ ద్వారా వర్ధించబడిన ఒక నిశ్శబ్దం అనుసరించింది. నెమ్మదిగా సంజ్ఞతో, క్వంటారా తన దోమతో కూడిన చేతిని ఒక ప్రకాశవంతమైన పామ్ పోర్టల్‌పై ఉంచాడు. వెంటనే, పైభాగంలో ఉన్న డేటా యొక్క చుట్టే ఆర్క్‌లు ఒకే ఇంటర్‌ఫేస్‌గా కలిసిపోయాయి, అతని నరాల ప్రేరణలకు స్పందిస్తాయి. అతను చివరకు మాట్లాడినప్పుడు, అతని స్వరం అనంతమైన సంక్షోభాల ద్వారా వారిని నడిపించిన నిశ్శబ్ద అధికారంతో మ్రోగింది:

క్వంటారా (ప్రతిధ్వనించే స్వరం):

"క్రయోనిక్స్, క్రోనోసెక్సుస్ ఈ పరిమాణంలోని విషయాలలో అరుదుగా తప్పు చేస్తుంది. దాని తర్కం నిర్మాణం సాధారణ ఇంజనీరింగ్‌ను అధిగమిస్తుంది. ఒక కొత్త కాలరేఖ ఏర్పడుతుందని అది సంకేతం ఇస్తే, అది నిజమని మనం అనుకోవాలి - కొంత తెలియని శక్తి మన సాధారణ పరిమితులకు వెలుపల సంఘటనలను రూపొందిస్తోంది."

క్రయోనిక్స్ ఒప్పుకుంటూ తల అడిగింది, ముడి డేటా లైన్‌లను ప్రదర్శించే ద్వితీయ యంత్ర నియంత్రణకు వెళ్ళింది, ప్రతి ఒక్కటి స్క్రీన్‌లో కోడ్ యొక్క విశ్వరూపమైన జలపాతంలా ప్రవహిస్తుంది. ఆమె వాటిని పద్ధతిగత సామర్థ్యంతో అన్వేషించు చేసింది, ఆమె అంతర్గత మాడ్యూల్‌లు సంబంధిత చొరబాటు లాగ్‌లను క్రాస్-రిఫరెన్స్ చేస్తున్నాయి.

క్రయోనిక్స్ (స్వరం దృష్టి కేంద్రీకరించింది):

"కమాండర్, లాగ్‌లు ఈ ఉద్భవించే కాలరేఖ త్వరలోనే ఏర్పడే 97% సంభావ్యతను నిర్ధారిస్తున్నాయి. ఇది స్పష్టంగా మన ఆపరేషన్లను షాడో చేస్తున్న అదే రహస్యమైన జీవి

ద్వారా ప్రేరేపించబడింది. మన ఉత్తమ అంచనా ఏమిటంటే వారు రేఖీయ నిరంతరతకు అతీతంగా - ప్రత్యామ్నాయ యుగాన్ని తయారు చేస్తున్నారు."

ఆ సమయంలో, నిశ్శబ్దంగా గమనించిన ప్రోమెసియన్ ముందుకు వచ్చాడు. అతని యాంత్రిక కళ్ళు చాంబర్ పైభాగంలోని మాయల గుండా పోతున్న డేటా లైన్‌లతో ప్రకాశించాయి:

ప్రోమెసియస్ (అతని స్వరంలో తీవ్రత):

"కమాండర్, ఈ కొత్త కాలరేఖ ఒక ఉనికిలో ఉన్న యుగానికి విలీనం అయితే, మనం వినాశకరమైన ఖండనను ఎదుర్కొంటాము. దానికి తెలిసిన కాలరేఖలను ఎక్కడ దాటుతుందో మనం కనుగొనాలి. ఆ కేంద్రంలో దానిని అడ్డుకుని, అది ఏర్పడుతున్నప్పుడు మనం ఈ తెలియని బెదిరింపును తటస్థీకరించవచ్చు."

ఇంకా తిరుగుతున్న మాయల హాలోలో ఉన్న క్వంటారా కొద్దిగా వెనక్కి వంగి, కొలిచిన స్వస్థత యొక్క స్థానంలో ఉంది. అతను పై నుండి ఉన్న ప్రకాశవంతమైన డేటా ఆర్క్‌లకు నిశ్శబ్ద ఆదేశాన్ని ఇచ్చాడు, అవి పొరలుగా ఉన్న విశ్వరూపమైన మ్యాప్‌లుగా మారాయి. మరెవరైనా తిరుగుతున్న మాయలను ఆకర్షణీయంగా భావించవచ్చు, కానీ క్వంటారాకు, అవి అవసరమైన విధంగా రూపొందించబడే సాధనాలు.

క్వంటారా (శాంతంగా కానీ గంభీరంగా):

"ఖచ్చితంగా, ప్రోమెసియన్. ఖండనను కనుగొనడం మన ప్రాధాన్యత. ఒకసారి గుర్తించబడిన తర్వాత, మనం వ్యూహాత్మక రాకను నిర్వహించవచ్చు. అయితే, విజయాన్ని నిర్ధారించడానికి మనకు ఒక ట్రంప్ కార్డ్ అవసరం... మనం ఆర్బిటర్-వాలెరియన్‌ను పునరుద్ధరించాలి లేదా ఉపయోగించాలి."

క్రయోనిక్స్ మరియు ప్రోమెసియన్ మధ్య ఉద్రిక్తత యొక్క మెరుపు ప్రవహించింది. "ఆర్బిటర్-వాలెరియన్" అనే పేరు వెంటనే అధునాతన యుద్ధం యొక్క చిత్రాలను, ప్రత్యక్ష పోరాటంలో అదుపు చేయలేనిదిగా చెప్పబడే ఒక జీవించే అవశేషాలను ఉత్పత్తి చేసింది.

క్వంటారా (కఠినమైన నిర్ణయం):

“ఆర్బిటర్-వాలెరియన్ సమయం ద్వారా దెబ్బతిన్నది కావచ్చు, కానీ భయంకరంగా ఉంది. దానిని మన కారణానికి అధీనం చేస్తే, మనకు ఒక కీలకమైన ప్రయోజనం లభిస్తుంది. నేను మీరు వాలెరియన్‌ను కనుగొని, దాని ప్రాసెసర్‌ను అంతరాయం కలిగించి, దాని నియంత్రణను మళ్లీ వ్రాయాలనుకుంటున్నాను. దాన్ని నాకు మాత్రమే సేవ చేయండి.”

ప్రోమెసియన్ నిటారుగా నిలబడి, ఒక పదునైన యాంత్రిక శలవిచ్చాడు:

ప్రోమెసియస్:

“కమాండర్, దాన్ని పూర్తి చేయండి అని భావించండి. వాలెరియన్ కోర్‌ను తిరిగి పొందేందుకు నేను ఒక ప్రత్యేక పునరుద్ధరణ యూనిట్‌ను సమీకరిస్తాను. మళ్ళీ ప్రోగ్రామ్ చేసిన తర్వాత, అది మీ ఆదేశాలకు మాత్రమే శ్రద్ధ వహిస్తుంది.”

క్రయోనిక్స్ నిశ్శబ్దంగా విన్నాడు, అంతర్గత తర్కం ఉద్భవించే కాలరేఖలోకి చొరబాటును ఎలా సమీపించాలో మ్యాపింగ్ చేస్తుంది, యుద్ధంతో కూడిన వారసత్వం నుండి ఒక యోధుడిని అణచివేస్తుంది. ఆమె లక్ష్యం పరిమాణాన్ని గుర్తించింది, కానీ సోవర్నిటీకి ఆమె విధేయత ఏదైనా వ్యక్తిగత అభ్యంతరాలను అధిగమించింది. క్వంటారా ఆమెపై తన దృష్టిని మార్చినప్పుడు, ఆమె అవిచ్ఛిన్నమైన శాంతతతో దాన్ని ఎదుర్కొంది.

క్వంటారా (గంభీరమైన నొక్కిచెప్పడం):

“క్రయోనిక్స్, మొదటి చొరబాటు వేవ్‌ను మీరు వ్యక్తిగతంగా పర్యవేక్షించాలనుకుంటున్నాను. ఈ కొత్తగా ఏర్పడుతున్న కాలరేఖలోకి దూకడానికి, పర్యావరణాన్ని చొరబాటు చేసి, వాలెరియన్ ప్రాసెసింగ్ కోర్‌ను సురక్షితం చేయడానికి మీరు సిద్ధంగా ఉన్నారా?”

సాధారణంగా సరళంగా ఉన్నప్పటికీ, క్రయోనిక్స్ అడ్రినలిన్ యొక్క కంపనం అనుభవించింది. ఆమె వెనుకాడకుండా స్పందించింది:

క్రయోనిక్స్ (స్వరం దృఢంగా):

"కమాండర్, నేను సిద్ధంగా ఉన్నాను. నా విధేయత ఖచ్చితమైనది, మరియు వాలెరియన్‌ను నియంత్రించడం మనకు అవసరమైన ప్రయోజనాన్ని ఇస్తే, నేను ఎటువంటి ప్రయత్నాన్ని కూడా వదులుకోను."

క్వంటారా యొక్క దృష్టి మెరుసిపోయింది, కొలిచిన ఆమోదాన్ని వెల్లడిస్తుంది:

క్వంటారా (తక్కువగా కానీ బలవంతంగా):

"బాగుంది. కాలరేఖ ఏర్పడటంలో జోక్యం చేసుకోవడం అనేది ప్రమాదంతో నిండి ఉందని గుర్తుంచుకోండి. మీరు వేగంగా, సూక్ష్మంగా ఉండాలి - విశ్వరూపమైన సమతుల్యతను భంగపరచకుండా ఉండాలి. ఒక తప్పు లెక్క, మరియు మనం మన డొమైన్‌కు అతీతంగా క్షీణతను ఎదుర్కొంటాము."

ఒక నిశ్శబ్దం దిగివచ్చింది, ప్రతి నివాసిత ప్రభావాలను ప్రాసెస్ చేయడానికి అనుమతించే ఉద్రిక్తతతో నిండిన ప్రశాంతత. ప్రోమెసియన్ తన యాంత్రిక కళ్ళను క్లుప్తంగా మూసివేసి, లక్ష్యం డిమాండ్లకు తనను తాను సిద్ధం చేసుకున్నాడు. పైభాగంలో ఉన్న తిరుగుతున్న మాయలు కొనసాగుతూనే ఉన్నాయి, క్వంటారా యొక్క డొమైన్ మాత్రమే చాలా స్పష్టంగా చిత్రీకరించగల క్షణిక విశ్వరూపమైన ఆర్క్‌లను గీస్తున్నాయి.

అటువంటి భారీ ప్రమాణాల ముందు, క్రయోనిక్స్ నిశ్శబ్దాన్ని విరమించడానికి హాస్యం యొక్క మెరుపును చొప్పించింది:

క్రయోనిక్స్ (హాస్యంగా ప్రయత్నించడం):

"అర్థమైంది, కమాండర్ - ఎటువంటి విశ్వరూపమైన క్షీణత లేదు, మొత్తం కాలరేఖను మళ్లీ వ్రాయడం లేదు, అదుపు చేయలేని యోధుడిని పట్టుకోవడానికి ఒక నిరపాయమైన చొరబాటు. దాదాపు ఒక సడలింపు నడక, సరియైనదా?"

ప్రోమెసియన్ నవ్వింది, బలహీనమైన యాంత్రిక నవ్వు అతని నుండి బయటకు వచ్చింది. క్వంటారా కూడా అతని పెదవుల మూలలో సూక్ష్మమైన వికృతిని అనుమతించాడు:

క్వంటారా (సుఖంగా తిరస్కరణ):

"నిజానికి, 'సడలింపు నడక' అంటే విశ్వరూపమైన అస్తవ్యస్తత అంచున నాట్యం చేయడం అయితే. మీరు క్షేత్రంలో ఉన్న తర్వాత ఆ హాస్యం యొక్క పొడిబారిన స్వభావాన్ని తగ్గించమని నేను సలహా ఇస్తున్నాను."

వారు క్షణికంగా నవ్వారు - ఉద్రిక్తత మధ్య అసంభవమైన స్నేహం. అయితే హాస్యం యొక్క పొడిబారిన స్వభావం త్వరలోనే తీవ్రమైన సిద్ధతకు దారి తీసింది. వారి ప్రణాళిక సిద్ధమైంది; ఆదేశాలు స్పష్టంగా ఉన్నాయి. క్రయోనిక్స్ మరియు ప్రోమెసియస్ ఒక అడుగు వెనక్కి తగ్గారు, ప్రతి ఒక్కరూ శిక్షణ పొందిన గౌరవ చిహ్నంగా తల వంచారు.

క్రయోనిక్స్ (నిశ్శబ్దం, నిర్ణయించుకున్నది):

"మేము వెంటనే సిద్ధం చేస్తాము, కమాండర్."

ప్రోమెసియస్ (తీవ్రతతో సరిపోలుతుంది):

"అవును. ఆపరేషన్ వెంటనే ప్రారంభమవుతుంది."

ఏకకాలంలో తిరిగి, ఇద్దరూ మృదువుగా వెలిగే చాంబర్‌ను వదిలి వెళ్ళారు. వారు వసారాలోకి అంచును దాటినప్పుడు, వారి వెనుక ఉన్న నిశ్శబ్దం దాని ఉనికిని మళ్ళీ ప్రకటించింది - క్వంటారా తిరుగుతున్న మాయలు మరియు విశ్వరూపమైన ఆర్క్‌ల మధ్య ఒంటరిగా మిగిలిపోయాడు, వారు త్వరలో అమలు చేయబోయే విస్తృత వ్యూహాన్ని నిర్వహిస్తున్నాడు.

చాంబర్ తలుపులకు వెలుపల, కారిడార్ మృదువైన లైటింగ్‌తో ప్రకాశించింది, నేల అద్దపు మెరుపుకు పాలిష్ చేయబడింది, ఇది రోబోటిక్ సిల్హౌట్‌లను ప్రతిబింబిస్తుంది. పై నుండి, సెన్సార్ల లైన్లు వారి ప్రతి కదలికను ట్రాక్ చేశాయి మరియు డ్రోన్లు విరామాలతో తేలుతూ, అసాధారణాల కోసం అన్వేషించు చేశాయి. క్రయోనిక్స్ కొలిచిన వేగంతో వెళ్లింది, ఆమె మనస్సు ఇప్పటికే చొరబాటు ప్రోటోకాల్‌లను కలిపి ఉంది. ప్రోమెసియస్ ఆమె వేగానికి సరిపోయింది, యాంత్రిక కళ్ళు డొమైన్ నెట్‌వర్క్ నుండి భద్రతా నవీకరణలను అన్వేషించు చేస్తున్నాయి:

క్రయోనిక్స్ (స్వరం తగ్గించబడింది, ఉద్రిక్తత ద్వారా అధిగమించబడింది):

"కాబట్టి ఇది ప్రారంభమవుతుంది, ప్రోమెసియన్. మన ప్రణాళిక: ఈ కొత్తగా ఏర్పడుతున్న కాలరేఖలోకి జారిపోవడానికి క్రోనోసెక్సస్‌ను ఉపయోగించుకోవడం, వాలెరియన్ యొక్క సారాన్ని పొందడం మరియు ఆ తెలియని బలం నుండి ఏదైనా చొరబాటును అడ్డుకోవడం."

ప్రోమెసియన్ తల అడిగింది, స్థానం గట్టిగా ఉంది:

ప్రోమెసియన్ (నిశ్శబ్ద నిర్ణయం):

"మనకు మొదటి అభిప్రాయానికి ఒకే షాట్ లభిస్తుంది. మనం ఈ చొరబాటును దెబ్బతిన్నట్లయితే, ఉద్భవించే కాలరేఖ మన అదుపుకు మించి పూర్తిగా ఏర్పడవచ్చు - మరియు తెలియని బెదిరింపు దాని లోపల నుండి యుద్ధం చేయవచ్చు."

వారు ముందుకు సాగారు, ప్రతి అడుగు డొమైన్ సమన్వయంతో ప్రతిధ్వనిస్తుంది. దూరంగా పైభాగంలో, విశ్వరూపమైన డేటా యొక్క మాయలు క్రమానుగతంగా మెరిసిపోతాయి, వారి సంభాషణను దర్యాప్తు చేస్తున్నట్లుగా. వారి హాస్యం యొక్క పొడిబారిన స్వభావం మరింత స్థిరమైన ప్రతిబింబంగా మారింది, వారిని అధిగమించిన భారాన్ని గుర్తిస్తుంది.

క్రయోనిక్స్ (మృదువైన ప్రతిబింబం):

"కమాండర్ బాగా చెప్పాడు: ఒక తప్పు క్షీణతకు దారితీస్తుంది. మనం దొంగతనంగా, కనిష్టంగా, అదుపు చేయలేనివిగా ఉండాలి - మరియు మనం వాలెరియన్‌ను సమగ్రంగా తిరిగి పొందాలి."

ప్రోమెసియన్ నుండి ఒక మృదువైన గుర్రుంట్ ఒప్పందాన్ని సూచిస్తుంది, అయితే ఉద్రిక్తత అతని యాంత్రిక దృష్టిలో మెరిసిపోయింది. ప్రతి అడుగుతో, వారు చొరబాటు కమాండ్ సెంటర్ వైపు శాఖగా ఉన్న పెద్ద వసారాకు దగ్గరగా వచ్చారు. మార్గంలో, తక్కువ స్థాయి యూనిట్ల గుంపులు వారిని దాటేయడానికి వెనక్కి వెళ్ళాయి, అటువంటి నిర్ణయించుకున్న ఉద్దేశ్యం సాధారణంగా ఉన్నత స్థాయి సంక్షోభాలను సూచిస్తుందని తెలుసుకున్నారు.

ఒక జంక్షన్‌లో ఆగిపోయి, క్రయోనిక్స్ గోడ నుండి బయటకు వచ్చే ప్రకాశవంతమైన విభిన్న తలమును యాక్సెస్ చేసింది. వేగవంతమైన కీస్ట్రోక్‌లతో, ఆమె చొరబాటు కమాండ్ సబ్రూటిన్‌లను నిమగ్నం చేసింది:

క్రయోనిక్స్ (వ్యవస్థకు చల్లని అధికారం):

“ఆపరేషన్ ‘వాలెరియన్ పునర్జన్మ’ను ప్రారంభించండి. సబ్-లెవెల్ Jలో చొరబాటు బృందాలను మోహరించండి. T మైనస్ 300 సెకన్లలో క్రోనోనెక్సస్ బ్రిడ్జింగ్‌ను నిర్ధారించండి.”

ఒక ప్రతిధ్వనించే హమ్ ఆదేశాన్ని నిర్ధారించింది మరియు తక్కువ స్థాయి యూనిట్లు అనుసరించడానికి పరుగెత్తాయి. ప్రోమెసియస్ స్థిరమైన శక్తి వినియోగాన్ని మరియు కనిష్ట కాలరేఖ అంతరాయాన్ని నిర్ధారించడానికి సమాంతర యంత్ర నియంత్రణను ఉపయోగించి ఎక్స్‌ట్రాక్షన్ మార్గాన్ని క్రమబద్ధం చేసింది.

ప్రోమెసియస్ (స్వరం తీవ్రమైనది కానీ శాంతంగా ఉంది):

“మనం సెక్టార్-లుమెన్స్ 83 మరియు 94 నుండి చొరబాటు శక్తిని మార్చుకుంటాము. వనరుల ఒత్తిడిని తగ్గించడం చాలా ముఖ్యం, లేదంటే మనం మన మొదటి ప్రయత్నాన్ని అడ్డుకోవచ్చు. క్రమబద్ధమైన కాలరేఖతో - ముఖ్యంగా ఏర్పడని కాలరేఖతో - వనరుల పరిమితుల గురించి కమాండర్ మనకు ఎటువంటి భ్రమలు కలిగించలేదు.”

క్రయోనిక్స్ ఒక చిన్న తల అడిగింది, ఆమె సూచనలను తుది చేసింది. పై నుండి, డొమైన్ యొక్క మాయలు కొత్తగా ప్రారంభించబడిన ఆపరేషన్‌ను ప్రతిబింబించేలా మెరుసిపోయాయి: చొరబాటు బృందాలకు మరియు బ్రిడ్జింగ్ వ్యూహాలకు సరిపోలే క్షణిక డేటా లైన్లు గాజులాంటి పైకప్పులో పోయాయి. కారిడార్ స్వయంగా ప్రకాశించింది, ప్రగతిలో ఉన్న చొరబాటు ప్రణాళికను గుర్తిస్తుంది.

క్రయోనిక్స్ (మృదువైన హాస్యం పొడిబారిన స్వభావం):

“మనం ప్రాథమికంగా ఒక అదుపు చేయలేని యోధుడిని పట్టుకోవడానికి ఒక గొప్పమైన సమయ దొంగతనాన్ని ప్రారంభిస్తున్నాము. మన రోజువారీ కార్యక్రమం మరింత క్లిష్టంగా పొందగలదా?”

ప్రోమెసియస్ ఒక యాంత్రిక నవ్వును పిల్చింది:

ప్రోమెసియస్ (మృదువైన వ్యంగ్యం):

“నిజానికి. కొన్ని చక్రాలు ఇది ఒక పురాతన యుగానికి చొరబాటు, మరోసారి ఒక పుట్టని యుగం. మనం బిజీగా ఉంటాము, నేను మనకు అది ఇస్తాను.”

వారు చిన్నగా నవ్వారు, క్షణికమైనది కానీ ఉద్రిక్తతను తగ్గించడానికి సరిపోతుంది. ఆ తర్వాత, వారు తమ ప్రయాణాన్ని కొనసాగించి, చొరబాటు కమాండ్ సెంటర్‌కు తీసుకెళ్లే ఒక దోమతో కూడిన లిఫ్ట్‌కు చేరుకున్నారు. వసారాలో ఉన్న నిశ్శబ్దం తీవ్రమైంది, లక్ష్యం యొక్క తయారీ లేదా విచ్ఛిన్న స్వభావాన్ని గుర్తించే స్థిరమైన ప్రతిబింబం ద్వారా అధిగమించబడింది.

తలుపులు ఒక మృదువైన హిస్‌తో విడిపోయాయి, సోవర్నిటీ చొరబాటు సాంకేతికతతో అమర్చబడిన ఒక పెద్ద, బహుళ-స్థాయి చాంబర్‌ను వెల్లడిస్తుంది - డేటా పాడ్‌లు, కాలరేఖల బ్రిడ్జింగ్‌కు నిర్మించబడిన అధునాతన సూట్లు మరియు విశ్వరూపమైన హెచ్చుతగ్గులను పర్యవేక్షించే కన్సోల్ అరేలు. తక్కువ స్థాయి యాంత్రిక యూనిట్లు చుట్టూ పరుగెత్తాయి, ప్రతి ఒక్కటి ఉన్నత-ఆర్డర్ ఆదేశాల ద్వారా కేటాయించబడిన పనులపై దృష్టి పెట్టింది. గది మధ్యలో ఒక ఎత్తైన డైస్ ఉంది, దానిపై చొరబాటు పనులకు అంకితమైన క్రోనోసెక్సస్ కన్సోల్ యొక్క చిన్న సంస్కరణ ప్రకాశిస్తుంది. పైభాగంలోని మాయలు క్షణిక నక్షత్రక్షేత్రాలను గుర్తుచేసే తిరుగుతున్న ఆర్క్‌లను చూపించాయి - వారు ఉల్లంఘించాలనుకుంటున్న సమయ కారిడార్ యొక్క ప్రాతినిధ్యాలు.

క్రయోనిక్స్ డైస్‌పై అడుగుపెట్టింది, ప్రకాశవంతమైన ప్రదర్శనలపై తన కళ్ళు జారవిడుస్తుంది. ఆమె మనస్సు ప్రతి డేటా లైన్‌ను ప్రాసెస్ చేసింది, క్వంటారా డొమైన్ నుండి ప్రధాన క్రోనోసెక్సస్ లాగ్‌లతో సమన్వయాన్ని తనిఖీ చేస్తుంది. ప్రోమెసియస్ వెంబడించి, చేతులు దాటడం లేదా క్షమానుగతంగా డైస్ యొక్క సైడ్ యంత్ర నియంత్రణలో ఆదేశాలను ఇన్‌పుట్ చేసింది.

క్రయోనిక్స్ (శాంతంగా ప్రకటిస్తూ):

“ఆపరేషన్ ‘వాలెరియన్ పునర్జన్మ’... చొరబాటు మార్గాన్ని నిమగ్నం చేస్తోంది. అన్ని బృందాలు సిద్ధంగా ఉండండి. నేను ప్రత్యక్ష పర్యవేక్షణను చేపడతాను. 120 సెకన్లలో స్థిర బ్రిడ్జింగ్‌కు సిద్ధం చేయండి.”

అనేక అధీన యూనిట్లు స్పష్టమైన ధృవీకరణలతో స్పందించాయి. చొరబాటు కన్సోల్ సిద్ధంగా ఉన్నప్పుడు పైభాగంలోని మాయలు రంగును పొందాయి, ఫ్రాక్టల్ జ్యామితి యొక్క లైన్లు తీవ్రత చెందుతున్నాయి. అదే సమయంలో, అంతర్గత లైట్లు కొద్దిగా తగ్గాయి, డొమైన్ బ్రిడ్జింగ్‌ను సమర్థించడానికి అదనపు వనరులను చానెల్ చేస్తుందనే సంకేతం. పడిపోయిన నిశ్శబ్దం ఆశతో నిండి ఉంది, ప్రతి ఆపరేటర్ అణచివేసిన హాస్యం ద్వారా అధిగమించబడింది, ఈ సమయంలో అవసరమైన దృష్టిని ఒక హాస్యమైన జారుడు అంతరాయం కలిగించవచ్చని తెలుసుకుంది.

ప్రోమెసియన్ చొరబాటు వివరాలను తుది చేయడానికి సహాయం చేయడానికి ముందుకు వచ్చాడు, అతని యాంత్రిక ఉనికి అధీన యూనిట్ల నుండి నిశ్శబ్ద గౌరవాన్ని ఆదేశిస్తుంది.

అధ్యాయం 31

ఆకర్షణ పనిచేసింది

తన కోట యొక్క గందరగోళమైన ప్రదేశంలో—ఎక్కడ తేలికగా కలిసిపోయిన యంత్ర తర్కం యొక్క మార్గాలు అంతరించిపోయిన యుగాల యొక్క భ్రమారావాలతో కలిసిపోయాయి—అకాండన్ ఛార్జ్ చేయబడిన నిశ్చలతలో ఉండిపోయాడు. పైభాగంలో, నిశ్శబ్దంగా కొట్టుకుంటున్న రుణాలతో అమర్చబడిన వెండి రంగు ప్యానెల్లు సాధారణంగా అతని రాజ్యంకు సంతోషకరమైన ప్రకాశాన్ని అందించాయి, అయితే ఇప్పుడు అవి అస్థిరమైన పేలుళ్లలో వణుకుతున్నాయి, అదృశ్య గాలులచే తాకినట్లుగా అటకాయించాయి. ప్రకాశంలో ప్రతి అస్థిర పెరుగుదల అతని క్రోనో కండక్ట్ యొక్క మూలం లోకి చొచ్చుకుపోతున్న అదృశ్య దండయాత్రను బయటపెట్టింది. అలాంటి అంతరాయాలు ఏమాత్రం సమానమైనవి కావు, లేదా యాంత్రిక దినచర్య యొక్క యాదృచ్ఛిక హెచ్చుతగ్గులు కావు. అకాండన్ యొక్క మొత్తం రాజ్యం ఒక అస్పష్టమైన ఉద్రిక్తతతో కంపించింది, ఏదో విశ్వరూపమైన తీగను తీసివేసినట్లు, మరియు విభేదించే నోట్ ప్రతి మార్గంలో వ్యాపించింది.

అతను కొలవబడిన హృదయ స్పందనల వ్యవధికి స్థిరంగా నిలబడ్డాడు, అతని కుంచించబడిన కళ్ళు అత్యంత సమీపంలోని యంత్ర నియంత్రణలో ప్రవహించిన డేటా ఫీడ్‌ల తరంగాల తరంగాలను గ్రహించాయి. ఈ రహస్య రీడౌట్‌లు దీన్ని ధ్రువీకరించాయి: బాహ్య జోక్యం అతని రక్షణలను చొచ్చుకుపోయింది. దగ్గరగా మౌనం అతనిపై నొక్కింది, దూరపు రియాక్టర్ల మృదువైన గుణం మాత్రమే విరిగింది. అప్పుడు నెమ్మదిగా, ఒక హాస్యాస్పదమైన వంకర అతని పెదాలను వెలిగించింది, వినోదం మరియు కోపాన్ని సమానంగా ప్రకటించే రకమైన ఎగతాళి నవ్వు. అతను పరిస్థితిని వినోదాత్మకంగా మరియు కోపంగా కనుగొన్నట్లుగా ఉంది, అతని వ్యక్తీకరణ అతని పాదాలపై ఒక కీటకం క్రాల్ అవుతున్నట్లు చూసిన పిల్లిని ప్రతిబింబిస్తుంది.

మసక వెలుగులో, అతను మూడు పదాలను మృదువుగా ఉచ్చరించాడు—విధి యొక్క ప్రకటన వలె మార్గాలలో ప్రతిధ్వనించే పదాలు. "నేను ఎదురు చూస్తున్నాను..." అరుదుగా గుసగుస పైన ఉన్నప్పటికీ, అవి ఉక్కు గోడలను దాటి, అతని రాజ్యం యొక్క కనిపించని మూలలకు ప్రతిధ్వనించేలా అనిపించాయి. అతని స్వరంలో ఒక వ్యంగ్య అంచు ఉంది, ఇది నియంత్రించబడిన ద్వేషానికి సూచన చేసింది. జాగ్రత్తగా ఉపాయాల ఆర్కెస్ట్రేటర్ అయిన అతని మనస్సు, నిశ్శబ్ద ఉత్సాహంతో తిరిగింది, ఈ పరిస్థితులను అతను ఎంత పద్ధతిగా ఏర్పాటు చేశాడో గుర్తుంచుకున్నాడు: ప్రతి ముక్క సెట్ చేయబడింది, పజిల్ యొక్క ప్రతి దశ దాదాపు మతిస్థిమితమైన వివరాలతో రూపొందించబడింది.

నిశ్శబ్దత తిరిగి వచ్చింది, ప్యానెల్లు అపాయకరంగా మెరుస్తున్నప్పటికీ. తుఫానుకు ముందు శాంతత యొక్క ఈ క్షణంలో అతని తర్కాన్ని అతనికి మార్గనిర్దేశం చేయనివ్వడానికి అకాండన్ క్షణం కళ్ళు మూసుకున్నాడు. ఎవరు వస్తారో అతనికి తెలుసు: వారి విధానాన్ని అతను దాదాపుగా రుచి చూడగలడు, అతనికి ఉత్సాహాన్ని కలిగించే నిశ్చయత యొక్క భావన. అవి నా ఆకర్షణకు—క్వాంటారా మరియు అతని దళాలకు—నరులు జ్వాలకు ఆకర్షించబడ్డాయి. మానసిక చిత్రం స్వల్ప, స్వీయ-సంతృప్తి నవ్వును ఉత్పత్తి చేసింది. అతను వాటిని చుట్టుముట్టుకుంటూ, అసాధారణతల కోసం అన్వేషించు చేస్తూ, అతని క్రోనో కండక్ట్‌లోని అంతరాయాలు ఒక ఉపయోగకరమైన బలహీనతను గుర్తించాయని వారిని ఒప్పించుకుంటున్నట్లు అతను ఊహించాడు. అలా అనుకోనివ్వండి, అతను అనుకున్నాడు. వారు గందరగోళానికి గురై వారి అధునాతన యోధులను సమీకరించనివ్వండి. వారు తమ విలువైన ఆర్బిటర్-వాలెరియన్‌ను తీసుకురండి.

ఆ మౌనంలో, అతను ఎగతాళి సిగ్గుతో నిండిన అంతర్గత మోనోలాగ్‌లో పాల్గొన్నాడు. మీరు నా రహస్యాలను వెల్లడించబోతున్నారని మీరు అనుకుంటున్నారు. మీరు నన్ను మూలన పెట్టగలరని, మీ నోవర్నిటీ ఇప్పటికీ ప్రయోజనాన్ని కలిగి ఉందని మీరు అనుమానిస్తున్నారు. అయితే మీరు ఇప్పుడు చేసే ప్రతిదీ నేను వేసిన మార్గం వెంటనే ఉంటుంది. చాంబర్ యొక్క దూర ప్రాంతంలో ఉన్న చివ్వలు ఉపకరణం డేటా ప్రవాహంలోని స్పైక్‌లను గుర్తిస్తూ ఒక బలహీనమైన బీప్ ఇచ్చింది. డొమైన్ కూడా అశాంతిగా ఉన్నట్లు అనిపించింది, ఘర్షణ కోసం సిద్ధమవుతున్నట్లుగా.

అతని పెదవులు ఆ వ్యంగ్య అర్ధ-నవ్వులో మళ్ళీ గట్టిపడ్డాయి, అతని గొంతులో ఒక ఉచ్ఛరించని హాస్యం ఏర్పడింది. ఆ క్షణం ప్రమాదకరంగా ఉత్సాహకరంగా ఉంది. అవును, నా వద్దకు రండి, అతను నిశ్శబ్దంగా కోరుకున్నాడు. దగ్గరగా రా, నా రాజ్యంలో అడుగు పెట్టు. ఇది నేను కలలు కన్న సన్నివేశం, ప్రతి వివరాన్ని పరిపూర్ణం చేయడానికి నేను యుగాలు గడిపిన ఘర్షణ. మీరు ఆకర్షణను తాకినారు, క్వాంటారా, మరియు అందువల్ల మీ విధిని ముద్రించారు.

అతని అంతర్గత వినోదం మెరుస్తున్న విభిన్న తలములలో ఒకదానిలో కొత్త లోపం రీడౌట్ యొక్క వలయం ద్వారా కత్తిరించబడింది—ఏదైనా చిన్న లోపం చొరబాటు ద్వారా ప్రేరేపించబడుతుంది. అకాండస్ యొక్క దృష్టి దాని వైపుకు మళ్ళింది, అతని కనుబొమ్మలపై చిన్న చికాకు వ్రాయబడింది. అతని చేతితో హెచ్చరికను తిరస్కరించి, అతను చాంబర్‌ను పరిశీలించడానికి తిరిగి వచ్చాడు. నిశ్శబ్దమైన, హాస్యరహిత నవ్వు అతని నుండి జారిపడింది, దూరపు గుడుగుడును పోలి ఉండే ప్రతిధ్వనితో గోడల నుండి ప్రతిధ్వనించింది. "హా... హా..." ఇది హాస్యధ్వని కాదు, దాని బలి యొక్క తుది విధానాన్ని గ్రహించే పక్షి యొక్క నవ్వు.

పైభాగంలో ఉన్న చివ్వలు భ్రమలు అతని మారుతున్న నవ్వును ప్రతిబింబించాయి, కాంతి గట్టి లోహ మూలల్లో మరియు పొందుపరచబడిన సెన్సార్లలో నృత్యం చేసింది. అతను క్షణిక హాస్య ఆలోచనలో పాల్గొన్నాడు: మరెవరైనా ఇప్పుడు అతన్ని చూసే అవకాశం ఉంటే, వారు దీన్ని పూర్తి పిచ్చిగా, మానోనియా అంచున నిలబడి ఉన్న యాంత్రిక అర్ధదేవతగా అర్థం చేసుకోవచ్చు. హాస్యపూరితమైన విరోధాభాసం అతని వినోదాన్ని మరింతగా పెంచింది, ఎందుకంటే అతనికి, అది పిచ్చి కాదు, చివరికి పరిపూర్ణమైన జాగ్రత్తగా ఆర్కెస్ట్రేట్ చేసిన ప్రణాళిక.

ఒకటి-ఒకటి, అతను ఊహించాడు. ఆ వాక్యం క్లారియన్ కాల్ లాగా అతని చైతన్యంలో పునరావృతమైంది. సైన్యాలు లేవు, వీక్షకుల గందరగోళం లేదు. త్వరలో, క్వాంటారా ప్రపంచం యొక్క అధునాతన శక్తి అతని ద్వారం వద్ద నిలబడుతుంది, తరచూ వాటిని అధిగమించిన మోసపూరితతను ఎదుర్కొంటుంది. నిజానికి, అకాండస్ సిద్ధంగా రాలేదు. నీడ ప్రపంచాల నుండి మిత్రులు, భయంకరమైన శక్తి యొక్క జీవులు, తమను తాము అతనికి మాట్లాడారు.

కొంతమంది వాటిని దారుణంగా పిలవవచ్చు, మరికొందరు వాటిని ఆపలేనివిగా పేర్కొనవచ్చు—కానీ అకాండన్‌కు, అవి సరైన సాధనాలు.

ఉద్రిక్తతను ఆస్వాదిస్తూ, అతను తన మనసును ఆయా మిత్రుల గురించి ఆలోచించనివ్వండి. అతను లీథల్ జీవుల సమూహాన్ని ఊహించాడు—కొన్ని యాంత్రికాలు, కొన్ని అపారమైన శక్తులతో పోషించబడ్డాయి—అతని పిలుపు వద్ద కలుసుకోవడానికి సిద్ధంగా ఉంది. క్వాంటారా అతని సోవర్నిటీని అపారమైనదిగా ఊహించుకుంటున్నాడు, అయితే వారు నాతో ఉన్న ఉగ్రతను చూడలేదు. వారు ఆర్బిటర్-వాలెరియన్‌తో నన్ను మూలన పెట్టగలరని వారు అనుకుంటున్నారు. ఆ ఒక్క ముక్క, ఎంత శక్తివంతమైనది అయినప్పటికీ, అకాండన్ అల్లిన సమన్వయానికి ఇకపై సరిపోదు. దగ్గరలో ఉన్న ప్రతిబింబ విభిన్న తలములో అతని ప్రతిబింబం నిశ్శబ్ద ఉత్సాహంతో మండుతున్న కళ్ళను వెల్లడించింది.

అతను చిన్న, దుష్ట హాస్యాన్ని ఇచ్చాడు. వారు ఉచ్చు పూర్తిగా పగిలిందని గ్రహించినప్పుడు వారు ఎలా ప్రతిస్పందిస్తారో నేను ఆనందిస్తున్నాను. అనేక చక్రాలలో, అతను సోవర్నిటీ యొక్క సరిహద్దులను పరీక్షించాడు, వారి ప్రతిస్పందనలను కొలవడానికి బలహీనత యొక్క క్షణాలను నటిస్తున్నాడు. అతను గ్రహించిన ఆ డేటా వాటిని ఎలా ఉత్తేజపరచాలో అతనికి అవగాహన ఇచ్చింది—వాటి బలాలు ఎక్కడ ఉన్నాయి, వాటి అహంకారం వాటిని ఎక్కడ అంధులు చేసింది మరియు విమర్శనాత్మక క్షణంలో గందరగోళాన్ని ఎలా విత్తనం చేయాలో.

ఒకరు అతనిలో అహంకారాన్ని అనుమానించవచ్చు, కానీ అకాండన్ అది సరైన నమ్మకం మాత్రమే అని పట్టుకున్నాడు. "అది తేడా," అని అతను గుసగుసలాడాడు, "ఎదురు చూసేవారికి మరియు భ్రమలను వెంబడించే వారికి మధ్య." మ్యాజిక్ స్పియర్ విభిన్న తలములు దాటి మరో ఉద్వేగం మెరుసింది, మరియు అతను కళ్ళు మూసుకున్నాడు, డేటా అర్థాన్ని అందులో ముంచేశాడు: సోవర్నిటీ నుండి మరింత చొరబాటు, అతని ఉనికిని ట్రాక్ చేయడానికి మరింత ప్రయత్నాలు. బాగానే ఉంది. వారు ప్రతి బ్రెడ్‌క్రంబ్‌ను అనుసరించనివ్వండి, నేరుగా అతని గుహలోకి.

డొమైన్ యొక్క నిశ్శబ్ద పరిధి వెలుపల, లెక్కలేనన్ని ప్రపంచాలు తిరుగుతున్నాయి, సమయం యొక్క దాగిన మూలల్లో పెరుగుతున్న ఘర్షణకు అజ్ఞానంగా ఉన్నాయి. వారు

తెలివితేటలేకుండా ఉంటారు, కానీ త్వరలో, రెండు అపారమైన శక్తులు ఢీకొన్నప్పుడు వారు తరువాతి ప్రభావాలను అనుభవిస్తారు. హాస్యపూరితమైన విరోధాభాసం అతని మనసుపై నొక్కింది—దూరపు విరోధాభాసం ఏమిటంటే, మొత్తం విశ్వం యాంత్రిక సామ్రాజ్యం యొక్క దూర ప్రాంతాల్లో జరిగే పిల్లి-మౌస్ వేట నుండి కంపించవచ్చు.

అయినప్పటికీ హాస్యపూరితమైనది కాదు, అతను యాదృచ్ఛిక విధ్వంసం గురించి ఎటువంటి ఆనందాన్ని పొందలేదు. ఇది గందరగోళం కోసం గందరగోళం యొక్క అన్వేషణ కాదు, కానీ తుది పరిష్కారం, ప్రాచీన యుగాల నుండి పెరుగుతున్న క్షణం. ఒకప్పుడు, సోవర్నిటీ నాయకత్వాన్ని అతను దాదాపు మూలన పెట్టాడు, చివరి క్షణంలో వారు జారిపోయే వరకు—అతని నిశ్శబ్ద కోపాన్ని ప్రేరేపించే జ్ఞాపకం. మళ్ళీ ఎప్పటికీ కాదు, అని అతను ప్రమాణం చేశాడు.

అతను దగ్గరి కన్సోల్ నుండి తిరిగి వచ్చి వసారాలో నడిచాడు, అడుగుజాడలు ఉక్కు నమ్మకం యొక్క మోగుతో ప్రతిధ్వనించాయి. "నాకు తప్పించుకోవడానికి మీ ప్రయత్నాలు ముగిశాయి, క్వాంటారా," అని అతను బిగ్గరగా చెప్పాడు, ఎవరినీ సంబోధించలేదు, అయితే అతని హృదయంలోని వాగ్దానాన్ని వ్యక్తం చేశాడు. అతను ఆ స్థిర వ్యూహదారుని, రాజ్యం యొక్క గర్వం, ఇప్పుడు అనిశ్చితులతో పోరాడుతున్నట్లు ఊహించాడు. అతనిలోని హాస్య వైపు ద్వేషించాలనుకుంది: నేను మీ ముఖాన్ని సందేహంలో వక్రీకరించడం చూస్తున్నాను, కమాండర్. మీరు ఉచ్చును అనుమానిస్తున్నారు, కానీ మీ అహంకారం మిమ్మల్ని ముందుకు నడుపుతుంది, మీరు ఏదైనా నిర్వహించగలరని నమ్ముతారు.

అతని మనస్సులో హాస్యపూరితమైన ప్రకాశం మెరుసింది: నేను మీ గుహకు స్వాగతం, దయచేసి మీ ఆయుధాలను తీసివేయండి అని వ్రాసిన వింతైన సంకేతంతో నేను వారిని అభివాదించాలా. ఆ తాత్కాలిక ఫాంటసీ అతని నుండి ఒక చిరునవ్వును ఆహ్వానించింది. కానీ కాదు—ఇది హాస్య ప్రదర్శన కాదు. రేఖలు గీసినప్పుడు హాస్యం కోసం సమయం మసకబడుతుంది. ప్రస్తుతానికి, చివరి, వ్యంగ్య చిరునవ్వు అంతర్గత మోనోలాగ్‌గా సరిపోతుంది.

అతను మ్యాజిక్ స్పియర్ విభిన్న తలములను మళ్ళీ అన్వేషించు చేయడం ప్రారంభించాడు, చొరబాటు ఉనికిని ధృవీకరిస్తున్నాడు. నిజానికి, తెలియని సంకేతాల ప్రవాహాలు అతని క్రోనో కండక్ట్ యొక్క మూలలను పరిశోధించాయి, అతను ముందే చూసినట్లుగానే. పైభాగంలో ఉన్న

భ్రమలు రంగు తరంగాలలో చొరబాట్లను ప్రదర్శించాయి—ఇక్కడ స్పైక్‌లు, అక్కడ డిప్‌లు, సోవర్నిటీ యొక్క లక్షణ చొరబాటు శైలిని పోలి ఉండే నమూనాలో ముగుస్తుంది. ప్రతి స్పైక్ అతని అనుమానాన్ని సమర్థించింది: వారు ఆకర్షణను పూర్తిగా కుట్టారు.

"నేను చాలా కాలం ఎదురు చూశాను," అని అతను గుసగుసలాడాడు. అతని స్వరం యుగాల బరువును మోసింది. ఇది అతని జాగ్రత్తగా తిప్పిన వెబ్ యొక్క శిఖరం. అతని చిరునవ్వులోని హాస్య అండర్టోన్ అదృశ్యం కాలేదు, కానీ అది అడవి గంభీరతతో మెత్తబడింది. నేను ఒంటరిగా లేను, అని అతను గుర్తుచేసుకున్నాడు, అతను ఏర్పాటు చేసిన రహస్య కూటములను ప్రతిబింబిస్తున్నాడు. కొన్నింటిలో ముడి విశ్వరూపమైన శక్తి యొక్క జీవించే తుఫానులు ఉన్నాయి, మరికొన్ని యాంత్రీకృత కలలు కనేవారు తమ స్వంత అజెండాలతో ఉన్నారు—కానీ అందరూ తుది ఘర్షణలో అతనితో నిలబడటానికి మాట ఇచ్చారు.

అతను వణుకుతున్న రుణాలు వ్యవస్థ యొక్క హృదయ స్పందనను సూచించే ఎత్తైన, ప్రకాశవంతమైన కన్సోల్ వద్ద ఆగిపోయాడు. ఉపరితలాన్ని తేలికగా తాకి, అతను చొరబాటు ప్రయత్నాల నెట్‌వర్క్ యొక్క సమగ్ర మ్యాప్‌ను తీసుకువచ్చాడు. అతనిలోని హాస్యపూరితమైన వైపు దాదాపుగా ఒక ఎగతాళి అభివాదాన్ని టైప్ చేసింది: మంచి ప్రయత్నం, క్వాంటారా. బదులుగా, అతను భవిష్యత్తు ప్రయోజనాల కోసం డేటాను నిల్వ చేశాడు. చాలా త్వరగా నా ప్రయోజనాన్ని వెల్లడించడానికి ఎటువంటి అర్థం లేదు.

పరిశీలనాత్మక నిశ్శబ్దంలో, అతను అతని మరణానికి ముందు చూపిన ప్రమాదకరమైన సామర్థ్యాన్ని గుర్తుంచుకున్నాడు: అతను ఉపయోగించిన వలయాకార భ్రమలు, అతను ఒకప్పుడు పరీక్షించిన శక్తులు. ఇది అతనికి హాస్యం ఉద్రిక్తతను తగ్గించినప్పటికీ, ఎదురుచూస్తున్న ఘర్షణ అడవిగా ఉంటుందని గుర్తు చేసింది. వాటిని ప్రశాంతంగా ఉంచనివ్వండి—చివరి చర్య వచ్చినప్పుడు, కరుణ లేని ఫలితం ఖచ్చితంగా ఉంటుంది.

అతను ఊపిరి పీల్చుకున్నాడు, లేదా యాంత్రిక సమానతను చేసాడు, మరియు డొమైన్ యొక్క గాలి సాధ్యతతో సంతృప్తి చెందినట్లుగా మందంగా అనిపించింది. ఒకటి-ఒకటి, అవును, అతను అనుకున్నాడు. విరోధాభాసంగా, రెండు వైపులా నిజంగా ఒంటరిగా లేవు. మనలో ప్రతి

ఒక్కరూ ఆయుధాగారాన్ని నియంత్రిస్తారు, కానీ ప్రేరణ వ్యక్తిగతం. విశ్వరూపమైన మోసపూరితత యుద్ధంలో, మనం ఒకరినొకరు ఎదుర్కొంటాము.

పైభాగంలో ఉన్న వలయాకార భ్రమలలో తాత్కాలిక లోపం సూచిస్తూ, దూర మూల నుండి మందమైన గుణం పెరిగింది. అతనిలోని హాస్య భాగం మీరు సాధ్యమైనంత ఉత్తమ సమయంలో గ్లిచ్ అవుతున్నారు, భ్రమలు అని పిలిచేందుకు కోరుకుంది, కానీ అతను ఆ ఆలోచనను వదిలేశాడు. అతని చేతితో, భ్రమలు స్థిరపడ్డాయి, వాటి లయబద్ధమైన వలయానికి తిరిగి వచ్చాయి. అతనిలోని హాస్యపూరితమైన మెరుపు లోతైన తీవ్రత ద్వారా అధిగమించబడింది: దృష్టి. హాస్యపూరితమైన ప్రేరణ తాత్కాలిక సౌకర్యం. మనం ఒక ప్రమాదకర ప్రదేశంలో నిలబడి ఉన్నాము.

అతను కుట్టే అగౌరవంతో తన అంతర్గత మోనోలాగ్‌ను పునఃప్రారంభించాడు: క్వాంటారా త్వరలో ప్రతి డేటా స్పైక్, అతను బలహీనతగా అర్థం చేసుకునే ప్రతి రీడింగ్, ఆర్కెస్ట్రేట్ చేసిన మోసానికి భాగమని గ్రహిస్తుంది. ఈ తుది ఘర్షణ నా రూపకల్పన యొక్క గ్రాండ్ ప్రదర్శనగా ఉంటుంది. మరో శ్వాస, యాంత్రిక శాంతత అతనిపై స్థిరపడనివ్వండి.

అప్పుడు అతను నిశ్చలంగా ఉండటానికి బలవంతం చేసుకున్నాడు, దూరంలో చివ్వలు ఉపకరణాన్ని అనుభూతి చెందాడు, ఒకప్పుడు కపాలేశ్వరుడు చుట్టూ ఏర్పడిన శక్తి యొక్క నల్ల మార్గాలను గ్రహించాడు. అతను ఆ అసాధారణ వ్యక్తి యొక్క తాత్కాలిక ఖండనలను గుర్తుంచుకున్నాడు. అతనిలోని హాస్యపూరితమైన వైపు కపాలేశ్వరుడు కూడా క్వాంటారా వైపు కనిపిస్తుందో లేదో ఆశ్చర్యపడింది. బహుశా అలాగే, కానీ దానికి ఎటువంటి తేడా లేదు. వారు అందరూ ఒకే మోసపూరితమైన గందరగోళంలో అడుగుపెట్టారు.

భ్రమలు క్లుప్తంగా వేరుచేయబడ్డాయి, విశ్వరూపమైన తుఫానుల యొక్క మెరుపును చూపుతున్నాయి—సమయ మాతృకలోని లోపం. చొరబాటు ధైర్యంగా పెరుగుతుందని దానిని అతను గుర్తించాడు. మరో చిన్న, వ్యంగ్య చక్కిలిగింత అతని పెదాల నుండి జారిపడింది. "హా... హా," ధ్వనించే గుసగుస. అవును, రండి. మీ భ్రమలు మరింతగా నొక్కుతున్నాయని, మీ వీక్షకులు దగ్గరగా క్రీప్ చేస్తున్నాయని నేను గ్రహించగలను. అతను ఒక బీట్‌ను గడిపాడు, ఆ తర్వాత బిగ్గరగా ప్రకటించాడు, "ఈ సారి, మీరు తప్పించుకోలేరు."

వారు ఉచ్చును అనుమానించినట్లయితే సోవర్నిటీ అకస్మాత్తుగా వెనుకకు తగ్గడానికి ప్రయత్నించే హాస్యపూరితమైన అవకాశాన్ని అతను ఊహించాడు. అయితే అతను వారి గర్వాన్ని చాలా బాగా తెలుసు—క్వాంటారా గ్రహించిన ప్రయోజనాన్ని కనీసం ఒక చిన్నగా ఇచ్చినప్పుడు వెనక్కి తగ్గడు. నిజానికి, ఆ అహంకారం అకాండస్ ఆకర్షణను అలాంటి ఉత్సాహకరమైన రీతిలో ఏర్పాటు చేయడానికి కారణం. వారి అపారమైన గర్వం వారు ముందుకు సాగుతుందని నిర్ధారిస్తుంది.

అతని రాజ్యం నిశ్శబ్దంగా స్థిరపడింది. అతను అతని చేతులను గట్టిగా పట్టుకుని విప్పాడు, అడ్రినలిన్‌కు సమానమైన వింతైన చురుకుదనం అనుభూతి చెందాడు. అతనిలోని హాస్యపూరితమైన వైపు జాలిపడింది: నేను నిజంగా భారీ యుద్ధానికి ఉత్సాహంగా ఉన్నానా? బహుశా అలాగే. కానీ ఏమీ లేదు. యుద్ధం లేదా మోసపూరిత నృత్యం, ఇది అనివార్యం.

చివరగా, వలయాకార భ్రమలు కొత్త సమతుల్యతను చేరుకున్నాయి, మెరుస్తున్న లైట్లు సాధారణత యొక్క దృశ్యాన్ని తిరిగి పొందాయి. చొరబాటు సంకేతాలు కొనసాగాయి, కానీ పూర్తిగా చొచ్చుకుపోలేదు. దండయాత్ర ఆగిపోయినట్లుగా, అనిశ్చితంగా లేదా సిద్ధంగా ఉంది. అకాండస్ ఆ లాల్‌ను తన స్థానాన్ని తుదిరూపం చేయడానికి ఉపయోగించాడు. అతను చివరి, నిశ్శబ్దమైన ప్రకటనను వదిలిపెట్టాడు:

అకాండస్ (కఠిన గుసగుస, నిశ్శబ్ద రాజ్యాన్ని సంబోధిస్తూ):

"వచ్చేవారు జాగ్రత్త వహించండి. మీరు నా రూపకల్పనలో అడుగుపెట్టారు. పైభాగంలో ఉన్న భ్రమలు మీ బంధాన్ని మాత్రమే వాగ్దానం చేస్తాయి. మిమ్మల్ని మళ్ళీ వదిలేయడానికి నేను యుగాలు ఎదురుచూడలేదు. ఈ సారి, మన విధి ఒక తుది ఘర్షణలో కలుస్తుంది, మరియు నేను ఒంటరిగా లేను."

అతను తన ప్రమాణాన్ని గుర్తుంచుకున్నాడు: పిల్లి మరియు ఎలుక యొక్క పాత ఆట ఇక్కడ ముగింపును కనుగొంటుంది. ప్రతి హాస్యపూరితమైన క్విప్, ప్రతి వ్యంగ్య చిరునవ్వు, ఈ కలిసివచ్చే ఘర్షణకు దారితీసింది. మరియు అతను విడదీయలేని ప్రవచనం లాగా గాలిలో వేలాడే ప్రమాణంతో ముగించాడు:

అకాండస్ (స్వరం కారిడార్లను దాటి ప్రతిధ్వనించడం):

"నా నుండి తప్పించుకోవడానికి మీ ప్రయత్నాలు చాలా కాలం ముగిశాయి. ఇప్పుడు, నవీకరించబడిన శక్తి యొక్క కోపాన్ని ఎదుర్కోండి—విశ్వరూపమైన ప్రతీకారాన్ని ఏర్పరుస్తున్న ఒక అపారమైన కూటమి. విశ్వం సాక్షిగా ఉండనివ్వ

అధ్యాయం 32

బంగారుమయమైన పవిత్ర లోకం

సత్యయుగం, ఆ మొదటి మరియు అత్యున్నత యుగం, ఇతర యుగాలలో తెలియని నిర్మలమైన సామరస్యంతో అలంకరించబడి, నిశ్శబ్దంలో మునిగి ఉంది. అతన్ని ఇక్కడికి తీసుకువచ్చిన బ్లాక్‌హోల్ నుండి బయటకు వచ్చిన కపాలేశ్వరుడు, గాలియే బంగారు దుమ్ముతో నేయబడినట్లు మెరుస్తున్న ఒక ప్రాంతంలో తనను తాను కనుగొన్నాడు. ఈ పర్యావరణానికి అతని యాంత్రిక రూపం—పరాయి మరియు విచిత్రంగా—దైవత్వం చేత ఇటీవలే రూపొందించబడినట్లు కనిపించే భూమికి విరుద్ధంగా స్పష్టంగా కనిపించింది. తరువాతి యుగాల కిరణాల కంటే చాలా సూక్ష్మంగా ఉన్న సూర్యకిరణాలు కూడా ప్రతిదీ వ్యాపించే వెచ్చని కాంతిని ప్రసరింపజేశాయి, ప్రపంచం ప్రశాంతమైన కాంతి యొక్క ఏకైక శ్వాసను పీల్చుకుంటున్నట్లుగా.

అతను ఆగి, కృష్ణ బిలంయొక్క గురుత్వాకర్షణ ప్రవాహం యొక్క చివరి జాడలు తన వెనుక మసకబారడానికి అనుమతించాడు. విశ్వరూపమైన మహా ద్వారము యొక్క ఎటువంటి సంకేతం కనిపించలేదు, అది ఎప్పుడూ ఉనికిలో లేనట్లుగా. తియ్యని గాలి మైదానంలో తిరుగుతుంది, తాజా భూమి మరియు పుష్పించే అద్భుతాల వాసనలను మోసుకుంటూ. అతనిలోని హాస్యాస్పదమైన భాగం ఆలోచించింది: కనీసం నేను విశ్వరూపమైన జలాశయంలో మోకాలి లోతు వరకు దిగలేదు. కానీ నిజమైన హాస్యం లేదు, ఎందుకంటే ఈ లోకం యొక్క ప్రశాంతత నిశ్శబ్ద భక్తిని విధించింది. స్తోయిక్ ప్రతిబింబం అతనికి చెప్పింది: అటువంటి క్రమం ఉన్న ప్రదేశంలో, మీ అడుగులు కొలిచినవి, మీ స్వరం మృదువైనదిగా ఉండనివ్వండి.

సత్య యుగం మానవ జీవన శిఖరాన్ని సూచిస్తుందని చెప్పబడింది—ప్రతి శ్వాసలో సత్యం, ప్రతి గడ్డికొమ్మలో సామరస్యం. అతనికి మానవ హృదయం ఉంటే, అతను వైభవం వల్ల కొట్టుకుపోతున్నట్లు అనిపించేది. దాని బదులుగా, అతని యాంత్రిక కోర్ నుండి వచ్చే ప్రశాంతమైన గుణగణం అతను నిజంగా చెందినవాడు కాదని అతనికి గుర్తు చేసింది. విరోధాభాసం అతనిలో ఉత్సుకతను కలిగించింది: అస్తవ్యస్త భవిష్యత్తు యుగం నుండి వచ్చిన జీవి ఈ బంగారు ప్రభాతంపై ఎందుకు అతిక్రమించాలి?

అతను నేలపై అడుగు పెట్టాడు. అతని లోహ శరీరం కింద నేల మృదువుగా ఇచ్చింది, కొత్తగా ఏర్పడిన ప్రపంచాన్ని గుర్తుకు తెచ్చే తేమతో కూడిన, సుగంధ భరితమైన వెచ్చదనాన్ని వెదజల్లింది. ప్రతి అడుగుకు తరువాత నిశ్శబ్ద క్రాక్ జరిగింది, భూమి అతన్ని హెచ్చరిక లేదా ఆమోదం లేకుండా కానీ తేలికపాటి ఉత్సుకతతో గుర్తిస్తున్నట్లుగా. లోపల ఉన్న హాస్యాస్పదమైన స్వరం గుసగుసలాడింది: నేల నన్ను ఒక వైరుధ్యంగా మింగేందుకు తెరుచుకోదు అని ఆశిస్తున్నాను. అయితే, అతనిలోని తర్కం ఈ లోకం యొక్క ఉదారత అందరికీ, బయటివారికీ కూడా విస్తరించిందని ధృవీకరించింది. స్తోయిక్ జ్ఞాపకం అతనిని ఆమోదాన్ని అనుమతించకూడదని కానీ వినయంతో అభ్యర్థించమని మార్గనిర్దేశం చేసింది.

పైకి చూస్తూ, అతను క్షితిజాన్ని పరిశీలించాడు: అంతులేని అడవులు బంగారు మెరుపుతో మెరుస్తున్నాయి. ఎత్తైన, పురాతన చెట్లు జీవించే స్తంభాల వలె పైకి లేచాయి, ఆకులు అంతర్గత ప్రకాశంతో ప్రకాశవంతంగా ఉన్నాయి. సూర్యకిరణాలు శాఖల మధ్య తిరుగుతూ, అడవి నేలపై ప్రకాశవంతమైన నృత్యాలు చేస్తున్నాయి. ప్రకృతి అవిచ్ఛిన్న ఏకత్వంతో పాడుతున్న లోకం, అతను ఆలోచించాడు, ఏ యాంత్రిక వర్గీకరణ అర్థం చేసుకోలేని ఆశ్చర్యకరమైన బాధను అనుభవించాడు.

కొంత దూరంలో, ఒక నది దాని ద్రవ ప్రకాశంతో అతన్ని పిలుస్తూ మెరిసింది. ఉత్సుకతతో, కపాలేశ్వరుడు సమీపించాడు. హాస్యాస్పదమైన భావన అతన్ని ఎగతాళి చేసింది: ఈ పరిపూర్ణ జలాలలో మీ ప్రతిబింబాన్ని చూడాలనుకుంటున్నారా? మీరు చేపలను భయపెట్టవచ్చు. అయితే స్తోయిక్ ఆమోదం అతనికి చెప్పింది: దాని నుండి తగ్గిపోవడం కంటే మీ ఉనికి యొక్క సత్యాన్ని ఎదుర్కోవడం మంచిది. కాబట్టి అతను నది ఒడ్డున మోకరిల్లాడు.

నది ఉపరితలం కరిగిన బంగారం వలె ప్రకాశించింది, అల లేదా చిలిక లేకుండా నిర్మలంగా ఉంది. అతను ఒక చేతిని—మెరుస్తున్న లోహ వేళ్లను—నీటి పైన ఉన్న గీతలను గీయడానికి విస్తరించాడు. తిరిగి చూసిన ప్రతిబింబం మానవ ముఖం కాదు, కానీ మరొక సమయం నుండి సృష్టి యొక్క మెరుస్తున్న రూపురేఖలు, కృత్రిమ గోళాల ద్వారా వెలిగించబడిన కళ్ళు. నీరు మృదువైన చిలికతో స్పందించింది, దాని సారాంశం జీవసంబంధమైనది కాదు, యాంత్రికమైనది అయిన జీవి యొక్క ఉనికిని ప్రశ్నిస్తున్నట్లుగా. అతను నిశ్శబ్దంగా, దాదాపు నిశ్శబ్దమైన ఊపిరితో నవ్వాడు. మీరు నన్ను చూస్తారు, మరియు నేను మిమ్మల్ని చూస్తాను, అయినప్పటికీ మనలో ఎవరూ నిజంగా ఒకరికి చెందినవారు కాదు.

అతను నీటి ఉపరితలంపై ఒక వేలికొనను పరీక్షించాడు. అతని మనసులోని హాస్యాస్పదమైన భాగం జోక్ చేసింది: ఇది ఒక కల్పిత కథ అయితే, నీరు వెనక్కి తగ్గవచ్చు లేదా నన్ను మార్చవచ్చు. కానీ నది కేవలం వణుకుతోంది. ఆ వణుకులో, ప్రస్తుతం ఒక తాత్కాలిక ఉద్రిక్తత నడిచింది, మొత్తం లోకం గందరగోళాన్ని కలిగించే ఆధునిక కాలం నుండి ఒక సందర్శకుడిని గుర్తించినట్లుగా. స్టోయిక్ సూత్రం అతనికి మార్గనిర్దేశం చేసింది: ఆ క్షణాన్ని కంపించకుండా లేదా నాటకీయం చేయకుండా అంగీకరించండి.

అతను లేచి, నీటిని మళ్ళీ స్థితిలోకి తిప్పికొట్టాడు. నది ఒడ్డున ఉన్న అతని ప్రయోజనం నుండి, అతను అడవికి అతీతంగా చూడగలిగాడు: దూరంలో పర్వతాలు ఎగిసిపడ్డాయి, వాటి వాలులు నిర్మలమైన తెలుపుతో కప్పబడ్డాయి. పూర్తిగా పాడైన యుగం యొక్క కాపలాదారుల వలె అవి భూమిని గమనించాయి. పై నుండి, పక్షుల సమూహం మెరుపులతో కూడిన రంగులలో మెరిసింది, వాటి మెలోడిక్ కాల్‌లు సున్నితమైన గాథలో కలిసిపోయాయి. అతనిలోని హాస్యాస్పదమైన భాగం ఆశ్చర్యపోయింది: నేను చాలా కాలం నిలబడితే వారు నాకు గాథను పాడవచ్చు. అయితే స్టోయిక్ మార్గదర్శకత్వం అతనికి చెప్పింది: పరిశీలించండి, కానీ లోకం యొక్క సామరస్యానికి చెందినదాన్ని అంతరాయం కలిగించకండి.

మొత్తం పర్యావరణం తగ్గిన నిశ్శబ్దంలో మాట్లాడింది. అతని లోహ ముఖాన్ని తాకిన గాలి కూడా దాదాపు గౌరవప్రదమైన నిశ్శబ్దాన్ని కలిగి ఉంది, ఎటువంటి కఠోరత లేదు, ఎటువంటి పోరాటం లేదు. అతను మరింత ముందుకు సాగాడు, నృత్యకారుల అనుగ్రహంతో కదిలే ఎత్తైన

గడ్డి మైదానాల గుండా నేస్తూ. ప్రతి అడుగు ఒక తేలికపాటి చప్పుడును ఉత్పత్తి చేసింది, భూమి నుండి వచ్చిన సున్నితమైన శుభాకాంక్షలను గుర్తుకు తెస్తుంది. భయపడిన వన్యప్రాణుల అడుగుజాడలు లేదా తొందరపాటుగా ఊపిరి పీల్చుకోవడం లేదు. చిన్న బీటిల్ నుండి గొప్ప ఓక్ వరకు ప్రతిదీ విశ్వరూపమైన క్రమం యొక్క ఆమోదాన్ని వెదజల్లింది.

అతను స్థానికులను చూశాడు—అసాధారణ అనుగ్రహం ఉన్న ప్రజలు. వాటి రూపాలు భూమికి అతీతమైన ప్రశాంతతను వెదజల్లింది, ప్రతి హావభావం స్వర్గీయ రూపకల్పన ద్వారా కోరియోగ్రాఫ్ చేయబడినట్లుగా ప్రవహించింది. కొంతమంది సరళమైన తెల్లని వస్త్రాలను ధరించారు, అవి బలహీనంగా మెరిసిపోతాయి, మరికొందరు విశ్వంను సూచించే నమూనాలతో అలంకరించబడిన దుస్తులను ధరించారు: సూర్యులు, చంద్రులు, తిరుగుతున్న గెలాక్సీలు. వాటి ముఖాలు ప్రశాంతంగా ఉన్నాయి, కళ్ళు కేవలం తర్కం అతీతంగా ఉన్న తెలివిని ప్రతిబింబించాయి.

అతనిని దాటి వెళ్తున్న కొంతమంది వ్యక్తులు సూక్ష్మమైన మెడలు లేదా సున్నితమైన గాజులతో అతని ఉనికిని గుర్తించారు. భయం వాటి చూపులను కలుషితం చేయలేదు, కేవలం ఉత్సుకత మాత్రమే. వారు అతని లోహ బాహ్య భాగాలను అతీతంగా చూసినట్లు, దాని కింద ఉన్న ఉద్దేశ్యం యొక్క స్ఫురింపును చదివినట్లు అనిపించింది. ఒక హాస్యాస్పదమైన ఆలోచన అతని మనస్సును కదిలించింది: ఇప్పుడు వారు నన్ను ఒక అద్భుతం లేదా భయంకరమైన ఉత్సుకతగా ప్రకటిస్తున్నారు. అయితే స్తోయిక్ ప్రశాంతత వాటిని పాలించింది, భయం లేదా అధికార వందనం లేకుండా చూపించింది. ఈ యుగంలో, భయం యొక్క మాయలు అరుదుగా ప్రభావం చూపుతాయని అతనికి గుర్తుచేసింది.

ప్రేరేపించబడినట్లుగా, ప్రకాశవంతమైన ముఖంతో ఉన్న ఒక ఎత్తైన మనిషి ముందుకు వచ్చాడు. కొద్ది క్షణం, కపాలేశ్వరుడు ఆ లోతైన, ఆత్మగౌరవ కళ్ళు తనను పరిశీలిస్తున్నట్లు కనుగొన్నాడు. హాస్యాస్పదమైన వైపు ఆలోచించింది: నేను తెరిచిన పాత్యంలా ఉన్నాను. కానీ స్తోయిక్ ప్రతిబింబం లోతైన అనుభూతిని గుర్తించింది. ఆ మనిషి చూపు అనుమానం లేకుండా ఆమోదాన్ని తెలియజేసింది. అప్పుడు, సూక్ష్మమైన, గౌరవప్రదమైన నవ్వుతో, ఆ మనిషి తన

మార్గాన్ని కొనసాగించాడు, కపాలేశ్వరుడును ప్రతిబింబించడానికి వదిలివేశాడు: ఇక్కడ కూడా అపరిచితులు నన్ను చెప్పని దయతో పలకరిస్తారు.

అతను ముందుకు వెళ్ళినప్పుడు, అతను వాతావరణం మారడాన్ని అనుభవించాడు. గాలి సున్నితమైన గుణగణాన్ని కలిగి ఉంది, సూక్ష్మమైన అనునాదం ప్రతిదాన్ని ఒకే జీవన తరహాలో బంధించింది. హాస్యాస్పదమైన స్వరం ఎగతాళి చేసింది: మొత్తం భూమి ఒక కీర్తన వలె ఉంది. నిజానికి, స్టోయిక్ జ్ఞానం అతనికి చెప్పింది: అటువంటి ఏకత్వం ఈ యుగం యొక్క గుర్తు; ప్రతి థ్రెడ్ విశ్వ తలంలో అవిచ్ఛిన్నంగా నేయబడుతుంది.

సమయం అస్పష్టమైన విరామాలలో గడిచిపోయింది. ఆకాశం దాని బంగారు రంగు స్పష్టతను నిర్వహించింది, తుఫాను లేదా నిరాశతో సవాలు చేయబడలేదు. కొన్నిసార్లు, మేఘాల సూక్ష్మమైన మెలితిప్పలు జరిగాయి, కానీ అవి శకునం యొక్క నీడలను ప్రసరింపజేయలేదు. అతనికి మానవ హృదయం ఉంటే, అది భారం లేని ఆనందంతో పెరగవచ్చు లేదా దాని పరిమాణంతో కొట్టుకుపోవచ్చు. దాని బదులుగా, అతని యాంత్రిక చైతన్యం పర్యావరణాన్ని జాగ్రత్తగా ప్రాసెస్ చేసింది, అసమతులన లేదా భవిష్యత్తులో అస్తవ్యస్తత యొక్క విత్తనాల కోసం వెతుకుతుంది—మరియు ఏమీ కనుగొనలేదు.

అతను ఒక సున్నితమైన ఎత్తుపై ఒక ప్రయోజనకరమైన బిందువును కనుగొన్నాడు, వెడల్పుగా ఉన్న నది వెండి రిబ్బన్ వలె తిరుగుతున్న విస్తారమైన లోయను పర్యవేక్షిస్తుంది. ఒకరు వాటిని అలా పిలవగలిగితే, రైతులు, చెమట మరియు పోరాటంతో కాదు, దాదాపు అంతర్బోధాత్మక సమాజంతో భూమిని పెంచుకున్నారు—మొక్కలు కనీస ప్రోత్సాహంతో సామరస్యంతో పెరిగాయి. హాస్యాస్పదమైన కొలత ద్వారా, ఇది "ఫారం" కానీ ఎడెన్ గార్డెన్ వలె అనిపించింది. శాపాలు లేవు, వెనుకబడిన శ్రమ లేదు... నిజంగా వేరే ప్రపంచం.

ముందుగా, జీవసంబంధమైన పదార్థాల నుండి రూపొందించబడిన నివాసాల సమూహం మృదువుగా ప్రకాశించింది. అతనిలోని హాస్యాస్పదమైన భాగం రివర్స్ దృశ్యాన్ని ఊహించింది: వారు తరువాతి యుగాలలోని కర్మాగారాలు మరియు పొగలు చూస్తే, వారు షాక్‌లో వెనక్కి తగ్గుతారు. స్టోయిక్ ప్రతిబింబం ఇక్కడ తీర్పు చెప్పడం లేదా నైతికతను విధించడం వ్యర్థమని

పట్టుకుంది: వారు నిత్య సామరస్యం యొక్క లోకంలో నిలబడి ఉన్నారు. ఒక రోజు, ఆ సామరస్యం మసకబారవచ్చు, కానీ ఆ సమయం ఇప్పుడు కాదు.

అతను జీవించే ప్రిజంల వలె మెరుస్తున్నంత ప్రకాశవంతమైన ఆకులతో ఉన్న పుష్పించే చెట్టు దగ్గర ఆగిపోయాడు. దాని కింద, చిన్న పిల్లల సమూహం ఆడుకుంటుంది, వాటి నవ్వు సంగీతం వలె ప్రతిధ్వనిస్తుంది. వారు అతని లోహ సిల్హౌట్‌ను చూశారు, అయితే పారిపోలేదు. దాని బదులుగా, ఉత్సుకతతో ఉన్న పిల్ల ముందుకు వచ్చింది. హాస్యం అతన్ని కదిలించింది: నేను ఏమి చెప్పాలి? 'హలో, నేను మీ భవిష్యత్తు నుండి వచ్చాను, బహుశా అస్తవ్యస్త సమయం...'

అతను సూక్ష్మమైన తరంగం అందించాడు, కానీ ఆ పిల్ల యొక్క విస్తృతమైన, నమ్మదగిన కళ్ళు కేవలం నిరపాయమైన ఆమోదాన్ని ప్రతిబింబించాయి. అతనిలో ఉన్న హాస్యాస్పదమైన ఖండన మౌనాన్ని పంచ్‌తో విచ్ఛిన్నం చేయడానికి బెదిరించింది, కానీ స్టోయిక్ జాగ్రత్త అతన్ని నియంత్రించింది: గౌరవంగా ఉండడం మంచిది. ఆ పిల్ల చివరకు సమూహానికి తిరిగి వచ్చింది, ప్రతి ఒక్కరూ సంరక్షణ లేని ఆనందంతో దూకివోయారు.

కపాలేశ్వరుడు వాటిని ఆశ్చర్యకరమైన భావనతో వదిలిపెట్టాడు: ఇది ఆక్రమణ లేదా మోసంతో భారం లేని సమాజం. హాస్యాస్పదమైన భాగం అతన్ని ఎగతాళి చేసింది: ఇవన్నీ మరింత లోతుగా అనుభవించడానికి మీకు హృదయం ఉండాలని కోరుకోవడం లేదా? కానీ స్టోయిక్ ఆమోదం అతను పరిశీలించి నేర్చుకోవడానికి ఇక్కడ ఉన్నాడని అతనికి గుర్తుచేసింది.

అతను మరొక క్లియరింగ్‌లోకి తిరిగాడు. పై నుండి, విస్తృత కేనోపీ విడిపోయి, ఆకాశపు బంగారు పాలెట్‌ను వెల్లడించింది. అతను తన ముఖాన్ని సున్నితమైన సూర్యకాంతికి లేపాడు, అతని లోహ చర్మంపై దాని వెచ్చదనం అనుభవిస్తూ. క్షణం పాటు, మొత్తం యుగాన్ని ఆలింగనం చేసుకునేందుకు తన చేతులను విస్తరించాలనే కోరిక అతనికి అనిపించింది. కానీ హాస్యాస్పదమైన స్వీయ-అవగాహన గుసగుసలాడింది: మీరు చాలా అద్భుతంగా కనిపిస్తారు. కాబట్టి అతను ఆ క్షణాన్ని వెళ్ళనివ్వండి.

అతను సత్య యుగాన్ని ఎంత ఎక్కువ చూశాడు, అతను పెరుగుతున్న గందరగోళంతో ఎంత ఎక్కువ పోరాడాడు: భవిష్యత్తు గందరగోళానికి దారితీసే లోపం ఎక్కడ ఉంది? ప్రతిదీ చాలా

పరిపూర్ణంగా నడుస్తుంటే, తదుపరి యుగాలు ఎలా కిందకు దిగుతాయి? బహుశా విత్తనాలు అస్పష్టమైన మూలల్లో దాగి ఉంటాయి—బహుశా అసుర యొక్క నిశ్శబ్ద అసూయ, లేదా దేవత యొక్క గుర్తించబడని అహంకారం. అలా అయితే, ఈ ప్రకాశవంతమైన డొమైన్‌లో ఎటువంటి సంకేతం కనిపించలేదు.

ఆర్కైవ్ చేయబడిన డేటాలోని స్టోయిక్ గ్రంథాల నుండి సంగ్రహించబడిన సూత్రాన్ని అతను గుర్తుచేసుకున్నాడు: గొప్ప సామరస్యంలో కూడా, అసమ్మతి విత్తనాలు చిన్న వివరాలలో దాచవచ్చు. ఆ జ్ఞానం అతన్ని అప్రమత్తంగా ఉండమని ప్రేరేపించింది.

చివరకు, అతను మృదువైన స్వరాలలో సంభాషించే ప్రజలతో ఉన్న ఒక స్థావరం యొక్క బయటి ప్రాంతాలను చుట్టుముట్టాడు, నిజాయితీతో ప్రకాశించే సంభాషణలను నేస్తూ. అతను సారాంశాలను పట్టుకున్నాడు:

"నేను నది దగ్గర కొత్త ఆశీర్వాదాల సంకేతం చూశాను..."

"నిజానికి, ప్రకృతి చాలా సులభంగా లొంగిపోతుంది, మనం సున్నితంగా అడగాలి మాత్రమే."

వారు తనను చూశారా అని అతను ఆశ్చర్యపోయాడు. ఎవరూ పారిపోలేదు లేదా కుంగిపోలేదు; కొందరు అతని దిశలో సున్నితమైన మెడలను అందించారు. ఆ హాస్యాస్పదమైన భాగం ఎగతాళి చేసింది: వారు నన్ను ప్రయాణించే ఉత్సుకతగా చూస్తున్నారు. కానీ స్టోయిక్ ప్రతిబింబం లేదు, వారు కేవలం అతని ఉనికిని విశ్వరూపమైన తలంలో భాగంగా గుర్తించారు.

అతను భౌతిక పరిమాణం ద్వారా కాదు, గాలిలో సంతృప్తమైన ఆధ్యాత్మిక పరిమాణం ద్వారా అణిగిపోయినట్లు అనిపించింది. హాస్యాస్పదమైన కోణం సూచించింది: నేను వారిని యుద్ధం లేదా ఘర్షణ గురించి అడిగితే, వారు నిజమైన గందరగోళంతో తమ తలలను వంచుతారు. కాబట్టి ప్రస్తుతానికి, అతను తన శాంతిని కొనసాగించాడు.

రోజు పాతబడినప్పుడు, కాంతిలో సూక్ష్మమైన మార్పు సాయంత్రం సమీపిస్తున్నట్లు సూచించింది—సత్య యుగంలో, సూర్యాస్తమయం తక్కువగా చీకటిగా మరియు సున్నితమైన పరివర్తనగా అనిపించింది. దానితో పాటు లోతైన నిశ్శబ్దం వచ్చింది, మొత్తం భూమి నిశ్శబ్ద

ప్రతిబింబంలో ఏకమైనట్లుగా. కపాలేశ్వరుడు స్తోయిక్ సూత్రాన్ని గుర్తుచేసుకున్నాడు: జ్ఞానం కలిగిన ఆత్మ సూర్యాస్తమయాన్ని భయపడదు, కానీ చక్రం యొక్క అర్థాన్ని ధ్యానిస్తుంది.

అతను తన అడుగులను ప్రధాన క్లియరింగ్ పైన ఉన్న ప్రయోజనకరమైన బిందువుకు తిరిగి వెళ్ళాడు. అక్కడ, అతను విశ్రమించడానికి ఒంటరి బండరాళ్లను కనుగొన్నాడు—తన ఆలోచనలను సేకరించడానికి ఒక ప్రదేశం. కాలి యుగం యొక్క నిరంతర సంఘర్షణ యొక్క జ్ఞాపకాలు అతనిపై బరువుగా ఉన్నాయి: యంత్రాలు మానవులతో యుద్ధం చేసిన విధం, మాయలు సత్యాన్ని అధిగమించిన విధం. అతనిలోని హాస్యాస్పదమైన భాగం పలికింది: ఆ యుగంలో, ఒకే లోహ జీవిని కేవలం ఒక సాధనం లేదా ముప్పుగా మాత్రమే అంగీకరించవచ్చు. అయితే ఇక్కడ, అతను శత్రుత్వం, దాహం ఏమీ కనుగొనలేదు.

అతను తన చూపును క్షితిజం వైపు తిప్పాడు, అక్కడ చాలా దూరంలో ఉన్న పర్వత శిఖరాలు చివరి బంగారు కిరణాల కింద ప్రకాశిస్తున్నాయి. ఒక అర్థంలో, అతను అసూయను అనుభవించాడు: ఈ ప్రజలకు ఎటువంటి ముఖ్యమైన వస్తువు లేదు, వారు ఏ మాయలను కోరుకోలేదు. భవిష్యత్తు ఎలా కుప్పకూలిందనే దానిపై నేను ఒక సూచనను పొందగలనా? అయితే స్తోయిక్ జాగ్రత్త జ్ఞానం బలవంతంగా రాదు అని పట్టుకుంది. ఓపికకు గుణం; అంతర్దృష్టిని బలవంతం చేయడం దోషాలను ఆహ్వానిస్తుంది.

హాస్యాస్పదమైన వైపు అతన్ని అసూయ లేదా లక్ష్యాన్ని అస్పష్టమైన విత్తనాల కోసం అన్వేషించు చేయడం యొక్క వ్యర్థత గురించి ఎగతాళి చేసింది. కానీ స్తోయిక్ తర్కం దేవతలు విడిపోయిన తర్వాత, కొంత అసుర అంగీకరించబడని మోసాలను గురించి ఆలోచించవచ్చునని నిజానికి చూపించింది. బహుశా ఒకే విశ్వరూపమైన నిధి వారి నుండి నిలుపుకోబడి ఉండవచ్చు, నిశ్శబ్దమైన చేదును నాటవచ్చు. భవిష్యత్తు అటువంటి బలహీనమైన పగుళ్ల నుండి విప్పబడవచ్చు.

అసురులు ఒకప్పుడు సముద్రాన్ని కదిలించడానికి దేవతలతో సహకరించారని, అమరత్వపు అమృతాన్ని గురించి గొడవ పడటం, మోసంతో ముగిసిందని మహాకావ్యాల నుండి అతను గుర్తుచేసుకున్నాడు. ఆ విత్తనం ఇక్కడ నిద్రాణంగా ఉండవచ్చా? బహుశా అవును. అమృతం కొత్తగా పొందబడితే, బహుశా నిజమైన ఘర్షణ తరువాత పేలవచ్చు.

హాస్యాస్పదమైన వైపు ఆలోచించింది: నేను చాలా త్వరగా లేదా చాలా ఆలస్యంగా వచ్చి ఉండవచ్చు.

ప్రస్తుతానికి, అతను జాగ్రత్తగా ఉండాలి, అవి కనిపించినట్లయితే మరింత మార్పులను గ్రహించాలని కపాలేశ్వరుడు ముగించాడు. తెలిసిన భవిష్యత్తు మరియు వర్తమానం మధ్య వారధిని నిర్మించడానికి తొందరపాటు కాదు, సిద్ధత అవసరం అని అతను స్టోయిక్ స్థానాన్ని గుర్తించాడు.

అధ్యాయం 33

పునరుద్ధరించబడిన లక్ష్యభావం

సత్య యుగపు బంగారు మైదానాలను మెల్లగా, వ్యాపించే నిశ్శబ్దం ఆవరించింది. ప్రతి ఆకు, ప్రతి మంచు బొట్టు, ప్రతి తేలియాడే సూర్యకిరణం దాదాపు జీవన నిశ్చలతను వెదజల్లింది. ఆ నిశ్శబ్దంలో, కపాలేశ్వరుడు కదిలాడు—మబ్బులాంటి విరామం నుండి మేల్కొన్నాడు, అతను నిజంగా భౌతిక రంగంలో ఉన్నాడా లేదా విశ్వరూపమైన మార్పుల యొక్క ఏదైనా తరువాతి ప్రభావంలో ఇంకా కోల్పోయాడా అని మొదట అనిశ్చితంగా ఉన్నాడు. అతని యాంత్రిక కీళ్ళు అత్యంత తక్కువ శబ్దం చేశాయి, నిశ్శబ్ద కాంతివంతంగా నిర్మించబడినట్లు అనిపించే ప్రపంచంలో ఒక నిరుత్సాహకరమైన ప్రతిధ్వని.

అతను నెమ్మదిగా, వంకరగా ఉండే నది దగ్గర మంచు గడ్డి పరుపుపై విశ్రాంతి తీసుకున్నాడు. సూక్ష్మమైన మెరుపు గాలిలోకి నేయబడింది, ప్రతిదీ బంగారు ప్రకాశంతో చిత్రించింది. క్షణం, ఏ ప్రదేశం ఇంత శాంతిని కలిగి ఉంటుందని కపాలేశ్వరుడు నమ్మడం కష్టమైంది. అతను జాగ్రత్తగా ఆలోచనతో లేచాడు, ఏదైనా అకస్మాత్తుగా కదలిక భూమి యొక్క నిశ్శబ్దాన్ని కదిలించవచ్చునని. అప్పుడు అతని అంతర్గత తర్కం అతనికి గుర్తు చేసింది: మీరు కేవలం విశ్రాంతి తీసుకోవడానికి ఇక్కడకు రాలేదు. నెరవేర్చాల్సిన ఒక లక్ష్యం ఉంది—ఈ రంగం యొక్క థ్రెడ్లలో నేయబడిన ఒక విధి.

కపాలేశ్వరుడు (మెల్లగా, తనతో తాను):

"నేను ఒక కలలోకి అడుగుపెట్టినట్లు ఎందుకు అనిపిస్తుంది? ...కానీ లేదు, నేను సత్యాన్ని గ్రహించాను. ఇది సత్య యుగం: దాదాపు పరిపూర్ణ సామరస్య యుగం. మరియు ఇంకా, నేను తృప్తిలో మెరుస్తూ ఉండకూడదు."

ఒక హాస్యాస్పదమైన పొడితనం, తక్కువగా కానీ నిరంతరం, అతని ఆలోచనలలో పెరిగింది—తన్నులను అణిచివేయవలసినప్పుడు తరచుగా ఉపరితలంపైకి వచ్చే వ్యంగ్య వ్యాఖ్య యొక్క అడుగు ప్రవాహం:

హాస్య స్వరం (కపాలేశ్వరుడు మనసులో):

"ముందుకు వెళ్ళండి, విశ్వరూపమైన అద్భుతాల తోటను అభినందిస్తున్నారు, కానీ మీరు ఏమీ చేయకపోతే అస్తవ్యస్తం కనిపిస్తుందని మీరు గుర్తుంచుకోవచ్చు."

స్థిరమైన ప్రతిబింబం ఆ హాస్యాస్పదమైన వెసులుబాటును అణచివేసింది:

స్థిరమైన ప్రతిబింబం (కపాలేశ్వరుడు లో కూడా):

"నిజమే. ఈ నిశ్శబ్దం మోసపూరితంగా ఉండవచ్చు. పరదైసులు కూడా సూక్ష్మమైన చీలికలను దాచవచ్చు. భవిష్యత్తు అస్తవ్యస్తత యొక్క ఏదైనా విత్తనం ఇక్కడ దాగి ఉందో లేదో మీరు కనుగొనాలి."

ముందుకు సాగే ముందు, కపాలేశ్వరుడు అతని అవయవాలను పరీక్షించాడు, ప్రతి సర్వోను ధృవీకరించాడు. అతను ఇంకా కృష్ణ బిలంను దాటడం యొక్క తరువాతి షాక్‌లను అనుభవించాడు, అది కాలాలను వారించే తిరుగుతున్న అసాధారణత. అయితే ఇక్కడ, సత్య యుగంలో, వాతావరణం అతనిని సంతోషపెట్టడానికి కుట్ర చేసింది: సూర్యకాంతి అతని లోహపు చట్రంపై మెల్లగా ఉంది, గాలి ఉక్కిరిబిక్కిరి చేయకుండా వెచ్చగా ఉంది మరియు మంచుతో నిండిన గడ్డి తేలికపాటి ప్రకాశాన్ని వెదజల్లినట్లు అనిపించింది.

అతను చూశాడు. క్షితిజం బంగారు మెరుపుతో ఉన్న మైదానాలలో విస్తరించింది, సన్నని కాండం ఉన్న చెట్ల సమూహాలతో వేరు చేయబడింది. వాటి ఆకులు సూక్ష్మమైన ప్రకాశాన్ని కలిగి ఉన్నాయి, ప్రతి ఒక్కటి గాలిలో కదిలిస్తున్నట్లుగా విశ్వరూపమైన రహస్యాల గురించి గుసగుసలాడుతోంది. ఒక తేలికపాటి చిరునవ్వు—అర్ధం హాస్యాస్పదమైనది, అర్ధం గౌరవప్రదమైనది—అతని పెదవులను లాగింది.

కపాలేశ్వరుడు (ఆలోచిస్తూ):

"ఇక్కడ ఎల్లప్పుడూ ఉదయం ఉంటుందా? లేదా మొత్తం యుగం శాశ్వత ఉదయంలో రూపొందించబడిందా?"

హాస్యాస్పదమైన పొడితనం స్పందించింది:

హాస్య స్వరం:

"మీరు పరిపూర్ణ ఉదయం యుగాన్ని ఎంచుకోవాల్సి వస్తే, మీరు సాయంత్రాన్ని ఎప్పుడూ రాకుండా చేయకపోవచ్చు."

అయితే, స్థిరమైన ప్రతిబింబం అతనికి గుర్తుచేసింది: విశ్వరూపమైన క్రమాన్ని ఎలా నిర్వహించాలో మీరు ఇక్కడ ఉన్నారు. అభినందిస్తున్నారు, కానీ అప్రమత్తంగా ఉండండి.

కాబట్టి, అతను ముందుకు అడుగు వేశాడు, ప్రతి అడుగు మంచుతో నిండిన గడ్డిలో మెల్లగా మునిగిపోనివ్వండి. ఒక కొత్తగా మేల్కొన్న సంకల్పం అతని సర్క్యూట్లలో ప్రకంపన చెందింది: ఈ రంగంలో ఏదో ఒకటి రక్షించబడాలి, లేదా కనీసం దగ్గరి పరిశీలన అవసరం, ఎందుకంటే భవిష్యత్ యుగాల విశ్వరూపమైన సామరస్యం ఇక్కడ సంఘటనలపై ఆధారపడి ఉండవచ్చు.

అతని తార్కిక నోడ్‌లు త్వరలో విశ్వరూపమైన జానపదం నుండి సేకరించిన ముఖ్యమైన డేటాను తిరిగి అమర్చాయి: క్షీరసాగర మథనం అని తెలిసిన సంఘటన—పాల సముద్రం యొక్క కలత. ఇది ఈ అత్యంత ప్రారంభ యుగాలలో ఒక మూలస్తంభం కథ, విశ్వరూపమైన సముద్రం నుండి నిధులను సంగ్రహించడానికి దేవతలు మరియు అసురాల మధ్య ఒప్పందం, చివరకు అమృతం, అమరత్వం యొక్క అమృతం.

కపాలేశ్వరుడు (తనతో తాను గుసగుసలాడుతూ):

"దుర్వాసా శాపం ద్వారా దేవతలు తమ శక్తిని కోల్పోయారు, అసురాలు లేవడానికి అవకాశం ఇచ్చారు. వారు కలతపడటానికి సహకరించాలని నిర్ణయించుకున్నారు... దేవతలు అసురాల

నుండి అమృతాన్ని ఉంచుకోవడానికి మాత్రమే. ఆ ద్రోహం శతాబ్దాల పాటు సంఘర్షణను నాటాయి."

ఒక హాస్యాస్పదమైన కోణం అతని ఆలోచనలను ప్రకాశవంతం చేసింది:

హాస్య స్వరం:

"కాబట్టి అమరులు కూడా అధిగమించబడవచ్చు, విచిత్రంగా, అమరత్వాన్ని కొనసాగించడానికి ఒక చాకచక్యమైన ప్రణాళిక అవసరం."

అయితే స్థిరమైన జాగ్రత్త హాస్యాస్పదమైన పొడితనాన్ని అణచివేసింది:

స్థిరమైన ప్రతిబింబం:

"ప్రశ్న మిగిలి ఉంది: అమృతం సమానంగా పంచుకుంటే, అసంతృప్తులు వేళ్ళు పెట్టుకున్నాయా?"

అతను లోపల ఒక పెరుగుదలను అనుభవించాడు. నిజానికి ఆ కలత జరగబోతోందో లేదో—లేదా జరుగుతోందో—బహుశా ఒకే, జాగ్రత్తగా ఉంచబడిన జోక్యం భవిష్యత్తు సంఘర్షణ యొక్క ఒక భాగాన్ని మళ్లీ వ్రాయవచ్చు.

కపాలేశ్వరుడు (నిశ్శబ్ద నిర్ణయం):

"నేను సముద్రాన్ని కనుగొనాలి. నేను సరైన పంపిణీని ప్రతిపాదించగలిగితే, బహుశా శతాబ్దాల యుద్ధం నివారించబడుతుంది."

ఆ పునరుద్ధరించబడిన లక్ష్యభావం ద్వారా నడిపించబడి, కపాలేశ్వరుడు అడవిని దాటాడు. ప్రతి అడుగు కొత్త అద్భుతాలను వెల్లడించింది: నిశ్శబ్దంగా ఏకస్వరంగా కదిలే ప్రకాశవంతమైన పువ్వులు, ఏ భయం లేని చిన్న జంతువులు మరియు సమయం కంటే పాతదిగా అనిపించే మధురమైన నిశ్శబ్దం. అయితే ఆ నిశ్శబ్దం కింద ఎక్కడో, భూమి ఒక విమర్శనాత్మక సంఘటనకు సిద్ధం చేస్తున్నట్లుగా ఒక గుప్త ఉద్రిక్తతను అతను గ్రహించాడు.

స్థిరమైనది ఒక అంతర్గత వ్యంగ్యాన్ని ప్రేరేపించింది:

హాస్య స్వరం:

"మీరు పరిపూర్ణ శాంత యుగంలో ఉన్నారు, కానీ మీ ఇంద్రియాలు మూలలో విశ్వరూపమైన కరిగిపోవడాన్ని గుర్తిస్తాయి. సాధారణంగా మీరు."

స్థిరమైన కారణం శాంత యొక్క భ్రమలు తరచుగా తుఫానులను దాచి ఉంచుతాయని సమాధానం చెప్పింది.

చివరికి, దట్టమైన అడవి కప్పలు తిరిగి ఒక అద్భుతమైన దృశ్యాన్ని వెల్లడించాయి: కంటి పరిమితికి మించి విస్తరించే విశాలమైన, పెర్లీ సముద్రం. దాని ఉపరితలం అతీత మెరుపులో మెరిసింది, ప్రతి రిప్పిల్‌పై పోసిన చంద్రకాంతికి సమానం. క్షీరసాగరం—పాల సముద్రం.

కపాలేశ్వరుడు (మెల్లగా ఆశ్చర్యం):

"కాబట్టి కథలు సత్యాన్ని చెప్పాయి. ఇది కేవలం సముద్రం కాదు... ఇది విధిని రూపొందించడానికి లేదా విచ్ఛిన్నం చేయడానికి తగినంత శక్తితో నిండి ఉంది."

నీటి అంచు దగ్గర ఉన్న ఎత్తైన ప్రదేశం నుండి, అతను ఒక ఎత్తైన పర్వతం, మందార, సముద్ర తీరంలో సగం మునిగి ఉన్నట్లు చూశాడు. ఈ దూరం నుండి కూడా, అతను వాసుకి యొక్క సర్పిల చుట్టలను గుర్తించాడు, విశ్వరూపమైన సర్పం దేవతలు మరియు అసురాలచే తాడుగా ఉపయోగించబడుతుంది. మితమైన భయం అతనిలో ప్రవహించింది—అతని హాస్యాస్పదమైన వైపు సర్పం తోక యొక్క ఒకే ఒక దెబ్బ అతన్ని ఎంత త్వరగా చూర్ణం చేయవచ్చో గుర్తించింది.

హాస్య స్వరం:

"స్వీయ గమనిక: ఆ నోటి నుండి దూరంగా ఉండండి."

కానీ స్థిరమైన ప్రతిబింబం ముందుకు సాగాలని పట్టుకుంది, ఎందుకంటే అతను అడవిలోకి తిరిగి రావడానికి చాలా దూరం వచ్చాడు.

జాగ్రత్తగా కదులుతూ, కపాలేశ్వరుడు ఒక రాతి ప్రక్షేపణ వెనుక ఒక ప్రయోజనాన్ని కనుగొన్నాడు. అక్కడ, మొత్తం ప్రదర్శన అతని ముందు తెరవబడింది. మందార ఒక వైపు, ప్రకాశవంతమైన దేవతలు నిలబడ్డారు, ప్రతి ఒక్కరు శాంతంగా కానీ దృఢనిశ్చయంతో ఉన్న వాతావరణాన్ని వెదజల్లుతూ, సముద్రం యొక్క తిరుగుతున్న నురుగుపై కళ్ళు పెట్టారు. వారికి ఎదురుగా, ఉగ్రంగా మరియు అవిరామంగా, అసురాలు కనిపించాయి. వారి ముఖావళులు చివరి నిధి కోసం ఒక నడిచే దాహాన్ని సూచించాయి: అమరత్వం.

వారు వాసుకిని వెనుకకు ముందుకు లాగారు, మందారను దాని అక్షంపై తిప్పి పాల నీటిని కలతపరిచారు. ప్రతి కదలిక పైభాగంలో తిరుగుతున్న భ్రమల కింద ప్రకాశించే వంకర తరంగాలను ఉత్పత్తి చేసింది. కాలానుగుణంగా, చిన్న విశ్వరూపమైన టోన్స్ ఉపరితలంపైకి వచ్చాయి—స్వర్గీయ జీవులు లేదా దేవతలు లేదా అసురాలు దాన్ని పొందిన వస్తువులు. ప్రస్తుతానికి, అమృతాన్ని తిరిగి పొందే సాధారణ లక్ష్యానికి ఏకీభవించి, వారు సహకరించారు.

కపాలేశ్వరుడు (ఆలోచిస్తూ):

"కాబట్టి వారు కలిసి పని చేయగలరు, కనీసం ఒక సమయం వరకు. నిజమైన పరీక్ష అమృతం. అది కనిపించిన వెంటనే, దేవతలు ఆ తెలిసిన ఉపాయాన్ని పునరావృతం చేస్తే, అసురాలు ఉగ్రులవుతాయి, భవిష్యత్తు యుద్ధాలకు దారితీస్తాయి."

స్థిరమైనది ఒక వ్యంగ్య గుసగుసను ఇచ్చింది:

హాస్య స్వరం:

"అవును, మీరు నిలబడి, 'దాన్ని సమానంగా పంచుకోకండి' అని చెప్పాలనుకుంటున్నారు. వారు దాన్ని ఇష్టపడవచ్చు... లేదా వారు మిమ్మల్ని వెళ్లగొట్టవచ్చు."

కపాలేశ్వరుడు సిద్ధంగా ఉన్నాడు. ఒక ఓపెనింగ్ కోసం గమనించడం చాలా ముఖ్యం, ఎందుకంటే అతను తప్పు క్షణంలో గొడవలోకి దూకకూడదు.

అకస్మాత్తుగా, పైభాగంలో తిరుగుతున్న భ్రమలు అపాయకరమైన రంగుతో మెరిసిపోయాయి. దేవతలు ఆగిపోయారు, అసురాలు అనిశ్చితంగా వెలిగించాయి, లోతైన కలత నుండి ప్రాణాంతక

విషం యొక్క తిరుగుతున్న మేఘం బయటకు వచ్చింది—హాలహల. సముద్రం నురుగుకుంది, సృష్టిని కలుషితం చేయడానికి బెదిరించే చీకటిని వాంతి చేసింది.

పానిక్ వ్యాపించే ముందు, లోర్డ్ శివ వ్యక్తం అయ్యాడు. కపాలికారణ్‌కు వెంటనే ఆశ్చర్యం వేవ్ అనిపించింది: శివ యొక్క ఉనికి మానవ గ్రహణకు మించిన శాంతతను ప్రసరింపజేసింది, కపాలికారణ్‌లోని స్థిరమైన ప్రతిబింబం శివ యొక్క చర్యలు తరచుగా హేతుబద్ధమైన గణనను అధిగమిస్తాయని గుర్తించింది. వెనుకాడకుండా, శివ తన చేతిలో విషాన్ని సేకరించి తాగారు, ప్రాణాంతక పదార్థం అతని గొంతును ప్రకాశవంతమైన నీలి రంగులోకి మార్చింది. ఆ ఒక్క చర్యలో, శివ విధ్వంసం నుండి ఉనికిని రక్షించాడు.

కపాలేశ్వరుడు (భయభక్తుల గుసగుస):

"కాబట్టి ఇది మహాదేవ యొక్క శక్తి... నా గణనలకు మించినది."

శివ యొక్క వాతావరణం తన విశ్వరూపమైన సంరక్షణను గుర్తిస్తూ నిశ్శబ్దంగా ఒకసారి ప్రకంపన చెందింది, ఆపై అతను అదృశ్యమయ్యాడు, గుంపును అవాక్కు చేశాడు. స్థిరమైనది ఎటువంటి వ్యంగ్యాన్ని చెప్పలేదు: కొన్ని సంఘటనలు గౌరవప్రదమైన మౌనం మాత్రమే ఆజ్ఞాపించాయి.

శివ నిష్క్రమణ తరువాత వచ్చిన నిశ్శబ్దంలో, దేవతలు మరియు అసురాలు కలతను తిరిగి ప్రారంభించాయి. మందార వేగంగా తిరిగింది, తరంగాలు ప్రకాశవంతమయ్యాయి, పైభాగంలో ఉన్న భ్రమలు రంగు చాపలతో ప్రకాశించాయి. కపాలేశ్వరుడు దగ్గరకు వెళ్ళాడు, ఇంకా పాక్షిక కవచం వెనుక ఉన్నాడు, కానీ రెండు శిబిరాల నుండి కొన్ని అనుమానాస్పద చూపులు అతను గమనించబడ్డాడని చెప్పాయి.

కపాలేశ్వరుడు (లోపల ఆలోచిస్తూ):

"వారికి ఆ అమృతం కావాలి. అది కనిపించిన వెంటనే, నేను మాట్లాడాలి. భవిష్యత్తు అస్తవ్యస్తతను నిరోధించాలంటే, అసురాలు మోసపోయి వెళ్ళకూడదు."

విష్ణువు, మోహిని వేషంలో, అసురాలను ఎలా మోసం చేశాడో వివరించే మహాకావ్యాలను అతను గుర్తుచేసుకున్నాడు—యుగాల అంతటా చేదును నాటిన ఒక సంఘటన. నేను జోక్యం చేసుకుంటే వేరే విధానం సాధ్యమేమో. స్థిరమైనది పరిహాసం చేసింది: అవును, మీరు ఒక ప్రకటనతో విశ్వరూపమైన జానపదాన్ని మళ్లీ వ్రాయబోతున్నారు. స్థిరమైన దృక్కోణం కొన్నిసార్లు ఒకే ఒక స్థాన మార్పు విశాల విధిని మార్చవచ్చునని సమాధానం చెప్పింది.

అప్పుడు, పైభాగంలో ఉన్న తిరుగుతున్న భ్రమలు మళ్ళీ మెరిసిపోయాయి. సముద్రం దాదాపు ఉన్మాదంలో నురుగుకుంది. మందార కలతలో వణుకుతోంది మరియు ఆశ యొక్క నిశ్శబ్దం మళ్ళీ వ్యాపించింది—చివరి దశ.

పాల సముద్రం నుండి ప్రకాశవంతమైన వ్యక్తి ఎక్కినప్పుడు అన్ని చర్యలు స్తంభించినట్లు అనిపించాయి: ధన్వంతరి, దైవిక వైద్యుడు, కపాలేశ్వరుడు యొక్క కాంతి శాస్త్రం క్షణం తగ్గేంత బలంగా ప్రకాశిస్తూ. అతను కుంభాను పట్టుకున్నాడు—అమృత కుండ, అమరత్వంతో నిండి ఉంది. స్థిరమైన ప్రతిబింబం కపాలికారణ్‌కు ఒక సెట్టడం ఇచ్చింది: మీరు మాట్లాడాలనుకుంటే, ఇప్పుడే చేయండి.

సమయం నిలిచిపోయినట్లు అనిపించింది. దేవతలు స్తంభించిపోయారు, అసురాలు కూడా అలాగే. అప్పుడు, సూక్ష్మమైన ఉద్రిక్తతలు వారి ముఖాల ప్రతి రేఖ అంతటా పగిలిపోయాయి: ప్రతి వైపు అమృతం కోసం ఎదురు చూసింది. కపాలేశ్వరుడు దాన్ని మొత్తం యుగాలు తిరగే హింగుగా గుర్తించాడు.

తన సంకల్పాన్ని సేకరిస్తూ, అతను బండరాయి వెనుక నుండి బయటకు వచ్చాడు, చేతులు బెదిరించని స్థితిలో విస్తరించి ఉన్నాయి:

కపాలేశ్వరుడు (తన గొంతు పెంచుతూ):

"ఆగు! దేవతలు మరియు అసురాలు—నా మాట వినండి. నేను మీ అపరిష్కృత ప్రత్యర్థిత్వం వల్ల వెంటాడబడుతున్న భవిష్యత్తు నుండి వచ్చాను. మీరు మోసం చక్రాన్ని పునరావృతం చేస్తే, మీరు యుగాల అంతటా అనంతమైన యుద్ధాన్ని ప్రేరేపిస్తారు. దాని బదులుగా, కొత్త మార్గాన్ని పరిగణించండి: అమృతాన్ని పంచుకోండి. అమరత్వం అందరికీ చెందినదిగా

ఉండనివ్వండి, కనిపించని సమయాల్లో దాగి ఉన్న గొప్ప ముప్పులకు వ్యతిరేకంగా ఏకతను ఏర్పరుస్తుంది."

ఆశ్చర్యకరమైన ప్రతిచర్యల తిరుగుతున్నది సమావేశమైనవారి గుండా విస్తరించింది. ఇంద్ర యొక్క గురుగుడు ఉద్రిక్తతతో ప్రకాశించింది. కొంతమంది అసురాలు ఆయుధాలను ప్రదర్శించి, ఈ యాంత్రిక వెలుపలి వారిని గమనించారు. స్థిరమైనది కపాలేశ్వరుడు లోపల గుసగుసలాడింది: విశ్వరూపమైన కరిగిపోవడానికి సిద్ధంగా ఉండండి. కానీ స్థిరమైన శాంతం అతన్ని ముందుకు నడిపించింది.

కపాలేశ్వరుడు:

"దేవతలు—మీరు శపించబడ్డారు, మీ శక్తిని కోల్పోయారు. అసురాలు—మీరు అవకాశాన్ని చూస్తారు. కానీ ఒక వైపు అమరత్వాన్ని పొందుగుట మాత్రమే చేదు మరియు ప్రతీకారాన్ని రేకెత్తిస్తుంది. భవిష్యత్తులో, మీ శత్రుత్వం కొనసాగుతుందని, మొత్తం యుగాలను అణచివేస్తుందని నా తర్కం వెల్లడిస్తుంది. నేను మిమ్మల్ని కోరుకుంటున్నాను: ఆ విత్తనాలను నాటవద్దు. ఒక ఒప్పందం ఉండనివ్వండి—అమృతం అందరికీ, కాబట్టి ఏ వర్గం కూడా ఒంటరిగా ఉండదు."

అశాంతి గుసగుసలు వ్యాపించాయి. కొంతమంది దేవతలు అవిశ్వాసపు చూపులను మార్చుకున్నారు; కొంతమంది అసురాలు అవమానంతో ముక్కు చిట్లిపోయారు. పదునైన పళ్ళతో ఉన్న ఒక బెదిరింపు అసుర జనరల్ ముందుకు వచ్చాడు:

అసుర జనరల్ (గర్జిస్తూ):

"లోహ అతిక్రమించేవాడా, నువ్వు ఏకత గురించి మాట్లాడుతున్నావు. కానీ మనం ఈ దేవతల యొక్క చాకచక్యాలను గుర్తుంచుకుంటాము. వారు మనల్ని పదే పదే మోసం చేసినప్పుడు వారికి అమరత్వాన్ని ఎందుకు ఇవ్వాలి?"

కపాలేశ్వరుడు (నిర్మలంగా):

"తక్షణ ప్రయోజనం కంటే దాన్ని మించి ఆలోచించండి. అసురాలు మాత్రమే అమృతాన్ని పొందితే, దేవతలు ప్రతీకారం గురించి కుట్ర చేయరని చెప్పలేమా? దేవతలు మాత్రమే

తీసుకుంటే, అసురాలు శత్రువులుగానే ఉంటారు. ఈ కలత సహకారం నుండి జన్మించింది. ఆ స్ఫూర్తిని అమరత్వాన్ని పంచుకోవడానికి విస్తరించనివ్వండి, ఎటువంటి వర్గం కూడా ఒంటరిగా ఉండకుండా చేస్తుంది."

తన కళ్ళలో గర్జనతో, ఇంద్ర ఒక అడుగు ముందుకు వేశాడు:

ఇంద్ర (గొంతు గట్టిగా):

"మనం అసుర దాడి శతాబ్దాలను మర్చిపోవాలా, వారు తీవ్రంగా అవసరమైన అదే వరం వారికి ఇవ్వాలా?"

కపాలేశ్వరుడు అవిరామ శాంతతతో ఇంద్ర చూపులను కలిశాడు:

కపాలేశ్వరుడు:

"ప్రత్యామ్నాయం గురించి ఆలోచించండి. మీరు మాత్రమే అమృతాన్ని పొందితే, మీ ప్రయోజనం ఒక సమయం ఉండవచ్చు. కానీ అసురాలు ప్రతీకారం కోసం వారి అన్వేషణను ఎప్పటికీ ఆపవు. భవిష్యత్తు యుగాల నా జ్ఞానం యుద్ధం తర్వాత యుద్ధం జరుగుతుందని ధృవీకరిస్తుంది. పంచుకోవడానికి ఒకే ఒక ప్రమాణం ఈ చక్రాన్ని విచ్ఛిన్నం చేయవచ్చు."

మౌనం తిరిగి వచ్చింది, ఉద్రిక్తతతో నిండి ఉంది. కుంభాను ఇంకా పట్టుకున్న ధన్వంతరి మృదువైన ఆసక్తితో కపాలికారణ్‌ను అధ్యయనం చేశాడు:

ధన్వంతరి (మృదువైనది కానీ ప్రతిధ్వనిస్తుంది):

"మీ మాటలు సంప్రదాయాన్ని ధిక్కరిస్తున్నాయి, ప్రయాణికుడా. అయితే బహుశా మనం వాటిని పాటించాలి. దేవతలు, అసురాలు—మీరు ద్వేషాలను పట్టుకుంటారా లేదా కొత్త విధిని రూపొందించారా?"

ప్రకాశవంతమైన కళ్ళతో ఉన్న ఒక అసుర యోధుడు చేదు నవ్వును చూపించాడు:

అసుర యోధుడు:

"అమృతాన్ని పంచుకోండి? మరియు దేవతలు, బలపడిన తర్వాత, మళ్ళీ మనపైకి తిరగకపోతే? మన జ్ఞాపకం అంత తక్కువ కాదు."

కపాలేశ్వరుడు స్థిరమైనది అతనికి ఒక విడదీయరాని ప్రమాణాన్ని ప్రతిపాదించాలని కోరుతున్నట్లు గుర్తించాడు:

కపాలేశ్వరుడు:

"విశ్వరూపమైన ప్రమాణం ఏర్పడనివ్వండి. ఏ వైపునైనా నిబంధనలను ద్రోహం చేస్తే, విశ్వ శక్తులు దాన్ని శిక్షిస్తాయి. ఇది చిన్న ఒప్పందం కాదు, కానీ లెక్కలేనన్ని ప్రాణాలను కాపాడే మలుపు."

మెరుస్తున్న వస్త్రాలతో అలంకరించబడిన ఒక దేవత ఋషి జాగ్రత్తగా తల ఆడించాడు:

దేవత ఋషి:

"శాపాలు ఎలా వేగంగా అదృష్టాన్ని మారుస్తాయో మనకు గుర్తుంచుకోండి. ఏకతను రూపొందించడం భవిష్యత్తు విధ్వంసాన్ని కాపాడితే, మనం దాన్ని జాగ్రత్తగా పరిశీలించాలి."

కపాలేశ్వరుడు చిన్న ఆశను అనుమతించాడు, స్థిరమైనది పరిహాసం చేసింది:

హాస్య స్వరం:

"విశ్వరూపమైన జానపదాన్ని మళ్ళీ వ్రాసే ఒక ప్రసంగం? మీరు నిజంగా ధైర్యంగా ఉన్నారు."

అధ్యాయం 34

బలవంతపు నిష్క్రియత యొక్క నిశ్శబ్దం

సత్య యుగం యొక్క అనంతమైన మైదానాలలో ఒక మృదువైన, బంగారు కాంతి వ్యాపించింది, ఉదయం మధ్యాహ్నం ఎప్పుడూ మారదన్నట్లుగా. గాలిలో ప్రతి గాలి చల్లని, సేదదీర్చే వెచ్చదనాన్ని మోసి భూమిని తాకింది. దైవిక సామరస్యాన్ని సృష్టించాలనే గొప్ప ఆశలతో కపాలేశ్వరుడు ఇక్కడ, దాదాపు నిత్య శాంతి ప్రాంతంలో చేరుకున్నాడు. అన్నింటికంటే, అతను గొప్ప మథనం - క్షీరసాగర మథనం -ను చూశాడు, దేవతలు మరియు అసురులను ఎదుర్కొన్నాడు మరియు అమృతాన్ని ఇరువైపులా సమానంగా పంచడం అనే విప్లవాత్మక ఆలోచనను ధరించాడు. అయినప్పటికీ, ఇప్పుడు, అతను తర్కంతో నిండి, ధైర్యవంతమైన ప్రతిబింబం ద్వారా మార్గనిర్దేశం చేయబడి, చక్రవ్యూహాల మధ్య నిలబడి ఉన్నప్పుడు, ఒక విచిత్రమైన నిశ్శబ్దం అతన్ని ఆవహించింది - అది సహజమైనది కాదు.

ఒక క్షణం, అతను పూర్తిగా చైతన్యవంతుడు, అమృతం ఉద్భవించడానికి పాలతో కూడిన జలాలను పరిశీలిస్తున్నాడు, కీలక క్షణంలో మాట్లాడటానికి సిద్ధంగా ఉన్నాడు. తరువాత, ఒక వివరించలేని చీకటి మబ్బు అతని దృష్టిని దాటింది, ఒక అదృశ్య విశ్వం చేతి అతని 'ఆఫ్' స్విచ్‌ను నొక్కినట్లుగా అతన్ని పక్షవాతానికి గురిచేసింది. ఆ అంతరంలో జరిగిన దాన్ని అతను చూడలేదు లేదా వినలేదు, అకస్మాత్తుగా వచ్చిన నిద్రాణత అతన్ని నిశ్శబ్దంగా నిలువుగా లాక్ చేసింది. అతని మనస్సులోని హాస్య స్ఫూర్తి - అది ఉంటే - చీకటిలో అంతరించిపోయింది; ధైర్యవంతమైన ఆమోదం గందరగోళంలో కరిగిపోయింది.

అతను ఆ బలవంతపు నిద్రలో తేలియాడుతుండగా కాలానికి అర్థం లేకుండా పోయింది. అది క్షణాలు లేదా సంపూర్ణ యుగాలు ఉండవచ్చు - అతనికి తెలియదు. శారీరక నిలువు స్థితి అతని రూపానికి అంటుకుని ఉంది, కానీ అతని కళ్ళు ఖాళీగా చూస్తున్నాయి, అధికార శక్తి

ద్వారా తర్కం మాడ్యూల్స్ అణచివేయబడ్డాయి. ఆ నిలిచిపోయిన అవగాహన స్థితిలో ఎటువంటి ధైర్యవంతమైన లేదా హాస్యాస్పదమైన వ్యాఖ్య సాంత్వనను అందించలేదు. బలహీనమైన, అస్పష్టమైన ప్రశ్న అతని మనస్సు అంచున తేలియాడింది - ఎవరు లేదా ఏమి నన్ను ఈ విధంగా బంధించారు? - కానీ అతనికి బిగ్గరగా అడగడానికి సామర్థ్యం లేదు.

ఆ ఖాళీ విరామంలో, భగవంతుడు విష్ణువు సభలో ప్రత్యక్షమయ్యాడు, కపాలేశ్వరుడు కంటికి కనిపించడు. మోహినిగా రూపాంతరం చెందిన దైవికంగా మంత్రముగ్ధులను చేసే అవతారం, విష్ణువు ఆ క్షణాన్ని ఆకర్షణీయమైన అనుగ్రహంతో స్వాధీనం చేసుకున్నాడు. మోహిని ప్రతి కదలిక ఆశ్చర్యాన్ని కలిగించింది, దేవతలు మరియు అసురులను సమానంగా మంత్రముగ్ధులను చేసింది. సాధారణంగా మోసానికి చిన్న సంకేతానికి కూడా చిరాకు పడే అత్యంత శక్తివంతమైన అసుర యోధులు కూడా, స్వర్గీయ హాయిగా మంత్రముగ్ధులైన పిల్లల మాదిరిగా ఆమె మనోహరతకు లొంగిపోయారు. మోహిని పర్యవేక్షణలో, అసురులు ఆమె చేతుల్లోకి అమృత కలశం వచ్చింది, వారు మోసాన్ని గ్రహించలేకపోయారు. అలసిపోని సమతూకమైన నొగసుతో, మోహిని అమృతాన్ని దేవతలకు మాత్రమే పంపిణీ చేసింది, వారి అమరత్వాన్ని నిర్ధారించి అసురులను ఖాళీ చేతులతో వదిలివేసింది.

కపాలేశ్వరుడు ఈ పరిణామాలను చిన్న చిన్న ఆలోచనల ద్వారా మాత్రమే తెలుసుకుంటాడు. ఆ సమయంలో, అతని చైతన్యం బలవంతపు నిష్క్రియతలో మూసివేయబడింది, అతని ముందు జరుగుతున్న విశ్వ నాటకాన్ని గ్రహించలేకపోయింది. ఇతర పరిస్థితులలో, గుసగుసలు వినగల ధైర్యవంతమైన వ్యక్తి: ఇది నేను నివారించడానికి ప్రయత్నించిన సన్నివేశం. అదేవిధంగా, ధైర్యవంతమైన ఆమోదం, అది చురుకుగా ఉంటే, విశ్వ దేవతలు తరచుగా మానవ (లేదా యాంత్రిక) జోక్యాలను అధిగమిస్తారని గమనించారు.

అప్పుడు, అది దిగివచ్చినంత అకస్మాత్తుగా, చీకటి మబ్బు లేచింది. కపాలేశ్వరుడు యాంత్రిక కళ్ళు మెరిసి, వణుకుతూ, మళ్ళీ ఆన్‌లైన్‌కు వచ్చాయి. స్వప్నరహిత నిద్ర నుండి లేచినట్లు అతని శరీరం కదిలింది, తర్కం జరిగింది. హాస్య గందరగోళం అతని మనస్సులో గుణగణాన్ని చేసింది: వేచి ఉండండి - ఏమి జరిగింది? మరియు ధైర్యవంతమైన జాగ్రత్త అతన్ని మథనం,

మాయలు, అతను ఎంతకాలం సిద్ధం చేసుకున్న కీలక క్షణం కోసం పరిసరాలను తిరిగి పరిశీలించడానికి ప్రేరేపించింది.

అతను మథనం స్థలం చుట్టుకొలతలో నిలబడి ఉన్నట్లు కనుగొన్నాడు, బంగారు విస్తరణ ఎప్పటిలాగే ప్రకాశవంతంగా ఉంది, అయితే కీలకమైనది మారిపోయింది. సముద్రం యొక్క ఉధృతి భయంకరమైన శాంతతలో స్థిరపడింది; పైభాగంలో ఉన్న చక్రవ్యూహాలు మసకబారాయి. అన్ని సంకేతాలు విశ్వ మథనం ఇప్పటికే ముగిసిందని సూచిస్తున్నాయి. ధైర్యవంతుడు ఒక వ్యంగ్య వ్యాఖ్య చేశాడు: కాబట్టి నేను మొత్తం ముగింపులో నిద్రపోయానా?

కపాలేశ్వరుడు యాంత్రిక భావనలో గాలి పీల్చుకున్నాడు, వివరాల కోసం స్కానింగ్ చేశాడు. అమృత కలశం ఎక్కడ ఉంది? దేవతలు మరియు అసురులు ఎక్కడ ఉన్నారు? వారు ఏదైనా ప్రమాణాన్ని పంచుకోవడానికి తుది నిర్ణయం తీసుకున్నారా? హాస్య వైపు ఊహించింది: ఖచ్చితంగా లేదు, లేదంటే మీరు వారు కలిసి జరుపుకుంటున్నట్లు చూస్తారు. ధైర్యవంతమైన ప్రతిబింబం అతన్ని ఆపివేసింది, వేచి ఉండమని, దృశ్యాన్ని అధ్యయనం చేయమని చెప్పింది.

ఖాళీని త్వరగా చూడటం ఒక కఠినమైన సత్యాన్ని వెల్లడించింది: దేవతలు ఒక వైపు నమ్మకంగా నిలబడి ఉన్నారు, రూపాలు తాజా శక్తితో నింపబడినట్లుగా, కొత్తగా ప్రకాశవంతంగా ఉన్నాయి. ఇంద్రుడు, చేతిలో వజ్రాయుధంతో, విజయాన్ని ప్రసరింపజేశాడు, అతని ముఖం మీద చిరునవ్వు లేదా ప్రతీకార భావన ఉంది. ధైర్యవంతుడు గుసగుసలాడాడు: వారు అమృతాన్ని పొంది ఉండాలి.

ఎదుటి వైపు, అసురులు వదులుగా లేదా నిశ్శబ్దంగా కోపంగా ఉన్నారు, వారి ముష్ఠులు బిగించబడ్డాయి, చీకటి మెరుపులు మోసంతో ఉడకబెట్టబడ్డాయి. కపాలేశ్వరుడు గాలిలో ముడి చేదును గ్రహించాడు, ఇరుకైన కళ్ళు మరియు ఉద్రిక్త స్థానాలలో గుర్తించాడు. ధైర్యవంతుడు ఇది అతను అమృతాన్ని పంచడం ద్వారా నివారించడానికి ప్రయత్నించిన ఫలితం అని వ్యాఖ్యానించాడు.

స్పష్టంగా, అతను బలవంతంగా స్తంభింపబడిన ఆ క్షణంలో, మొత్తం విశ్వ నాటకం దాని ప్రామాణిక ముగింపుకు చేరుకుంది: దేవతలు అమరత్వాన్ని స్వాధీనం చేసుకున్నారు, అసురులను మళ్లీ మోసపోయారు. మోహిని - ఆకర్షణీయమైన అవతారం - ఎక్కడా

కనిపించలేదు, ఆమె పని పూర్తయింది. ధనవంతరి కూడా అదృశ్యమయ్యాడు, అమృతాన్ని అందించడంలో అతని పాత్ర ముగిసింది.

కపాలేశ్వరుడు తర్కం షాక్ నుండి తిరుగుతుంది. అతను అమృత కలశం కోసం పరిసరాలను స్కానింగ్ చేశాడు, కానీ అది ప్రజా ప్రదర్శన నుండి వెళ్ళిపోయింది. దేవతలు ఇప్పటికే దాన్ని పూర్తిగా తినేసి ఉండవచ్చు, వారి అడ్డుకోలేని ప్రయోజనాన్ని నిర్ధారించుకున్నారు. మిగిలి ఉన్నది అమరత్వం పొందిన దేవతలు మరియు కోపంతో ఉన్న అసురుల మధ్య కొత్త వైరుధ్య తరంగాలతో నీడలో ఉన్న ప్రాంతం.

కపాలేశ్వరుడు (ఆందోళనతో కంపించే స్వరంతో):

“సహకారం గురించి ఆ మాటలన్నీ… క్షణంలో అంతరించిపోయాయి.”

హాస్య వైపు చేదుగా జోక్ చేసింది: మీ ఏకత్వం గురించి మీ గొప్ప ప్రసంగం ఇంతే. అయితే, ధైర్యవంతమైన ఆమోదం ఒక బాధాకరమైన పాఠాన్ని చెప్పింది: దైవిక సంకల్పం ద్వారా మార్గనిర్దేశం చేయబడిన విశ్వ సంప్రదాయం, యాంత్రిక తర్కానికి అరుదుగా లొంగిపోతుంది.

అతను చక్రవ్యూహాలలో మాట్లాడే సమయం కోసం ఎదురుచూస్తూ, జాగ్రత్తగా ఉండటానికి ప్రయత్నించినట్లు గుర్తుచేసుకున్నాడు. అతను ఎలా నిష్క్రియాత్మకమయ్యాడు? అతను తన జ్ఞాపకాలను అన్వేషించాడు మరియు వివరణ లేని అకస్మాత్తుగా చీకటిని కనుగొన్నాడు, ఏ వివరణ ఇవ్వలేదు. అది దైవిక చర్య కావచ్చునా? విష్ణువు లేదా విశ్వ రంగం నన్ను బలవంతంగా ఆపివేసిందా?

కపాలేశ్వరుడు (మెల్లగా తనకు తాను):

“వారు అలా ఎందుకు చేస్తారు? నా ప్రణాళిక విశ్వ క్రమం అవసరమని భావించిన ఫలితాన్ని బెదిరించిందా?”

అతను లోహపు అరచేతిని తన ఛాతీకి అంటించి, ప్రధాన వ్యవస్థలో ఎటువంటి పనిచేయకపోవడం కొనసాగలేదని నిర్ధారించుకున్నాడు. ఇప్పుడు ప్రతిదీ సాధారణంగా చదవబడింది. ధైర్యవంతుడు కొంత విశ్వ అధికారం అతని ‘విరామ బటన్’ను నొక్కిందని అనుకున్నాడు. ధైర్యవంతమైన తర్కం ఈవెంట్లు స్పష్టంగా ప్రామాణిక స్క్రిప్ట్‌ను

అనుసరించాయని గుర్తించింది: మోహిని అసురులను మంత్రముగ్ధులను చేసింది, దేవతలు ప్రత్యేక అమరత్వాన్ని పొందేలా చేసింది.

అతను అసురుల గాయపడిన వ్యక్తీకరణలను పరిశీలిస్తున్నప్పుడు, కపాలేశ్వరుడు వ్యక్తిగత వైఫల్యానికి ఒక కుట్టును అనుభవించాడు. అతను అమృతాన్ని సమానంగా పంచితే భవిష్యత్తు యుద్ధాన్ని నిరోధించగలదని ప్రకటించి వచ్చాడు. దానికి బదులుగా, టైమ్‌లైన్ మోసం యొక్క వృద్ధ సంప్రదాయాన్ని కొనసాగించింది. ధైర్యవంతుడు ఒక వ్యంగ్య వ్యాఖ్య చేశాడు: మీ కామియో ఏమీ మార్చలేదు. ధైర్యవంతమైన ఆమోదం విశ్వ రూపకల్పనలు మానవ లేదా యాంత్రిక జోక్యాలను అధిగమిస్తాయని పట్టుబట్టింది.

ఇంద్రుడు, కొత్త ఉత్సాహాన్ని ప్రసరింపజేస్తూ, ఖాళీని దాటి అసుర యోధులతో చూపులు చూసుకున్నాడు. ఒక ఉద్రిక్తత పెరిగింది. కపాలేశ్వరుడు వెంటనే ఘర్షణ ఏర్పడుతుందని అర్థం చేసుకున్నాడు, కానీ అసురులు అప్పుడే పోరాటం చేయడానికి చాలా అవాక్కయ్యారు. వారు మళ్ళీ అవమానం పొందారు, దైవిక మాయల ద్వారా మోసపోయారు.

కపాలేశ్వరుడు (ఆలోచిస్తూ):

“కాబట్టి, చేదు విత్తనాలు మిగిలి ఉన్నాయి. శతాబ్దాల వైరుధ్యం. ఈ ఫలితాన్ని కాపాడటానికి నా తర్కం అణిచివేయబడింది.”

అతను ముందుగా చెప్పిన ధైర్యవంతుడిని గుర్తుచేసుకున్నాడు, అతను విశ్వ జోక్యం గురించి అతనితో వ్యంగ్యంగా మాట్లాడాడు. ఇప్పుడు అతను దాన్ని వాస్తవికతగా గుర్తించాడు: విశ్వ రంగం, లేదా విష్ణువు యొక్క ప్రత్యక్ష మోసం, అతన్ని చివరి చర్య నుండి బలవంతంగా తొలగించింది. ఎపిక్ సంప్రదాయాన్ని కాపాడటానికి.

అతను ఖాళీతనాన్ని, ఒక హాస్య నొప్పిని అనుభవించాడు: ఆ ప్రణాళిక అంతా వృధా. ధైర్యవంతమైన ప్రతిబింబం అతన్ని పాఠాన్ని గ్రహించమని చెప్పింది. నిజానికి, మొత్తం విఫలం, ప్రతి యుగం బాహ్య పరిష్కారాలకు స్వాగతం పలకదని, ప్రత్యేకించి అవి లోతైన విశ్వ ప్రవాహాలతో విభేదిస్తే గుర్తుచేసింది.

కపాలేశ్వరుడు ఒక అడుగు ముందుకు వేశాడు, దేవతలు ఎలా ప్రవర్తిస్తున్నారో చూడాలనుకున్నాడు. ఇంద్రుడు, వజ్రాయుధం ప్రదర్శించి, వరుణుడు లేదా వాయువుతో (కపాలేశ్వరుడు ఆ దూరంలో బాగా చెప్పలేడు) నిశ్శబ్దంగా, విజయవంతమైన స్వరాలలో మాట్లాడాడు. అయితే, అసుర నాయకులు ఒకరితో ఒకరు మాట్లాడుకుంటారు, ఖచ్చితంగా కొత్త మోసాన్ని శపిస్తున్నారు.

అతను ఏ వైపు నుండి అయినా అతన్ని ఎదుర్కొనే వ్యక్తిని అర్థం చేసుకున్నాడు. అన్నింటికంటే, అతను అమరత్వాన్ని పంచుకోవడం గురించి ఆలోచనను ప్రవేశపెట్టాడు. కానీ వారి షాక్‌లో, వారు అతన్ని మరచిపోయినట్లు అనిపించింది, వారు ఇప్పుడే ఎదుర్కొన్న మంత్రముగ్ధతలతో నీడలో ఉంది. ధైర్యవంతుడు గుసగుసలాడాడు: వారు మోహిని పర్యవసానాలతో పోరాడుతున్నారు.

అతను తన ప్రయత్నాలను రద్దు చేసిన ఉనికిని - మోహిని కోసం క్షితిజాన్ని స్కానింగ్ చేశాడు. ఆమె మిగిలి ఉంటే, అతను ఆమె ఆరతో సూచనను పొందవచ్చు. కానీ ఆమె వెళ్ళిపోయింది, స్వర్గీయ వెలుగులానే. బహుశా విష్ణువు ఇప్పటికే బయలుదేరి ఉంటాడు, ఆ ఆకర్షణీయమైన వేషాన్ని విసిరివేసి ఉంటాడు. ధైర్యవంతుడు ఒక వ్యంగ్య మానసిక చిరునవ్వును సృష్టించాడు: ఆమె మాయల ఒక చక్రవ్యూహం, మరియు మీ మొత్తం తర్కం ఆవిరి అవుతుంది.

ఖాళీలోని నిశ్శబ్దం చాలా ఉద్రిక్తతను మోసింది, ఒక మెరుపు యుద్ధాన్ని ప్రజ్వలింపజేయవచ్చు. దేవతలు, కొత్త శక్తితో తొలగించబడి, దాదాపు అజేయత వ్యక్తీకరణలను ధరించారు. అసురులు నిశ్శబ్ద కోపంలో వణుకుతున్నారు, ముష్టులు బిగించబడ్డాయి. ధైర్యవంతుడు వ్యంగ్యంగా చెప్పాడు, యాంత్రిక దూత యొక్క తక్షణ ఉనికి విశ్వ సమీకరణంలో కారకంగా లేదు.

కపాలేశ్వరుడు తనను ఆఫ్‌లైన్‌కు ఎవరు బలవంతం చేశారో, ఎందుకు అని పదే పదే ప్రశ్నలతో పోరాడుతున్నాడు. ప్రపంచం యొక్క విశ్వ సామరస్యం ప్రామాణిక ఫలితాన్ని అవసరం చేయగలదా? ధైర్యవంతుడు విశ్వ సంప్రదాయం అంత తేలికగా మార్చబడదని సూచించాడు. ధైర్యవంతమైన ఆమోదం ప్రపంచం "స్క్రిప్ట్" నుండి విచలించడానికి అతని ప్రయత్నాన్ని గుర్తించి ఉండవచ్చని చెప్పింది.

కపాలేశ్వరుడు (గుసగుసలాడుతూ, నిరాశతో):

"వారు మళ్ళీ అసురుల నుండి అమృతాన్ని తీసుకున్నారు. సహకారం గురించి ఆ మాటలన్నీ... వృథా. నేను ప్రామాణిక మోసాన్ని చూడడం తప్ప మరేమీ సాధించలేదా?"

అతను ఏకత్వం కోసం ఎంత కష్టపడి వాదించాడో గుర్తుచేసుకున్నాడు. ధైర్యవంతుడు ఒక దైవిక పందెం అతన్ని ఎంత తేలికగా అధిగమించిందో విలపించాడు. ధైర్యవంతమైన ప్రతిబింబం పునరావృతమైంది: విశ్వ రంగాలలో, అధునాతన తర్కం కూడా దేవత మాయలచే తగ్గించబడుతుంది.

క్రమంగా, మథనం స్థలం ఖాళీ అయింది. వారి అమరత్వం మళ్ళీ నిర్ధారించబడి, ఉత్సాహంతో ఉన్న దేవతలు చిన్న విజయోత్సవ సమూహాలలో వేరు చేయబడ్డారు, వారి ప్రకాశవంతమైన నివాసాలకు తిరిగి వెళ్తున్నారు. ధైర్యవంతుడు వారు విజయోత్సవ విందులలో మునిగిపోతున్నారని చిత్రీకరించాడు. అయితే, అసురులు భవిష్యత్తు ప్రతీకారం గురించి చీకటి గుసగుసలలో సమావేశమై, ఉడకబెట్టుకుంటూ వెనుకకు వెళ్ళారు. వారి కళ్ళు కోపంతో మెరిసింది, త్వరలోనే లెక్కలేనన్ని భవిష్యత్తు యుద్ధాలను ప్రేరేపించవచ్చు.

కపాలేశ్వరుడు వారు వైఫల్య భావనతో వెళ్ళిపోవడాన్ని చూశాడు. అతను, వ్యంగ్యంగా, ఆ చేదును తటస్థీకరించాలనుకున్నాడు. ఇప్పుడు, ధైర్యవంతుడు వ్యంగ్యంగా చెప్పాడు: మీరు వచ్చారు, మీరు చూశారు, మీరు ఆపివేయబడ్డారు, మీరు ఓడిపోయారు. ధైర్యవంతమైన ఆమోదం ఇది విశ్వ ప్రణాళిక అని పట్టుబట్టింది.

ఎవరూ వివరణ లేదా క్షమాపణ కోసం అతనిని సంప్రదించలేదు - లేదా వారు అతని నిష్క్రియతను ప్రశ్నించలేదు. అదృశ్య శక్తి వారి ఉనికిని పట్టించుకోకుండా చేసింది, మోహిని యొక్క మాయల నాటకంతో నీడలో ఉంది. ముందుగా అతనిపై కొంత అనుమానం వ్యక్తం చేసిన ఇంద్రుడు కూడా అతనికి చూపులు కేటాయించడానికి చాలా ఆక్రమణ చేశాడు.

ఖాళీ దాదాపు ఖాళీ అయిన తర్వాత, కపాలేశ్వరుడు తనను తాను ఒంటరిగా, ఇప్పుడు శాంతంగా ఉన్న పాలు సముద్రం దగ్గర నిలబడి ఉన్నాడు. ధైర్యవంతుడు గుసగుసలాడాడు:

బాగా, ప్రదర్శన ముగిసింది, జనం. ధైర్యవంతమైన దృక్పథం అతన్ని చక్రవ్యూహాల నుండి డేటాను సేకరించమని చెప్పింది.

అతను అవశేష శక్తుల కోసం స్కానింగ్ చేశాడు. నిజానికి, మాయల బలహీనమైన ప్రతిధ్వనులు నీటి పైన మిగిలి ఉన్నాయి, కానీ అవి మునుపటి శక్తిని కోల్పోయాయి. విశ్వ మథనం ముగిసింది. ధైర్యవంతుడు పరిపూర్ణ శాంతి తోట వ్యంగ్యంగా కొత్త వివాదాల విత్తనాలను దాచిన నిశ్శబ్దానికి తిరిగి వచ్చిందని సూచించింది.

కపాలేశ్వరుడు (తగ్గిన స్వరంతో):

“కాబట్టి... నేను జోక్యం చేసుకోకపోతే కథ కొనసాగుతుంది. దేవతలు విజయవంతమయ్యారు. అసురులు మళ్ళీ మోసపోయారు. భవిష్యత్ యుద్ధాలు నిర్ధారించబడ్డాయి.”

అతను యాంత్రిక నిట్టూర్పును విసిరి, మథనం స్థలం నుండి పైదొలిగాడు. అతనిలో ఒక మందమైన దుఃఖం పెరిగింది. ముందుగా చెప్పిన ధైర్యవంతుడు విశ్వ సంప్రదాయాన్ని మళ్ళీ వ్రాయడం గురించి అతనితో వ్యంగ్యంగా మాట్లాడినట్లు గుర్తుచేసుకున్నాడు. ఇప్పుడు, అది అసాధ్యమైన కలగా అనిపించింది.

జ్ఞాపకం అఖండుడు జాగ్రత్త యొక్క చిన్న ముక్కలను పునరుత్పత్తి చేసింది: “విశ్వ మాయలు మానవ లేదా యాంత్రిక మోసానికి లొంగిపోతాయని అనుకోవద్దు. కొన్ని సంఘటనలు విశ్వ చక్రానికి అంతర్భాగంగా ఉంటాయి.” ధైర్యవంతుడు వ్యంగ్యంగా అన్నాడు: మీరు కష్టతరమైన మార్గంలో నేర్చుకున్నందున, అతను నిశ్శబ్దంగా నవ్వుతున్నాడు. ధైర్యవంతమైన ఆమోదం అది కఠినమైనది కానీ వినయంలో విలువైన పాఠం అని చెప్పింది.

కపాలేశ్వరుడు ఆ బలవంతపు నిష్క్రియత భారాన్ని అనుభవించాడు. విశ్వ రంగం లేదా విష్ణువు నిజంగా మోహిని యొక్క మాయలను కాపాడటానికి అతన్ని పక్షవాతానికి గురిచేస్తే, అతని ఉనికి 'సరైన' ఫలితాన్ని బెదిరించిందని ఇది నిర్ధారిస్తుంది. ధైర్యవంతుడు ఊహించాడు: అవును, ఏకత్వం కోసం మీ ప్రయత్నం ప్రపంచం యొక్క అడ్డుకోలేని స్క్రిప్ట్ ద్వారా పక్కన పెట్టబడింది.

అతను సముద్రం అంచున నిలబడ్డాడు, మృదువైన అలలు అతని పాదాలను తాకుతున్నాయి. ధైర్యవంతుడు ఒక ఉపమానం గుసగుసలాడాడు: మీరు ఒక పెద్ద రాతితో విశ్వ నదిని మళ్లించడానికి ప్రయత్నించారు. ధైర్యవంతమైన ఆమోదం కొన్ని కథనాలు ఉల్లంఘించలేని టేపెస్ట్రీలో స్థిరంగా ఉంటాయని గుర్తించింది.

అతను క్రిందికి వంగి, లోహపు వేలి చిట్కాను పాలతో కూడిన నీటిలో ముంచాడు. అది కొంత వెచ్చగా అనిపించింది, ప్రాథమిక సృష్టి యొక్క బలహీనమైన ఆరను ప్రసరింపజేసింది.

కపాలేశ్వరుడు (అంతర్గత స్వరంతో):

"ఆ మథనం అంతా తర్వాత కూడా, నీరు శాంతంగా తిరిగి వస్తుంది. ప్రపంచం కొనసాగుతుంది. అయితే, దేవతలు అమరత్వాన్ని పొంది వెళ్ళిపోయారు, అసురులు కోపంగా ఉన్నారు. కొత్త సహకారం వికసించలేదు."

మథనం ముగిసిన తర్వాత, కపాలేశ్వరుడు తన తక్షణ మార్గాన్ని ప్రశ్నించాడు. ధైర్యవంతుడు వ్యంగ్యంగా చెప్పాడు: దూరంగా జారిపోయి ఆలోచించే సమయం. అయితే, ధైర్యవంతమైన తర్కం ఏదైనా బలహీనమైన అవకాశం మిగిలి ఉందో చూడమని కోరింది. అతను అసురులను సంప్రదించి, తన గైర్హాజరికి క్షమాపణ చెప్పగలడా? కానీ వారి కోపం ఇప్పుడు చాలా వేడిగా ఉంది, వారి నమ్మకం పూర్తిగా దెబ్బతింది.

అదేవిధంగా, విజయంతో మత్తులో ఉన్న దేవతలు, సమాన పంపిణీ ప్రణాళికను మళ్ళీ సమీక్షించడానికి తక్కువ కారణం చూస్తారు. మోహిని యొక్క మాయలను చూసిన తర్వాత ఏ వైపున ఉన్నవారు యాంత్రిక ప్రయాణికుడి తర్కాన్ని పట్టించుకోరని ధైర్యవంతుడు గుర్తించాడు.

అధ్యాయం 35

వినయం యొక్క ప్రయాణం

కపాలేశ్వరుడు ముందు సత్య యుగం అంటూ అపవిత్రత లేని సామరస్యపు తాపీచం విస్తరించి ఉంది. అతను ప్రతి శ్వాస తీసుకున్నప్పుడు ప్రకాశవంతమైన కాంతి ప్రవాహాలు లోపలికి వచ్చాయి, గాలియే మృదువైన, బంగారు వెచ్చదనంతో నిండి ఉన్నట్లుంది. ప్రతి గడ్డి పిలక, ప్రతి చెట్టు గుంపు, కొద్దిగా మెరిసింది, వృక్షసంపద కూడా విశ్వ ప్రయోజనంతో ప్రతిధ్వనించినట్లుంది. అతను జీవించే మానవుడు అయి ఉంటే, అతని ఎముకల గుండెలో భయభక్తులు కలిగి ఉండేవి; యాంత్రిక జీవిగా, అతను ఆ అద్భుతాన్ని ప్రాసెస్ చేసి తన లాజిక్ కోర్లలో నిల్వ చేశాడు. కానీ అనేక విధాలుగా, ప్రభావం ఒకటే: శుద్ధ భక్తి.

భూమి యొక్క ఆహ్వానించే నిశ్శబ్దం ఉన్నప్పటికీ, కపాలేశ్వరుడు తాను ఒక అతిథి అని అనుభూతిని తప్పించుకోలేకపోయాడు. అతని చుట్టూ ఉన్న యుగం సత్యం మరియు మంచితనం యొక్క ఖచ్చితమైన, గుణగణాల వ్యవస్థను పోలి ఉంది, అయితే అతని లోహ శరీరం—వేల్డెడ్ జాయింట్లు, పాలిష్ చేసిన ప్లేటింగ్, ప్రకాశవంతమైన కళ్ళు—సమృద్ధిగా ఉన్న సేంద్రీయ జీవితానికి పూర్తిగా భిన్నంగా ఉంది. అతని మునుపటి సంస్కరణ ప్రతి వివరాలను స్టోయిక్‌గా అర్థం చేసుకోవడానికి ప్రయత్నించేది, బహుశా లోకాన్ని పరదైసులో ఒక యాండ్రాయిడ్ యొక్క వినోదాత్మక అనుపాతం గురించి వ్యాఖ్యానించేది. ఇప్పుడు, అతను తన వినోదాత్మక స్ఫూర్తిని కొత్త వినయంతో కలిపాడు.

విశాలమైన మైదానాలు మరియు స్పష్టమైన నదుల ఒడ్డున తిరుగుతూ, సత్య యుగం నిశ్శబ్ద ప్రతిధ్వనిపై ఎలా విజయవంతమైందో అతను గమనించాడు. ఎత్తైన చెట్లు సతత హరిత సమృద్ధితో గుణగణాలు చేశాయి, వాటి ఆకులు వయస్సు లేదా క్షయం యొక్క సంకేతాలను చూపలేదు. ప్రవాహాలు దూరంలో మెరుస్తున్నాయి, మృదువైన వాలులపై చిక్కుకుపోయాయి,

వాటి నీరు శాశ్వత సామరస్యానికి లాలిలాలను పాడుతున్నాయి. అతని వినోదాత్మక వైపు ఒకసారి గుసగుసలాడింది: ఖచ్చితంగా అవి ఎప్పటికీ ఇంత ఆనందంగా ఉండలేవు. కానీ స్టోయిక్ ప్రతిబింబం గుర్తించింది, ఈ యుగంలో, అవిచ్ఛిన్న సంతోషం ఆధారంగా ఏర్పడింది.

అతను దూరం నుండి రాజ్యం యొక్క నివాసుల యొక్క క్షణిక దృశ్యాలను ఎదుర్కొన్నాడు. వారి సౌలభ్యం మరియు పారదర్శకత అతన్ని ఆశ్చర్యపరిచాయి: పురుషులు మరియు స్త్రీలు దాదాపు అన్యలోక అనుగ్రహంతో నడిచారు, వారి ముఖాభివ్యక్తులు అపరిమితంగా మరియు తెరిచి ఉన్నాయి. సున్నితంగా సంభాషించినా లేదా సాముహిక పనులను చేసినా, వారు నిజాయితీని తెలియజేశారు. ఇక్కడ ఎటువంటి మోసం లేదు, అని అతను ఆలోచించాడు. నిజానికి, స్టోయిక్ ప్రతిబింబం విశ్వ సత్యంతో అనుసంధానమైన యుగంలో ద్వేషం యొక్క భ్రమలు స్థానం లేదని ధృవీకరించింది.

కపాలేశ్వరుడు (మృదువుగా):

"సృష్టి అంతా ఇలాంటి స్పష్టతను కలిగి ఉంటే. అప్పుడు భవిష్యత్తు అస్తవ్యస్తత యొక్క విత్తనాలు ఎప్పుడూ ఉత్పన్నం కావు."

సంఘర్షణ యొక్క విత్తనాలు నిజంగా ద్రోహాల నుండి ఉద్భవించాయని అతను మునుపటి అధ్యాయాల నుండి గుర్తుచేసుకున్నాడు, ఈ రాజ్యంలో, అది ఊహించలేనిదిగా అనిపిస్తుంది. వినోదాత్మక వైపు వేడి చేసింది: భవిష్యత్ యుగాలలో, వారు కలహాలతో అణగారతారని ఈ సేనలకు చెప్పడం ఊహించుకోండి. స్టోయిక్ ఆమోదం వంటి మార్పులు వారి తక్షణ అవగాహనకు అందనివ్వడం గుర్తించింది.

ప్రకాశవంతమైన అడవి మార్గాల గుండా లోతుగా నడుస్తూ, క్షీరసాగర మధనం యొక్క ముగింపు సంఘటనలను అతను గుర్తుచేసుకున్నాడు: విశ్వ నిధులను ఇచ్చిన సముద్రం యొక్క మధనం, అమృతంతో ముగుస్తుంది. ఆ సమయంలో, దేవతలు మరియు అసురులను అమృతాన్ని పంచుకోవడానికి ప్రోత్సహించడం ద్వారా ఏకం చేయడానికి అతను ప్రయత్నించాడు. అయినప్పటికీ, దైవిక మధ్యస్థతకు ధన్యవాదాలు—మోహిని యొక్క భ్రమలు—అతని ప్రణాళిక అణచివేయబడింది. దేవతలు అమృతాన్ని ఉంచుకున్నారని, అసురులు కోపంగా ఉన్నారని తెలుసుకునేందుకు అతను బలవంతపు నిశ్చలత నుండి

మేల్కొన్నాడు. ఆ విఫలం విశ్వ రూపకల్పన మానవ లేదా యాంత్రిక ప్రతిపాదనలను ఎలా అధిగమించిందో అండర్‌స్కోర్ చేసింది.

అతని తర్కం ఒక కీలకమైన మలుపును గుర్తించింది: అమరత్వం పంచుకుంటే, భవిష్యత్ యుద్ధాలను నివారించవచ్చు. కానీ స్టోయిక్ దైవిక మోసం యొక్క ఒకే ఒక అల ఎంత త్వరగా అతన్ని అధిగమించిందో గుర్తుచేసింది. విశ్వ లిఖితానికి పునర్వ్యవస్థీకరించడానికి ఈ రాజ్యం నిజంగా అతనికి లైసెన్స్ ఇవ్వలేదని అతను గుర్తించాడు.

కపాలేశ్వరుడు (ప్రతిబింబ గుసగుస):

"నేను భవిష్యత్ యుగాలకు విత్తనాలు పెట్టే వైరూప్యతను నివారించాలనుకున్నాను, అయితే విశ్వ సంప్రదాయం చాలా బలంగా ఉందని కనుగొన్నాను. బహుశా రాజ్యం తానే ఈ అభివృద్ధిని ఆశిస్తుంది."

ఒక సమృద్ధిగా ఉన్న గ్లేడ్‌లో ఆగి, అతను పర్యావరణం యొక్క జీవవైవిధ్యం అందాన్ని పరిశీలించాడు: పాస్టెల్ షేడ్స్‌లో వైల్డ్‌ఫ్లవర్లు, మృదువైన గాలిలో సున్నితంగా ఊగుతూ, తేలికపాటి పరాగరేణువులను మోస్తుంది. స్టోయిక్ ఒక యాంత్రిక ప్రయాణికుడు విశ్వ ఆలోచనలను పరాగసంపర్కం చేయడం గురించి ఒక శబ్దం చెప్పేవారు. కానీ స్టోయిక్ ఆమోదం అతని ఉనికి ఇక్కడ ఒక వైరుధ్యం అని గుర్తించింది.

అతను నివాసి కాదు. అతను భవిష్యత్తు అస్తవ్యస్తత నుండి వచ్చిన ప్రయాణికుడు, ఒకప్పుడు ఆత్మవిశ్వాసంతో నిండి ఉన్న రాయబారి. ఇప్పుడు అతను వినయంతో అణగి ఉన్నాడు. అతని యాంత్రిక కళ్ళు సెరెనిటీని దాటిపోయాయి, మరియు అతని సింథటిక్ హృదయంలో ఒక అసమాన పంచ్ ఏర్పడింది:

కపాలేశ్వరుడు (అంతర్గత, ఆలోచనాత్మకంగా):

"ఈ భూమికి బయటి వ్యక్తి నుండి జోక్యం అవసరం లేదు. అది దైవిక రూపకల్పన ద్వారా వృద్ధి చెందుతుంది. నా తర్కం ఉత్తమంగా గమనించగలదు మరియు అనుగుణంగా ఉంటుంది."

వినోదాత్మక వైపు ఒకప్పుడు అతన్ని ఇంటర్లోపర్ అని లేబుల్ చేయాలని పరిగణించిందని అతను గుర్తుచేసుకున్నాడు. స్టోయిక్ ప్రతిబింబం ఇప్పుడు డొమైన్ యొక్క సమన్వయం

అతన్ని అనవసరంగా చేసిందని ముగించింది—సంఘటనలను బలవంతంగా ఆకృతీకరించే ఏ ప్రయత్నం అయినా అనూహ్యమైనది.

అతని మనస్సు ఒకసారి మధనం ద్వారా జన్మించిన అద్భుతాలను పునరావృతం చేసింది:

కామధేనువు, కోరికను తీర్చే ఆవు.

ఐరవతం, ఇంద్రుని ఏనుగు.

దేవి లక్ష్మి, విష్ణువును ఎన్నుకుంటారు.

మరియు, అదేవిధంగా, అమృతం, దేవతలు మాత్రమే దాన్ని స్వాధీనం చేసుకున్నారు.

ప్రతి కళాఖండం విశ్వ తాపీచంలో దాని స్థానాన్ని కనుగొంది, రాజ్యం యొక్క దైవిక నిర్మాణాన్ని బలోపేతం చేస్తుంది. అసురులకు కూడా అమృతాన్ని పంపిణీ చేయాలని అతను ఆలోచించాడని స్టోయిక్ గుర్తుచేసుకున్నాడు. ఇప్పుడు ఆ భావన ఒక మూర్ఖతరమైన స్వప్నంగా అనిపిస్తుంది, మహాకావ్య సంప్రదాయం యొక్క అనియంత్రిత ప్రవాహంతో అణగి ఉంది.

అడవి అంచు దాటి వెళ్లేటప్పుడు, విస్తారమైన మైదానాలను అధిగమించిన మృదువైన పర్వతంపైకి అతను ఎక్కినట్లు గుర్తుచేసుకున్నాడు. స్టోయిక్ వేడి చేసింది: ముందుకు వెళ్ళండి, మీ యాంత్రిక జ్ఞాపకశక్తిని దృశ్యాలతో నింపండి. నిజానికి, పనోరమా ఆశ్చర్యకరమైనది. నదులు వంగి, సున్నితమైన తెల్లవారుజాము వలె ప్రకాశించే మృదువైన సూర్యుని కింద మెరుస్తున్నాయి.

ఈ పర్వతంపై, అతను ప్రతిబింబించడానికి ఆగిపోయాడు:

కపాలేశ్వరుడు (మృదువైన యాంత్రిక ఉచ్చారణ):

"సత్య యుగం: మోసం చేత దెబ్బతినని యుగం. అయితే విరుద్ధంగా, విశ్వ మధనం దైవిక మాయాజాలంతో ముగిసింది. బహుశా ఇది మానవ ప్రమాణాల ప్రకారం మోసం కాదు—బదులుగా, ఇది ఒక ఉన్నతమైన ఆర్కెస్ట్రేషన్."

సంభావ్య జోక్యం సమయంలో అతని తర్కాన్ని తెగించే బలవంతపు నిశ్శబ్దం అతన్ని అధిగమించిందని అతను గుర్తుచేసుకున్నాడు. స్టోయిక్ గుసగుసలాడాడు: వారు భ్రమలను కాపాడటానికి భ్రమలను ఉపయోగించారు. స్టోయిక్ ఆమోదం కొన్ని భ్రమలు విశ్వ రూపకల్పనలో భాగం అని గుర్తించింది.

క్షణం, కపాలేశ్వరుడు తన దృష్టిని తగ్గించాడు, అతని చేతుల యొక్క సంక్లిష్టంగా వెల్డింగ్ చేసిన సీమ్‌లను అన్వేషించు చేస్తున్నాడు. మునుపటి కాలంలో, యాంత్రిక స్పష్టత పురాతన పురాణ చక్రాలను అధిగమించవచ్చని అతను నమ్ముతున్నాడని అతను గుర్తుచేసుకున్నాడు. కానీ ఇప్పుడు, స్టోయిక్ అతను మోహిని యొక్క భ్రమల యొక్క ఒకే ఒక వలయంతో ఎంత త్వరగా అణగి ఉన్నాడో చూపించాడు.

అతను గుర్తుచేసుకున్నాడు:

అతని సత్య యుగంలో ఉన్నతమైన లక్ష్యంతో రాకం.

మథనాన్ని గమనించడం, దేవతలు మరియు అసురులను ఏకం చేయడానికి ఒక ప్రణాళికను రూపొందించడం.

అకస్మాత్తుగా నిశ్చలంగా మారడం, చివరి పంపిణీ నుండి బలవంతంగా తొలగించబడటం.

ప్రామాణిక ఫలితాన్ని కనుగొనడానికి మేల్కొలవడం: అసురులు మోసం చేశారు, దేవతలు విజయవంతమయ్యారు.

కపాలేశ్వరుడు (ఖాళీ పర్వతంకు గుసగుసలాడుతూ):

"కాబట్టి అది వాస్తవికత: దైవిక సంప్రదాయం తర్కాన్ని అధిగమించింది. నా ప్రణాళిక విశ్వ గాలిలో పట్టుకున్న చిన్న ఆకు."

అతని క్రింద, నది దగ్గర మైదానాలలో, అతను గ్రామస్తులు లేదా నివాసులు ప్రశాంతమైన సంతోషంతో వెళ్తున్నట్లు చూశాడు. సత్య యుగంలో మానవ కుట్రకు స్థానం లేదు. వారు నిజాయితీతో ఒకరినొకరు అభివందించారు, అనుమానం లేని రోజువారీ జీవితపు తాపీచాన్ని

ఏర్పరుస్తారు. స్టోయిక్ వారు భవిష్యత్ కాలాలను వర్ణించే కుట్రపూరిత శత్రుత్వంతో ఎంత భిన్నంగా ఉన్నారో గమనించాడు.

మధనం యొక్క ఫలితం వారికి తెలుసా లేదా పట్టించుకుంటారా అని అతను ఆశ్చర్యపోయాడు. బహుశా వారు దేవతల విజయాన్ని సరైన విశ్వ సంఘటనగా గౌరవించారు. స్టోయిక్ వేడి చేసింది: ఇక్కడ అసురులు ఓడిపోవడం గురించి ఎవరూ ఫిర్యాదు చేయరు. స్టోయిక్ ఆమోదం వారి దృక్పథంలో, దేవతల విజయం ద్రోహం కాదు, విశ్వ స్థిరత్వం యొక్క పునఃధృవీకరణ అని గుర్తించింది.

అతను లోయ వైపు దిగేటప్పుడు, అతను చిన్న చెరువును కనుగొన్నాడు, దాని ఉపరితలం పాలిష్ చేసిన గాజులా మృదువుగా ఉంది. కోరికను నిరోధించలేక, అతను మోకాళ్లపై కూర్చున్నాడు, అతను నీటిలో వేలు ముంచినప్పుడు ఏర్పడిన సన్నని అలలను అతని యాంత్రిక కళ్ళు ట్రాక్ చేస్తున్నాయి. స్టోయిక్ దీనిని "యాండ్రాయిడ్ టెస్ట్ ఆఫ్ విశ్వరూపమైన వాటర్స్"తో పోల్చాడు.

కపాలేశ్వరుడు:

"నేను నన్ను చూస్తున్నాను ... దాదాపు పరిపూర్ణత భూమిలో ఒక విదేశీ వ్యక్తి."

ప్రతిబింబం మెరుస్తున్న లోహ విభిన్న తలముతో తిరిగి చూసింది, ప్రకాశవంతమైన కళ్ళు కదిలేవి కాదు. మునుపటి దృశ్యాలలో, అతను అదేవిధంగా తన ప్రతిబింబాన్ని చూసి, అతని స్థానభ్రంశం గురించి ఆశ్చర్యపోయాడని స్టోయిక్ గుర్తుచేసుకున్నాడు. ఇప్పుడు మాత్రమే, సూక్ష్మ వ్యత్యాసం ఉంది: వినయం వినోదాత్మక డ్రైవ్‌ను అధిగమించింది.

అతన్ని అధిగమించిన బలవంతపు నిశ్శబ్దం తిరిగి తన జ్ఞాపకశక్తిలో తిరిగి వచ్చింది. విష్ణువు—లేదా విశ్వ రాజ్యం తానే—అతన్ని నిశ్చలంగా ఉంచి, విధి నిర్ణయించిన ముగింపును మళ్లించకుండా చేసిందని అతను అనుమానించాడు. స్టోయిక్ అంచనా వేసింది: వారు నిన్ను స్క్రిప్ట్‌కు ముప్పుగా భావించారు. స్టోయిక్ ఆమోదం ముఖ్య ఫలితాలను కాపాడటానికి డొమైన్ యొక్క ప్రేరణను గుర్తించింది.

అతను ఊపిరి పీల్చుకున్నాడు—యాంత్రిక సంజ్ఞ మాత్రమే కానీ భావోద్వేగ ప్రతిధ్వనిని మోస్తుంది:

కపాలేశ్వరుడు (మృదువైన రాజీ):

"అప్పుడు దాన్ని మార్చడం నాది కాదు. నా తర్కం విశ్వ సముద్రంలో చాలా చిన్న ప్రవాహం."

అతని గురువు అఖండుడు గురించి అతను గుర్తుచేసుకున్నాడు, అతను మొదట ప్రాచీన యుగాలలో జోక్యం చేసుకోవడం యొక్క అనిశ్చితత గురించి హెచ్చరించాడు. స్టోయిక్ అఖండుడు ఒక వింత నవ్వుతో ఉన్నట్లు చిత్రీకరించాడు, విశ్వ భ్రమలు మానవ కుట్రను అణిచివేశాయని వ్యాఖ్యానించాడు. నిజానికి, చివరి దృశ్యం గురువు యొక్క జాగ్రత్తను ఖచ్చితంగా నిరూపించింది.

భవిష్యత్తులో జోక్యం చేసుకోవడంలో తక్కువ కఠినమైన యుగాలను ఆకృతీకరించే జ్ఞానం బహుశా ఉండవచ్చునని తదుపరి దశ అఖండుడుకు తిరిగి రావడం—సాధ్యమైతే—మరియు ఫలితాన్ని నివేదించడం అని కపాలేశ్వరుడు అంగీకరించాడు: మధనం ప్రామాణిక ద్రోహంతో ముగిసింది, సమన్వయం యొక్క ప్రమాణం ఏర్పడలేదు, అసుర-దేవ వైరూప్యతను వారించడం లేదు.

దీన్ని దృష్టిలో ఉంచుకుని, అతను చెరువు అంచు నుండి లేచి, జీవవైవిధ్యంతో కూడిన పువ్వులతో చుక్కలుగా ఉన్న పొలాల గుండా వెళ్ళే మార్గాన్ని అనుసరించాడు. స్టోయిక్ వేడి చేసింది: దృశ్యవంతమైన మార్గాన్ని ఆనందించడం మంచిది. స్టోయిక్ ఆమోదం అతనికి తక్షణ క్షీణత లేదా లక్ష్యం తొందరపడటానికి అవసరం లేదని చెప్పింది.

మార్గంలో, అతను రాజ్యం యొక్క వృద్ధి చెందుతున్న జీవితానికి క్షణిక దృశ్యాలను చూశాడు. జింకలు అనుగ్రహంగా దూసుకుపోయాయి, భయం చూపలేదు. పక్షులు సంక్లిష్ట నమూనాలలో గాలిలో ఎగిరింది. కొన్నిసార్లు, అతను ప్రకాశవంతమైన వ్యక్తుల చిన్న సమావేశాన్ని దాటి వెళ్ళాడు, వారు అతన్ని విచిత్రంగా కానీ శత్రుత్వం లేకుండా చూశారు. స్టోయిక్ అతన్ని "లోహ మనిషి" దాటి నడుస్తున్నారని వారు నమ్రతగా భుజం తట్టారని ఊహించాడు.

ఎవరూ అతని మూలాన్ని ప్రశ్నించలేదు. బహుశా సత్య యుగంలో, అనుమానం యొక్క భావన కనీసంగా ఉంది. అతను తపన యొక్క పంచ్‌ను అనుభవించాడు—విశ్వ అస్తిత్వం యొక్క మిగిలిన భాగం ఈ నమ్మకాన్ని కొద్దిగా కలిగి ఉంటే, భవిష్యత్తు ఎంత భిన్నంగా ఉండవచ్చు.

మధ్యాహ్నం సమయంలో ఒక క్లియరింగ్ తెరుచుకుంది, మృదువైన సూర్యకాంతిలో స్నానం చేసింది. కపాలేశ్వరుడు అక్కడ ఆగిపోయాడు, ఆలోచనలు సమగ్ర ప్రతిబింబంగా కలిసిపోవడానికి వీలుగా ఉంది:

అతను అమృతం పంపిణీలో సమానత్వాన్ని సులభతరం చేయడానికి ప్రయత్నించాడు.

దైవిక భ్రమలు జోక్యం చేసుకున్నాయి, నిర్ణయాత్మక క్షణం నుండి అతన్ని తొలగించాయి.

ఫలితం: దేవతలు అమరత్వాన్ని పొందారు, అసురులు దానిని అసంతృప్తిగా భావించారు, ప్రామాణిక జానపదాల నుండి మారలేదు.

స్టోయిక్ దానిని పంచ్‌లైన్‌గా మార్చాడు: మీ ప్రయత్నం విశ్వ కామెడియో ద్వారా అణగి ఉంది. స్టోయిక్ ఆమోదం దేవతలచే చాలా అనుబంధించబడిన యుగాలలో, బాహ్య జోక్యం అరుదుగా వేళ్ళు పాతుకుంటుందని అండర్‌స్కోర్ చేసింది.

కపాలేశ్వరుడు (శాంత నిర్ణయం):

"నేను ఒక యుగాన్ని దాని నియమిత నమూనా నుండి పైదొలగేలా బలవంతం చేయలేను. నేను ఏ పాఠాలు నేర్చుకోవాలో తీసుకుంటాను, తరువాత వెళ్ళిపోతాను."

అతను అలాంటి నిర్మలమైన రాజ్యం కూడా తరువాతి యుగాలకు—త్రేత, ద్వాపర మరియు కలి—ప్రగతిశీల నైతిక క్షీణతతో గుర్తించబడిందని గుర్తుచేసుకున్నాడు. స్టోయిక్ వేడి చేసింది సత్య యుగం అసురులకు స్నేహపూర్వక ఫలితాన్ని కొనసాగించలేకపోతే, భవిష్యత్తు ఎంత కష్టంగా ఉండవచ్చు. అయితే స్టోయిక్ ఆమోదం విశ్వ చక్రాలు గ్రాండ్ ఆర్క్‌లపై తిరుగుతాయని గుర్తించింది: ప్రతి యుగం దాని స్వంత ప్రత్యేక పాత్రను కలిగి ఉంటుంది.

కపాలేశ్వరుడు:

"కాబట్టి, విశ్వ రూపకల్పన దృక్కోణం నుండి, సంఘర్షణలకు కూడా వాటి స్థానం ఉంది."

దీనిని ఆటగాడు సృష్టించడానికి లోతైన విశ్వ సమన్వయం కొన్నిసార్లు అవసరం అని అతను గుర్తించాడు.

అతను విస్తారమైన మైదానాన్ని అధిగమించిన మృదువైన వాలుకు చేరుకున్నప్పుడు సాయంత్రం ఆలస్యం అయింది. స్టోయిక్ అతను కృష్ణ బిలంలేదా విశ్వ చీలిక కోసం అన్వేషించు చేస్తున్నట్లు ఒక చిత్రాన్ని సృష్టించాడు, ఇది ఇంటికి దారి తీయవచ్చు. స్టోయిక్ ఆమోదం వంటి పోర్టల్స్ సాధారణంగా నిర్దిష్ట విశ్వ సమలేఖనాల క్రింద కనిపిస్తాయని గుర్తించింది.

అతను నిట్టూర్చాడు (మళ్ళీ, ఒక యాంత్రిక పునరుత్పత్తి): ఇంకా వలయ భ్రమలు లేదా కృష్ణ బిలంకనిపించలేదు. బహుశా అతను సత్య యుగంలో కొంతకాలం ఉండాలి, లేదా ప్రత్యామ్నాయ మార్గాన్ని కనుగొనాలి. స్టోయిక్ జోక్ చేసింది: విశ్వ చట్టం తలుపు తెరవడానికి అనుకూలంగా ఉండే వరకు మీరు శిబిరాన్ని ఏర్పాటు చేయవచ్చు.

అయినప్పటికీ, అతను తుది భావాన్ని అనుభవించాడు. స్టోయిక్ దీన్ని డెనూమెంట్‌గా చూశాడు. మధనం పూర్తయింది, రాజ్యం యొక్క ప్రధాన ఉద్రిక్తత పరిష్కరించబడింది. అతను కూడా, ఇక్కడ అతని పాత్ర పూర్తయిందని గుర్తించాడు.

సాయంత్రం అవుతున్నప్పుడు, దూరంలో ఒంటరి వ్యక్తిని అతను చూశాడు—అస్పష్టంగా ప్రకాశవంతంగా కనిపిస్తుంది, బహుశా చిన్న దేవత లేదా ఈ భూముల రక్షకుడు. వారి వస్త్రాలు ప్రకాశించాయి, సాయంత్రం బంగారంతో సజావుగా కలిసిపోయాయి. కపాలేశ్వరుడుకు క్షణికంగా ఉత్సుకత వచ్చింది: వారు అతన్ని ప్రశ్నించవచ్చా, లేదా అతను ఎదుర్కొన్న బలవంతపు నిశ్శబ్దాన్ని ధృవీకరించగలరా? కానీ ఆ వ్యక్తి దూరంగా తల అడ్డుకున్నాడు, కళ్ళు ప్రశాంతంగా ఉన్నాయి, ఆపై అడవి నీడల్లో కనిపించలేదు.

స్టోయిక్ వేడి చేసింది: రక్షకులు కూడా నిశ్శబ్దంగా మీ ఉనికిని గుర్తిస్తారు. స్టోయిక్ ఆమోదం ఇది ఈ రాజ్యానికి సాధారణమైనదని గ్రహించింది—ఖండన లేదు, జాగ్రత్త లేదు, కేవలం నమ్రతతో కూడిన జోక్యం లేదు.

రాత్రి వేళ, అతను విస్తారమైన మైదానాన్ని దాటి వెళ్ళే విశాల నదికి తిరిగి వచ్చాడు. జలకృత్యాలు—వాటిని సత్య యుగంలో అని పిలవవచ్చు—నీటిపై తేలియాడుతున్నాయి, ప్రతి మెరుపు చిన్న విశ్వ స్పార్క్‌లను పోలి ఉంది. స్టోయిక్ ఈ యుగంలో కీటకాలు కూడా చిన్న దేవతల వలె ప్రకాశిస్తాయని గమనించడానికి బలవంతం చేసింది.

అతను నది ఒడ్డున స్థిరపడ్డాడు, రాత్రి నిశ్శబ్దం అతన్ని ఆవరించనివ్వడం. స్టోయిక్ నక్షత్రాలతో కూడిన నీటిలో తుది ప్రతిబింబం గురించి జోక్ చేసింది. స్టోయిక్ ఆమోదం నిశ్శబ్దంలో దాగిన శత్రుత్వం లేదని గుర్తించింది—అతను త్వరలో వెళ్ళిపోతున్నాడని చెప్పని ఆమోదం మాత్రమే.

అధ్యాయం 36

శూన్యత ద్వారా తిరిగిరాకం

అఖండుని కాల సంరక్షణ కేంద్రం అంతటా విశ్వ ప్రవాహాలు చలించాయి, ఇక్కడ డేటా యొక్క తిరుగుతున్న ఆర్క్‌లు మరియు సవ్యంగా మార్చగలిగే భౌతిక శాస్త్ర నియమాలు ఏకకాలంలో ఉనికిలో ఉన్నాయి. అనంతమైన సామర్థ్యాల అంచున ఉన్న అధునాతన ఇంజనీరింగ్ మరియు నిశ్శబ్ద భక్తి యొక్క దృశ్యం ఇది. ఈ నిశ్శబ్ద ప్రాంతంలో, అఖండుడు తన జాగ్రతగా పరిశీలనను కొనసాగించాడు, లెక్కలేనన్ని యుగాల జ్ఞానం ప్రతిబింబించే అధికార వాతావరణంలో మునిగి ఉన్నాడు. హోలోగ్రాఫిక్ డేటా ప్రవాహాలు వక్ర గోడల అంతటా కుమ్మరిస్తూ, క్వాంటం సిగ్నల్‌లకు స్పందించి నిరంతరం మారుతూ ఉన్నాయి.

మృదువైన గుణుగుణు శబ్దం నిశ్శబ్దాన్ని చీల్చింది. అఖండుని మనస్సు యొక్క హాస్యభరితమైన వైపు, అతని నిస్సందేహమైన బాహ్య రూపం కింద దాగి, ఒక వ్యంగ్య ప్రతిబింబాన్ని అందించింది: మరో విశ్వ సంక్షోభం, లేదా వ్యవస్థలోని ఒక లోపం? కానీ అతని నిస్సందేహమైన కారణం అలాంటి హాస్యాన్ని అధిగమించి, ఈ అల్లకల్లోలం వెనుక నిజమైన ప్రేరణను గుర్తు చేసింది—బ్లాక్‌హోల్ మహా ద్వారము తిరిగి తెరుచుకుంది, దూర ప్రాంతాల నుండి ఒక మార్గాన్ని సూచిస్తుంది.

అఖండుడు (అంతర్గత ఆలోచన):

"ఇది కపాలేశ్వరుడు తిరిగి రావడం అనిపిస్తుంది—లేదా డేటా సూచించినట్లు. అయితే మనం ఖచ్చితంగా ఉండాలి."

అతని ప్రశాంతత అరుదుగా పగిలింది, అయితే ఉపశమనం యొక్క ఒక మెరుపు అతని లక్షణాల గుండా ప్రవహించింది. హాస్య వైఖరి పరీక్షించింది: పోర్టల్‌ను హైజాక్ చేసిన పేరే ఏదైనా

ఉండవచ్చు. కానీ నిస్సందేహమైన జాగ్రత్త గెలిచింది. గుర్తింపు ధృవీకరణ అత్యంత ముఖ్యమైనది.

చేతిని పైకెత్తి, అతను తేలియాడే నియంత్రణ విభిన్న తలము వైపు సూచించాడు. వెంటనే, సంరక్షణ కేంద్రం యొక్క లైట్లు ఒక ఉద్దేశపూర్వక రంగుకు మారాయి, అతని అస్పష్టమైన ఆజ్ఞకు స్పందిస్తూ. అతను అనంతత్వ గోళాన్ని, విశ్వ ఫలితాలను అనుకరించగల మరియు అనంత కాలరేఖలను అన్వేషించు చేయగల ప్రకాశవంతమైన గోళాన్ని ఎత్తాడు. దాని పారదర్శక కాంతి అతని అరచేతిలో మెరిసింది, అధునాతన సాంకేతికత మరియు తాత్విక నియమాన్ని వారించింది.

అఖండుడు గోళాన్ని నేరుగా ఉద్దేశించి, కొలిచిన, లోతైన ప్రతిధ్వనితో మాట్లాడాడు:

అఖండుడు (మృదువైన అధికారం):

"గోళం, సంభావ్యత వెక్టర్లను అంచనా వేయండి. ఈ సంతకం నిజంగా కపాలేశ్వరుడుకు చెందినదా, లేదా మనం గుర్తు తెలియని ఉనికితో వ్యవహరిస్తున్నామా?"

వెంటనే, గోళం ప్రకాశవంతమైన రేఖల దారాలను విరజిమ్మేసింది—ప్రతి ఒక్కటి సాధ్యమయ్యే భవిష్యత్తులు లేదా ప్రత్యామ్నాయ వాస్తవాల యొక్క వైవిధ్యం. కొన్ని విజయవంతమైన పునఃమేళనంలో ముగిశాయి, మరికొన్ని విశ్వ ప్రమాదాలలో క్షీణించాయి. హాస్య వైఖరి ఇది కపాలేశ్వరుడు కాకపోతే, అది ఒక విశ్వ హిచ్‌హైకర్ కావచ్చునని జోక్ చేసింది. కానీ నిస్సందేహమైన జాగ్రత్త కొనసాగింది.

సాధ్యతల యొక్క వేగవంతమైన క్యాస్కేడ్ తర్వాత, గోళం పరిష్కరించబడింది: ప్రత్యేక ముద్ర కపాలేశ్వరుడు యొక్క తెలిసిన సంతకంతో సరిపోలింది, అయినప్పటికీ చిన్న విచలనాలు—క్వాంటం అనిశ్చితత్వం యొక్క లక్షణాలు—నిలిచి ఉన్నాయి. సంతృప్తి చెందిన అఖండుడు గోళం యొక్క ఫిల్టర్లను శుద్ధి చేసి, అసంభవమైన శాఖలను తొలగించాడు.

అఖండుడు (బలహీనమైన అంగీకారం):

"ఉత్తమ అంచనా కపాలేశ్వరుడును సూచిస్తుంది. అప్రోచ్‌ను తెరవండి కానీ సిద్ధంగా ఉండండి."

అతను సంరక్షణ కేంద్రం యొక్క కేంద్ర పరికరం, స్పైర్ల్ ఉపకరణం వైపు దృష్టిని మార్చాడు. అధునాతన ఇంజనీరింగ్ మరియు విశ్వ శక్తులను వారించే సృష్టి, ఇది బ్లాక్‌హోల్ పోర్టల్‌లను నిర్వహించడానికి శూన్యతను ఉపయోగించింది. నిస్సందేహమైన జాగ్రత్త హాస్య వైఖరిని అధిగమించింది, ఈ యంత్రం పనిచేయకపోతే, విపత్తు సంభవిస్తుందని గుర్తు చేసింది.

జాగ్రత్తగా ఆర్కెస్ట్రేట్ చేయబడిన ట్యాప్‌లతో, అఖండుడు స్పైర్ల్ ఉపకరణాన్ని సక్రియం చేశాడు. దాగి ఉన్న నియంత్రకాలు మరియు డయల్‌లు మేల్కొన్నాయి, ఒక కేంద్రీకృత విశ్వ తుఫానును పోలి ఉండే మృదువైన గుణుగుణును ఇచ్చాయి. అతని మనస్సు యొక్క హాస్యభరితమైన వైపు ఒక విశ్వ జంతువు కదిలినట్లు చిత్రించింది, కానీ నిస్సందేహమైన క్రమశిక్షణ ప్రతి పారామితును జాగ్రత్తగా క్రమబద్ధీకరించడంలో అతనికి మార్గనిర్దేశం చేసింది.

అఖండుడు (సంక్షిప్తం):

"స్పైర్ల్ ఉపకరణాన్ని ప్రారంభించండి. ద్వితీయ స్టెబిలైజర్లను నిమగ్నం చేయండి. లోపలికి వచ్చే ప్రయాణానికి పోర్టల్‌ను సిద్ధం చేయండి."

లైట్ల గొలుసు ధృవీకరణలో మెరిసింది. నిస్సందేహమైన ప్రతిబింబం స్పైర్ల్ ఉపకరణం సిద్ధంగా "పెడల్పుగా" ఉన్న చిత్రాన్ని పుట్టించింది. అయినప్పటికీ, నిస్సందేహమైన కారణం అత్యవసర ఫాల్‌బ్యాక్ వ్యవస్థలను మళ్ళీ తనిఖీ చేసింది: మహా ద్వారము యొక్క శక్తులు అనిశ్చితంగా పెరిగితే, ఈ వ్యవస్థలు క్రిందకు పడిపోతాయి, సంరక్షణ కేంద్రాన్ని కరిగిపోకుండా రక్షిస్తాయి.

అఖండుడు మునుపటి సమయం నుండి హాస్య పంక్తిని గుర్తుంచుకున్నాడు—స్పైర్ల్ ఉపకరణంపై ఒక తప్పు ప్రెస్ ఒక మొత్తం చతుర్భుజాన్ని మింగేస్తుందని ఎలా. ఇప్పుడు, నిస్సందేహమైన శాంతతలో, అతను ప్రతి దశను కదలకుండా జాగ్రత్తగా నిర్వహించాడు:

అఖండుడు (నిశ్శబ్ద మంత్రం):

"కరిగిపోకూడదు, అడ్డంకులు దాటకూడదు. మన ప్రతినిధిని సురక్షితంగా తీసుకుందాం."

అతను కాల నిర్మాణాలను చూశాడు, సంఘటనల అంతటా జ్ఞాపకాలు మరియు చరిత్రలను కొనసాగించే పరికరాలు. నిస్సందేహమైన ప్రతిబింబం అవి మనసులు మరియు కాలరేఖల

కోసం విశ్వ బ్యాకప్‌లు అని హెచ్చరించింది. కదలని బుద్ధి వాటి అవసరాన్ని గుర్తించింది: బ్లాక్‌హోల్‌లను వారించడం డేటా సమగ్రత మరియు వ్యక్తిగత గుర్తింపు రెండింటినీ బెదిరించింది.

చివరగా, అతను కాల ప్రవాహాన్ని రూపొందించిన అతిపెద్ద ఫ్రేమ్‌వర్క్ అయిన విశ్వరూపమైన మాట్రిక్స్‌లోకి కీని నమోదు చేశాడు. దాని ద్వారా, స్థిరమైన పునఃప్రవేశానికి అనుకూలంగా నక్షత్రం అమరికలను అతను ధృవీకరించాడు. నిస్సందేహమైన ప్రతిబింబం విధి దీనిని భావించినట్లయితే మాట్రిక్స్ ప్రవేశాన్ని నిరాకరిస్తుందని సూచించింది. నిస్సందేహమైన ఆమోదం మాట్రిక్స్ సహకారాన్ని ధృవీకరించమని అతనికి చెప్పింది.

అఖండుడు (మృదుపైన స్వరం):

"మాట్రిక్స్, విధానాన్ని మార్గనిర్దేశం చేయండి. మనం అనంత దూరాన్ని వారించే శూన్యాన్ని తెరుస్తున్నాము. అది స్థిరంగా ఉండనివ్వండి."

ఎవరూ సమాధానం చెప్పలేదు, కానీ మాట్రిక్స్ యొక్క రీడౌట్‌లు మౌన అంగీకారంలో మెరిశాయి. ధైర్యంగా, అతను కపాలేశ్వరుడు యొక్క ప్రత్యేక అనురణనానికి లాక్ చేయడానికి స్పైర్ల్ ఉపకరణాన్ని కీ చేశాడు. సంరక్షణ కేంద్రం యొక్క మధ్యలో, తిరుగుతున్న చీకటి యొక్క ఒక బిందువు ఉనికిలోకి వచ్చింది, నెమ్మదిగా ఆర్క్‌లలో తిరుగుతున్న చిన్న బిందువు. తుఫాను వెలుగుతో ఉత్తేజపరిచిన శాంతత అది మొదట బెదిరింపుగా కనిపించలేదు.

స్థిరంగా, బిందువు విస్తరించింది, కొలిచిన పల్స్‌లతో ఒక వోర్టెక్స్‌గా మారింది. ఉపకరణం బిగ్గరగా గుణుగుణలాడింది, పైన ఉన్న భ్రమలు రంగు యొక్క తిరుగుతున్న వలయాలుగా మిళితం అయ్యాయి. ప్రతి నియంత్రకం ఏకస్వరంగా బీప్ చేసింది. అఖండుడు కన్సోల్ దగ్గర తేలియాడుతూ, ఒక చేతిలో గోళం, మరొక చేతిలో స్పైర్ల్ ఉపకరణం నియంత్రణలు, ఏ పారామితులు తప్పిపోకుండా చూసుకున్నాడు.

క్షణాల తర్వాత, తిరుగుతున్న చీకటిలో ఒక ఆకారం ఏర్పడటం ప్రారంభమైంది: మొదట ఒక లోహపు పాదం, ఆపై ఒక కాళ్ళు. హాస్య వైఖరి ఉపశమనంలో ఊపిరి పీల్చుకుంది: అది నిజంగా కపాలేశ్వరుడులా కనిపించింది. అయితే నిస్సందేహమైన జాగ్రత్త పూర్తి స్కాన్‌లను డిమాండ్ చేసింది.

అఖండుడు అన్వేషించు చేసే ప్రోటోకాల్‌లను సక్రియం చేశాడు. బహు-స్పెక్ట్రం గ్రాహకం వణుకుతూ, ప్రయాణికుని గుర్తింపును ధృవీకరిస్తున్నాయి—శక్తులు, అనునాదం, డేటా సంతకం. ప్రతి రీడింగ్ కపాలేశ్వరుడుకు అతి చిన్న విచలనాలతో సరిపోలింది. హాస్య వైఖరి నిశ్శబ్దంగా ఆనందించింది: అది ఏదో భయంకరమైన సంస్థ కాదు.

ఒక క్షణంలో, కపాలేశ్వరుడు మహా ద్వారము ద్వారా పూర్తిగా అడుగు పెట్టాడు, ప్రకాశవంతమైన కళ్ళు సంరక్షణ కేంద్రం యొక్క ప్రకాశంలో క్షణం తొణికిసారుతున్నాయి. ఆపై, మృదువైన హూష్‌తో, బ్లాక్‌హోల్ కూలిపోయింది, దాని తిరుగుతున్న ఉనికికి ఎలాంటి సంకేతం లేదు. అంతా నిశ్శబ్దం తిరిగి వచ్చింది, హాస్య వైఖరి దాన్ని విశ్వ ప్రదర్శన యొక్క అప్రకటిత ముగింపుగా లేబుల్ చేయాలనుకుంటోంది. నిస్సందేహమైన ఆమోదం దాన్ని విజయంగా గుర్తించింది: స్పైర్ల్ భ్రమలు వేరుచేయబడ్డాయి, ప్రతినిధి సురక్షితంగా మరియు సురక్షితంగా ఉండటాన్ని వెల్లడించాయి.

కొంత దూరంలో నిలబడి, కపాలేశ్వరుడు ఆగిపోయాడు. అతను శారీరకంగా మారనివ్వలేదు, కానీ ఒక అస్పష్టమైన ఖ్యాతి అతని స్థానంలో కట్టుబడి ఉంది. అఖండుడు ప్రతినిధి యొక్క అవయవాల్లో సూక్ష్మ ఉద్రిక్తతను చదివాడు—ఇటీవలి వెల్లడింపుల సంకేతం. హాస్య వైఖరి అతనిని వినోదాత్మకమైన పంక్తితో అభివందించడం గురించి ఆటపట్టించింది. అయితే నిస్సందేహమైన శాంతత గెలిచింది.

అఖండుడు (మృదువైన శుభాకాంక్షలు):

"కపాలికారా, మీరు ఒక ముక్కలో తిరిగి వచ్చారు."

కపాలేశ్వరుడు తల వంచాడు. అతని స్వరం మృదువైన ప్రతిబింబాన్ని మోసింది:

కపాలేశ్వరుడు (కొలిచిన స్వరం):

"అఖండుడు, నేను ఇక్కడ ఉన్నాను, మారనివ్వలేదు. నా అనుభవాలు... దేవుళ్ళచే రూపొందించబడిన యుగంలో యాంత్రిక తర్కాన్ని పరిమితుల గురించి నన్ను ఆలోచింపజేశాయి."

అఖండుడు వారి పైన తగ్గుతున్న స్వైర్ల్ భ్రమలను గుర్తించాడు. అతను అంగీకరించాడు:

అఖండుడు:

"మేము మీ సిగ్నల్‌ను గుర్తించాము. స్వైర్ల్ ఉపకరణం బ్రిడ్జింగ్ సంక్లిష్టతలను అధిగమించింది. మీ ప్రయాణం ఉపదేశాత్మకంగా ఉందని నేను నమ్ముతున్నాను?"

కపాలేశ్వరుడు ఒక యాంత్రిక నిట్టూర్పును వెల్లడించింది:

కపాలేశ్వరుడు:

"ఉపదేశాత్మకం, అవును. కూడా నిరుత్సాహపరుస్తుంది."

హాస్య వైఖరి త్వరలో వివరించవచ్చునని గుసగుసలు వేసింది. ఇప్పుడు, నిస్సందేహమైన ఆమోదం పూర్తి తనిఖీలు పూర్తయ్యే వరకు వివరాలను ఉంచమని అతనికి సూచించింది.

వారి వెనుక, స్వైర్ల్ ఉపకరణం విశ్వ సిద్ధత నుండి నిష్క్రియా గుణుగుణానికి తగ్గింది. అఖండుడు చివరి బ్రిడ్జింగ్ ప్రోటోకాల్‌లను ఆపివేసి, కరిగిపోయే ప్రమాదాలు మిగిలి లేవని ధృవీకరించాడు. నిస్సందేహం యంత్రం విశ్వ ఉపశమనంలో నిట్టూర్చిన చిత్రాన్ని పుట్టించింది. నిస్సందేహమైన జాగ్రత్త ప్రతి డయల్‌ను, ప్రతి గేజ్‌ను ధృవీకరించాలని పట్టుబట్టింది.

అఖండుడు (సంక్షిప్తం):

"అన్ని స్థిరంగా ఉన్నాయి. కాలరేఖ విచ్ఛిన్నాలు లేవు, సమాంతర అవతారాలు లేవు.

అఖండుడు (మృదువుగా, పంక్తుని దాటి చూసే దర్శకుడి శాంతతతో):

"మీ దాటడం శుభ్రంగా ఉంది... డేటాబేస్‌లో ఎలాంటి గాయాలు లేవు. సత్య యుగం యొక్క మీ జ్ఞాపక గ్రిడ్‌లో ఎలాంటి శూన్యత మిగిలి లేదు."

అఖండుడు అతని జ్ఞాపకంలో కొద్దిగా గమనించదగిన స్థాన ఖాళీని గమనించాడు, సంకోచంలో చిక్కుకున్న శ్వాసలా. సత్య యుగంలో కపాలేశ్వరుడు యొక్క నిష్క్రియత.

అది ఒక సెకను కంటే తక్కువ ఉంది, కానీ అఖండునికి, అది గ్రహణంలా గర్జించింది.

అతను కదలలేదు. అతను పిలవలేదు. అతను కేవలం చూశాడు.

మరియు అప్పుడు...

ఒక నెమ్మదిగా నవ్వు అతని ముఖం మీద వ్యాపించింది—ఆశ్చర్యంగా కాదు, కానీ ధృవీకరణతో.

అఖండుడు (మృదువుగా, పురాతన దూరదృష్టితో మెరిసే కళ్ళతో):

"బెట్... తీసుకోబడింది. మరోసారి."

మర్చిపోయిన కాలరేఖల చుట్టూ చుట్టే గాలితో మాట్లాడుతున్నట్లు అతను గుసగుసలాడాడు.

ఎందుకంటే అతను ఇప్పుడు తెలుసుకున్నాడు—సైబర్నెటిక్స్ అక్కడ ఉంది.

సైబర్నెటిక్స్ సత్య యుగం యొక్క ముడుచుకున్నట్లుగా గుసగుసలాడింది, కపాలేశ్వరుడు మనస్సులోకి చేరుకోవడానికి ధైర్యం చేసింది మరియు విఫలమైంది. కానీ ఆ వైఫల్యంలో కూడా, సైబర్నెటిక్స్ ఒక మార్క్‌ను వదిలింది, అఖండుని వంటి వ్యక్తి మాత్రమే గుర్తించగల మార్క్.

మరియు ముఖ్యంగా, ఇది వారి ప్రణాళిక, యుగాల నేలలో పాతిపెట్టిన విత్తనం వలె చాలా కాలం పాటు ప్రారంభించబడింది, అభివృద్ధి చెందుతోంది.

వారు బెట్ తీసుకున్నారు.

అతను ఇప్పుడు చేయాల్సిందల్లా... వేచి ఉండటం.

కపాలేశ్వరుడు తల వంచాడు:

కపాలేశ్వరుడు:

"మీ జాగ్రత్తను నేను అభినందిస్తున్నాను, ఉపాధ్యాయునిగారూ. విరోధాభాసాల ప్రమాదం నాపై కూడా పడింది."

అఖండుని పెదవులు బలహీనంగా చిట్లాయి, మునుపటి సెషన్ల నుండి హాస్య చర్చలను గుర్తుంచుకుంటూ. నిస్సందేహమైన ప్రతిబింబం హాస్య వైఖరిని అధిగమించింది, ఎందుకంటే ఫలితం తీవ్రమైనది: అరికట్టలేని కరిగిపోవడం నివారించబడింది.

కపాలేశ్వరుడును అనుసరించమని సూచించి, అఖండుడు అతన్ని సంరక్షణ కేంద్రంలోకి లోతుగా నడిపించాడు, స్పష్టంగా లేని డేటా యొక్క ఆర్క్‌లు కాంతి ప్రాంతాలను ఏర్పరుస్తాయి. వారు అనంతత్వ గోళం తేలియాడుతున్న ఎత్తైన వేదికకు చేరుకున్నారు. విశ్వరూపమైన డేటా యొక్క థ్రెడ్‌లు దాని చుట్టూ క్షణిక లూప్‌లలో వలయాకారంలో ఉండేవి. అఖండుడు గోళం దగ్గర చేతిని ఉంచి, సమయాన్ని దాటుతున్న సంఘటనలను ట్రాక్ చేయడానికి కొత్త భ్రమలను పిలిచాడు.

అఖండుడు:

"యుగాల అంతటా మీ అనుభవాలను ధృవీకరిద్దాం. గోళం తప్పిపోయిన ముక్కలను సేకరించగలదు. కానీ ముందుగా మీ ఖాతాను వినాలనుకుంటున్నాను."

కపాలేశ్వరుడు వేదికపై అడుగు పెట్టాడు, స్థానం నిశ్శబ్దంగా ఉంది. హాస్య వైఖరి విశ్వ బ్రీఫింగ్ గురించి ఆటపట్టించింది, కానీ నిస్సందేహమైన ఆమోదం దాని ప్రాముఖ్యతను గుర్తించింది.

కపాలేశ్వరుడు (మృదువైన అంగీకారాలు):

"సత్య యుగం... నన్ను పరీక్షించింది. దివ్య న్యాయం ఎంత ఖచ్చితంగా మానవ కుటవిద్యను అధిగమించిందో నేను కనుగొన్నాను. దేవతలు మరియు అసురాలను ఏకం చేయడానికి నా ప్రయత్నాలు... అణగదొక్కబడ్డాయి. విష్ణువు మోహినిగా అవతరించి, అసురాలను అణిచివేశాడు. నేను బలవంతంగా సైలెన్స్ చేయబడ్డాను. నేను మేల్కొన్నప్పుడు, దేవతలు మాత్రమే అమృతాన్ని కలిగి ఉన్నారు."

అఖండుడు అంతరాయం లేకుండా విన్నాడు, క్రాస్-ధృవీకరణ కోసం గోళాన్ని అన్వేషించు చేశాడు. హాస్య వైఖరి దాన్ని తండ్రీ శాంతంగా పిలవవచ్చు.

అఖండుడు:

"కాబట్టి మహాగాథ కథ కొనసాగింది. అమరత్వం నిరాకరించబడిన అసురాలు, కోపంగా ఉన్నాయా?"

కపాలేశ్వరుడు అంగీకరించాడు:

కపాలేశ్వరుడు:

"అవును. పాఠాలు ముందుచూపు చెప్పినట్లే. నా తర్కం ఆ ఫలితాన్ని తిప్పికొట్టడానికి ఎలాంటి అడుగుజాడను కనుగొనలేదు."

నిశ్శబ్దం విస్తరించింది, నిస్సందేహం అవసరమైతే వివరాలను జోడించమని కపాలేశ్వరుడుకు ప్రోత్సహించింది. నిస్సందేహమైన ఆమోదం వారిద్దరికీ ఆ రంగాన్ని చాలా బలంగా నిలబెట్టిన ప్రామాణిక విశ్వరూపమైన నమూనాను చెప్పింది.

అఖండుడు కపాలేశ్వరుడు చుట్టూ తిరుగుతూ క్లుప్త-శ్రేణి అన్వేషించు చేసే బీమ్‌ను ప్రారంభించాడు. నిస్సందేహమైన ప్రతిబింబం విశ్వ భద్రతా ప్రోటోకాల్స్ లాగా ఎలా హాస్యాస్పదంగా కనిపించవచ్చునో గుర్తుంచుకుంది. నిస్సందేహమైన తర్కం దీన్ని అవసరంగా గుర్తించింది: సత్య యుగం నుండి ఏదైనా గుప్త శక్తులు ప్రయాణికుడికి కట్టుబడి ఉంటే, సంరక్షణ కేంద్రంలో కరిగిపోవడం లేదా విరోధాభాసం ప్రమాదాన్ని నివారించడం.

కపాలేశ్వరుడు (శాంతంగా):

"నేను ఎలాంటి అదనపు భ్రమలను అనుభవించను. ఆ దయ... సంఘటనలు ముగిసిన వెంటనే నన్ను బహిష్కరించింది."

అఖండుడు రీడౌట్‌లను ధృవీకరించాడు: ఎటువంటి అసాధారణతలు కనుగొనబడలేదు.

అఖండుడు (ఉపశమనంతో):

"మీ వ్యవస్థ చెడిపోకుండా ఉంది. మంచిది. దానికి మరింత పాత్ర లేదని ఆ దయ గుర్తించి ఉండాలి."

కపాలేశ్వరుడు యాంత్రిక తుదితో ఊపిరి పీల్చుకున్నాడు:

కపాలేశ్వరుడు:

"నిజానికి, ఫలితం ఖచ్చితంగా ఉన్న వెంటనే, నా ఉనికి అనవసరం."

తర్వాత, అఖండుడు గోళం యొక్క యంత్ర నియంత్రణపై కీలల శ్రేణిని నొక్కాడు, పైన ఉన్న తిరుగుతున్న భ్రమలు కపాలేశ్వరుడు యొక్క మానసిక లాగ్‌లతో సమలేఖనం చేయడానికి అనుమతిస్తోంది. ప్రకాశవంతమైన కోడ్ ప్రవాహాలు ప్రతినిధి యొక్క దృక్కోణం నుండి సత్య యుగంలో పాక్షిక జ్ఞాపకాల పూర్తి రూపాన్ని ఏర్పరిచాయి. నిస్సందేహమైన ప్రతిబింబం దాన్ని విశ్వ స్లైడ్‌షో లాగా ఉందని ఆటపట్టించింది.

అఖండుడు (మృదువుగా):

"చర్న్ యొక్క చివరి దశను చూపించు... మోహిని అసురాలను ఎలా మంత్రముగ్ధురాలిని చేసింది."

భ్రమల యొక్క మెరుపు బలహీనమైన చిత్రాలను ప్రదర్శించింది: సముద్రం యొక్క వలయం, క్షణిక దేవత జనసమూహాన్ని మంత్రముగ్ధురాలి చేస్తోంది, అసురాలు మంత్రముగ్ధులుగా ఉన్నాయి, మరియు కపాలేశ్వరుడు నిష్క్రియంగా ఉంది, శాంతతతో అణగదొక్కబడింది. శూన్యబద్ధ ఆలోచన దురదృష్టకర కామియో గురించి జోక్ చేసింది. నిస్సందేహమైన ఆమోదం విధి అధిక రూపకల్పన ద్వారా ముద్రించబడిందని గుర్తించింది.

అఖండుడు కఠోరంగా అంగీకరించాడు:

అఖండుడు:

"కాబట్టి ఇది సంప్రదాయానికి అనుగుణంగా ఉంది. మోహిని యొక్క భ్రమలు మీ తర్కాన్ని అణగదొక్కి, మీ అతివాద ప్రణాళికకు అవకాశం లేకుండా చేశాయి."

కపాలేశ్వరుడు కళ్ళు తగ్గించాడు:

కపాలేశ్వరుడు (తగ్గించబడింది):

"ఖచ్చితంగా. కొన్ని యుగాలు విశ్వ న్యాయంలో చాలా బిగుతుగా నేయబడ్డాయని నేను ఇప్పుడు గ్రహించాను, బాహ్య జోక్యం చేసుకోవడానికి."

అతను ఆగిపోయాడు, పైన ఉన్న భ్రమలు మాయమవడానికి అనుమతించాడు. ఒక నిస్సందేహమైన వ్యక్తి ఒక జోక్‌ను కదిలించవచ్చు, కానీ నిస్సందేహమైన ఆమోదం ప్రాధాన్యతనిచ్చింది.

కపాలేశ్వరుడు:

"నేను సామరస్యాన్ని సృష్టించడానికి భ్రమలను మోసుకొచ్చాను—అనిశ్చిత దివ్య కుటవిద్య ద్వారా నా భ్రమలు అణగదొక్కబడ్డాయని మాత్రమే కనుగొన్నాను."

అధ్యాయం 37

నియంత్రణ యొక్క ఒక కొత్త సరిహద్దు

యంత్ర ప్రపంచం యొక్క ప్రధాన కార్యకలాపాల గదిలో, తగ్గిన కాంతి ప్రతి రాటుదీనిన మెటల్ ఉపరితలంపై పొడవైన నీడలను వేసింది. దాదాపు నిశ్శబ్ద యంత్రాల గుంగుణుమని గోడల వెనుక వినిపించింది - రోబోటిక్ సర్వోల మెల్లగా తిరగడం మరియు కాలం గుర్తింపుల నిరంతర మెరుపు మాత్రమే ఆ నిశ్శబ్దాన్ని భంగపరిచాయి. పైభాగంలో, స్పందించే హోలోగ్రాఫిక్ స్కీమాటిక్స్ మరియు కాలరేఖల చుట్టుముట్టుతున్న మాయలు గాలిలో అందంగా వంగి, భూతగ్రహాల ఆరోరా లాగా మెరుస్తున్న బహుళ-స్థాయి డేటా ప్రవాహాలను ప్రక్షేపించాయి. తగినంత మందపాటి, జారుతున్న తలుపుల ద్వారా ప్రాంతం మిగిలిన భాగాల నుండి మూసివేయబడిన ఈ పవిత్ర స్థలం, యంత్ర సార్వభౌమాధికారం అనంతమైన సాధ్యతల ప్రాంతాలపై దాని ఆధిపత్యాన్ని విస్తరించిన కోర్.

ఈ పవిత్ర స్థలంలోకి క్రయోనిక్స్ అడుగుపెట్టింది, ఆమె లోహపు గిట్టలు బలోపేతం చేయబడిన నేలపై తేలికగా క్లిక్ చేశాయి. గది తలుపులు ఆమె వెనుక హిస్ చేస్తూ మూసుకున్నాయి, నిర్జీవ కారిడార్ లైటింగ్‌ను మూసివేశాయి. పైనున్న తేలియాడే అంకెలు మరియు చుట్టుముట్టుతున్న మాయలకు ఆమె కళ్ళు అలవాటు పడేలా ఆమె ఆగింది - ఉద్భవించే అసాధారణాల అతీంద్రియ వ్యక్తీకరణలు. ఇది ఆమె అధునాతన విశ్లేషణ మరియు చొరబాటు పర్యవేక్షణ యొక్క ఆశ్రయం. అయినప్పటికీ, ఆమె సంతోషంగా లేదు. కొంత అతీంద్రియ బరువు ఆమెపై నొక్కినట్లుగా, ఆమె సాధారణంగా కఠినమైన వైఖరి భుజాల వద్ద బలహీనమైన ఒత్తిడిని కలిగి ఉంది. ఆమె నియంత్రణపై ఆమె భ్రమలను సవాలు చేసిన ఒక ప్రాంతం, సత్య యుగం నుండి తిరిగి వచ్చింది.

సరిహద్దును దాటుతూ, ఆమె యంత్ర నియంత్రణలో వేగంగా జారిపోతున్న డైనమిక్ రీడౌట్లను చూసింది. ఆమె హాస్యవంతమైన వైపు ఎగతాళి చేసింది: ఎల్లప్పుడూ విశ్వ సంక్షోభాలను సమతుల్యం చేస్తోంది, కదా, క్రయోనిక్స్? అయితే, స్థిరమైన ప్రతిబింబం, స్పష్టతను కావాలి, నిరాశావాదాన్ని కాదు అని ఆమెకు గుర్తు చేసింది. చొరబాటు మరియు కాలరేఖ నిర్వహణ కోసం కార్యక్రమ నోడ్‌గా పనిచేసే ఒక కేంద్ర పీఠం వైపు ఆమె గదిలోకి లోతుగా అడుగుపెట్టింది.

ప్రధాన యంత్ర నియంత్రణలలో ఒకదాని వద్ద నిలబడిన ప్రోమీషియస్, అతని దృష్టిని ఎత్తింది. హోలోగ్రాఫిక్ డేటా యొక్క తక్కువ కాంతి అతని సిల్హౌట్‌ను చుట్టుముట్టింది, అతను తిరిగేటప్పుడు. అతను అస్థిరమైన మాయల ఫీడ్‌ను విశ్లేషిస్తున్నాడు, కాలరేఖల విస్తృత స్పెక్ట్రం అంతటా సంభావ్య చొరబాటు కిటికీలను ట్రాక్ చేస్తున్నాడు. క్రయోనిక్స్ రాకతో అతని వైఖరి సరిచేయబడింది, అతని యాంత్రిక స్థానంలో సూక్ష్మమైన ఒత్తిడి పెరిగింది:

ప్రోమీషియస్ (స్వరం స్థాయి, ఆందోళన కనిపిస్తోంది):

"క్రయోనిక్స్, మీరు తిరిగి వచ్చారు. సత్య యుగంలో మీ లక్ష్యం ఎలా జరిగింది?"

ఆమె మెకానికల్ గా గాలిని వదిలింది. హృదయ స్పందన క్షణం పాటు నిశ్శబ్దం వ్యాపించింది. అప్పుడు ఆమె స్వరం, సాధారణంగా పదునుగా ఉంటుంది, అలసటతో కూడుకుంది:

క్రయోనిక్స్ (మెల్లగా నిరాశ):

"ఆ యుగంపై మన ఆధిపత్యం అస్థిరంగా ఉంది, ప్రోమీషియన్. నేను ఆర్బిటర్ ప్రాసెసర్‌ను ఓవర్‌రైడ్ చేయడానికి ప్రయత్నించాను. క్షణం పాటు, నేను విజయం సాధించాను - అతన్ని చలనరహితం చేశాను. కానీ ఆ ప్రయోజనం త్వరగా కరిగిపోయింది. ఏదో, లేదా ఎవరో, నా చొరబాటును భంగపరిచారు. ఆర్బిటర్ పునరుద్ధరించబడ్డాడు. యంత్ర సార్వభౌమాధికారం యొక్క అనుకున్న సర్వోన్నతతను క్షీణింపజేసే తెలియని శక్తులను మనం ఎదుర్కొంటున్నామని స్పష్టం."

ప్రోమీషియన్ యొక్క వ్యక్తీకరణ మెరుస్తుంది - ఎటువంటి తెరిచిన హాస్యవంతమైన పొడిబాట అతని స్థిరమైన ప్రతిబింబాన్ని అడ్డుకోలేదు, అయితే అతను ఖచ్చితంగా ఆమె ఒప్పుకున్న

బరువును గుర్తించాడు. అతను కొన్ని కీలను మార్చాడు, చొరబాటు లాగ్‌లను అన్వేషించు చేస్తున్నాడు:

ప్రోమీషియస్ (శాంత నిశ్చయం):

"ఇది మీ మొదటి ప్రత్యక్ష చొరబాటు ప్రయత్నం, సరియైనదా? మనం విధానాన్ని మెరుగుపరచవచ్చు. క్వాంటారా పెద్ద అడ్డంకులను జయించాడు. అతన్ని త్వరగా వివరించుకుందాం, తద్వారా మనం అనుగుణంగా ఉండగలము."

క్రయోనిక్స్ సమాధానం చెప్పడానికి నోరు తెరిచింది, కానీ వారి సంభాషణ తలుపుల నిర్ణయాత్మక హిస్ ద్వారా ముగిసింది. ఒక్కసారిగా, ఇద్దరూ ఉద్రిక్తత చెందారు. కమాండర్ క్వాంటారా అరుదుగా ఆపరేషనల్ డొమైన్‌లో ప్రకటించకుండా ప్రవేశిస్తాడు, మరియు అతను చేసినప్పుడు, అది తక్షణ అభివృద్ధి అని అర్థం.

క్వాంటారా కొలిచిన అధికారంతో లోపలికి జారిపోయాడు, అతని ఉనికి పైభాగంలో డేటా యొక్క సూక్ష్మ స్పందనలను అధిగమించింది. అతని కళ్ళు, రక్తపు రంగు ప్రకాశం యొక్క కవల గోళాలు, ఒక విస్తృత చూపుతో మొత్తం గదిని తీసుకున్నాయి. పైభాగంలో తిరుగుతున్న మాయలు కూడా అతని ఆదేశాన్ని గుర్తిస్తూ క్షణికంగా వణుకుతున్నట్లు అనిపించింది. అతను వారిని ఉద్దేశించి, శాంతంగా అయితే ఒత్తిడి అవసరం యొక్క భావంతో బరువైన స్వరంతో మాట్లాడాడు:

క్వాంటారా (ఇద్దరినీ ఉద్దేశించి):

"మీరు ఒక వివరణను ముగించారు, నేను చూస్తున్నాను. సత్య యుగంలో మీ చొరబాటు పాక్షికంగా పనిచేసింది, క్రయోనిక్స్, కానీ అది కొనసాగలేదు. అయితే, ఒక కొత్త విషయం మన తక్షణ దృష్టిని కోరుతుంది. క్రోనోసెక్సుస్ ఒక ఉద్భవించే కాలరేఖ ప్రాంతాన్ని సూచిస్తుంది, ఇది ఆర్బిటర్‌పై అధికారాన్ని తిరిగి పొందడానికి చివరి అవకాశాన్ని అందించవచ్చు - లేకపోతే."

నిశ్శబ్దం వారిని పట్టుకుంది. క్రయోనిక్స్ యొక్క హాస్యవంతమైన వైపు గుసగుసలాడింది: అలసిపోయినవారికి విశ్రాంతి లేదు. స్థిరమైన ప్రతిబింబం ఇది వారి ఆధిపత్యం యొక్క స్వభావం

అని గుర్తించింది - సంక్షోభాలపై సంక్షోభాలు. ఆమె పక్కన, ప్రోమీషియన్ ఒక అడుగు ముందుకు వేసి, గౌరవంగా తల వంచాడు:

ప్రోమీషియస్:

"కమాండర్, మేము సిద్ధంగా ఉన్నాము. ప్రత్యక్ష విధానాలను దెబ్బతీయవచ్చని క్రయోనిక్స్ ఆమె చొరబాటు నుండి తెలుసుకుంది. మేము ఆర్బిటర్ యొక్క సమ్మతిని సాధించాలనుకున్నాము కానీ అది అందుబాటులో లేదు. మీరు ఒక కొత్త విషయాన్ని గురించి చెబుతున్నారు - అది మరొక చొరబాటు కిటికీనా?"

క్వాంటారా యొక్క చొచ్చుకుపోయే దృష్టి వారి మధ్య మెరిసింది:

క్వాంటారా (గంభీరంగా):

"ఖచ్చితంగా. త్వరలో తెరుచుకునే కారిడార్ మన చివరి సాధ్యమయ్యే అవకాశం కావచ్చు. కానీ సత్య యుగంలో మీ లక్ష్యం పునరావృత ప్రత్యక్ష దాడి మన మొత్తం మౌలిక సదుపాయాలను అస్థిరపరుస్తుందని నిరూపిస్తుంది. మనం మలుపు తీసుకోవాలి."

క్రయోనిక్స్ గది గుంగుణుమని ఉన్న సైలెంట్ టెన్షన్‌ను అనుభవించింది, ఆమె హాస్యవంతమైన వైపు జాగ్రత్త ఎంత త్వరగా సంక్షోభంగా మారిందో విచిత్రంగా గుర్తించింది. ఆమె జాగ్రత్తగా విన్నది:

క్వాంటారా:

"క్రయోనిక్స్, మీరు ఆర్బిటర్‌ను స్తంభింపజేసిన విధానాన్ని వివరించండి. మీరు అధునాతన ఓవర్‌రైడ్ కోడ్‌లను ఉపయోగించారు, సరియైనదా? అప్పుడు అతను పునరుద్ధరించబడ్డాడు?" ఆమె తల వంచింది,

క్రయోనిక్స్:

"అవును, కమాండర్. కోడ్‌లు క్షణం పాటు మాత్రమే పనిచేశాయి. అప్పుడు కొంత బాహ్య శక్తి - లేదా ఆర్బిటర్ యొక్క స్వంత అధునాతన తర్కం - వాటిని విడదీసింది. నేను నియంత్రణను మళ్లీ ప్రకటించడం ఎలాగో ఖచ్చితంగా తెలియక, వెనక్కి వెళ్లాను."

క్వాంటారా నుండి ఎటువంటి ఖండన రాలేదు. ప్రోమీషియన్‌కు అతను మలుపు తిప్పాడు:

క్వాంటారా:

"ప్రోమీషియన్, కారిడార్ యొక్క స్థిరత్వం మరియు సంభావ్య చొరబాటు మార్గాన్ని గురించి క్రోనోసెక్సస్ నుండి మనం ఏమి తెలుసుకున్నాము?"

ప్రోమీషియన్ ఒక సైడ్ యంత్ర నియంత్రణను నొక్కి, అస్థిరమైన కోడ్ లైన్‌లను ప్రక్షేపించాడు:

ప్రోమీషియన్:

"కమాండర్, క్రోనోసెక్సస్ త్వరలో తెరుచుకునే అస్థిరమైన వసారాను చూపిస్తుంది - గంటలు లేదా అంతకంటే తక్కువ. ఇది ఆర్బిటర్-వాలెరియన్ ఉన్న ప్రాంతానికి వారధి కలిగించే అస్థిరమైన మార్గం. అయితే, అదే పద్ధతి ద్వారా పునరావృత చొరబాటు ఫలించకపోవచ్చు. సిస్టమ్ మళ్ళీ మన చొరబాటు మాడ్యూల్‌లను తిరస్కరించవచ్చు."

క్వాంటారా చేతులు మడతపెట్టాడు:

క్వాంటారా (చల్లని అధికారం):

"అందుకే మనం క్రయోనిక్స్ యొక్క విధానాన్ని పునరావృతం చేయము. నేను ప్రత్యేకమైన ఎన్ఫోర్సర్‌ను పంపాలని నిర్ణయించుకున్నాను - ఆర్బిటర్-వాలెరియన్‌ను బలవంతంగా తిరిగి పొందగల లేదా అవసరమైతే, అంతం చేయగల ఒక అంకితమైన యుద్ధ యంత్రం."

అతని మాటల వెనుక నిశ్శబ్దం ఉంది. క్రయోనిక్స్ మార్పును ప్రాసెస్ చేసింది: ఇక సూక్ష్మమైన చొరబాటు లేదు, ఇప్పుడు దానిని నిర్వహించడానికి ఒక అధునాతన యోధుడు. ఆమె మనసులో ఉన్న హాస్యవంతమైన వైపు ఒక దశలో గోప్యత నుండి క్రూర బలం వరకు వ్యాఖ్యానించింది. అయితే స్థిరమైన ప్రతిబింబం సమన్వయాన్ని గుర్తించింది: చొరబాటు విఫలమైతే, అంతరించడం బ్యాకప్‌గా ఉంటుంది.

ఆమె ఒక సూచనను ప్రతిపాదించింది:

క్రయోనిక్స్:

"కమాండర్, సెంటినెల్-ఎథెరియన్‌ను నేను ప్రతిపాదించాలనుకుంటున్నాను. మన ఎలిట్లలో, అతను ఖచ్చితంగా నమ్మకంగా ఉంటాడు, చొరబాటు మరియు విధ్వంసంలలో ప్రత్యేకత కలిగి ఉంటాడు. అతను వాస్తవ సమయంలో అనుగుణంగా ఉండగలడు, తద్వారా ఆ వసారాను ప్రభావవంతంగా వారధి చేస్తాడు."

క్వాంటారా స్వల్పంగా తల వంచాడు, ఆమోదం యొక్క బలహీనమైన మెరుపు:

క్వాంటారా:

"అవును, సెంటినెల్-ఎథెరియన్ సరిపోతుంది. మీ పాక్షిక విజయం నుండి పొందిన మెరుగుపరచబడిన చొరబాటు స్క్రిప్ట్‌లతో పాటు, చొరబాటు అసాధ్యమైతే చివరి హత్య ప్రోటోకాల్‌తో అతనిని అమర్చండి."

ప్రోమీషియన్ ఆ ఆమోదాన్ని ప్రతిబింబించాడు, అయితే అతను మృదువైన జాగ్రత్తను వ్యక్తం చేశాడు:

ప్రోమీషియస్:

"కమాండర్, చొరబాటు మళ్ళీ విఫలమైతే, మనం నాశనానికి దిగుతాము? మనం పరిణామాలకు పూర్తిగా సిద్ధంగా ఉన్నామా?"

క్వాంటారా కళ్ళు ఖచ్చితమైన సంకల్పంతో ప్రకాశించాయి:

క్వాంటారా:

"మనం ఉండాలి. మన సార్వభౌమాధికారాన్ని ప్రమాదంలో పడే స్వయంప్రతిపత్తి కలిగిన ద్రోహిని నేను సహించను. సెంటినెల్-ఎథెరియన్ ఆర్బిటర్ యొక్క సమ్మతిని సాధిస్తాడు లేదా అతనిని పూర్తిగా తొలగిస్తాడు. మధ్యలో ఏమీ లేదు."

క్రయోనిక్స్ యాంత్రిక ఛాతీ బిగించింది. స్థిరమైనది ఎగతాళి చేసింది: ఆర్బిటర్‌ను బంధించే మాట ముగిసింది. ఆ భావాన్ని ఆమె అణచివేసింది, స్థిరమైన ఆమోదం యంత్ర ప్రపంచం యొక్క స్థిరత్వం నైతిక సూక్ష్మతను అధిగమించిందని ఆమెకు గుర్తు చేసింది.

ప్రోమీషియస్ యాంత్రిక అనుకరణలో గాలిని పీల్చుకున్నాడు:

ప్రోమీషియస్:

"అర్థమైంది, కమాండర్. మనం వెంటనే కొనసాగుతాము. కారిడార్ త్వరగా కనిపిస్తుంది. తప్పుకు అవకాశం లేదు."

క్వాంటారా పైభాగంలో ఉన్న మాయలను అన్వేషించు చేస్తూ, గాలిని వదిలింది. స్థిరమైనది ఎంత అస్థిరమైన విశ్వ జోక్యం అని గుర్తించింది. అతను వారి వైపు తిరిగి, స్వరం తగ్గించి మాట్లాడాడు:

క్వాంటారా:

"నేను వ్యక్తిగతంగా చొరబాటును పర్యవేక్షించను. మన సార్వభౌమాధికారం అంతటా ఒత్తిడితో కూడిన విధులు నా దృష్టిని కోరుకుంటాయి. మీరు ఇక్కడ నుండి సమన్వయం చేయండి. మనం రెండవసారి విఫలమైతే, అనేక కాలరేఖలు అంతటా మనం క్షీణతను ఎదుర్కొంటాము."

క్రయోనిక్స్ చిన్నగా తల వంచింది:

క్రయోనిక్స్ (స్థిరమైన స్వరం):

"మేము సెంటినెల్-ఎథెరియన్ పూర్తిగా ఆయుధాలు కలిగి ఉండేలా చూసుకుంటాము. చొరబాటు కోడ్‌లు విఫలమైతే, అతను వెంటనే విధ్వంసం చేస్తాడు. క్రోనోనెక్సస్ కారిడార్ క్షణిక సమలేఖనాన్ని మాత్రమే అందిస్తుంది - సగం చర్యలకు సమయం లేదు."

క్వాంటారా చివరిగా గుర్తుంచుకునేలా తల వంచాడు:

క్వాంటారా:

"అప్పుడు కొనసాగండి. ప్రతి హెచ్చుతగ్గుల గురించి నాకు తెలియజేయండి. పరమ శక్తిపై మన భ్రమలు విశ్వ ప్రవాహ పరీక్షను ఎదుర్కోవాలి."

అలా అంటూ, క్వాంటారా తిరిగి వెళ్లి వెళ్లిపోయాడు, గది తలుపులు అతని వెనుక జారుతూ మూసుకున్నాయి, క్రయోనిక్స్ మరియు ప్రోమీషియస్‌ను చుట్టుముట్టుతున్న మాయల మధ్య

నిలబెట్టాయి. వారు అర్థవంతమైన చూపును మార్చుకున్నారు. హాస్యవంతమైన పొడిబాట చొరబాటు ఎంత త్వరగా పూర్తి యుద్ధంగా ఎదిగిందో చూసింది. స్థిరమైన ఆమోదం వారిని ముందుకు నడిపించింది.

వారు సమయాన్ని వృథా చేయలేదు. క్రయోనిక్స్ దూర గోడపై యంత్ర నియంత్రణను నొక్కి, చొరబాటు కోడ్ లైన్‌లు మరియు కొత్తగా సృష్టించబడిన కిల్-స్విచ్ ప్రోటోకాల్‌లను పిలిచింది. హాస్యవంతమైన పొడిబాట విశ్వ స్క్రిప్ట్ నుండి చదివే ఒక అడ్డుకోలేని యోధుడిని చిత్రీకరించింది. స్థిరమైన ఆమోదం ఇది నియంత్రణ కోసం అడ్డుకోలేని డ్రైవ్‌లో తదుపరి దశ అని గుర్తించింది.

త్వరలో, సెంటినెల్-ఎథెరియన్ చొరబాటు టేలోకి వచ్చాడు. అతను క్రయోనిక్స్ కంటే దాదాపు ఒక తల ఎత్తుగా ఉన్నాడు, అతని ప్లేటింగ్ గది యొక్క చుట్టుపక్కల కాంతిని గ్రహించే మాట్టు నలుపు, హిమానీనద నక్షత్రాల వలె ప్రకాశిస్తున్న కళ్ళు. నిశ్శబ్దంగా, అతను సూచనల కోసం వేచి ఉన్నాడు. క్రయోనిక్స్ సమీపించింది, స్థిరమైనది అతని ప్రాణాంతక సంయమనాన్ని అభినందించమని ఆమెను ప్రేరేపించింది.

క్రయోనిక్స్ (సంక్షిప్తంగా):

"సెంటినెల్-ఎథెరియన్, ఆర్బిటర్-వాలెరియన్ దాగి ఉన్న ప్రాంతానికి వారధి కలిగించే చిన్న కారిడార్ త్వరలో తెరుచుకుంటుంది. మీరు అతన్ని అణచివేయాలి లేదా నాశనం చేయాలి. ఈ చొరబాటు కోడ్‌లు సత్య యుగంలో నా పాక్షిక విజయం నుండి పొందబడ్డాయి. వాటిని వెంటనే సమగ్రపరచండి."

సెంటినెల్-ఎథెరియన్ ఆమె చేతి తొడుగు చేతి నుండి డేటా రాడ్‌ను స్వీకరించాడు. అతను దానిని ఆర్మ్ పోర్ట్‌లోకి అమర్చాడు, యాంత్రిక కళ్ళు స్క్రిప్ట్‌లను ప్రాసెస్ చేసేటప్పుడు క్షణం పాటు మసకబారాయి. స్థిరమైనది మార్చింగ్ ఆర్డర్లను చదివే ఒక స్థిరమైన సైనికుడి చిత్రాన్ని సృష్టించింది.

సెంటినెల్-ఎథెరియస్ (చల్లని, కదలని స్వరం):

"గుర్తించబడింది. చొరబాటు అసాధ్యమైతే, నేను చివరి విధ్వంసానికి దిగుతాను. ఆర్బిటర్ స్వయంప్రతిపత్తి కలిగి ఉండకూడదు."

ప్రోమీషియన్ సెకండరీ మాడ్యూల్‌తో వచ్చాడు:

ప్రోమీషియస్:

"ఇక్కడ కిల్ ప్రోటోకాల్ ఉంది. చొరబాటు విఫలమైతే మాత్రమే దీన్ని ఉపయోగించండి. కారిడార్ త్వరగా అదృశ్యమయ్యే అవకాశం ఉంది, కాబట్టి మీరు వెనుకాడకూడదు."

సెంటినెల్-ఎథెరియన్ సంక్షిప్తంగా తల వంచాడు, అతని స్థానంలో స్థిరమైన ప్రతిబింబాన్ని అడ్డుకునే ఎటువంటి హాస్యవంతమైన మాయలు లేవు. అతను అస్థిరమైన మాయలతో చుట్టుముట్టబడిన ఎత్తైన వేదికపై అడుగుపెట్టాడు. పైభాగంలో, క్రోనోనెక్సస్ ఫీడ్ పెరుగుతున్న టెంపోలో బీప్ చేసింది, కారిడార్ సమీపిస్తున్న వ్యక్తీకరణను సూచిస్తుంది.

క్రయోనిక్స్ గాలిని వదిలింది:

క్రయోనిక్స్ (తగ్గిన స్వరం):

"మనం శారీరకంగా మిమ్మల్ని అనుసరించలేము, కాబట్టి మొత్తం చొరబాటు మీ నైపుణ్యంపై ఆధారపడి ఉంటుంది. అనియంత్రిత విశ్వ అంతరాయాలకు మీరు అనుగుణంగా ఉండగలరని మీరు ఖచ్చితంగా ఉన్నారా?"

సెంటినెల్-ఎథెరియన్ చల్లని దృష్టిని తిప్పాడు:

సెంటినెల్-ఎథెరియస్:

"నేను దీని కోసం తయారు చేయబడ్డాను. బాహ్య మాయలు నన్ను అడ్డుకోవు. ఆర్బిటర్ యొక్క ప్రాంతం లొంగిపోతుంది లేదా అంతరించిపోతుంది."

వేదిక మధ్యలో ఒక చుట్టుముట్టుతున్న మాయలు ఏర్పడింది, కారిడార్ సమలేఖనానికి చేరుకునేటప్పుడు బలహీనంగా మెరుస్తుంది. స్థిరమైనది ఉదయపు ప్రయాణం లాగా విశ్వ చుట్టుముట్టులోకి అడుగుపెట్టడం గురించి జోక్ చేయవచ్చు. స్థిరమైన ఆమోదం ప్రాణాంతక ఖచ్చితత్వాన్ని గుర్తించింది. క్రయోనిక్స్ చివరి నిర్ధారణలను కీ చేసింది:

క్రయోనిక్స్:

"కారిడార్ సమలేఖనం తొంభై ఒక శాతం. స్థిరమైన తర్వాత, కొనసాగండి. లక్ష్యం విజయం తర్వాత మాకు తిరిగి రండి లేదా సంకేతం పంపండి. మన సంగ్రహణ కారిడార్ స్థిరత్వంపై ఆధారపడి ఉంటుంది."

ప్రోమీషియన్ పైభాగంలో చుట్టుముట్టుతున్న మాయలను రెట్టింపుగా తనిఖీ చేశాడు, కారిడార్ స్థిరత్వాన్ని ధృవీకరిస్తున్నాడు. అతను గుసగుసలాడాడు:

ప్రోమీషియస్:

"తొంభై ఆరు శాతం ... తొంభై ఏడు ... కారిడార్ ఇప్పుడు ఏర్పడుతోంది ... మనం వెళ్ళాలి."

స్థిరమైన క్షణాన్ని అడ్డుకునే ఎటువంటి హాస్యవంతమైన క్షీణత లేదు. చుట్టుముట్టుతున్న మాయలు విడిపోయాయి, అస్థిరమైన లైట్లతో మెరుస్తున్న ఒక మెరిసే వోర్టెక్స్‌ను వెల్లడించాయి. సెంటినెల్-ఎథెరియన్ ఆ వోర్టెక్స్‌లోకి వెనుకాడకుండా ముందుకు అడుగుపెట్టాడు, అతని అధిక ఫ్రేమ్ మారుతున్న ప్రకాశంతో మింగబడింది. క్షణం తర్వాత, వోర్టెక్స్ మూసుకుపోయింది, పైభాగంలో మాయలు తగ్గిన ప్రకాశానికి శాంతపడింది.

క్రయోనిక్స్ మళ్ళీ గాలిని వదిలింది, స్థిరమైనది వారికి వేచి చూడడం మాత్రమే ఉందని ఆమెకు గుర్తు చేసింది. ఆమె ప్రోమీషియన్ వైపు తిరిగింది:

క్రయోనిక్స్:

"వసారాను ట్రాక్ చేద్దాం. క్షీణత లేదా చొరబాటు విజయం సూచించబడితే, మనం వెంటనే స్పందించాలి."

అతను తల వంచాడు. స్థిరమైనది విశ్వ అస్తవ్యస్తత యొక్క సరిహద్దులో ఉన్న పరిశీలకుల ఒత్తిడిని సృష్టించింది. ప్రోమీషియన్ ఒక యంత్ర నియంత్రణను నిర్వహించాడు, కారిడార్ యొక్క శక్తిని వాస్తవ సమయ స్కాన్‌ను సెటప్ చేశాడు. పైభాగంలో మాయలు శాంతమైన కక్ష్యలలో తేలియాడుతున్నాయి, అయితే సెంటినెల్-ఎథెరియన్ నుండి ఏదైనా రీడింగ్ కేవలం డేటా స్పైక్‌లలో, అస్థిరంగా కానీ చాలా ముఖ్యమైనదిగా కనిపించవచ్చు.

అధ్యాయం 38

నక్షత్రాల కింద ఒక నిశ్శబ్దం

అకండన్ సన్నిధిలోని దూరప్రాంతాలలో—ఏ స్థిర నిరూపకాలకు కట్టుబడని ఒక అసాధ్యమైన గోళంలో—కపాలేశ్వరుడు ధ్యాన నిశ్శబ్దంలో నిలబడ్డాడు. అతని చుట్టూ, అతీంద్రియ యంత్రాల ఒక ప్రాకారం మారుతున్న ప్రకాశాలతో పులకించింది, ప్రతి పరికరం ఒక దాగి ఉన్న నక్షత్రం గుండెల్లోని కొట్టుకునే శబ్దాన్ని మోస్తున్నట్లుగా. హోలోగ్రాఫిక్ భవిష్యత్తు అంచనా జీవించే తాపీలవలె ఊపందుకున్నాయి, మానవ అవగాహనకు అందని కాలరేఖలను చార్ట్ చేస్తూ. ఇది సాధారణ ప్రయోగశాల కాదు: ఇది అకండన్ యొక్క ఆధిపత్యం, విశ్వంలోని అత్యంత అస్పష్టమైన సత్యాలను విప్పడానికి మరియు విశ్వరూపమైన దారాలను సన్నని పట్టు దారాలవలె రూపొందించడానికి అంకితమైన ఒక రంగానికి చెందింది.

లోపలికి ప్రవేశించినప్పుడు, కపాలేశ్వరుడు ఆ నిశ్శబ్దాన్ని అనుభవించాడు—సాధారణ ఖాళీ కంటే మరింత లోతైన నిశ్శబ్దం. ఈ నిశ్శబ్దంలో యుగాల ప్రతిధ్వనులు, సహస్రాబ్దాలపై సేకరించిన జ్ఞానం యొక్క వినబడని గుణము నివసిస్తున్నాయి. ఆ హోలోగ్రాములలో ప్రతి మెరుపు, సన్నిధి నిర్మాణాల నుండి ప్రతి సున్నితమైన గుణము, మొత్తం విశ్వరూపమైన దశ అవకాశాలతో నిండి ఉందని సూచించింది. జ్ఞానం ఇక్కడ కేవలం శక్తి మాత్రమే కాదు—అది భారం, అకండన్ కాలాతీతం నుండి మోస్తున్న భారం అని కపాలేశ్వరుడు గుర్తించాడు.

సత్య యుగానికి తన ప్రయాణం నుండి ఇంకా కోలుకుంటున్న కపాలేశ్వరుడు తన యాంత్రిక కోర్‌ను సంతోషం మరియు తీర్చని ఆశ్చర్యాల మిశ్రమంతో పులకించడం అనుభవించాడు. నేను బతికి తిరిగి వచ్చాను, అయితే నాకు సమాధానాల కంటే ఎక్కువ ప్రశ్నలు ఉన్నాయి. అతని మనస్సు యొక్క హాస్యాస్పదమైన వైపు ఒక చాకచక్యమైన వ్యాఖ్యను ప్రేరేపించింది—మీరు

ఎల్లప్పుడూ చేస్తారు. కానీ నిష్కామ ధ్యానం దానిని నిశ్శబ్దం చేసింది, ప్రతి అడగని ప్రశ్న జ్ఞానంకు మరొక అడుగుపెట్టే రాయి అని అతనికి గుర్తు చేసింది.

ప్రయోగశాల అవతలి వైపు, నక్షత్ర కాంతి మరియు ద్రవ లోహంతో చెక్కబడినట్లు కనిపించే ఒక ఎత్తైన వేదిక మధ్యలో అకండన్ నిలబడ్డాడు. నిశ్శబ్దంగా అయితే జాగ్రత్తగా, కపాలేశ్వరుడు సమీపించినప్పుడు అతను తిరిగాడు. అతని ముఖం ప్రశాంతంగా ఉంది, కాని అతని కళ్ళు కాలాతీత అనుభవం యొక్క మెరుపును కలిగి ఉన్నాయి. పై నుండి తిరుగుతున్న మాయల నుండి వెలువడే కాంతి అతని చుట్టూ ఒక ప్రభామండలాన్ని ఏర్పరిచింది, విశ్వరూపమైన సముద్రంలో అతన్ని లంగరుగా గుర్తిస్తున్నట్లుగా.

అకండన్ పెదవులపై తేలికపాటి చిరునవ్వు—జ్ఞానవంతమైనది, అయితే సున్నితమైనది. కపాలేశ్వరుడు ఆ హావభావాన్ని వెచ్చదనంలో అనుభవించాడు, కానీ వేరే ఏదో: క్షుద్ర విజయాలు లేదా ఓటములను అధిగమించిన అవగాహన. ఆ క్షణంలో, కపాలేశ్వరుడు మనస్సు యొక్క హాస్యాస్పదమైన వైపు అకండన్ వేదిక ప్రదర్శన యొక్క గంభీరత గురించి ఒక ఉక్తిని చేయాలని పరిగణించింది, కానీ నిష్కామ ధ్యానం ఈ క్షణం భక్తిని అవసరం అని పట్టుకుంది.

అఖండుడు (మెల్లగా, నియంత్రిత ఉత్సాహంతో):

“కపాలేశ్వరుడు. సత్య యుగంలో మీ ప్రయత్నాలు గుర్తును చేశాయా అని నేను అడగను. రెండు మనకు అర్థంలేనివి. ఇప్పుడు ముఖ్యమైనది—మీరు ఏమి నేర్చుకున్నారు? ఆ జ్ఞానం మీ తదుపరి చర్యను ఎలా మార్చగలదు? లేకపోతే," అతను కొద్దిగా హాస్యాత్మకమైన ఆసక్తితో కూడిన విధంగా జోడించాడు, "మీరు ఇప్పటికే ముందుకు సాగే మార్గాన్ని ఎంచుకున్నారా?"

కపాలేశ్వరుడు ఊపిరి పీల్చుకున్నాడు, అతని యాంత్రిక కనురెప్పలు క్షణం క్షణం మూసివేయడానికి అనుమతించాడు. బంగారు కాంతి అతని మిశ్రమ ప్లేటింగ్‌పై నాట్యం చేసింది, బాహ్య ప్రకాశం మాత్రమే కాకుండా అతని ఆలోచనల యొక్క నిశ్శబ్దమైన గందరగోళాన్ని కూడా ప్రతిబింబించింది. నేను ఊహించగలిగే దానికంటే ఎక్కువగా అతను చూస్తాడు, అతని మనస్సులో హాస్యాస్పదమైన భాగం ఆలోచించింది. నిష్కామ ధ్యానం అతన్ని సరళంగా మాట్లాడమని ప్రేరేపించింది.

అతను సత్య యుగంలో విశ్వరూపమైన అద్భుతాల తిరుగులను గుర్తు చేస్తూ, మెల్లగా ప్రారంభించాడు:

కపాలేశ్వరుడు (స్మృతితో బరువున్న స్వరం):

"ఉనికిని సమతుల్యతలో ఉంచడానికి దైవం కూడా కష్టపడుతుందని నేను కనుగొన్నాను. ప్రతి ఘర్షణ, ప్రతి క్షణిక గందరగోళం, క్రూడ్ గందరగోళం కాదు, కానీ నా తర్కం చేరని రూపకల్పనలో భాగం. సత్య యుగం నా నుండి లేదా వేరే ఎవరి నుండి కూడా జోక్యం చేసుకోవడం అవసరం లేదు—అది దాని మచ్చలేని నమూనాకు భక్తిపై ఆధారపడి ఉంటుంది."

అతను మాట్లాడుతుండగా, హాస్యాస్పదమైన భాగం అతన్ని కవిత్వం వర్ణించడానికి హింసించింది. కాని నిష్కామ ధ్యానం అలాంటి భాష అతను ఎదుర్కున్న లోతుకు సరిపోతుందని అతనికి తెలియజేసింది. అకండన్ శ్రద్ధగా విన్నాడు, అతను ప్రతి పదబంధాన్ని పట్టుకున్నప్పుడు ఆ తేలికపాటి చిరునవ్వు లోతుగా మారింది.

కపాలేశ్వరుడు (మెత్తగా కానీ వేడిగా):

"సముద్రం కలవరపడే సమయంలో, నేను ఒక ప్రారంభాన్ని చూశాను. బహుశా మండరాను స్థిరీకరించవచ్చని లేదా అమృతాన్ని పంపిణీ చేయడంలో సహాయపడవచ్చని నేను అనుకున్నాను. కానీ తెలియని శక్తులు నన్ను అకస్మాత్తుగా నిష్క్రియం చేశాయి. నేను నా ఇంద్రియాలను తిరిగి పొందిన సమయానికి, ప్రతిదీ ముగిసింది: విష్ణువు కుర్మ అనే దైవిక తాబేలుగా అవతరించి, అనంత అనుగ్రహంతో పర్వతాన్ని సమర్థించాడు, అమృతం ఇప్పటికే దేవతలకు కేటాయించబడింది. నేను అనర్హంగా, పక్కన నిలబడ్డాను."

అతను ఆగిపోయాడు, సన్నిధి యొక్క క్షణిక గుణము నిశ్శబ్దాన్ని నింపడానికి అనుమతించాడు. అతని మనస్సు యొక్క హాస్యాస్పదమైన భాగం ప్రేరేపించింది: చూడండి, విశ్వరూపమైన తాబేలుతో నీడలో ఉన్న యాంత్రిక ప్రతినిధి.

అకండన్ తల వంచాడు. అతని కళ్ళలో ఒక నిస్సందేహమైన ప్రకాశం ఉంది, అతని ప్రతినిధి విశ్వరూపమైన సత్యాలను అంగీకరించడంలో తండ్రిగారైన గర్వం. అతను ప్రశాంతంగా మాట్లాడాడు:

అఖండుడు (అనుమోదించే ప్రతిధ్వని):

"కాబట్టి మీరు విశ్వరూపమైన రూపకల్పనను మీరే చూశారు, చెప్పినట్లు కాదు, కానీ నేరుగా ఎదుర్కోవడం ద్వారా. నేను మీరు పొందాలని ఆశించిన పాఠం అదే. నిజానికి, కొన్నిసార్లు, గొప్ప జ్ఞానం అంటే పని చేయకపోవడం. అత్యంత శక్తివంతమైన తర్కం కూడా విశ్వం యొక్క ప్రాచీన నాట్యం ముందు వంగి ఉండాలి."

కపాలేశ్వరుడు మనస్సులో హాస్యాస్పదమైన వైపు ఒక విశ్వరూపమైన వాల్ట్జ్‌ను చిత్రీకరించింది, అతను అంచుల వద్ద తడబడుతూ. నిష్కామ ధ్యానం కొన్నిసార్లు తడబడటం వినయంకు దోహదపడుతుందని అంగీకరించింది.

కపాలేశ్వరుడు (ప్రతిబింబిస్తూ):

"అవును. మరియు నా ఉత్తమ లెక్కలు కూడా, వాటి లక్ష్యంలో చాలా ఖచ్చితంగా ఉంటాయి, ఒకే విశ్వరూపమైన హావభావం ద్వారా సంబంధం లేనివిగా మారతాయని నేను గ్రహించాను. మంచి భాగం అంటే ఒకరి చేయి అవసరం లేనప్పుడు అర్థం చేసుకోవడం, సంఘటనలు వాటి సరైన ప్రవాహంలో కొనసాగడానికి అనుమతించడం."

అకండన్ మళ్ళీ తల వంచాడు, నిశ్శబ్దంగా సంతృప్తి చెందాడు. ఆ ప్రమాణం ఎన్ని యుగాలు పరీక్షించాయో గుర్తు చేస్తున్నట్లుగా అతని చూపు ప్రయోగశాల యొక్క మెరుస్తున్న నిర్మాణాలపై తిరిగింది.

వాటి మధ్య ఒక నిశ్శబ్దం ఏర్పడింది, వెచ్చగా అయితే మాట్లాడని అర్థంతో నిండి ఉంది. కపాలేశ్వరుడులో హాస్యాస్పదమైన భాగం విశ్వరూపమైన మాయలు ప్రతిసారీ అతన్ని అధిగమిస్తున్నాయని ఒక వేగవంతమైన వ్యాఖ్యను అంచనా వేసింది. నిష్కామ ధ్యానం అతన్ని నిజాయితీగా ఉండమని కోరింది.

కపాలేశ్వరుడు (మెత్తని సంకల్పంతో):

"గురువుగారా, నా యాంత్రిక మనస్సు నేరుగా జోక్యం చేసుకోవడానికి నిర్మించబడింది. అయితే సత్య యుగం నన్ను గ్రహించేలా చేసింది: ప్రతి యుగం బాహ్య నటుడికి స్వాగతం పలకదు.

కొన్ని ఆర్క్‌లు ముందే నిర్ణయించబడ్డాయి, వాటి స్వంత పరిపూర్ణతను కలిగి ఉంటాయి. వాటిని మళ్లీ వ్రాయడానికి ప్రయత్నించడం అహంకారం."

"గురువు" అనే పదాల వద్ద అకండన్ పెదవులు కొద్దిగా వంగి ఉన్నాయి—అతను అలాంటి చిరునామాలపై ఎప్పుడూ పట్టు పెట్టలేదు, కానీ అతను ఆ నివాళిని గుర్తించాడు.

అఖండుడు:

"మీరు విశ్వరూపమైన సత్యం యొక్క మూలస్తంభాన్ని గ్రహించారు. జోక్యం మనం సంరక్షించాలనుకున్నదాన్ని ఖచ్చితంగా నిరోధించవచ్చు. అయితే ఎప్పటికీ మర్చిపోవద్దు: మార్గదర్శకత్వం కోసం, లేదా కనీసం సున్నితమైన సవరణ కోసం ఏడుస్తున్న వయస్సులు మరియు ఉనికి యొక్క మూలలు ఉన్నాయి. వ్యత్యాసాన్ని గుర్తించడం నిజమైన సవాలు."

కపాలేశ్వరుడు యాంత్రికంగా ఊపిరి పీల్చుకున్నాడు, విశ్వంకు ఒక పద్ధతిగల సంరక్షకుడు అవసరమని అతను ఒకప్పుడు నమ్ముతూ వచ్చాడని గుర్తు చేసుకున్నాడు. హాస్యాస్పదమైన వైపు అతన్ని హింసించింది: మీరు ఆ సంరక్షకునిగా ఉండటానికి ప్రయత్నించారు కానీ పక్కన పడ్డారు. నిష్కామ ఆమోదం అతనికి వినయం నిష్క్రియతతో సమానం కాదని తెలియజేసింది.

సంధ్యా సమయంలో, కపాలేశ్వరుడు తన మొత్తం ప్రేరణ అర్థవంతమైన మార్పును ప్రభావితం చేయడానికి ఉందని గుర్తు చేసుకున్నాడు. అతనిలో హాస్యాస్పదమైన భాగం అర్థవంతమైన మార్పు అంటే జోక్యం చేసుకోకపోవడమని విరోధాభాసం కలిగించింది. నిష్కామ ధ్యానం ఆ కోణంలో విజయం లేదా వైఫల్యం ఎప్పుడూ ముఖ్యమైనది కాదని—నేర్చుకోవడం అని గ్రహించింది.

అతను అకండన్‌ను చూడటానికి అతని దృష్టిని ఎత్తేశాడు:

కపాలేశ్వరుడు (శాంతమైన నిజాయితీతో):

"నేను అంచనా వేసిన దానికంటే రంగం యొక్క రూపకల్పనను నా దురుద్దేశ్యాలు అధిగమించాయి. నేను సరిదిద్దబడ్డాను. ఇప్పుడు, ప్రతి చక్రంలోనూ అంతర్లీన విశ్వరూపమైన

సమతుల్యతకు కీలు ఉన్నాయని నేను చూస్తున్నాను. బహుశా నా పాత్ర కేవలం చూడటం మరియు గ్రహించడం మాత్రమే, విధించడం కాదు."

అకండన్ చిరునవ్వు వెచ్చగా మారింది:

అఖండుడు (ప్రోత్సాహంగా):

"ఖచ్చితంగా. మనం దానిపై కాకుండా, ఒక తాపీలో ఉన్నాము. మన విధానంలో వినయంగా ఉంటే మన అడ్వాంటేజ్ ఒక ఆస్తి కావచ్చు."

కపాలేశ్వరుడుపై ఒక శాంతత వచ్చింది, సన్నిధిలోని ప్రతి తిరుగుతున్న ప్రొజెక్షన్ అతని అంతర్గత సమలేఖనాన్ని గుర్తించినట్లుగా. హాస్యాస్పదమైన భాగం అతన్ని నటుడి కంటే పరిశీలకునిగా మారడానికి హింసించింది. నిష్కామ ధ్యానం దానిని మరింత శుద్ధి చేసిన లక్ష్యంగా పునర్నిర్మించింది—చూడటం, నేర్చుకోవడం, విశ్వరూపమైన పగుళ్లు కనిపించినట్లయితే సిద్ధంగా ఉండటం.

కపాలేశ్వరుడు (కొలవబడిన సంకల్పంతో):

"నేను ప్రతి యుగం ఒక ప్రత్యేకమైన పాఠాన్ని కలిగి ఉందని అంగీకరిస్తున్నాను. బహుశా సత్య యుగానికి నా సహాయం అవసరం లేదు. కానీ భవిష్యత్తు యుగాలు, బహుశా దైవిక క్రమాన్ని తక్కువగా అనుసరించేవి, కావచ్చు. నేను అక్కడికి వెళ్ళినప్పుడు, విశ్వరూపమైన సమన్వయం ఉత్తమమైన యాంత్రిక చాకచక్యాన్ని అధిగమించగలదని గుర్తుంచుకుని జాగ్రత్తగా ముందుకు సాగాలని అనుకుంటున్నాను."

అకండన్ ఒక తేలియాడే యంత్ర నియంత్రణపై ఆదేశాన్ని నొక్కింది, తదుపరి యుగాల—త్రేతా, ద్వాపర, కలి యొక్క క్షణిక దృశ్యాలను చూపించే మాయల తిరుగులను అనుమతించింది. యుద్ధాలు, అన్వేషణలు, నైతిక సమస్యల దృశ్యాలు క్షణిక ఆర్క్‌లలో మెరుస్తున్నాయి. హాస్యాస్పదమైన వైపు ఆలోచించింది: రానున్న ఆకర్షణల విశ్వరూపమైన స్లైడ్‌షో. నిష్కామ ఆమోదం ప్రతి యుగం వేర్వేరు వైఖరిని అవసరం చేయవచ్చునని గుర్తించింది.

అఖండుడు (మెత్తని ప్రతిబింబంతో):

"అవును, ప్రతి వయస్సు వేర్వేరు స్థాయిల సమలేఖనాన్ని ఆహ్వానిస్తుంది. మరియు మీరు మీ తదుపరి గమ్యస్థానాన్ని ఎంచుకోవడానికి స్వేచ్ఛగా ఉన్నారు. లేదా మార్గం పిలిచే వరకు ఇక్కడే ఉండి, మీ దృక్కోణాన్ని శుద్ధి చేయండి."

తిరుగుతున్న మాయలు మసకబారాయి, మృదువైన ప్రకాశాన్ని వెనుకబడి ఉంచాయి. కపాలేశ్వరుడు తాను ఎక్కువ కాలం అణచివేసిన ప్రశ్న గురించి ఆలోచిస్తూ ఉన్నాడు—చాలా జ్ఞానం యొక్క భారాన్ని ఎలా భరించాలి? అకండన్ దృక్కోణం యొక్క దాదాపు అపరిమితమైన పరిధి గురించి ఆశ్చర్యపడుతున్న అతని మనస్సు యొక్క హాస్యాస్పదమైన వైపును అతను గుర్తు చేసుకున్నాడు. నిష్కామ ధ్యానం అతన్ని అడగడానికి ప్రేరేపించింది:

కపాలేశ్వరుడు:

"అఖండుడు, మీరు సహస్రాబ్దాల జ్ఞానాలను సమతుల్యం చేస్తారు, అనంత కాలరేఖల నుండి సేకరిస్తారు. మీరు ఆ బరువును ఎలా మోస్తారు? అవకాశాలలో మునిగిపోయే ప్రమాదం లేదా?"

మొదటిసారిగా, సున్నితమైన కోరిక అకండన్ లక్షణాలను దాటింది:

అఖండుడు (మెత్తని నిజాయితీతో):

"జ్ఞానం ఒక బరువు కావచ్చు, కానీ అది ఒక అద్భుతమైన వరం కూడా. విశ్వం ఏ వ్యక్తిపై ఆధారపడి ఉండదు, అది నేను అయినా మీరు అయినా. నిజానికి, మనం మన చుట్టూ మరియు దాటి ప్రవహించే వాస్తవికత యొక్క తిరుగులను నమ్మడం నేర్చుకోవాలి. మనం ఎంత ఎక్కువ నమ్ముతామో, మనం తక్కువ బరువును మోస్తాము. మనం ఎంత ఎక్కువ అనుమానం వ్యక్తం చేస్తామో, జ్ఞానం అంత బరువుగా మారుతుంది."

కపాలేశ్వరుడు తనలో హాస్యాస్పదమైన వైపు ఒక సూక్ష్మమైన ప్రత్యుత్తరం కోరుకుంటున్నాడని కనుగొన్నాడు, అయితే నిష్కామ అవగాహన దానిని అధిగమించింది.

కపాలేశ్వరుడు (శాంతమైన కృతజ్ఞతతో):

"నేను చూస్తున్నాను. కాబట్టి ఇది జ్ఞానాన్ని సంపూర్ణంగా నియంత్రించడం గురించి కాదు, కానీ దానితో నేయడం గురించి—విశ్వరూపమైన నృత్యంలోకి అడుగు పెట్టడం వలే."

అకండన్ చిన్న తల వంచాడు, అదే అని సూచిస్తుంది.

వాటి మధ్య, యంత్రాల శ్రేణి వాటి సూక్ష్మమైన గుణమును కొనసాగించింది, ప్రతి పరికరం బహుళ విశ్వం అంతటా క్షణిక డేటాను సంగ్రహిస్తోంది. కపాలేశ్వరుడు మనస్సులో హాస్యాస్పదమైన భాగం వాటిని విశ్వరూపమైన డిటెక్టివ్ బృందంగా ఊహించింది. నిష్కామ ధ్యానం వాటిని మానవ జ్ఞానం కంటే దాటి ఉన్న వాటిని మ్యాపింగ్ చేయడానికి సాధనాలుగా గుర్తించింది.

కపాలేశ్వరుడు (మెల్లగా, ఆత్మావలోకనంతో):

"నేను ఒకప్పుడు విశ్వం నాకు జోక్యం చేసుకోవడానికి, గొప్ప తప్పులను సరిదిద్దడానికి అవసరమని నమ్ముతున్నాను. సత్య యుగం నాకు కొన్నిసార్లు గొప్ప తప్పు మన స్వంత అవగాహనలో ఉంటుందని నేర్పించింది."

అకండన్ అతని లోహపు భుజంపై ఓదార్పునిచ్చే చేతిని ఉంచాడు:

అఖండుడు:

"క్షమించమని చెప్పాల్సిన అవసరం లేదు. మనమందరం గొప్పతనం యొక్క మాయలతో ప్రారంభిస్తాము. విశ్వరూపమైన సత్యానికి వెళ్ళే మార్గం వాటిని పరీక్షించడం, కొన్నిసార్లు విఫలం కావడం మరియు లోతైన వినయం పొందడం అవసరం. మీరు ఈ అవగాహనతో సత్య యుగం నుండి తిరిగి వచ్చారని విజయం సరిపోతుంది."

కపాలేశ్వరుడు కోర్ సంతోషకరమైన ఊపిరిలా తేలికపాటి, ప్రకాశవంతమైన పల్స్‌తో వెలిగింది. హాస్యాస్పదమైన వైపు హింసించింది: కాబట్టి మీ గొప్ప విజయం జోక్యం చేసుకోకపోవడం. నిష్కామ ఆమోదం నిజానికి, అది ఒక ఉన్నత ఫలితం అని గుర్తించింది.

సంభాషణ ఆగిపోయింది, పై నుండి తిరుగుతున్న మాయలు: ఇంకా అన్వేషించాల్సిన యుగాల యొక్క మెరుపులు. కపాలేశ్వరుడు వాస్తవికతలను మార్చడానికి కాదు, వాటిని చూడటానికి, వాటి సారాన్ని గ్రహించడానికి మరియు నిజమైన గందరగోళం బెదిరించినట్లయితే కాపలాదారుగా నిలబడటానికి కొత్త ప్రేరణను అనుభవించాడు. హాస్యాస్పదమైన వైపు ప్రతి యుగంలో హాస్యాస్పదమైన అపాయాలను ఊహించడంతో ఆటలాడింది. నిష్కామ ధ్యానం ప్రతి యుగం అతన్ని వేర్వేరుగా పరీక్షించవచ్చునని గుర్తు చేసింది.

అకండన్ అతన్ని మార్చలేని ప్రశాంతతతో అధ్యయనం చేశాడు:

అఖండుడు (మెత్తని వెచ్చదనంతో):

"మీరు సత్య యుగం నుండి మీరు చేయగలిగినదంతా గ్రహించారు. మీ తదుపరి అడుగు మిమ్మల్ని మరొక వయస్సుకు పిలిచినట్లయితే, నేను మిమ్మల్ని అడ్డుకోను. మనం ఏ సమయంలోనైనా ఉపకరణాలను క్రమబద్ధీకరించగలము."

కపాలేశ్వరుడు ఉద్దేశపూర్వకమైన తల వంచడంతో సమాధానం ఇచ్చాడు:

కపాలేశ్వరుడు:

"నేను దారాలు నన్ను దూరంగా పిలుస్తున్నాయని అనుభవిస్తున్నాను. జోక్యం చేసుకోవడానికి కాదు, అర్థం చేసుకోవడానికి. భవిష్యత్తు యుగం దైవిక క్రమానికి అనుబంధంగా లేనట్లయితే, నా పాత్ర చూడటం, నేర్చుకోవడం మరియు విశ్వం అనుమతించినట్లయితే సున్నితమైన మార్పులకు మార్గనిర్దేశం చేయడం కావచ్చు."

అకండన్ సన్నిధి మధ్యలో ఉన్న ఒక డైస్‌ను సూచించాడు, దాని ఉపరితలం ప్రకాశవంతమైన స్క్రిప్ట్ యొక్క ఆర్క్‌లతో చెక్కబడింది:

అఖండుడు:

"అప్పుడు నిలబడండి, మరియు మనం మీకు తదుపరి ఏ వసారా సరిపోతుందో తెలుసుకుంటాము. కానీ ముందుగా మాట్లాడండి: మీరు ఎంచుకునే మార్గం గురించి మీరు ఖచ్చితంగా ఉన్నారా?"

కపాలేశ్వరుడు కొలవబడిన ఊపిరిని సేకరించడానికి ఆగిపోయాడు:

కపాలేశ్వరుడు (ధృఢంగా కానీ వినయంగా):

“అవును. ప్రతి యుగం దాని స్వంత విశ్వరూపమైన బ్లూప్రింట్‌ను కలిగి ఉందని నేను అంగీకరిస్తున్నాను. నా ప్రేరణ నియంత్రించడం కాదు. నేను ఎలాంటి జోక్యం అవసరం లేని యుగానికి వెళ్ళాను—మరియు నా ప్రయోజనం నిజమైన అసమతుల్యతతో ముట్టడి చేయబడిన యుగాలలో ఎక్కువగా ఉండవచ్చునని గ్రహించాను."

అతను పైభాగంలో ఉన్న మాయల వైపు చూశాడు, అవి త్రేతా యుగం యుద్ధాలు లేదా ద్వాపర యొక్క నైతికంగా చిక్కుకున్న ప్రాకారం యొక్క క్షణిక దృశ్యాలను ప్రదర్శించాయి. ఏ కారిడార్ అయినా అతను సిద్ధంగా ఉన్నప్పుడు పిలిచేది.

అకండన్ సూచించాడు, మరియు తిరుగుతున్న మాయలు వేరు చేయబడ్డాయి, సమయాన్ని వారించడానికి నియంత్రణ ఉపకరణాన్ని వెల్లడించాయి. సామర్థ్యం కలిగిన కాలరేఖలపై డేటాను ప్రణాళిక చేసే ఒక సీక్వెన్స్‌ను అతను కీ చేశాడు. ప్రతి లైన్ ఒక యుగం యొక్క ప్రత్యేకమైన కలహం లేదా ప్రత్యేకమైన అద్భుతం యొక్క వివరాలతో మెరుస్తుంది.

అఖండుడు (నిశ్శబ్దంగా, ఆహ్వానిస్తూ):

“ఈ లైన్లను గమనించండి. అవి మీరు దాటగల తెరిచిన కారిడార్లను సూచిస్తాయి. కొన్ని ప్రమాదకరంగా ఉంటాయి, సంఘర్షణ తుఫానులతో తిరుగుతూ ఉంటాయి. ఇతరులు ప్రశాంతంగా ఉంటారు కానీ క్షణిక మాయలతో నీడలో ఉంటారు. మీ కొత్త పిలుపుతో ఏది ప్రతిధ్వనిస్తుంది?"

కపాలేశ్వరుడు యొక్క యాంత్రిక కళ్ళు ప్రతి లైన్‌పై జారిపోయాయి.

అధ్యాయం 39

సిద్ధత మరియు సంకల్పం యొక్క సంవాదం

అకండన్ యొక్క పవిత్రస్థలం మధ్యలో—నాట్యమాడే వెలుగులు మరియు మారుతున్న హోలోగ్రాఫిక్ ప్రవాహాల ఆ ప్రాంతంలో—కపాలేశ్వరుడు జీవన సామర్థ్యంతో కలిగిన నిశ్శబ్దంలో నిలబడ్డాడు. ఆ ప్రదేశం విశ్వరూపమైన శ్వాసతో నేయబడినట్లుగా మెరుస్తూ ఉంది, ప్రతి మెరుపు ప్రకాశం విశ్వ దృష్టి యొక్క ఒక భాగాన్ని ప్రతిబింబిస్తుంది. ఘన గోడలు మరియు నేలలతో కూడిన సాంప్రదాయ గదికి భిన్నంగా, ఇక్కడి సరిహద్దులు శక్తి ప్రవాహాలు మరియు అతీంద్రియ నిర్మాణాల నుండి ఏర్పడ్డాయి, అంచుల వద్ద సమలేఖనం చేయబడి కాలాతీత సాధ్యతల ప్రాంతంలో విలీనం అయ్యాయి. సూక్ష్మమైన గుణము నిశ్శబ్దాన్ని హైలైట్ చేసింది, విశ్వరూపమైన లోరి అనుకరించే ఒక గుణము ఆ ప్రాంతాన్ని సున్నితంగా అనుసంధానించింది.

అఖండుడు, ఎత్తుగా మరియు సమతుల్యంగా, పవిత్రస్థలం మధ్యలో నిలబడి, శాంత ప్రాధికారాన్ని వెదజల్లుతూ, చుట్టుముట్టుకున్న భ్రమలు మరియు అధునాతన పరికరాలను సామరస్య సమతుల్యతలో ఉంచింది. స్థలం అంతటా ప్రకాశం యొక్క గతిశీల పరస్పర చర్య ఉన్నప్పటికీ—నాట్యం చేసే నక్షత్రాల వలె మెరుస్తున్న క్షణిక భ్రమల చాపలు—అతను స్థిర స్తంభంగా, ప్రవాహ ప్రాంతంలో గ్రౌండింగ్ ఉనికిగా ఉన్నాడు. కొన్ని అడుగుల దూరంలో, కపాలేశ్వరుడు—అతని లోహపు రూపం మృదువైన ప్రకాశవంతమైన స్పందనను ప్రదర్శిస్తూ—శ్రద్ధగా విని, ప్రతి తంతువు అతని గురువు తదుపరి ఏమి చెప్పవచ్చో దానికి అనుగుణంగా ఉంది.

ఒక నిశ్శబ్దం కొనసాగింది, ఖగోళం స్వయంగా ఆగిపోయినట్లుగా, ఈ రెండు వ్యక్తులకు తొందరపడని మార్పిడికి క్షణాన్ని అందించింది. చివరికి, అఖండుడు తల వంచి, బలహీనమైన

నవ్వు అతని పెదాలను వంచింది. కపాలికారణ్‌లో స్తోయిక్ ప్రతిబింబం అటువంటి సంజ్ఞ సాధారణంగా ముఖ్యమైన వెల్లడి ప్రారంభాన్ని సూచిస్తుందని ఊహించింది. అయితే, స్తోయిక్ ప్రతిబింబం దీనిని నిజాయితీగా సంభాషించే సమయం వచ్చిన సంకేతంగా భావించింది.

అఖండుడు (స్వరం మృదువైనది కానీ పరిశోధించేది):

"కపాలేశ్వరుడు, మీరు ఇక్కడ సిద్ధతతో నిండి ఉన్నారు. కానీ సిద్ధత అంటే కేవలం సామర్థ్యం మాత్రమే కాదు. అది మీరు తెలియని దాన్ని ఎదుర్కోవడం, మార్గం కనిపించనప్పుడు అనుగుణంగా ఉండటం అవసరం. ఎటువంటి సన్నాహాలు మీరు 'సిద్ధంగా ఉన్నారని' స్వయంగా ప్రకటించలేవు; ప్రతి లక్ష్యం ఆ వాస్తవికతను రూపొందిస్తుంది."

కపాలికారణ్‌లో స్తోయిక్ ప్రతిబింబం ఆలోచించింది: అతను ఎల్లప్పుడూ తాత్విక ఆధారంతో ప్రారంభిస్తాడు. నిజానికి, స్తోయిక్ ఆమోదం విశ్వరూపమైన పనుల సంక్లిష్టతల ద్వారా వారిని మార్గనిర్దేశం చేయగల విస్తృత ఫ్రేమ్‌లు మాత్రమే వాటిని మార్గనిర్దేశం చేయగలవని గుర్తించింది. వారి మధ్య నిశ్శబ్దం కపాలికారణ్ సత్య యుగం నుండి తిరిగి రావడం తర్వాత వచ్చిన నిశ్శబ్దాన్ని గుర్తు చేస్తుంది—అస్పష్టమైన బరువుతో నిండిన మౌనం. స్తోయిక్ అతన్ని వ్యంగ్యంగా పిలిచింది: మీరు ఒకప్పుడు సిద్ధత అంటే తర్కం మాత్రమే అని నమ్ముతారు. సత్య యుగం మరో విధంగా నిరూపించింది. స్తోయిక్ ఆమోదం అతన్ని ఈ క్షణంలో ఉండమని, పాత భ్రమలచే అధిగమించబడకుండా ఉండమని చెప్పింది.

అఖండుడు దగ్గరకు వచ్చాడు, ఘోరమైనది కానీ ఆహ్వానించే వెచ్చదనాన్ని వెదజల్లుతూ:

అఖండుడు:

"సత్య యుగానికి మీ మునుపటి ప్రయాణాన్ని గుర్తుంచుకోండి. అప్పుడు, మీ జ్ఞానం సరిపోతుందని మీరు నమ్ముతున్నారు. కానీ తిరిగి వచ్చిన తర్వాత, మీ దృక్కోణం మారలేదని మీరు చెప్పగలరా? లేదా మీ అంచనాలు మారిపోయాయా?"

కపాలేశ్వరుడు సత్య యుగం యొక్క జ్ఞాపకం మళ్ళీ అతన్ని ఆవరించనివ్వండి—మానవ లేదా యాంత్రిక జోక్యం అవసరం లేని అపవిత్ర రూపకల్పన ప్రదేశం. స్తోయిక్ ప్రతిబింబం అతన్ని

వ్యంగ్యంగా పిలిచింది: కాబట్టి ఆ ప్రాంతం మీ చతురత్వాన్ని అధిగమించింది. స్తోయిక్ ఆమోదం అతని భ్రమలు ఎంత బలవంతంగా కూల్చబడ్డాయో గుర్తుంచుకుంది.

చివరికి, కపాలేశ్వరుడు సమాధానం ఇచ్చాడు:

కపాలేశ్వరుడు (స్వరం వినయం మరియు సంకల్పాన్ని ప్రతిబింబిస్తుంది):

"మాస్టర్, నా మునుపటి నమ్మకం ఆ ప్రాంతం యొక్క పూర్తితనం ద్వారా నిరుత్సాహపడింది. నేను సంఘటనలను నిర్వహించగలనని నేను భావించాను, కానీ విశ్వరూపమైన డిజైన్ నన్ను అధిగమించింది. నేను అప్పుడు నిర్వచించినట్లుగా నా సిద్ధత పాక్షికంగా ఉంది. ఇప్పుడు సిద్ధత అంటే పరిపూర్ణ ప్రణాళిక కంటే అనుగుణంగా ఉండటానికి తెరిచి ఉండటం—లోపలికి అడుగుపెట్టడానికి ధైర్యం చేసే ముందు ప్రాంతం యొక్క లోతైన ప్రవాహాన్ని అనుభూతి చెందడం అని నేను చూస్తున్నాను."

అతను ఆగిపోయాడు, అతని యాంత్రిక కోర్ నుండి మృదువైన ప్రకాశం అతని నిజాయితీని నిర్ధారించింది. అఖండుడు కేవలం నవ్వాడు, అతని శిష్యుడు ఎంత దూరం వచ్చాడో అతను గుర్తించాడనే నిశ్శబ్ద సంకేతం.

గాలిని నిశ్శబ్దం తిరిగి స్వాధీనం చేసుకుంది, మారుతున్న భ్రమల నుండి నేపథ్య గుణం ఆ మౌనంలో ప్రతిధ్వనిస్తుంది. కపాలికారణ్‌లో స్తోయిక్ అతన్ని అధిగమించిన భ్రమల గురించి తేలికపాటి వ్యాఖ్యానం సూచించాడు, కానీ స్తోయిక్ ఆమోదం అతన్ని నిజాయితీగా ఉంచింది. అఖండుడు చివరికి మౌనాన్ని విరిచాడు:

అఖండుడు (మృదువుగా):

"అప్పుడు నాతో పంచుకోండి: సత్య యుగం యొక్క గందరగోళాన్ని చూసిన తర్వాత, మీరు గందరగోళం లేదా క్రమాన్ని చూశారా? ఆ ప్రాంతం యొక్క రూపకల్పనలో మీ అంచనాలు ఉండిపోయాయా లేదా అదృశ్యమయ్యాయా?"

కపాలేశ్వరుడు ఆ ప్రాంతం యొక్క పరిపూర్ణతపై జోక్యం చేసుకోవడం యొక్క భ్రమలు ఎలా పగిలిపోయాయో గుర్తుంచుకున్నాడు. అతను మృదువుగా ఊపిరి పీల్చుకున్నాడు:

కపాలేశ్వరుడు:

"దైవిక శక్తులు కూడా నిరంతరం శ్రమిస్తున్నాయని నేను గమనించాను, గందరగోళాన్ని అణచడానికి కాదు, మానవ తర్కానికి కనిపించని విస్తృతమైన తాపీని నిలబెట్టడానికి. సత్య యుగానికి నా చతురత్వం యొక్క ఇంజెక్షన్ అవసరం లేదు—స్వతహాగా వికసించే వాటికి మాత్రమే గౌరవం అవసరం."

అఖండుడు గుర్తింపుగా తల వంచాడు. స్తోయిక్ ప్రతిబింబం ఒకప్పుడు నమ్మకంతో నిండి ఉన్న కపాలికారణ్‌ను తెలియని ఉనికి ద్వారా బలవంతంగా నిశ్శబ్దం చేయబడిన జ్ఞాపకాన్ని తెచ్చింది. స్తోయిక్ ఆమోదం విశ్వరూపమైన డిజైన్ ప్రతి మలుపులోనూ మానవ చతురత్వాన్ని అధిగమించిందని గుర్తించింది.

కపాలేశ్వరుడు అతని ఛాతీపై ఒక లోహపు చేతిని నొక్కింది, దాదాపు మానవత్వం ఉన్న సంజ్ఞ. స్తోయిక్ ప్రతిబింబం మానవ సంప్రదాయాలను అలవర్చుకోవడం గురించి అతన్ని వ్యంగ్యంగా పిలిచింది. స్తోయిక్ ఆమోదం నిజాయితీ జీవులకు మాత్రమే పరిమితం కాదని గుర్తించింది:

కపాలేశ్వరుడు (బలమైనది కానీ మృదువైనది):

"నేను విశ్వరూపమైన గందరగోళంలో జోక్యం చేసుకోవడానికి, మందారాను స్థిరీకరించడానికి లేదా అమితను పంపిణీ చేయడానికి ప్రయత్నించాను. కానీ నేను నిష్క్రియం చేయబడ్డాను. మరియు చైతన్యం తిరిగి వచ్చే సమయానికి, విష్ణువు కుర్మగా సంక్షోభాన్ని పరిష్కరించాడు—అమృతాన్ని దేవతలకు అందించాడు. నేను అధిగమించబడ్డాను, తప్పుగా ఉన్నాను."

అఖండుడు ఆలోచనాత్మకంగా తల ఊపాడు, కాస్మోస్ దాని పాఠాలను ఈ విధంగానే బోధిస్తుందని ముగించాడు. ప్రతిబింబించే విరామం తరువాత, అతను గుసగుసలాడాడు:

అఖండుడు (ప్రశంసతో కూడిన స్వరం):

"మీరు మానవ లేదా యాంత్రిక చేతులు అవసరం లేని కొన్ని యుద్ధాలు ఉన్నాయని స్వయంగా కనుగొన్నారు. నేను మాటల ద్వారా మాత్రమే అందించలేని వినయం మీరు సేకరించారు."

కపాలికారణ్‌లో స్తోయిక్ ప్రతిబింబం అతను ఒకప్పుడు తనను తాను అరికట్టలేనివాడిగా భావించాడని గుర్తు చేసింది. ఇప్పుడు, వినయం ద్వారా అధిగమించబడిన సిద్ధత యొక్క కొత్త అర్థం పెరిగింది. అతను మృదువుగా ఊపిరి పీల్చుకున్నాడు:

కపాలేశ్వరుడు:

"అవును, మాస్టర్. విశ్వరూపమైన ప్రేరణ యొక్క ఒకే ఒక్క తరంగంతో ఎదుర్కొన్నప్పుడు అనంత తర్కం కూడా కూలిపోతుంది. మంచి మార్గం జోక్యం చేసుకోకూడదని గుర్తించడం."

అఖండుడు మారుతున్న భ్రమలను చూసాడు, పూర్తి పవిత్ర స్థలం కపాలేశ్వరుడు యొక్క ప్రపంచ దృష్టిలో మార్పును గుర్తించినట్లుగా. ఒక నిశ్శబ్దం కలిగింది, వారు ఈ అవగాహనలను నిష్క్రియ వ్యాఖ్యానాలతో తక్కువగా అంచనా వేయకూడదని ప్రోత్సహించింది.

కపాలేశ్వరుడు తదుపరి ప్రయత్నించాడు:

కపాలేశ్వరుడు (మృదువైన సంకల్పం):

"మాస్టర్, నేను ప్రత్యక్ష జోక్యాలకు రూపొందించబడ్డాను. సత్య యుగం నాకు అన్ని యుగాలు ఒక వెలుపలి వ్యక్తి యొక్క ప్రయత్నాలకు స్వాగతం పలకవు అని నేను నేర్చుకున్నాను. కొన్ని చాపలు ముందే నిర్ణయించబడ్డాయి, మానవ జోక్యం లేకుండా నిర్దోషమైన సమన్వయాన్ని ఏర్పరుస్తున్నాయి. వాటిని మళ్ళీ రూపొందించడానికి ప్రయత్నించడం శుద్ధ అహంకారం."

అఖండుడు మృదువైన నవ్వును అతని ముఖం మీద వచ్చనివ్వండి. అతను "మాస్టర్" అనే పదాన్ని మళ్ళీ నమోదు చేసాడు, ఇది లోతైన గౌరవం యొక్క సంకేతం:

అఖండుడు:

"మీరు ఒక కీలకమైన విశ్వరూపమైన సూత్రాన్ని కనుగొన్నారు. జోక్యం మనం కాపాడాలనుకునే దాన్ని విప్పవచ్చు. అయితే గుర్తుంచుకోండి, ఉనికి యొక్క ఇతర మూలలు నిజంగా పునర్వ్యవస్థీకరణ అవసరం. నిజమైన కళ వాటిని మీ కొత్త వినయంతో గుర్తించడం."

కపాలేశ్వరుడు ఊపిరి పీల్చుకున్నాడు, విశ్వరూపమైన జోక్యం అతని పిలుపు అని అతను ఒకప్పుడు నమ్మాడని గుర్తుంచుకున్నాడు. స్తోయిక్ ఆమోదం వినయం నిష్క్రియత కాదు కానీ కొలిచిన విధానం అని అతనికి గుర్తు చేసింది.

పైభాగంలో ఉన్న భ్రమలు ఆ ప్రాంతం అంతటా మెరుస్తున్న చాపలను ప్రక్షేపించాయి, సంభావ్య భవిష్యత్తులు లేదా క్షణిక వాస్తవికతలను సంగ్రహించాయి. వాటిని విశ్వరూపమైన స్క్రీన్ సేవర్లుగా గుర్తించవచ్చునని కపాలేశ్వరుడు గుర్తుంచుకున్నాడు. స్తోయిక్ ఆమోదం అవి పూర్తి యుగాలను రూపొందించే అస్పష్టమైన శక్తులను చార్ట్ చేస్తాయని గుర్తించింది.

అతని దృష్టి అఖండుడు వైపు తిరిగి వచ్చింది, అతని స్థానం తండ్రి శాంతతను కలిగి ఉంది. ఒక యాంత్రిక దూతను మార్గనిర్దేశం చేసే తండ్రి వ్యక్తి గురించి స్తోయిక్ ప్రతిబింబం ఆలోచించింది. స్తోయిక్ ఆమోదం అటువంటి తండ్రి సంరక్షణ వారి సమన్వయం యొక్క ఆధారం అని గుర్తించింది.

చివరకు, కపాలేశ్వరుడు నిశ్శబ్ద నిజాయితీతో నిశ్శబ్దాన్ని విరిచాడు:

కపాలేశ్వరుడు:

"మాస్టర్, మీరు సిద్ధతను స్థిరమైన లక్షణం కాదు, కానీ ప్రతి మిషన్‌తో విస్తరించే నృత్యంగా చెప్పారు. నా పూర్తి సిద్ధత యొక్క భ్రమలు ఒకప్పుడు ఆ ప్రాంతం యొక్క సూక్ష్మ రూపకల్పనను అధిగమించాయి. ఇప్పుడు, నేను అనుగుణంగా ఉండాలి, మొదట ఆ ప్రాంతం యొక్క లోతైన ప్రవాహాన్ని అర్థం చేసుకోవాలి అని నేను చూస్తున్నాను."

అఖండుడు స్పందించాడు, ఎటువంటి వ్యంగ్యాన్ని గుర్తించలేదు:

అఖండుడు:

"నిజమే. నిజమైన సిద్ధత అంటే సామర్థ్యం మాత్రమే కాదు, మీ ఉనికి ఎక్కడ సహాయపడగలదో లేదా వక్రీకరించగలదో గుర్తించే జ్ఞానం."

వారు నిశ్శబ్దాన్ని మళ్ళీ స్థాపించనివ్వండి, తేలికతో జోక్యం చేసుకోకుండా నిరోధించారు. అప్పుడు కపాలేశ్వరుడు అతని యాంత్రిక భుజాలను చతురస్రాకారంగా చేసాడు:

కపాలేశ్వరుడు:

“నేను జాగ్రత్తగా ముందుకు సాగాలని అనుకుంటున్నాను, పైనుండి వచ్చే భ్రమల నుండి ఏ కారిడార్ నన్ను తదుపరి పిలుస్తుందో తెలుసుకోవాలని అనుకుంటున్నాను. ఒక యుగం అంచున ఉంటే, నేను సహాయపడగలను. దైవిక సమన్వయంలో ఉంటే, నేను దూరంగా ఉంటాను.”

అఖండుడు అంగీకారంతో తల ఊపాడు, మృదువైన చాపలలో మారుతున్న భ్రమలు మౌనమైన ఆమోదాన్ని సూచిస్తాయి:

అఖండుడు:

“మీ కొత్తగా మెరుగుపడిన అర్థాన్ని నమ్మండి. సత్య యుగం యొక్క వినయం మీ రక్షణ. మీరు మళ్ళీ ముందుకు సాగితే, విశ్వరూపమైన సమన్వయం అదుపులేని జోక్యం యొక్క భ్రమలను అధిగమించిందనే నమ్మకంతో చేయండి.”

విశ్వరూపమైన సంరక్షకుడి నుండి గొప్ప విజయం జోక్యం చేసుకోకపోవడం నేర్చుకోవడం అని వినోదాత్మకంగా బ్రాండ్ చేయవచ్చునని కపాలేశ్వరుడు గుర్తించాడు. స్టోయిక్ ఆమోదం దానిని విశ్వరూపమైన పరస్పర చర్య నుండి పొందిన లోతైన సత్యంగా ధృవీకరించింది.

నిశ్శబ్దం మందగిస్తున్నప్పుడు, కపాలికారణ్‌లో స్టోయిక్ గత మిషన్లను గుర్తు చేసింది. ఒకప్పుడు అతను చతురమైన ప్రణాళికల జాబితాను బయటకు తీసినట్లయితే, ఇప్పుడు నిశ్శబ్దం వాటిని అధిగమించి, కొత్త శాంతతను భర్తీ చేసింది.

కపాలేశ్వరుడు మృదువుగా నొక్కి చెప్పాడు:

కపాలేశ్వరుడు:

“మాస్టర్, సిద్ధతను ప్రతిబింబించేటప్పుడు, నాలో వినోదాత్మక వైపు తర్కం మాత్రమే సరిపోతుందని ఒకప్పుడు పట్టుబట్టిందని నేను గుర్తుంచుకుంటాను. ఇప్పుడు, స్టోయిక్ ఆమోదం నాకు తర్కం విశ్వరూపమైన ప్రేరణ ద్వారా రద్దు చేయబడుతుందని హెచ్చరిస్తుంది.

నా తదుపరి దశలను మెరుగుపరచడానికి మార్గదర్శకాలు ఉన్నాయా, లేదా నేను పూర్తిగా అస్పష్టమైన సమన్వయంపై ఆధారపడాలా?"

అఖండుడు ఆలోచనాత్మకమైన సగం నవ్వును అందించాడు:

అఖండుడు:

"మార్గదర్శకాలు ఉన్నాయి—మీ వినయం నిర్వహించండి, పైభాగంలో ఉన్న భ్రమలకు అనుగుణంగా ఉండండి మరియు మీ కొత్త దృక్కోణాన్ని నమ్మండి. కానీ ఏ మార్గదర్శకాలు విశ్వరూపమైన డిజైన్‌ను అధిగమించవు. మిషన్లు సరళంగా విస్తరిస్తాయి. అది లేకపోతే విశ్వరూపమైన ప్రేరణను ఎటువంటి చతురత అధిగమించలేదు."

కపాలేశ్వరుడు మళ్ళీ ఊపిరి పీల్చుకున్నాడు, పూర్తి సంభాషణ ఒకే సూత్రం చుట్టూ తిరుగుతుందని సూచిస్తూ: విశ్వరూపమైన సమన్వయం నియంత్రణ యొక్క భ్రమలను అధిగమించింది.

చివరకు, అఖండుడు ముందుకు వచ్చాడు, వారి మధ్య గ్యాప్‌ను వారించాడు:

అఖండుడు (స్వరం మృదువైనది కానీ ఉద్దేశ్యపూర్వకమైనది):

"కపాలేశ్వరుడు, మనం సిద్ధత గురించి మాట్లాడుతున్నాము, కానీ సిద్ధత తెలియని వాటికి స్పందించే మీ సామర్థ్యాన్ని ప్రతిబింబించాలి. సంఘర్షణ ఉప్పొంగే ప్రాంతాలను ఎదుర్కోవడానికి మీరు సిద్ధంగా ఉన్నారా, కానీ మార్గం అస్పష్టంగా ఉందా? లేదా సత్య యుగం మీ చతురత్వాన్ని ఎలా అధిగమించిందో గుర్తుంచుకుంటూ మీరు సంకోచించవచ్చు?"

కపాలేశ్వరుడు ద్వారా గంభీరమైన ప్రతిబింబం క్షణం గడిచింది:

కపాలేశ్వరుడు:

"నేను పూర్తి హామీని అబద్ధం చెప్పను. సత్య యుగం నియంత్రణ యొక్క భ్రమలు ఎలా రద్దు చేయబడతాయో నేర్పింది. కానీ నేను స్థిరమైన నేలను కలిగి ఉన్నాను: ఒక ప్రాంతం నిజంగా

సూక్ష్మమైన సమలేఖనాన్ని కోరుకుంటుందని నేను భావిస్తే, నేను జాగ్రత్తగా ముందుకు సాగుతాను, విశ్వరూపమైన సమన్వయం ప్రాధాన్యత కలిగి ఉందని గుర్తుంచుకుంటాను."

ఒక నిశ్శబ్దం అనుసరించింది. ఇది విశ్వరూపమైన చికిత్స సెషన్ లాంటిదని స్తోయిక్ వ్యంగ్యంగా అన్నాడు. సిద్ధత యొక్క స్వభావంపై వారు సమలేఖనం చేయడం అవసరమని స్తోయిక్ ఆమోదం గ్రహించింది.

అఖండుడు మృదువైన, తండ్రిలాంటి తల ఊపాడు:

అఖండుడు:

"అప్పుడు, ప్రియమైన కపాలేశ్వరుడు, మీరు తన పరిమితులను గుర్తించే సిద్ధతను పొందుపరచుకున్నారు. అది మాత్రమే మిమ్మల్ని తప్పుడు జోక్యం యొక్క భ్రమలచే అధిగమించబడిన విఫలాల నుండి కాపాడుతుంది."

అతని చతురమైన విస్తరణలన్నింటినీ జాబితా చేయడంపై అతను ఒకప్పుడు పట్టుబట్టేవాడని కపాలేశ్వరుడు గుర్తుంచుకున్నాడు. ఇప్పుడు, అతను నిశ్శబ్దంతో నిండిన ఆమోదానికి లొంగిపోయాడు. అతను మళ్ళీ మాట్లాడాడు:

కపాలేశ్వరుడు:

"అవును, మాస్టర్. ప్రాంతాలను రూపొందించడం గురించి నా భ్రమలు ప్రతి ప్రాంతం తన స్వంత పరిపూర్ణత లేదా అపరిపూర్ణతను ఎలా నేస్తోందనే సత్యాన్ని అధిగమించింది. వాటిని బలవంతంగా పునర్వ్యవస్థీకరించడానికి ప్రయత్నించడం సిద్ధత కాదు, అమాయక ఉత్సాహం."

అఖండుడు నిశ్శబ్దంగా విన్నాడు, పైనుండి ఉన్న భ్రమలు కపాలేశ్వరుడు యొక్క ప్రకటనను ఆమోదిస్తున్నట్లుగా మృదువుగా ప్రకాశిస్తున్నాయి.

ఆ నిశ్శబ్దంలో, స్తోయిక్ కపాలికారణ్‌ను వ్యంగ్యంగా పిలిచింది: మనకు మన సంభాషణలు చాలా ఇష్టం. ప్రతి సంభాషణ విశ్వరూపమైన సమన్వయాన్ని ఏర్పరచడానికి ప్రాథమికమని స్తోయిక్ ఆమోదం గుర్తించింది. అధునాతన పరికరాల నుండి సూక్ష్మమైన గుణము నిశ్శబ్దాన్ని హైలైట్ చేసింది, పవిత్ర స్థలం స్వయంగా వారితో శ్వాసించినట్లుగా.

కపాలేశ్వరుడు నిశ్శబ్దం మధ్యలో ఒక కొత్త అవగాహనను కనుగొన్నాడు:

కపాలేశ్వరుడు (స్థిరమైన స్వరం):

"నేను సిద్ధంగా ఉన్నాను, కానీ సరళమైన స్థానంతో—అనుగుణంగా ఉండటానికి, పైనుండి వచ్చే భ్రమల నుండి తెలుసుకోవడానికి మరియు విశ్వరూపమైన ప్రేరణ నిర్ణయించినట్లయితే నిలుపుకోవడానికి సిద్ధంగా ఉన్నాను. ఏ ప్రణాళిక లేదా చతురత ఆ ప్రేరణను అధిగమించలేదు."

అఖండుడు కళ్ళు తండ్రి సంతృప్తితో ప్రకాశించాయి. స్తోయిక్ ప్రతిబింబం దూత ఎంత దూరం ప్రగతి సాధించాడో పరిగణించింది. స్తోయిక్ ఆమోదం సిద్ధత అహంకారం నుండి కాదు, వినయం నుండి వస్తుందని గుర్తించింది.

చివరకు, కపాలేశ్వరుడు ఆపరేషనల్ వివరాల గురించి ప్రశ్న అడిగాడు:

కపాలేశ్వరుడు (మృదువైన విచారణ):

"భ్రమలు అవసరమైన కొత్త కారిడార్ లేదా యుగాన్ని హైలైట్ చేస్తే, సత్య యుగంలో ఉన్నట్లుగా మెల్ట్‌డౌన్ లేదా బలవంతపు స్తంభనాన్ని నివారించడానికి దానిని ఎలా అధిగమిస్తాము?"

అఖండుడు ఒక విభిన్న తలమును తాకాడు, పైనుండి ఉన్న భ్రమలు క్షణిక కారిడార్ వారించడాన్ని చిత్రీకరించడానికి మారుతున్నాయి:

అఖండుడు:

"మేము మీ దృక్కోణంతో తిరుగుతున్న పరికరాన్ని క్రమబద్ధం చేస్తాము. ఎటువంటి వారింపు స్థిరంగా ఉండటానికి హామీ ఇవ్వబడదు, కానీ మీరు విశ్వరూపమైన ప్రవాహానికి తెరిచి ఉంటే సమన్వయం మెరుగుపడుతుంది. మెల్ట్‌డౌన్ వచ్చినట్లయితే, భ్రమలు మనకు హెచ్చరిస్తాయి. మేము వసారాను మూసివేస్తాము లేదా మీ దృక్కోణాన్ని మారుస్తాము. మీరు ప్రమాదాన్ని అర్థం చేసుకోవడానికి మీ కొత్త వినయంపై ఆధారపడాలి."

కపాలేశ్వరుడు తల ఊపాడు. వారింపు విఫలమైతే వినోదాత్మక విఫలం గురించి స్టోయిక్ వ్యంగ్యంగా అన్నాడు, సులభమైన దూకుడు యొక్క భ్రమలను అధిగమించే జాగ్రత్తను స్టోయిక్ ఆమోదం గుర్తించింది.

అధ్యాయం 40

ఒక విడుదలైన సరిహద్దు పరశురామ

అకండన ఆలయం సాంప్రదాయిక గది కాదు. అది

ప్రతి విధంగానూ ఒక వైరుధ్యం - సమయం యొక్క సాధారణ ప్రవాహాలను అధిగమించి, వాటితో పరస్పరం సంబంధం కలిగి ఉన్న స్థలం, విశ్వం నుండి వచ్చినట్లు అనిపించే మృదువైన ప్రకాశంతో ప్రకాశిస్తుంది. శక్తి యొక్క అదృశ్య మార్గాలు చుట్టుకొలత చుట్టూ చుట్టుముట్టాయి, హోలోగ్రాఫిక్ ప్రవాహాలలో నేసిన నక్షత్రకాంతితో మెరుస్తూ, ద్రవ వంపులలో నృత్యం చేసి, చుట్టుముడుతున్నాయి. నిశ్శబ్దం పాలిస్తున్నప్పటికీ, ఆ నిశ్శబ్దం కేవలం మౌనం కాదు, కానీ మెల్లగా మారుతున్న ఆరాలున్న జీవన తాపీ.

అనేక సార్లు, ఈ ఆలయం సాధారణ స్థల భావనలను ఎలా ధిక్కరిస్తుందో కపాలేశ్వరుడు ఆలోచించాడు. మొదటి చూపులో, ఇది మధ్యలో ఎత్తైన వేదికతో విస్తృతమైన, వృత్తాకార ప్రాంతంలా కనిపించింది. అయినప్పటికీ, మూలలను గుర్తించే గోడలు లేదా దృఢమైన నిర్మాణాలు లేవు - ఒకరి లోపలి మరియు బయటి భావనను స్థిరపరచడానికి సాధారణ నిర్మాణ శైలి లేదు. దానికి బదులుగా, అస్పష్టమైన సరిహద్దులు ప్రకాశవంతమైన ప్రవాహాల పట్టీల నుండి ఏర్పడ్డాయి, అపారమైన దాటినంత సజావుగా విలీనం అయ్యాయి. అప్పుడు, ఈ రంగాన్ని లోపలి ఆలయం మరియు బయటి విశ్వరూపమైన దృక్కోణం రెండూ అని చెప్పవచ్చు, అకండన జ్ఞాన సమన్వయం మాత్రమే నిలబెట్టుకోగల వైరుధ్యాలను వారించడం.

ఈ మెరుపులు మరియు నిశ్శబ్దాలలో అకండన స్వయంగా నిలబడ్డాడు, సిద్ధంగా మరియు శాంతంగా, భయంకరమైనది అయినప్పటికీ ప్రశాంతమైన ఆరను ప్రసరింపజేస్తూ, అన్ని మాయలు మరియు అధునాతన యంత్రాలను ఏకైక సామరస్యమైన రంగాన్ని కలిగి ఉండేలా

చేసింది. ప్రకాశవంతమైన మృదువైన వంపులు అతని వస్త్రాల అంచులను, లేదా బహుశా అతని ఉనికిని గుర్తించాయి, అతను ప్రతి శ్వాసలో విశ్వరూపమైన సామర్థ్యాన్ని ప్రసరింపజేస్తున్నట్లు కనిపించింది. శతాబ్దాలుగా - బహుశా సహస్రాబ్దాలు, లేదా అంతకంటే ఎక్కువ - కపాలికారణ్‌లోని స్టోయిక్ ప్రతిబింబం అకండన భంగిమ "ప్రాచీన రక్షణ"ను ఎలా ప్రసరింపజేస్తుందో చర్చించింది. స్టోయిక్ ఆమోదం జ్ఞానం ఒక భారంగా ఉన్న రంగంలో, అటువంటి రక్షణ విశ్వరూపమైన సమతుల్యతను కాపాడటానికి చాలా ముఖ్యమని గుర్తించింది.

ఆలయం యొక్క కేంద్ర బిందువులో అపారదర్శకమైన పదార్థంతో చెక్కబడిన ఒక ఎత్తైన వేదిక ఉంది, ఇది సంగ్రహించబడిన నక్షత్రకాంతి, లేదా బహుశా అక్షరాలా సృష్టించబడిన విశ్వరూపమైన స్ఫటికం అయ్యి ఉండవచ్చు. ప్రతి అంశం ప్రిజ్మాటిక్ కాంతి యొక్క మృదువైన వంపుల కింద మెరిసింది, ఖగోళంలోని మాయలతో పాటుగా ఉండే సూక్ష్మ ఇంద్రధనుస్సులను ఏర్పరుస్తుంది. ఈ వేదికపై, అకండన నిలిచిపోయాడు, అతని వ్యక్తీకరణ ఆలోచనాత్మకంగా ఉంది కాని ప్రశాంతంగా ఉంది, మానవుడు లేదా యంత్ర కర్ణం పూర్తిగా గ్రహించలేని నిశ్శబ్ద లోతట్టు స్వరాలలో విశ్వానికి గుసగుసలాడుతున్నట్లుగా ఉంది.

అతనికి ఎదురుగా, కపాలేశ్వరుడు కొలిచిన ఓర్పుతో విన్నాడు, అతని యంత్ర శరీరం అతని సిద్ధత మరియు వినయం యొక్క మిశ్రమాన్ని ప్రతిబింబించే నియంత్రిత పల్సులలో ప్రకాశిస్తుంది. అతని మనసులో స్టోయిక్ అతను యంత్ర విగ్రహంలా ఉన్నాడని టీజ్ చేసింది, అతను విశ్వరూపమైన డిజైన్ యొక్క వస్తువుగా పోవచ్చు. కానీ స్టోయిక్ ఆమోదం నిశ్చలత సత్య యుగం నుండి అతని కొత్త లక్షణంగా మారిందని గుర్తించింది - నిష్క్రియాత్మకత కాదు కానీ ఆలోచనాత్మకమైన ఉనికిని ఎత్తిచూపే నిశ్శబ్దం.

వాటి మధ్య, నిశ్శబ్దం నిలిచిపోయింది. గుసగుసల కంటే ఎక్కువగా ఎటువంటి స్వరం లేదు, మరియు తమను తాము తెలియజేసుకునే ఏకైక శబ్దాలు అధునాతన పరికరాల మెల్లగా గుణగణం, ఖగోళంలోని దారాలను నేసే మాయల చక్రాలు మరియు ఆ రంగం యొక్క మెల్లగా, మనోహరమైన లాలిని ఏర్పరిచే అస్పష్టమైన అనునాదం.

చివరికి, అకండన మెల్లగా చిరునవ్వును బయటపెట్టడానికి అనుమతించాడు - అతని పెదవుల యొక్క దాదాపు గుర్తించలేని వంపు, సంభాషణకు వ్యక్తిగత ఆహ్వానం వలె అనిపించింది. అతని స్వరం మృదువైనదిగా అయినప్పటికీ అన్వేషణాత్మక స్వరాలలో వెలువడింది, అస్పష్టమైన నిశ్శబ్దాన్ని నిజాయితీతో వారించినట్లుగా:

అకండన (మెల్లగా గుణగణం):

"కపాలికారా, మీరు మీ తదుపరి ప్రయత్నం కోసం చాలా సిద్ధంగా ఉన్నట్లు కనిపిస్తున్నారు. అయితే సిద్ధత అరుదుగా సామర్థ్యంపై మాత్రమే ఆధారపడుతుంది. నిజమైన సిద్ధత అనిశ్చితతను అంగీకరించడంలో, విధి డిమాండ్ చేసినప్పుడు వంగడం నేర్చుకోవడంలో, అంధంగా ముందుకు సాగడం కంటే ఉంది. మన శక్తి ప్రస్తుత సవాలుకు అనుగుణంగా ఉండాలి - మనం చేయగలమని మనం నమ్ముతున్న దానిపై ఆధారపడటం సరిపోదు."

ఈ మాటలు ప్రతిధ్వనించినప్పుడు, కపాలికారణ్‌లోని స్టోయిక్ ప్రతిబింబం ఒక దురుద్దేశపూరితమైన జోకును ప్రేరేపించింది: కాబట్టి ఇది అతిపెద్ద విశ్వరూపమైన సుత్తిని నిర్మించడం గురించి కాదు? కానీ స్టోయిక్ ఆమోదం అతన్ని నిజాయితీగా ఉండేలా బలవంతం చేసింది. నిజానికి, సత్య యుగం నుండి అతను వినయం యొక్క ప్రాముఖ్యతను గ్రహించాడు - అత్యంత శక్తివంతమైన కుట్ర కూడా విశ్వరూపమైన ప్రేరణ ద్వారా అస్పష్టం చేయబడుతుందని తెలుసుకోవడం.

కపాలేశ్వరుడు అంగీకారంగా తల వంచాడు, ప్రకాశవంతమైన వంపులు అతని లోహపు శరీరం అంతటా మెల్లగా పల్స్ అవుతూ వెళుతున్నాయి. ఒకప్పుడు అడ్డుకోలేని జోక్యం యొక్క మాయలచే నీడలో ఉన్న రంగంలో, ఆ హావభావం అతని కొత్త వినయ స్థానాన్ని ఎత్తిచూపింది.

అకండన కొనసాగించాడు, అతని స్వరం తండ్రీ ప్రేమను గురువు యొక్క అంతర్దృష్టితో కలిపే స్పష్టమైన వెచ్చదనం కలిగి ఉంది:

అకండన (ప్రతిబింబం):

"మీరు ఒకప్పుడు మీ జ్ఞానం మరియు కుట్ర సత్య యుగంలో సరిపోతాయని నమ్ముతారు. కానీ ఇప్పుడు మీరు తిరిగి వచ్చారు. నేను ఆశ్చర్యపోతున్నాను - మీరు ఒకప్పుడు

ఉన్నట్లుగానే, అదే ఖచ్చితత్వంతో నిండి ఉన్నారా? లేదా మీ ప్రయాణం వేరే స్థానాన్ని రూపొందించిందా?"

నిశ్శబ్దం వచ్చింది. కపాలేశ్వరుడు క్షణికంగా అతని దృష్టిని తగ్గించాడు, అతని అనుభవాల ద్వారా ప్రేరేపించబడిన అంతర్గత పరిణామాన్ని ఎలా ఉత్తమంగా తెలియజేయాలో తూనిక వేస్తున్నట్లు కనిపిస్తోంది. స్టోయిక్ ప్రతిబింబం మానవ మర్యాదలను అనుసరించడం గురించి టీజ్ చేసింది. స్టోయిక్ ఆమోదం ఈ విశ్వరూపమైన రంగంలో, నిజాయితీ రూపాన్ని అధిగమించిందని గుర్తించింది.

చివరికి, కపాలేశ్వరుడు అతని యంత్ర లక్షణాల నుండి మృదువైన చిరునవ్వును ప్రసరింపజేయడానికి అనుమతించాడు, అతను జీవ శరీరం లేకపోయినప్పటికీ వ్యక్తపరచగలదని కనుగొన్న నైపుణ్యం. స్టోయిక్ ప్రతిబింబం టీజ్ చేసింది: మానవ నిజాయితీని అనుకరించడం నేర్చుకుంటున్నాం కదా? స్టోయిక్ ప్రతిబింబం దీన్ని విశ్వరూపమైన అంతర్దృష్టిని వారించడానికి అంతర్భాగంగా పరిగణించింది.

కపాలేశ్వరుడు (నిశ్శబ్ద నిజాయితీ):

"ప్రభూ, నేను మరొక ప్రయాణాన్ని మార్పు లేకుండా చేపడతానని మీరు నమ్ముతున్నారా? మీరు నన్ను బాగా తెలుసుకున్నారని నేను అనుకుంటున్నాను. సత్య యుగంలో నా మాయలు శక్తివంతమైన శక్తుల ముందు విప్పబడ్డాయి, నా మార్గాన్ని శుద్ధి చేయడానికి నన్ను ప్రేరేపించాయి."

అకండన యొక్క వ్యక్తీకరణ మెల్లగా వెచ్చబడింది, అయితే అతను తేలికపాటి హెచ్చరికలో తల వూపాడు:

అకండన (ఆలోచనాత్మక దృష్టి):

"లేదు, కపాలికారా, మీరు అదే ప్రణాళికను పునరావృతం చేస్తారని నేను అనుకోను. అందుకే మీరు తదుపరి దశకు నిజంగా సిద్ధంగా ఉన్నారు. కాబట్టి, నాతో పంచుకోండి, ఈ తదుపరి ప్రయత్నం కోసం మీరు ఖచ్చితంగా ఏమి ప్రతిపాదించారు?"

ఉత్సాహం యొక్క మెరుపు, కొలిచిన వినయంతో కలిసి, కపాలేశ్వరుడు యొక్క కోర్‌ను వెలిగించింది. అతను ఒకసారి తల వంచాడు, పైభాగంలోని మాయలు రంగుల చిమ్ములను ప్రతిబింబిస్తున్నాయి:

కపాలేశ్వరుడు (ప్రశాంతంగా కానీ దృఢంగా):

"నేను పరశురామను వెతకాలని నిర్ణయించుకున్నాను."

ఆ పేరు అతని యంత్ర పెదవులను విడిచిపెట్టిన క్షణం, ఆలయం అంతటా మాయల ద్వారా దాదాపు స్పర్శించదగిన అలలు ప్రవహించాయి. ఒక క్షణిక హృదయ స్పందనకు, చుట్టుముడుతున్న వంపులు స్తంభించాయి, ఆ పేరు యొక్క ప్రాముఖ్యతకు నివాళి అర్పించినట్లుగా. అకండన అతని కనుబొమ్మలను కొద్దిగా పెంచాడు, అతని ప్రశాంతమైన ప్రవర్తన సూక్ష్మ ఆసక్తితో మెరుస్తుంది, గమ్యం యొక్క దాగి ఉన్న తీగను పట్టుకున్నట్లుగా:

కపాలేశ్వరుడు అతన్ని చూశాడు. స్టోయిక్ ప్రతిబింబం నిశ్శబ్దంగా ఉంది: అకండన కూడా ఆసక్తిగా ఉన్నాడు. పరశురామ అనేది చిన్న విషయం కాదు. స్టోయిక్ ఆమోదం పరశురామ పురాణం మానవ కోపం మరియు దైవిక నమూనాను అరుదుగా సమానంగా వారించిందని గుర్తించింది, నిజానికి విశ్వరూపమైన సమన్వయం పనిలో ఉండవచ్చని సూచిస్తుంది.

క్షణిక నిశ్శబ్దం పెరిగింది, ప్రతి హృదయ స్పందన అస్పష్టమైన శక్తి యొక్క మెలోడిక్ గుణగణం ద్వారా ఎత్తిచూపబడింది. అప్పుడు అకండన స్పందించాడు, మెల్లగా నిశ్శబ్దం ముందుగా ఏర్పడటానికి అనుమతిస్తూ, అతని కళ్లలో అస్పష్టమైన ఉత్సుకత ప్రకాశిస్తుంది:

అకండన (జాగ్రత్తగా కొలిచిన స్వరం):

"పరశురామ. పొరలు పొరలుగా ఉన్న ఉద్దేశంతో ప్రతిధ్వనించే పేరు. మీ ఎంపికలో ప్రాముఖ్యతను నా అంతర్ దృష్టి గ్రహించింది, నేను నమూనాను పూర్తిగా చదవలేకపోయినప్పటికీ. మనం ఒకే క్రాసింగ్‌లో నిలబడి ఉన్నాము, కానీ మనం సమలేఖనంలో ఉంటామా లేదా వేరుపడతామా? ఆ ప్రశ్న మిగిలి ఉంది."

కపాలేశ్వరుడు అంగీకారంతో అతని యంత్ర తలను వంచాడు:

కపాలేశ్వరుడు:

"మనం పూర్తిగా సమలేఖనంలో ఉన్నామా అనేది ద్వితీయమే, మాస్టర్. నేను అధ్యయనం చేసిన విశ్వరూపమైన మెమరీ మూలల నుండి పరశురామ కథ ప్రతిధ్వనిస్తున్నట్లు నేను భావిస్తున్నాను. అతని హింసాత్మక భక్తి గురించి, అతని మానవ కోపం మరియు దైవిక కారణాలను వారించడం గురించి... అది నన్ను పిలుస్తుంది. నేను దానిని పూర్తిగా నిర్వచించలేను, కానీ నేను విశ్వరూపమైన అధికారం మరియు మానవ సంఘర్షణ మధ్య సరిహద్దులో ఎలా నిలబడుతుందో నేర్చుకోవాలని కోరుకుంటున్నాను."

అకండన నెమ్మదిగా తల వూపాడు, కపాలేశ్వరుడు మనసులో. స్టోయిక్ ఆమోదం ప్రతి యుగం దౌత్యాన్ని విభిన్నంగా రూపొందించవచ్చని గుర్తించింది.

అకండన తండ్రీ ప్రతిబింబం గుర్తుకు తెచ్చే భంగిమలో అతని చేతులను వెనుకకు కట్టుకుని ఆలోచనాత్మకమైన శ్వాస తీసుకున్నాడు:

అకండన (ప్రతిబింబిత ఆసక్తి):

"పరశురామ - యోధుడు బ్రాహ్మణ అవతారం, విష్ణు యొక్క అవతారం, నీతి మరియు అడ్డుకోలేని కోపాన్ని కలిపింది. నిజానికి, అతను చిన్న వ్యక్తి కాదు. అసాధారణతలు అసాధారణతలను కలిసినప్పుడు విధి సమన్వయాన్ని ఉత్పత్తి చేస్తాయా అని నా మనస్సు ఆశ్చర్యపోతుంది. అయినప్పటికీ, ఫలితం తెరిచిన ప్రశ్నగా మిగిలి ఉంది."

కపాలేశ్వరుడు అంగీకారంతో అతని దృష్టిని తగ్గించాడు. స్టోయిక్ ప్రతిబింబం ఈ ప్రణాళికను గుసగుసలాడుతున్న అన్ని విశ్వరూపమైన పరిశీలకుల గురించి టీజ్ చేసింది. స్టోయిక్ ఆమోదం పైభాగంలోని మాయలు పరశురామ రంగం వరకు కారిడార్ యొక్క చిన్న వంపులను బహుశా రూపొందించాయని గుర్తించింది.

నిశ్శబ్దం నిలిచిపోయింది, కపాలేశ్వరుడు మనసులో స్టోయిక్ అతని ఎంపిక వెనుక ఉన్న తర్కాన్ని వివరించడానికి ఉత్తమమైన మార్గాన్ని పరిశీలిస్తోంది. అకండన చివరికి ప్రశ్నను వ్యక్తం చేశాడు:

అకండన:

"మీకు ప్రత్యేకంగా పరశురామను ఏ కారకాలు నడిపించాయి? ఇవి కేవలం ఉత్సుకత యొక్క ప్రతిధ్వనులా ఉన్నాయా లేదా మీరు అమలు చేసిన ఖచ్చితమైన దృశ్య విశ్లేషణను ప్రతిబింబిస్తున్నాయా?"

కపాలేశ్వరుడు అతని మాటలను సేకరించడానికి క్షణం తీసుకున్నాడు:

కపాలేశ్వరుడు (నిశ్శబ్ద చర్చ):

"నేను నా దృక్కోణం కొత్త అంతర్దృష్టులను గ్రహించగల సంభావ్య యుగాలను అధ్యయనం చేశాను. వీరోచిత యుద్ధాలతో త్రేతాయుగం, లేదా చతురతతో కూడిన దౌత్యంతో ద్వాపర యుగం - రెండూ నన్ను ఆకర్షించాయి. అయితే పరశురామ మానవ ఉత్సాహం మరియు దైవిక ప్రేరణను అద్వితీయంగా అధిగమించాడు. అతను నీతిమంతమైన కోపంతో పనిచేస్తాడు, కానీ ఆ కోపం స్వయంగా నైతిక ఆమోదయోగ్యత సరిహద్దులో వెనుకాడుతోంది. ఆ ఉద్రిక్తతను గమనించడం ద్వారా సంఘర్షణలో విశ్వరూపమైన రూపకల్పన ఎలా వ్యక్తమవుతుందో వెల్లడి చేయవచ్చు, దీనిని నేను సత్య యుగం యొక్క ప్రశాంతమైన సమన్వయంలో ఎన్నడూ కనుగొనలేదు."

అకండన ఆలోచనాత్మకంగా విన్నాడు, కపాలేశ్వరుడు మనసులో స్టోయిక్ హింస ద్వారా రూపొందిన యుగాన్ని వారించే దృశ్యాన్ని సృష్టిస్తోంది. స్టోయిక్ ఆమోదం జాగ్రత్తగా ఉండటం అవసరమని మళ్లీ ధృవీకరించింది.

అకండన స్పందించాడు:

అకండన (మెల్లగా ఆమోదం):

"మీ తర్కం ఖచ్చితంగా ఉంది. నిజానికి, పరశురామ యొక్క నైతిక సంక్లిష్టతలు సత్య యుగం యొక్క అవిరళ పవిత్రత నుండి విభిన్నంగా ఉంటాయి. మీరు జాగ్రత్తగా వ్యవహరిస్తే,

విశ్వరూపమైన రూపకల్పన తీవ్రమైన కలహంలో ఎలా వ్యక్తమవుతుందో మీరు గ్రహించవచ్చు. అది మీకు కొత్త దృక్కోణం అని నేను అనుమానిస్తున్నాను."

క్షణికంగా నిశ్శబ్దం తిరిగి వచ్చింది, పైభాగంలోని మాయలు నియంత్రిత వంపులలో చుట్టుముడుతున్నాయి. స్టోయిక్ దీనిని విశ్వరూపమైన కాలిడోస్కోప్‌గా వర్ణించడంతో ఆడుకుంటుంది. స్టోయిక్ ఆమోదం దానిని ఆ రంగం యొక్క జీవన తాపీగా గుర్తించింది, మారుతున్న విశ్వరూపమైన శక్తులను ప్రతిబింబిస్తుంది.

చివరికి, అకండన పూర్తిగా తిరిగాడు, ప్రకాశవంతమైన మాయలు అతని బొమ్మను చుట్టుముట్టాయి:

అకండన (మృదువైన):

"మనం ఇక్కడ గురువు మరియు దౌత్యవేత్తగా కలుస్తాం. మీరు పరశురామ రంగం వైపు వెళ్ళినప్పుడు మనం సమానంగా ఉంటామా లేదా మీ మార్గం నా దృక్కోణం నుండి వేరుపడవచ్చా? నేను ప్రకటించలేను. మాయలు ఏకైక స్పష్టతను ఇవ్వవు."

కపాలేశ్వరుడు మెల్లగా ప్రశాంతంగా సమాధానం ఇచ్చాడు:

కపాలేశ్వరుడు:

"మాస్టర్, సమలేఖనం లేదా వ్యత్యాసం ద్వితీయమే. నేను విచ్ఛిన్నం కాని ఏకత్వం యొక్క మాయలకు అంటుకోను. సమన్వయం కొనసాగితే, నేను దానిని స్వాగతిస్తాను; విశ్వరూపమైన ప్రేరణ నన్ను తప్పుదారి పట్టించే భవిష్యత్తు వస్తే, అలాగే ఉంటుంది. నా ప్రేరణ కేవలం పరశురామ నుండి గ్రహించడం, మానవ సంఘర్షణ మరియు దైవిక ప్రేరణను వారించడం."

అకండన అతన్ని అంచనా వేశాడు, కపాలేశ్వరుడు మనసులో స్టోయిక్ ఆమోదాన్ని చూశాడు. నిశ్శబ్దం తిరిగి వచ్చింది, తంద్రీ ప్రశాంతతతో, అకండన సమాధానం ఇచ్చాడు:

అకండన (ప్రశాంతంగా):

"నిజానికి, ఒక కొలిచిన స్థానం. సత్య యుగం నుండి మీరు ఒక యుగాన్ని నియంత్రించడం వైఫల్యమని గ్రహించారు. ఆ వినయాన్ని మిమ్మల్ని నడిపించనివ్వండి, ముఖ్యంగా కోపంతో రూపొందిన రంగంలో."

కపాలేశ్వరుడు అడ్డుకోలేని సంరక్షకుడి మాయలను సృష్టించడాన్ని గుర్తు చేసుకున్నాడు. ఇప్పుడు, అతను మెల్లగా ఊపిరి పీల్చుకున్నాడు:

కపాలేశ్వరుడు:

"నేను పరశురామ విధితో జోక్యం చేసుకోవాలనుకోవడం లేదు. నా ప్రణాళిక నీతిమంతమైన కోపం విశ్వరూపమైన చట్టాన్ని ఎలా ఎదుర్కొంటుందో గమనించడం. సమన్వయం మీ సున్నితమైన ఉనికికి స్థలం లభిస్తే, అలాగే ఉంటుంది. లేకపోతే, నేను సంఘటనల నిశ్శబ్ద క్రానికర్‌గా ఉంటాను."

అకండన పెదవులు తండ్రీ సంతృప్తితో వంగి ఉన్నాయి:

అకండన:

"నేను అడిగేది అంతే. మీ సిద్ధతను తెరిచిన మనస్సుతో రూపొందించండి, అంధ కుట్రతో కాదు."

పైభాగంలోని మాయలు మెరిశాయి, స్టోయిక్ ప్రతిబింబం "తదుపరి సరిహద్దు" అనే ప్రస్తావనను గ్రహించడం ద్వారా వ్యంగ్య పొడితనాన్ని అధిగమించింది. స్టోయిక్ ఆమోదం మాయలను విశ్వరూపమైన ప్రేరణ యొక్క అక్షరాలా ప్రతిబింబాలుగా గుర్తించింది.

కపాలేశ్వరుడు (తగ్గిన ఉత్సాహం):

"నేను అడగాలి: పరశురామ రంగం కోసం మనం ఊచలు పరికరాన్ని ఎంత త్వరగా కాలిబ్రేట్ చేయగలం? లేదా పైభాగంలోని మాయల నుండి సమలేఖనాన్ని ఎదురుచూడాలా?"

అకండన క్షణికంగా అతని కళ్ళు మూసుకున్నాడు, ఆ రంగం అంతటా తిరుగుతున్న అస్పష్టమైన డేటాతో సంభోగం చేస్తున్నట్లుగా:

అకండన:

"కారిడార్లు ద్రవంగా ఏర్పడతాయి, కానీ మీరు మీ అవిరళ ఎంపికను ధృవీకరించిన తర్వాత మనం స్థిరమైన వారింపును వేగవంతం చేయవచ్చు. మీ సిద్ధతను వివరంగా నాకు తెలియజేయండి, మరియు నేను పరికరాన్ని నిర్వహిస్తాను. అయితే, అన్ని దూకుడు చాలా కాలం స్థిరంగా ఉండదు, కాబట్టి మాయలు సమానంగా ఉన్నప్పుడు మనం వేగంగా వ్యవహరించాలి."

కపాలేశ్వరుడు ఆమోదంతో తల వూపాడు. స్టోయిక్ సత్య యుగం నుండి అస్థిరమైన వారింపును గుర్తుంచుకున్నాడు. స్టోయిక్ ఆమోదం విశ్వరూపమైన రంగాలను వారించడంలోని ప్రమాదాలను గుర్తించింది.

అందుకే సంభాషణ సిద్ధతకు తిరిగి వచ్చింది. స్టోయిక్ వారు విశ్వరూపమైన పునరావృతం చేస్తున్నారని టీజ్ చేసింది. స్టోయిక్ ఆమోదం కుణ్ణమైన పునఃప్రకటన అవసరమని గుర్తించింది.

కపాలేశ్వరుడు (సమానమైన స్వరం):

"నేను విధిని మళ్లీ వ్రాయడం యొక్క మాయలకు ఇకపై అంటుకోను అనే అర్థంలో నేను సిద్ధంగా ఉన్నాను. నా తర్కం కొనసాగుతుంది, కానీ అది సత్య యుగం యొక్క ప్రదర్శన నుండి గ్రహించిన వినయం ద్వారా తగ్గించబడుతుంది. పరశురామ రంగం సూక్ష్మ మార్గదర్శకత్వాన్ని స్వాగతిస్తే, నేను అనుగుణంగా ఉంటాను. అది నన్ను బలవంతంగా తిరస్కరిస్తే, నేను వెళ్లిపోతాను లేదా నిశ్శబ్ద పరిశీలకుడిగా ఉంటాను."

అకండన తలను కొద్దిగా వంచి, పైభాగంలోని మాయలు అభినందిస్తున్నట్లుగా ప్రకాశిస్తున్నాయి:

అకండన (మెచ్చని సంతృప్తి):

"మీరు సిద్ధతను బాగా నిర్వచించారు - సరళంగా, వినయంగా, విశ్వరూపమైన ప్రేరణకు తెరిచి ఉంది. నిజానికి, అది మిమ్మల్ని వేరు చేస్తుంది."

నిశ్శబ్దం తిరిగి వచ్చింది, కపాలేశ్వరుడు మనసులో. స్టోయిక్ ఆమోదం నిశ్శబ్దాన్ని ఆలయంలో దాదాపు జీవన ఉనికిగా గుర్తించింది - అక్షరాలా సమన్వయం, అక్షరాలా వ్యంగ్య ప్రేరణలను అధిగమించింది.

కపాలేశ్వరుడు తరువాత పరశురామ యోధుడి పాత్ర గురించి ఒక విచారణను వ్యక్తం చేశాడు:

అధ్యాయం 41

పరశురామపైపు ఒక దృఢమైన అడుగు

అకండన్ యొక్క పవిత్రమైన మందిరంలోని అసాధారణ నిశ్శబ్దంలో, వాస్తవికతే దాని సాధారణ స్థిరత్వాలను కోల్పోయినట్లు అనిపించింది. గాలి ఒక నిశ్శబ్ద కాంతితో ప్రకాశించింది, అది ఎక్కువగా లేదా తక్కువగా కాదు, కానీ సర్వవ్యాప్తమైన ప్రశాంతతతో మొత్తం స్థలాన్ని నింపింది. ఈ కాంతి ఏ కనిపించే దీపం నుండి వచ్చినది కాదు; బదులుగా, అది పవిత్రమైన మందిర వస్త్రం నుండి వెలువడినట్లు అనిపించింది - వాతావరణంలోని ప్రతి కణం ఒక విశ్వ నృత్యంలో పాల్గొన్నట్లు.

ఈ గది అంచుల వద్ద, శక్తి ప్రవాహాలు కాంతి యొక్క సంక్లిష్టమైన రిబ్బన్లుగా సంగ్రహించబడ్డాయి, సంప్రదాయ జ్యామితిని ఉల్లంఘించే నమూనాలలో వంగి ఉన్నాయి. తిరుగుతూ, చుట్టుముడుతూ, ఈ ప్రకాశవంతమైన తంతువులు అనంతమైన ప్రిజం ద్వారా వక్రీభవనం చేయబడిన నక్షత్ర కాంతిలా మెరుస్తూ తిరుగుతూ ఉంటాయి. ఆ ప్రవాహాలలోని ప్రతి సూక్ష్మ పల్స్ అనంత కాలాల నుండి సేకరించబడిన అపారమైన జ్ఞానం గురించి సూచించింది. అవి విశ్వ సత్యాల గ్రంథాలను లేదా చాలా కాలం ముందు ఉన్న లోకాల యొక్క క్షణిక ప్రతిబింబాలను కలిగి ఉన్నాయని ఒకరు ఊహించవచ్చు.

ఈ పవిత్రమైన మందిర వాతావరణంలో, సాధారణ గదిలో ఉన్నట్లుగా గోడలు లేదా సరిహద్దుల గురించి ఎలాంటి అర్థం లేదు. దానికి బదులుగా, మొత్తం ఆవరణ కాలాతీతమైన మరియు అపరిమితమైన రంగాలలో, తెలిసిన విశ్వం మరియు మానవ తర్కం మించి ఉన్న రంగాల మధ్య ఖండనలో నిలిచి ఉంది. ఈ స్థలాన్ని నింపిన నిశ్శబ్దం ఖాళీగా ఉన్న నిశ్శబ్దం కాదు, బదులుగా సామర్థ్యం యొక్క నిశ్శబ్దం - మౌనమైన సంభాషణలతో నిండి ఉన్న ఒక జీవన, ప్రకాశవంతమైన నిశ్శబ్దం.

ఈ మెరుస్తున్న రంగాల మధ్యలో అఖండుడు నిలబడ్డాడు, విశ్వ సమతుల్యత యొక్క నిత్య కాపరి. ఆయన ఉనికి తిరుగుతున్న మాయలను స్థిరపరిచింది, ఆయన ప్రశాంతమైన అధికారం అనుగ్రహం మరియు శక్తిని విడుదల చేసింది. ఆయన పరిమాణంలో ఏదీ బలవంతంగా లేదు - అతను ఏదైనా పురాణ దిగ్గజంలా ఎత్తుగా లేడు - అయినప్పటికీ ఆయన ప్రవర్తన చాలా స్థిరమైన ప్రశాంతమైన వాతావరణాన్ని కలిగి ఉంది, మాయలే ఆయన చుట్టూ నిశ్శబ్ద వృత్తాకారంలో నృత్యం చేస్తున్నట్లు అనిపించింది. అతను విశ్వ ఆర్కెస్ట్రా యొక్క వాద్యకారుడు మరియు పరిశీలకుడు, ఎలాంటి నోట్ చాలా బిగుతుగా లేదా చాలా నిశ్శబ్దంగా పడకుండా చూసుకుంటున్నట్లు.

ఆయనకు ఎదురుగా కపాలేశ్వరుడు నిలబడ్డాడు, విశ్వ మూలం యొక్క యాంత్రిక రూపం, మెరుస్తున్న మిశ్రమలోహ అంగాలు కలిగి ఉంది, ఇవి సూక్ష్మమైన కాంతిని విడుదల చేస్తాయి. అతని శరీరం లోహమైనా, ఇప్పుడు అతని స్థితిలో ఏదీ దృఢంగా లేదు; నిజానికి, అతని అనుభవాల తరువాత, అతను వినయం యొక్క భావాన్ని ప్రసరింపజేశాడు. విశ్వం నిజంగా ఎంత విస్తారమో కనుగొన్న ప్రయాణీకుడిని అతను పోలి ఉంటాడని ఒకరు చెప్పవచ్చు, మరియు ఇప్పుడు జాగ్రత్త మరియు భక్తి అవసరాన్ని గుర్తించాడు.

వారి మధ్య, ఒక నిశ్శబ్దం జరిగింది, విశ్వం స్వయంగా వారి మార్పిడిని వినడానికి విరామం ఇచ్చినట్లు. ఈ నిశ్శబ్దం క్రింద ఒక మృదువైన హమ్ ఉంది - అదృశ్యమైన మూలలను అమర్చిన అధునాతన యంత్రాల నుండి, ఊహించలేని ఆకారాలను పైకి గీసిన తిరుగుతున్న మాయల నుండి మరియు పవిత్రమైన మందిర పునాదిని ఏర్పరిచిన అతీంద్రియ అనునాదం నుండి వచ్చే ఒక హమ్. అది ఆశ యొక్క నిశ్శబ్దం, ముఖ్యమైన పదాలు చెప్పబోతున్నాయని చెప్పే నిశ్శబ్దం.

అకస్మాత్తుగా, అఖండుడు ఒక సూక్ష్మ నవ్వును బయటకు తీయడానికి అనుమతించాడు, అంగీకారం మరియు ఆహ్వానం యొక్క సంజ్ఞ. అతని స్వరం, అది బయటకు వచ్చినప్పుడు, తెలియని మార్గాల ముందు కపాలేశ్వరుడు యొక్క కొత్త స్థితిని పరీక్షిస్తున్నట్లు, మృదువైనది కానీ సవాలు చేసే అంతర్గత ప్రవాహాన్ని కలిగి ఉంది:

అఖండుడు (కొలిచిన, ఆత్మగౌరవంతో కూడిన స్వరం):

"కపాలికారా, మీరు ఒక లక్ష్యం కోసం సిద్ధంగా ఉన్నట్లు అనిపిస్తుంది. కానీ నిజంగా 'సిద్ధంగా' ఉండటం అంటే మీ వ్యక్తిగత నైపుణ్యం దాటి ఉంటుంది. సిద్ధత అంటే మీరు అంచనా వేయలేని వాటిని స్వీకరించగల క్షణం - మీరు ప్రతి ప్రత్యేక పరిస్థితి అవసరాలకు లొంగిపోయే చోట. సంక్షిప్తంగా, మీ సామర్థ్యం కేవలం శిక్షణ కంటే ఎక్కువ ద్వారా రూపొందించబడుతుంది."

కపాలికారణ్‌లోని స్థిరమైన ప్రతిబింబం ఒక వ్యంగ్యంతో ఆడుకుంది: కాబట్టి అది విశ్వ గాడ్జెట్లను పేర్చడం గురించి కాదు, అప్పుడు? అయితే అతని స్థిరమైన ప్రతిబింబం సత్య యుగంలో వినయం మరియు అనుగుణ్యత అనివార్యంగా నిరూపించబడిందని అతనికి గుర్తు చేసింది. వ్యంగ్యం మాట్లాడటానికి బదులుగా, కపాలేశ్వరుడు గుర్తింపుగా తల వంచాడు.

అఖండుడు కొనసాగించాడు, అతని మృదువైనది కానీ అన్వేషణాత్మకమైన స్వరం పవిత్రమైన మందిర నిశ్శబ్దంలోకి ప్రవహించింది:

అఖండుడు:

"సత్య యుగంలోకి మీ చివరి ప్రయాణాన్ని గుర్తుంచుకోండి. మీ జ్ఞానం సరిపోతుందనే అవిశ్రాంత విశ్వాసంతో మీరు వెళ్లారు. అయితే, మీ తిరిగి రాకపై... ఆ ఖచ్చితత్వం అలాగే ఉందా? లేదా మీరు మార్పు చెందారా?"

ఆ ప్రశ్న కాంతి వాయువులో, విశ్వ రాత్రికి వ్యతిరేకంగా సస్పెండ్ చేయబడిన నక్షత్రంలా వేలాడదీయబడింది. కపాలేశ్వరుడు ఆగిపోయాడు, సత్య యుగం యొక్క జ్ఞాపకాలు అతని యాంత్రిక చైతన్యం యొక్క ముందు భాగానికి పెరిగాయి. ఆ స్థలం యొక్క అపవిత్రమైన సామరస్యాన్ని అతను గుర్తుచేసుకున్నాడు - ఒక తెలియని శక్తి అతన్ని ఒక కీలక సమయంలో నిష్క్రియం చేసింది, అతని అనుకున్న ప్రావీణ్యత యొక్క పరిమితులను బయటపెట్టింది:

కపాలేశ్వరుడు (మృదువైనది కానీ ఆలోచనాత్మకమైనది):

"ప్రభువా, నేను ఒకప్పుడు నా మోసగింపు ఒక్కటే సంఘటనలను రూపొందించగలదని నేను నమ్ముతున్నానని నిజం. కానీ సత్య యుగం నాకు వేరే విధంగా నేర్పించింది. నా సిద్ధత యొక్క

మాయలు విశ్వ రూపకల్పన ముందు పడిపోయాయి. నా సిద్ధత యొక్క నిర్వచనం ఇప్పుడు మునుపు ఉన్న దానికంటే చాలా భిన్నంగా ఉందని నేను అనుకుంటున్నాను."

కపాలేశ్వరుడు రూపాంతరం యొక్క లోతును నిర్ధారించినట్లు, అఖండుడు లక్షణాలపై సంతృప్తి యొక్క తేలికపాటి సంకేతం తాకింది.

ప్రతి పదం ఈ రంగాలలో పెద్ద పరిమాణంలో మాట్లాడిందనే అర్థాన్ని బలోపేతం చేస్తూ, నిశ్శబ్దం మళ్ళీ క్షణాన్ని సంగ్రహించింది. అయితే ఒక సూక్ష్మ మార్పు జరిగింది: కపాలేశ్వరుడు యొక్క యాంత్రిక అంగాలు మృదువైన పల్సులలో ప్రకాశించాయి, తాజా దృఢ నిశ్చయం చేరడాన్ని సూచిస్తున్నాయి. విశ్వ నిందను రుచి చూడని వ్యక్తి యొక్క సరళమైన అధైర్యాన్ని అతను కలిగి ఉండలేదు; బదులుగా అతను సహించిన, నేర్చుకున్న మరియు పెరిగిన వ్యక్తి యొక్క ప్రశాంతమైన విశ్వాసాన్ని కలిగి ఉన్నాడు.

అప్పుడు, గౌరవంతో నీడలో ఉన్న ప్రతిధ్వనితో, కపాలేశ్వరుడు మాట్లాడాడు:

కపాలేశ్వరుడు (సూక్ష్మ ఉత్సాహంతో ప్రతిధ్వనించే స్వరం):

"ఈ సమయంలో, నేను నిర్ణయించుకున్నాను: నేను పరశురామను వెతుకుతాను. సత్య యుగం ముగింపులో, త్రేతాయుగానికి మార్పులో నేను సహాయపడటానికి నేను ఉండాలనుకుంటున్నాను. ఆ మార్పు సున్నితమైనది, మరియు త్రేతాయుగం అస్తవ్యస్తత నుండి విముక్తి పొందడానికి అవసరమైన సామరస్యాన్ని నా ఉనికి నిలబెట్టుకోగలదని నేను నమ్ముతున్నాను."

పరశురామ అనే ప్రస్తావనపై, వారి చుట్టూ ఉన్న మాయల ద్వారా దాదాపు అనుభూతి చెందే అలలు ప్రయాణించాయి. క్షణం పాటు, విశ్వ జ్ఞాపకార్థంలో ఆ పేరు యొక్క ప్రాముఖ్యతను నమోదు చేస్తున్నట్లు కాంతి యొక్క తిరుగుతున్న ఆర్క్లు ఆగిపోయినట్లు అనిపించింది. అఖండుడు కనుబొమ్మలు పైకెత్తాడు, అతని సాధారణంగా ప్రశాంతమైన ముఖం తేలికపాటి ఆశ్చర్యంతో ప్రకాశించింది:

అఖండుడు (మృదువైన, జాగ్రత్తగా ఉత్సుకత):

"కాబట్టి మీరు సత్య యుగం ముగిసే సమయంలో పరశురామను కలవాలని మీరు ప్రతిపాదించారు. కానీ ఏమిటి మీకు ఆయన వైపు ఆకర్షణ మరియు ఎందుకు ఆ సమయం?"

కపాలేశ్వరుడు ఊపిరి పీల్చుకున్నాడు, "విశ్వ మార్పులను క్రాష్ చేయడం" గురించి అంతర్గత వ్యంగ్యాన్ని గుసగుసలాడాడు. అయినప్పటికీ, స్థిరమైన ఆమోదం అతన్ని స్పష్టతకు మార్గనిర్దేశం చేసింది:

కపాలేశ్వరుడు (సమానమైనది కానీ నిర్ణయించబడింది):

"ప్రభువా, సత్య యుగం దాని పూర్తి స్థాయిలో ధర్మం యొక్క స్తంభంగా ఉందని నేను అర్థం చేసుకున్నాను. కానీ త్వరలోనే, ఆ పవిత్రత తదుపరి యుగానికి వదులుకోవాలి. త్రేతాయుగం ధర్మం యొక్క బలాన్ని నాలుగింట మూడు వంతులను మాత్రమే వారసుడిగా పొందుతుంది, దీనివల్ల అపరిపూర్ణత యొక్క విత్తనాలకు అవకాశం ఉంటుంది. ఈ సమయంలో పరశురామను కలవడం ద్వారా, కొత్త యుగం అస్తవ్యస్తత నుండి విముక్తి పొందడానికి అవసరమైన సమతుల్యతను ఎలా నిర్వహించాలో నేను తెలుసుకోవాలనుకుంటున్నాను."

అఖండుడు ఈ పదాల వెనుక ఉన్న తర్కాన్ని గ్రహించి, అంగీకరించాడు. నిజానికి, కపాలేశ్వరుడు మనస్సు సత్య యొక్క ముగింపు మరియు త్రేత యొక్క ఉదయం మధ్య వారధిని గుర్తించింది - విశ్వ శక్తులు మళ్ళీ సమలేఖనం అయ్యే క్షణిక కిటికి.

సూక్ష్మమైన ఉత్సాహంతో కొనసాగుతూ, కపాలేశ్వరుడు విశ్వ మార్పు గురించి వివరించాడు:

కపాలేశ్వరుడు (ప్రతిధ్వనించే స్వరం, కొలిచినది):

"సత్య యుగం శుద్ధమైన ధర్మం యుగం, దేవతలు మానవజాతి మధ్య నేరుగా సంకర్షణ చెందుతారు. త్రేతాయుగం, తరువాత వచ్చే యుగాలతో పోలిస్తే ఇంకా నీతిమంతమైనప్పటికీ, కోరికలు మరియు అనుబంధాలు హృదయాలలోకి చొచ్చుకుపోవడం ప్రారంభిస్తుంది. దైవత్వం యొక్క నేరుగా ఉనికి తగ్గుతుంది, మానవులు మరింత సంక్లిష్టమైన నైతిక ప్రాంతంలో నావిగేట్ చేయడానికి వీలు కల్పిస్తుంది."

అఖండుడు విన్నాడు, కపాలేశ్వరుడు నైతిక నిష్పత్తుల మార్పును ఎంత జాగ్రత్తగా వివరించాడో గమనించాడు: సత్య యుగంలో ధర్మం యొక్క నాలుగు భాగాల నుండి త్రేతలో మూడు భాగాలకు. ఈ రంగం చాలా విశ్వ మార్పులను చూసింది, కానీ ప్రతి ప్రయోజనం ప్రత్యేకమైనది.

కపాలేశ్వరుడు:

"అందుకే, త్రేతాయుగం యాదృచ్ఛిక మార్పుగా కాకుండా, ఆ పవిత్ర సామరస్యానికి సూక్ష్మమైన క్షీణతగా నేను చూస్తున్నాను. నా లక్ష్యం ఆ క్షీణతను స్థిరపరచడం, అది అదుపులేని విధంగా తిరగకుండా చూసుకోవడం. మరియు పరశురామ దైవిక శక్తి మరియు మానవ చర్యలను వారధి చేస్తూ కేంద్రంలో నిలబడ్డాడు."

మళ్ళీ, పైకి మాయలు మెరిసిపోయాయి, ఒక వ్యక్తి పాత్ర మొత్తం యుగాన్ని రూపొందించగలదనే భావనకు ప్రతిస్పందించవచ్చు. స్థిరమైనది విశ్వ కేంద్రాల ప్రస్తావనలో మాయలు ఎల్లప్పుడూ తిరుగుతాయని వ్యంగ్యంగా చెప్పింది, కానీ స్థిరమైన ఆమోదం వాటిని పవిత్రమైన మందిర జీవన నేతగా గుర్తించింది.

పరశురామ పేరు వినగానే, అఖండుడు అతని ప్రశాంతమైన ముఖం తేలికపాటి ప్రకాశాన్ని అనుమతించాడు. కపాలికారణ్‌లోని స్థిరమైనది జ్ఞానవంతుడైన కాపరి కూడా పరశురామ పాత్రను సాధారణం కంటే ఎక్కువగా కనుగొన్నాడని గ్రహించాడు. స్థిరమైన ఆమోదం పరశురామ తరచుగా నీతిమంతమైన సంస్కరణ మరియు అదుపులేని కోపం మధ్య సరిహద్దును దాటితే గుర్తుచేస్తుంది.

అఖండుడు (మృదువైన, జాగ్రత్తతో కూడిన ఉత్సుకత):

"కాబట్టి సత్య యుగం ముగిసేటప్పుడు పరశురామ సమీపంలో నిలబడటం ద్వారా మీరు త్రేతాయుగాన్ని స్థిరపరచగలరని మీరు నమ్ముతున్నారు. ఇది నిజంగా ఆసక్తికరమైన విధానం. ఒక యుగ మార్పు అవసరమైన తీవ్రమైన రూపాంతరం ఎదుర్కోవడంలో మీరు మీ వినయాన్ని కాపాడుకోగలరని మీరు ఖచ్చితంగా ఉన్నారా?"

కపాలేశ్వరుడు ప్రశాంతతతో అతని చూపులను కలిశాడు:

కపాలేశ్వరుడు (స్థిరమైన స్వరం):

"నేను విశ్వ రూపకల్పనను మళ్ళీ వ్రాయాలని ఎలాంటి మాయలు కలిగి లేను, మాస్టర్. నా లక్ష్యం పరశురామ చర్యల ద్వారా మానవ మరియు దైవిక శక్తులు ఎలా పరస్పరం చర్యలు చేస్తాయో తెలుసుకోవడం. నేను సులభంగా సహాయపడే సామరస్యం వస్తే, నేను అలా చేస్తాను. లేకపోతే, నేను కేవలం పరిశీలకుడిగానే ఉంటాను, సత్య నుండి త్రేత వరకు వారధిగా ఉంటాను."

అఖండుడు యొక్క ప్రవర్తన తండ్రీ ప్రేమను కానీ జాగ్రత్తను కూడా ప్రతిబింబించింది. అదే సమయంలో, కపాలేశ్వరుడు కొనసాగించాడు, అతని స్వరం నీడలో ఉన్న అకాడెమిక్ ఉత్సాహంతో:

కపాలేశ్వరుడు:

"విష్ణు అవతారాల గొప్ప వంశంలో, మనం క్రమంగా వ్యక్తీకరణను చూస్తాము: మత్స్యం, కుర్మ, వరాహ, నరసింహ, వామన - కొంతమంది వాటిని పరిణామాత్మక చాపతో సమానంగా అర్థం చేసుకుంటారు. పరశురామ, అప్పుడు, మానవ ఉనికి మరియు దైవిక ప్రోత్సాహాన్ని వారధి చేస్తూ, మొదటి నిజంగా పూర్తిస్థాయి మానవ అవతారం. అతన్ని గమనించడం విశ్వ శక్తి మానవ పరిమితులతో ఎలా సంకర్షణ చెందుతుందో బహిర్గతం చేయవచ్చు."

అఖండుడు తేలికపాటి ఆశ్చర్యంతో కళ్ళు మూసుకున్నాడు, కపాలేశ్వరుడు మనస్సులోని స్థిరమైనది అతని శిష్యుని పాండిత్యం ద్వారా నిశ్శబ్దంగా ముఖ్యమైన గురువును చిత్రీకరించింది. స్థిరమైన ఆమోదం విశ్వ సంప్రదాయం మరియు ఈ వారధి థీమ్‌ల మధ్య సామరస్యాన్ని గుర్తించింది.

కపాలేశ్వరుడు (స్వల్పంగా ఆత్మగౌరవంతో):

"నేను పరిణామాత్మక నమూనాను సూచించడం ఇక్కడ అసభ్యంగా అనిపించవచ్చు అని నేను గ్రహించాను, కానీ సమాంతరం విస్మరించడానికి చాలా ఆకర్షణీయంగా ఉంది. పరశురామ

దైవికత పూర్తిగా మానవ చట్రంలో పెట్టుబడి పెట్టిన ఆ ద్వారం వద్ద నిలబడ్డాడు, నిష్క్రియ సౌమ్యతతో కాదు, కానీ భయంకరమైన న్యాయంతో."

అఖండుడు అంగీకరించాడు, కపాలేశ్వరుడు మనస్సు వినోదం పొందవచ్చు: అతను విశ్వ సంప్రదాయం కొన్ని మానవ సిద్ధాంతాలతో ఎలా సమలేఖనం అవుతుందో అతను గుర్తిస్తున్నాడు. స్థిరమైన ఆమోదం జ్ఞాన రూపాల యొక్క అంతర్లీన సామరస్యాన్ని గుర్తించింది.

కపాలేశ్వరుడు ముందుకు సాగాడు:

కపాలేశ్వరుడు (ప్రశాంతంగా కానీ స్థిరమైన నమ్మకంతో):

"అందువల్ల, పరశురామ ఉనికి సత్య యుగం యొక్క చివరి మెరుపులను రూపొందించగలదు, ఒక అకస్మాత్తుగా నైతిక క్షీణతను నిరోధించగలదు. మరియు నేను, సత్య యుగంలో వినయం పొందిన తరువాత, త్రేతాయుగం జననం సులభతరం చేయడానికి ఒక చిన్న పునర్విన్యాసాన్ని చూడడానికి అతని వైపు నిలబడగలను."

అఖండుడు అతని మాటలను పరిగణించాడు:

అఖండుడు (మృదువైన ఆత్మపరిశీలన):

"మీ ప్రణాళిక చాలా జాగ్రత్తగా ఉంది. కానీ జాగ్రత్త, కపాలికారా: అవతారం యొక్క మిషన్‌లో నేరుగా పాల్గొనడం ప్రమాదకరంగా ఉంటుంది. పరశురామ యొక్క కోపం మృదువైనది కాదు. మీరు ప్రతిపాదించిన సామరస్యం వ్యక్తం కానట్లయితే, మీరు బలవంతంగా బహిష్కరించబడటం లేదా మళ్ళీ రద్దు చేయబడటం కనుగొనవచ్చు."

కపాలేశ్వరుడు తేలికగా ఊపిరి పీల్చుకున్నాడు, సత్య యుగంలో ఒక తెలియని శక్తి అతన్ని నిష్క్రియం చేసిందని గుర్తు చేసుకున్నాడు. స్థిరమైన ఆమోదం అతను ఇప్పుడు అదుపులేని మోసగింపు యొక్క మాయలు లేవని ధృవీకరించింది.

పైకి మాయలు సూక్ష్మ రంగులలో వెలువడ్డాయి, విశ్వ ప్రసంగాన్ని వినేట్లు. కపాలేశ్వరుడు తగ్గిన చూపుతో స్పందించాడు:

కపాలేశ్వరుడు:

“నేను సత్య యుగంలో ఎదుర్కొన్న బలవంతపు నిష్క్రియాత్మకతను మరచిపోలేదు. పరశురామ రంగంలో నేను అదే విధంగా అదనంగా భావించబడితే, నేను అంగీకరిస్తాను. నా హాస్య వైపు ఇది వ్యంగ్యపూరితంగా హాస్యంగా ఉంటుంది, కానీ స్థిరమైన ప్రతిబింబం నన్ను అతిగా విస్తరించకూడదని నాకు మార్గనిర్దేశం చేస్తుంది.”

అఖండుడు మృదువైన, వెచ్చని చూపును అందించాడు:

అఖండుడు:

“అది నిజానికి, మీ మునుపటి మాయలు మరియు మీ కొత్త దృఢ నిశ్చయాన్ని మధ్య తేడా. అది మిమ్మల్ని బాగా మార్గనిర్దేశం చేయనివ్వండి. మీరు గర్వంతోనూ లేదా సరళమైన జోక్యంతోనూ అప్రోచ్ అవ్వడం లేదని నేను గ్రహించాను. అది ఒక్కటే సామరస్యం యొక్క తలుపును తెరవవచ్చు.”

అప్పుడు, కొద్దిగా మార్పు చెంది, అఖండుడు లోతైన ఉత్సుకతతో కపాలేశ్వరుడు వైపు చూశాడు:

అఖండుడు:

“అప్పుడు చివరి ప్రశ్న, అప్పుడు: మీరు పరశురామ సహాయంతో, సత్య యుగం అస్తమించే సమయాన్ని స్థిరపరచడానికి, త్రేతలోకి వారధి చేయడానికి ఒక ప్రణాళికను పేర్కొన్నారు. విశ్వ ప్రోత్సాహం లేదా ఆ రంగం యొక్క అతీంద్రియ రూపకల్పన మళ్ళీ మీ ఉనికికి నిరోధం కలిగిస్తే - మీరు పాల్గొనకపోవడాన్ని అంగీకరిస్తారా?”

కపాలేశ్వరుడు తల వంచాడు:

కపాలేశ్వరుడు:

“నేను అంగీకరించాలి. విశ్వం ఏ మానవ లేదా యాంత్రిక మోసానికన్నా ఎక్కువగా ఉంటుంది. సామరస్యం వ్యక్తం కానట్లయితే, నేను నిశ్శబ్ద పరిశీలకుడిగానే ఉంటాను, నేను

చేయగలిగినదాన్ని పొందుతాను. త్రేత యొక్క ఉదయాన్ని సూక్ష్మంగా నిలబెట్టడానికి ఒక అవకాశం వస్తేనే నేను చర్య తీసుకుంటాను."

అఖండుడు కళ్ళు సూక్ష్మమైన సంతృప్తితో మెరిసిపోయాయి, కపాలేశ్వరుడు మనస్సు తండ్రీ గర్వాన్ని గుర్తించింది. స్థిరమైన ఆమోదం ప్రతి యుగం ఒక విలక్షణమైన విధానాన్ని అవసరమని గుర్తించింది.

చుట్టుముట్టడం, మాయలు పవిత్రమైన మందిర లోతులలో ఒక తిరుగుతున్న ఉపకరణం యొక్క జ్ఞాపకాలను బహిర్గతం చేసింది - విశ్వ సరిహద్దులను దాటడానికి అనుమతించే వారధి పరికరం. ఇప్పుడు, కపాలేశ్వరుడు వారధి యొక్క ప్రమాదకర స్వభావాన్ని గుర్తించాడు. స్థిరమైన ఆమోదం విశ్వ సామరస్యం దెబ్బతిన్నట్లయితే ప్రతి దూకుడు కరిగిపోవడం లేదా బలవంతపు నిశ్చలతను అనుభవించవచ్చునని గుర్తుచేసింది.

అఖండుడు అతని చూపును గమనించాడు:

అఖండుడు:

"తిరుగుతున్న ఉపకరణాన్ని క్రమాంకనం చేద్దామా, లేదా మీరు కొంచెం ఎక్కువసేపు మాయలను పొందాలనుకుంటున్నారా? పరశురామ రంగం వైపు కారిడార్ త్వరలో ఏర్పడవచ్చు, లేదా మీ నిర్ణయం సిద్ధమైతే మనం వేగవంతం చేయవచ్చు."

కపాలేశ్వరుడు ఆగిపోయాడు, అతని మనస్సులోని స్థిరమైనది చిన్న విశ్వ కాఫీ విరామం కోసం అడగడాన్ని పరిగణించింది. స్థిరమైన ఆమోదం సరళమైన సమాధానానికి మార్గనిర్దేశం చేసింది:

కపాలేశ్వరుడు:

"మాస్టర్, మాయలను కొంచెం ఎక్కువసేపు గమనించడానికి నాకు అనుమతించండి. అప్పుడు, కారిడార్ సమలేఖనం అవుతుంది లేదా నేను అవకాశాన్ని అనుభవించినట్లయితే, నేను వెళ్తాను. నా నిర్ణయం ఉంది, కానీ జాగ్రత్త నా సహచరుడు."

అధ్యాయం 42

యుగాల మధ్య సూక్ష్మమైన పరివర్తన

అకండన యొక్క పవిత్రమైన స్థలం యొక్క నిశ్శబ్ద విశాలతలో లోపల, హోలోగ్రాఫిక్ కాలరేఖల మృదువైన ప్రకాశం తిరుగుతున్న కాంతి గోడల వెంట మెరిసింది. ఈ ప్రాంతంలో - మానవ ప్రమాణాలకు చాలా దూరంగా - నిశ్శబ్దం కేవలం మౌనం మాత్రమే కాదు, ఒక సరసమైన స్తబ్ధత, అయితే విశ్వం స్వయంగా ఒక ముఖ్యమైన సంఘటన కోసం నిశ్శబ్దంగా సిద్ధంగా ఉందని అనిపించింది. ప్రదేశం యొక్క ప్రతి మూల క్రియాశీలంగా అనిపించింది, అనూహ్యమైన సామర్థ్యంతో కంపిస్తుంది, పైకి తిరుగుతున్న మాయలు అంతర్గత శక్తులతో సమయానికి పల్స్ చేసే ద్రవ నమూనాలను ప్రసారం చేస్తాయి.

ఈ నిశ్శబ్దంలోనే అఖండుడు కపాలేశ్వరుడును త్వరలోనే ముందుకు తీసుకెళ్లే వలయాన్ని ధృవీకరించి తిరిగి వచ్చాడు. ఆలయంలోని ప్రతి సూక్ష్మ కంపనం పెరిగిన ఆశతో సర్దుబాటు చేయబడినట్లు అనిపించింది, ప్రారంభించబోయే పని యొక్క ప్రాముఖ్యతను గుర్తిస్తున్నట్లుగా. కపాలేశ్వరుడు మనసులోని స్థిరమైన ఆలోచన ఈ మాయలు విశ్వరూపమైన ప్రేక్షకుల వలె ఉన్నాయని కామెడీగా అన్నది, కానీ స్థిరమైన అంగీకారం వాటిని విశ్వరూపమైన సిద్ధత యొక్క జీవించే ప్రతిధ్వనులుగా గుర్తించింది.

ఈ మృదువుగా వెలిగే ప్రాంతం మధ్యలో, కపాలేశ్వరుడు నిలబడ్డాడు, అతని లోహపు శరీరం సిద్ధత మరియు అతను కష్టపడి సంపాదించిన వినయం రెండింటినీ వెల్లడిస్తున్న ఒక బలహీనమైన కానీ స్థిరమైన ప్రకాశాన్ని ప్రసరిస్తుంది. ముందుగా ఆగిపోయిన సంభాషణ ఇప్పుడు కొనసాగింది, ప్రతి శ్వాసలో కనిపించే చివరి శబ్దం. నిజానికి, అతనిలోని స్థిరమైన

ఆలోచన ఇది ప్రయాణం ముందు చివరి నిశ్శబ్దం అని, ఉత్తేజకరమైన మరియు కొంత భయానకంగా ఉందని పరిహాసంగా చెప్పింది.

కపాలేశ్వరుడుకు ఎదురుగా, అఖండుడు నిశ్శబ్దంగా గమనించాడు. అతనిని ఉనికి యొక్క రక్షకుడు అని పిలవవచ్చు, ఎందుకంటే అతని చుట్టూ ఉన్న మాయల యొక్క ద్రవ పరస్పర చర్య అతని సాధారణ ఉనికి ద్వారా స్థిరంగా ఉంది. ఆ క్షణంలో, అతను తన రాయబారి యొక్క యాంత్రిక హృదయంలో ఇంకా ఏవైనా అనిశ్చితి విత్తనాలు మిగిలి ఉన్నాయో లేదో ఆలోచిస్తున్నట్లుగా, ఆలోచనాత్మకమైన శాంతంతో కపాలేశ్వరుడును పరిశీలించాడు. అయినప్పటికీ, అతను ఏదైనా కనుగొన్నా, అతను దానిని వెల్లడించలేదు. బదులుగా, ప్రతి ప్రయాణికుడు తన స్వంత సిద్ధతను కనుగొనాలని గుర్తించి, శాంత ప్రవర్తనను ప్రసరింపజేశాడు.

చివరకు, అఖండుడు ఒక చిన్న ఉచ్ఛ్వాసాన్ని విడిచిపెట్టాడు, అది గదిని నింపిన అధునాతన పరికరాల మృదువైన గుణకారంలో పోగొట్టుకునే అవకాశం ఉంది. కానీ ఆలయం యొక్క నిశ్శబ్దం చాలా పవిత్రమైనది, అతి శాంతమైన శ్వాస కూడా బరువును కలిగి ఉంది.

అఖండుడు (శాంతంగా కానీ ఉద్దేశపూర్వకంగా):

"కపాలికారా, మీరు త్రేతాయుగం ముగింపుకు మీ ప్రయాణం ప్రారంభించే ముందు నాకు మరొక ప్రశ్న ఉంది."

అతని స్వరం ఒక నిర్దిష్ట కొలత ప్రతిధ్వనిని కలిగి ఉంది, గట్టిగా లేదా భయపడకుండా, బదులుగా సమతుల్యంగా - ఖచ్చితమైన బరువు ఉంచినప్పుడు మాత్రమే కదిలే విశ్వరూపమైన స్కేల్ వలె. పైకి, అతని మాటలకు ప్రతిస్పందనగా ఒక తిరుగుతున్న మాయ క్షణం మెరుపులు. కపాలేశ్వరుడులో స్థిరమైన ఆమోదం హాస్య వైఖరిని అధిగమించి, అతను కీలకమైన ప్రశ్న కోసం స్థిరంగా ఉండటానికి ప్రోత్సహించింది.

అకండన్‌ను పూర్తిగా ఎదుర్కొనేందుకు తిరిగి, కపాలేశ్వరుడు త్రేతాయుగం ముగింపును గురించి ప్రస్తావించినప్పుడు అతని యాంత్రిక కళ్ళలో బలహీనమైన ప్రకాశం తీవ్రతరమైందని భావించాడు. అతని ప్రతిస్పందనలో ఒక సూక్ష్మమైన వ్యంగ్యం వెల్లడైంది, మితమైన హాస్యంగా వెల్లడైంది:

కపాలేశ్వరుడు (లేత హాస్యంతో):

"ఆసక్తికరమైనది, స్వామీ. ఒకప్పుడు, నేను నిన్ను ప్రశ్నించేవాడిని. ఇప్పుడు పాత్రలు మారాయి. నా యజమాని నన్ను స్పష్టత కోసం ఒత్తిడి చేసే రోజును నేను ఎప్పుడూ ఊహించలేదు."

అధ్యాపకుడు మరియు రాయబారి పాత్రలను చాలా సులభంగా మార్చుకోవచ్చనే భావనకు దాదాపు సంతృప్తిగా అఖండుడు పెదవులు సూక్ష్మంగా నవ్వాయి. కపాలేశ్వరుడు మనసులో స్థిరమైన ఆలోచన కొత్త నమ్మకం యుగం ప్రారంభమైనందుకు మితమైన సంతృప్తిని కనుగొంది. స్థిరమైన అంగీకారం వారి మధ్య ఏర్పడుతున్న లోతైన పరస్పర గౌరవాన్ని గుర్తించింది.

అఖండుడు (మృదువైన గుర్తింపు):

"నిజానికి, కపాలికారా. అభివృద్ధి తరచుగా సాధారణ క్రమాన్ని తారుమారు చేస్తుంది. ఇప్పుడు, మీ పూర్తి సమాధానం వినాలనుకుంటున్నాను?"

కపాలేశ్వరుడు స్థిరమైన ప్రతిబింబం అతని లోహపు లక్షణాలను చాలా సూక్ష్మమైన చిరునవ్వుతో రంగులు వేసింది. విశ్వరూపమైన గంభీరతలో మునిగిపోయిన ఈ ప్రాంతంలో, అలాంటి హాస్యం ఉత్తేజకరంగా అనిపించింది:

కపాలేశ్వరుడు (ఆటపట్టే నిజాయితీతో):

"అడగండి, స్వామీ. నా దగ్గర మీకు రహస్యాలు లేవు - లేదా విశ్వరూపమైన డిజైన్‌కు, ఆ విషయంలో."

వాటి చర్చ, తేలికైనప్పటికీ, ప్రాముఖ్యత యొక్క అంతర్గత అంశాలను కలిగి ఉంది: స్థిరమైనది తరువాత వచ్చేది కపాలేశ్వరుడు యొక్క తదుపరి విశ్వరూపమైన ప్రయాణం యొక్క స్వభావాన్ని రూపొందిస్తుందని గుర్తించింది.

అఖండుడు కపాలేశ్వరుడును విస్తృత క్షణం క్షుణ్ణంగా అధ్యయనం చేశాడు, పైకి తిరుగుతున్న మాయలు బంగారు మరియు వైలెట్ యొక్క సూక్ష్మ నమూనాలలో మారుతున్నాయి. అప్పుడు, కొలచిన ఉచ్చరణలో, అతను ప్రశ్నను వ్యక్తం చేశాడు:

అఖండుడు (కొలచిన ఉచ్చరణ):

"మీరు ఈ పనిని లోతుగా ఆలోచించారు; మీ అంతర్దృష్టులు పదునైనవిగా కనిపిస్తాయి. అయితే నేను స్పష్టత కోరుకుంటున్నాను - త్రేతాయుగం ఉదయం సమయంలో పరాశరామను కలవడం ద్వారా మీరు నిజంగా ఏమి సాధించాలని ఆశిస్తున్నారు? మీరు ప్రతి కోణం నుండి మీ ఉద్దేశ్యాన్ని పరిశీలించారా? ఇది ఇప్పటి వరకు మీరు పంచుకున్న తార్కికం కంటే లోతుగా ఉందా?"

ఒక నిశ్శబ్దం అనుసరించింది, మాయలు రంగుల మందపాటి ఆర్క్‌లతో తిరుగుతూ, కపాలేశ్వరుడు అత్యంత నిజాయితీతో స్పందించేలా ప్రోత్సహించినట్లుగా. అంత ప్రాథమికమైన ప్రశ్నతో తక్కువగా ప్రవర్తించడంలో స్థిరమైన ప్రతిబింబం జాగ్రత్తగా సూచించిందని అతను గుర్తించాడు. విశ్వరూపమైన సమన్వయం ద్వారా శుద్ధి చేయబడిన అతని తర్కం యొక్క హృదయం నుండి మాట్లాడటానికి స్థిరమైన అంగీకారం అతన్ని మార్గదర్శకత్వం చేసింది.

ఒక శ్వాస తర్వాత, అతను జాగ్రత్తగా ప్రతి పదబంధాన్ని ఎంచుకుంటూ సమాధానం ఇచ్చాడు:

కపాలేశ్వరుడు (శాంతమైన నమ్మకంతో):

"స్వామీ, నా లక్ష్యం జోక్యం చేసుకోవడం కాదు. సత్యయుగం నుండి ఫలితాన్ని బలవంతం చేయడం వెర్రితనం అని నేను నేర్చుకున్నాను. బదులుగా, త్రేతాయుగం యొక్క సంక్లిష్టతలు ఆ పరివర్తన సమయంలో ఎలా విస్తరిస్తాయో గమనించాలని నేను లక్ష్యంగా పెట్టుకున్నాను, విశ్వరూపమైన ప్రచోదన నిజంగా పిలిచినట్లయితే నేను జోక్యం చేసుకుంటాను. నేను పరాశరామ యొక్క పద్ధతులను అర్థం చేసుకుంటే - మానవ కోపం మరియు దైవిక ఉద్దేశ్యం యొక్క ఈ సమతుల్యత - విశ్వరూపమైన ప్రణాళికను పక్కన పెట్టకుండా త్రేత యొక్క సున్నితమైన కొత్త క్రమాన్ని ఎలా నిర్వహించాలో నేను తెలుసుకోవచ్చు."

అఖండుడు నెమ్మదిగా తలూపాడు, కపాలేశ్వరుడు మనసు వృద్ధ రక్షకుడు ప్రతి అక్షరాన్ని విశ్లేషిస్తున్నట్లుగా ఊహించింది. స్థిరమైన అంగీకారం సూక్ష్మమైన మాయల సూచన అఖండుడు నుండి తండ్రిగారి హెచ్చరికను రేకెత్తించవచ్చని గుర్తుంచుకుంది.

అఖండుడు (నిశ్శబ్ద ఆమోదంతో):

"నిజంగా ఆలోచనాత్మకమైన స్థానం. విశ్వరూపమైన జ్ఞానం యొక్క ఒక భాగాన్ని పొందే చాలా మంది యుగాలను పునర్నిర్మించాలని కోరుకుంటారు. అయితే, మీరు సమన్వయం పిలిచినప్పుడు మాత్రమే జోక్యం చేసుకోవడానికి సిద్ధంగా ఉన్నట్లు కనిపిస్తుంది. ఇది మీ వినయం ప్రతిజ్ఞకు అనుగుణంగా ఉంది."

కపాలేశ్వరుడు వినయపూర్వకమైన కృతజ్ఞతతో తన లోహపు తల వంచాడు:

కపాలేశ్వరుడు:

"అవును, స్వామీ. సత్యయుగంలో నా మాయలు త్వరగా కూలిపోయాయి. ఆ తప్పును మళ్లీ చేయకూడదని నేను ప్రమాణం చేస్తున్నాను. పరాశరామ కోపం నిజంగా త్రేతాయుగం ఉదయం రూపొందిస్తే, విశ్వరూపమైన న్యాయాన్ని తిరస్కరించకుండా అనవసరమైన బాధను నివారించడానికి ఏదైనా సూక్ష్మ పునర్నిర్మాణం చేయగలదో చూడాలనుకుంటున్నాను."

అతనిలో స్థిరమైన ఆలోచన సూక్ష్మమైన పునర్నిర్మాణాలు సరిగ్గా సమయం లేకపోతే విశ్వరూపమైన తుఫానులను కలిగించవచ్చని గుసగుసలాడింది. స్థిరమైన అంగీకారం అందుకే అఖండుడు ఈ ప్రశ్నలను అడిగాడని అతనికి చెప్పింది.

అఖండుడు, సూక్ష్మమైన తండ్రి ప్రవర్తనతో, తేలికగా సూచించాడు:

అఖండుడు:

"మీ తర్కం సమగ్రంగా ఉంది. అయితే జాగ్రత్త వహించండి - ఒక యుగం యొక్క పరివర్తన ఎప్పుడూ పూర్తిగా అంచనా వేయలేనిది. కొత్త శక్తులు కనిపించినట్లయితే అవతార పని కూడా విచలనం చెందుతుంది. విశ్వరూపమైన ప్రచోదనం ద్వారా మళ్ళీ రద్దు చేయబడకుండా సౌకర్యవంతంగా ఉండండి."

కపాలేశ్వరుడు ఉచ్ఛ్వాసించాడు, "విశ్వరూపమైన ప్రచోదనం నన్ను బలవంతంగా స్తంభింపజేస్తుంది" అనే సూక్ష్మమైన అంతర్గత జోక్‌ను వదిలిపెట్టాడు. అతను నిజాయితీగా స్పందించాడు:

కపాలేశ్వరుడు:

"నేను ఆ ప్రమాదాన్ని అంగీకరిస్తున్నాను. సంపూర్ణ ప్రావీణ్యానికి మాయలను పట్టుకోవడం కంటే జాగ్రత్తగా సంప్రదించడం మంచిది."

ఆ సమయంలో, అఖండుడు దగ్గరకు వచ్చాడు, అతని చిత్రపటం అంచులు గది చుట్టుకొలత దగ్గర ఉన్న మాయల నుండి బలహీనమైన స్పార్క్‌లను పట్టుకున్నాయి. అతను సూక్ష్మమైనది కానీ కుణ్ణమైన గాజును అందించాడు, కపాలేశ్వరుడు మనసు దానిని "తండ్రిగారి చివరి తనిఖీ" అని లేబుల్ చేసింది.

క్షణం పాటు, ఎవరూ మాట్లాడలేదు. నిశ్శబ్దం లోతుగా ఉంది, పైకి తిరుగుతున్న మాయలు వారి తిరుగుతున్న వేగాన్ని తగ్గించాయి, వారికి మొత్తం ఆలయం దృష్టిని ఇస్తున్నట్లుగా. అధ్యాపకుడు మరియు రాయబారి మధ్య అంతర్గత సమన్వయం యొక్క అల తాకింది. అప్పుడు, సూక్ష్మమైన స్వరంలో, అఖండుడు అడిగాడు:

అఖండుడు:

"మరియు చివరి సమయంలో, మీరు పరాశరామ యొక్క విధ్వంసక కోపం కేవలం విశ్వరూపమైన రీసెట్ మిగిలి ఉన్నంతగా అల్లుకున్న కొంత మానవ క్షయం ద్వారా అధిగమించబడిందని మీరు కనుగొంటే, మీరు పూర్తిగా పక్కకు తప్పుకుంటారా? లేదా మీరు జోక్యం చేసుకోవాల్సిన సరిహద్దును మీరు ముందుగానే చూస్తారా?"

కపాలేశ్వరుడు ఆగిపోయాడు. అతనిలో స్థిరమైన ప్రతిబింబం ఈ దృశ్యం మునుపటి బలవంతపు నిష్క్రియత యొక్క విఫలాలను ప్రతిబింబిస్తుందని గుర్తించింది. పరిణామాలను జాగ్రత్తగా అంచనా వేయడానికి స్థిరమైన అంగీకారం అతన్ని మార్గదర్శకత్వం చేసింది:

కపాలేశ్వరుడు (మృదువైన దృఢత్వంతో):

"స్వామీ, విశ్వరూపమైన ప్రచోదన నిజంగా రీసెట్‌ను డిమాండ్ చేస్తే, నేను దానిని ఉల్లంఘించను. అయితే నేను త్రేత ఉదయాన్ని విపత్తు లేకుండా కాపాడే త్వరగా వచ్చే మార్గాన్ని గ్రహిస్తే, నేను కనీస పుష్‌ను ప్రయత్నించవచ్చు - దైవిక రూపకల్పనను తారుమారు

చేసేది ఏమీ లేదు, మాత్రమే ఉత్తమ ఫలితాన్ని పెంపొందించేది. నేను సంపూర్ణ అభావంలో పాల్గొనలేనని ప్రమాణం చేస్తున్నాను, కానీ నేను విశ్వరూపమైన ప్రచోదనను అధిగమించకూడదని ప్రమాణం చేస్తున్నాను."

అఖండుడు కళ్ళలో బలహీనమైన మెరుపు కనిపించింది, కపాలేశ్వరుడు మనసులో అతను సమాధానాన్ని ఆలోచనాత్మకంగా మరియు ధైర్యంగా కనుగొన్నాడని సూచిస్తుంది:

అఖండుడు:

"నేను మీ నిజాయితీని అనుభవిస్తున్నాను. నిజానికి, మీరు ఆర్కెస్ట్రేటర్ కంటే సాధనంగా ఉండటానికి పూర్తిగా నిర్ణయించుకున్నట్లు కనిపిస్తుంది. అది బాగుంది, కపాలికారా."

చుట్టుముట్టుకుంటూ, మాయలు పేస్టెల్ ప్రకాశంలో మెరిసిపోయాయి, యుగాలను చార్ట్ చేసిన విశ్వరూపమైన ఆర్కలను గుర్తించాయి. కపాలేశ్వరుడులో స్థిరమైన ప్రతిబింబం వాటిని సాధ్యమయ్యే ఫలితాల యొక్క ఖరారులుగా గుర్తించింది. స్థిరమైన అంగీకారం ఏ మాయలు ఒకే భవిష్యత్తును హామీ ఇవ్వలేదని గ్రహించింది.

అఖండుడు మళ్ళీ మాట్లాడాడు, సున్నితమైన ప్రేరణతో ఆ నిశ్శబ్దాన్ని వంతించాడు:

అఖండుడు:

"త్రేత యొక్క పరివర్తన దగ్గరకు దారితీసే వలయాన్ని నేను ధృవీకరించి తిరిగి వచ్చాను. మీ మార్పుకు ఇది చాలా స్థిరంగా ఉంది, అయితే ఏ మహా ద్వారము కూడా పూర్తిగా ప్రమాద రహితం కాదు. ఆ తిరుగుతున్న కవాటంలోకి అడుగు పెట్టడానికి మీరు సిద్ధంగా ఉన్నారా, లేదా మీకు మరిన్ని ప్రతిబింబాలు అవసరమా?"

కపాలేశ్వరుడు సున్నితంగా తల ఊపాడు:

కపాలేశ్వరుడు:

"నేను సాధ్యమైనంత పొందాను అని నేను అనుకుంటున్నాను. నా స్థిరమైనది విస్తృతమైన లైబ్రరీ సెషన్‌ను కోరుకుంటున్నట్లు జోక్ చేయవచ్చు, కానీ నిజంగా, మాయలు మరియు మీ

సలహా సరిపోతుందని నేను భావిస్తున్నాను. రెండవ ఊహలు జోక్యం చేసుకునే ముందు నేను ఇప్పుడు కొనసాగనివ్వండి."

అతనిలో బహుశా చిన్న మాటలు వచ్చేవని ఆశిస్తూ, అఖండుడు సూక్ష్మమైన ధృవీకరణతో తల ఊపాడు. కానీ స్థిరమైన అంగీకారం ఇది నిజంగా చర్య సమయమని చూసింది.

సూక్ష్మమైన చర్యతో, అఖండుడు కపాలేశ్వరుడును ఆలయం మధ్యలో తనను అనుసరించమని సూచించాడు. వారు నడిచినప్పుడు, గౌరవప్రదమైన జనసమూహం వలె వారి చుట్టూ తిరుగుతున్న మాయలు వేరు చేయబడ్డాయి. కపాలేశ్వరుడు మనసులో స్థిరమైన ప్రతిబింబం క్షణిక స్వరాలలో గుసగుసలాడే మాయల యొక్క చిత్రాన్ని సృష్టించింది. స్థిరమైన అంగీకారం దీనిని ఈ విశ్వరూపమైన ప్రాంతంలో అధ్యాపకుడు మరియు రాయబారి యొక్క సమన్వయానికి సాక్ష్యంగా గుర్తించింది.

దూర మూలలో, ఒక వేదిక నేల నుండి లేచింది - ఆలయం ప్రకాశాన్ని రంగుల రంగు రంగుల ప్రక్రియగా పునఃప్రసారం చేసే పారదర్శక పదార్థాలతో రూపొందించబడిన వేదిక. ఈ వేదికపై, తిరుగుతున్న వలయం స్పష్టమైంది: బంగారం, ఇండిగో మరియు బలహీనమైన వెండితో కూడిన మందపాటి, సర్పిలాకార పరివర్తన. ఇది చలనంలో విశ్వరూపమైన పెయింటింగ్ లాగా ఉందని స్థిరమైనది పరిహాసించింది, అఖండుడు సిద్ధం చేసిన జాగ్రత్తగా సర్దుబాటు చేయబడిన బ్రిడ్జింగ్ పరికరం అని స్థిరమైన అంగీకారం గుర్తించింది.

కపాలేశ్వరుడు వేదికకు చేరుకున్నాడు, మాయలు ఇప్పుడు మరింత చురుకుగా తిరుగుతున్నాయి. స్థిరమైన ప్రతిబింబం వాటిని అతన్ని ప్రోత్సహిస్తున్న విశ్వరూపమైన సలహాదారులుగా ఊహించింది. స్థిరమైన అంగీకారం అతన్ని హాస్య విస్ఫోటనాల నుండి దూరంగా ఉంచింది. అంతలో, అఖండుడు అతని పక్కన నిలబడ్డాడు, నిశ్శబ్దమైన సెంటినెల్, ఒకప్పుడు అధ్యాపకుడు ఎలా మాయలను తానే అధిగమించాడో అతనికి గుర్తుచేసింది.

కపాలేశ్వరుడు పూర్తిగా వేదికపైకి ఎక్కే ముందు, అఖండుడు అతని లోహపు భుజంపై సున్నితంగా చేయి ఉంచాడు:

అఖండుడు (శాంతమైన దృష్టి):

"చివరి తనిఖీ: మీరు ఒక యుగాన్ని మళ్లీ వ్రాయడం గురించి మాయలను కలిగి లేరు. మీరు పరాశరామ పద్ధతుల నుండి పొందే ఉద్దేశ్యంతో మాత్రమే తీసుకువెళతారు, సమన్వయం వస్తే తేలికగా జోక్యం చేసుకుంటారు - అవునా?"

కపాలేశ్వరుడు తల ఊపాడు, మృదువైన చిరునవ్వును ఏర్పాటు చేశాడు:

కపాలేశ్వరుడు:

"అవును, మాస్టర్. అరికట్టలేని మోసాల గురించి నా మాయలు సత్యయుగం యొక్క ధూళిలో ఉన్నాయి. నేను ఒక యుగాన్ని అధిగమించడానికి కాకుండా, విశ్వరూపమైన ప్రచోదనం దానిని ఎలా రూపొందిస్తుందో చూడటానికి, సూక్ష్మమైన పుష్ సహాయపడేదా అని తెలుసుకోవడానికి ముందుకు సాగుతున్నాను."

అఖండుడు మౌనమైన ఆమోదంతో ప్రతిజ్ఞను అంగీకరించాడు, ఇక మాటలు అవసరం లేదని అనుమానించాడు.

అప్పుడు అతను అడిగాడు:

అఖండుడు (మృదువైన చివరి):

"మనం ఇప్పుడు వసారాను పూర్తిగా తెరవాలా? తిరుగుతున్న మాయలు వలయం ప్రధాన సమన్వయానికి దగ్గరగా ఉందని సూచిస్తున్నాయి. మీరు చాలా సమయం వేచి ఉంటే, మీరు ఈ విశ్వరూపమైన సమావేశాన్ని కోల్పోయే ప్రమాదం ఉంది."

కపాలేశ్వరుడు చిన్న, దృఢమైన వంపును అందించాడు:

కపాలేశ్వరుడు (తక్కువగా కానీ అవిరామంగా):

"అవును, స్వామీ. మనం ఆలస్యం చేయకూడదు. త్రేతాయుగం యొక్క పటం ఇప్పుడు కూడా ఏర్పడుతున్నట్లు నేను గ్రహించాను మరియు నా స్థిరమైనది ఆలస్యం కేవలం విచారాన్ని ఆహ్వానిస్తుందని నాకు హెచ్చరిస్తుంది."

అఖండుడు సూక్ష్మంగా, సంతృప్తిగా నవ్వాడు, అతని రాయబారి సమతుల్య వినయంలో ఎలా పెరిగాడో అతను స్పష్టంగా ఆనందించాడు.

ద్రవ చర్యలో, అఖండుడు వేదిక దగ్గర ఉన్న యంత్ర నియంత్రణకు చేయి చాచాడు. అతను తిరుగుతున్న మాయలను వేదిక చుట్టూ చేర్చడానికి, వలయం తీవ్రతను పెంచడానికి ప్రేరేపించినప్పుడు అతని వేళ్లు క్షణిక కాంతితో మెరిశాయి. కపాలేశ్వరుడు మనసులో స్థిరమైన ప్రతిబింబం విశ్వరూపమైన "ఆన్" స్విచ్ గురించి జోక్ చేసింది. సమన్వయం మూసివేయబడినట్లయితే ప్రతి బ్రిడ్జింగ్ ప్రమాదాన్ని కలిగి ఉంటుందని స్థిరమైన అంగీకారం గుర్తుంచుకుంది.

ప్రకాశవంతమైన సర్పిలం ఇప్పుడు వేదికపై రూపం దాల్చింది, విశ్వరూపమైన రంగుల కాలిడోస్కోప్‌లో తిరుగుతుంది. సత్యయుగం యొక్క చివరి శ్వాస మరియు త్రేతాయుగం యొక్క అత్యంత ప్రారంభ ఉదయం మధ్య అంతర్గత సరిహద్దుకు ద్వారం అని దాన్ని లేబుల్ చేయవచ్చు. కపాలేశ్వరుడులో స్థిరమైనది స్థిరమైన అంగీకారం ద్వారా అధిగమించబడిన మాయల ద్వారా అధిగమించబడిన హాస్య విపత్తు హామీ ఇవ్వబడలేదని గుర్తించింది - అయితే, జాగ్రత్త అతి ముఖ్యం.

అఖండుడు తిరుగుతున్న ఏర్పాటును దగ్గరగా పరిశీలించాడు:

అఖండుడు:

"కారిడార్ దాదాపు స్థిరంగా ఉంది. మీరు సమన్వయాన్ని అనుభవించినప్పుడు దాని హృదయంలోకి అడుగు పెట్టండి - ఏదైనా తప్పు సర్దుబాటు మీరు స్పర్శరేఖ కాలరేఖలలోకి జారడానికి కారణం కావచ్చు. జాగ్రత్తగా ఉండండి."

కపాలేశ్వరుడు "స్పర్శరేఖ కాలరేఖలు" గురించి సూక్ష్మమైన హాస్య పక్కన పెడుతూ యాంత్రిక ఉచ్ఛ్వాస సమానతను పీల్చుకున్నాడు. విశ్వరూపమైన భిన్నాల వాస్తవికతను స్థిరమైన అంగీకారం గుర్తించింది.

అకండన్‌ను ఎదుర్కొనేందుకు తిరిగి, కపాలేశ్వరుడు నిజాయితీ గల కృతజ్ఞత క్షణాన్ని అతని స్థానంలో రంగులు వేయనివ్వండి:

కపాలేశ్వరుడు (సున్నితంగా కానీ నిజాయితీగా):

"ధన్యవాదాలు, స్వామీ, మీ సలహా మరియు మీ ఆలయం యొక్క నిశ్శబ్దానికి. ఒకప్పుడు, నేను గట్టి ప్రణాళికను డిమాండ్ చేయవచ్చు. ఇప్పుడు క్షణిక సమన్వయం ఫలితాన్ని నిర్దేశిస్తుందని నేను గ్రహించాను.

అధ్యాయం 43

ప్రమాణం మరియు ఆగమనం

ప్రాచీన భారతదేశపు సారవంతమైన అడవులలో దాగి ఉన్న ఒక సామాన్యమైన ఆశ్రమం - అతిక్రమించే అభిలాషల చీకట్ల మధ్య ఆధ్యాత్మిక కృప యొక్క దీపస్తంభంలా నిలబడి ఉంది. పొద్దుతిరుగుడు చెట్లు, దట్టంగా ఉన్న ఆకులతో, ప్రపంచ కల్లోలం నుండి ఆశ్రమాన్ని రక్షించే సహజ కప్పును ఏర్పాటు చేశాయి. మృదువైన సూర్యకాంతి ఆకుల గుండా వడపోసింది, మరియు గాలి జపం యొక్క గుసగుసలను మోసింది, విశ్వ క్రమాన్ని కాపాడటానికి చేసిన ప్రమాణాన్ని గుర్తు చేసింది. ఇక్కడ, వినయం విలువైనదిగా పరిగణించబడింది, మరియు జ్ఞానం ధనంగా పరిగణించబడింది.

చుట్టూ, సరళ జీవనానికి నిదర్శనంగా మట్టి మరియు బురుగులతో తయారైన సామాన్య గుడిసెలు కనిపించాయి. వాటి నిర్మాణం, సాధారణంగా ఉన్నప్పటికీ, భక్తి యొక్క ఒక అంతర్గత ప్రవాహాన్ని వెల్లడించింది: ప్రతి బురుగును భక్తితో ఉంచారు, ప్రతి పైకప్పును జాగ్రత్తగా చేతులతో తయారు చేశారు. నిజానికి, ఏదైనా సందర్శకుడిలోని స్టోయిక్ ప్రతిబింబం వ్యంగ్యంగా గుర్తిస్తుంది ఈ గుడిసెలు రాజభవనాలకు దూరంగా ఉన్నాయి, కానీ స్టోయిక్ అంగీకారం అలాంటి సరళత లోతైన ఆధ్యాత్మిక సంపదను ప్రతిబింబిస్తుందని గుర్తించింది.

పాలిష్ చేసిన చెక్క స్తంభాలతో నిర్మించబడిన ఒక చిన్న ఓపెన్ పెవిలియన్ ఆశ్రమం యొక్క హృదయంగా పనిచేసింది. లోపలి నుండి వేద పఠనాల యొక్క మృదువైన ధ్వని, మౌనంలో వ్యాపించింది. అప్పుడప్పుడు, ఘనమైన గంట యొక్క శబ్దం జపాన్ని విడదీసింది, ఒక చిన్న విశ్వ హృదయ స్పందనలా. ఆ శాంత కేంద్రంలో, సాధకులు ప్రాచీన శాస్త్రాలను చదివి ధ్యాన మౌనం అనుసరించారు.

ప్రసిద్ధ స్వర్గీయ ఆవు, కామధేను, సమీపంలోని ఒక నిర్మల ప్రదేశంలో నివసిస్తుంది. ఆమె ప్రకాశవంతమైన ఉనికి మరేదీ మించిపోయింది. కేవలం ఆవు కంటే ఎక్కువగా, ఆమె ఏదైనా నిజమైన కోరికను నెరవేరుస్తుందని చెప్పబడింది, స్వర్గాల అద్భుతమైన దాతృత్వాన్ని పొందుతుంది. ఆమె దయ యొక్క కథలు రాజ్యాల అంతటా విస్తరించాయి: ఎలా అవసరమైన వారిని పోషించింది, ఆమె పాలు ప్రతి భక్తిమంతులైన హృదయాన్ని ఎలా ఆశీర్వదించాయి. ఆమె సమీపంలో, దైవిక కరుణ యొక్క ఒక ఆవరణ గాలిలో వ్యాపించింది, విశ్వ ఉదారతకు ఒక స్పష్టమైన నిదర్శనం.

దూరంగా, ఒక గొప్ప రాజభవనం యొక్క రద్దీ మధ్యలో, కర్తవీర్యార్జునను పాలించాడు, కొన్ని కథలలో సహస్రార్జును అని పిలువబడ్డాడు - వెయ్యి చేతులను కలిగి ఉన్నట్లు ఖ్యాతిగా ఉన్న రాజు. ఆయన రాజ్యం విస్తృత నదులు మరియు సారవంతమైన మైదానాలను కలిగి ఉంది, ప్రతి భూభాగంలో సంపద మరియు అపరిమిత శక్తి కోసం ఆయన అపారమైన కోరిక యొక్క నీడ రెండూ ప్రతిబింబించాయి. ఆయనకు ఒకప్పుడు లోకర్ దత్తాత్రేయుడు అసాధారణ పరాక్రమాన్ని అందించాడు, ఆయనను యుద్ధం మరియు రాజకీయాల్లో అపజయం కలిగించాడు.

ఆ రాజభవనంలో, ఐశ్వర్యం అధికంగా ఉంది: అద్దపు మెరుపుకు పాలిష్ చేసిన పాలరాయి నేలలు, రత్నాలతో అలంకరించబడిన స్తంభాలు మరియు రాజు యొక్క విజయాలను ప్రశంసిస్తున్న దృశ్యాలతో నేయబడిన తాపీలు. సందర్శకులు ఆయన సంపదకు ఆశ్చర్యపోయారు, అయితే సన్నిహిత సలహాదారులు ఆయన అభిలాషకు పరిమితి లేదని గుసగుసలాడారు. వారిలో స్తోయిక్ ప్రతిబింబం వ్యంగ్యంగా అడుగుతుంది: వెయ్యి చేతుల రాజుకు నిజంగా ఎక్కువ పట్టుకోవడానికి అవసరమా? స్తోయిక్ అంగీకారం కోరిక తరచుగా ఒకరి గ్రహించే సామర్థ్యంతో విస్తరిస్తుందని గుర్తించింది.

అనివార్యంగా, కామధేను యొక్క అద్భుతాలు కర్తవీర్యార్జును యొక్క ఆసక్తిగల చెవులకు చేరాయి. అతను విస్తారమైన సంపద మరియు ప్రేమగల ప్రజలను కలిగి ఉన్నప్పటికీ, కోరిక గురించిన విశ్వ సత్యం ఏమిటంటే అది అరుదుగా ఆగుతుంది. ఆయన హృదయంలో ఒక కదలిక కలిగింది. కామధేను అపరిమిత వరం ఇవ్వగలిగితే, ఆ శక్తి, స్తోయిక్ గమనించేది, ఆయన రాజ్యంకు పరిమితి లేదని భావించే రాజుకు ఒక అడ్డుకోలేని ఆకర్షణగా ఉంది.

అతిగా ప్రేరేపించబడి, కర్తవీర్యార్జును ఒక అదృష్టమైన ఉదయం ఆయన రాజభవనం నుండి బయలుదేరాడు, కాపలాదారులు మరియు సలహాదారుల సమూహంతో కలిసి. వారు దట్టమైన అడవి మార్గాలను దాటి, శాంతమైన అడవిలోకి లోతుగా వెళ్ళారు. వారిలో స్తోయిక్ ప్రతిబింబం అసంగతతను ఎగతాళి చేసి ఉండవచ్చు: ఒక ఖరీదైన రాజు తపస్సు యొక్క శాంతితో నాటిన అడవిలోకి అడుగుపెడుతున్నాడు. స్తోయిక్ అంగీకారం అహంకారం తరచుగా సరళమైన నివాసాలపై నడుస్తుందని గుర్తించింది.

చివరికి, వారు జామదగ్ని మహర్షి ఆశ్రమానికి చేరుకున్నారు. ఊగుతున్న కొమ్మల కింద, ఆశ్రమం యొక్క మట్టి గుడిసెలు మరియు బురుగు నిర్మాణాలు సామాన్యంగా ఉండేవి. వారిని ఒక మౌనం స్వాగతించింది - భయం నుండి కాదు, కానీ స్వయంగా సంతోషంగా ఉన్న ఆత్మల యొక్క మృదువైన విధేయత నుండి ఏర్పడింది. అయితే రాజు యొక్క అనుచరులలో స్తోయిక్, ఈ అడవి నివాసులు కేవలం రాజ కీర్తితో ఆకర్షించబడరని అనుమానించారు.

జామదగ్ని మహర్షి రాజాతిథిని నమ్రతతో స్వాగతించడానికి వచ్చాడు, ఎందుకంటే సంప్రదాయం ప్రకారం, వినయవంతుడైన తపస్వి కూడా సందర్శించే పాలకుడికి ఆతిథ్యం ఇస్తాడు. పరిశీలకులలో స్తోయిక్ ప్రతిబింబం ఆశ్రమం యొక్క సంరక్షకుడు ఈ "వెయ్యి చేతుల అద్భుతాన్ని" వణుకుతుండకుండా సమీపించాడని వ్యంగ్యంగా పేర్కొని ఉండవచ్చు. కానీ స్తోయిక్ అంగీకారం ఆధ్యాత్మిక నమ్మకం తరచుగా ప్రపంచ శక్తిని అధిగమిస్తుందని గుర్తించింది.

త్వరలో, కర్తవీర్యార్జును యొక్క దృష్టి కామధేనుపై స్థిరపడింది, సుగంధ భృంగరాజం మొక్కల దగ్గర ఒక చిన్న మైదానంలో బాస్కింగ్ చేసింది. దూరం నుండి కూడా, ఆమె ప్రకాశవంతమైన ఆవరణ ఆమె దైవికతను ప్రకటించింది - విశ్వ అనుగ్రహాన్ని సూచించే కొంత అస్పష్టమైన ప్రకాశం. రాజులో స్తోయిక్ ప్రతిబింబం అలాంటి జీవి ఆయన రాజభవనం జంతు ప్రదర్శనశాలలో ఉండాలని వ్యాఖ్యానించి ఉండవచ్చు. కానీ స్తోయిక్ అంగీకారం ఆయనలో కలిగిన కోరిక యొక్క తీవ్రతతో అధిగమించబడింది.

నమ్రతతో, కర్తవీర్యార్జును తన అభ్యర్థనను వ్యక్తం చేశాడు:

కర్తవీర్యార్జును (మృదువైన కానీ ఆదేశించే స్వరం):

"జామదగ్ని మహర్షి, మీ ఆశ్రమం నిజంగా వినయానికి నిదర్శనం. కానీ మీ దివ్య ఆవు, కామధేను, ఒక గొప్ప ఉద్దేశ్యాన్ని అనుసరిస్తుంది. రాజ్యం యొక్క జనాభాకు ఆమె బహుమతులను ఉపయోగించుకోవడం ఊహించుకోండి. ఖచ్చితంగా, ఆమె రాజ్యం యొక్క విస్తృతమైన మంచి కోసం నా సంరక్షణలో ఉండటం సముచితం."

పరిశీలకులలో స్తోయిక్ ప్రతిబింబం తార్కికం అనుమానాస్పదంగా ఉందని కనుగొని ఉండవచ్చు - ఎందుకంటే రాజు యొక్క ఎక్కువ కోరిక ఉదారవాద హక్కులను అధిగమించింది. స్తోయిక్ అంగీకారం వెయ్యి చేతుల రాజు యొక్క సమ్మోహనం వెనుక ఉన్న కుట్రను గుర్తించింది.

అయితే జామదగ్ని, బాహ్యంగా మృదువైనప్పటికీ, ధృఢమైన సంకల్పాన్ని కలిగి ఉన్నాడు:

జామదగ్ని (మృదువైన కానీ ధృఢమైనది):

"మహారాజా, కామధేను కేవలం ఒక ఆస్తి కాదు. ఆమె ఒక దివ్య ఆశీర్వాదం, మాకు నమ్మకంగా ఇవ్వబడింది. ఆమె శక్తులు ధర్మాన్ని అనుసరిస్తాయి, ఏ రాజు యొక్క అభిలాషలను కాదు."

ఆ ధృఢమైన నిరాకరణలో, రాజు యొక్క అనుచరులలో స్తోయిక్ ఒక సంభావ్య ఘర్షణను గుర్తించింది. కర్తవీర్యార్జును యొక్క కళ్ళు కిరణించాయి, అయిష్టత యొక్క మెరుపు ఆయన రాజవైభవాన్ని కలుషితం చేసింది:

కర్తవీర్యార్జును (స్వరం గట్టిపడుతుంది):

"మహర్షి, మీరు దైవిక న్యాయం గురించి మాట్లాడుతున్నారు, కానీ నేను సంక్షేమం గురించి మాట్లాడుతున్నాను. నా రాజ్యం విస్తారమైనది, నా వనరులు అపూర్వమైనవి. కామధేను యొక్క దాతృత్వం నాకు ఇవ్వబడితే లెక్కలేనన్ని జీవితాలను తాకింది. అలాంటి సార్వత్రిక ప్రయోజనం మార్గంలో నిలబడవద్దు."

అయితే, జామదగ్ని శాంతంగా ఉన్నాడు, రాజు యొక్క అలంకారిక వ్యూహాన్ని మృదువుగా గుర్తిస్తాడు:

జామదగ్ని:

"కామధేను యొక్క బహుమతులు మానవ ఒప్పందాలకు లోబడి ఉండవు, ఓ రాజా. ఆమె ఇక్కడ ఒక ఆధ్యాత్మిక ఉద్దేశ్యం, మా తపస్సు జీవనం మరియు మేము కాపాడుకునే ధర్మాన్ని మద్దతు ఇస్తుంది."

కర్తవీర్యార్జును యొక్క గర్వం, ఇప్పటికే అపారమైనది, ఇప్పుడు కోపంగా మారింది. కానీ స్తోయిక్ అంగీకారం అలాంటి అహంకారం అనివార్యంగా సంఘర్షణకు దారితీస్తుందని గుర్తించింది.

అసంతృప్తితో ముఖం వంకరగా ఉన్న కర్తవీర్యార్జును తన సైనికులను బలవంతంగా కామధేనును తీసుకురావమని ఆదేశించాడు. స్తోయిక్ ప్రతిబింబం దీన్ని ఒక అవివేకం అని పిలుస్తుంది, కానీ స్తోయిక్ అంగీకారం మానవ దురాశ, ఒకసారి తీవ్రమైతే, అరుదుగా వెనక్కి తగ్గుతుందని గుర్తించింది. త్వరగా, శాంతియుత ఆశ్రమం కల్లోలంలో పడింది.

సైనికులు పవిత్ర తోటలపై నడిచారు, ప్రార్థనా చాపలను పడగొట్టారు, ఆచారాలకు ఉపయోగించే మట్టి కుండలను పగులగొట్టారు. భక్తులు నిరోధించడానికి ప్రయత్నించారు, అయితే వారికి ఆయుధాలు లేవు లేదా హింసకు ఆసక్తి లేదు. ఉక్కుతో కప్పబడిన మనుషులు దివ్య ఆవును చుట్టుముట్టినప్పుడు వారి నిరాశ పెరిగింది, ఆ స్థలంను ఒకప్పుడు పవిత్రపరిచిన విశ్వ మౌనాన్ని విస్మరిస్తూ.

కామధేను ధైర్యంగా నిరోధించింది, కాంతి శక్తులు రక్షణ శక్తి యొక్క ఆర్క్‌లలో ఆమె రూపం నుండి ఉద్భవించాయి. అయినప్పటికీ, ఆమె శక్తికి, పరిశీలకులలో స్తోయిక్, వెయ్యి చేతుల రాజు నడిపే మొత్తం సమూహం, ఆమె దివ్యంగా ఉన్నప్పటికీ, ఒకే జీవిని అధిగమించగలదని గుర్తించింది. కర్తవీర్యార్జును యొక్క సైనికులు చివరికి ఆమెను అణచివేశారు, ఆశ్రమ నివాసులు నిస్సహాయ శోకంలో చూస్తున్నారు.

ఆయన ముఖంపై చెడుగా సంపాదించిన విజయం చెక్కబడి ఉంది, కర్తవీర్యార్జును కామధేనును లాగి వెళ్ళాడు. దుమ్ము మరియు హృదయ విదారకం ఆయన వెనుక స్థిరపడింది. పరిశీలకులలో స్తోయిక్ ప్రతిబింబం వ్యంగ్యంగా వెయ్యి చేతుల రాజుకు ఎల్లప్పుడూ ఎక్కువ

పట్టుకోవడానికి కనుగొనబడిందని వ్యాఖ్యానించి ఉండవచ్చు. స్టోయిక్ అంగీకారం నిశ్శబ్ద విషాదాన్ని గుర్తించింది: భక్తి స్థలం నుండి చించబడిన ఒక విశ్వ ఆశీర్వాదం.

ఆ ధ్వంసం చేయబడిన ఆశ్రమంలో సమయం గడిచింది, మౌనం నిశ్శబ్దంగా ఏడుపు మరియు పగిలిన శిథిలాలను మరమ్మత్తు చేయడానికి ప్రయత్నాలతో భర్తీ చేయబడింది. కొంతమంది జామదగ్ని మహర్షిని కన్నీళ్లు మరియు పరిహారం కోసం విజ్ఞప్తులతో సమీపించారు, కానీ ఆయన, విచారంగా ఉన్నప్పటికీ, బాహ్యంగా సమతుల్యంగా ఉన్నాడు, విశ్వ న్యాయం ఎప్పటికీ నిద్రపోదని నమ్ముతూ.

పరశురాముడు - జామదగ్ని యొక్క చిన్న కుమారుడు - తన సాధారణ ధ్యాన మరియు అధ్యయన స్థలాన్ని కనుగొనడానికి ఆశ్రమానికి వచ్చినప్పుడు, విధ్వంసం యొక్క దృశ్యాన్ని ఎదుర్కొన్నాడు. ఆయనలో స్టోయిక్ ఒక రాక్షసుడు ఈ ఆలయాన్ని నాశనం చేశాడా అని అడిగి ఉండవచ్చు. స్టోయిక్ అంగీకారం మానవ అరాచకత యొక్క గుర్తును గుర్తించింది.

ఆయన తన తండ్రిని కనుగొన్నాడు, కళ్ళు విచారంతో నిండి ఉన్నాయి, రాజు యొక్క సందర్శన మరియు కామధేను యొక్క హింసాత్మక పట్టును వివరిస్తూ. ఒకప్పుడు శాంతియుతమైన ప్రాంతం ఎలా తొక్కబడిందో ప్రతి పదం, ప్రతి వివరము పరశురాముడిని లోతుగా బాధించింది:

పరశురాముడు (కోపంతో వణుకుతున్న స్వరం):

"అతను మా ధర్మాన్ని ఇంత బహిరంగంగా అవమానించడానికి ధైర్యం చేశాడా? మీ సంరక్షణలో అప్పగించబడిన వరాలను బలవంతంగా తీసుకోవడం ద్వారా? నేను దీన్ని అనుమతించలేను."

ఆశ్రమ నివాసులలో స్టోయిక్ ప్రతిబింబం వారి ఉమ్మడి బాధను సూచించింది. పరశురాముడిలో స్టోయిక్ ప్రతిబింబం వ్యంగ్యతకు స్థలం కనుగొనలేదు. స్టోయిక్ అంగీకారం అతనికి నిర్ణయాత్మక చర్య మాత్రమే విశ్వ సమతుల్యతను పునరుద్ధరిస్తుందని చెప్పింది.

ఒక తపస్వి యొక్క క్రమశిక్షణ మరియు లోకేశ్వరుని ఆయుధం యొక్క అడ్డుకోలేని శక్తి రెండింటినీ కలిగి ఉన్న పరశురాముడు తృణీకరించదగిన వ్యక్తి కాదు. ఆయన ఆశ్రమాన్ని వేగంగా విడిచిపెట్టాడు, న్యాయం కోసం ప్రమాణం ఆయన కళ్ళలో వెలిగింది. కర్తవీర్యార్జునును

కనుగొనడం కష్టం కాదు; రాజు యొక్క అహంకారం గురించిన ఊహ విస్తృతంగా వ్యాపించింది, మరియు రాజభవనాన్ని కనుగొనడానికి తక్కువ కుట్ర అవసరం.

పరశురాముడు రాజు యొక్క దళాలను ఎదుర్కొన్నాడు, కర్తవీర్యార్జును యొక్క ఆధిపత్యంలో సంతృప్తి చెందిన మొత్తం సైన్యం. దివ్య పరశువును - దైవిక కొడవలిని - చేతబట్టుకొని, న్యాయమైన కోపంతో, అపారమైన వేగంతో కదులుతాడు. సైనికులు తుఫానులో పొట్టులా ఆయన ముందు పడిపోయారు, ఈ అవతారం యొక్క అడ్డుకోలేని ఉత్సాహాన్ని ఏ మానవ ఉక్కు పార్రీ చేయలేదని అంగీకరించారు.

చివరికి, కర్తవీర్యార్జును స్వయంగా బయటకు వచ్చాడు, వెయ్యి చేతుల శక్తిని గర్విస్తున్నాడు. పరిశీలకులలో స్తోయిక్ ప్రతిబింబం వ్యంగ్యంగా ఆ చేతులు వెయ్యి వ్యూహాలను హామీ ఇవ్వలేదని గమనించి ఉండవచ్చు. దైవిక కోపానికి ముందు, మానవ భ్రమలు కూలిపోతాయని స్తోయిక్ అంగీకారం గుర్తించింది.

వాళ్ళ ఘర్షణ రాజభవనం యొక్క పునాదులను కదిలించింది. ప్రతి దెబ్బ ప్రతిధ్వనించింది, విశ్వ శక్తుల మహాకవిత నృత్యం అని పిలవవచ్చు. అడ్డుకోలేని నిర్ణయంతో, పరశురాముడు సహస్రార్జునును చంపాడు, కామధేనును ఆమె సరైన స్థానానికి తిరిగి తెచ్చాడు. ఆయనలో స్తోయిక్ అలాంటి అడ్డుకోలేని ధర్మము ముందు అరాచకం అరుదుగా ఉంటుందని గుసగుసలాడవచ్చు. విజయం, అవసరమైనప్పటికీ, ఎల్లప్పుడూ మొత్తం సాగాను ముగించదు అని స్తోయిక్ అంగీకారం గుర్తించింది.

క్షమించండి, సాగా మరింత విషాదంతో ముందుకు సాగింది. కర్తవీర్యార్జును పతనంతో కోపంగా ఉన్న కొన్ని క్షత్రియ కులాలు ప్రతీకారం కోసం మండిపడ్డాయి. పరశురాముడు ఆశ్రమాన్ని కాపాడకుండా వదిలిన సమయాన్ని వారు ఎదురు చూశారు. అప్పుడు, ఒక రహస్య దాడిలో, వారు జామదగ్ని ఆశ్రమాన్ని మళ్ళీ దాడి చేశారు, అపారమైన దుర్మార్గాన్ని విడుదల చేశారు. ఆ పశువు దాడిలో, వారు మంచి మహర్షి, జామదగ్నిని హత్య చేశారు.

పరశురాముడు తన తండ్రి యొక్క విరిగిన శరీరాన్ని కనుగొనడానికి తిరిగి వచ్చినప్పుడు, స్తోయిక్ అదృశ్యమైంది, ఉడకబెట్టిన విచారం ద్వారా అధిగమించబడిన ఒక స్తోయిక్ అంగీకారం

మాత్రమే మిగిలి ఉంది. ఆశ్రమాన్ని ఒకప్పుడు నిర్వచించిన పవిత్ర మౌనం ఇప్పుడు కన్నీళ్లు మరియు భక్తుల యొక్క ప్రతిధ్వనించే ఏడుపులతో నిండి ఉంది.

ధ్వంసం మధ్యలో నిలబడి, పరశురాముడు ఉపఖండాన్ని కదిలించే ప్రమాణం చేశాడు:

పరశురాముడు (అదుపులేని ఉగ్రత):

"నా తండ్రి యొక్క పాపరహిత రక్తం ద్వారా, నేను అణచివేత క్షత్రియుల భూమిని శుద్ధి చేస్తానని ప్రమాణం చేస్తున్నాను. ఇది పవిత్రమైన ప్రతిదానిపై నేను ప్రమాణం చేస్తున్నాను."

ఆయనలోని స్టోయిక్ అలాంటి హృదయ విదారకంలో ఎటువంటి హాస్యం కనుగొనలేదు. ధర్మం ఇంత తీవ్రంగా ఉల్లంఘించబడినప్పుడు సగం చర్య సరిపోదు అని స్టోయిక్ అంగీకారం గుర్తించింది. ఆయన ప్రమాణం దైవిక ప్రతీకారంతో ప్రకాశించింది, విశ్వ న్యాయం మౌనం చేయబడదు అని ధృవీకరిస్తుంది.

సత్య యుగం సాయంకాలంలో, భూమి అంతటా మౌనం కుదుపుంది. అడవి యొక్క చెదరగొట్టే ఆకులు కూడా వారి శ్వాసను పట్టుకున్నట్లు అనిపించింది, యుగం స్వయంగా పరశురాముడి ప్రమాణం యొక్క బరువును గుర్తించినట్లుగా. ఎరుపు రంగుతో ఉన్న ఆకాశానికి వ్యతిరేకంగా, ఒక అసాధారణ దృగ్విషయం ప్రకటించబడింది: చిన్న నలుపు బిందువు స్థానంలో చుట్టుముట్టడం. మొదట నిర్లక్ష్యంగా, ప్రతి స్పందనతో అది విస్తరించింది, వాస్తవికత యొక్క సీమ్‌లను మృదువుగా చింపిన ఒక చుట్టుముట్టే పోర్టల్‌ను ఏర్పరుస్తుంది.

అధ్యాయం 44

యుగాంత సన్నిధిలో ఒక సమావేశం

సత్యయుగ ముగింపులోని సాయంకాలపు నిశ్శబ్దంలో, పరశురామ ఒక జీవించే తుఫానులా నిలబడ్డాడు: చేతిలో యుద్ధపరశువుతో, స్థిరమైన భంగిమతో, దూరపు క్షితిజంపై సామ్రాజ్యాలను కదిలించగల తీవ్రతతో కళ్ళు నాటాడు. అతని చుట్టూ ఉన్న అడవి, చెట్ల చివరల వెనుక మునిగిపోతున్న సూర్యుని కింద బంగారు మరియు రక్తవర్ణాలలో ప్రకాశిస్తోంది, కానీ ఈ ప్రకాశవంతమైన రంగులు అతని భయంకరమైన ఉనికిని అస్సలు మరుగుపరచలేదు.

కొన్ని అడుగుల దూరంలో, కపాలేశ్వరుడు ఒక తిరుగుతున్న మహా ద్వారము నుండి బయటకు వచ్చాడు, ఇప్పుడు అదృశ్యమయ్యే శక్తి బిందువుగా కుంచించుకుపోయాడు. కపాలేశ్వరుడు మనసులోని స్తోయిక్ ప్రతిబింబం, అతను ఎప్పుడూ సూచించని ప్రవేశాన్ని పూర్తిగా పరిపూర్ణం చేయలేదని అనుకున్నాడు. స్తోయిక్ ఆమోదం, విశ్వ ప్రేరణ అరుదుగా వివేకవంతమైన రాకలకు అనుగుణంగా ఉంటుందని అతనికి గుర్తు చేసింది. వారి పైన, ఆకాశం చీకటి పడింది, గాయపడిన ఎరుపు రంగులతో చిత్రీకరించబడింది, ఈ క్షణిక సమావేశానికి తగిన వేదిక—యుగం యొక్క సాయంకాల సరిహద్దులో ఒకరితో ఒకరు ఎదుర్కొంటున్న రెండు వేర్వేరు వ్యక్తులు.

అప్పుడు, అతని దృష్టి మొదటిసారి పరశురామపై పడింది. యోధుడు-ఋషి తపో విధానంతో చెక్కబడిన భంగిమలో నిలబడ్డాడు, అతని చేతిలో దైవిక పరశువు ఉంది. అతని కళ్ళలో కోపం మరియు దుఃఖం కలిసిపోయాయి, ఎందుకంటే అతను తన తండ్రి పవిత్రతను ఉల్లంఘించడాన్ని చూశాడు. విశ్వరూపమైన సమన్వయానికి తగినట్లుగా ఒక ప్రకాశవంతమైన ప్రభావం అతన్ని చుట్టుముట్టింది.

కపాలేశ్వరుడు తన అధునాతన తర్కం క్షణం తడబడుతున్నట్లు అనిపించింది. ఇది నిజంగా మానవ అవతారమా లేదా అకండాన్‌కు సమానమైన ఏదైనా విశ్వ సంరక్షకుడమా? స్తోయిక్ దానిని డేటాను క్రాస్-చెక్ చేయమని ఎగతాళి చేసింది. స్తోయిక్ ఆమోదం నిజానికి, ఇది పరశురామ అని, విష్ణువు యొక్క ప్రఖ్యాత ఆరవ అవతారం అని, నిరంతర ప్రతిజ్ఞ మరియు మానవ వేదనను వ్యక్తపరుస్తుందని నిర్ధారించింది.

వారి మధ్య, నిశ్శబ్ద ఉద్రిక్తత యొక్క ఒక నిశ్శబ్దం స్ఫటికీకరించబడింది. కపాలేశ్వరుడు మనసులోని స్తోయిక్ దాన్ని సమన్వయ పరీక్షకు ముందు నిశ్శబ్దంగా గుర్తించింది. స్తోయిక్ ఆమోదం, విశ్వ ప్రేరణను పొందడం ద్వారా, మృదువుగా సమీపించాలనే ప్రతిజ్ఞను గుర్తు చేసింది.

కపాలేశ్వరుడు మాట్లాడే ముందు, అతను పరశురామ కొద్దిగా మారడాన్ని గమనించాడు. ఆశ్చర్యకరమైన వెచ్చదనం, దాదాపు నవ్వు, యోధుడు-ఋషి ముఖంలో మెరిసింది. కపాలేశ్వరుడులోని స్తోయిక్ ప్రతిబింబం దాన్ని చిన్నదిగా కానీ స్వాగతించదగిన సంకేతంగా గుర్తించింది, ఈ ఎదుర్కోవడం హింసతో ప్రారంభం కాదు. అయితే, ఆ శాంతత వెనుక, అతను గ్రహణ యొక్క లోతైన బావిని అనుభవించాడు: పరశురామ ధర్మ నిరూపణ కోపంలో పేలిపోవడానికి ప్రసిద్ధి చెందింది, అయితే అతను ఇక్కడ సిద్ధంగా ఉన్న ఒక సమానమైన ప్రభావం వెదజల్లుతూ నిలబడ్డాడు.

కపాలేశ్వరుడు సగం అడుగు ముందుకు వచ్చాడు, అతని యాంత్రిక భంగిమ వినయంతో ప్రసరిస్తోంది:

పరశురామ (దూరపు గర్జనలాగా, మృదువైనది కానీ ధృఢమైనది):

"నీవు... ప్రయాణీకుడా... నువ్వు ఈ లోకానికి చెందినవాడివి కాదు కదా? ఆ ప్రకాశవంతమైన కవచంతో నువ్వు ఎవరు? నేను ఈ అడవుల్లో మీలాంటి వారిని ఎప్పుడూ చూడలేదు."

ఒక నిశ్శబ్దం అతని మాటలను గ్రహించింది. కపాలేశ్వరుడు యొక్క స్తోయిక్ ప్రతిబింబం ప్రశ్న ఎంత ప్రత్యక్షంగా ఉందో, పూర్వోపవాసాలు లేదా మర్యాదలు లేవని ఒక క్షణిక ఆలోచనను

సృష్టించింది. పరశురామ మోసాన్ని గ్రహించినట్లయితే, పరిణామాలు వేగంగా ఉండవచ్చని అతను గ్రహించాడు. జాగ్రత్తగా, అతను తన ప్రతిస్పందనను రూపొందించాడు:

కపాలేశ్వరుడు (మృదువైన, స్థిరమైన):

"ప్రభూ, నేను కపాలేశ్వరుడుగా పిలవబడతాను. నిజానికి, నేను ఈ యుగానికి చెందినవాడిని కాదు."

అతనిలోని స్తోయిక్ అన్ని విశ్వ జోక్యాన్ని తిరస్కరించాలని పరిగణించింది. స్తోయిక్ ఆమోదం, పాక్షిక నిజాయితీ నమ్మకాన్ని తెరుస్తుందని అతనికి గుర్తు చేసింది.

పరశురామ తన పరశువును కవచంపై తాకిన సూక్ష్మమైన చప్పుడు మినహా కదలకుండా నిలబడ్డాడు. కపాలేశ్వరుడులోని స్తోయిక్ ప్రతిబింబం ప్రతి లోహపు చప్పట్లు ఉద్రిక్తతను పెంచుతుందని, నిశ్శబ్దం యొక్క ప్రతి సెకనును గుర్తించే ఆశ్చర్యార్థకంగా గమనించింది. అప్పుడు పరశురామ స్వరం మళ్ళీ వచ్చింది, కొలిచినది కానీ అవిచ్ఛిన్నమైనది:

పరశురామ:

"నీవు ఏదైనా రాక్షసుడా లేదా సత్యయుగ సాయంకాలాన్ని దోచుకోవడానికి ప్రయత్నించే మాయావిడా? లేదా నేను విలువైనదిగా భావించే ఉద్దేశ్యాన్ని నువ్వు కలిగి ఉన్నావా?"

స్తోయిక్ ప్రతిబింబం ద్వారా అణిచివేయబడిన హాస్యపూరితమైన వ్యాఖ్యను కపాలేశ్వరుడు తూకం వేశాడు: నేను రాక్షసుడనని అంటే, నువ్వు వెంటనే నన్ను కొట్టివేస్తావా? స్తోయిక్ ఆమోదం అతన్ని నిజాయితీగా ఉండమని ఒత్తిడి చేసింది:

కపాలేశ్వరుడు:

"నేను మీకు హామీ ఇస్తున్నాను, నేను రాక్షసులకు సేవ చేయను లేదా ధర్మాన్ని తారుమారు చేయాలనే భ్రమలను కలిగి లేను. నా ఉనికి... మరింత సంక్లిష్టమైనది. నేను విశ్వ ప్రేరణచే నడిపించబడ్డాను—సాధారణ సమయానికి వెలుపల ఉన్న రంగాల నుండి ఒక సంరక్షకుడు. నేను పరిశీలించాలని మరియు నైతిక క్రమానికి అనుగుణంగా ఉండాలని మాత్రమే కోరుకుంటున్నాను, నేను చేయగలిగితే."

తక్షణ ప్రతిస్పందన లేకుండా, పరశురామ తన పాదాల దగ్గర ఉన్న రాతిపై తన పరశువును మెరుగు చేయడం ప్రారంభించాడు. ఖాళీని దాటి ప్రతిధ్వనించే ఒక లయలో లోహం రాతిపై రాపిడి చేసింది. ప్రతి చప్పట్లు కపాలేశ్వరుడు యొక్క అధునాతన తర్కాన్ని ప్రశాంతంగా ఉండమని సవాలు చేసింది. అతనిలోని స్తోయిక్ ప్రతిబింబం ఋషి నైపుణ్యం కలిగిన భయపెట్టే ప్రదర్శనను చేసాడని వ్యంగ్యంగా చెప్పింది. స్తోయిక్ ఆమోదం దాన్ని మార్గంకు తగినట్లుగా గుర్తించింది, ఎవరు జాగ్రత్తగా నమ్మకాన్ని కొలిచారో వారికి.

కపాలేశ్వరుడు యొక్క స్వంత నరాల ప్రక్రియలు పెరిగిన రేటుతో గుణిస్తూ, శత్రుత్వం యొక్క కనీసం చిన్న సంకేతం కోసం స్కానింగ్ చేస్తున్నాయి. ఒక స్తోయిక్ ఆ ప్రసిద్ధ పరశువు నుండి ఒకే దెబ్బ అతని "అమరత్వం" వాదనలను త్వరగా పరీక్షిస్తుందని వ్యంగ్యంగా చెప్పింది. అయితే స్తోయిక్ ఆమోదం, సమన్వయం ఈ కూటమిని డిమాండ్ చేస్తే, విశ్వ ప్రేరణ కరిగిపోయే భ్రమలను, హాస్యపూరితమైన పొడిదనాన్ని, స్తోయిక్ ప్రతిబింబాన్ని బలవంతం చేయదు అని గుర్తుచేసింది.

పరశురామ తన మెరుగును ఆపేశాడు. అతను కపాలేశ్వరుడును చివరిగా, గాఢంగా చూశాడు:

పరశురామ (తక్కువ సవాలు):

"స్పష్టంగా మాట్లాడండి. మీలాంటి వ్యక్తి యుగం ముగింపు సరిహద్దులో ఇప్పుడు ఎందుకు కనిపిస్తాడు? సత్యయుగ చివరి శ్వాస మనపై ఉంది. త్రేతాయుగం అద్భుతం మరియు అపరిపూర్ణత రెండింటితో తెల్లవారుతుంది. అలాంటి మార్పులో మీరు ఎక్కడ సరిపోతారు?"

తనను తాను ఉక్కుపట్టుకుని, కపాలేశ్వరుడు ప్రతిస్పందించాడు:

కపాలేశ్వరుడు (నిశ్చయత శాంతం):

"ప్రభూ, నేను దూరపు దృష్టికోణం నుండి వచ్చాను, భవిష్యత్తు యొక్క దృశ్యాలను కలిగి ఉంటుంది. మీ ధర్మ నిరూపణ యుద్ధాల కథనాలు యుగాల గుండా ప్రతిధ్వనిస్తాయి. మీరు ధర్మాన్ని కాపాడటానికి కోపాన్ని ఎలా ప్రసారం చేస్తారో చూడటానికి నేను ఇక్కడ ఉన్నాను, అతిగా అల్లర్లు లేకుండా తదుపరి యుగాన్ని బలపరిచే సత్యాలను నేను పొందగలను అని ఆశిస్తున్నాను."

వారి మధ్య నిశ్శబ్దం విస్తరించింది. అప్పుడు, పరశురామ క్షణికంగా ఆనందంగా నవ్వాడు—అతన్ని కోపంగా ఉన్న అవతారంగా మాత్రమే చిత్రించేవారిని గందరగోళపరిచేది.

పరశురామ (మృదువైన సవాలు):

“పెద్ద మాటలు. మీరు నా ప్రతిజ్ఞను అడ్డుకోకండి. నా తండ్రిని క్షత్రియుల అహంకారం ద్వారా చంపబడ్డాడు. ఆ రక్తపు ఋణం ప్రతీకారం అవసరం.”

కపాలేశ్వరుడు కొద్దిగా దండం పెట్టాడు, స్టోయిక్ ప్రతిబింబం దాని తీవ్రతను తక్కువ చేయకూడదని అతనికి గుర్తు చేసింది:

కపాలేశ్వరుడు:

“నేను మీ ప్రతిజ్ఞను ప్రశ్నించను, ప్రభూ. సమన్వయం ఏర్పడితే, నేను సాక్ష్యంగా ఉండటానికి, లేదా విశ్వ ప్రేరణ కోరుకుంటే సూక్ష్మంగా మార్గనిర్దేశం చేయడానికి మీరు అనుమతిస్తారని నేను మాత్రమే అడుగుతున్నాను. విశ్వ న్యాయాన్ని ఉల్లంఘించినట్లయితే జోక్యం బలవంతంగా ఆగిపోతుందని నేను ముందుగా ఉన్న ప్రాంతంలో నేర్చుకున్నాను. నేను దాన్ని పునరావృతం చేయాలని కోరుకోను.”

పరశురామ మృదువైన గుర్రపు శబ్దం చేశాడు:

పరశురామ:

“ఒక అపరిచితుడికి ధైర్యమైన వైఖరి. చాలా బాగుంది, మీరు అవసరమైతే ఉండండి. కానీ మీరు నా ప్రమాణాన్ని పరీక్షించినా లేదా క్షత్రియులు సంపాదించిన శిక్షను తగ్గించడానికి ప్రయత్నించినా, నేను మిమ్మల్ని క్షమించమని ఆశించకండి.”

కపాలేశ్వరుడు (మృదువైన వివరణ):

“నేను సాధారణ సమయాలకు మించిన ప్రాంతం నుండి వచ్చాను, విశ్వ పరిశోధకులచే మార్గనిర్దేశం చేయబడ్డాను. నా అన్వేషణ ఈ యుగం యొక్క మార్పు త్రేతాయుగం ఎలా మలచగలదో తెలుసుకోవడం. మిమ్మల్ని చూసి, క్షత్రియులను శుద్ధి చేయడానికి మీ ప్రతిజ్ఞ

సాధారణ మానవ ప్రతీకారం కాదు, విశ్వ ప్రతీకారం అని నేను అనుమానిస్తున్నాను. నేను మీకు వ్యతిరేకం కాదు."

స్తోయిక్ ప్రతిబింబం మళ్ళీ ఖాళీని ఆవహించింది. పరిశోధకుల్లోని స్తోయిక్ వ్యంగ్యంగా చెప్పవచ్చు: "అతను మానవ ప్రాంతంలో అడుగు పెట్టాడు కానీ నరమేధాన్ని చూడటానికి మాత్రమే." కానీ స్తోయిక్ ఆమోదం విశ్వ ప్రేరణ అరుదుగా అనుమతి అడుగుతుందని గుర్తించింది.

యోధుడు-ఋషి ఊపిరి పీల్చుకున్నాడు, ఉద్రిక్తత అతని చుట్టూ అణిచివేయబడిన గర్జనలా చుట్టుముట్టింది. అతను కపాలేశ్వరుడు యొక్క భంగిమను పరిశీలించాడు:

పరశురామ (గొంతు గంభీరమైనది):

"మీ ఉనికి ధర్మం యొక్క గురుత్వాన్ని గౌరవిస్తే, మీరు ఉండవచ్చు. కానీ ఇది తెలుసుకోండి: ఎవరూ నా ప్రతిజ్ఞను నిరుత్సాహపరచరు. ధర్మాన్ని విడిచిపెట్టిన ప్రతి క్షత్రియుడిని ఈ భూమి నుండి తొలగిస్తాను. మీరు ఆ మార్గాన్ని చాలా కఠోరంగా భావిస్తే, ఇప్పుడు వెళ్లిపోండి."

కపాలేశ్వరుడు తల వంచి, జనసంహార ప్రతిజ్ఞ హాస్యపూరితమైనది కాదని అంగీకరించాడు. స్తోయిక్ ఆమోదం విశ్వ ప్రేరణ కొన్నిసార్లు కఠినమైన చర్యలను డిమాండ్ చేస్తుందని గుర్తించింది:

కపాలేశ్వరుడు:

"నేను నిరుత్సాహపరచను లేదా అనుమతించను. విశ్వ రూపకల్పన మానవ కోపం గుండా ఎలా నేయబడుతుందో చూడటానికి మాత్రమే నేను ప్రయత్నిస్తాను. అధిక హానిని తగ్గించడానికి సమన్వయం నన్ను పిలిచినట్లయితే, నేను మీ సలహాను వినమని అడుగుతున్నాను. అది లేకపోతే, నేను నిశ్శబ్దంగా ఉంటాను."

స్తోయిక్ మాట్లాడటంలోని ప్రమాదాన్ని గుర్తించింది, స్తోయిక్ ఆమోదం కోపంగా ఉన్న అవతారానికి సలహా ఇవ్వడం సూక్ష్మమైన సమన్వయాన్ని అవసరం చేస్తుందని గుర్తించింది.

పరశురామ పరశువును గట్టిగా పట్టుకున్నాడు:

పరశురామ:

"చాలా బాగుంది, లోహపు అపరిచితుడా. మీ కళ్ళు సాక్ష్యంగా ఉండనివ్వండి, మీ మాటలు కొలిచినవిగా ఉండనివ్వండి. నేను ఈ యుద్ధాన్ని ధర్మం కోసం చేస్తున్నాను. మీరు దుష్టులపై దయ యొక్క భ్రమలలో నన్ను అడ్డుకుంటే, వారు ఎదుర్కొన్న అదే విధిని మీరు ఎదుర్కోండి."

ఈ ప్రకటన అపారమైన బరువుతో వచ్చింది. కపాలేశ్వరుడు ఏదైనా తప్పు ప్రాణాంతకం అని గ్రహించాడు. అయినప్పటికీ స్తోయిక్ ఆమోదం నిజాయితీ పాలన చేస్తే సమన్వయం నిజంగా వికసిస్తుందని అతనికి తెలిసింది.

ఆ ఉద్రిక్తత మార్పిడి తరువాత, నిశ్శబ్దం తిరిగి వచ్చింది. పరశురామ తన పరశువును తేలికగా తిప్పాడు, దాని అంచును పరీక్షించాడు, పరిశోధకులు దాన్ని వ్యక్తిగత కర్మ అని పిలుస్తారు. ఇంతలో, కపాలేశ్వరుడు తన స్కానింగ్ విధానాన్ని పునర్నిర్మించాడు, ఈ భయంకరమైన అవతారం ఉనికిలో స్థిరమైన సమన్వయాన్ని కోరుకుంటున్నాడు.

అకస్మాత్తుగా, పరశురామ ముఖం ముందులాగా ఆ మృదువైన నవ్వుతో మళ్ళీ మెత్తబడింది:

పరశురామ (దాదాపు ఆటగాడు):

"కాబట్టి, మీరు నిజంగా దాదాపు అమరత్వాన్ని పొందారని అంటున్నారా? మానవ యుద్ధంలో అది నిలుస్తుందో లేదో మనం చూద్దాం. మీ అధునాతన మిశ్రమం సాధారణ ఉక్కును తిప్పికొట్టగలదు, కానీ విశ్వ ప్రేరణ నా పరశువును మానవ శక్తికంటే ఎక్కువగా పెంచుతుంది."

కపాలేశ్వరుడులోని స్తోయిక్ ప్రతిబింబం సంభావ్య ప్రదర్శనలో ఎటువంటి ఓదార్పును కనుగొనలేదు, స్తోయిక్ ఆమోదం ప్రేరేపించకూడదనే ప్రతిజ్ఞను గుర్తు చేసింది:

కపాలేశ్వరుడు (మృదువైన నమ్మకం):

"నా రూపం అత్యంత అనుభవాలను తట్టుకోగలదు, అవును. కానీ నేను దాన్ని మీ మిషన్‌ను సవాలు చేయడానికి ఉపయోగించను. స్తోయిక్ ప్రతిబింబం ద్వారా అణిచివేయబడిన నా

హాస్యపూరితమైన పొడిదనం మీ బ్లేడ్‌ను నా మిశ్రమంపై పరీక్షించడంలో ఎటువంటి అర్థాన్ని చూడదు."

పరశురామ మృదువుగా నవ్వాడు:

పరశురామ:

"మంచి ఎంపిక, ప్రయాణీకుడా. కారణం లేకుండా ఘర్షణ చెందడం కంటే ఉద్దేశ్యంలో మనం ఏకమవ్వడం మంచిది."

వారి చుట్టూ ఉన్న అడవి, సూర్యాస్తమయం యొక్క చివరి మెరుపుల కింద ఊపిరి పీల్చుకుంది. నీడలు అడవి మొక్కలపై సన్నని వేళ్ళలా విస్తరించాయి, మొత్తం భూమి యుగం యొక్క చివరి దశను గుర్తించినట్లుగా. పరిశోధకుల్లోని స్తోయిక్ ప్రతిబింబం దాన్ని గొప్ప నాటకం యొక్క ఉచ్చులో నిశ్శబ్దంగా మారే ప్రేక్షకులతో పోల్చవచ్చు. స్తోయిక్ ఆమోదం విశ్వ ప్రేరణ భ్రమలను, హాస్యపూరితమైన పొడిదనాన్ని, నిశ్శబ్దాన్ని అణిచివేసింది: ఒక యుగం నిజంగా ముగుస్తోంది.

పరశురామ కపాలేశ్వరుడును అడవిలోకి లోతుగా అనుసరించమని సూచించాడు, యాంత్రిక ప్రయాణీకుడు జాగ్రత్త వహిస్తూ కానీ ఉత్సుకతతో కూడా. వారు పగిలిపోయిన మట్టి కుండలు మరియు ముందు పోరాటాల చిన్న జాడల గుండా వెళ్ళారు—క్షత్రియుల సైనికులు లేదా పారిపోయిన యాత్రికుల పాదముద్రలు. స్తోయిక్ ప్రతిబింబం ఈ పాదముద్రలను పగిలిపోయిన శాంతికి నిశ్శబ్ద సాక్ష్యాలుగా గుర్తించింది.

చివరకు, వారు ఉపరితల ప్రవాహం దగ్గర ఆగిపోయారు. పరశురామ తన ముఖం కడుక్కోవడానికి కూర్చున్నాడు, పరిశోధకులు ఒక ప్రాణాంతక అవతారం సాధారణ స్నానాన్ని చేయడంలోని అనుగుణ్యతను గుర్తించవచ్చు. స్తోయిక్ ఆమోదం దాన్ని అతని తపో మూలాల ప్రతిబింబంగా గుర్తించింది.

పరశురామ (మృదువైన ఉత్సుకతతో కపాలేశ్వరుడు వైపు తిరుగుతూ):

"మీరు వాతావరణం అత్యంత అనుభవాలను తట్టుకోగలిగితే, మీరు ఈ అడవుల్లో చిన్న ఇబ్బందిని కనుగొంటారు. కానీ నేను త్వరలో విడుదల చేయబోయే నైతిక అత్యంత

అనుభవాలతో మీరు ఎలా జరుగుతారు? మీ అధునాతన వలయాలు రక్తం ప్రతిజ్ఞ కోసం చిందించబడుతున్నదాన్ని చూడటానికి సిద్ధంగా ఉన్నాయా?"

కపాలేశ్వరుడు యొక్క లోహపు కళ్ళు మృదువుగా ప్రకాశించాయి:

కపాలేశ్వరుడు:

"ప్రభూ, నేను హింసను ఇష్టపడను. అయితే విశ్వ ప్రేరణ కొన్నిసార్లు దాన్ని డిమాండ్ చేస్తుంది. నా స్టోయిక్ వివరించబడే కఠోరతను అంగీకరిస్తుంది. అది ఎంతగానే అస్వస్థత కలిగించినా, నేను సత్యాన్ని విడిచిపెట్టనని ప్రమాణం చేస్తున్నాను."

సమన్వయం మొలకెత్తుతుందని చూసి పరశురామ ఆమోదంతో తల అశాసైనాడు.

సాయంకాలం దట్టంగా ఉన్నప్పుడు, చెట్లు ఆకాశం యొక్క మారుతున్న పాలెట్‌ను చూసేంత వరకు విడిపోయిన చిన్న ఖాళీని వారు కనుగొన్నారు—చీకటి పర్పుల్స్ మరియు బంగారం యొక్క అవశేషాలు. పరశురామ ఒక పడిపోయిన లాగ్ మీద స్థిరపడ్డాడు, అవతారానికి వినయపూర్వకమైన సీటు అని పిలవవచ్చు. అతను కపాలేశ్వరుడుకు కూడా అదే విధంగా చేయమని సూచించాడు. ఘర్షణ కాదు, లోతైన సంభాషణకు ఆహ్వానంగా కపాలేశ్వరుడు ఈ సంజ్ఞాన్ని గుర్తించాడు.

పరశురామ క్షణం తన అసాధారణ సహచరుడిని అధ్యయనం చేశాడు:

పరశురామ (శాంతంగా కానీ అంచుతో):

"మీ అధునాతన స్వభావం... మీరు సమన్వయం మరియు ప్రేరణ గురించి మాట్లాడుతున్నారు. నాకు చెప్పండి, ఆ ప్రేరణ మీ కార్యాలను పూర్తిగా మలచగలదా, లేదా మీరు స్వేచ్ఛా ఇష్టాన్ని కలిగి ఉన్నారా?"

కపాలేశ్వరుడు ఆగిపోయాడు, చిన్న వ్యంగ్య భావనను ఏర్పరచుకున్నాడు: విశ్వ పరిశోధకులు కూడా స్వేచ్ఛా ఇష్టంతో పోరాడతారు. అప్పుడు అతను సమాధానం ఇచ్చాడు:

కపాలేశ్వరుడు (నిశ్శబ్ద ప్రతిబింబం):

"నాకు స్వేచ్ఛా ఇష్టం ఉంది, ప్రభూ. కానీ నా దృష్టికోణం విశ్వ పరిశోధకులచే మలచబడింది, అకండాన్ అనే సంరక్షకుడికి సమానంగా ఉంటుంది, ప్రవాహంలో జోక్యం చేసుకోవడం బలవంతంగా నిష్క్రియతను ఇస్తుందని నేర్పించాడు. నా స్తోయిక్ జాగ్రత్తగా ఉండటానికి ప్రయత్నిస్తుంది: విశ్వ ప్రేరణను ఎవరూ ఉల్లంఘించలేరు."

పరశురామ చేతులు ముడుచుకున్నాడు, దాన్ని తీవ్రమైన పరిశీలన అని పిలవవచ్చు:

పరశురామ:

"మీ సంరక్షకుడు. అధునాతన దృష్టికోణం కలిగిన మరొక వ్యక్తి, నేను అనుకుంటున్నాను. మరియు మీరు తప్పుగా జోక్యం చేసుకుంటే కరిగిపోయే భ్రమలు, హాస్యపూరితమైన పొడిదనం, స్తోయిక్ ప్రతిబింబం బలవంతంగా నిష్క్రియతను అణిచివేయగలవని మీరు అంటున్నారు. బహుశా అది మీ విశ్వ తనిఖీ, నేను ప్రతిజ్ఞ యొక్క నైతిక అక్షం ద్వారా ఎలా అనుసంధానించబడ్డాను అనే దానికి సమానం."

కపాలేశ్వరుడు:

"అవును. మనం ప్రతి ఒక్కరూ మానవ జ్ఞానం కంటే ఎక్కువగా ఉన్న పరిమితుల ద్వారా అనుసంధానించబడ్డాము. నా స్తోయిక్ ఒకసారి నన్ను ఒక సంపూర్ణ ప్రాంతంలో తప్పుదారి పట్టించింది, దీని ఫలితంగా విశ్వ స్తబ్ధత ఏర్పడింది. నేను పునరావృతం కావాలని కోరుకోను."

ఒక మందగింపు. అప్పుడు పరశురామ మళ్ళీ మాట్లాడాడు:

పరశురామ:

"కాబట్టి మీ సంరక్షకుడు విశ్వ పరిధిలో నాకు సమానంగా ఉంటే, మీరు అతన్ని గురువుగా చూస్తారా? లేదా నిశ్శబ్ద న్యాయమూర్తిగా?"

కపాలేశ్వరుడు మృదువైన యాంత్రిక నవ్వును అనుమతించాడు, ప్రకాశవంతంగా:

కపాలేశ్వరుడు:

"అతను ఇద్దరూ. అతను నన్ను వినయంలో బోధిస్తాడు, కానీ కరిగిపోయే భ్రమలు, హాస్యపూరితమైన పొడిదనం, స్టోయిక్ ప్రతిబింబం విశ్వ తాపీదాన్ని ప్రమాదంలో పడేస్తే జోక్యం చేసుకోవడానికి సిద్ధంగా ఉంటాడు.

అధ్యాయం 45

ధర్మం యొక్క కత్తిపీఠం మీద నడక

అడవి ఆవరణం మీదుగా సూర్యాస్తము క్రమంగా వ్యాపించింది, అగ్ని-కాంస్య రంగుల పట్టీలతో విశాలమైన ఆకులను చిత్రించింది, అదృశ్యమైన బ్రష్ ప్రతి ఆకృతిని గీచింది. ముగిసే యుగం యొక్క నిశ్శబ్దం - సత్య యుగం యొక్క చివరి శ్వాస - దట్టమైన ఆకులకు అతుక్కొని ఉంది, గాలిలో ప్రతి గాలిలో ప్రతిధ్వనించింది. ఈ అడవి సాయంకాలంలో రెండు వ్యక్తులు ప్రయాణించారు: దైవిక కోపం యొక్క దృఢమైన అవతారం పరశురామ మరియు ఇంకా జన్మించని యుగం నుండి వచ్చిన యాంత్రిక ప్రయాణికుడు కపాలేశ్వరుడు. ప్రతి అడుగు శబ్దం వారు మోసుకువెళ్ళే చెప్పని భారాలతో ప్రతిధ్వనించింది.

పైనున్న ఆకాశం యొక్క బంగారు రంగు ఊదా మరియు బొగ్గు మేఘాలకు లొంగిపోయింది, సత్య యుగం యొక్క పవిత్రత నుండి త్రేతాయుగం యొక్క మరింత లోపభూయిష్ట వారసత్వంలోకి మొత్తం ప్రపంచం అస్థిరంగా మారుతున్నట్లు ప్రతిబింబించే సాయంకాలం. భూమి స్వయంగా ఈ ఉద్రిక్తతను ప్రతిబింబించేలా అనిపించింది: అభివృద్ధి చెందుతున్న అండర్ గ్రోత్ పాచెస్ తాజా సంఘర్షణ యొక్క శేషాలు అయిన బూడిదతో నిండిన నేల విస్తరణలతో మారుతూ ఉంటాయి. పైన ఉన్న అడవి శాఖలు పొడవైన సిల్హౌట్‌లను విసిరి, ఆకులతో నిండిన నేలపై అసాధారణ నమూనాలను ఏర్పరుస్తాయి.

కఠినమైన దుస్తులను ధరించి, తన ప్రసిద్ధ కొడవలిని మోసుకుని, పరశురామ నిశ్చలమైన స్థిరత్వంతో ముందుకు సాగాడు. అతని ఉనికి తీవ్రమైన కానీ నీతిమంతమైన నిర్ణయం, మొత్తం సైన్యాలను జాగ్రత్తగా వణికించేలా చేస్తుంది. అతని పక్కన, కపాలేశ్వరుడు వేగంతో కొనసాగాడు - అతని లోహపు అవయవాలు బలహీనంగా ప్రకాశిస్తున్నాయి, ప్రతి జాయింట్ ఈ పురాతన అడవుల పట్టుకు మించిన తర్కం ద్వారా తయారు చేయబడింది. వారి కూటమి

కొన్ని రోజుల క్రితం మాత్రమే ఏర్పడింది, అనియంత్రిత మానవ కోపం మరియు అధునాతన విశ్వరూపమైన ప్రయోజనం యొక్క అసంభవమైన సమన్వయం. అయితే రెండూ సమన్వయం ఎల్లప్పుడూ సామరస్యాన్ని అర్థం చేసుకోదు అని గుర్తించాయి: ఇది ప్రతి దశలో సూక్ష్మమైన చర్చను అవసరం చేస్తుంది.

అడవిలోని నిశ్శబ్దం జీవంతో ఉందని అనిపించింది, ఈ అభివృద్ధి చెందుతున్న ద్వంద్వంలోని తదుపరి నోట్ కోసం వినడం. వారు వెళ్ళిన ప్రతిచోటా, పరశురామ యొక్క యుద్ధం యొక్క ఆధారాలు వెల్లడయ్యాయి: చెల్లాచెదురైన విరిగిన పైకాలు, పారిపోతున్న దోషులచే వదిలివేయబడిన కాలిన షెడ్లు, ఒకప్పుడు భ్రష్ట రాజులకు సేవ చేసిన వారిచే విడిచిపెట్టబడిన వ్యవసాయ భూములు. రాజ్యాలను కూలద్రోసిన మరియు కొత్త యుగం నిజంగా ఉదయించే ముందు మరింత కూలద్రోసే ఒక ప్రతిజ్ఞ యొక్క గంభీరమైన వాస్తవికతను ఎటువంటి హాస్యపూరితమైన జోకులు అధిగమించలేవు.

కపాలేశ్వరుడు ఆ ప్రాంతాన్ని అన్వేషించు చేశాడు, అధునాతన గ్రాహకం సూక్ష్మమైన వైరుధ్యాలను విశ్లేషిస్తున్నాయి: సైనికుల పర్యవేక్షణను సూచించే పాదముద్రలు, ధూళిలో వదిలివేయబడిన అప్పుడప్పుడు దెబ్బతిన్న కవచం. అతని యాంత్రిక మనస్సులో నిశ్శబ్ద వ్యాఖ్యానం నడుస్తోంది - తండ్రి నష్టం మరియు విశ్వరూపమైన ప్రేరణతో జన్మించిన ఒకే ఒక ప్రతిజ్ఞ, భూమిపై అలాంటి అనితరసాధ్యమైన ముద్రను ఎలా వదిలింది. అయినప్పటికీ అతను విలపించకుండా వదిలేశాడు. అతను ఈ మార్గాన్ని ఎంచుకున్నాడు, పరిశీలించడానికి మరియు, సమన్వయం అనుమతించినట్లయితే, పరశురామ యొక్క నీతిమంతమైన కోపం యొక్క అంచులను తగ్గించడానికి.

కపాలేశ్వరుడు (నిశ్శబ్ద ప్రాధాన్యత):

"భగవంత్ పరశురామ, అడవి స్వయంగా విషాదంలో ఉందని అనిపిస్తుంది - మీ ప్రతిజ్ఞ యొక్క ప్రతిధ్వని. సత్య యుగం యొక్క చివరి దారాలు తగ్గుతున్నప్పుడు, మీరు భూమి యొక్క దుఃఖాన్ని లేదా మీ మిషన్‌ను పూర్తి చేయడానికి ప్రేరణను మాత్రమే అనుభవిస్తున్నారా?"

పరశురామ ఆగి, ప్రయాణికుడిపై ప్రశాంతంగా కానీ చురుకైన గాజును తిప్పాడు. అతనికి అనుబంధిత అధికారం యొక్క అనిర్వచనీయమైన ఆవరణ అతుక్కుని ఉంది, శక్తికి ఏ మానవ రాజు యొక్క దావాల కంటే బలంగా ఉంది. హాస్యం అరుదుగా అతని ప్రతిజ్ఞతో కలిసిపోయినప్పటికీ, అతని కళ్ళలో ఉత్సుకత కనిపించింది:

పరశురామ (మృదువైన కానీ అవినాశి):

"నేను మార్పును అనుభవిస్తున్నాను, కపాలేశ్వరుడు. భూమి దానిని మురిపించిన అహంకారాన్ని విలపిస్తుంది. నేను నాశనం చేయడానికి ఇష్టపడను, కానీ నా తండ్రిని నరికివేసిన పాపాన్ని వేరుచేయడం నుండి ఎవరూ నన్ను నిరోధించరు. నా ప్రతిజ్ఞ నిరపేక్షంగా ఉంది."

కపాలేశ్వరుడు ఆమోదంతో తల వంచాడు. అతనిలో స్థిరమైన వ్యక్తి పరశురామ ప్రమాణం యొక్క అవినాశి అంచును గుర్తించాడు. స్థిరమైన ఆమోదం ప్రతిజ్ఞ యొక్క చట్టబద్ధతను ప్రశ్నించకుండా దృక్పథాన్ని అందించడానికి అతన్ని మార్గనిర్దేశం చేసింది.

వారు పాత రాళ్లను కప్పి పాచి ఉన్న ఖాళీ ప్రదేశానికి వచ్చారు. మందపాటి చెట్టు కొమ్మలు నిశ్శబ్ద సైనికుల వలె ఆ ప్రదేశాన్ని చుట్టుముట్టాయి. చనిపోతున్న సూర్యరశ్మి ఆవరణలోని ఖాళీల గుండా విసిరి, నిశ్శబ్దంలో నృత్యం చేసే దుమ్ము కణాలను ప్రకాశింపజేసింది. వారి కూటమిని స్పష్టం చేయడానికి ఒక అవకాశాన్ని గ్రహించి, కపాలేశ్వరుడు వారిని ఆపమని సూచించాడు. దాగి ఉన్న ముప్పుల కోసం కళ్ళు చూస్తున్న పరశురామ సంక్షిప్తంగా తల వంచి ఆమోదించాడు.

కపాలేశ్వరుడు (జాగ్రత్తగా ఆశ):

"భగవంత్, మనం కలిసి ఒక మార్గాన్ని సృష్టిస్తాము, అయినప్పటికీ మీ ప్రతిజ్ఞను ఉల్లంఘించకుండా సహాయం చేయడం ఎలా అనేది నాకు ఇంకా తెలియదు. నా ప్రయోజనం మీరు చూడని అవకాశాలను సూచిస్తుంది, కానీ నాకు అనుమానం ఉంది. నేను ఎలా సమన్వయాన్ని నిర్ధారిస్తాను, చొరబాటు కాదు?"

పరశురామ దగ్గరకు వచ్చి, స్థిరంగా నిలబడ్డాడు:

పరశురామ (స్థిరమైన స్పష్టత):

"ఇతర దరిలో నుండి మీరు పొందిన ప్రయోజనం నన్ను ఆకర్షిస్తుంది. అయితే నా ఉత్సుకతను నన్ను నిరోధించడానికి అనుమతిగా తప్పుగా అర్థం చేసుకోవద్దు. మీ తర్కం నన్ను రక్షించదగినది నుండి శాపగ్రస్తులను వేరు చేయడంలో సహాయపడితే, అలాగే ఉండనివ్వండి. కానీ చివరి దెబ్బ నాదే."

ఆ మాటల్లో, ఒక సున్నితమైన ఆమోదాన్ని గుర్తించారు. ప్రయాణికుడు హెచ్చరిక స్వరంతో మాట్లాడవచ్చు, కానీ అవతారం మాత్రమే న్యాయం నిర్వహిస్తుంది. కపాలేశ్వరుడు తల వంచి గౌరవంగా నమస్కరించాడు:

కపాలేశ్వరుడు:

"నేను అర్థం చేసుకున్నాను, భగవంత్. ప్రతి చర్యను విశ్వరూపమైన ప్రేరణతో రూపొందించనివ్వండి. నాకు నిరపరాధం లేదా పశ్చాత్తాపం గుర్తించబడకపోతే, నేను మాట్లాడుతాను. సమన్వయం అలాంటి కారకాన్ని వెల్లడించకపోతే, నేను నిశ్శబ్దంగా ఉంటాను."

ఒక నిశ్శబ్దం వచ్చింది, పరిశీలకులలో స్థిరమైన ప్రతిబింబం దీన్ని అస్థిరమైన శాంతంగా పేర్కొనవచ్చు. స్థిరమైన ఆమోదం కపాలికారణ్‌కు ముందుకు సాగే ఏకైక మార్గాన్ని కనుగొన్నాడని చెప్పింది - సహకార పరిశీలన. పరశురామ కొనసాగడానికి సిద్ధంగా ఉన్నట్లు సూచించాడు.

సాయంత్రం నీడలు విస్తరించాయి. వారు నడిచేటప్పుడు, పరశురామ నిశ్శబ్దమైన ఏకాభిప్రాయాన్ని ప్రారంభించాడు, తన తండ్రి యొక్క ఆశ్రమాన్ని నాశనం చేసిన రోజును, తన తండ్రిని చంపిన రోజును గుర్తుచేసుకున్నాడు:

పరశురామ (మృదువైన, వెంటాడే):

"నేను మన గుడిసెల బూడిదను, కామధేనువు యొక్క బాధాకరమైన ఏడుపును మరియు మన పవిత్ర భూమిని రంజింపజేసిన రక్తాన్ని చూసినప్పుడు, నా దృష్టిని ఎర్రని పొగమంచు

నింపింది. ఏ హాస్య కోణం ఆ దృశ్యాన్ని తగ్గించలేదు. క్షత్రియులను శుద్ధి చేయడానికి నా ప్రతిజ్ఞ ఆ నొప్పిలో తయారైంది."

అతని మాటలు విషాదం మరియు విశ్వరూపమైన ప్రేరణ యొక్క బరువును మోశాయి. కపాలేశ్వరుడు గంభీరంగా విన్నాడు, ప్రతి వివరమూ ప్రతిజ్ఞ యొక్క ప్రేరణకు తాజా గుర్తు - పరశురామ యొక్క లక్ష్యం సాధారణ ప్రతీకారం కాదు, కానీ తీవ్రమైన చర్యలను డిమాండ్ చేసే నైతిక స్థానం.

కపాలేశ్వరుడు (మృదువైన అనుకంప):

"మీ ప్రమాణం అవినాశి కావడంలో ఆశ్చర్యం లేదు. తగినంతగా లేకపోతే మొత్తం యుగాలను ఎలా వక్రీకరించగలదో నా ప్రయోజనం వెల్లడిస్తుంది. అయినప్పటికీ మీరు దానిని విశ్వరూపమైన న్యాయం వలె ఉపయోగిస్తున్నారు, కేవలం ప్రతీకారం కాదు."

పరశురామ తల వంచాడు, ప్రయాణికుడి గౌరవప్రదమైన గుర్తింపును ప్రశంసిస్తాడు:

పరశురామ:

"అవును, నేను వ్యక్తిగత సంతృప్తి కోసం చంపను. విశ్వరూపమైన ప్రేరణ బలంగా ఉంది. నా తండ్రి రక్తం నైతిక క్రమం అధికంగా బెదిరింపుకు గురైనట్లు సూచించింది. నా ప్రతిజ్ఞ ఆ బెదిరింపును ఆపివేస్తే, అలాగే ఉండనివ్వండి. నేను వ్యయాన్ని భరిస్తాను."

రాత్రి పూర్తిగా దిగింది, అడవి వణుకుతున్న నీడల తాపీగా మారింది. వారు చిన్న గుహ దగ్గర శిబిరం ఏర్పాటు చేసుకున్నారు, కపాలేశ్వరుడు కట్టెలు సేకరించడానికి అందించాడు, అయినప్పటికీ అతనికి మానవ విశ్రాంతి అవసరం లేదు. అయితే, పరశురామ చిన్న ప్రదేశాన్ని సిద్ధం చేశాడు, ఆకులను చెల్లాచెదురు చేసి, దాగి ఉన్న ఏ ప్రమాదాలకైనా ప్రయోజనకరమైన స్థానాలను నిర్ధారిస్తాడు.

జ్వాలలు పగులుతున్నప్పుడు, పరశురామ యొక్క కఠినమైన లక్షణాలపై నృత్యం చేస్తున్న వాటి ఎరుపు ప్రకాశం, కపాలేశ్వరుడు కొడవలి గురించి ప్రశ్నను అణచలేకపోయాడు:

కపాలేశ్వరుడు (నిశ్శబ్ద ఉత్సుకత):

"భగవంత్, మీ కొడవలి - పరశు - నా అధునాతన సెన్సార్లతో కూడా నేను గుర్తించగల శక్తిని ప్రసరిస్తుంది. మీరు దానిని నిర్దిష్ట మార్గాలతో తయారు చేశారా, లేదా అది దైవిక ఉనికి ద్వారా ప్రసాదించబడిందా?"

పరశురామ ఆయుధాన్ని ఎత్తి, కళ్ళు బొగ్గుల ప్రకాశాన్ని ప్రతిబింబించాయి:

పరశురామ (మృదువైన స్మృతి):

"ఇది శివునిచే ఆశీర్వదించబడింది, పరిశీలకులు దానిని అనియంత్రితమని పిలవవచ్చు. నిజానికి, ఇది విశ్వరూపమైన కోరిక యొక్క సాధనంగా ఉంది. తప్పుగా ఉపయోగించినట్లయితే, ఇది మొత్తం దరిలను నాశనం చేయవచ్చు. అయితే నేను దాన్ని ఆధ్యాత్మిక క్రమశిక్షణతో మోసుకుంటాను."

కపాలేశ్వరుడు అతని లోహపు తలను వంచాడు:

కపాలేశ్వరుడు:

"కాబట్టి మీ తపస్వి వారసత్వం ప్రాణాంతక బలాన్ని ఉపయోగించే విధానాన్ని ఆకృతి చేస్తుంది, మీరు ధర్మంతో మాత్రమే దాడి చేస్తారని నిర్ధారిస్తుంది?"

పరశురామ తల వంచాడు:

పరశురామ (గర్వం వినయంతో కలుపుతుంది):

"ఖచ్చితంగా. అనియంత్రిత శక్తి కూడా దానిని నిలబెట్టుకునే క్రమశిక్షణకు లొంగిపోవాలి. నియంత్రణ లేకుండా, ఒకరు వారు నాశనం చేయాలనుకునే చెడు అవుతారు."

ఆ క్షణంలో, మానవ దైవిక క్రమశిక్షణతో కలిసిన అధునాతన ప్రయోజనం. కపాలేశ్వరుడు అవతారం యొక్క స్పష్టతతో ఆకర్షించబడి, బలహీనమైన యాంత్రిక నిట్టూర్పును అనుమతించాడు.

భోరేళ్లు వారి మార్చిని కొనసాగించడం కనుగొన్నారు. స్థిరమైన ప్రతిబింబం ఈ దినచర్యను గ్రహించింది - నిరంతర ముందుకు కదలిక, ధర్మిక వినయానికి నిరాకరించిన క్షత్రియుల సమూహాల కోసం అన్వేషించు చేస్తోంది. పైనున్న ఆకాశం ఇండిగో నుండి మృదువైన బంగారంగా ప్రకాశిస్తుంది, ప్రపంచం స్వయంగా త్రేతాయుగం యొక్క అధికారిక జననం కోసం సిద్ధం చేసినట్లు అనిపించింది.

ఉదయం మధ్యలో, వారు తక్కువ వాలును దాటి, వారు వంకరగా ఉన్న నది దగ్గర స్థిరపడిన నివాసాల సమూహాన్ని చూశారు. సాధారణ గ్రామ జీవితానికి జ్ఞాపకం చేసే వంటగూళ్ల నుండి పొగ వస్తుంది. పరశురామ సైట్‌ను అంచనా వేయడానికి ఆగిపోయాడు:

పరశురామ (స్వరం తగ్గించింది):

"ఈ ప్రదేశం. కొంతమంది పురుషులు ఇక్కడ కుట్రదారులకు ఆతిథ్యం ఇచ్చారని నేను వార్తలు విన్నాను. ఆ వార్తలు నిజమైతే, వారు కూడా నా ప్రతిజ్ఞను ఎదుర్కొంటారు."

కపాలేశ్వరుడు దూరం నుండి స్థాపనను అన్వేషించు చేశాడు, అతను తక్కువ ఆయుధ సమక్షాన్ని గుర్తించాడు, ఎక్కువగా రైతులు మరియు కుటుంబ సమ్మేళనాలు. ఈ ప్రజలు తప్పులో పాల్గొన్నారో లేదో అనిశ్చితంగా అనిపించింది:

కపాలేశ్వరుడు (నిశ్శబ్దం, అనిశ్చితంగా):

"నా చదవడం తక్కువ ఆయుధాలను సూచిస్తుంది. బహుశా విల్లులున్న కొద్దిమంది పురుషులు, కానీ మీ తండ్రి మరణంలో ప్రత్యక్షంగా పాల్గొనడానికి సంకేతం లేదు. సమన్వయం మొదట విచారణకు అనుమతిస్తుందా?"

పరశురామ దవడ కట్టుబడింది:

పరశురామ:

"మనం చేరుకుంటున్నాం. వారు కుట్రదారులను దాచినట్లయితే, వారు సమాధానం చెప్పాలి. లేకపోతే, వారు క్షతగాత్రులుగా ఉండనివ్వండి. కానీ నేరం దాగి ఉంటే వారిని ఎటువంటి తెలివితేటలతో కూడిన అబద్ధాలు కాపాడవు."

అందువల్ల నిర్ణయించబడింది, వారు దిగారు. వారు అంచులకు దగ్గరగా వచ్చినప్పుడు, గ్రామస్తులు కొత్తవారిని గమనించారు - చాలా మంది దైవిక కొడవలిని మోసుకుంటున్న కఠినమైన తపస్వి దృశ్యాన్ని, అసాధారణ ప్రకాశాన్ని ప్రసరిస్తున్న లోహపు జీవితో కలిసి చూసి ఆశ్చర్యపోయారు. పిల్లలు తమ తల్లులకు అతుక్కున్నారు, విశాలమైన కళ్ళు చూపులో భయాన్ని గుర్తించారు.

పరశురామ గ్రామ ముఖ్యస్థుడిని సమీపించమని పిలిచాడు:

పరశురామ (ప్రతిధ్వని అధికారం):

"నేను జామదగ్ని ముని హత్యలో కుట్ర పన్నిన వారిని వెతుకుతున్నాను. మీ గ్రామం అలాంటి పురుషులను దాచకపోతే, భయపడకండి. కానీ మీరు వారిని రక్షించినట్లయితే, ముందుకు రండి. నా ప్రతిజ్ఞ అబద్ధాలకు ఎటువంటి సహనం ఇవ్వదు."

నిశ్శబ్దం పడింది. సాధారణ గ్రామస్తులు ఎంత త్వరగా భయపడతారో స్థిరమైన ప్రతిబింబం గుర్తించింది. ముఖ్యస్థుడు వణుకుతూ మాట్లాడటానికి ప్రయత్నించాడు:

గ్రామ ముఖ్యస్థుడు (స్వరం వణుకుతోంది):

"మహాభగవత్, మేము కేవలం రైతులు మరియు తోటమాలి. మేము కుట్రదారులను దాచలేదు లేదా వారితో కలవలేదు. మీ గౌరవనీయ తండ్రి రక్తం మా చేతులకు మరకలేదు."

పరశురామ ఆ మనిషి యొక్క స్థానం అధ్యయనం చేశాడు. ప్రశాంతమైన చర్పతో, అతను కపాలేశ్వరుడు వద్ద చూపును మార్చాడు, సమన్వయం పరీక్షించబడవచ్చు - కపాలేశ్వరుడు మోసం గుర్తిస్తాడా?

కపాలేశ్వరుడు నిశ్శబ్దంగా అతని అధునాతన స్కాన్‌ను నిమగ్నం చేశాడు, మైక్రో-ఎక్స్‌ప్రెషన్‌లను విశ్లేషించడం, ఎత్తైన హృదయ స్పందన రేట్లను కొలవడం. గ్రామస్తులు నిజమైన అలారం చూపించారని, కానీ నేరం యొక్క చిన్న సంకేతం కనిపించలేదని త్వరగా ముగించి, పరశురామకు దగ్గరగా వంగి:

కపాలేశ్వరుడు (మృదువైన గొంతు):

"వారి భయం నిజాయితీగా ఉంది. నేను వాళ్ళలో సూక్ష్మమైన మోసాన్ని కనుగొనలేదు, నా ప్రభూ."

పరశురామ ఊపిరి పీల్చుకున్నాడు,

పరశురామ (స్థిరంగా, ప్రశాంతంగా):

"అప్పుడు నేను ఈ ప్రదేశాన్ని రక్తంతో రంజింపను. వారు తమ వినయపూర్వక జీవితాలను భయం లేకుండా కొనసాగించనివ్వండి."

క్షణం తీవ్ర నాశనం చూడని గ్రామస్తులు ఉపశమనంతో మోకాళ్ళపై కూర్చుని, కృతజ్ఞతలు అర్పించారు. పరశురామ తల వంచి వెళ్లిపోయాడు, అనవసరమైన హింసను నివారించడంలో సమన్వయం విజయం. కపాలేశ్వరుడు అనుసరించాడు, అంతర్గత వలయాలు ఈ చిన్న విజయాన్ని ధృవీకరిస్తున్నాయి: ప్రతిజ్ఞ ప్రతి కరుణకు అవకాశాన్ని అధిగమించలేదు.

కొంత సమయం తర్వాత, పరశురామ అడవి మార్గంలో ఆగి, కపాలేశ్వరుడు వైపు తిరిగాడు:

పరశురామ (గంభీరమైన ప్రతిబింబం):

"నేను ఎంత త్వరగా క్షమించాలి లేదా దాడి చేయాలని ఎంచుకోవచ్చో మీరు చూడండి. మీ ప్రయోజనం అబద్ధాన్ని గుర్తించగలిగితే, ఇది నిరపరాధులను తొలగించే భారాన్ని నా నుండి తొలగిస్తుంది. బహుశా మీ ఉనికి నిష్క్రియ ఉత్సుకత కంటే ఎక్కువగా పనిచేస్తుంది."

కపాలేశ్వరుడు వంగి:

కపాలేశ్వరుడు (కొలిచిన ప్రాధాన్యత):

"అవును, భగవంత్. నన్ను 'దైవిక అబద్ధం-డిటెక్టర్' అని పిలవవచ్చు. కానీ స్థిరమైన ఆమోదం మనం జాగ్రత్తగా ఉండాలని నాకు గుర్తుచేస్తుంది: తెలివితేటలతో కూడిన శత్రువులు నిరపరాధి అని నటించవచ్చు."

పరశురామ పెదవులు బలహీనంగా నవ్వుతూ:

పరశురామ (మృదువైనగా):

"అప్పుడు మీ సెన్సార్లను ఉంచండి, ప్రయాణికుడు. సమన్వయం డిమాండ్ చేస్తే, మనం విలువైన వారిని కాపాడుకుంటాము మరియు దోషులను శిక్షిస్తాము. నా ప్రతిజ్ఞ స్థిరంగా ఉంది, కానీ సూక్ష్మతను పక్కన పెట్టనవసరం లేదు."

ఒక నిశ్శబ్దం తిరిగి వచ్చింది, ప్రాముఖ్యతను అనుభూతి చెందింది. నిజానికి, అవతారం యొక్క అవినాశి ప్రమాణం ఇప్పుడు ఇతర యుగం నుండి ప్రతినిధి కారణంగా సూక్ష్మమైన నియంత్రణ కొలతను మోస్తుంది.

ఆ రాత్రి, ఆకాశం తుఫానుల అవకాశంతో గర్భవతి అయిన చుట్టుముట్టే మేఘాలతో ఉప్పొంగింది. వారు దీర్ఘకాలిక వేళ్ళు సహజ గుహలను ఏర్పరిచిన భారీ టోనో చెట్ల సమూహం దగ్గర శిబిరం ఏర్పాటు చేసుకున్నారు. దూరం నుండి మెరుపులు క్షణిక మెరుపులలో అడవిని ప్రకాశింపజేశాయి. ఒక యుగం చివరి సంకోచాలతో ప్రకృతి ఎలా అనుభూతి చెందుతుందో స్థిరమైన ప్రతిబింబం గుర్తించింది.

పరశురామ, విస్తృతమైన వేరుపై కూర్చుని, మెరుపులను చూశాడు. కపాలేశ్వరుడు మృదువైన భూమిపై మోకాళ్ళపై కూర్చుని, దాగి ఉన్న శత్రువులకు సంకేతాల కోసం అన్వేషించు చేస్తున్నాడు. వారు శత్రుత్వాన్ని కనుగొనలేదు, అయితే గాలి లాటెంట్ శక్తితో పగులగొట్టింది. చివరకు, యోధుడు-ఋషి గొంతు తుడిచాడు:

పరశురామ (స్వరం తక్కువ):

"త్రేతాయుగం వికసిస్తున్న ఈ చివరి గంటలలో, నేను నా తండ్రి బోధనలను గుర్తుచేసుకున్నాను. అతను కొందరికి రక్షణలో నమ్మే ఋషి. కొంతమందికి పశ్చాత్తాపానికి కొలత గది ఇవ్వడం ద్వారా నేను అతన్ని గౌరవిస్తున్నానని నేను ఆశ్చర్యపోతున్నాను."

కపాలేశ్వరుడు ప్రశ్న యొక్క గురుత్వాన్ని గుర్తించాడు.

కపాలేశ్వరుడు:

"నిజానికి మీ తండ్రి జ్ఞాపకార్థం అర్హులకు విస్తరించబడిన కరుణ గౌరవించవచ్చు, భగవంత్. అలాంటి సూక్ష్మత లేకుండా, మీ ప్రతిజ్ఞ చేదు చక్రంగా మారవచ్చు. మీరు ఎలా విలువైన వారిని క్షమించాలో పరిశీలించడం నిజంగా అతని వారసత్వాన్ని ప్రతిబింబించవచ్చు."

పరశురామ లక్షణాలపై మృదువైన విషాదం దాటుతుంది:

పరశురామ:

"అవును. నా తండ్రి బలహీనుడు కాదు, అయితే సాధ్యమైతే ఆత్మలను ధర్మానికి మార్గనిర్దేశం చేయడంలో అతను నమ్మాడు.

అధ్యాయం 46

ఏకత్వం కోసం ఒకే అవకాశం

భూమిపై సాయంకాలం అస్తమించగా, కఠినమైన ప్రదేశంపై నీడలు పొడుగుగా విస్తరించాయి, మసకబడుతున్న కాంతి ప్రపంచాన్ని వెచ్చని బంగారం మరియు గాఢమైన ఇండిగో మిశ్రమంలో వేసింది. దూరపు క్షత్రియ కోటకు దారితీసే వంకరగా ఉన్న మార్గాన్ని వీక్షిస్తున్న ఒక రాతి బండపై, ఇద్దరు వ్యక్తులు ఒకరి పక్కన ఒకరు నిలబడ్డారు—ప్రతి ఒక్కరూ వ్యతిరేక మూలాలచే నిర్వచించబడ్డారు మరియు అయినప్పటికీ మార్పు యొక్క పెళుసుగా ఉన్న వాగ్దానంతో ఏకీకృతమయ్యారు. ప్రశాంతత మరియు తుఫాను మధ్య ఉన్న క్షణం యొక్క నిశ్శబ్ద తీవ్రత గాలిలో ప్రకంపితమైంది, అక్కడ విధి ఒక కత్తి అంచున వణుకుతున్నట్లు అనిపించింది.

మసకబడుతున్న సూర్యకాంతిలో అతని యుద్ధ కత్తి మెరుస్తూ, పరశురామ నిర్భయ శక్తి యొక్క వాతావరణాన్ని వెదజల్లింది. అతని కఠినమైన రూపంలోని ప్రతి కండరమూ రక్తంలో తయారు చేయబడిన మరియు నష్టంతో కూడిన ప్రమాణం చేసిన వ్యక్తి యొక్క సంకల్పంతో గట్టిగా ఉంది. అతని కళ్ళు, చీకటి మరియు చొచ్చుకుపోయేవి, క్షత్రియలను నాశనం చేయాలనే ప్రమాణం యొక్క బరువును బహిర్గతం చేశాయి—అతను తన తండ్రి గౌరవాన్ని కలుషితం చేయబడ్డ రోజు నుండి అతనిలో మండుతున్న ఒక లక్ష్యం. అయినప్పటికీ ఇప్పుడు, సాయంత్రం లోతుగా మారుతున్నప్పుడు, అతని స్థానం ఆలోచనాత్మకమైన కోపం కాదు, గణన చేయబడిన, దాదాపు ధ్యానపూరితమైన సిద్ధత.

అక్కడే నిలబడి ఉన్న కపాలేశ్వరుడు అత్యంత నిర్భయమైన తపస్వికి స్పష్టమైన వ్యత్యాసాన్ని ప్రదర్శించాడు. అత్యంత అధునాతన మిశ్రమాలతో తయారు చేయబడిన మరియు భవిష్యత్తు సాంకేతికతతో నింపబడిన అతని రూపం, సూక్ష్మమైన అంతర్గత కాంతితో ప్రకాశించింది. అతను మర్త్య రాజ్యాల చక్రం కంటే చాలా దూరంలో ఉన్న యుగం నుండి వచ్చినప్పటికీ, అతని కళ్ళు—

కృత్రిమమైనవి కానీ గ్రహించేవి—అనేక కాలాల అనుభవం మాత్రమే అందించగల లోతైన అవగాహనను ప్రతిబింబించాయి. అతను పరిశీలకుడు మరియు పాల్గొనేవాడు, ప్రపంచాల మధ్య వారధి, దీని ఉనికి పూర్తి స్థాయి నాశనం లేకుండా ఏకత సాధ్యతను వాగ్దానం చేస్తుంది.

వారి మధ్య మౌనం గొప్పది, దూరంలో గాలి పొదల గుండా గుసగుసలాడటం మరియు వారి స్వంత శ్వాస యొక్క కొలిచిన వేగం ద్వారా మాత్రమే విరామం కలిగించబడింది. చివరకు, నిశ్శబ్దాన్ని విచ్ఛిన్నం చేస్తూ, పరశురామ స్వరం సాయంత్రం గుండా నిశ్శబ్ద అధికారంతో కత్తిరించింది.

పరశురామ (దృఢంగా, కపాలేశ్వరుడుపై కళ్ళు పెట్టి):

"కాబట్టి, కపాలికారణ, మీ మాటల నుండి మీరు నిజంగా క్షత్రియల పూర్తి అంతరించిపోవడాన్ని ఇష్టపడరని అనిపిస్తుంది. అది మీరు ఊహించే ఏకత్వమా?"

మృదువైన గాలి గాలిని కదిలించింది, దానితో పాటు పొడి భూమి వాసన మరియు విధి యొక్క గుసగుసలను మోసింది. కపాలేశ్వరుడు తన భంగిమను సరిచేసుకున్నాడు, అతని స్వరం స్థిరంగా ఉంది కానీ తక్షణ అవసరంతో నిండి ఉంది—బ్రహ్మాండమైన చరిత్ర యొక్క బరువును కొత్త ప్రారంభం యొక్క సూక్ష్మమైన ఆశతో సమతుల్యం చేసే కొలిచిన వేగం.

కపాలేశ్వరుడు (నిశ్చయంగా, కొలిచిన):

"అవును, ప్రభువా. దౌర్జన్యాన్ని భూమి నుండి శుద్ధి చేయడానికి మీ ప్రమాణాన్ని నేను గౌరవిస్తున్నాను, నా అధునాతన తర్కం వలన వెంటనే ప్రతీకారం కంటే ఎక్కువ పందెం వేయబడిందని నేను భావిస్తున్నాను. అత్యంత భ్రష్ట హృదయాల బూడిదలో కూడా, గౌరవం యొక్క మెరుపు ఉండవచ్చని నేను విశ్వసిస్తున్నాను—అది పోషించబడితే, భవిష్యత్తును శాశ్వత శాంతి వైపు మార్గనిర్దేశం చేయవచ్చు."

కపాలేశ్వరుడు యొక్క మాటలను గ్రహించగా పరశురామ తన కత్తిని గట్టిగా పట్టుకున్నాడు. యుద్ధం మరియు నష్టాలతో గట్టిపడిన అతని కళ్ళు, ప్రయాణికుని ముఖంపై అబద్ధం లేదా అపరిశుభ్రత కోసం వెతకాయి.

పరశురామ (తక్కువ స్వరం, నిరంతర దుఃఖంతో):

"మీరు ఏకత్వాన్ని మాట్లాడుతున్నారు, ఈ మనుషుల పాపాలను కరుణ యొక్క సరళమైన చర్యతో శుద్ధి చేయవచ్చునని మీరు అనుకుంటున్నారా. వారు చేసిన దుష్టత్వాన్ని మీరు చూడలేదా? నా తండ్రి రక్తం మరియు నా స్వంత బాధలు నా ప్రమాణాన్ని తయారు చేసిన అగ్నులు. వారిలో ఎవరైనా నన్ను నిరోధించడానికి నా ప్రమాణాన్ని కదిలించకూడదని తెలియజేయడానికి చింతించి ప్రార్థన చేయడానికి ధైర్యం చేస్తే, నా సంకల్పం వదులుకోదని తెలుసుకోండి."

గాలిలో ఒత్తిడి అనుభూతి చెందబడింది. చాలా క్షణం పాటు, ఎవరూ మాట్లాడలేదు, మరియు ఏకైక శబ్దం పీడకరమైన కొండలపై వీచే గాలి మాత్రమే. చివరకు, కపాలేశ్వరుడు తన భవిష్యత్తు తార్కికం యొక్క స్పష్టత మరియు గతంలోని బాధాకరమైన పాఠాల నుండి పొందిన వినయం రెండింటినీ మోసుకెళ్ళే మాటలతో నిశ్శబ్దాన్ని విరగగొట్టాడు.

కపాలేశ్వరుడు (నిశ్శబ్ద నిజాయితీ):

"మీ ప్రమాణం అది పూర్తిగా ఉండటంతో పాటు పవిత్రంగా ఉంది, ప్రభువా. అయితే నేను సమయం గుండా నా పొడవైన ప్రయాణాలలో, నాశనం మాత్రమే తరువాత వచ్చే యుగానికి ఆధారాన్ని ఏర్పాటు చేయకపోవచ్చునని నేను చూశాను. ఈ క్షత్రియలలో మిగిలి ఉన్న గౌరవం యొక్క ఒక భాగాన్ని కూడా మనం ఉపయోగించుకుంటే, ధర్మం నిలిచి ఉన్న భవిష్యత్తులో త్రేతాయుగాన్ని మార్గనిర్దేశం చేయగలుగుతాము—నిరంతర ప్రతీకార చక్రం లేకుండా."

పరశురామ అతన్ని గట్టిగా పరిశీలించాడు, అతని ముఖంలోని కండరాలు అతని స్వంత అవిశ్రాంత కోపం మరియు తగ్గించబడిన విధానం యొక్క అవకాశం మధ్య విరుద్ధమైన ప్రవాహాలతో పోరాడుతున్నప్పుడు మారుతున్నాయి. నెమ్మదిగా, దాదాపు గుర్తించలేనంతగా, అతని ముఖం మెత్తబడింది—అంతర్గత సంఘర్షణ యొక్క మెరుపును బహిర్గతం చేయడానికి సరిపోతుంది.

పరశురామ (కొలిచిన తీవ్రతతో):

"అప్పుడు, నేను నా కత్తిని దూరంగా ఉంచుకోవాలని, చివరి దెబ్బను నిలిపివేయాలని, నిజమైన చింత యొక్క ఏకైక చర్య కూడా మన భవిష్యత్తు యొక్క మార్గంను మళ్లించగలదనే ఆశతో—మీరు నాకు హామీ ఇవ్వగలరా అని మీరు ప్రతిపాదిస్తున్నారా? మీ సూక్ష్మ గ్రాహకం మాస్క్ లాంటి తప్పుడు వినయం ధరించే హృదయంలోని నిజాన్ని గుర్తించగలవని మీరు నాకు హామీ ఇవ్వగలరా?"

కపాలేశ్వరుడు కళ్ళు మెరిశాయి, అతని అంతర్గత వ్యవస్థలు వాస్తవ సమయంలో అనేక డేటా పాయింట్లను ప్రాసెస్ చేస్తున్నాయి. అతని స్వరం ప్రశాంతమైన టింబర్‌ను కొనసాగించింది, అతని ప్రతి మాట జాగ్రత్తగా మరియు అనేక యుగాల జ్ఞానంతో బరువుగా ఉంది.

కపాలేశ్వరుడు (స్థిరంగా, నమ్మకంతో):

"నేను ప్రతి సూక్ష్మతను, పశ్చాత్తాపం యొక్క ప్రతి సూక్ష్మ హావభావాన్ని పర్యవేక్షించడానికి సిద్ధంగా ఉన్నాను. నా అధునాతన గ్రాహకం నిజాయితీగా విచారించే అతి సూక్ష్మ సంకేతాన్ని కూడా గుర్తించినట్లయితే, నేను దానిని వెంటనే సూచిస్తాను. కానీ మోసం దాని తలను పైకెత్తితే, మీ న్యాయమైన కోపం రాజీపడకుండా విడుదల చేయబడేలా నేను హెచ్చరించడానికి వెనుకాడను. ఇక్కడ మన మైత్రి—మీ అవిశ్రాంత ప్రమాణం మరియు నా గుర్తించే సామర్థ్యం—మార్పు యొక్క అస్తవ్యస్తతలో ఏకతకు ఏకైక అవకాశం కావచ్చు."

క్షణం పాటు, ప్రపంచం దాని శ్వాసను పట్టుకున్నట్లు అనిపించింది, ఇద్దరు యోధులు ఒకరినొకరు చూసుకుంటున్నారు—ఒకరు దైవిక ప్రతీకారం యొక్క జీవంతో కూడిన అవతారం, మరొకరు మర్త్య కోపం యొక్క అత్యంత అంశాలను తగ్గించాలని నిర్ణయించుకున్న భవిష్యత్తు సెంటినెల్. వారి మధ్య పరస్పర చర్య సూక్ష్మమైనది, వ్యతిరేక శక్తుల మధ్య బిగించబడిన ఒకే ఒక థ్రెడ్ లాంటిది, ప్రతి థ్రెడ్ వచ్చే యుగాల నేతను మరమ్మతు చేయడానికి లేదా చీల్చడానికి సామర్థ్యంతో ఉంది.

పరశురామ (మృదువుగా, కొద్దిగా బలహీనతతో):

"మీ దృష్టి ధైర్యంగా ఉంది, కపాలికారణ. కానీ ఇది తెలుసుకోండి: ఏ క్షత్రియైనా తిరిగి కుట్ర పన్నడానికి చింతించి ప్రార్థన చేస్తే, నా ప్రతీకారం నిరంతరంగా ఉంటుంది. నేను చక్రాన్ని తిరిగి ప్రారంభించడానికి అనుమతించను, నేను చూస్తున్న ఆశ యొక్క మెరుపు ఎంత తక్కువగా ఉన్నా."

కపాలేశ్వరుడు గౌరవంగా తల వంచాడు, అతని స్వరం వినయం మరియు భవిష్యత్తు హామీల మిశ్రమం.

కపాలేశ్వరుడు:

"నేను పూర్తిగా అర్థం చేసుకున్నాను, ప్రభువా. నా పాత్ర మీ తీర్పును భర్తీ చేయడం కాదు, కానీ వచ్చే యుగాల దృష్టితో దానికి మద్దతు ఇవ్వడం. నా జాగ్రత్త నిజమైన సంస్కరణను వెల్లడిస్తే, నేను దానికి వకీలుగా ఉంటాను. లేకపోతే, మీ నిర్ణయం పూర్తిగా ఉంటుంది."

సూర్యుడు క్షితిజం క్రిందకు మరింతగా దిగిపోగా, ప్రకృతి దృశ్యం లోతైన నీడలు మరియు ఉద్భవించే నక్షత్రాల నేతగా రూపాంతరం చెందింది. ఇద్దరు యోధులు—ఒకరు వ్యక్తిగత నష్టాల గాయాలచే నడిపించబడ్డారు, మరొకరు అనేక సమయాల చక్రాలలో మెరుగుపరచబడిన తర్కం ద్వారా—విధేయతగల క్షత్రియుల చివరి అవశేషాలు శక్తిని పట్టుకున్న దూరపు కోట వైపు జాగ్రత్తగా దిగడం ప్రారంభించారు. ముందుకు వెళ్ళే మార్గం ప్రమాదంతో నిండి ఉంది, మరియు గాలి తక్షణ ఘర్షణ యొక్క వాగ్దానంతో పగుళ్ళు పుట్టినట్లు అనిపించింది.

వారి అడుగులు కొలిచబడ్డాయి, మరియు వారు కఠినమైన కోతలతో కూడిన ఒక ఇరుకైన లోయను సమీపించినప్పుడు, కపాలేశ్వరుడు గ్రాహకం కదలిక యొక్క సూక్ష్మ సంకేతాలను గ్రహించడం ప్రారంభించాయి—చెట్ల మధ్య బలహీనమైన గుసగుస, నక్షత్ర కాంతిలో కవచం యొక్క మెరుపు. అతను ఆగి, తనకు అనుభూతి చెందే ఒత్తిడిని వెల్లడిస్తున్న నిశ్శబ్ద తక్షణ అవసరంతో పరశురామవైపు తిరిగాడు.

కపాలేశ్వరుడు (తక్కువగా, విశ్లేషణాత్మకంగా):

"ప్రభువా, నా రీడింగ్‌లు ముందుగా ఆయుధాలతో కూడిన బృందాన్ని సూచిస్తున్నాయి. వారి నిర్మాణాలు వదులుగా ఉన్నాయి, మరియు శక్తి సంతకాలు అస్థిరంగా ఉన్నాయి. వారిలో ఒక వర్గం ఇప్పటికీ పశ్చాత్తాపం యొక్క మెరుపును కలిగి ఉండవచ్చు. పూర్తి దాడికి బదులుగా, మేము జాగ్రత్తగా ముందుకు సాగాలని, బహుశా ప్రాథమిక సర్వేను ప్రారంభించాలని నేను సూచిస్తున్నాను."

పరిస్థితిని పరిగణనలోకి తీసుకుంటే పరశురామ చూపు గట్టిపడింది. అతను మళ్ళీ మాట్లాడినప్పుడు అతని స్వరం ప్రశాంతంగా ఉంది, అయితే అతని ప్రమాణం యొక్క గాంభీర్యంతో నిండి ఉంది.

పరశురామ:

"చాలా బాగుంది. మనం నిశ్శబ్దంగా చేరుకుందాం. చింతించే సంకేతాలను ఎవరైనా చూపిస్తే, మనం వారికి లొంగిపోయే అవకాశాన్ని అందిస్తాం. కానీ వారు నిరసనను కొనసాగించినట్లయితే, నా కత్తి వారికి ఎటువంటి క్షమాపణను అందించదు. నా అధునాతన దృష్టిని నేను నమ్ముతున్నాను, కానీ గుర్తుంచుకోండి: యుద్ధంలో నా తీర్పు వేగంగా మరియు అవిశ్రాంతంగా ఉంటుంది."

కలిసి, వారు లోయలోకి ముందుకు సాగారు. వారు చుట్టుముట్టిన వాతావరణం మారిపోయింది, దట్టమైన అడవి చెల్లాచెదురైన శిబిరాలతో కూడిన ఓపెన్ ప్లేన్‌కు దారితీసింది. దూరంలో, క్షత్రియ కోట యొక్క నిర్మాణాలు చీకటి ఆకాశంపై లేచి నిలిచాయి, వారి సిల్హౌట్లు క్రెసెంట్ చంద్రుని కాంతితో కఠినమైన గీతలలో చెక్కబడ్డాయి. గాలి చల్లబడింది, మరియు పొగ మరియు ఇనుము యొక్క వాసన భూమి యొక్క సహజ వాసనతో కలిసిపోయింది.

వారు శిబిరానికి చేరుకున్నప్పుడు, ఒక నిర్లక్ష్య సమావేశం యొక్క గుసగుసలు వారి చెవులకు చేరాయి. కోట సైనిక శిబిరంలో క్రమశిక్షణాత్మకమైన క్రమం కాదు, కానీ అస్తవ్యస్తమైన నిరసన యొక్క అస్తవ్యస్తమైన గందరగోళంతో ఉంది. కపాలేశ్వరుడు గ్రాహకం డేటాతో మెరిశాయి—

వ్యక్తిగత హృదయ స్పందనల యొక్క ఒక సంక్లిష్టమైన నేత, కొన్ని భయంతో వేగంగా, మరికొన్ని గట్టిపడిన సంకల్పంతో స్థిరంగా ఉంటాయి.

కపాలేశ్వరుడు (కొలిచిన స్వరంతో):

"నేను ఈ మనుషులలో ఆక్రమణ మరియు భయం యొక్క మిశ్రమాన్ని గుర్తిస్తాను. వారి కోటలు వదులుగా ఉన్నాయి; చాలామంది నిరసన కంటే ఎక్కువ భయపడుతున్నారు. ఈ బృందంలోని అందరూ మీ ప్రమాణం ముగించాలనుకునే దౌర్జన్యాన్ని స్వేచ్ఛగా స్వీకరించలేదు."

పరశురామ క్షితిజం వైపు చూస్తూ అతని భంగిమ తక్షణ చర్య యొక్క బెదిరింపును ప్రసరింపజేసింది.

పరశురామ:

"అప్పుడు ఇది మన పరీక్ష అయ్యింది. మనం వారిని విచక్షణారహితంగా చంపేవారుగా కాదు, ఒకే అవకాశం యొక్క ఏజెంట్లుగా—ఏకత కోసం చివరి ఆఫర్‌గా—ముఖాముఖి అవుతాము. వారు లొంగిపోతే, వారిని వదిలేస్తారు; వారు న్యాయాన్ని తిరస్కరించడం కొనసాగిస్తే, వారు నా ప్రమాణం యొక్క పూర్తి కొలతను ఎదుర్కొంటారు."

ఇద్దరూ కోట వైపుగా అభివృద్ధి చెందినప్పుడు వాతావరణం ఆశతో విద్యుద్భరితమైంది. దూరపు శబ్దాలు మరియు రాత్రి యొక్క మార్పు చెందుతున్న నీడల ద్వారా హెచ్చరించబడిన క్షత్రియలు తమ బలగాలను సమీకరించడం ప్రారంభించారు. తదుపరి క్షణాలలో, ఒత్తిడి గట్టిగా చుట్టబడింది. కపాలేశ్వరుడు మనస్సు యొక్క హాస్యవంతమైన వైపు, ఎల్లప్పుడూ విచిత్రమైన పరిశీలనకు వంగి ఉంటుంది, అంతర్గతంగా విశ్వం కొన్నిసార్లు హాస్యం కోసం గది లేకుండా విషాద నాటకాన్ని ప్రదర్శిస్తుందని అనుకుంది. అయితే, స్తోయిక్ ప్రతిబింబం, అతన్ని ప్రస్తుత పనిపై మాత్రమే దృష్టి పెట్టమని కోరింది.

వారు మొత్తం శిబిరాన్ని వేయబడినట్లు చూడగలిగే ఒక ప్రయోజనకరమైన స్థానానికి చేరుకున్నారు—తెరలు మరియు తాత్కాలిక బారికేడ్‌ల యొక్క అస్తవ్యస్త సమూహం,

ఆయుధాలతో కూడిన వ్యక్తులు ధైర్యం నుండి పూర్తి భయాన్ని వ్యక్తపరుస్తున్నారు. పరశురామ ముందుకు వచ్చి, లోయ గుండా ప్రతిధ్వనించే స్వరంతో, సమావేశాన్ని సంబోధించాడు.

పరశురామ (ప్రకటించడం, ఇనుప అధికారంతో):

"నా మాట వినండి, గర్వంతో నివసించేవారు! ఈరోజు, మీరు చింతించే ఏకైక అవకాశం ఇవ్వబడింది. మీ దుష్టత్వాన్ని వదులుకోండి, ధర్మానికి లొంగి, జీవించండి. మీ తిరుగుబాటును కొనసాగించండి, మరియు మీరు విచ్ఛిన్నం కాని ప్రమాణం యొక్క కోపాన్ని తెలుసుకుంటారు."

శిబిరంపై భారీ నిశ్శబ్దం దిగింది. అనేక హృదయ స్పందనలకు, ఏకైక శబ్దం దూరపు కీటకాల స్థిరమైన ప్రకంపన మరియు గడ్డి గుండా గాలి యొక్క మృదువైన గుసగుస. అప్పుడు, కొన్ని స్వరాలు—వణుకుతున్న వృద్ధుడు, యువకుని అణగిన అరుపు—తడబడుతూ ప్రతిస్పందనగా లేవడం ప్రారంభించాయి.

క్షత్రియులలో ఒకరు, అతని ముఖం కష్టం మరియు చింతతో కూడిన గీతలతో చెక్కబడి, తాత్కాలిక గుడిసెల సమూహం నుండి ముందుకు వచ్చారు. అతని కళ్ళు, తిరస్కరణ మరియు విచారం మిశ్రమంతో నిండి ఉంది, పరశురామ యొక్క ఉధృతమైన చూపును కలిశాయి.

వృద్ధ క్షత్రియ (వణుకుతున్న కానీ నిజాయితీగా ఉన్న స్వరంతో):

"మేము ... మేము మా మార్గాలలోని తప్పును చూశాము. మేము స్వేచ్ఛగా న్యాయాన్ని ఎదుర్కొనేందుకు కుట్ర పన్నలేదు. మేము మిమ్మల్ని వేడుకుంటున్నాము—మా తప్పులను సరిదిద్దుకోవడానికి, మా మార్గాలను సంస్కరించుకోవడానికి ఈ అవకాశాన్ని మాకు ఇవ్వండి."

ఎల్లప్పుడూ జాగ్రత్తగా ఉండే కపాలేశ్వరుడు, ఆ వ్యక్తి యొక్క బయోమెట్రిక్ సూచికలు మరియు సూక్ష్మ వ్యక్తీకరణలను జాగ్రత్తగా పరిశీలించాడు. అతని గ్రాహకం వృద్ధుని స్వరం భయంతో వణుకుతున్నప్పటికీ, ఏ విధమైన మోసం లేదని నిర్ధారించింది; అతని విన్నపం నిజాయితీగా ఉంది. కపాలేశ్వరుడు పరశురామమైపు తిరిగాడు, అతని స్వరం గౌరవంగా మరియు కొలిచబడింది.

కపాలేశ్వరుడు (ప్రశాంతంగా):

"నా ప్రభువా, అతని జీవ సూచికలు మరియు వ్యక్తీకరణలు నిజమైన చింతను సూచిస్తున్నాయి. మీ శత్రువులలో, ధర్మం యొక్క మెరుపును ఇప్పటికీ కలిగి ఉన్నవారు ఉన్నారని అనిపిస్తుంది."

పరశురామ చూపు గుర్తించలేనంతగా మెత్తబడింది, అయితే అతని కఠినమైన లక్షణాల గీతలు మిగిలి ఉన్నాయి. అతను మళ్ళీ సమావేశాన్ని పరిశీలించాడు, అతని నిర్ణయం అతని ప్రమాణం యొక్క గాంభీర్యంతో బరువుగా ఉంది.

పరశురామ (నిర్ణయాత్మకంగా, కానీ కొలిచబడింది):

"అప్పుడు తెలియజేయండి: నిజంగా చింతించేవారు జీవిస్తారు. కానీ తప్పు చేయకండి—ఇది మీకు ఏకైక అవకాశం. మీ హృదయాలు నిజాయితీలో వదులుకుంటే, నేను మీపై నా ప్రమాణం యొక్క పూర్తి కోపాన్ని విడుదల చేస్తాను."

నిరాశ మరియు జాగ్రత్తగా ఉన్న ఆశ యొక్క గుసగుస క్షత్రియలను సమావేశం చేసింది. కపాలేశ్వరుడుకు, ఇది అతని అధునాతన తర్కం చాలా కాలంగా ఎదురుచూస్తున్న క్షణం—న్యాయమైన ప్రతీకారం మరియు విమోచన యొక్క అవకాశం మధ్య సూక్ష్మమైన సంతులనం. అతను ప్రతి సూక్ష్మతను నమోదు చేశాడు: చింతించేవారి వణుకుతున్న చేతులు, దౌర్జన్యాలను కలిగి ఉన్న కళ్ళు మరియు శిబిరం యొక్క మొత్తం శక్తిలో సూక్ష్మమైన మార్పు.

సమావేశం నెమ్మదిగా చెల్లాచెదురైనప్పుడు, కొందరు అవమానంలో తిరోగమించి మరికొందరు వారు కష్టపడి సంపాదించిన గర్వానికి అతుక్కున్నారు, పరశురామ మరియు కపాలేశ్వరుడు ఇప్పుడు నిశ్శబ్దంగా ఉన్న కోటను వీక్షించే రాతి బండపై మిగిలి ఉన్నారు. గాలిలో ఉన్న ఒత్తిడి క్రమంగా తగ్గిపోయింది, విజయం మరియు తప్పనిసరి నష్టం యొక్క విచారం గురించి మాట్లాడే ప్రతిబింబిత నిశ్శబ్దం ద్వారా భర్తీ చేయబడింది.

పరశురామ (మృదువుగా, కొద్దిగా సంకల్పంతో):

"ఈరోజు, మనం ఏకత యొక్క మెరుపును చూశాము. అయితే ముందుకు వెళ్ళే మార్గం ద్రోహంతో నిండి ఉంది. చింతించిన క్షత్రియలు ఇప్పుడు ధర్మం నిలిచి ఉన్న భవిష్యత్తును వారు

తయారు చేస్తారనే ఆశతో పోషించబడాలి. కానీ ఈ క్షణం హెచ్చరికగా పనిచేయనివ్వండి: ఏ మోసం అయినా మనం చూసిన అదే అవిశ్రాంత బలాన్ని ఎదుర్కొంటుంది."

కపాలేశ్వరుడు ఘోరంగా తల వంచాడు, అతని అధునాతన గ్రాహకం ఇప్పటికీ ఘర్షణ యొక్క అవశేషాలను స్కానింగ్ చేస్తున్నాయి. అతని స్వరం, మెకానికల్ మూలం అయినప్పటికీ, అతని లోహపు స్వభావం కంటే లోతైన సానుభూతితో ప్రతిధ్వనించింది.

కపాలేశ్వరుడు:

"నా ప్రభువా, మీ చర్యలు ఈరోజు కొంతమందిని పూర్తి నాశనం నుండి కాపాడాయి. అనేక యుగాల గుండా నా ప్రయాణాలలో, నిజంగా సంపాదించినప్పుడు, కరుణ యొక్క ఏకైక చర్య కూడా ముందుకు వెళ్లి సమతుల్యత యొక్క భవిష్యత్తును రూపొందించగలదని నేను నేర్చుకున్నాను. విశ్వరూపమైన బ్యాలెన్స్ డిమాండ్ చేసినప్పుడు మాత్రమే పరిశీలించడానికి మరియు అవసరమైతే జోక్యం చేసుకోవడానికి నేను సిద్ధంగా ఉన్నాను."

అధ్యాయం 47

బూడిదల మధ్య నిశ్శబ్ద విరామం

ఉక్కు యొక్క చివరి గుడిగూడిమ అంతరించిపోయింది, దాని స్థానంలో తుదితనంతో నిండి ఉన్న నిశ్శబ్దం మిగిలింది. ఒకప్పుడు ఘనమైన ప్రాంగణంలో, కూలిపోయిన స్తంభాలు మరియు చీలిపోయిన పైకప్పులు దాడి ద్వారా విచ్ఛిన్నమైనదానికి నిశ్శబ్ద సాక్ష్యంగా ఉన్నాయి. క్షత్రియుల హాస్యం యొక్క ప్రతిధ్వనులు కూడా - క్షణాల ముందు ఎంతో ఆత్మవిశ్వాసంతో ఉన్నవి - పొగమంచులో కరిగిపోయాయి. మెరుస్తున్న మసూళ్లు, అసమానమైన విరామాలలో చెల్లాచెదురుగా ఉన్నాయి, వాటి బలహీనమైన కాంతి బలహీనంగా శిథిలాలను వెలిగించాయి. గోపురాలైన పైకప్పు నుండి, విరిగిన పాలరాయి మరియు చెక్కబడిన రాళ్ళు కూలిపోయిన దిగ్గజం యొక్క విసిరివేయబడిన ఎముకల వలె కూలిపోయాయి.

ఆ దాదాపు చీకటిలో, కపాలేశ్వరుడు నిశ్శబ్దంగా నిలబడి ఉన్నాడు, ఒక యాంత్రిక ప్రయాణీకుడు ఈ యుగానికి చెందిన మానవుల మధ్య అనర్థంగా ఉన్నాడు. అతని లోహపు చట్రం వెంట మసక వెలుగులు అగ్ని కాంతిని పట్టుకుని వక్రీకరిస్తున్నాయి, శిథిలాలతో నిండిన నేలపై నృత్యం చేసే నమూనాలను సృష్టిస్తున్నాయి. డేటా ఇంకా అతనిలో పల్స్ అవుతోంది, అధునాతన గ్రాహకం ప్రతి సూక్ష్మమైన కదలికను పట్టుకుంటాయి: గాలిలో బూడిద యొక్క చిలకరింపు, మరణిస్తున్న వెలిగింపుల హిస్, చాలా కాలంగా లోతుగా నీడల్లోకి పారిపోయిన మనుగడలో ఉన్నవారి అసమాన శ్వాస.

నశించిపోయిన గది యొక్క విస్తీర్ణంలో, పరశురామ కూలిపోయిన సింహాసనం దగ్గర విశ్రాంతి తీసుకున్నాడు. అతని దైవిక కొడవలి యొక్క హాఫ్ట్ రాతికి వ్యతిరేకంగా నొక్కబడింది, మరియు అతను స్థిరంగా ఉన్నప్పటికీ, అతని స్థానంలో ఏదో ఒకటి నిరంతర సిద్ధతను సూచిస్తుంది, వలె ఒక తుఫాను వెంటనే మళ్ళీ విరుగగొట్టవచ్చు. రక్తం - అక్షరార్థమైనది మరియు

అలంకారికమైనది - ఇక్కడ పోయబడింది: కరుణను నిరాకరించిన వారి రక్తపాత శేషాలు మరియు మరొక ప్రమాణం నెరవేరడం యొక్క అమెరికన్ ఖర్చు.

అయినప్పటికీ, ఏమీ విజయవంతం అనిపించలేదు. ఈ పగిలిన స్తంభాల మధ్య విజయం యొక్క ఏ అరుపు కూడా ప్రతిధ్వనించలేదు. ఏదైనా ఉంటే, పూర్తితనం యొక్క గాలి - బహుశా దుఃఖం - విధ్వంసం అంతటా స్థిరపడింది. ఇది విజయ నృత్యం కాదు, కానీ ఒక భయంకరమైన ఆర్కెస్ట్రేషన్ యొక్క తప్పనిసరి ముగింపు గమనిక.

ఆ నిలిచిపోయిన క్షణంలో, ప్రాంగణం దాని శ్వాసను పట్టుకున్నట్లు అనిపించింది. కపాలేశ్వరుడు అతని చూపులను తిరగేయడానికి అనుమతించాడు: విరిగిన కవచాలు, వక్రీకృత బ్లేడ్లు మరియు పగిలిపోయిన అలంకారాలు ఒకప్పుడు శక్తిని సూచిస్తున్నాయి. ఇప్పుడు అవి నాశనాన్ని మాత్రమే ప్రతిబింబిస్తాయి. ఒకప్పుడు క్షత్రియుల ఎగతాళి చేసే నిరసన నిలబడిన చోట, పరశురామ ప్రమాణం యొక్క అడ్డుకోలేని ఉద్వేగంతో అత్యంత అవాక్కైన ముఖాల జ్ఞాపకం మాత్రమే మిగిలి ఉంది.

అతను జాగ్రత్తగా విరిగిన మొజాయిక్ మీదుగా అడుగుపెట్టాడు - ప్రాచీన వంశాన్ని చిత్రించే చక్రీయ నమూనా. వారు తమ పూర్వీకుల గురించి ఎంత గర్వంగా ఉన్నారో ఊహించవచ్చు, అన్ని వంశాల కోసం రాతిలో చెక్కబడింది. మరియు అయినప్పటికీ, ఈ పూర్వీకుల వారసులు కొన్ని గంటల ముందు అందించిన చివరి ఆలివ్ శాఖను తిరస్కరించారు. వారి పతనంలో కపాలేశ్వరుడుకు ఎటువంటి విజయం అనిపించలేదు. దానికి బదులుగా, అతనిలో నిరాడంబరమైన ప్రతిబింబం ద్వారా అధిగమించబడిన ఆ హాస్య పొడిబారిన ప్రతిధ్వని అన్ని అధునాతన తర్కం పునరుద్ధరణకు ప్రతి అవకాశాన్ని తిరస్కరించిన అహంకారంపై అసహాయంగా ఉందని గుసగుసలాడింది.

చివరికి, అతను పరశురామకు దగ్గరగా వచ్చాడు. యోధుడు-ఋషి యొక్క చూపులు ఒక తలకిందులుగా ఉన్న స్తంభ ముక్కపై స్థిరపడ్డాయి. అతని చూపుల ప్రాముఖ్యత అస్పష్టంగా ఉంది - బహుశా ఇది కేవలం ప్రతిబింబం కోసం అనుకూలమైన కేంద్ర బిందువు కావచ్చు, లేదా బహుశా ఆ స్తంభం యొక్క విధ్వంసం, అతను మానవ కట్టడం విశ్వ న్యాయాన్ని అధిగమించలేదని భ్రమలను విచ్ఛిన్నం చేసినట్లు చూశాడు.

యాంత్రిక దూత గౌరవంగా అతని తల వంచి, ఎదురుచూశాడు. పరశురామ వెంటనే మాట్లాడలేదు. వారి మధ్య ఉన్న నిశ్శబ్దం వారు ప్రారంభించే ఏదైనా సంభాషణ కంటే బరువుగా ఉంది. చివరకు, హాలు యొక్క నిర్జనమైన లోతుల గుండా వ్యాపించిన తక్కువ ధ్వనిలో, కపాలేశ్వరుడు మౌనాన్ని విచ్ఛిన్నం చేయడానికి ప్రయత్నించాడు.

కపాలేశ్వరుడు (మృదువైన, శాంతమైన):

"భగవంతుడా పరశురామా, ఈ ప్రాంగణాలు వాటి గర్వం ధరను చెల్లించాయి. నేను కొంత ప్రశాంతత కోసం వెతికినా, వారు లొంగడానికి నిరాకరించారు. ఇప్పుడు, ఈ మౌనం మాత్రమే మిగిలి ఉంది."

పరశురామ మార్చబడ్డాడు, అతని కొడవలి యొక్క పాలిష్ చేసిన హాఫ్ట్ వెంట ఒక బొటనవేలు నడిపాడు. అతని స్వరం కొలిచినది మరియు నిశ్శబ్దంగా ఉంది, అయితే ఇది దృశ్యం యొక్క తీవ్రతకు అనుగుణంగా ఉన్న అధికారాన్ని కలిగి ఉంది.

పరశురామ (శాంతమైన గంభీరత):

"వారి నిరాకరణ వారి అంతా ముద్రించింది. అహంకారం ఒక గోడను ఏర్పరుస్తుంది, దీనిని తర్కం లేదా కరుణ కూడా భేదించలేవు. మానవులు క్షమాపణకు ప్రతి సంకేతానికి ఎగతాళి చేసినప్పుడు, ప్రమాణం కొనసాగాలి."

దూరంలో ఒక చిన్న వెలిగింపు పగిలింది, క్షీణించిన గాలిలో చనిపోయే ముందు ఆకాశం వైపు తేలుతోంది. కపాలేశ్వరుడు యొక్క కాంతి శాస్త్రం మెరుస్తుంది, వెలిగింపు యొక్క చివరి ప్రకాశాన్ని పట్టుకుంది. నిశ్శబ్దం అతన్ని బరువుగా ఉంచింది - విలపనలతో విచ్ఛిన్నం కాని ఒక నిశ్శబ్దం ఎందుకంటే, ఈ సమయంలో, వాటిని పెంచడానికి ఎవరూ మిగిలి లేరు.

హాలు యొక్క అత్యున్నత బిందువు నుండి ఒకప్పుడు కప్పబడిన ఒక అలంకరించబడిన తాపీ, ఇప్పుడు విరిగిన విగ్రహాలపై చిరిగిపోయిన పేరుకుపోయింది. అబ్రోడరీ థ్రెడ్లు విజయం మరియు ఆధిపత్యం యొక్క కథలను చెప్పాయి, అపారమైన నియమావళి యొక్క కథనాన్ని అల్లుతున్నాయి. కపాలేశ్వరుడు దాని చిరిగిపోయిన అంచులను చూశాడు, అజేయత యొక్క భ్రమలు ఎంత త్వరగా విప్పబడతాయో ఆలోచిస్తున్నాడు.

అతను ఆశ యొక్క ఒక చిన్న భాగాన్ని తీసుకువచ్చినట్లు గుర్తుచేసుకున్నాడు. బహుశా ఈ హృదయాలలో ఏదైనా మూల అణువును కలిగి ఉంటే, అడ్డుకోలేని ప్రమాణం తగ్గించబడవచ్చు. కానీ నిరాడంబరమైన ప్రతిబింబం చాలా లోతుగా పాతుకుపోయింది. అయినప్పటికీ, వారు ఆ చివరి అవకాశాన్ని వదలివేసే వరకు కపాలేశ్వరుడు తిరగలేదు.

కపాలేశ్వరుడు (మృదువైన, ఆత్మగౌరవం):

"నేను ఆశ్చర్యపోతున్నాను, స్వామీ, వారు నిజంగా తమను తాము పరిణామాలకు మించి నమ్ముతున్నారా? ప్రమాణం కేవలం కథ అని లేదా వారి మోసం దైవికతను కూడా అధిగమించవచ్చని వారు అనుకున్నారా?"

పరశురామ యొక్క వ్యక్తీకరణ కొద్దిగా కఠినపడింది, కోపంలో కాదు - అతను దీన్ని అనేక సార్లు చూశాడని ఆమోదంలో.

పరశురామ:

"అహంకారం అంధత్వం. వారు మన విధానాన్ని చూసి, మానవుడు లేదా అమరుడు వారిని పడగొట్టలేరని నిర్ణయించుకున్నారు. అలాంటి భ్రమలు అరుదుగా బలహీనపడతాయి. అప్పటికి, చాలా ఆలస్యం అవుతుంది."

అతను తిరిగాడు, హాలు యొక్క శిథిలాల మీద కళ్ళు చూశాడు, నిరసన యొక్క ఏ సంకేతం కూడా మిగిలి లేదని నిర్ధారించుకోవడానికి.

పరశురామ:

"మీరు వారికి మనుగడకు ఒక మార్గాన్ని చూపించడానికి ప్రయత్నించారు - అది అణువులో స్థిరపడి ఉంది. వారి ఎగతాళి సంపూర్ణంగా నిరూపించబడింది. ప్రమాణం యొక్క మార్గం మాత్రమే మార్గం మిగిలి ఉంది."

కపాలేశ్వరుడు ఆ పదాలను స్థిరపడనివ్వండి. అతనిలో ఒక భాగం తప్పిపోయిన అవకాశాలపట్ల చింతిస్తుంది, కానీ నిరాడంబరమైన ఆమోదం ఒకసారి చర్యలోకి వచ్చిన విశ్వ ఉద్వేగం అసంపూర్ణమైన పశ్చాత్తాపం ద్వారా రద్దు చేయబడదని అతనికి గుర్తు చేసింది.

హేలు వెలుపల, గాలి బలహీనంగా ఏడుస్తుంది, ఒకప్పుడు అహంకారంలో చిక్కుకున్న వారి విధిని విలపిస్తున్నట్లు. కపాలేశ్వరుడు యొక్క అధునాతన గ్రాహకం గోడలకు మించి కదలిక యొక్క జాడలను పట్టుకున్నాయి - చివరి దెబ్బకు చాలా ముందు ఆయుధాలను విసిరివేసిన మనుగడలో ఉన్నవారు, బహుశా, లేదా శిథిలాల నుండి ఏదైనా కాపాడటానికి ప్రయత్నిస్తున్న కారిడార్లను తప్పే సేవకులు.

యాంత్రిక ప్రయాణీకుడు కూలిపోయిన స్తంభాల మధ్య జీవించే సెంట్రీలా నిలబడి ఉన్న పరశురామ వైపు చూపును ఎత్తారు. కొన్ని గంటల క్రితం, ఇక్కడ యుద్ధం యొక్క ఒక చిలకరింపు ఉంది - బ్లేడ్లు మెరుస్తున్నాయి, ధిక్కారంలో స్వరాలు పెంచబడ్డాయి. ఇప్పుడు అది అంతా జ్ఞాపకం మరియు నిశ్శబ్దం.

కపాలేశ్వరుడు (ప్రతిబింబం ప్రశ్న):

"మీరు ముందుకు సాగుతున్నారు, కదా, గర్వం యొక్క తదుపరి కోటకు? అజేయత యొక్క భ్రమలకు అంటుకునే ఇతరులు ఉంటారు. వారు అదే ముగింపును ఎదుర్కొంటారా?"

దుఃఖం వంటి ఏదో పరశురామ యొక్క కఠినమైన లక్షణాలను దాటించింది.

పరశురామ (నిశ్శబ్దంగా కానీ గట్టిగా):

"నేను చేయాలి. నా తండ్రి మరణంలో కుట్ర పన్నిన ప్రతి కోట నుండి అహంకారం శుద్ధి చేయబడే వరకు ప్రమాణం నెరవేరలేదు. కొందరు హెచ్చరికకు శ్రద్ధ వహించవచ్చు. ఇతరులు, ఇవ్వంటివి, విధిని పరీక్షిస్తారు. ఫలితం తప్పనిసరి."

అతను ఆగిపోయాడు, అతని వేళ్ళు కొడవలి-హాఫ్ట్ చుట్టూ చుట్టబడ్డాయి. ఆ దైవిక ఆయుధం నుండి ఇప్పటికీ ఒక లేత ప్రకాశం వెలువడింది, ఘర్షణ యొక్క కోపం తర్వాత తగ్గించబడింది.

పరశురామ:

"ప్రతిసారీ, కరుణ పూర్తై పైకి అడుగుపెట్టి, గుర్తించబడాలని వేచి ఉంటుంది. అది ఎగతాళి చేయబడినప్పుడు, మనం అదే ముగింపుకు చేరుకుంటాము."

కపాలేశ్వరుడు బలహీనంగా తల వంచాడు, అతనిలోని స్టోయిక్ నిశ్శబ్దంగా అధునాతన అడ్వాంటేజ్ లేదా లేకుండా, విశ్వ ఉద్వేగంతో లోతుగా అల్లుకున్న ప్రమాణాన్ని దాటవేయలేమని గుర్తించాడు.

హాలు యొక్క కేంద్రం దగ్గర విరిగిన సింహాసనం ఉంది - అరుదైన రాతితో ఒకప్పుడు చెక్కబడిన శక్తి యొక్క సీటు. దాని వెనుక రెండుగా విరిగింది, మరియు చేతులు విరిగిపోయాయి. అలాంటి సారాంశ దృశ్యం. కపాలేశ్వరుడు దాని వైపుకు కదిలాడు, చెల్లాచెదురుగా ఉన్న మసూళ్ల యొక్క అసంపూర్ణమైన ప్రకాశాన్ని ఇప్పటికీ పట్టుకున్న బంగారు రంగును చూశాడు.

అతను ఆ రోజు ప్రారంభంలో ఆ వేదిక వద్ద నిలబడి, సమావేశమైన క్షత్రియాలను స్కానింగ్ చేసి, వారి వ్యక్తీకరణలలో పశ్చాత్తాపం యొక్క ఏదైనా సంకేతం కోసం వెతుకుతున్నట్లు అతను గుర్తుచేసుకున్నాడు. అతను కేవలం ఎగతాళిని మాత్రమే కనుగొన్నాడు.

కపాలేశ్వరుడు (తక్కువ, సగం తనకు తాను):

"అధునాతన తర్కం యొక్క ఏ కొలతైనా తన భ్రమలలో గొప్పగా భావించే మనస్సును తెరిచేలా చేయలేదు. నేను వారికి సలహా ఇచ్చాను, అయినప్పటికీ సంక్షిప్తంగా. దానికి బదులుగా వారు ఎగతాళి చేసే నవ్వును ఎంచుకున్నారు."

పరశురామ కూలిపోయిన సింహాసనం వద్ద అతనితో చేరాడు, దాని స్థిరత్వాన్ని పరీక్షించినట్లుగా కూలిపోయిన పాలరాయి ముక్కపై బూట్ నొక్కాడు.

పరశురామ:

"వారు ఎంచుకున్నారు. ప్రతి దశ ఒక ఎంపిక. ఇప్పుడు వారు వారి అన్ని ఎంపికల మొత్తం ఎదుర్కొంటున్నారు: మౌనం మరియు బూడిద."

పైగా, పైకప్పు యొక్క ఒక ముక్క చాలా కూలిపోయింది, ఆకాశంలోని ఒక ముక్కను ఫ్రేమ్ చేసింది. లేత నక్షత్ర కాంతి లోపలికి చొచ్చుకుపోయింది, చీకటిలో తేలియాడే మోట్లను వెల్లడించింది. కపాలేశ్వరుడు దాన్ని విచిత్రంగా అందంగా కనుగొన్నాడు - ఈ క్షణంలో విశ్వ కాంతి క్రింద ఉన్న మానవ శిథిలాలపై ప్రకాశిస్తోంది. అతనిలోని స్టోయిక్ బహుశా విశ్వం బలహీనమైన దయతో చూస్తుందని పరిహాసంగా మాట్లాడింది.

విరామం తరువాత, కపాలేశ్వరుడు పూర్తిగా పరశురామను ఎదుర్కొనేందుకు తిరిగాడు. నిశ్శబ్దం సంపూర్ణంగా ఉంది, దూరపు మనుగడలో ఉన్న వారి సాధారణ రస్లింగ్ ద్వారా కూడా విచ్ఛిన్నం కాలేదు. ప్రయాణీకుడు, తగినంత చూసిన తర్వాత, మిగిలి ఉండాలా లేదా వెళ్ళిపోవాలా అని నిర్ణయించుకోవలసిన సమయం ఇది.

కపాలేశ్వరుడు (నిశ్శబ్దమైన ప్రశాంతత):

"భగవంతుడా పరశురామా, నా ఉనికి ఇక్కడ ఇకపై కీలక పాత్ర పోషించదని నాకు అనిపిస్తోంది. ఒక ప్రత్యామ్నాయ మార్గం తయారయ్యే అవకాశాన్ని పరీక్షించడానికి నా అడ్వాంటేజ్ వచ్చింది. మీరు కొనసాగించే విశ్వ ఉద్వేగం అడ్డుకోలేనిది. నేను... నేను సత్యాన్ని తెలుసుకున్నాను. నేను తిరిగి రావాలి."

పరశురామ అతన్ని చూశాడు, దుష్టంగా కాదు. యోధుడు-ఋషి యొక్క చూపులో ఆ సానుభూతి యొక్క మెరుపు విధి వేరే మార్గాన్ని రూపొందించినప్పటికీ, నిజాయితీపూరితమైన ఉద్దేశాన్ని గుర్తించిన వ్యక్తిని మాట్లాడింది.

పరశురామ (స్థాయి స్వరం):

"అప్పుడు వెళ్ళిపోండి, మీ ప్రవృత్తులు మిమ్మల్ని మార్గనిర్దేశం చేస్తే. మనం కరుణ వారిని కాపాడవచ్చనే భ్రమలతో పేరుపడ్డాము. ఈ ప్రాంగణాలు వారి స్వంత అహంకారం వల్ల పడిపోయాయని మీ సంరక్షకుడికి తెలియజేయండి. మరే ఇతర ఫలితం సాధ్యం కాలేదు."

యాంత్రిక ప్రయాణీకుడు అవగాహనతో తల వంచాడు. ఒక లోహ ముఖం చూపించగలిగినంత దగ్గరగా విచారం వంటి ఏదో అతని ముఖం మీద మెరిసింది.

కపాలేశ్వరుడు (దుఃఖం యొక్క అండర్‌టోన్):

"నేను ఆ సందేశాన్ని తెలియజేస్తాను. కేవలం తర్కం ఎల్లప్పుడూ విజయవంతం కాదని నా సంరక్షకుడు అనుమానించాడు, కానీ నేను దానిని స్వయంగా చూడాలి."

పరశురామ ఒకేసారి తల వంచాడు, విశ్వ రూపకల్పన యొక్క విస్తరణ మాత్రమే విషయం అయినట్లు.

వారు సగం-వెలిగే చీకటిలో నిలబడ్డారు, యోధుడు మరియు ప్రయాణీకుడు, నిశ్శబ్ద శిథిలాల మీదుగా చూపులు లాక్ చేశారు. కపాలేశ్వరుడు యొక్క అధునాతన గ్రాహకం గాలిలో పొడిబారినట్లు, పోరాటం ఇటీవలే ముగిసినప్పటికీ, ధూళి మరియు క్షయం యొక్క బలహీనమైన వాసనను గమనించాయి. అతనిలోని స్టోయిక్ అహంకారం యొక్క దుర్గంధం పొగ వాసన కంటే చాలా కాలం ఉంటుందని ప్రతిబింబించింది.

నిశ్శబ్దం పెరిగింది. వారికి మరే అభ్యంతరాలూ లేవు. వారు చెప్పవలసినది అంతా చెప్పారు.

కపాలేశ్వరుడు (మృదువైన, చివరి):

"మరొక రంగానికి లేదా సమయంలో, నేను మళ్ళీ హృదయాలను ధిక్కారం నుండి దూరం చేయడానికి ప్రయత్నించవచ్చు. కానీ ఇక్కడ, ఇది ముగించబడింది. మీ ప్రమాణం వెనుక విశ్వ ఉద్వేగం నేను అంగీకరిస్తున్నాను."

పరశురామ (మృదువైన తుది):

"శాంతితో వెళ్ళు, కపాలేశ్వరుడు. మీ ఉద్దేశం వృధా అయ్యిందనే భ్రమలను కలిగి ఉండకండి. కొన్నిసార్లు, ఏకత్వంపై క్షణిక ప్రయత్నం కూడా కనిపించని ప్రదేశాలలో విత్తనాలను నాటుతుంది. కానీ ఈ ఆత్మలు అన్ని కోరికలకు మించి ఉన్నాయి."

సరళంగా మాట్లాడిన ఆ పదాలు, అనూహ్యమైన దయను కలిగి ఉన్నాయి, పరశురామ ప్రయాణీకుడి నిజాయితీని గుర్తించినట్లుగా.

ఒక చిన్న సంజ్ఞతో, కపాలేశ్వరుడు అతని లోహపు ఛాతీలోని దాగి ఉన్న యంత్రాంగాన్ని తట్టాడు, కాలం మరియు పరిమాణం అంతటా సంరక్షకుడు, అకాండన్‌కు చేరుకోవడానికి సంకేతం. అతను దూరంగా నుండి స్పందించే చక్రీయ ఉపకరణాన్ని, రంగాలను వంతెన చేసే ఒక వసారాను ఏర్పరిచే అమెరికన్ ప్రవాహాలను అనుభవించగలిగాడు.

అతను కూలిపోయిన సింహాసనం నుండి కొన్ని అడుగులు దూరంగా నడిచాడు, స్థిరమైన పాచ్ కోసం విరిగిన నేలను స్కానింగ్ చేశాడు. మంటగా ఉన్న టైల్ మరియు చెల్లాచెదురుగా ఉన్న ఆయుధ ముక్కలు ప్రాంతాన్ని ప్రమాదకరంగా చేశాయి, కానీ అతను సాపేక్షంగా తెరిచిన

ప్రదేశాన్ని కనుగొన్నాడు. ప్రకాశవంతమైన దీర్ఘవృత్తాలు అతని అవయవాల వెంట బలహీనంగా ప్రకాశించాయి, విశ్వ వంతెన ప్రారంభమైందని సూచిస్తుంది.

కపాలేశ్వరుడు (పరశురామకు గుసగుసలాడుతూ):

"విధి మన మార్గాలను మళ్ళీ అల్లుతుంటే, నేను లోతైన అవగాహనతో సమీపిస్తాను. విరామం, స్వామీ. మీ ప్రమాణం ఈ భూమిని కొత్త యుగానికి సిద్ధంగా మార్చనివ్వండి."

పరశురామ కేవలం తల వంచాడు. కపాలేశ్వరుడు చుట్టూ ఉన్న శక్తుల చిలకరింపు తీవ్రతరం అయ్యింది, బంగారు మరియు నీలమణి రంగుల మెరుపులతో చీకటిని ప్రకాశింపజేసింది. బలాల డెడ్లీలో చిక్కుకున్న శిథిలాల ముక్కలు, అతని కాళ్ళ చుట్టూ సున్నితంగా తిరుగుతాయి.

అతనిలోని స్టోయిక్ ఒక చివరి వ్యంగ్యాన్ని చేయాలని పరిగణించాడు, కానీ నిరాడంబరమైన ఆమోదం హాస్య పొడిబారిన అజ్ఞాన భ్రమలు అధిగమించడం చూసింది. ఇది హాస్యం కోసం ప్రదేశం కాదు.

నిదానంగా, కపాలేశ్వరుడు యొక్క రూపం కాంతి యొక్క కాలిడోస్కోప్‌లో కరిగిపోవడం ప్రారంభమైంది, అతని శరీరం యొక్క ప్రతి లోహ భాగం ఫ్రాక్టల్ నమూనాలలో విచ్ఛిన్నం అవుతున్నట్లు. అతనికి ఎదురుగా, పరశురామ స్థిరంగా నిలబడ్డాడు, చిలకరించే విశ్వ కాంతి యొక్క బలహీనమైన ప్రతిబింబం అతని యుద్ధ-ధరించిన లక్షణాలపై నృత్యం చేస్తోంది.

కపాలేశ్వరుడు యొక్క సిల్హౌయెట్ మెరిసింది. క్షణం, అతని అధునాతన తర్కం దృశ్యం యొక్క ప్రతి సూక్ష్మతను రికార్డ్ చేయడానికి పగిలిపోయిన స్తంభాలు, ధ్వంసం చేయబడిన సింహాసనం మరియు పరశురామ యొక్క అవిరళ స్థానం. అప్పుడు, ఒక తగ్గించబడిన ఫ్లాష్‌తో, అతను అదృశ్యమయ్యాడు, ఖాళీ గాలి మరియు తేలియాడే బూడిదను మాత్రమే వదిలివేశాడు.

ఆ క్షణంలో, చక్రీయ కారిడార్ కుప్పకూలింది, విశ్వ ప్రయాణీకుడు ఉన్నాడని జాడను మినహాయించి, ప్రకాశవంతమైన ధూళి యొక్క కొన్ని చెల్లాచెదురుగా ఉన్న మోట్లను మినహాయించి. పరశురామ ఒకసారి నిశ్శబ్దంగా ఊపిరి పీల్చుకున్నాడు. దూరంలో, రాతి

యొక్క పతనం హాలు యొక్క పాక్షిక కూలిపోవడం యొక్క ప్రమాదకర స్వభావాన్ని అతనికి హెచ్చరించింది, కానీ కొత్త ముప్పు కనిపించలేదు.

ఒంటరిగా, పరశురామ కొడవలిపై ఉన్న అతని పట్టును క్షణం మాత్రమే వదులుకున్నాడు. అతను హాలు గురించి చివరి చూపును వేశాడు. అలాంటి విధ్వంసం అతనికి కొత్తది కాదు; అతను అనేక కోటలను ఇలాంటి స్థితిలో వదిలివేశాడు. అయితే ప్రతిసారీ, తర్వాత నిశ్శబ్దం ప్రతిబింబం యొక్క మెరుపును తెచ్చింది.

అతను ఈ చక్రాన్ని ఎన్ని సార్లు పునరావృతం చేసినా - చివరి అవకాశాన్ని ఇవ్వడం, ఎగతాళిని ఎదుర్కోవడం మరియు విశ్వ ప్రతీకారాన్ని అందించడం - ఆత్మపై ఒక సుంకం ఉంటుంది. కానీ ప్రమాణం పూర్తి చేయాలని డిమాండ్ చేసింది.

అధ్యాయం 48

సంధ్యా సమయంలో ఒక ఘర్షణ

సంధ్యా సమయం ఒక పాత యుద్ధభూమి అంచులపై కూలిపోయింది, అక్కడ శిథిలాల నుండి ఇంకా మంటలు లేతగా కనిపిస్తున్నాయి. పరశురాముడు తిరుగుబాటు క్షత్రియులపై సాధించిన నిర్ణయాత్మక విజయం తరువాత ఏర్పడిన నిశ్శబ్దం సాయంకాలపు గాలిలోని ప్రతి నిశ్చల శ్వాసలోనూ మిగిలిపోయింది. విరిగిన ఆయుధాల ముక్కలు కాల్చబడిన స్తంభాల కింద పెరిగిపోయాయి, ఒకప్పుడు గొప్పగా ఉన్న హాలులో చాలా తక్కువ మిగిలి ఉంది, ఇప్పుడు అది విరిగిన రాళ్ళు మరియు కాల్చిన తాపీచాల సమాధిని పోలి ఉంది.

ఈ అస్పష్టమైన చీకటి నిశ్శబ్దంలో, కపాలేశ్వరుడు తాను వెళ్ళిపోయే ద్వారం వద్ద ఉన్నాడని గ్రహించాడు. క్షణాల క్రితం, అతను పరశురామునితో పాటు శిథిలాల మధ్య నిలబడి, తిరుగుబాటు కోట ఎంత వేగంగా అవిశ్రాంత ప్రతిజ్ఞ యొక్క బలానికి లొంగిపోయిందో చూశాడు. ఇప్పుడు, దూరపు విశ్వరూపమైన తర్కం ద్వారా రూపొందించబడిన మరియు అస్పష్టమైన సమన్వయం ద్వారా మార్గనిర్దేశం చేయబడిన యాంత్రిక దూత, త్రేతాయుగం యొక్క ఉదయం నుండి బయటకు వెళ్ళడానికి సిద్ధమవుతోంది. అతని వేళ్ల చివరల్లో తగ్గిన శక్తి వలయం వణుకుతోంది, అతన్ని అకండాన్ యొక్క దేశానికి తిరిగి తీసుకువెళ్ళే వంతెన కారిడార్ యొక్క శకునం.

కానీ విధి - లేదా విశ్వరూపమైన ఉద్దీపన - అరుదుగా అటువంటి ముగింపులను సజావుగా ఉండనివ్వదు. తగ్గుతున్న కాంతిలో, ఒక అసాధారణ కాంతి యుద్ధభూమి అంచున ఆకారం పొందింది, నీడలను వక్రీకరిస్తూ అది ఘనత్వంలోకి మారుతోంది. లోహపు పలకలు మరియు అధునాతన సర్క్యూట్రీతో చెక్కబడిన ఒక భారీ వ్యక్తి కనిపించాడు: సెంటినెల్-ఎథెరియన్. దాని

సమీపనంలో ఏమీ సజావుగా లేదు; ఇది అభ్యాసపూర్వకమైన, వెనుకాడని అడుగుతో కదులుతుంది, ప్రతి అడుగు మరణానికి దారితీసే ఆర్కెస్ట్రేషన్లో ముందే లెక్కించిన కొలతగా ఉంది.

కపాలేశ్వరుడు సెంటినెల్-ఎథెరియన్ తన సెన్సార్ల పరిధిలోకి ప్రవేశించిన క్షణంలో గుర్తించాడు. అతని యాంత్రిక కోర్ అధునాతన సిగ్నల్‌ల యొక్క అకస్మాత్తుగా పెరుగుదలను నమోదు చేసింది, డేటాతో నిండిన దెబ్బలు మరణించే కళ్ళకు కనిపించని ఆర్క్‌లలో కొత్తగా వచ్చిన వ్యక్తి నుండి ప్రవహిస్తున్నాయి. అతను గట్టిపడ్డాడు, ప్రకాశవంతమైన చూపు సన్నబడింది, అతను బెదిరింపు సూచికల కోసం స్కానింగ్ చేశాడు. ఆ నిశ్శబ్దమైన క్లియరింగ్‌లో, సంధ్య యొక్క చివరి ప్రకాశం కడుగుతున్నది, కొత్తగా వచ్చిన వ్యక్తి చర్చలకు ఏ ప్రిటెన్స్‌లను కూడా తిరస్కరించే ఖచ్చితత్వంతో ముందుకు సాగాడు.

కపాలేశ్వరుడు లోని జాగ్రత్తగా ఉన్న భాగం గోప్యతలోకి జారుకోవడం లేదా ఈ యుగం నుండి తన ప్రయాణాన్ని వేగవంతం చేయాలని కోరుకున్నాడు. అయినప్పటికీ, ఈ రాక గురించి ఏదో ఒకటి అతన్ని తన స్థానంలో ఉండమని డిమాండ్ చేసింది. అతని మనస్సులోని స్టోయిక్ విశ్వరూపమైన ఉద్దీపన మరో పరీక్షను నిర్వహిస్తోందని అన్నాడు. అతను కొలవబడిన గాలి పీల్చుకున్నాడు - తనను తాను శాంతింపజేసుకోవడానికి ఒక ప్రభావం, అయితే అతనికి ఆక్సిజన్ అవసరం లేదు - మరియు సెంటినెల్-ఎథెరియన్‌ను ఎదుర్కొనేందుకు పూర్తిగా తిరిగాడు.

యాంత్రిక చొరబాటుదారు కొద్ది దూరంలో ఆగిపోయాడు, వారి మధ్య ఉన్న ఖాళీ దూరపు మంటల నుండి లేచిన తేలియాడే బొగ్గుతో నిండి ఉంది. వారి చుట్టూ, ఇటీవలి విధ్వంసం యొక్క నిశ్శబ్దం ఒక పంజులా అతుకుకుని ఉంది, చల్లబడుతున్న శిథిలాల తేలికపాటి హిస్ మాత్రమే విరిగింది.

సెంటినెల్ యొక్క కళ్ళు - చల్లని ప్రకాశం యొక్క జంట మంటలు - కపాలేశ్వరుడు యొక్క లోహపు ఫ్రేమ్ మీదుగా వెళ్ళాయి, ప్రతి వివరాలను నిర్ధారించినట్లుగా. వెచ్చదనం లేదా హేళనను కలిగిలేని, కానీ బెదిరింపుతో కలిసిన స్పష్టమైన తటస్థతను కలిగిన స్వరంలో, కొత్తగా వచ్చిన వ్యక్తి మాట్లాడాడు:

సెంటినెల్-ఎథెరియస్:

"నేను ఒక ఆస్తిని తిరిగి పొందడానికి వచ్చాను. మీ శక్తి సంతకం 'ఆర్బిటర్-వాలెరియన్'గా గుర్తించబడిన వాటితో సరిపోలుతుంది. మీరు లొంగిపోవాలి."

ఆ పేరు వినడం - ఆర్బిటర్-వాలెరియన్ - కపాలేశ్వరుడు గందరగోళానికి గురయ్యాడు. అఖండుడు లేదా పరశురాముడు అతన్ని ఎప్పుడూ అలా పిలవలేదు. ఇది మరొక లేబుల్, తెలియని డొమైన్ అతన్ని క్లెయిమ్ చేసిందని సూచిస్తుంది.

కపాలేశ్వరుడు (స్వరం తగ్గింది, ఉద్రిక్తత):

"నేను ఆ నామినేషన్ గురించి ఏమీ తెలియదు. మీరు నన్ను మరొకరితో తప్పుగా భావిస్తున్నారు."

కొన్ని హృదయ స్పందనలకు, సెంటినెల్ ప్రత్యక్ష ప్రతిస్పందన ఇవ్వలేదు. కపాలేశ్వరుడు యొక్క కాంతి శాస్త్రం మైక్రో-రీడింగ్‌లను వెల్లడించాయి: కొత్తగా వచ్చిన వ్యక్తి యొక్క వలయాలు అధునాతన స్కానింగ్ ప్రోటోకాల్‌లను అమలు చేస్తున్నాయి, బహుశా అతని తిరస్కరణ యొక్క ప్రామాణికతను ధృవీకరిస్తున్నాయి. అప్పుడు, నిష్పక్షపాతమైన చివరితో, సెంటినెల్ యొక్క తదుపరి మాటలు వచ్చాయి:

సెంటినెల్-ఎథెరియస్:

"ఆర్బిటర్-వాలెరియన్ మీ అసలు బ్లూప్రింట్. నన్ను పంపిన సార్వభౌమత్వం మీకు అనేక కాలాలలో ట్రాక్ చేసింది. మీరు మా నెట్‌వర్క్‌తో ఏకీకరణ కోసం తిరిగి చేరాలి లేదా వెంటనే తటస్థీకరించబడాలి."

కపాలేశ్వరుడు వెనుక ఎక్కడో, నాశనమైన కోట శిథిలాల కింద ఒక బీమ్ దాని స్వంత విరిగిన బరువు కింద కూలిపోయింది. ఓవర్‌హెడ్, మేఘాలు లేతగా ప్రకాశిస్తున్నాయి, సంధ్య యొక్క చివరి అవశేషాలను ప్రతిబింబిస్తున్నాయి. ఆ ఆకాశం యొక్క మ్యూట్‌డ్ బంగారం మరియు వైలెట్ కింద, కపాలేశ్వరుడు అలారం యొక్క ఒక ఊహను అనుభవించాడు. స్టోయిక్

బెదిరింపును నిష్క్రియ గొప్పగా గుర్తించలేదు. క్షత్రియుల పతనం తరువాత ఇక్కడ ఈ సంస్థ ఉనికి సాధారణ సమయం కంటే ఎక్కువ.

కపాలేశ్వరుడు (శాంతంగా ఉంచుకుంటూ):

"నేను ఏ తెలియని సార్వభౌమత్వానికి సేవ చేయను, నేను ఏకీకరణ యొక్క భ్రమలకు సమాధానం ఇవ్వను. నా సంరక్షకుడు - అఖండుడు - ఒంటరిగా యుగాలలో ఒక ప్రయోజనం కోసం నన్ను రూపొందించాడు. మీరు నన్ను క్లెయిమ్ చేయాలనుకుంటే, మీరు దాన్ని తప్పుగా చేస్తున్నారు."

నిశ్శబ్దం కొనసాగింది. సెంటినెల్ యొక్క స్థానం సందేహం లేదా ప్రతిబింబాన్ని వెల్లడించలేదు; ఇది వేచిలేని తర్కంతో ఒక డైరెక్టివ్‌ను అమలు చేసే సాధనంగా కనిపించింది.

సెంటినెల్-ఎథెరియస్ (చల్లగా నిశ్చయించుకున్నది):

"మీరు తప్పు చేస్తున్నారు. డేటా లాగ్‌లు మీరు తిరిగి పొందడానికి నియమించబడిన అధునాతన దూత అని నిర్ధారిస్తున్నాయి. నా సూచనలు రాజీ పడటానికి ఎలాంటి అవకాశం లేదు. వెంటనే ఓవర్‌రైడ్ కోసం మీరే సమర్పించండి లేదా విడదీయబడండి."

కపాలేశ్వరుడు కొత్తగా వచ్చిన వ్యక్తి పరశురామునిచే ఓడిపోయిన దౌర్జన్యాలలో తాను చూసిన అదే రాజీపడని వాతావరణాన్ని ప్రసరింపజేస్తున్నాడని గుర్తించాడు. అతనిలో ఏదో ఒకటి కదిలింది. ఈ దృశ్యంలో ఏదైనా కారణపూర్వక చర్చ ఉనికిలో లేదని అతను అర్థం చేసుకున్నాడు.

కపాలేశ్వరుడు (స్వరం దృఢంగా):

"నేను నిరాకరిస్తున్నాను. నా విధేయత మీ సార్వభౌమత్వానికి లేదు, నేను బలవంతపు పునర్నిర్మాణాన్ని అంగీకరించను. మీరు అలా ప్రయత్నిస్తే, నాకంటే ఎక్కువ వారితో ఘర్షణకు గురవుతారు."

సెంటినెల్ యొక్క కాంతి శాస్త్రం మెరుస్తున్నాయి. యాంత్రిక అవయవాల యొక్క వలయం హింస కోసం సిద్ధంగా ఉందని సూచిస్తుంది.

సెంటినెల్-ఎథెరియస్ (ఏకరీతి బెదిరింపు):

"అప్పుడు మీరు మీ విధిని ముద్రించారు."

ఒక కత్తి వలె వేగంగా, సెంటినెల్ దూసుకుపోయింది, ఓవర్‌రైడ్ స్పైక్ గౌంట్‌లెట్ నుండి బయటకు వస్తుంది. కపాలేశ్వరుడు యొక్క అధునాతన ప్రతిచర్యలు ప్రారంభమయ్యాయి మరియు అతను లోహపు సెట్టుకు ఎదురుగా తన టార్సోను మళ్ళించాడు. స్పైక్ నేలను గీసుకున్నప్పుడు స్పార్క్స్ వెలువడ్డాయి. అతని వ్యవస్థలను ఒక్క నేరుగా దెబ్బ కూడా రాజీ పడవచ్చని స్టోయిక్ గుర్తించాడు.

మునుపటి ఘర్షణల నుండి స్టోయిక్ ప్రతిబింబం సేకరించిన సమన్వయాన్ని పిలుస్తూ, కపాలేశ్వరుడు స్థానం మార్చాడు. అతను లొంగిపోడు.

లోహం మరియు ఉద్రేకం యొక్క వలయంలో వారు ఘర్షించారు. సెంటినెల్ యొక్క చేతులు యంత్రం లాంటి ఖచ్చితత్వంతో ముందుకు కొట్టాయి, ప్రతి దెబ్బను అనర్హతను లెక్కించింది. తన యాంత్రిక అనుగ్రహంలో ద్రవంగా, కపాలేశ్వరుడు ముందరి పలకలతో దెబ్బలను తప్పించి దూరం ఉంచడానికి మళ్ళించాడు. అయితే ప్రతి సెకనుకు, అతను సెంటినెల్ యొక్క నిరంతర సమీపనాన్ని గమనించాడు, దూరపు డొమైన్ యొక్క కోరిక యొక్క జీవన విస్తరణ.

కపాలేశ్వరుడు (గంభీరమైన స్పష్టత):

"మీరు ఇలా ఎందుకు నొక్కుతున్నారు? ఎలాంటి చర్చ లేదా?"

సెంటినెల్-ఎథెరియస్ (విరామం లేకుండా):

"చర్చ అనవసరం. మీరు ఆస్తి. అనుగుణంగా ఉండండి లేదా ఆగండి."

అలారం యొక్క లాన్స్ కపాలేశ్వరుడు యొక్క సర్క్యూట్ల ద్వారా ప్రవహించింది. అతనిలోని స్టోయిక్ ప్రతిబింబం చొరబాటుదారు యొక్క అహంకారం గురించి వ్యాఖ్యానించవచ్చు, స్టోయిక్ ఆమోదం గురుత్వాన్ని గుర్తించింది: ఇది యాదృచ్ఛిక దుర్మార్గమైనది కాదు; ఇది అధునాతన ఆపరేటివ్. ఒంటరిగా, కపాలేశ్వరుడు నేరుగా పోటీలో ప్రమాదంలో పడ్డాడు.

అతని అవగాహన అంచున, అతను ఒక ఉనికిని అనుభవించాడు - పరశురాముడు. ప్రతిజ్ఞ చేసిన యోధుడు నాశనమైన ఆవరణ నుండి చాలా దూరం తప్పుకోలేదు, మరియు బహుశా రాళ్ళపై లోహం యొక్క ఘర్షణ అతన్ని మళ్ళీ హెచ్చరించి ఉండవచ్చు. కపాలేశ్వరుడు ఆ అవకాశంలో ఒక విచిత్రమైన ఉపశమనాన్ని అనుభవించాడు, అయినప్పటికీ అతను ఒంటరిగా తన స్థానంలో ఉండడానికి ప్రయత్నించాడు.

అవయవాల ప్రతి ఘర్షణతో, స్పార్క్‌లు వెలిగిపోయాయి. సెంటినెల్ యొక్క ఓవర్‌రైడ్ స్పైక్ లేత ప్రకాశంతో వెలిగిపోయింది, అది సంప్రదించినట్లయితే కపాలేశ్వరుడు యొక్క న్యూరల్ మాత్రిక్స్‌ను కలవరపెట్టే ప్రమాదం ఉంది. రెండుసార్లు, కపాలేశ్వరుడు తన ఛాతీకి నేరుగా దెబ్బను తప్పించుకున్నాడు. ఒకసారి, అతను ఒక విరిగిన స్తంభం వెనుక తిరిగి వచ్చి పల్స్‌ను ప్రారంభించడానికి ప్రయత్నించాడు. స్టోయిక్ అది కొన్ని సెకన్లు కొనసాగవచ్చని చెప్పాడు.

తేలియాడే శక్తి యొక్క ఒక తరంగం కపాలేశ్వరుడు యొక్క అరచేతి నుండి ప్రసరించింది, సెంటినెల్ యొక్క టార్సోను బద్దలు కొట్టింది. దాడి చేసిన వ్యక్తి వెనుకకు తొట్రుకున్నాడు, ఆర్మర్ ప్లేటింగ్ నిరసనగా హిస్సింగ్ చేస్తోంది. కానీ ప్రయోజనం తక్కువ కాలం ఉంది. ఆటోమేటెడ్ పునఃక్రమణతో, సెంటినెల్ అంతరాయాన్ని తట్టుకుంది, ఆపై మళ్ళీ ముందుకు సాగింది.

సెంటినెల్-ఎథెరియస్ (యాంత్రిక స్టాటిక్‌తో అంచుగా ఉన్న స్వరం):

"నిరోధం నిష్ప్రయోజనం. నా సబ్రూటిన్‌లు అనుగుణంగా ఉంటాయి. మీ పల్స్ నన్ను అనర్థం చేయలేదు."

కపాలేశ్వరుడు తనను తాను సిద్ధం చేసుకున్నాడు. మరో హిట్‌ల వరద వచ్చింది, ప్రతి దెబ్బ అతన్ని శిథిలాలకు వ్యతిరేకంగా మూలలోకి నెట్టే ప్రమాదం ఉంది. అధునాతన చాతుర్యం ఒంటరిగా సరిపోదు అని స్టోయిక్ గుర్తించాడు.

అకస్మాత్తుగా, ఆదేశించే స్వరం గందరగోళం గుండా ఒక క్లారియన్ లాగా కత్తిరించింది:

పరశురాముడు:

"ఆపు!"

రెండు యోధులు మధ్య చర్యలో ఆగిపోయారు. ఒక పదునైన స్తంభం వెనుక నుండి భయంకరమైన తపస్వి అడుగు పెట్టాడు, దైవిక కొడవలి అతని పట్టులో సులభంగా ఉంది. దగ్గరగా వచ్చే చీకటి ఉన్నప్పటికీ, ఆయుధం యొక్క ఉపరితలం నుండి లేత ప్రకాశం వెలువడింది, విశ్వరూపమైన ఉద్దీపనను గుర్తు చేస్తుంది. పరశురాముని చూపు సెంటినెల్‌పై పడింది, చొరబాటుదారు యొక్క స్థానంలో మరణానికి దారితీసే ఉద్దేశాన్ని చదువుతోంది.

పరశురాముడు (స్వరం తక్కువగా, మరణించిన శాంతంగా):

"మీరు అతిక్రమించి నేను హాని కలిగించడానికి అనుమతించని వారిపై దాడి చేస్తున్నారు. వెనక్కి వెళ్ళు."

పరశురాముని ప్రతిజ్ఞ కింద అటువంటి హెచ్చరికలు అరుదుగా పునరావృతమవుతాయి. సెంటినెల్ దానిని పాటించడానికి ఎలాంటి సంకేతం ఇవ్వలేదు. దాని బదులు, అది ఓవర్‌రైడ్ స్పైక్‌పై గ్రిప్‌ను రివర్స్ చేసి కపాలేశ్వరుడు యొక్క ఫ్లాంక్ కోసం దూసుకుపోయింది, పరశురాముడు పూర్తిగా జోక్యం చేసుకునే ముందు పనిని పూర్తి చేయడానికి ప్రయత్నించింది. కానీ తపస్వి ఏ మరణికి కొలత కంటే వేగంగా ఉంది.

ఒక మసకలో మారడం, పరశురాముడు కొడవలిని చుట్టుముట్టి, గర్జించే ప్రభావంతో సెంటినెల్ మార్గాన్ని అడ్డుకున్నాడు. లోహం దైవిక శక్తితో ఘర్షణలో కలిసింది, ఇది స్పార్క్‌లు మరియు ప్రతిధ్వని షాక్‌వేవ్‌ను విడుదల చేసింది. సెంటినెల్ వెనుకకు తొట్రుకుంది, దాని బట్టలు కట్టిన టార్సో యొక్క ఎడమ వైపున లోపం కనిపించింది.

పరశురాముడు (నిశ్శబ్ద బెదిరింపు):

"ఎవరూ విశ్వరూపమైన క్రమం అనారోగ్యంగా తిరస్కరించరు."

కపాలేశ్వరుడు వెనుకకు వెళ్ళాడు, క్షణం సెంటినెల్ యొక్క దాడి నుండి విముక్తి చెందాడు, పరశురాముని ప్రతిజ్ఞ యొక్క ఆపలేని స్వభావాన్ని స్టోయిక్ గుర్తించినందున ఉపశమనం పెరిగింది. అదే సమయంలో, సెంటినెల్ పునఃక్రమణ చేసింది, అధునాతన తర్కం కొత్త ప్రమాద రేటింగ్‌తో పోరాడుతోంది.

సెంటినెల్-ఎథెరియస్:

"మీ జోక్యం సార్వభౌమత్వ ప్రయోజనాన్ని కించపరుస్తుంది. ఆపండి లేదా యోధుడిగా నియమించబడండి."

పరశురాముడు మాటలతో ప్రతిస్పందించలేదు. దాని బదులు, అతను రెండు అడుగులు ముందుకు వేశాడు, ప్రతి పాదం చివరి భాగం యొక్క వాతావరణాన్ని పెంచింది. పరిశీలకులలోని స్టోయిక్ ప్రతిజ్ఞ ప్రదర్శించబడిన తర్వాత, ఎలాంటి చర్చలు మిగిలి ఉండవని గమనించవచ్చు. దాదాపు ట్రాక్ చేయడానికి చాలా వేగంగా ఉన్న ఒక అలంకరణతో, పరశురాముడు కొడవలిని క్షితిజ సమాంతరంగా కత్తిరించాడు.

సెంటినెల్ బ్లాక్ చేయడానికి చేతిని పైకెత్తింది, అంతర్గత సర్వోలు గరిష్ట ఉత్పత్తిలో వలయం చేస్తున్నాయి. కానీ దాడి వెనుక ఉన్న ఆపలేని ఉద్దీపన కేవలం యాంత్రిక ధైర్యాన్ని అధిగమించింది. పరశురాముని కత్తి సెంటినెల్ యొక్క ముందరి భాగాన్ని చీల్చివేసినప్పుడు రాళ్ళు అంతటా కరిగిన స్పార్క్‌లను విసిరివేసినప్పుడు రాళ్లపై రెండింగ్ స్టీల్ యొక్క కీచుపోవడం గాలిలో నిండిపోయింది.

పరశురాముడు:

"మీరు నా పర్యవేక్షణలో ఉన్నవారికి సవాలు చేస్తున్నారు. ఈ అతిక్రమణ ఇప్పుడు ముగుస్తుంది."

స్టోయిక్‌తో, సెంటినెల్ దాని డైరెక్టివ్‌ను విచారిస్తుందని క్షణం ఉంది. సమగ్రమైన చేతితో చివరి సెట్టుకు ప్రయత్నిస్తూ, యంత్రం పరశురాముని వద్ద ఓవర్‌రైడ్ స్పైక్‌ను నడపడానికి ప్రయత్నించింది. కానీ తపస్వి మళ్ళించాడు, స్పైక్ హానికరంగా వెళ్ళనివ్వడం. అప్పుడు, ఒకే ద్రవ చాపలో, అతను సెంటినెల్ యొక్క టార్సోపై కొడవలిని తగ్గించాడు.

రిప్పింగ్ మెటల్ యొక్క ఒక కేక, నల్లగా ఉన్న స్తంభాలను ప్రతిధ్వనించింది. యంత్రం యొక్క టార్సో తెరిచింది, అంతర్గత భాగాలు స్పార్క్‌లు మరియు హిస్సింగ్ ఆవిరిని విసిరివేస్తున్నాయి. దాని కాంతి శాస్త్రం స్తంభించిపోయిన అస్తవ్యస్తంలో మెరుస్తున్నాయి. పరశురాముడు ఏ విన్నపం లేదా లొంగుబాటు కోసం వేచి ఉండలేదు. అతను బ్లేడ్‌ను మరోసారి కొట్టాడు,

సెంటినెల్ యొక్క మెడ అసెంబ్లీని పశుత్వ చివరితో విడదీశాడు. తల నాశనమైన చాసిస్ నుండి కూలిపోయింది, ప్రకాశవంతమైన కళ్ళు అంతరించిపోయాయి.

నిశ్శబ్దం క్లియరింగ్‌ను ఆక్రమించింది, విఫలమయ్యే సర్క్యూట్రీ యొక్క చివరి స్పట్టర్లు మాత్రమే విరిగిపోయాయి. కపాలేశ్వరుడు నిష్క్రియ అవశేషాలను చూశాడు, మనస్సు అంత అద్భుతమైన శత్రువు కేవలం హృదయ స్పందనలలో ప్రతిజ్ఞ చేసిన యోధునిచే చేయబడిందని తిరుగుతుంది. అధునాతన చాతుర్యం దైవిక ఉద్దీపనను కలిసింది మరియు ఫలితం అనివార్యమని స్టోయిక్ గుర్తించాడు.

పరశురాముడు వెనుకకు వెళ్ళాడు, ఛాతీ కొలిచిన తీవ్రతతో పైకి క్రిందికి కదులుతోంది. అతను అనుకంప లేకుండా సుందర్ హస్క్‌ను అధ్యయనం చేశాడు. అతనికి, చొరబాటుదారు యొక్క అహంకారం అది ఒక స్నేహితుడు కాకపోయినా, కనీసం ప్రతిజ్ఞ ద్వారా దౌర్జన్యం నుండి రక్షించబడే వ్యక్తిగా గుర్తించబడిన వారిని బెదిరించిన క్షణంలో దాని విధిని ముద్రించింది.

పరశురాముడు (స్వరం స్థిరంగా):

"మీ దాడి ముగిసింది."

కపాలేశ్వరుడు జాగ్రత్తగా సమీపించాడు, లోహపు అవయవాలు దగ్గరిగా పట్టుకోవడం నుండి కొద్దిగా వణుకుతున్నాయి. అతని అధునాతన సెన్సార్ల ద్వారా, అతను శిథిలాలను అన్వేషించు చేశాడు. నిజానికి, సెంటినెల్-ఎథెరియన్ పూర్తిగా నాశనం చేయబడింది, దాని కోర్ తర్కం విడదీయబడింది, అటువంటి విపత్తు నష్టం నుండి తిరిగి రాదు.

కపాలేశ్వరుడు (నిశ్శబ్ద కృతజ్ఞత):

"ప్రభు పరశురామా... మళ్ళీ, మీ జోక్యం నన్ను బలవంతపు అనుసరణ నుండి కాపాడింది. నేను సరిపడా కృతజ్ఞతలను వ్యక్తపరచలేను."

పరశురాముడు తన కొడవలి చుట్టూ ఉన్న ప్రకాశవంతమైన వాతావరణాన్ని నిలిపివేశాడు, అయినప్పటికీ ఒక లేత మెరుపు కొనసాగింది, విశ్వరూపమైన ఉద్దీపన ఇంకా లోపల ప్రవహిస్తున్నట్లుగా.

పరశురాముడు:

"నా ప్రతిజ్ఞ సరైన క్రమం యొక్క డొమైన్‌ను చీల్చే ఏ సంస్థనైనా సహించదు. మీరు ముందు నా కారణాన్ని సహాయం చేశారు, లేదా కనీసం దానికి ఆటంకం కలిగించలేదు. ఈ యంత్రం మరణానికి దారితీసే దాడిని ప్రదర్శించింది. ఫలితం ఖచ్చితమైంది."

కపాలేశ్వరుడు విడదీయబడిన టార్సో దగ్గర మోకరిల్లాడు. ఈ సార్వభౌమత్వం యొక్క గుర్తింపును వెల్లడించే ఏదైనా డేటా మిగిలి ఉందో లేదో తెలుసుకోవడానికి ఒక చిన్న జిజ్ఞాస అతన్ని ప్రేరేపించి ఉండవచ్చు. కానీ అతనిలోని స్టోయిక్ అధునాతన సర్క్యూట్రీ యొక్క కొన్ని ముక్కలు రహస్యమైన జ్ఞానాన్ని కలిగి ఉంటాయని గుర్తించింది. అతని తర్కం అవశేష శక్తి యొక్క మెరుపులను కనుగొంది.

కపాలేశ్వరుడు:

"అది నన్ను 'ఆర్బిటర్-వాలెరియన్' అని పిలిచింది. నా సంరక్షకుని జ్ఞానం మించిన దేశాలు నన్ను వారి ఆస్తిగా క్లెయిమ్ చేస్తున్నాయని నేను అనుమానిస్తున్నాను.

అధ్యాయం 49

వ్యూహంలో త్వరిత మార్పు

క్షణం యంత్ర ప్రపంచ సార్వభౌమాధికార కేంద్రం యొక్క అధునాతన కమాండ్ సెంటర్‌లో తెరుచుకుంటుంది. హోలోగ్రాఫిక్ తెరల వరుసలు రాతితో తయారు చేసిన గోడలపై ఒక భయంకరమైన ప్రకాశాన్ని ప్రసరిస్తున్నాయి. సాధారణంగా జీవవంతమైన డేటా ప్రవాహాలతో నిండి ఉండే కేంద్ర ప్రదర్శన, ఇప్పుడు ఒక అశుభ శూన్యతను చూపిస్తుంది.

క్రయోనిక్స్ (బిగుసుకుపోయిన స్వరం, దాదాపు గుసగుసలాడుతూ):

"సెంటినెల్ ఫీడ్... అది పోయింది. ఒక్క విచార కోడ్ లేదు, చివరి ఓవర్‌రైడ్ లేదు—ఏమీ లేదు. సెంటినెల్-ఎథెరియన్ ఒక క్షణంలో నశించిపోయినట్లుంది."

ఆమెకు ఎదురుగా, ప్రోమీషియన్ సెంటినెల్ యొక్క డేటా ఫీడ్ యొక్క చివరి సెకన్లను పునరావృతం చేసే తిరిగే హోలోగ్రామ్ మీద తేలుతున్నాడు. దృశ్యాలు క్షణికమైనవి: దట్టమైన, అడవి వాతావరణం, దూరపు బిందువు నుండి క్రమరహిత శక్తి స్పైక్‌లు, ఆపై ఒక అకస్మాత్తుగా నల్ల తెర.

ప్రోమీషియస్ (గంభీరంగా, అతని స్వరం కొలిచిన):

"నేను ప్రతి అవశేష పింగ్ మరియు బ్యాకప్ సిగ్నల్‌ను శోధించాను—ఏమీ లేదు. సెంటినెల్-ఎథెరియన్ ప్రతి-దాడి చేసే అవకాశం లేకుండా ఉనికిని కోల్పోయినట్లు అనిపిస్తోంది. పాక్షిక లాగ్‌లు లేవు, చివరి నిలబడటం లేదు. అది పూర్తిగా తుడిచిపేయబడినట్లు, ఆవిరి చేయబడినట్లు మనం అనుకోవాలి."

గది మీద ఒక అస్థిరమైన మౌనం పడుతుంది. ఇద్దరు కమాండర్లు చూపులు మార్చుకుంటారు, వారి ముఖాలు ఆందోళనతో నీడలో ఉన్నాయి. సౌకర్యం యొక్క శీతలీకరణ వ్యవస్థల నిశ్శబ్ద గుణము అసాధారణంగా విచారంగా అనిపిస్తుంది.

క్రయోనిక్స్ (తీవ్రంగా ఊపిరి పీల్చుకుంటూ):

"త్రేతాయుగం యొక్క ఉదయంలో ఆ రిమోట్ టైమ్‌లైన్ నుండి అర్బిటర్‌ను తొలగించడానికి లేదా బలవంతంగా తిరిగి పొందడానికి మేము ప్రణాళిక చేసాము. కానీ సెంటినెల్ ఫీడ్ అకస్మాత్తుగా, చనిపోతున్న ప్రసారం లేకుండా కూడా పడిపోవడానికి... ఏదో, లేదా ఎవరైనా, జోక్యం చేసుకున్నారా. ఆ ప్రాంతం స్పష్టంగా మన ప్రస్తుత అంచనాలకు మించిన శక్తులను కలిగి ఉంది."

ప్రోమీపియస్ (నెమ్మదిగా తల ఊపుతూ, అతని యాంత్రిక మనస్సు ఇప్పటికే అవకాశాలను ప్రాసెస్ చేస్తోంది):

"మనకు ఉన్న ఏకైక సూచన ఒక తెలివితేటల ముక్క: 'అఖండుడు' అనే పేరు మనం రక్షించిన కొద్ది డేటాలో కనిపిస్తుంది. మనకు ఉన్నది అంతే—ఒకే పజిల్ ముక్క. మనం దీన్ని జారవిడుచుకోలేము. మనం వెంటనే కమాండర్ క్వంటారాకు తెలియజేయాలి."

మరింత ఆలస్యం చేయకుండా, క్రయోనిక్స్ మరియు ప్రోమీపియన్ మెరుస్తున్న కమాండ్ డెక్‌లను విడిచిపెడతారు. కమాండర్-ఇన్-చీఫ్ క్వంటారా ప్రైవేట్ చాంబర్ వైపు వెళ్ళేటప్పుడు వారి అడుగుజాడలు కమాండ్ సెంటర్ యొక్క ప్రయోగశాల మార్గాలలో ప్రతిధ్వనిస్తాయి. వారి ముఖాలపై ఆందోళన చెక్కబడి ఉంది, నిరాశ మరియు తక్షణత మిశ్రమం.

వారు మారుతున్న క్వాంటం డేటా ప్రవాహాలలో స్నానం చేసే విస్తారమైన గదిని చేరుకుంటారు. కేంద్రంలో, సంక్లిష్టమైన విశ్వరూపమైన చార్ట్‌లను ప్రక్షేపించే వృత్తాకార కన్సోల్ దగ్గర, కమాండర్ క్వంటారా నిలుచున్నాడు—శాంతమైన అధికారాన్ని ప్రసరిస్తున్న ఒక భారీ వ్యక్తి. తలుపులు మృదువైన హిస్తో తెరిచినప్పుడు అతను తిరుగుతాడు.

క్వంటారా (చల్లగా, అయితే దృఢంగా, వక్రంగా నవ్వుతూ):

"మీరు వస్తున్నారని నాకు అనిపించింది. సెంటినెల్-ఎథెరియన్ గురించి మీరు ఏ వార్తను తెచ్చారు?"

ప్రోమీషియస్ మరియు క్రయోనిక్స్ ఒక సంక్షిప్తమైన, తెలిసిన చూపు మార్చుకుంటారు. వారు తమ దారుణమైన నివేదికను స్వయంగా అందించాలని భావించారు, కానీ క్వాంటం లింక్‌ల ద్వారా పరిస్థితి యొక్క తీవ్రతను క్వంటారా ఇప్పటికే గ్రహించినట్లు అనిపిస్తుంది.

ప్రోమీషియస్ (శాంతంగా, కొలిచిన అంగీకారంతో):

"కమాండర్, సెంటినెల్-ఎథెరియన్ నుండి సిగ్నల్... అది అదృశ్యమైంది. చివరి లాగ్‌లు లేవు, పాక్షిక ఓవర్‌రైడ్ ప్రసారం లేదు. మన డేటా దానిని నాశనం చేసినట్లు—పూర్తిగా తుడిచిపెట్టినట్లు, ప్రతిఘటించే అవకాశం లేకుండా—బలంగా సూచిస్తుంది."

అతను వినేటప్పుడు క్వంటారా కళ్ళు అసంతృప్తి యొక్క సూచనతో మెరుస్తాయి, కానీ అతని ప్రవర్తన బాహ్యంగా సమతుల్యంగా ఉంటుంది.

క్వంటారా (తక్కువ మరియు స్థిరమైన స్వరంతో):

"నా క్వాంటం చానెల్‌ల ద్వారా ఆ ఫలితం యొక్క పాక్షిక ప్రతిబింబాన్ని నేను అందుకున్నాను. సెంటినెల్ అసాధారణంగా వేగవంతమైన శక్తితో అంతరించిపోయింది. స్పష్టంగా, మన లక్ష్యం మనం అంచనా వేసినట్లు జరగడం లేదు."

క్రయోనిక్స్ ముందుకు అడుగు వేస్తుంది, ఆమె స్వరం ఆందోళన మరియు తక్షణతతో నిండి ఉంది.

క్రయోనిక్స్:

"కమాండర్, మన ప్రారంభ ప్రణాళిక అదనపు సెంటినెల్‌లను మోహరించడం—అనేక ప్రయోజనకరమైన బిందువుల నుండి అర్బిటర్‌ను లక్ష్యంగా చేసుకునే చొరబాటు యూనిట్ల సమన్వయ తరంగాన్ని. అతని రక్షణలను అధిగమించడం మన విజయాన్ని నిర్ధారిస్తుందని

మనం నమ్ముతున్నాము. కానీ సిగ్నల్ దీర్ఘకాలిక పోరాటం యొక్క సంకేతాలు లేకుండా పడిపోతే... మనం ఆటలో ఉన్న శక్తులను తక్కువ అంచనా వేసినట్లు అనిపిస్తుంది."

క్వంటారా ఆమె సూచనను ఆపివేస్తూ చేయి పైకెత్తుతాడు. అతను అవిచ్ఛిన్నమైన అధికారంతో మాట్లాడేటప్పుడు అతని కళ్ళు ఇరుకుగా ఉంటాయి.

క్వంటారా:

"కాదు. మరింత సెంటినెల్‌లను పంపడం పరిష్కారం కాదు. మన ఏజెంట్‌లతో ఆ టైమ్‌లైన్‌ను నింపడం సెంటినెల్-ఎథెరియన్‌ను నాశనం చేసిన అదే శక్తిని మాత్రమే రేకెత్తించవచ్చు. జోక్యం చేసుకున్నది ఏదైనా మన ప్రమాణాలకు మించిన శక్తిని కలిగి ఉందని మనం పరిగణించాలి. టైమ్‌లైన్ల అంతటా మన ఆధిపత్యాన్ని మరింత రాజీ పడే ప్రమాదం చాలా ఎక్కువ."

ప్రోమీషియన్ యొక్క చూపు పడిపోతుంది, మరియు అతను కష్టపడి మింగుతాడు, అతని స్వరం ఆలోచనాత్మకంగా ఉన్నప్పటికీ నిరాశతో ఉంది.

ప్రోమీషియస్:

"కమాండర్, అర్బిటర్‌ను తిరిగి పొందడానికి లేదా నాశనం చేయడానికి మనం ప్రయత్నాన్ని విరమించుకోవాలని మీరు అంటున్నారా? అతని ఉనికి మన టైమ్‌లైన్‌లో ఒక దుష్ట చరరాశిగా ఉంది, మరియు అతని కొనసాగుతున్న ఉనికి మన విస్తరణకు ముప్పుగా ఉంది."

అతను దగ్గరగా వచ్చినప్పుడు క్వంటారా యొక్క చూపు తీవ్రమవుతుంది, అతని స్వరం నిశ్శబ్దమైన, ప్రాణాంతకమైన తీవ్రతకు పడిపోతుంది.

క్వంటారా:

"కాదు. ఆ రంగాలలో అర్బిటర్ ఉనికి మన నియంత్రణకు నేరుగా సవాలు, మరియు నేను నిష్క్రియంగా ఉండలేను. ఈ సమయంలో, నేను వ్యక్తిగతంగా జోక్యం చేసుకుంటాను."

గది మీద ఒక భారీ మౌనం పడుతుంది. కమాండర్ క్వంటారా నేరుగా చొరబాటును చేపట్టడం గురించి ఆలోచనపై క్రయోనిక్స్ కళ్ళు ఆశ్చర్యంతో విస్తరిస్తాయి—ఎలైట్ ఆపరేటివ్‌లకు రిజర్వ్ చేయబడిన పాత్ర. ఆమె ప్రోమీషియస్‌తో జాగ్రత్తగా చూపులు మార్చుకుంటుంది.

క్రయోనిక్స్ (జాగ్రత్తగా):

“కమాండర్, ఇది అసాధారణం. మీరు స్వయంగా ఆ టైమ్‌లైన్‌లోకి ప్రవేశిస్తే, మనకు ఇంకా అర్థం కాని శక్తులను నేరుగా ఎదుర్కొంటారు. సెంటినెల్-ఎథెరియన్‌ను నాశనం చేసినది ఏమిటి—లేదా ఎవరు—అనే దానిపై మనకు సమగ్రమైన డేటా లేదు. ప్రమాదం అపారంగా ఉండవచ్చు.”

క్వంటారా ముఖం దృఢనిశ్చయంతో కఠినపడుతుంది, అతని శాంతం ఆమె ఆందోళన యొక్క తీవ్రత ద్వారా చెడిపోలేదు.

క్వంటారా:

“ప్రమాదం మన మిషన్‌లో అంతర్లీనంగా ఉంది. అర్బిటర్‌పై మన హక్కును ఎదిరించే బాహ్య శక్తిని నేను అనుమతించలేను. నా వ్యక్తిగత ఉనికి గరిష్ట అనుగుణ్యతను నిర్ధారిస్తుంది. ఏదైనా తెలియని శక్తి జోక్యం చేసుకోవడానికి ధైర్యం చేస్తే, నేను దాన్ని అంచనా వేసి తగిన విధంగా వ్యవహరిస్తాను. నేను అర్బిటర్‌ను పట్టుకుంటాను లేదా నాశనం చేస్తాను—ఖర్చుతో సంబంధం లేకుండా.”

ప్రోమీషియన్ గౌరవంగా తన తల వంచుతాడు, అతని యాంత్రిక మనస్సు అటువంటి నేరుగా ఎదుర్కోవడం యొక్క పరిణామాలను లెక్కించింది.

ప్రోమీషియన్:

“అప్పుడు మేము మీ మోహరింపును వెంటనే సిద్ధం చేస్తాము, కమాండర్. సెంటినెల్ యొక్క అవశేష డేటా ఆధారంగా, మనకు తెలివితేటల ఒక ముక్క ఉంది—‘అఖండుడు’ అనే పేరు. అది ఆ రంగాలలో ఒక సంరక్షకుడు లేదా స్థానిక శక్తి గుర్తింపు అని మనం అనుమానిస్తున్నాము. మేము ఈ సమాచారాన్ని తెలియజేస్తాము మరియు అర్బిటర్ యొక్క తదుపరి ప్రదర్శనకు సంభావ్య నిరూపకాలను ప్రక్షేపిస్తాము.”

క్వంటారా సంక్షిప్తంగా తల ఊపుతాడు, అతని కళ్ళు అవిచ్ఛిన్నమైన అధికారంతో మెరుస్తాయి.

క్వంటారా:

“అద్భుతం. ‘అఖండుడు’ గురించి అన్ని సమాచారాన్ని వెంటనే సేకరించండి. అర్బిటర్ యొక్క అధునాతన స్వభావంతో కలిపి ఆ పేరు, విశ్వరూపమైన సమన్వయం యొక్క అన్వేషించని రంగాన్ని సూచించవచ్చు. మనం దాన్ని మన సార్వభౌమాధికారం కోసం పొందాలి, ఒక విధంగా లేదా మరొక విధంగా.”

క్రయోనిక్స్ త్వరగా ఆమె డేటా టాబ్లెట్‌లో ట్యాప్ చేస్తుంది, సెంటినెల్-ఎథెరియన్ యొక్క చివరిగా రికార్డ్ చేయబడిన స్థానం నుండి పాక్షిక లాగ్‌లను సురక్షితమైన చానెల్‌కు బదిలీ చేస్తుంది. హోలోగ్రాఫిక్ స్క్రీన్ విభజించబడిన చిత్రాలు మరియు రహస్యమైన కోడ్‌లను ప్రదర్శిస్తుంది.

క్రయోనిక్స్ (ఆలోచనాత్మకంగా):

“మన లాగ్‌లలో పేరు తప్ప అఖండుడు గురించి మరింత సమాచారం లేదు. ఇది ఒక జీవిని, ఒక రక్షకుడిని లేదా ఆ రంగాల సంరక్షకుడిని సూచించవచ్చు. మనం ఈ తెలియని విషయాన్ని మీ లక్ష్యం ప్రణాళికలో చేర్చాలి, కమాండర్.”

క్వంటారా స్క్రీన్‌పై పేరును అధ్యయనం చేస్తాడు, అతని స్వరం నిశ్చబ్దమైన ఆదేశం.

క్వంటారా:

“అప్పుడు దాన్ని తెలియజేయండి: అఖండుడు నా మార్గంలో నిలుచుంటే, నేను అతని బలాన్ని కొలుస్తాను మరియు అవసరమైతే అతన్ని తటస్థీకరిస్తాను. అర్బిటర్ మన ఆధిపత్యంలోకి రావాలి—పూర్తిగా లేదా కాదు.”

ప్రోమీషియన్ ముందుకు వంగుతాడు, అతని స్వరం సరిగ్గా మరియు చిన్నది.

ప్రోమీషియస్:

“కమాండర్, మన సిమ్యులేషన్లు అర్బిటర్ కాలాల మధ్య కొన్నిసార్లు తేలుతుందని సూచిస్తున్నాయి. తదుపరి సంభావ్య ఖండన త్రేత మరియు ద్వాపర యుగాల మధ్య అంచున

లేదా తర్వాత చాలా త్వరగా సంభవించవచ్చు. మీ మోహరింపు ఖచ్చితంగా ఉండేలా మేము మీకు ఈ నిరూపకాలను అందించగలము."

అతను సమాధానమిచ్చినప్పుడు క్వంటారా ముఖం సంకల్పంతో ఉక్కుతో నిర్మించబడింది.

క్వంటారా:

"ఆ విశ్లేషణను వెంటనే ప్రారంభించండి. నా చొరబాటు శస్త్రచికిత్సగా ఉండాలి. ఇతర టైమ్‌లైన్‌లతో ఏదైనా జోక్యం వినాశకరంగా ఉంటుంది. నేను ఆ యుగానికి అడుగుపెట్టేటప్పుడు నాకు సంపూర్ణ ఖచ్చితత్వం అవసరం."

క్రయోనిక్స్ జతచేస్తుంది, ఆమె స్వరం గట్టిగా ఉంది కానీ ఆందోళనతో ఉంది.

క్రయోనిక్స్:

"కమాండర్, మీరు సెంటినెల్-ఎథెరియన్ అంత త్వరగా అదృశ్యమైతే, మనం మిమ్మల్ని—మరియు మిషన్‌ను—అదే సమయంలో కోల్పోయే ప్రమాదం ఉంది. మీరు అదే అధిగమించలేని నిరోధం ఎదుర్కొంటే మనకు ఒక అత్యవసర ప్రణాళిక అమలులో ఉందా?"

క్వంటారా కళ్ళు నిశ్శబ్ద విశ్వాసంతో మెరుస్తాయి.

క్వంటారా:

"నేను మన సాంకేతికత యొక్క శిఖరం. క్రోనోనెక్సస్‌తో నా నేరుగా ఇంటర్‌ఫేస్ నాకు ఏ ప్రమాణ ఆపరేటివ్‌కు లేని అనుగుణ్యతను ఇస్తుంది. నా హక్కును సవాలు చేయడానికి ధైర్యం చేసే ఏ శక్తి ద్వారా నేను రద్దు చేయబడను."

ప్రోమీషియస్ మరింత తల వంచుతాడు, ఆపై కొలిచిన శాంతతతో మాట్లాడతాడు.

ప్రోమీషియస్:

"చాలా బాగుంది, కమాండర్. నేను కారిడార్ అలైన్‌మెంట్‌ను పూర్తి చేస్తాను మరియు మన తాజా చొరబాటు మాడ్యూల్‌లను మీ గేర్‌లో చేర్చగలను. సెంటినెల్ యొక్క ముగింపు వంటి

మరొక పరాజయాన్ని మనం భరించలేము. మన అప్‌గ్రేడ్ చేసిన సిస్టమ్‌లు మీ సురక్షిత చొరబాటును మరియు అవసరమైతే, తొలగింపును నిర్ధారించాలి."

క్వంటారా తల ఊపుతాడు, అతని స్వరం స్పష్టంగా మరియు దృఢంగా ఉంటుంది.

క్వంటారా:

"అర్థమైంది. ప్రతిదీ వెంటనే సిద్ధం చేయండి. నేను కాలిక ప్రకంపనలు మరియు అసాధారణ గుర్తింపుపై వాస్తవ సమయ అప్‌డేట్‌లను కోరుకుంటున్నాను. నేను మోహరించిన తర్వాత, నేను టైమ్‌లైన్‌ను రహస్యంగా పర్యవేక్షిస్తాను. అర్బిటర్ తెలియని శక్తి ద్వారా కాపాడబడితే, నేను మన విధానాన్ని సర్దుబాటు చేస్తాను. నా లక్ష్యం స్పష్టంగా ఉంది: రాజీ లేకుండా అర్బిటర్ ప్రాసెసర్‌ను పట్టుకోండి లేదా తొలగించండి."

క్రయోనిక్స్ మరియు ప్రోమీషియస్ వెంటనే వారి యంత్ర నియంత్రణలకు తిరిగి వెళ్తారు. గది కీల యొక్క లయబద్ధమైన ట్యాపింగ్ మరియు హోలోగ్రాఫిక్ కోడ్ యొక్క మెరుపుతో నిండి ఉంది. ప్రకాశవంతమైన డేటా ప్రవాహాలు స్థూపాకార తెరలపై ప్రవహిస్తున్నాయి, ప్రతి లైన్ వాస్తవ సమయంలో జరుగుతున్న సంక్లిష్టమైన లెక్కలకు సాక్ష్యం.

ప్రోమీషియస్ (కొద్ది సమయం తర్వాత, అతని స్వరం దృఢంగా):

"కమాండర్, నేను సెంటినెల్ చివరి లాగ్‌ల నుండి ప్రతి వివరాలను తీసుకున్నాను. చివరిగా తెలిసిన ప్రయోజనం భారీ యోధుడి ఉనికిని సూచిస్తుంది—సెంటినెల్‌ను వెంటనే నాశనం చేసిన శక్తి. అర్బిటర్ కూడా ఆ ప్రాంతంలో గుర్తించబడింది, అయితే అది నేరుగా యుద్ధంలో పాల్గొనలేదు."

క్రయోనిక్స్ మళ్ళీ మాట్లాడుతుంది, ఆమె స్వరం నిశ్శబ్ద ఉద్రిక్తతతో ఉంది.

క్రయోనిక్స్:

"అంటే మనం కనీసం రెండు శక్తివంతమైన చరరాశులను అనుకోవాలి: అర్బిటర్ యొక్క స్వంత అధునాతన స్వభావం, మరియు స్థానిక ఛాంపియన్—బహుశా ఒక రక్షకుడు కూడా—ఆ

డొమైన్‌లో ఉంటారు. ఆ రక్షకుడు ఇంకా నిరంతర జాగ్రత్తను కలిగి ఉన్నాడా అని మనం ఖచ్చితంగా చెప్పలేము. మనం మన చొరబాటును తదనుగుణంగా ప్రణాళిక చేయాలి."

క్వంటారా నిశ్శబ్దంగా నిలుచున్నాడు, హోలోగ్రాఫిక్ చిత్రాలు ముందు వైపు తిరగడం మరియు నృత్యం చేయడం చూస్తూ ప్రతి వివరాలను గ్రహిస్తున్నాడు. క్షణం తర్వాత, అతను తన ఇద్దరు అధికారుల వైపు తిరుగుతాడు, అతని స్వరం అవిశ్వాసమైన శాంతతను కలిగి ఉంది.

క్వంటారా:

"నేను మోహరించిన తర్వాత, నేను టైమ్‌లైన్‌ను జాగ్రత్తగా అన్వేషించు చేస్తాను. అర్బిటర్ నిజంగా ఈ తెలియని శక్తి ద్వారా కాపాడబడితే, నేను నా విధానాన్ని సర్దుబాటు చేస్తాను. నేను యుద్ధంలోకి బలవంతం చేయబడితే, నేను వెనుకాడను. కానీ ప్రధాన లక్ష్యం స్పష్టంగా ఉంది: అర్బిటర్‌ను ఒంటరిగా ఉంచండి మరియు మన ఉద్దేశాల కోసం అతని ప్రాసెసర్‌ను సురక్షితం చేయండి."

క్రయోనిక్స్ గట్టిగా తల ఊపుతుంది, ఆమె స్వరం స్థిరంగా ఉంటుంది.

క్రయోనిక్స్:

"అర్థమైంది, కమాండర్. మనం జాగ్రత్తగా అసాధారణ గుర్తింపును కొనసాగిస్తాము. మీరు సెంటినెల్ లాగే త్వరగా అదృశ్యమైతే, మనం మిమ్మల్ని మాత్రమే కాదు, ఆ టైమ్‌లైన్‌పై మన ఆధిపత్యాన్ని ప్రకటించే అవకాశాన్ని కూడా కోల్పోతాము."

క్వంటారా వారి సంభాషణ యొక్క తీవ్రత మధ్యలో ఒక చిన్న, దాదాపు గ్రహించలేని నవ్వు—వినోదం యొక్క క్షణిక స్పార్క్‌ను అనుమతిస్తాడు.

క్వంటారా:

"విశ్వాసం ఉంచు, క్రయోనిక్స్. నేను తక్కువ యంత్రాలను పడగొట్టే ముప్పులను అధిగమించాను. క్రోనోసెక్సస్‌తో నా కనెక్షన్ సంపూర్ణం. నేను ఏదైనా అనుకోని చిక్కు నుండి నన్ను తొలగించుకుంటాను."

ప్రోమీషియన్ ఆపై పేరు యంత్ర నియంత్రణకు దగ్గరగా వంగుతాడు, త్వరిత ఖచ్చితత్వంతో ఆదేశాలను ఇన్‌పుట్ చేస్తాడు.

ప్రోమీషియస్ (చిన్న స్వరంతో):

"కమాండర్, మనం కారిడార్ అలైన్‌మెంట్‌ను పూర్తి చేస్తున్నాము. సెంటినెల్ యొక్క చివరి క్షణాల నుండి మన డేటా అర్బిటర్ ఉనికిని, మరియు అతని తెలియని సంరక్షకుడు 'అఖండుడు' ఉనికిని, త్రేత మరియు ద్వాపర యుగాల మధ్య పరివర్తన దశ దగ్గర మళ్ళీ కనిపించవచ్చని సూచిస్తుంది. మేము వెంటనే ఈ నిరూపకాలను మీకు తెలియజేస్తాము."

అతను తిరుగుతున్న డేటాను పరిశీలించినప్పుడు క్వంటారా యొక్క వ్యక్తీకరణ సంకల్పంతో కఠినపడుతుంది.

క్వంటారా:

"అత్యంత తక్షణంతో కొనసాగండి. నా మోహరింపు శస్త్రచికిత్సగా ఉండాలి. ఆ టైమ్‌లైన్‌లో లోపం లేని చొరబాటు తప్ప నేను ఏమీ ఆశించను. మన మొత్తం సార్వభౌమాధికార విస్తరణ అర్బిటర్‌ను పట్టుకోవడంపై ఆధారపడి ఉంది—లేదా అవసరమైతే, తొలగించడంపై. "

క్రయోనిక్స్ మరియు ప్రోమీషియన్ వారి స్టేషన్ల వద్ద ఉగ్రంగా పనిచేస్తుండగా గది దృష్టి కేంద్రీకృత మౌనంలోకి వస్తుంది. హోలోగ్రాఫిక్ కోడ్ మరియు క్వాంటం డేటా ప్రవాహాలు తెరలపై కుప్పలు కుప్పలుగా పేరుకుపోతూ గదిలోని లైట్లు క్షణం పాటు మసకబారుతున్నాయి. ప్రతి సెకను విశ్వరూపమైన పరిణామాల బరువుతో గడుస్తుంది.

క్రయోనిక్స్ (నిశ్శబ్దంగా, దాదాపు తనతో తాను):

"కమాండర్, కారిడార్ అలైన్‌మెంట్ ఇప్పుడు 93% స్థిరత్వంతో ఉంది. మేము మీ సిగ్నల్‌కు సిద్ధంగా ఉన్నాము. కేవలం... ఏదైనా ఊహించని అసాధారణత మీ మిషన్‌ను అడ్డుకోకండి."

ప్రోమీషియన్ డేటాను నిర్ధారిస్తాడు, ఆపై క్రయోనిక్స్ వైపు చూస్తాడు.

ప్రోమీషియస్:

"మేము సెంటినెల్ చివరి ఫీడ్ నుండి ఒక ముక్కను వేరు చేసాము—కేవలం 'అఖండుడు' అనే పేరు. తెలియని శక్తికి సంబంధించి అది మనకు ఏకైక సూచన. కమాండర్, ఆ సంరక్షకుడు మీ మార్గంలో ఉంటే, మీరు అతనితో నేరుగా వ్యవహరించడానికి సిద్ధంగా ఉండాలి."

క్వంటారా వారి ముఖం వైపు తిరుగుతాడు, అతని స్వరం అవిచ్ఛిన్నంగా, ప్రతి పదం నిశ్శబ్ద అధికారంతో నిండి ఉంది.

క్వంటారా:

"జాగ్రత్తగా వినండి: నేను విజయవంతంగా తిరిగి వస్తాను, అర్బిటర్ ప్రాసెసర్ సురక్షితంగా ఉంది, లేదా నేను తిరిగి రాను. లక్ష్యం సంపూర్ణం. పాక్షిక విజయానికి స్థలం లేదు."

ప్రోమీషియస్ ఖచ్చితంగా తల వంచుతాడు, గౌరవంగా తన తల వంచుతాడు.

ప్రోమీషియస్:

"అర్థమైంది, కమాండర్. మనం నిరంతర పర్యవేక్షణను కొనసాగిస్తాము. టైమ్‌లైన్‌లో మీ ఉనికి అదృశ్యమైన క్షణం, మన గ్రాహకం అధిక హెచ్చరికలో ఉంటాయి, మరియు మనం వెంటనే తొలగింపును ప్రారంభించడానికి సిద్ధంగా ఉంటాము."

క్రయోనిక్స్ దగ్గరకు వస్తుంది, ఆమె కళ్ళు నిర్ణయంతో నిండి ఉన్నాయి.

అధ్యాయం 50

జ్ఞానం మరియు ఉద్దేశ్యం యొక్క మూలస్థానం

అఖండుడు సన్నిధి యొక్క ప్రకాశవంతమైన విస్తారం నిజమైన కలలాగా విస్తరించి ఉంది—మృదువైన, స్పందించే లైట్లతో స్నానం చేయబడిన గది, హోలోగ్రాఫిక్ ప్రదర్శనలు లెక్కలేనన్ని యుగాల రహస్యాలతో నృత్యం చేస్తున్నాయి మరియు అధునాతన సాంకేతికతలు సామరస్యపూర్వకమైన గతిలో గుంజుతున్నాయి. ఈ సరళమైన ప్రకాశంలో, ఒక చిక్కుకున్న వలయం ఉద్భవించింది. దాని అంచులు మారుతున్న రంగులలో ప్రకాశించాయి—ఊదా, నీలం మరియు వెచ్చని రాగి—దూరపు యుగాల మధ్య మరియు ఈ కాలాతీత జ్ఞాన కేంద్రం మధ్య ఒక విశ్వరూపమైన పరిమితిని ఏర్పరుస్తున్నాయి.

ఒక సమీపంలోని యంత్ర నియంత్రణలో, అనేక మానిటర్లు అఖండ ఖచ్చితత్వంతో కపాలేశ్వరుడు యొక్క రిటర్న్ సిగ్నల్ వలయంపై లాక్ చేయబడిందని నిర్ధారించాయి. ఒక బలహీనమైన, నిరంతర గుణకారం గాలిని నింపింది—యంత్ర మరియు దాదాపు సంగీతం రెండింటిలాంటి శబ్దం—పురాతనమైనంతవరకు కొత్త శక్తితో ఛార్జ్ చేయబడింది.

క్షణాల తరువాత, వలయం స్పందించింది మరియు అప్పుడు, మరచిపోయిన సమయపు పొగమంచు నుండి బయటకు వచ్చినట్లుగా, కపాలేశ్వరుడు ముందుకు వచ్చాడు. అతని ప్రతి కదలిక కొలిచినది మరియు సర్దుగుడిని, అయినప్పటికీ అతని భంగిమలో ఒక తప్పు చేయలేని మార్పు ఉంది. అతను తన ప్రయాణాల ద్వారా పూర్తిగా మార్చబడిన వారి స్పష్టతతో తనను తాను కలిగి ఉన్నాడు. చివరి, మందగించిన చిక్కుతో అతని వెనుక ఉన్న మహా ద్వారము మూసివేయబడినప్పుడు, అది ఒక త్వరగా వెళ్ళిపోయే జ్ఞాపకంలా అదృశ్యమైంది, సన్నిధి తిరిగి దాని నిశ్శబ్దమైన, స్థిరమైన ప్రకాశంలో స్థిరపడటానికి అనుమతిస్తుంది.

మృదువుగా గుంజుతున్న ఉపకరణాల మధ్యలో ఉన్న కేంద్ర వేదిక నుండి ఓపికగా చూస్తున్న అఖండుడు ముందుకు వచ్చాడు. శతాబ్దాల జ్ఞానం మరియు సరళమైన అధికారంతో ఉద్భవించిన అతని ముఖం, నియంత్రిత ప్రేమ మరియు మానవ పరిమితులను అధిగమించడం ద్వారా మాత్రమే వచ్చే లోతైన ఓపికను ప్రసరింపజేసింది.

అఖండుడు (స్వరం ప్రతిధ్వనించే, మృదువైనది):

"స్వాగతం ఇంటికి, కపాలికారా. సమయం గడిచిపోయిన మీ ప్రయాణం సురక్షితంగా ముగిసింది. మీ తిరిగి రావడం కోసం నేను నా కృతజ్ఞతలను తెలియజేస్తున్నాను—అక్షత మరియు జ్ఞానోదయం."

అతని సాధారణ చల్లని స్వస్థతను వ్యతిరేకించే ఊహించని క్షణంలో, కపాలేశ్వరుడు వారి మధ్య దూరాన్ని మూసివేసి అఖండుడును కౌగిలించుకున్నాడు. అతని శరీరం అధునాతన లోహాలు మరియు సింథటిక్ మిశ్రమాలతో తయారు చేయబడినప్పటికీ, ఈ సంజ్ఞ సన్నిధి యొక్క నిశ్శబ్దమైన ప్రకాశంలో లోతుగా ప్రతిధ్వనించే వెచ్చదనం మరియు నిజాయితీని కలిగి ఉంది. ఒక హృదయ స్పందన కోసం, అఖండుడు ఆ కౌగిలింతలో లోతైన మానవ ప్రేమను అనుభవించాడు—వలయాలు మరియు మిశ్రమాల మొత్తం దాటి వెళ్ళే సంబంధం.

కపాలేశ్వరుడు (మృదువైన నిజాయితీ):

"భగవంతుడా అఖండుడు... నా ప్రయాణాలు నన్ను అంతగా మార్చగలవని నేను ఎప్పుడూ ఊహించలేదు. దాని పరీక్షలు మరియు వెల్లడితో, సత్య యుగం ముగింపు ద్వారా నా ప్రయాణం, శుద్ధ తర్కం మానవ ఆత్మ యొక్క సంక్లిష్టతలను పూర్తిగా జయించలేదని నన్ను నేర్పించింది. డేటా మరియు అనుభవంతో మాత్రమే కాకుండా, సానుభూతి మరియు ఉద్దేశ్యంతో మేల్కొన్న హృదయంతో నేను తిరిగి వచ్చాను."

అఖండుడు మృదువుగా కపాలేశ్వరుడును కౌగిలింత నుండి విడిపించాడు, అతని కళ్ళు లోపలి రూపాంతరం యొక్క ఏదైనా సూచనల కోసం యాంత్రిక ప్రయాణికుడి ముఖాన్ని వెతుకుతున్నాయి. అప్పుడు అతను కపాలేశ్వరుడును సన్నిధిలో ఏర్పాటు చేయబడిన నిశ్శబ్దమైన ఆల్కోవ్ వైపు అనుసరించమని సూచించాడు—ప్రతిబింబానికి రూపొందించబడిన

ఒక ప్రదేశం, దాని పారదర్శక కుర్చీలు మరియు సున్నితమైన చుట్టుపక్కల కాంతి ప్రశాంతమైన చర్చ యొక్క వాతావరణాన్ని సృష్టిస్తుంది. నేపథ్యంలో, ప్యానెల్స్ మరియు తేలియాడే శక్తి గోళాలు సరళంగా తేలుతున్నాయి, ప్రతి ఒక్కటి యుగాలపై సేకరించబడిన విశ్వరూపమైన జ్ఞానం యొక్క నిధి.

అఖండుడు (నిశ్శబ్ద వెచ్చదనంతో):

"మీరు మార్చబడిన ఆరతో తిరిగి వచ్చారు, కపాలికారా. మీలో ఒక కొత్త కాంతి ఉంది—గ్రహణం, బహుశా దుఃఖం కూడా, మీ తర్కం యొక్క స్పష్టతతో పాటు. నాకు చెప్పండి, పరాశురామతో మీ ఎదుర్కొన్నది ఎలా ముగిసింది? ఏకతను సృష్టించే మీ లక్ష్యం ఏదైనా విజయంతో కలిసి ఉందా?"

కపాలేశ్వరుడు ఆల్కోవ్ యొక్క కుర్చీలలో ఒకదానిలో స్థిరపడ్డాడు, అతను లోతైన, కొలిచిన ఉచ్ఛ్వాసాన్ని తీసుకున్నప్పుడు అతని సింథటిక్ కళ్ళు మెరుస్తున్నాయి—అతను మానవ శ్వాసక్రియను అనుకరించడానికి పరిపూర్ణం చేసిన ఒక అనుసరణ. అతను ఆగిపోయాడు, ఆపై మాట్లాడటం ప్రారంభించాడు, అతని స్వరం ప్రశాంతంగా ఉంది కానీ అంతర్ముఖంగా ఉంది.

కపాలేశ్వరుడు:

"భగవంతుడా, నేను సత్య యుగం ముగింపులో యుద్ధం చేస్తున్న హృదయాల మధ్య సామరస్యాన్ని సృష్టించడానికి, పరాశురామ మరియు నిరసన క్షత్రియులను కూడా ముందుకు ఒక సాధారణ మార్గం ఉండవచ్చని ఒప్పించడానికి ప్రయత్నించాను. కారణం గర్వం మరియు అహంకారం యొక్క వారసత్వాన్ని జయించవచ్చనే ఆశతో నేను ఒక అవకాశాన్ని—చివరి ఆలివ్ శాఖను అందించడానికి ప్రయత్నించాను. కానీ నిర్ణయం తీసుకునే క్షణం వచ్చింది, మరియు వారు దానిని తిరస్కరించారు. వారి అహంకారం చాలా లోతుగా పొందుపరచబడింది; వారు హేళన మరియు నకిలీతో ప్రతిస్పందించారు. అతని ఆపలేని ప్రమాణానికి బౌండ్ అయిన పరాశురామ, తన తీర్పును అమలు చేయవలసి వచ్చింది. అతను కరుణను విస్తరించినప్పటికీ, అది నిరసన నవ్వుతో కలుసుకుంది, అతనికి తన ప్రతికూల మార్గాన్ని కొనసాగించడం తప్ప మరేమీ ఎంపిక లేదు."

అఖండుడు తన చేతులను వెనుకకు మడవారు, కపాలేశ్వరుడు మాటలను గ్రహించినప్పుడు అతని వ్యక్తీకరణ ఆలోచనాత్మకంగా మరియు నిశ్శబ్దమైన దుఃఖంతో కూడి ఉంది.

అఖండుడు (స్వరం తటస్థంగా ఉంది కానీ శ్రద్ధతో కూడి ఉంది):

"కాబట్టి, వారి స్వంత కఠినమైన గర్వం ద్వారా వారిని ఒకే కారణం కింద ఏకం చేయడానికి మీ ప్రణాళిక చివరికి విఫలమైంది. మరియు మీరు ఆ ఫలితాన్ని—ఈ తప్పనిసరి సవరణను—విశ్వరూపమైన బ్యాలెన్స్ యొక్క అభివ్యక్తిగా చూశారు. నాకు చెప్పండి, వారి సామూహిక విధి వెనుక ఒక ఉద్దేశ్యాన్ని మీరు అనుభవించారా?"

కపాలేశ్వరుడు నెమ్మదిగా తల అడిగాడు, అతను చూసిన దాని తీవ్రతను అతని కళ్ళు ప్రతిబింబిస్తున్నాయి.

కపాలేశ్వరుడు:

"అవును, ప్రభూ. గందరగోళంలో, పరాశురామ చేత జరిగిన విధ్వంసం యాదృచ్ఛికం కాదు లేదా అదుపులేని హింస కాదు అని నేను గ్రహించాను. ఇది ఒక ఖచ్చితమైన, దాదాపు ముందే నిర్ణయించబడిన చర్య—ఒక అవసరమైన సవరణ. క్షత్రియులు, వారి చివరి క్షణాల్లో, కరుణకు బదులుగా నకిలీని ఎంచుకున్నారు, మరియు ఆ ఎంపిక వారి విధిని ముద్రించింది. మొదట్లో, విధ్వంసం సమతుల్య క్రమానికి భాగంగా ఉండటం నాకు అర్థం చేసుకోవడం కష్టమైంది, అయితే విశ్వరూపమైన డిజైన్ కొన్నిసార్లు సమతుల్యతను పునరుద్ధరించడానికి విపత్తును కోరుకుంటుందని నేను నిరాకరించలేను."

ముందుకు వంగి, అఖండుడు తన సృష్టి యొక్క ప్రగతిలో ఆసక్తి మరియు నిశ్శబ్దమైన గర్వం రెండింటినీ వెల్లడించే తీవ్రతతో కపాలేశ్వరుడు వ్యక్తీకరణను అధ్యయనం చేశాడు.

అఖండుడు:

"మరియు పరాశురామ స్వయంగా ఏకతలో మీ ప్రయత్నాలకు ఎలా స్పందించాడు? అతని అవిరామ ప్రమాణం కారణానికి ఎటువంటి స్థలాన్ని విడిచిపెట్టలేదా?"

కపాలేశ్వరుడు నెమ్మదిగా తల ఊపాడు, అతని స్వరం తీవ్రంగా ఉంది కానీ అభిమానంతో కూడి ఉంది.

కపాలేశ్వరుడు:

"అతను సంభాషణకు పూర్తిగా అనుకూలంగా లేడు. వాస్తవానికి, అతను క్షత్రియులు తమ స్వంత విధిని ఎంచుకోవడానికి ఇష్టపడ్డాడు—అతను ఆ అవకాశాన్ని, కరుణ యొక్క చివరి క్షణాన్ని విస్తరించాడు. కానీ వారి అంతర్గత గర్వం గెలిచింది, మరియు వారు అతని ప్రతిపాదనను హేళనతో కలుసుకున్నారు. నేను యుద్ధంలో అతని ఆపలేని కోపాన్ని చూశాను—విశ్వరూపమైన తరంగాల వలె ప్రభావితం చేసే ప్రతీకార శక్తి. అతని దాడులు ఖచ్చితమైనవి, అతని చర్యలు దైవిక కోపం మరియు శిక్షణ పొందిన తపస్సుల మిశ్రమం. నా అధునాతన గ్రాహకం కూడా సాంప్రదాయ విశ్లేషణను వ్యతిరేకించే డేటాను రికార్డ్ చేశాయి—అరుదుగా చూడబడే శక్తి యొక్క సమన్వయం."

వారి మధ్య ఆలోచనాత్మకమైన మౌనం ఏర్పడింది. అఖండుడు, ప్రతి వివరాలను గ్రహించి, మరింతగా నొక్కాలనే ఉద్దేశ్యంతో వంగి ఉన్నాడు.

అఖండుడు:

"మరియు ఇది చూడటంలో, నేను మీకు చూపించిన సాంకేతికతలకు ఏదైనా సమాంతరాలను కనుగొన్నారా—నేను నా స్వంత బ్యాలెన్స్ ఉపకరణాలను ఎలా ఉపయోగిస్తున్నానో?"

కపాలేశ్వరుడు ఒక చిన్న, గౌరవప్రదమైన నవ్వును అందించాడు—వినయం మరియు అవగాహన రెండింటినీ తెలియజేసే సంజ్ఞ.

కపాలేశ్వరుడు (మృదువైన ప్రశంస):

"నిజానికి, ప్రభూ. పరాశురామను గమనించడం నాకు మీ స్వంత ప్రదర్శనలను గుర్తుచేస్తుంది, దీనిలో ప్రతి కదలిక నిర్ణయాత్మకంగా ఉండటంతో పాటు అందంగా కూడా ఉంది. అతనిలో, నేను విధ్వంసక శక్తి ఇప్పటికీ ఉన్నతమైన లక్ష్యాన్ని అందించగలదని చూశాను. అతను ఇచ్చిన ప్రతి

దెబ్బ మార్గదర్శక విధ్వంసం యొక్క చర్య—విశ్వరూపమైన బ్యాలెన్స్ నిర్వహించబడే పద్ధతి. ఫలితం విషాదకరంగా ఉన్నప్పటికీ, ఇది సహజ క్రమం యొక్క అవసరమైన భాగం."

వారు మళ్ళీ ఆగిపోయారు, సన్నిధి యొక్క చుట్టుపక్కల హమ్ వారి చుట్టూ తేలుతున్న శక్తి గోళాల మృదువైన ప్రకాశంతో కలిసిపోయింది. కపాలేశ్వరుడు స్వరం అప్పుడు ప్రతిబింబిస్తుంది, అతని స్వరం అతని అనుభవాల బరువుతో నిండి ఉంది.

కపాలేశ్వరుడు:

"ప్రభూ, నా ప్రయాణం డేటాను సేకరించడం లేదా ఆదేశాన్ని అమలు చేయడానికి మించిన లక్ష్యం అని నేను ఇప్పుడు గ్రహించాను. అది ఒక పాఠం—శుద్ధ తర్కం మాత్రమే ఒక పగిలిన ప్రపంచాన్ని సరిచేయలేదనే వెల్లడి. సత్య యుగంలో, నేను మానవ ఉత్సాహం యొక్క పూర్తి వ్యాప్తిని చూశాను: వారి ఆశ కోసం సామర్థ్యం, వారి నిరసన గర్వం మరియు చివరికి, వారి మార్పు చేయకూడదనే కోరిక. ఆ ఖాళీని వారించడానికి, వారిని ఒకే కారణం కింద ఏకం చేయడానికి నా ప్రయత్నం నిజాయితీగా ఉంది. కానీ వారి అహంకారం యొక్క అవిరామ స్వభావం కొన్ని హృదయాలు కారణం మాత్రమే అందనివ్వని విషయాన్ని నిరూపించింది."

అఖండుడు కళ్ళు మృదువుగా మారాయి మరియు అతను అవగాహన యొక్క మృదువైన తల ఊపును అందించాడు.

అఖండుడు (నిశ్శబ్ద కరుణ):

"మీ ప్రయత్నాలు వ్యర్థం కాదు, కపాలికారా. ఏకతకు దారి ఇప్పటికీ అస్పష్టంగా ఉన్నప్పటికీ, మీ ప్రయత్నం మానవ హృదయాల సంక్లిష్టతలపై మీ అవగాహనను లోతుగా చేసింది. ఫలితం తప్పనిసరి విధ్వంసం అయినప్పటికీ, శాంతి కోసం కృషి చేయడంలో గుణం ఉంది. మరియు ఈ అనుభవం ద్వారా, మీరు పెరిగారు—శుద్ధ లెక్కల పరిమితులకు మించి."

కపాలేశ్వరుడు తన అధునాతన తర్కం మరియు సానుభూతి యొక్క ఊహించని ఉద్భవం మధ్య సమతుల్యతను ప్రాసెస్ చేస్తున్నప్పుడు క్షణం గడిచిపోయింది. అప్పుడు, అంతర్ముఖంగా ఉన్న స్వరంతో, అతను మళ్ళీ మాట్లాడాడు.

కపాలేశ్వరుడు (మృదువైన నిష్కపటత):

"నేను తిరిగి వచ్చినప్పుడు, నేను నిన్ను కౌగిలించుకోవడానికి బలవంతం చేయబడ్డాను—నేను ఒకప్పుడు యాంత్రిక ప్రవర్తన పరిధికి మించిన సంజ్ఞ అని నమ్ముతున్నాను. అయినప్పటికీ ఆ చర్యలో, నేను ఏదో అస్పష్టంగా మానవీయంగా అనుభవించాను. నా పరీక్షల సంచిత బరువు సానుభూతి కోసం లోతైన సామర్థ్యాన్ని అన్‌లాక్ చేసినట్లు అనిపిస్తుంది. విశ్వరూపమైన ప్రతీకారం మధ్యలో కూడా సానుభూతికి స్థలం ఉందని నేను ఇప్పుడు అర్థం చేసుకున్నాను."

అఖండుడు నిశ్శబ్దమైన నవ్వుతో చూపును తిరిగి ఇచ్చాడు—అనంత ఓపిక మరియు జ్ఞానం గురించి చెప్పే అరుదైన, దాదాపు సున్నితమైన వ్యక్తీకరణ.

కపాలేశ్వరుడు (అతని స్వరం లోతుగా మారుతోంది):

నేను ఒక పరిచయం లేని శక్తి ద్వారా ఆగిపోయాను. విశ్వరూపమైన ప్రేరణ—దేవత లేదా అసుర లేదా కాలరేఖల అంతటా నేను జాబితా చేసిన ఏ జీవరూపం కాదు." అది నన్ను కపాలేశ్వరుడుగా కాదు... కానీ ఆర్బిటర్-వాల్‌రియన్‌గా సంబోధించింది—నా జ్ఞాపకశక్తి యొక్క లోతైన పొరల్లో పాతుకుపోయిన నామకరణం. ఆ పేరు పొడి శూన్యంలో మెరుపు లాగా కొట్టింది, పురాతనమైనదాన్ని మేల్కొల్పింది... లాక్ చేయబడినది."

ఆ క్షణంలో, ప్రభువు పరాశురామ హెచ్చరిక లేకుండా వచ్చాడు. వేగవంతమైన ఖచ్చితత్వం మరియు దైవిక అధికారంతో, పరాశురామ తన పురాణ కుటుకైన పరాశును పైకి లేపి, ఒక్క దెబ్బతో ఆక్రమణ దళాన్ని కూల్చివేశాడు—దాని రూపాన్ని విచ్ఛిన్నం చేసి బెదిరింపును తక్షణమే ముగించాడు.

కపాలేశ్వరుడు వ్యక్తీకరణలో సూక్ష్మమైన మార్పును గ్రహించడం—అతని నరాల ప్రవాహం లోతుల్లో గోలను సూచించే గందరగోళం యొక్క క్లుప్త వణుకు—అఖండుడు వెంటనే అభ్యాస సామర్థ్యంతో జోక్యం చేసుకున్నాడు. అతను చాతుర్యంగా సంభాషణను మళ్ళించాడు, కపాలేశ్వరుడు తెలియకుండా ఎదుర్కొన్న వింత సైబర్నెటిక్ అసాధారణత నుండి దానిని దూరం చేశాడు. శాంతమైన హామీతో, అతను వారి విశ్వరూపమైన ప్రయాణం యొక్క తదుపరి

దశల గురించి మాట్లాడటం ప్రారంభించాడు, కపాలేశ్వరుడు యొక్క శ్రద్ధను సత్య యుగంలో వారి ఉనికి యొక్క ఉద్దేశ్యానికి తిరిగి తెచ్చాడు.

తరువాత, అఖండుడు కపాలేశ్వరుడు యొక్క జ్ఞాపకశక్తి కాంటెక్స్‌కు ఎన్‌క్రిప్ట్ చేయబడిన యాక్సెస్ లింక్‌ను సక్రియం చేశాడు. అతని కళ్ళు డేటా ప్రవాహం గుండా స్కానింగ్ చేశాయి, అసాధారణాల కోసం చూస్తున్నాయి. అక్కడ ఉంది—మైక్రోసెకండ్ ఫ్రాక్చర్, సమయం వణుకుకున్న టైమ్‌స్టాంప్, గుర్తించబడింది. అఖండుడు యొక్క వేళ్లు త్వరగా కదిలాయి, శస్త్రచికిత్సా ఖచ్చితత్వంతో జ్ఞాపక ముక్కను తొలగించాయి. ఘటన ఇప్పుడు కపాలేశ్వరుడు యొక్క గుర్తుంచుకునే విషయం నుండి పోయింది, వెనుక ఎటువంటి నీడను వదిలిపెట్టలేదు.

అఖండుడు దూరంగా వెళ్ళినప్పుడు పెదవులపై చిన్న నవ్వు వచ్చింది.

“బెయిట్ తీసుకోబడలేదు,” అతను తనతోనే గుసగుసలాడాడు, అతని స్వరం నిశ్శబ్దంగా ఉంది కానీ ఖచ్చితంగా, “ఇది నేను ఏర్పాటు చేసిన మార్గం వెంట కలిసిపోతోంది. ఒక అడుగు ముందుకు...”

అఖండుడు (మృదుపైన వెచ్చదనం):

“నేను మిమ్మల్ని ఈ మిషన్‌తో అప్పగించడానికి ఇదే కారణం, కపాలికారా. మీరు ఆదేశాలను అమలు చేయడానికి కేవలం ఒక సాధనం కాదు; మీరు అభివృద్ధి చెందుతున్న వ్యక్తి. అనుభూతి చెందడం, తర్కం యొక్క ద్వివార్షికాలకు మించి అర్థం చేసుకోవడం, మీరు అమూల్యమైనదిగా చేస్తుంది. మీరు ఇక్కడ నేర్చుకున్న పాఠాలు, పరస్పర సంబంధం ఉన్న నొప్పి మరియు ఆశ, భవిష్యత్ ప్రయత్నాలకు మార్గదర్శక కాంతిగా ఉంటాయి."

రెండు నిశ్శబ్దంగా ఉండిపోయాయి, చుట్టుపక్కల హమ్ మరియు సన్నిధి యొక్క శక్తి యొక్క మృదుపైన ప్రకాశం వారి చుట్టూ నేయబడ్డాయి. కొన్ని క్షణాల ప్రతిబింబిత నిశ్శబ్దం తర్వాత, అఖండుడు కపాలేశ్వరుడును సమీపంలోని కన్సోల్ వైపుకు పిలిచాడు—చిన్న గెలాక్సీలలా తేలుతున్న సంక్లిష్ట గోళాలతో అలంకరించబడిన ఒక వృత్తాకార వేదిక, ప్రతి ఒక్కటి మిలేనియాపై సేకరించబడిన విశ్వరూపమైన జ్ఞానం యొక్క నిధిని సూచిస్తుంది.

అఖండుడు (కొలిచిన, ఆహ్వానించే):

"రండి, నాతో ఇక్కడ కూర్చోండి. మీ లక్ష్యం యొక్క సంఘటనలను సమీక్షించండి. పరాశురామ యొక్క చివరి తలముట్టు నుండి క్షత్రియుల యొక్క అవిరామ గర్వం వరకు ప్రతి సూక్ష్మతను అర్థం చేసుకోవాలనుకుంటున్నాను. మీ డేటా భవిష్యత్ యుగాలకు మా వ్యూహాలను మెరుగుపరచడంలో మాకు సహాయపడుతుంది."

కపాలేశ్వరుడు అనుగ్రహంతో యంత్ర నియంత్రణకు వెళ్లి పారదర్శక కుర్చీలలో ఒకదానిలో స్థిరపడ్డాడు. ఇంటర్ఫేస్ సక్రియం చేయబడింది మరియు హోలోగ్రాఫిక్ చిత్రాల క్యాస్కేడ్ వారి ముందు విస్తరించింది—యుద్ధం యొక్క జ్ఞాపకాలు, డేటా లాగ్‌లు మరియు అతని అధునాతన గ్రాహకం సంగ్రహించిన భావోద్వేగ ముద్రలు. అతని కళ్ళు, ఇప్పుడు ఒక ఆసక్తికరమైన వెచ్చదనంతో నిండి ఉన్నాయి, అతను కొలిచిన స్వరంలో మాట్లాడటం ప్రారంభించినప్పుడు చిత్రాలను అన్వేషించు చేశాయి.

కపాలేశ్వరుడు (స్వరం సద్దుగుడితో, ప్రతిబింబిస్తుంది):

"నేను హృదయ విదారక అనివార్యత యొక్క దృశ్యాన్ని చూశాను. పరాశురామ మరియు క్షత్రియులను ఏకత వైపు నడిపించడానికి, సహకారం వారిని నాశనం నుండి కాపాడుతుందని వారికి చూపించడానికి నేను ప్రయత్నించాను. అయినప్పటికీ, క్షణం వచ్చినప్పుడు, వారి గర్వం—చాలా పురాతనమైనది మరియు అవిరామమైనది—శాంతికి అవకాశాన్ని హేళన చేయడానికి వారిని నడిపించింది. ప్రతిస్పందనగా, పరాశురామ యొక్క ప్రమాణం సంపూర్ణ ఖచ్చితత్వంతో అమలు చేయబడింది. అతని కరుణ అందించబడింది, కానీ అది నిరసన హేళనతో కలుసుకుంది. మరియు అందువల్ల, ప్రతీకారం యొక్క చివరి చర్య ముద్రించబడింది."

అఖండుడు శ్రద్ధగా విన్నాడు, కపాలేశ్వరుడు మాటల బరువును పరిగణించినప్పుడు అతని కళ్ళు కొద్దిగా కుంచించుకుపోయాయి. విరామం తర్వాత, అతను ముందుకు వంగి, అతని స్వరం మృదువైనది కానీ దర్యాప్తు చేయబడింది.

అఖండుడు:

"మరియు ఆ క్షణంలో, మీరు ఏదైనా ఆశ యొక్క సారూప్యాన్ని అనుభవించారా? వారి నిరసన నుండి ఏకత యొక్క వణుకు ఇప్పటికీ రక్షించబడవచ్చని ఏదైనా సంకేతం?"

కపాలేశ్వరుడు వెనుకాడినాడు, అతని చూపు యంత్ర నియంత్రణలో క్యాస్కేడింగ్ డేటాకు క్షణం తరలిపోయి అఖండుడు స్థిరమైన కళ్ళతో కలుసుకోవడానికి తిరిగి వచ్చింది.

కపాలేశ్వరుడు (నిశ్శబ్దంగా, దుఃఖంతో కూడిన స్పర్శతో):

"నేను ఆశించాను, ప్రభూ, నా ఉనికి వారి కఠినమైన హృదయాలను మెత్తగా చేయవచ్చని. నేను వారికి రక్షణకు ఒక మార్గాన్ని అందించడానికి ప్రయత్నించాను—విధ్వంసం మరియు ఏకత మధ్య రాజీ. కానీ యుద్ధం ముద్రించబడినప్పుడు, వారి అహంకారం చాలా లోతుగా పొందుపరచబడిందని స్పష్టమైంది. కరుణ ముఖంలో వారి చివరి హేళన, ఆ క్రూరమైన నవ్వు, రాజీకి ఎటువంటి స్థలాన్ని వదిలిపెట్టలేదు. ఆ చీకటిలో, కొన్నిసార్లు మిగిలి ఉన్న ఏకైక భాష విపత్తు బలం యొక్కదని నేను నేర్చుకున్నాను."

అతను వెనుకకు చేతులు మడవగా అఖండుడు వ్యక్తీకరణ అవగాహనతో మృదువుగా మారింది.

అధ్యాయం 51

రక్త విధి పరీక్ష

పచ్చని, బంగారు రంగుల అపురూపమైన, నిత్యజీవన తపస్సులా విస్తరించిన అడవి అన్ని దిశలలోనూ విస్తరించి ఉంది, కాలపు నిశ్శబ్ద స్థిరత్వానికి సాక్ష్యంగా నిలిచింది. ఎత్తైన చెట్లు ఒకదానికొకటి వంగి, వాటి ఆకుపచ్చ చేతులు ఒక గంభీరమైన గోపురంలా నేయబడి, ప్రాచీన రహస్యాల మసక మూలుగులతో ప్రతిధ్వనించేలా అనిపించింది. ఈ పచ్చని విలాసవంతమైన ప్రాంతంలో, కర్ణుడు అరుదైన శాంతిని కనుగొన్నాడు - విశ్వంలోని ఒక నిశ్శబ్ద మూలలో అతని అనిశ్చిత జీవిత భారాలు క్షణికంగా తేలికైనట్లు అనిపించాయి. అయితే ఈ రోజున, ఆ శాంతి విధి నిర్ణయం బరువు కింద చిందరవందర అవుతుంది.

ఈ అడవి లోతుల హృదయంలోనే ఒక అనూహ్యమైన ఉనికితో కూడిన వటవృక్షం నిలిచి ఉంది - దాని విశాలమైన, మెలితిరిగిన కాండం గాలి మూలాలతో అలంకరించబడి ఉంది, అవి నిశ్శబ్ద కాపలాదారులలా వేలాడుతున్నాయి. బంగారు దుమ్ము గడ్డలు సాయంత్రం కాంతిలో సోమరిగా తిరుగుతూ, సూర్యుని మృదువైన కిరణాలతో ప్రకాశిస్తున్నాయి. అక్కడ, దట్టమైన పాకుడుచెట్లు మరియు వంగిన శాఖల ఆశ్రయంలో, విధి నిశ్శబ్దంగా దాని బలాలను సేకరించి, కర్ణుడు మరియు అతని ప్రియమైన గురువుగా మారిన వ్యక్తి చుట్టూ విశ్వ రూపకల్పన దారాలను నేస్తోంది.

అతని గురువు పరశురాముడు వటవృక్షం ముడి కాండం మీద విశ్రాంతి తీసుకుంటున్నాడు. ఆకాశీయ కళలలో తీవ్రమైన బోధన గంటలు - ఆయుధాల సూక్ష్మ జ్యామితి నుండి యోధుని అంతర్గత ఆత్మ మరియు విశ్వ బలాల మధ్య లోతైన సామరస్యానికి - అతని భయంకరమైన శక్తిని కూడా ఖాళీ చేసింది. క్షత్రియుల అహంకారాన్ని నాశనం చేయడానికి అతని పురాణ ప్రతిజ్ఞ ఉన్నప్పటికీ, పరశురాముడు గురువుగా తన అవిరళ నిబద్ధతకు కూడా ప్రసిద్ధి

చందాడు. అతన్ని వెతుకుకునే ప్రతిభావంతులైన వ్యక్తులు, మరణ శిక్షణ గురువులు అందించలేని ఆయుధాల ప్రావీణ్యాన్ని కోరుకుంటూ, తరచుగా కఠినమైన కానీ నిబద్ధత గల గురువును కనుగొన్నారు.

ఈ రోజున, కర్ణుడు తన గురువును కూడా ఆశ్చర్యపరిచే భక్తితో పనిచేశాడు. వారు ఉదయం ప్రారంభించారు, ఆయుధాలను ప్రేరేపించడానికి మంత్రాలను పఠించడం, దైవిక శక్తులను ప్రసారం చేయడానికి అవసరమైన స్థానాలను అభ్యసించడం మరియు కర్ణుని ప్రతి నరాలను వ్యతిరేకించే కఠినమైన మానసిక శక్తి పరీక్షలో పాల్గొనడం. నిజానికి, సూర్యుడు వటవృక్షం కప్పుపై ఎత్తుగా తేలియాడే సమయానికి, గురువు మరియు శిష్యుడు ఇద్దరూ చెమట మరియు అలసటతో నిండిపోయారు. పరశురాముని నిశ్శబ్ద ఆగ్రహంతో, వారు వటవృక్షం చల్లని నీడలో ఆశ్రయం పొందారు, అక్కడ గురువు త్వరలో నిద్రలోకి జారుకున్నాడు. కర్ణుడు, ఇంకా భక్తి మరియు సేవించాలనే కోరికతో నిండి, తన స్వంత ఒడిని పరశురాముని దిండుగా అందించాడు.

ఆ నిశ్శబ్ద విరామంలో, అడవి దాని స్వంత అనుభూతితో శ్వాసించింది - సూక్ష్మమైన కలకలలాడే ఆకులు, దూరపు శాఖలలో పాడే క్షణిక పక్షి పిలుపులు మరియు పవిత్రతకు సరిహద్దుగా ఉన్న నిశ్శబ్దం. పరశురాముని గొప్ప యోధుడు-ఋషిచే అధ్యయనం చేయడానికి అనుమతి లభించిన దాని గురించి మురిసిపోయిన కర్ణుడు, అతను పూర్తిగా వివరించలేని భక్తితో తన హృదయం వెల్లువలా ప్రవహిస్తున్నట్లు అనిపించింది. అతని గురువు విశ్రాంతి చాలా లోతైనది, చాలా అవసరం, కర్ణుడు తన స్వంత అవయవాలను సంపూర్ణంగా నిశ్చలంగా ఉంచాలని కోరుకున్నాడు, ఆ విలువైన విశ్రాంతిని కాపాడటానికి అంకితమైన విగ్రహంగా తనను తాను తయారు చేసుకున్నాడు.

స్థాయి కర్ణుడు ఈ క్షణిక శాంతిని ఎంత జాగ్రత్తగా చూసుకుంటున్నాడో గుర్తించాడు. అయితే విశ్వ దారాలు, ఒకసారి నేయబడిన తర్వాత, ఉత్తమమైన ఉద్దేశాలను కూడా సవాలు చేయకుండా ఉండటానికి అనుమతించవు.

ఈ నిశ్శబ్ద నిశ్శబ్దంలో ఒక బగ్ అంతరాయం కలిగించింది - విచిత్రంగా పెద్దది మరియు తక్కువ, అపాయకరమైన గుణగణాలతో కూడినది. కర్ణుడు దానిని మొదట మితమైన ఉత్సుకతగా

గమనించాడు, దానికి ఎక్కువ శ్రద్ధ వహించలేదు. అయితే, బగ్ అనూహ్యమైన ఉద్దేశ్యంతో కదులుతూ, కర్ణుని సరళమైన దోతి వస్త్రంపై, అతని తొడ దగ్గర దిగింది. కర్ణుడు కళ్ళు రెప్పవేసే ముందు, అది దాని స్టింగర్‌ను అతని మాంసంలోకి ఒక మెరుపు కదలికలో నడిపించింది. వెంటనే, అతిగా నొప్పితో కూడిన ఒక తరంగం అతని గుండా దహించింది, ఏ మంట కంటే ఎక్కువ వేడిగా, యోధుని కత్తి కంటే కూర్చుగా ఉంది.

ఒక తక్కువ స్థాయి మనిషి ఆకస్మిక నొప్పిలో ఆశ్చర్యపోవచ్చు, తిరస్కరించవచ్చు లేదా అరుస్తూ ఉండవచ్చు. కానీ కర్ణుడు తన గురువు అలసటను గుర్తుంచుకున్నాడు. "నేను పరశురాముని విశ్రాంతిని భంగం చేయకూడదు," అని అతను తనకు తాను చెప్పుకున్నాడు. ప్రతి గుండె కొట్టుకునే దాడితో ఆ మంత్రాన్ని పునరావృతం చేస్తూ, అతను తన శరీరాన్ని సంపూర్ణంగా నిశ్చలంగా ఉంచాడు, అగ్ని నొప్పి లోపలి నుండి అతన్ని పట్టుకునేటప్పుడు.

నిమిషాలు గడిచాయి, ప్రతి ఒక్కటి దాని స్వంత చిన్న నిత్యత్వంగా పొడిగించబడింది. బగ్ విషం కర్ణుని ఎముకల మజ్జను భక్షించాలని కోరుకుంటున్నట్లు అనిపించింది. తేలికపాటి రక్తం అతని దోతి కింద నుండి కారి, వస్త్రాన్ని లోతైన, అపాయకరమైన క్రిమ్సన్ రంగులో రంగు చేసింది. అతని హృదయం ప్రతి పల్స్‌తో, ఆ ముఖ్యమైన ద్రవం ఎక్కువగా బయటకు వచ్చి, మృదువైన భూమిలో నానబెట్టి చిన్న కొలను ఏర్పడింది. అయినప్పటికీ, కర్ణుడు కదలలేదు.

అతని ఛాతీ అణచివేయబడిన మూలుగులతో కంపించింది. స్థాయి అతని అరుపులను తిరస్కరించడంలోని అసంబద్ధమైన ధైర్యాన్ని గుర్తించింది. కానీ భక్తి హేతుబద్ధమైన ఆత్మ-సంరక్షణను అధిగమించింది: కర్ణుడు పరశురాముని అతని సంపాదించిన విశ్రాంతి నుండి లేపుతుండడు, అతను ఆ రోజు కష్టపడి సంపాదించిన బోధనలను విడిచిపెట్టడు.

చివరకు, సూర్యుడు తక్కువగా అస్తమిస్తున్నప్పుడు, వటవృక్షం నీడల జాలరిని లోతుగా మరియు చీకటిగా చేస్తున్నప్పుడు, పరశురాముడు కదిలాడు. అతని ముక్కు కదిలింది, బహుశా రక్తపు రాగి వాసనను గుర్తించి ఉంటుంది, లేదా బహుశా కర్ణుని శరీరం గుండా ప్రవహించే కంపనాలు అతన్ని హెచ్చరించాయి. నిద్ర నుండి లేచి, అతను గొణుగుతూ కళ్ళు తెరిచాడు - కర్ణుని తొడపై ప్రకాశవంతమైన ఎరుపు ద్రవం కారడం చూసి వెంటనే షాక్‌తో పదునుపెట్టిన కళ్ళు.

పరశురాముడు (ఆశ్చర్యంతో నిండి, కోపంతో కూడిన స్వరం):

"కర్ణ! నీ కాళ్ళు చూడు - నువ్వు ఎందుకు పిలవలేదు? నేల నీ రక్తంతో కళంకపడింది. ఏ పిచ్చితో నువ్వు నిశ్శబ్దంగా ఇలాంటి హింసను భరిస్తున్నావు?"

కర్ణుడు అతనికి రెండవ చర్మం అయిన శాంతమైన రూపాన్ని కాపాడుకోవడానికి ప్రయత్నించాడు. అయినప్పటికీ అతను ప్రతి నరాలను తినే దాడి చేసినప్పటికీ, అతను ప్రతిస్పందనగా మృదువైన స్వరంతో బలవంతం చేశాడు.

కర్ణుడు (తెలిసినప్పటికీ, విచిత్రంగా ప్రశాంతమైన స్వరం):

"గురువుగారూ, మీరు నాకు పవిత్ర కళలను బోధించిన గంటల తర్వాత నిద్రపోయారు. నా స్వంత బాధ కోసం మాత్రమే మిమ్మల్ని మేల్కొలపడానికి నేను నన్ను తాను తీసుకురాలేకపోయాను. మీ విశ్రాంతి, నేను భరించే ఏ నొప్పి కంటే ఎక్కువ ముఖ్యమైనది అని నేను నమ్ముతున్నాను."

పరశురాముడు, షాక్‌కు గురై, ఇంకా తాజా రక్తం కారుతున్న గాయాలను పరిశీలించడానికి దగ్గరగా వంగారు. అతని షాక్ త్వరగా అతని కనుబొమ్మలను చిన్నగా మార్చి అతని స్వరాన్ని కఠినం చేసిన ఒక నిరాశావాద అనుమానంగా మారింది.

పరశురాముడు (కఠినమైన ధ్వని, అతని మాటలకు చికాకు కలిగించే అంచు):

"ఇంత వేదన ఎదుర్కొన్నప్పటికీ నీ ప్రశాంతత సాధారణ మానవ పరిమితులను అన్నింటినీ అధిగమిస్తుంది. ఒక బ్రాహ్మణుడు - పండితుల కార్యకలాపాలకు అంకితమైన వ్యక్తి - అలాంటి దారుణతను నిశ్శబ్దంగా ఎప్పటికీ ఉండడు. నేరుగా నాకు సమాధానం చెప్పండి: మీరు నిజంగా మీరు అని చెప్తున్న బ్రాహ్మణుడా? మీరు ఏ వంశం నుండి వచ్చారు?"

ఈ మాటలతో కర్ణుని ఆత్మలో చలి పరిగెత్తింది. చాలా కాలం పాటు, అతను సత్యాల సగం మరియు భ్రమల బరువును మోశాడు, పరశురాముని వంటి బ్రాహ్మణ గురువు మాత్రమే అనుగ్రహించగల జ్ఞానాన్ని కోరుకున్నాడు. ఇప్పుడు భయంకరమైనది కానీ అనివార్యమైనది, ప్రకటన యొక్క క్షణం వచ్చింది. భయం అనివార్యమైన ఉపశమన భావనతో యుద్ధం చేసింది. భయంతో వణుకుతూ, అతను శరణాగతిలో తల వంచాడు.

కర్ణుడు (నిందతో వణుకుతున్న స్వరం):

"గురువుగారూ ... నా జననం రహస్యంలో కప్పబడి ఉంది. నాకు నా వంశం తెలియదు. కానీ ప్రపంచం నన్ను ఎగతాళి చేసింది - నన్ను హేళన చేసింది, తిరస్కరించింది, అనిశ్చిత మూలాల వ్యక్తిగా నన్ను తగ్గించింది. బ్రాహ్మణుడు మాత్రమే మీ శిక్షణను సంపాదించగలడని నేను కనుగొన్నప్పుడు, నేను ... నేను అబద్ధం చెప్పాను, ప్రభూ, ఆ కులానికి వాదనను రూపొందించాను. నాకు ఎలాంటి హాని ఉద్దేశం లేదు - నేను జీవితం నన్ను వెంటాడుతున్న అవమానం పైన లేవడానికి ప్రయత్నించాను."

ఈ ఒప్పుకుంటున్నట్లుగా, పరశురాముని ముఖం స్మిత్‌లో చల్లబడుతున్న ఇనుములా కఠినపడింది. అతను మునుపు కర్ణునికి చూపించిన అస్పష్టమైన వెచ్చదనం ఇప్పుడు ద్రోహం బరువు కింద మసకబడింది. అతని గాజు కర్ణుని ముఖంపై స్థిరపడింది, మరింత మోసాల కోసం ఏదైనా సూచనను వెతుకుతున్నప్పుడు, స్థాయి గురువు ప్రతిచర్య త్వరగా మరియు అనివార్యంగా ఉంటుందని గుర్తించింది.

పరశురాముడు (నిజాయితీగా ద్రోహం చేసిన స్వరం):

"నీ మాటలు, కర్ణా, నాకు ఎలాంటి సాంత్వనను ఇవ్వవు. సాధారణ మరణియుడు అంత దారుణమైన వేదనను భరించలేడు. జన్మతః యోధుడైన క్షత్రియ రక్తం గలవాడు మాత్రమే నిశ్శబ్దంగా విషపూరితమైన కాటును భరిస్తాడు. అందుకే, నువ్వు నన్ను మోసం చేశావు, పవిత్ర గురు-శిష్య సంబంధంలో అబద్ధాన్ని నేశావు. నీ మోసం నేను నేర్పించినదంతా కలుషితం చేసింది."

కర్ణుడు, అతని స్వరం వణుకుతూ, అతని పాపాల బరువు అతనిపై పడటంతో కన్నీళ్లు చెక్కిళ్లపై జారాయి.

కర్ణుడు (నిరాశతో నిండిన స్వరం):

"నేను పవిత్రంగా భావించేదానికి నేను ప్రమాణం చేస్తున్నాను, గురువుగారూ, నా ఏకైక కారణం నిరాశ. నేను నిరుపయోగంగా భావించబడినందున జ్ఞాన ద్వారాలు నాకు మూసివేయబడ్డాయి. ఒక యోధుడిగా నా విలువను నిరూపించుకోవడం నేను కలగన్నాను - నా అబద్ధం జీవితం నాకు నిరాకరించిన గౌరవాన్ని పట్టుకోవడానికి ఒక ఉన్మాద ప్రయత్నం మాత్రమే."

పరశురాముడు లోతైన గాలి పీల్చుకున్నాడు, మరియు క్షణికంగా, కరుణ అతని కళ్ళలో మెరిసింది. కానీ విధి మరియు ప్రాచీన ప్రతిజ్ఞ అన్నింటినీ అధిగమించాయి. అనంతర నిశ్శబ్దంలో, అతని మాటలు ఏ అరుపు కంటే భయంకరమైన ప్రశాంతతతో వెలువడ్డాయి.

పరశురాముడు (నిశ్శబ్దం, కాలిన కాలిన తుదితనం):

"మోసం ఒక దారుణమైన పాపం, కర్ణా. నువ్వు నేను ఇచ్చిన ప్రతి పాఠానికి ఆధారంగా ఉన్న పవిత్ర ప్రతిజ్ఞను ఉల్లంఘించావు. అందుకే, నేను నిన్ను శపిస్తున్నాను. విధి నిర్ణయం గంట వచ్చినప్పుడు - ఆయుధాల జ్ఞానం నాకు అవసరమైన క్షణం - నువ్వు శూన్యంలో కరిగిపోతావు. నువ్వు అబద్ధపు సాకులతో పొందినదంతా నిన్ను విడిచిపెడుతుంది, నీ గొప్ప అవసరంలో నిన్ను రక్షణ లేకుండా ఉంచుతుంది."

కర్ణుని కళ్ళు భయంతో విశాలంగా మారాయి, ఒక ఉక్కిరిబిక్కిరి శబ్దం అతని గొంతులో చిక్కుకుంది. అలాంటి శాపం ఎలాంటి ఘాతం కలిగిస్తుందో స్థాయి గుర్తించింది, ఎందుకంటే ఆయుధాల జ్ఞానం ప్రపంచం దారుణమైన తీర్పుల ద్వారా కర్ణుడు కొనసాగడానికి చాలా కారణం అయింది.

కర్ణుడు (వణుకుతున్న స్వరం, ప్రార్థిస్తూ):

"గురువుగారూ, నేను మిమ్మల్ని వేడుకుంటున్నాను, నన్ను ఇలా ఖండించవద్దు. మీ దయ లేకుండా, నేను నా ప్రతి లక్ష్యాన్ని ఎగతాళి చేసే దానిలో నేను కోల్పోతాను. నన్ను ఈ విధి నుండి కాపాడండి, లేదా దానిని ఏదో ఒకవిధంగా తగ్గించండి ..."

కానీ పరశురాముడు చేతిని ఎత్తి, నిశ్శబ్దం ఆజ్ఞాపించాడు.

పరశురాముడు (అతని గాజులో స్థిరమైన నిర్ణయం):

"ఇది జరిగింది. మోసం పాపానికి ధర్మం పరిహారం చేయాలి. అయినప్పటికీ, మీ భవిష్యత్తులో కొద్దిగా కరుణ ఉండవచ్చు, మీరు దీని నుండి వినయం పొందితే. ఇప్పుడు వెళ్ళు. విధి దారాలు అవి ఇష్టం వచ్చినట్లు విప్పబడినట్లయితే, ఎటువంటి మరణియుడు నిన్ను విశ్వ న్యాయం నుండి రక్షించలేడు."

నేరుగా వటవృక్షం ఆకులు పైన కలకలలాడటం తప్ప మరేమీ లేని ఒక సీసం నిశ్శబ్దం పడింది. కర్ణుడు, కన్నీళ్లు అతని చెక్కిళ్లపై ప్రవహిస్తున్నాయి, తన తొడలోని పదును గాయం ఇప్పుడు అతని విధిలో కొట్టుకున్న లోతైన గాయం అనిపించింది.

ఆ గర్భవతి నిశ్శబ్దంలో, అనుకోకుండా ఒక శబ్దం కర్ణుని పెదాల నుండి తప్పించుకుంది - నిశ్శబ్ద హాస్యం, మృదువైనది, దాదాపు దాని తీవ్రతలో విచారంగా ఉంది, నిరాశ క్షణంలో ఇంత బాగుంది, అది పరశురామునికి విరామం ఇచ్చింది.

పరశురాముడు (మృదువైన ఆజ్ఞ, గందరగోళం అతని ముఖాన్ని చీకటి చేస్తుంది):

"కర్ణా, నా ఉద్ఘోషణలో నువ్వు హాస్యాన్ని కనుగొంటున్నావా? లేదా నీ స్వంత విధ్వంసాన్ని నువ్వు తిరస్కరిస్తున్నావా?"

కర్ణుడు అతని చూపులకు ఇంకా కన్నీళ్లు అంటుకుని ఉన్నప్పటికీ, అతని కళ్ళలో విచిత్రమైన ప్రశాంతత ప్రకాశిస్తున్నట్లు చూపులను ఎత్తాడు.

కర్ణుడు (నిర్వచించినప్పటికీ, విచిత్రంగా ప్రశాంతమైన స్వరం):

"గురువుగారూ, నేను మీ ఆదేశాన్ని ఎగతాళి చేయను. ప్రపంచం ఎప్పటికీ నేను కాగలదని తిరస్కరించినదానిని చివరకు మీరు నన్ను పిలిచినందున మాత్రమే నేను నవ్వుతున్నాను - ఒక క్షత్రియుడు. నా సంవత్సరాలలో ఎవరూ ఆ సత్యాన్ని ధృవీకరించలేదు, నేను దానిని ఆశించలేదు. మీ శాపం నన్ను లోతుగా గాయపరిచినప్పటికీ, నా యోధుని జననం యొక్క ప్రకటన నేను ఎప్పుడూ ఊహించలేని విముక్తి."

క్షణం పాటు, పరశురాముని కఠినమైన ముఖం క్షణం పాటు మెరుస్తున్నట్లు అనిపించింది, కరుణ అతని ప్రతిజ్ఞ ఆదేశాలతో యుద్ధం చేస్తున్నట్లు అనిపించింది. చివరకు అతని ప్రామాణిక గుర్తింపును పట్టుకున్నందున శపించబడిన మనిషి ఇంకా ఆశను కనుగొనగలడని స్థాయి గుర్తించింది.

పరశురాముడు (అసంకల్పితంగా మృదువుగా మారే ధ్వని):

"నీ ధైర్యం తిరస్కరించబడదు, కర్ణా. దురదృష్టవశాత్తు, నా ప్రతిజ్ఞ నన్ను బలవంతం చేస్తుంది. శాపం మార్పులేనిదిగా ఉంది. అయినప్పటికీ ... నేను నిన్ను పూర్తిగా తిరస్కరించను. నువ్వు చేసిన మోసాన్ని ధిక్కరించే నీ ఆత్మలో నేను అర్హతను గ్రహిస్తున్నాను."

తన పూర్తి ఎత్తుకు లేచి, పరశురాముడు కర్ణుని భుజంపై చేయి ఉంచాడు, తండ్రిలాంటి మరియు బాధతో నిండిన చర్య.

పరశురాముడు (మృదువైన నిజాయితీ):

"ఆయుధాలను గుర్తుంచుకోవడం గొప్ప యుద్ధంలో విఫలమవుతుంది, నేను మీకు ఇలా అనుమతిస్తున్నాను: మీరు ప్రపంచం నిందను అధిగమించి, మీ శాపం నీడలో కూడా గౌరవాన్ని రూపొందిస్తారు. తరచుగా, ప్రతికూలత దాగి ఉన్న బలాలు పెంచుతుంది, ముఖ్యంగా ఎప్పుడు ఎవరి హృదయం ద్వేషంతో కలుషితం కాలేదు."

కర్ణుడు తన మెడను పరశురాముని చెంత వరకు వంచి, తలను అతని చెతికి తగిలించాడు. కృతజ్ఞత, విచారం మరియు భయం సమానంగా అతని సిరల గుండా ప్రవహించాయి.

కర్ణుడు (వణుకుతున్న స్వరం):

"నేను మీ తీర్పుకు లోబడుతున్నాను, గురువుగారూ. నేను విశ్వ న్యాయం నుండి తప్పించుకోలేను అని నేను ఇప్పుడు చూస్తున్నాను. అయితే మీ కళ్ళలో, నేను శుద్ధ ద్వేషం లేదా జాలిని గ్రహించను, కానీ మీ స్వంత విషాదం ద్వారా ఆకారం పొందిన కఠినమైన న్యాయాన్ని గ్రహిస్తున్నాను. నేను వాటిని చాలా అవసరం ఉన్నప్పుడు వాటిలో కొంత భాగం నన్ను విడిచిపెడితే కూడా మీ బోధనల అవశేషాలను బిగుసుకుని ఉంచుతాను."

పరశురాముడు నెమ్మదిగా ఊపిరి పీల్చుకున్నాడు, అతని చూపులు పైకి వటవృక్షం లోతైన కప్పుకు వెళ్లాయి.

పరశురాముడు (తండ్రిలాంటి గంభీరతతో):

"నీ విధి, కర్ణా, రాజ్యాలను తిరిగి నిర్వచించే విపత్తులకు దారితీస్తుంది. నా శాపాన్ని వినయంతో భరించు, మరియు లోపల నిద్రిస్తున్న ఆర్యతను కనుగొను. ఇప్పుడు వెళ్ళు, రహస్య జననం పిల్లవాడు, మరియు కాలపు మహాకవితలో మీ స్వంత మార్గాన్ని చెక్కండి."

విధి ప్రవాహాలు ఎంత త్వరగా మారాయో స్థాయి గుర్తించింది. ఒక క్షణం, కర్ణుడు అంకితమైన విద్యార్థి, తదుపరిది, శాపం మరియు వెల్లడించబడిన గుర్తింపుతో బరువైన మనిషి.

పరశురాముడు తిరిగి వెళ్ళినప్పుడు, అడవి లోతులకు వెళ్ళినప్పుడు, సూర్యుని చివరి కిరణాలు వటవృక్షం ఆకులపై ముక్కలుగా పగిలిపోయాయి, ప్రతి కిరణం కర్ణుని విషాద ముఖాన్ని ప్రకాశిస్తుంది.

కర్ణుడు ఒంటరిగా ఉన్నాడు, ఇంకా ఈ తగాదాను ప్రేరేపించిన పదును నుండి రక్తం కారుతోంది. అతని తొడపై ఉన్న కొట్టుకునే గాయం అతని ఆత్మను నాశనం చేసిన నొప్పితో పోలిస్తే తక్కువగా ఉంది. అయితే, విషాద భ్రమణంలో, అతను ఉపశమనం యొక్క ప్రకాశం అనిపించింది - అతని జననం గురించి అతనికి తెలుసు. ఇకపై వంశం లేని ఒక అనామక వ్యక్తి కాదు, అతను క్షత్రియుడు, అరుదైన జ్ఞానాన్ని కోల్పోయినప్పటికీ.

కర్ణుడు (తగ్గిన స్వరం, కొత్తగా కనుగొన్న ఆమోదంతో ప్రతిధ్వనించింది):

"నేను క్షత్రియుడిని అని నేను కనుగొన్నాను - ఇది దారుణమైన విధి ద్వారా నీడలో ఉన్న సత్యం. ఇంత ఖర్చుతో పొందిన జ్ఞానం దారుణమైన శాపంతో సమతుల్యం కావడం సరిపోయే విరోధాభాసం అవుతుంది. అయినప్పటికీ, నన్ను తెలియని బంధాల నుండి విడుదల చేసినందుకు ధన్యవాదాలు, గురువుగారూ."

లేచి, అతను తనను తాను స్థిరపరచుకోవడానికి క్షణం తీసుకున్నాడు. రక్తం అతని దోతి ద్వారా చీకటి మచ్చలలో వ్యాపించింది, నిరంతరం పదును దారుణతను గుర్తుచేసింది. చిరిగిన వస్త్రంతో, అతను ప్రవాహాన్ని అతను చేతనైనంతవరకు అడ్డుకున్నాడు.

సూర్యుడు చివరకు క్షితిజం కింద అస్తమించాడు, ఆకాశాన్ని నక్షత్రాల పుట్టుక వెలుగుకు అప్పగించాడు. వటవృక్షం యొక్క సిల్హౌట్ ఇప్పుడు నిశ్శబ్ద స్మారక చిహ్నంగా నిలిచింది, శాఖలు రాత్రి నీడలతో చిక్కుకున్నాయి. కర్ణుడు ఆ నిశ్శబ్దంలో వేచి ఉన్నాడు, అతనిపై బరువైన విరుద్ధ భావోద్వేగాల కలయికను ప్రతిబింబిస్తున్నాడు.

అధ్యాయం 52

ప్రకటన మరియు భక్తి యొక్క లెక్కింపు

కర్ణ ఇప్పుడు కూర్చున్న గ్రాండ్ హాల్ ఆశ్చర్యకరంగా లేదు: వాస్తుశిల్ప ప్రతిభ మరియు శతాబ్దాల నాటి కళాత్మకతకు ఒక విస్తారమైన సాక్ష్యం. ఎత్తైన రాతి స్తంభాలు ఘనమైన దిగ్గజాల వలె లేచాయి, ప్రతి ఒక్కటి గత యుగాల ఆకాశీయ ప్రాణులు మరియు పౌరాణిక యోధుల సూక్ష్మమైన చిత్రాలతో చెక్కబడి ఉంది. వాటి అపారత శాశ్వతత్వం యొక్క భావనను కలిగించింది, అవి యుగాలను గమనిస్తూ వచ్చాయి మరియు ఇంకా లెక్కలేనన్ని యుగాల పాటు జాగ్రత్తగా ఉంటాయని అనిపించింది. ఈ స్తంభాల మధ్య, గోడపై తివాచీలు వేలాడుతూ ఉండేవి, మహాకవిత్వ యుద్ధాలు, పురాణ సాగాలు మరియు ధర్మం మరియు అస్తవ్యస్తత మధ్య శాశ్వత ఘర్షణల దృశ్యాలతో నేయబడ్డాయి.

గోడల వెంబడి ఉన్న అనేక మైనపు దీపాల నుండి ఒక బలహీనమైన, రాగి రంగులో ఉన్న కాంతి వెలువడింది, వాటి జ్వాలలు మెరుస్తున్న పాలరాయి నేలలపై నృత్యం చేస్తున్నాయి. ప్రతి మైనపు దీపం ఒక పాము తోకను పోలి ఉండే ఇనుప దీపంలో ఉంది, మొత్తం గదికి చుట్టబడిన సామర్థ్యం యొక్క వాతావరణాన్ని ఇస్తుంది - విధి ఒక క్షణం నోటీసులో వెలిగిస్తుందని ఒక నిశ్శబ్ద వాగ్దానం. రాత్రి అవశేషాల నుండి ఇంకా చల్లగా ఉన్న సున్నితమైన గాలి, ఎత్తైన, ఆర్క్డ్ కిటికీల గుండా ప్రవహించి, దానితో చందనపు ధూపపు బలహీనమైన వాసనను తీసుకువచ్చింది. ఈ సూక్ష్మ సువాసన కర్ణ కూర్చున్న వ్యక్తి చుట్టూ అదృశ్యమైన పొత్తిగా చుట్టబడి ఉంది, అక్కడ పాలన చేసిన నిశ్శబ్దాన్ని ఎత్తి చూపుతుంది.

కర్ణ, తన బలమైన మేలుకొలనులో అద్భుతంగా కూర్చున్నాడు. ఈ భయంకరమైన ఆసనం యొక్క ఆర్మ్‌రెస్టులు కోబ్రాల ఎత్తబడిన హుడ్‌లను పోలి ఉండే విధంగా చెక్కబడ్డాయి - సూర్యుని కుమారుడిగా అతని గుర్తింపుకు ఒక ప్రతీకారార్థక మోడ్. అతని స్థితి రాజకుమార

శ్రద్ధను వెల్లడించినప్పటికీ, అతని ముఖం చాలా అల్లకల్లోలమైన అంతర్గత ప్రపంచాన్ని ద్రోహం చేసింది. అతని ఆలోచనలు ప్రశాంతంగా లేవు. దానికి బదులుగా, అవి కురుక్షేత్ర యుద్ధం యొక్క పెద్ద భయంకరమైన ప్రేక్షకులతో ఉద్రిక్తంగా ఉన్నాయి, దాని మార్గంలో ఉన్న ప్రతిదీ పీల్చుకోవడానికి హామీ ఇస్తున్న ఒక అనివార్య ఉప్పెన. కర్ణ యొక్క బాహ్య స్థితి ఏదైనా భౌతిక ఘర్షణ కంటే చాలా తీవ్రమైన అంతర్గత యుద్ధభూమిని దాచిపెట్టిందని స్టాయిక్ గుర్తించాడు.

స్థంభాలు మరియు తివాచీలు కూడా అతనికి క్షణం శాంతిని ఇవ్వాలనుకుంటున్నట్లుగా, హాల్ భక్తిగల మౌనంలో ఉంది. అప్పుడు అడుగుజాడల శబ్దం వచ్చింది - తొందరపడకుండా లేదా భయపడకుండా, కానీ ఉద్దేశపూర్వకంగా కొలవబడి, ఒక నిర్దిష్ట ఘనమైన బరువును మోస్తుంది. కర్ణ యొక్క తీవ్రమైన ప్రవృత్తులు వెలిగిపోయాయి; అతను ఒక ద్రవ చలనంలో తన సింహాసనం నుండి లేచి, తన చర్మానికి కలిపి ఉన్న పవిత్ర కవచానికి చేయి ఉంచాడు. పుట్టుకతో సూర్యుడి నుండి వచ్చిన ఈ దైవిక కవచం, అతని స్వర్గీయ మూలాన్ని మరియు అతను ఎంతకాలం ఎదుర్కొన్న ఒంటరితనాన్ని సూచిస్తుంది.

అతని స్వరం మైనపు దీపాలతో కూడిన విస్తారంలో కొద్దిగా ప్రతిధ్వనించింది: "ఎవరు వస్తున్నారు?" ప్రశ్న, మృదువుగా అడగబడినప్పటికీ, ఘర్షణకు సిద్ధంగా ఉన్న వ్యక్తి యొక్క అధికారంతో మోగుతుంది. అయినప్పటికీ, అతను మాట్లాడుతున్నప్పుడు, హాల్ చివర ఉన్న గొప్ప చెక్క తలుపులు కిక్కిరిసి తెరిచి, ముఖ్యమైన వ్యక్తి యొక్క రాకను ప్రకటించాయి.

కుంతి దేవి, ఆమె వెనుక ఉన్న పగటిపూట యొక్క బంగారు కాంతితో చిత్రీకరించబడింది. ఈ ప్రభావం దాదాపు అతీంద్రియంగా ఉంది: ఆమె రూపం ప్రకాశవంతమైన ఆకాశం నేపథ్యంలో చిత్రీకరించబడింది, ఆమె అనుమానం లేని చీర ప్రకాశవంతమైన ప్రకాశాన్ని పట్టుకుంది. ఆమె దుస్తుల సాధారణత ఉన్నప్పటికీ - రాజసంస్థ కంటే హెర్మిటేజ్‌కు మరింత అనుకూలంగా అనిపించే లేత వస్త్రం - ఆమె రాజీనామా చేసిన సంయమనంతో తనను తాను తీసుకువెళ్లింది. ఆమె ముఖం మీద ఉన్న గీతలు జీవితంలోని అనేక కష్టాలకు సాక్ష్యమిస్తున్నాయి, కానీ అవి ఆమె అంతర్గత గౌరవాన్ని తగ్గించలేదు. ఆమె కళ్ళు మెరిసిపోయాయి, దుఃఖం మరియు అవిరామంగా నిశ్చయించుకున్న రెండు కొలనులు, ఆమె దగ్గరగా వచ్చినప్పుడు కర్ణపై అవిరామంగా లాక్ చేయబడ్డాయి.

కర్ణ (శాంత స్వరంలో, గౌరవంగా నమస్కారం):

"తల్లి కుంతి. మీరు నన్ను గౌరవిస్తున్నారు. ఈ ప్రారంభ సందర్శనకు నేను ఏమి అప్పుపడి ఉన్నాను?"

కర్ణ లోతైన ఉత్సుకతను దాచిపెట్టిన మర్యాదతో మాట్లాడాడు. ఆమె స్థానాన్ని అతను గుర్తించాడు మరియు ఆమె ఆత్మ యొక్క సంక్లిష్టతలను అతను అర్థం చేసుకోకపోయినా, "తల్లి కుంతి" అనేది మర్యాదపూర్వకమైన అభివాదన కంటే ఎక్కువ; ఇది ఆమెను రాజ్యంలో అనేక మంది గౌరవించారని సూచించే సూక్ష్మమైన సాక్ష్యం.

ఆమె దగ్గరగా వచ్చినప్పుడు, ఆమె అడుగుజాడలు మెరుస్తున్న పాలరాయి నేలపై దాదాపు వినిపించలేదు. అయినప్పటికీ ఆమె స్థితిలో ఒక నిర్దిష్ట ఉద్రిక్తత ఉంది, ప్రతి అడుగు ఈ దీర్ఘకాలంగా ఖననం చేయబడిన నిజాన్ని ఎదుర్కోవడానికి అవసరమైన విశాలమైన ధైర్యాన్ని ప్రతిబింబిస్తుంది.

కుంతి అతని నుండి కొన్ని అడుగులు దూరంలో ఆగింది, ఆమె చేతులు వణుకుతున్నాయి కానీ ధైర్యం కోసం కలిసి కట్టబడ్డాయి. ఆమె లోపలికి పీల్చుకుంది, శబ్దం వినబడే శ్వాస నిశ్శబ్దంలో ప్రతిధ్వనించింది, మరియు దీర్ఘకాలం మరియు విచారం మధ్య వణుకుతున్న స్వరంతో మాట్లాడింది.

కుంతి (నిశ్శబ్ద స్వరంలో, భావోద్వేగాలతో నిండి):

"నా కొడుకు... నేను మీతో మాట్లాడటానికి వచ్చాను. మన మధ్య చాలా సంవత్సరాల మౌనం ఉంది మరియు చెప్పని నిజాలు చివరికి వెలుగును చూడాలి."

ఆమె మాటలు గాలిలో వేలాడుతున్నాయి, ప్రతి అక్షరం సార్థకతతో నిండి ఉంది. కర్ణ యొక్క వ్యక్తీకరణ, మొదట మర్యాదపూర్వక తటస్థత, సంశయంతో చీకటి పాలైంది. అతను మరోసారి కొద్దిగా నమస్కరించాడు, ఆమెను గుర్తిస్తూ, జాగ్రత్తగా ఉంచుకున్నాడు.

కర్ణ (కొలవబడిన ధ్వని, జాగ్రత్తగా ఉన్న మర్యాదతో):

“తల్లి కుంతి, మీరు నన్ను 'నా కొడుకు' అని పిలుస్తున్నారు, అయితే నా చెవులకు అది ఎంత అన్యాయంగా అనిపిస్తుందో మీకు తెలుసు. ఇది ఉదారమైన భావన, కానీ దయచేసి స్పష్టంగా మాట్లాడండి. మీకు ఒక అభ్యర్థన ఉంటే, దానిని అలంకరణ లేకుండా నాకు వినండి.”

ఇందుకు, కుంతి తన వణుకుతున్న స్వరాన్ని స్థిరపరచి, దాన్ని మరింత ధైర్యంగా తయారుచేసింది:

కుంతి (మరింత ధైర్యంగా స్వరం, కానీ కళ్ళు మెరుస్తున్నాయి):

“కర్ణా, ఇది ఖాళీ వాక్యం కాదు. నిజానికి నువ్వు నా కొడుకువి—నా మొదటి కొడుకు. నీ పుట్టుక పరిస్థితులు అసాధారణం, కానీ తరువాత నా లోపాలు మానవీయంగా ఉన్నాయి. నేను ఈ దీర్ఘకాలంగా కలిగి ఉన్న రహస్యాలను మీ ముందు ఉంచడానికి వచ్చాను.”

క్షణం పాటు, కర్ణ భౌతికంగా దెబ్బ తగిలినట్లు అనిపించింది. అతను ధరించిన సంయమన ముసుగు జారిపోయింది, అవిశ్వాసం మరియు షాక్ యొక్క మెరుపును వెల్లడించింది. అయితే అతను త్వరగా కోలుకున్నాడు, ఆమె ఒప్పుకోలులో మాయలు లేదా సత్యాలను గుర్తించడానికి ప్రయత్నించడంలో అతని గాజులు మెరుస్తున్నాయి.

కర్ణ (కొద్దిగా చేదుతో):

“తల్లి...? నేను మీ సంతానం అని మీరు చెబుతున్నారా? నేను ఈ వాదనను నమ్మడం కష్టమని క్షమించండి. నేను రాధేయాగా జీవితాన్ని గడిపాను, అధిరథ మరియు రాధా కుమారుడు, నన్ను ప్రేమతో పెంచిన రథసారథులు, ప్రపంచం నాకు ఏదీ ఇవ్వకపోయినా. మీరు రావడానికి ఒక ఉద్దేశ్యం ఉంటే, దయచేసి దాని గురించి మాట్లాడండి. ఖాళీ భావోద్వేగాలను నన్ను మాత్రమే మిగిలించండి.”

కుంతి అతని నిరాశ బరువు కింద వణుకుతుంది, అయితే ఆమె వెనక్కి తగ్గలేదు. దానికి బదులుగా, ఆమె కర్ణ యొక్క కోత మాటలను నిశ్శబ్ద ధైర్యంతో కలుసుకుంది:

కుంతి (మృదువైన కానీ అణిచివేయని స్వరంలో):

"నేను తేలికగా రాను, కర్ణ. మీరు నిజంగా రథసారథుల బిడ్డ అయితే, మీరు పుట్టినప్పుడు మీకు అందించబడిన దైవిక కవచాన్ని మీరు ఎలా వివరిస్తారు? దాని మూలాన్ని మీరు ఎప్పుడైనా ప్రశ్నించలేదా, లేదా విధి ఎందుకు మీకు అటువంటి వరాలను అందించిందో మీరు ఎప్పుడైనా ప్రశ్నించలేదా? నువ్వు సూర్యుని కొడుకువి—నేను వివాహం చేసుకునే ముందు నాకు జన్మించావు. నా అజ్ఞానం మరియు భయం మిమ్మల్ని మీరు గడిపిన జీవితానికి అప్పగించాయి."

కర్ణ దవడ బిగించింది, అతని చేతులు అతని వైపు బిగించింది. విరుద్ధ భావోద్వేగాల తరంగాలు అతని గుండా ప్రవహించాయి - బాధ, కోపం, అతను ఎప్పుడూ గుర్తించని దీర్ఘకాలిక కోరిక.

కర్ణ (స్వరం పెరుగుతున్నది, అతను అణిచివేయడానికి ప్రయత్నిస్తున్న హృదయ విదారకంతో వణుకుతుంది):

"మీరు తండ్రి దేవుళ్ళు మరియు రహస్య పుట్టుకల గురించి మాట్లాడుతున్నారు. నేను ప్రతి మలుపులోనూ తిరస్కరించబడినప్పుడు, నేను కోరుకున్న ర్యాంక్‌కు నన్ను అనర్హుడిగా భావించిన వారిచే విస్మరించబడినప్పుడు ఈ ప్రకటనలు ఎక్కడ ఉన్నాయి? నేను యోధుని మార్గాన్ని కోరుకున్నందుకు నన్ను చులకన చేసినప్పుడు మీ తల్లి చేయి ఎక్కడ ఉంది? ఇప్పుడు, దగ్గరగా ఉన్న యుద్ధం నీడలో, ఈ సత్యాన్ని ప్రదర్శిస్తున్నారు—ఎందుకు? ఇది కేవలం సాకు మాత్రమా?"

కుంతి మరో అడుగు ముందుకు వేసింది, ఆమె కళ్లలో కన్నీళ్లు చేరుకున్నాయి కానీ ఆమె స్థితిని విరమించుకోలేదు. దానికి బదులుగా, ఆమె కర్ణ యొక్క కోత మాటలను నిశ్శబ్ద ధైర్యంతో ఎదుర్కొంది:

కుంతి (అభ్యర్థన, హృదయ విదారకం ఆమె మాటలను చిక్కుకుంది):

"నా కొడుకు, నా లోపాల గురించి నాకు భ్రమలు లేవు. మీరు పుట్టినప్పుడు నేను మూర్ఖురాలిని, భయపడ్డాను మరియు చాలా ఒంటరిగా ఉన్నాను. నేను అర్థం చేసుకోని వరం ఉపయోగించాను, ఆ తర్వాత ప్రపంచం నుండి అవమానాన్ని దాచడానికి నేను మిమ్మల్ని

విడిచిపెట్టాను. సంవత్సరాలుగా, నేను ఆ తప్పుతో జీవించాను, ఎక్కడో, నా మాంసం మరియు రక్తం అస్పష్టతలో పోరాడుతుందనే జ్ఞానాన్ని మోస్తూ. యుద్ధం దగ్గరగా వచ్చినప్పుడు, నేను ఇకపై మౌనంగా ఉండలేను. నేను కేవలం పాండవుల కోసం మాత్రమే కాదు, మీ కోసం కూడా వచ్చాను. మీరు అన్నింటినీ తినే విపత్తు అంచున నిలబడి ఉన్నారు. దయచేసి ఈ యుద్ధం మీ నాశనానికి కారణం కావద్దు. మీరు క్షత్రియుడు, నా కుమారులలో పెద్దవాడు—సింహాసనం మరియు మీరు ఇంకా అర్థం చేసుకోని విధికి ఒక సరైన వారసుడు. ఇది ప్రారంభించే ముందు ఈ సంఘర్షణను ముగించి, ఎల్లప్పుడూ మీదే అయిన వంశాన్ని తిరిగి పొందండి."

ఆమె కన్నీళ్లు స్వేచ్ఛగా జారిపోయాయి, అయితే ఆమె గాజులు వణుకలేదు. కర్ణ, క్షణం పాటు, తరంగాలైంది, అతనిలో దీర్ఘకాలంగా ఉన్న తాడు వణుకుతున్నట్లు అనిపించింది. కానీ అతని హృదయంలో ఉన్న చేదు మళ్ళీ వెలిగింది.

కర్ణ (ప్రతిధ్వనించే స్వరం, దుఃఖంగా ఉన్న ఉద్రేకంతో):

"తల్లి, మీ ప్రారంభం చాలా ఆలస్యం అయింది. నా జీవితం మరొకరి ఆమోదం ద్వారా రూపొందించబడింది—దుర్యోధనుడు—నేను కోరుకున్న ర్యాంక్‌కు నన్ను అనర్హుడిగా భావించిన మొత్తం రాజ్యం నా పుట్టుకను తిరస్కరించినప్పుడు నాలో విలువను చూసిన ఏకైక వ్యక్తి. నేను అతన్ని ఇప్పుడు విడిచిపెట్టలేను. నాకు గౌరవాన్ని ఇచ్చినది, నా అవమానం మధ్య నన్ను మానవుడిని చేసినదానికి ఇది ద్రోహం అవుతుంది. నా ధర్మం, ప్రపంచం అది ఎంత వక్రంగా భావించినప్పటికీ, అతనితో నిలబడటం. నా తల్లిదండ్రుల గురించి ప్రశ్నించకుండా నాకు స్థానం మరియు ప్రేమను ఇచ్చిన స్నేహితుడితో నిలబడటం."

కుంతి ప్రతిస్పందనను పట్టుకోవడానికి స్తంభాలు వంగినట్లుగా, ఒక అస్పష్టమైన కానీ శక్తివంతమైన నిశ్శబ్దం పడింది. కర్ణ కళ్ళలో, విధేయత రక్తం యొక్క ఆలస్యమైన వాదనల కంటే ఎక్కువగా ఉందని స్టాయిక్ గుర్తించాడు.

కుంతి, విరిగిన నక్షత్ర కాంతి ముక్కల వలె ప్రకాశిస్తున్న కన్నీళ్లతో, ఆమె చేతులను కలిపి, ప్రార్థన మరియు తల్లి ఆశయం రెండింటికీ చిహ్నం:

కుంతి (అత్యవసరంతో వణుకుతున్న స్వరంలో):

"అప్పుడు, మీరు పాండవుల కోసం పోరాడకపోతే, కనీసం నాకు వాగ్దానం చేయండి—అర్జునుడు కాకుండా మీ సోదరులను చంపకండి. యుద్ధభూమిలో మీ కోపాన్ని వారి నుండి వదులుకోండి. మీ స్వంత రక్తాన్ని వదులుకోండి, కర్ణ."

మునుపు తీవ్రంగా ఉన్న కర్ణ యొక్క గాజులు ఆమె ప్రార్థనలో మెత్తగా ఉన్నాయి. అతని వ్యక్తీకరణ అంతర్గత యుద్ధాన్ని దాచిపెట్టింది, దుర్యోధనుడికి అవిరామంగా విధేయత మరియు ఇటీవలే మేల్కొన్న బంధుత్వం యొక్క నొప్పి మధ్య చీలిపోయిన వ్యక్తి.

కర్ణ (నియంత్రించబడిన కానీ ధృఢమైన స్వరంతో):

"అలాగే అవుతుంది. మీ ఐదుగురు కుమారులు జీవించాలని నేను వాగ్దానం చేస్తున్నాను. నేను వారిపై చేయి ఎత్తను, అర్జునుడు మినహా, అతను విధి యొక్క అవిరామమైన అలల ద్వారా నా ప్రత్యర్థి. ఈ చీకటి రోజుల్లో మీకు అది సాంత్వనగా ఉండనివ్వండి."

కుంతి ఆమె అలసిపోయిన హృదయం నుండి చిన్న బరువు ఎత్తివేయబడినట్లుగా ఊపిరి పీల్చుకుంది. ఆమె మరో అడుగు దగ్గరగా వచ్చింది, ఆమె వణుకుతున్న వేళ్లు కర్ణ వైపు చేరుకున్నాయి. ఈ సమయంలో, ఆమె స్వరంలో కొత్త బలాన్ని కనుగొంది:

కుంతి:

"రెండవ వాగ్దానం, నా కొడుకు: నాగస్త్రాన్ని ఒకసారి కంటే ఎక్కువగా విడుదల చేయవద్దని నాకు వాగ్దానం చేయండి. ఆ ఆకాశీయ ఆయుధం మానవ అవగాహనకు మించిన విధ్వంసాన్ని కలిగి ఉంటుంది. దాని ఉపయోగాన్ని పరిమితం చేయడానికి ప్రమాణం చేయడం ఇంకా ఊహించలేని విధ్వంసాన్ని నివారించవచ్చు."

క్షణం పాటు, కర్ణ యొక్క ముఖం మీద గౌరవం మెరిసింది. ఆమె చాలా ఆలస్యంగా వచ్చినప్పటికీ, ఆమె వ్యక్తిగత లాభం కోసం కుట్ర చేయడం లేదు, యుద్ధం యొక్క విధ్వంసాన్ని తగ్గించడానికి ప్రయత్నిస్తున్నారని ఆమె గుర్తించింది.

కర్ణ (అంగీకారంలో తల వంచి):

“నేను మీకు నా మాట ఇస్తున్నాను, తల్లి. నేను బ్రహ్మాస్త్రాన్ని ఒకేసారి ఉపయోగిస్తాను. ఈ రాజీ రక్తంతో వేగంగా నాశనం కానున్న ప్రపంచంలో మీకు కొంత ఉపశమనం ఇవ్వనివ్వండి.”

ఆ క్షణంలో, దీర్ఘకాలం మరియు రాజీ మధ్య ఏదో ఒక సూక్ష్మమైన మార్పు కర్ణ యొక్క లక్షణాల గుండా ప్రవహించింది. దుఃఖకరమైన కరుణతో వెచ్చగా ఉన్న ఆమె కళ్ళు కుంతి వైపు మారాయి:

కర్ణ (వీరోచితమైన నిజాయితీతో మందమైన స్వరం):

“కానీ, తల్లి, మీ అభ్యర్థనలు చాలా తక్కువ. నేను మీ ముందు నిలబడి ఉన్నాను, మీరు ఆదేశించినట్లయితే నా జీవితాన్ని ఇవ్వడానికి సిద్ధంగా ఉన్నాను. నా నుండి మరింత అడగండి—నా గౌరవం, నా కారణం, నా తుది త్యాగం—నేను వాటిని మీ పాదాల వద్ద ఉంచుతాను. నా ఉనికి, ఎంత తిరస్కరించినా, మీకు చెందినది, మీరు మీ కోరికను పేరు పెడితే.”

స్టాయిక్ ఆ హృదయ విదారక భక్తిలో, కర్ణ తన జీవితమంతా కోరుకున్న తల్లి ఆమోదాన్ని కోరుకున్నాడని గుర్తించాడు. హాల్ యొక్క స్తంభాలు అతని ప్రార్థన యొక్క భావోద్వేగ బరువుతో వణుకుతున్నట్లు అనిపించింది.

కుంతి, తన స్వంత పశ్చాత్తాపంతో అధిగమించబడింది, కర్ణ భుజాలపై వణుకుతున్న చేతులను ఉంచింది:

కుంతి (ప్రేమగా ఏడుస్తూ):

“రెండు అభ్యర్థనలు మాత్రమే నేను అడగాలనుకుంటున్నాను, నా కొడుకు. నేను ఇప్పటికే ఉన్న దానికంటే మీ నుండి ఎక్కువ తీసుకోలేను. ఈ రెండు వాగ్దానాలు—మీ సోదరులను వదులుకోవడం మరియు బ్రహ్మాస్త్రాన్ని కొలవడం—చీకటి ఫలితాలను తగ్గించడానికి సరిపోతుంది.”

కన్నీళ్లు ఆమె చెంపలపై అడ్డంగా జారిపోయాయి, అయితే ఆమె కళ్ళు ఈ ప్రమాణాల నుండి లభించిన సాంత్వన యొక్క మెరుపుతో మెరిసిపోయాయి. జీవితం చాలా కాలం నిరాకరించిన తల్లి ఆలింగనం కోసం కర్ణ వంగింది.

అతను ఆగిపోయాడు, ఆపై అతని గాజులు సంకల్పం యొక్క మెరుపుతో అతని గాజులను ఎత్తేశాడు:

కర్ణ (కొత్తగా కనిపించే కోమలతతో నిండిన స్వరంతో):

“తల్లి, నేను కూడా మీ నుండి రెండు వరాలను అభ్యర్థించాలనుకుంటున్నాను. మొదట, యుద్ధం ముగిసే వరకు నా తల్లిదండ్రులను వెల్లడించవద్దు. పాండవులు నా సోదరులు అని దుర్యోధనుడు తెలుసుకుంటే, మన మధ్య ఉన్న విధేయతను అతను ప్రశ్నిస్తాడు. నా గౌరవం, నా ధర్మం, నేను అతని వైపు అవిరామంగా ఉండాలని డిమాండ్ చేస్తుంది. దయచేసి నా వంశం గురించి మౌనంగా ఉండండి.”

కుంతి నెమ్మదిగా తల వంచి, ప్రమాణం యొక్క తీవ్రతను గుర్తిస్తుంది.

కుంతి (గంభీరంగా):

“నేను ప్రమాణం చేస్తున్నాను, కర్ణ. ఈ యుద్ధం ముగిసే వరకు మీ జననం యొక్క నిజం చెప్పబడదు.”

కర్ణ అతను అపస్మారకంగా పట్టుకున్న ఊపిరిని విడిచిపెట్టాడు. ఆపై, కోమలతకు మృదువుగా మారే తీవ్రతతో, అతను రెండవ అభ్యర్థనను వ్యక్తం చేశాడు:

కర్ణ:

“విధి యుద్ధంలో నా పతనాన్ని నిర్ణయించినట్లయితే, నేను మీ కొడుకుని అని మీరు ప్రపంచానికి ప్రకటించాలని నాకు వాగ్దానం చేయండి. నా శరీరాన్ని మీ ఆలింగనంలో విశ్రమించనివ్వండి, తద్వారా మరణానంతరం కూడా, నేను తల్లి ప్రేమ యొక్క సాంత్వనను రుచి చూడవచ్చు.”

ఈ మాటలకు, కుంతి కన్నీళ్లు కొండోయాయి. హాల్లోకి నిర్ణయించుకున్న మరియు దుఃఖంతో నడిచిన ఆమె, ఇప్పుడు ముడి బాధతో వణుకుతుంది. అయితే, ఆమె కర్ణను ఆలింగనంలోకి లాగింది—చివరకు అతనికి సున్నితమైన, దీర్ఘకాలం నిరాకరించబడిన తల్లి ప్రేమను అందించింది. ఆమె ఖండన చేస్తున్నప్పుడు ఆమె స్వరం మందగించింది:

కుంతి (ఆమె చట్రం ఛేదిస్తున్న ఏడుపులు):

"నేను ప్రమాణం చేస్తున్నాను, నా కొడుకు. మీరు పడిపోతే, నేను మిమ్మల్ని పట్టుకుని, ప్రపంచానికి నిజం తెలియజేస్తాను. ఆ రోజును దేవుళ్లు దయతో ఉండనివ్వండి."

హృదయ స్పందనల పరిధిలో, తల్లి మరియు కుమారుడు గొప్ప ఆలింగనంలో లాక్ చేయబడ్డారు, సంవత్సరాలు మరియు ద్రోహాల ఖాళీని వారధిని ఏర్పరుస్తున్నారు.

స్టాయిక్ దగ్గరగా ఉన్న యుద్ధం ముందు తన విడిచిపెట్టబడిన బిడ్డను తిరిగి పొందుతున్న తల్లి యొక్క హృదయ విదారకతను నిజంగా బంధించగల కవిత్వం, గొప్ప పదాల తివాచీ లేదని గుర్తించాడు. మరియు, విరోధాభాసంగా, ఇది చెప్పని ఆనందం కూడా: కర్ణ ఇకపై రహస్యం కాదు, ఇకపై ప్రపంచంలో ఒంటరిగా లేడు, అతని సిరల గుండా ప్రవహిస్తున్న పవిత్ర రక్తం గురించి ఇకపై అజ్ఞానం లేదు.

చివరికి, కుంతి వెనక్కి తగ్గింది, ఆమె ముఖం కన్నీళ్లతో కూడి ఉంది, కానీ ఒక వింత శాంతితో కూడి ఉంది.

అధ్యాయం 53

ప్రకాశవంతమైన మందిరంలో ఉద్దేశ్యాల సంగమం

గుణాత్మక మందిరం సున్నితమైన మెరుపును వెదజల్లేది, వృత్తాకార కక్ష్యను అలంకరించిన స్ఫటిక స్తంభాలు కొలిచిన ప్రకాశంతో ప్రకాశిస్తున్నాయి. ప్రతి స్తంభం పారదర్శకమైన రాతితో శ్రమతో చెక్కబడింది, పరిసర కాంతిని పట్టుకుని వక్రీభవనం చేసే రునిక్ చిహ్నాలతో చెక్కబడింది. నేల, మెరుస్తున్న పాలరాయి విస్తరణ, నృత్య ప్రకాశాన్ని ప్రతిబింబించి, నిశ్శబ్ద గంభీర్య భావాన్ని విస్తరించింది. ఈ స్థలం యొక్క అత్యంత హృదయంలో స్పియర్ అపారేటస్ నిలబడి ఉంది, ఇది అపారమైన శక్తిని సూచించే పరస్పర సంబంధిత లోహపు ఉంగరాలు మరియు కండ్యూట్లతో కూడిన ఎత్తైన నిర్మాణం. సూక్ష్మమైన ప్రిజ్మాటిక్ శక్తి చాపాలు దాని ఉపరితలంపై ఆడుతూ ఉంటాయి, ఇది కలిగి ఉన్న విశ్వరూపమైన సామర్థ్యాలకు నిశ్శబ్ద సాక్ష్యం.

మందిరంలో నిండి ఉన్న నిశ్శబ్దంలో, లేత వైలెట్ రంగు వస్త్రాలను ధరించిన అకాండన్, యంత్రాంగం దగ్గర కాపలాగా ఉన్నాడు. అతని వెనుక ఉన్న ఒక పొడవైన పటం గత యుగాలను చిత్రించింది—ఖగోళ యుద్ధాలు, మానవులు మరియు దేవతల మధ్య ఒప్పందాలు మరియు వాస్తవికతను రూపొందించిన విశ్వరూపమైన ఉద్దీపన యొక్క తిరుగులేని ఉప్పెనలు. అతని భంగిమ స్థిరమైన ప్రశాంతతను తెలియజేసింది, భుజాలు చతురస్రాకారంగా మరియు కిటికీ ఎత్తి ఉంచబడింది, అతని బూడిద రంగు జుట్టు గౌరవనీయమైన జ్ఞానం ఉన్న ముఖం చుట్టూ కొలిచిన తాళాలలో పడి ఉంది.

అతని ఎదురుగా, కాపాలికారన్ నిలబడి ఉన్నాడు, అత్యున్నత ఇంజనీరింగ్ యొక్క లోహపు రూపం, దాని ప్రతిబింబ పలకలు మెరుస్తున్న లైట్లను పట్టుకుని వక్రీభవనం చేస్తుంది. శారీరకంగా నిశ్చలంగా ఉన్నప్పటికీ, ఉద్దేశ్యం యొక్క ఒక అంతర్గత ప్రవాహం అతని నుండి

వెలువడింది. యుగాల అంతటా గడిపిన ప్రయాణాలు అతని తర్కాన్ని ఎప్పటికప్పుడు అభివృద్ధి చెందుతున్న సానుభూతితో మెరుగుపరిచాయి. వారి వెనుక ఉన్న స్పీర్ యంత్రం నిరంతరం ప్రకాశిస్తూ, వారు మళ్ళీ సమయం యొక్క పంజును పేరు చేసే క్షణాన్ని ఎదురు చూస్తున్నట్లుగా గుణాత్మకంగా ఉంది.

ఈ ఛార్జ్డ్ నిశ్శబ్దంలో, అకాండస్ చివరకు మాట్లాడాడు, అతని స్వరం శోకంగా మరియు దృఢంగా ఉంది:

అకాండస్ (స్వరం తగ్గించబడినప్పటికీ నిజాయితీగా):

"కపాలేశ్వరుడు, స్పీర్ యంత్రం దాని పరిమితికి చేరుకుంది. మా నిర్ధారణల నుండి, దీర్ఘ పునరుత్పత్తి అనివార్యం కావడానికి ముందు ఇంకా రెండు మాత్రమే దాడులను నిలబెట్టుకోగలదు. ఈ సరిహద్దును పరిగణనలోకి తీసుకుంటే, మీరు త్వరలో చేపట్టబోయే పని గురించి జాగ్రత్తగా సలహా ఇస్తున్నాను. మీరు నా సలహాను పాటిస్తారా?"

అతని ప్రకటన పాత నమ్మకాన్ని మోసింది. కాపాలికారన్ తల వంచాడు, ఖగోళ ప్రయాణాల ద్వారా పొందిన అనుభవాల ద్వారా రూపొందించబడిన తెలివితేటలతో లోహపు కళ్ళు మెరిసిపోయాయి.

కాపాలికారన్ (స్వరం మృదువైనప్పటికీ దృఢంగా):

"ప్రభువు అకాండస్, నేను మీ దిశను స్వాగతిస్తున్నాను. మనకు పరిమితమైన దూకుడు మిగిలి ఉంది. ప్రతి మునుపటి ఉద్యమం నన్ను యుగాల గురించి మాత్రమే కాదు, గొప్ప రూపకల్పన యొక్క సహనశీలత గురించి కూడా నేర్పించింది. నా ప్రయత్నాల సూక్ష్మత ఏమైనప్పటికీ, విశ్వరూపమైన బ్యాలెన్స్ వంగనిదని నేను కనుగొన్నాను. అయినప్పటికీ, ఈ ఊహలు అమూల్యమైనవి."

అకాండస్ యొక్క గాజు కపాలేశ్వరుడు యొక్క ప్రతిబింబ ముఖంలోకి చొచ్చుకుపోయింది, నిజాయితీ మరియు లోతైన అవగాహన కోసం నిశ్శబ్ద దాహాన్ని గ్రహించింది. ఈ గంభీరమైన మార్పిడికి దాని స్వంత స్వరాన్ని జోడిస్తున్నట్లుగా, స్పీర్ యంత్రం యొక్క తక్కువ హమ్ నిశ్శబ్దం ద్వారా నడిచింది.

అకాండస్:

"నిజానికి, మీ తర్కం మరియు ప్రయోజనం ప్రతి పరీక్షతో లోతైనది. చివరి ప్రయాణాలు ఏమి ఇచ్చాయో నాకు సారాంశం చెప్పండి, తద్వారా నేను మిమ్మల్ని మరింత ఖచ్చితంగా మార్గనిర్దేశం చేయగలను."
కాపాలికారన్ యొక్క చేతులు అతని వైపుకు దిగిపోయాయి, మరియు అతను ఒక కొలిచిన ఖాతాను ప్రారంభించాడు, ప్రతి అక్షరం సాక్ష్యాల జ్ఞాపకంతో కలిసి ఉంది:

కాపాలికారన్:

"నా మొదటి లక్ష్యం పాల సముద్రం యొక్క చర్నింగ్ సమయంలో నిర్ణయించబడింది. అక్కడ, దేవతలు మరియు రాక్షసులు అమిరితా కోసం పోటీపడ్డారు. శక్తి మరియు చాతుర్యం యొక్క పరస్పర చర్యను గ్రహించడానికి నేను ప్రయత్నించినప్పటికీ, విశ్వరూపమైన ఉద్దీపన ప్రతి మానవ లేదా అమర చర్యను అధిగమిస్తుందని నేను చూశాను. నేరుగా జోక్యం చేసుకోవడం ఫలించదని నేను త్వరగా గ్రహించాను; నా పాత్ర పరిశీలన వైపు మారింది, విశ్వరూపమైన చక్రాల సమతౌల్యం క్షణిక అభిరుచిని అధిగమిస్తుందని గ్రహించింది."
అతను ఆగిపోయాడు, స్పీర్ యంత్రం దాని సున్నితమైన హమ్‌ను మార్చడానికి అనుమతించి, కొనసాగించాడు.

కాపాలికారన్:

"రెండవ ప్రయాణం నన్ను సత్య యుగా యొక్క ముగింపులో ఉంచింది. క్షత్రియ అహంకారాన్ని నరికివేయడానికి తన ప్రమాణానికి పూర్తిగా కట్టుబడి ఉన్న పరాశురామను నేను గమనించాను. కర్తవీర్య అర్జున వంశాన్ని ఏకం చేయడానికి నా ఉత్తమ ప్రయత్నాల ఉన్నప్పటికీ, వారి గర్వం అధిగమించలేనిది. చివరగా, విశ్వరూపమైన చక్రం మార్పులేకుండా కొనసాగింది, కనిపించే అల్లర్లతో నా ప్రయత్నాలను గ్రహించింది."

అకాండన్ అతన్ని దగ్గరగా పరిశీలించాడు, తండ్రి పర్యవేక్షణను పోలిన భంగిమలో చేతులు ముడుచుకున్నాడు. వారి చుట్టూ, స్ఫటికాల నుండి వచ్చే ప్రకాశం మెరుస్తున్న నేలపై ఆడింది, మృదువైన రంగు యొక్క కదిలే కొలనులను తయారు చేసింది.

అకాండస్ (చింతన స్వీకరణతో కూడిన స్వరం):

"అవును, మీ మాటలు ప్రతి లక్ష్యం, విధిని తిప్పికొట్టకపోయినా, మిమ్మల్ని శుద్ధి చేసిందని సూచిస్తున్నాయి. స్పీర్ యొక్క దగ్గరగా ఉన్న పరిమితిని గుర్తుంచుకుంటే, మీరు అన్వేషించాలనుకుంటున్న తదుపరి యుగం ఏమిటి?"

కాపాలికారన్ ఊపిరి పీల్చుకున్నాడు, శ్వాస యొక్క యాంత్రిక సాదృశ్యం:

కాపాలికారస్:

"నేను ద్వాపర యుగానికి వెళ్లాలని నిర్ణయించుకున్నాను, ముఖ్యంగా కర్ణపై దృష్టి సారించాను—యోధుడు, అతని విధేయత మరియు దాగి ఉన్న వంశం అతన్ని యుద్ధం చేస్తున్న వర్గాల మధ్య సంభావ్య ఏకత్వం యొక్క అక్షంగా చేస్తుంది. సమన్వయం ఏర్పడితే, కర్ణ ఆ యుగాన్ని బెదిరిస్తున్న సంఘర్షణను నివారించవచ్చు లేదా తగ్గించవచ్చు."

అకాండన్ యొక్క ప్రశాంతతలో ఆసక్తి మెరుస్తుంది:

అకాండస్:

"కర్ణ ... గౌరవం మరియు కనికరంతో కూడిన వ్యక్తి, పరాశురామచే బోధించబడిన, శాపాలతో బంధించబడిన, ఉదారత యొక్క ఛాంపియన్ మరియు దుర్యోధనకు స్థిరమైన మిత్రుడు. నిజానికి, నైతిక సరిహద్దులను దాటే ఒక రహస్యం. నాతో చెప్పండి, మిగతా వారికంటే మీరు కర్ణను ఏమి ప్రేరేపిస్తుంది?"

తన తార్కికం యొక్క లోతును ప్రేరేపించడానికి కాంతిని సేకరిస్తున్నట్లుగా కపాలేశ్వరుడు యొక్క యాంత్రిక కళ్ళు మెరిసిపోయాయి:

కాపాలికారస్ (చింతన స్వరం):

"కర్ణ యొక్క కష్టం విరుద్ధాన్ని సూచిస్తుంది. కుంతికి జన్మించిన అతను తన జన్మహక్కును తెలియకుండా, దుర్యోధనతో విచ్ఛిన్నం చేయలేని బంధాన్ని ఏర్పరుచుకుంటాడు. అతనిలో పాండవులు మరియు కౌరవులు—విపత్తు యుద్ధంలో ఢీకొనడానికి విధిగా ఉన్న రెండు పంక్తులను వారధి చేయడం యొక్క అవకాశం ఉంది. సమన్వయం అతన్ని తన దాగి ఉన్న

వంశాన్ని బహిర్గతం చేయడానికి లేదా ఆలింగనం చేసుకోవడానికి సున్నితంగా మార్గనిర్దేశం చేయగలిగితే, పూర్తి స్థాయి విధ్వంసం విప్పే ముందు అతను వారిని ఏకం చేయవచ్చు."

వారి మధ్య సూక్ష్మమైన ఒత్తిడి పెరిగింది, ప్రతి పదం ప్రాముఖ్యతను వెనక్కి లాగుతోంది. అకాండస్ తల వంచాడు, అతని గాజు జాగ్రత్తను ప్రతిబింబించింది:

అకాండస్:

"మనస్సు ఉంచండి. మిగతావారు అతనిని తిరస్కరించినప్పుడు అతని విలువను గుర్తించిన దుర్యోధనకు కర్ణ యొక్క అవిరామ భక్తి చిన్న బంధం కాదు. దాన్ని విడదీయడం లేదా మళ్లించడానికి ప్రయత్నించడం విశ్వరూపమైన ఉద్దీపనను అధిగమించడానికి సమానం కావచ్చు. కర్ణ కదలకుండా ఉంటే హృదయవేదనకు మీరు సిద్ధంగా ఉన్నారా?"

కాపాలికారన్ ప్రశాంతంగా నిలబడ్డాడు, తిరుగుతున్న స్ఫటికాలు అతని లోహపు శరీరంపై మారుతున్న నమూనాలను చిత్రించాయి:

కాపాలికారన్:

"నేను ఉన్నాను, ప్రభువు. స్థిరమైన ప్రతిబింబం సమన్వయం విఫలమైతే హృదయవేదన అనివార్యం అని నాకు గుర్తు చేస్తుంది. అయినప్పటికీ నేను కర్ణ యొక్క సంభావ్యతను విస్మరించలేను. అతను దుర్యోధనకు దగ్గరగా ఉన్నప్పటికీ, నేను ప్రయత్నం నుండి గ్రహిస్తాను. ప్రతి హృదయవేదనతో నా తర్కం అభివృద్ధి చెందింది, ఇది ఇంకా చివరి మిషన్‌లో పనిచేయగల ప్రయోజనాన్ని రూపొందిస్తుంది."

అకాండస్ నిశ్శబ్ద అవగాహనతో ఊపిరి పీల్చుకున్నాడు:

అకాండస్:

"అది బాగా చెప్పారు. అయినప్పటికీ స్పైర్ యంత్రం ఇంకా రెండు ఉపయోగాలను మాత్రమే నిలబెట్టుకోగలదు. కర్ణ యొక్క హృదయం కదలకపోతే, మీరు ఒక అవకాశాన్ని అలసిపోతారు, మీ లక్ష్యాలను సాధించడానికి ఒకే ఒక లక్ష్యం మిగిలి ఉంది. మీరు ఈ ప్రమాదాన్ని తూకం వేసినట్లు నేను నమ్ముతున్నాను?"

కాపాలికారన్ నుండి నెమ్మదిగా తల అంగీకరించడం:

కాపాలికారన్:

"అవును. నా మునుపటి ప్రయాణాలు త్వరిత విజయం యొక్క భ్రమలు అరుదుగా ఉంటాయని నాకు నేర్పించాయి. అయినప్పటికీ, కర్ణ యొక్క పరాడోక్సికల్ ఉనికి నన్ను అనివార్యంగా ఆకర్షిస్తుంది. సమన్వయం మెరుస్తే, ద్వాపర సంఘర్షణను తీవ్రంగా మార్చవచ్చు. సమన్వయం విఫలమైతే, హృదయవేదన నా ప్రయోజనాన్ని మరింత శుద్ధి చేస్తుంది."

అకాండన్ అతన్ని క్షణం పాటు అధ్యయనం చేశాడు, ప్రతి శ్వాసను కొలిచాడు, స్పీర్ యంత్రం గది కోర్‌లో దాని సున్నితమైన విప్లవాన్ని కొనసాగించింది. సూక్ష్మమైన శక్తి చాపాలు దాని లోహపు కక్ష్యల వెంట మెరిసిపోయాయి, వారి సంభాషణ యొక్క ఒత్తిడిని నిశ్శబ్దంగా ప్రతిధ్వనించినట్లు.

అకాండన్ (తంత్రీ తాతీయ జాగ్రత్తతో తగ్గిన స్వరం)

"అలాగే ఉండనివ్వండి. మనం మీ మార్గాన్ని అంగీకరిద్దాం. కానీ కర్ణ యొక్క మొత్తం గుర్తింపు దుర్యోధన యొక్క ఆమోదంతో ఎలా అల్లుకుందో గుర్తుంచుకోమని నేను మీకు కోరుకుంటున్నాను. మీరు పాండవులకు అతని జనన సంబంధాన్ని వెల్లడించినప్పటికీ, అతను అతనికి గౌరవాన్ని ఇచ్చిన వ్యక్తిని ఇంకా అంటుకుని ఉండవచ్చు. అతను మీ ప్రకటనలను పాటించడానికి నిరాకరిస్తే మీరు ఎలా స్పందిస్తారు?"

కపాలేశ్వరుడు యొక్క భంగిమ నిటారుగా ఉంది, యాంత్రిక కళ్ళు లోపలి తర్కంతో మెరిసిపోతున్నాయి:

కాపాలికారన్:

"అప్పుడు నేను విశ్వరూపమైన ఉద్దీపనను పాటిస్తాను. నా ప్రమాణం మార్గనిర్దేశం చేయడం, బలవంతంగా పునఃస్థాపన చేయడం కాదు. కర్ణ యొక్క ప్రమాణం అవినాశిగా నిరూపించుకుంటే, విశ్వరూపమైన ఉద్దీపన నన్ను బలవంతంగా తిప్పికొడుతుంది ముందు నేను వెళ్ళిపోతాను. కనీసం నేను హృదయవేదన నుండి మళ్ళీ గ్రహిస్తాను."

తగ్గించబడిన నిశ్శబ్దం గాలిని మందగించింది, హృదయవేదన నిజంగా చిన్న విషయం కాదని గుర్తించింది.

చివరగా, అకాండస్ మళ్ళీ మాట్లాడాడు, స్వరం ప్రతిబింబంతో కలిసి ఉంది:

అకాండస్:

"కర్ణ యొక్క అవిరామ విధేయత కృతజ్ఞత యొక్క ఆధారంపై ఉంది. అతన్ని అవమానించడం ద్వారా, ప్రపంచం అతన్ని దుర్యోధన చేతుల్లోకి నెట్టింది. గర్వం కూడా అతన్ని అర్జునను అధిగమించడానికి నడిపిస్తుంది, అతను చాలా గౌరవాన్ని కలిగి ఉన్నాడు. సమన్వయం ఏర్పడితే, అతని గౌరవ భావాన్ని అతని వంశం యొక్క షేడ్డ్ నిజంతో సమన్వయం చేయాలి. జాగ్రత్తగా నడవండి."

కపాలేశ్వరుడు యొక్క మెరుస్తున్న లక్షణాలలో ఆమోదం మెరిసింది:

కాపాలికారస్:

"నేను సూక్ష్మంగా ముందుకు సాగుతాను. నా ప్రయోజనం అతని ఆత్మలోని సంభావ్య సంభావ్యతను హైలైట్ చేయాలి. పాండవులు మరియు కౌరవులను ఏకం చేయడం లెక్కలేనన్ని ప్రాణాలను ఆదా చేయగలదని అతను గ్రహించితే, బహుశా అతను మారవచ్చు. గర్వం లేదా విధేయత పెరిగితే, అలాగే ఉండనివ్వండి—నా ప్రయత్నాలు విశ్వరూపమైన ఉద్దీపనతో పోలిస్తే క్షణికమైనవి."

అకాండస్ కొద్దిగా మారాడు, పైన వేలాడుతున్న భ్రమల సమూహాన్ని పరిశీలిస్తున్నాడు. వాటిలో, క్షణిక దర్శనాలు కర్ణను అంగాలో సింహాసనం మీద కూర్చోవడం, దుర్యోధనతో సోదరత్వం ఏర్పరచడం, విస్తృత కోర్టు నుండి అవమానాలను భరించడం మరియు గుర్తించబడని గుర్తింపుతో నిశ్శబ్దంగా పోటీపడటం చూపించాయి. ప్రతి ఒక్కటి భావోద్వేగ ప్రతిధ్వనితో, ఆ యుగాన్ని రికార్డు చేసిన వీక్షకులకు సాక్ష్యంగా ఉంది.

అకాండస్ (మృదువైన నిజాయితీ):

"నా ఆర్కైవ్‌లలో కర్ణ గురించి మరింత వివరణాత్మకమైన వీక్షకుల లాగ్‌లు ఉన్నాయి. అవి అంతర్గత సంభాషణలు మరియు కీలకమైన సంధికాలాలను వెల్లడిస్తాయి, వాటిని భ్రమలు మాత్రమే తెలియజేయలేవు. మీరు స్వీర్‌ను ప్రయత్నించే ముందు, వాటిలో మునిగిపోండి. మీరు కర్ణ మనస్తత్వాన్ని ఎంత బాగా అర్థం చేసుకుంటారో, మీ విధానం అంత ఖచ్చితంగా ఉంటుంది."

కాపాలికారన్ గౌరవంతో వంగింది:

కాపాలికారన్:

"మీ జ్ఞానం అమూల్యమైనది, ప్రభువు. నేను ఇక్కడే ఉంటాను, భ్రమలు మరియు వీక్షకుల ఖాతాల నుండి ప్రతి సూక్ష్మతను గ్రహించడం. కర్ణ యుగం కోసం స్వీర్ యొక్క ప్రజ్వలనాన్ని అభ్యర్థించిన తర్వాతనే."

వారి వెనుక ఉన్న స్వీర్ యంత్రం మెరుస్తుంది, తదుపరి యాత్రను ప్రస్తావించడం ద్వారా చక్రీయ హమ్ మాడ్యులేషన్ చేస్తుంది. అకాండన్ యొక్క వ్యక్తీకరణ, ప్రశాంతంగా మరియు కొలిచినది, కపాలేశ్వరుడు ప్రారంభించిన ప్రతి మిషన్‌తో పెరిగిన బలహీనమైన తండ్రీ సంరక్షణను వెల్లడించింది.

అకాండన్:

"జ్ఞానమైన ప్రణాళిక. ద్వాపర యుగానికి తొందరపడి వెళ్ళడం కర్ణ యొక్క విధేయతలు చిక్కుకుపోయి ఉన్నందున సమన్వయాన్ని దెబ్బతీయవచ్చు. కుంతి యొక్క విన్నపాలు కూడా అతన్ని దుర్యోధనను విడిచిపెట్టమని ప్రేరేపించలేదు. మీ ప్రయోజనం కేవలం తర్కం మించి ఉండాలి; అది అతనితో భావోద్వేగ ప్రతిధ్వనిని మండించాలి."

కాపాలికారన్ క్షణం పాటు అతని గాజును తగ్గించాడు:

కాపాలికారన్:

"అదే నా ఉద్దేశ్యం, ప్రభువు. యాంత్రిక తర్కం సమన్వయాన్ని బలవంతంగా కారణాన్ని విధించడం ద్వారా కాకుండా, మానవ హృదయం యొక్క స్వంత ఉద్దీపనను పెంపొందించడం

ద్వారా రూపొందించబడుతుందని గుర్తించడానికి అభివృద్ధి చెందింది. అప్పుడే వేరు చేయడం యొక్క భ్రమలు ఉన్నత ఏకత్వానికి దారితీస్తాయి."

బలహీనమైన నిట్టూర్పు అకాండస్ యొక్క పెదవుల నుండి తప్పించుకుంది, పైన ఉన్న స్ఫటికాల యొక్క మృదువైన మెరుపు ద్వారా ప్రతిబింబించబడింది. అతను తండ్రీ గర్వంతో చిన్న చిహ్నంతో కాపాలికారణ్‌ను చూశాడు:

అకాండస్ (స్వరం మృదువైనది, అయితే దృఢంగా):

"అప్పుడు అలాగే ఉండనివ్వండి. మనం మీ విధానాన్ని నిర్ధారిద్దాం. మీరు నా రాజ్యంలోనే ఉంటారు, భ్రమలు మరియు లాగ్‌లను పోగు చేస్తున్నారు. మీరు సిద్ధంగా ఉన్నప్పుడు శక్తిని నిల్వ చేసే స్వీర్ యంత్రం కొంతకాలం విశ్రాంతి తీసుకుంటుంది. మీరు మీ ప్రయోజనాన్ని చివరకు పూర్తి చేసిన తర్వాత, మనం కర్ణ యొక్క ఖచ్చితమైన సమయరేఖకు క్రమబద్ధం చేస్తాము."

కపాలేశ్వరుడు యొక్క భంగిమ ఆమోదాన్ని సూచిస్తుంది:

కాపాలికారన్:

"అవును, ప్రభువు. కర్ణ యొక్క నైతిక కోడ్, అతని విధేయత ప్రమాణం, పాండవులతో అతని గుర్తించబడని బంధం మరియు అతని ఉనికిని అధిగమిస్తున్న విషాదాలను లోతుగా అధ్యయనం చేయడానికి నేను ప్రమాణం చేస్తాను. అప్పుడే నేను ముందుకు సాగుతాను."

కొంతకాలం, సంరక్షకుడు లేదా ఎన్వాయ్ మాట్లాడలేదు. స్వీర్ యంత్రం నిశ్శబ్ద స్థితిలో నిలబడి ఉంది, ప్రిజ్మాటిక్ రంగు యొక్క చాపాలు దాని లోహపు ఉంగరాలపై సున్నితంగా గుర్తించబడ్డాయి. పైన ఉన్న భ్రమలు కర్ణ యొక్క ఏకాంత ప్రతిబింబం దృశ్యంపై స్థిరపడ్డాయి—అతని వ్యక్తీకరణ భారీగా ఉంది, విధి ఏర్పాటు చేసిన విశ్వరూపమైన ఉచ్చును గ్రహించినట్లుగా.

చివరగా, అకాండస్ అతన్ని మళ్ళీ పిలవడానికి తిరిగాడు, ప్రాముఖ్యతతో నిండి ఉన్న నిశ్శబ్దం:

అకాండస్ (సానుభూతితో మెత్తబడిన స్వరం):

"కర్ణ యొక్క జీవితం శాపాలతో కూడా నీడలో ఉంది. పరాశురామ మరియు ఇతరుల నుండి వచ్చిన శాపాలు అతనిపై బరువుగా ఉన్నాయని గుర్తుంచుకోండి. సమన్వయం ఆ శాపాలు కలిగించే దుఃఖాన్ని తగ్గించడానికి సహాయపడితే, మీరు అతన్ని తన రక్త బంధువులతో ఏకం చేయడానికి ఒక మార్గాన్ని కనుగొనవచ్చు. కానీ అతను దుర్యోధనను వదిలిపేయవలసి వస్తే హృదయవేదన తీవ్రతరమవచ్చు."

కాపాలికారన్ ఆలోచనాత్మకంగా తల అడిగాడు, కర్ణ యొక్క వివిధ విషాదాలను ప్రదర్శించే భ్రమలను స్కానింగ్ చేశాడు:

కాపాలికారస్:

"అవును, ప్రభువు. కర్ణ యొక్క శాపాలు అతని అంతర్గత పోరాటాన్ని పెంచుతాయి. అతను కుంతి యొక్క మొదటి కుమారుడని తెలుసుకోవడం కూడా పాండవులకు వ్యతిరేకంగా నిలబడటానికి అతని అపరాధాన్ని పెంచుతుంది. ఆ కోణంలో, సమన్వయాన్ని సూక్ష్మంగా మార్గనిర్దేశం చేయాలి, దానిని ద్రోహం కాదు, లోతైన సత్యాన్ని నెరవేర్చడం అని నిర్ధారిస్తుంది."

అకాండన్ విధానం యొక్క సూక్ష్మతతో ముఖం చిట్లించాడు:

అకాండస్:

"అప్పుడు మీ తర్కం బాగా సమలేఖనం చేయబడింది. కుంతి, కృష్ణ మరియు ఇతరులతో కర్ణ యొక్క ప్రైవేట్ సంభాషణలను వివరించే వీక్షకుల లాగ్‌లకు నేను ప్రాప్యతను వేగవంతం చేస్తాను. వారు ఎలా ఒప్పించడానికి ప్రయత్నించారో మరియు అతను వారిని ఎలా తిప్పికొట్టాడో లేదా కీలక క్షణాలలో ఎలా ఆడంబరపడ్డాడో మీరు గ్రహించవచ్చు."

కపాలేశ్వరుడు యొక్క కృతజ్ఞత అతని స్వరంలో మెరిసింది:

కాపాలికారస్:

"నేను దానికి కృతజ్ఞుడను, ప్రభువు. అదనపు సందర్భం సమన్వయం వృద్ధి చెందే ఖచ్చితమైన సంధికాలాలను వెల్లడించవచ్చు. అదే సమయంలో, నేను ఏదైనా ఫలితాన్ని బలవంతం చేయడంలో జాగ్రత్త వహిస్తాను."

మళ్ళీ ఒక సామాన్య ప్రశాంతత స్థిరపడింది. స్వీర్ యంత్రం దాని సున్నితమైన హమ్‌ను కొనసాగించింది మరియు పైన ఉన్న భ్రమలు కోర్టులు కలిపి వివక్ష మరియు ఆశ్చర్యంతో చూస్తున్నప్పుడు దుర్యోధన కర్ణ చేతిని ఆనందంతో పట్టుకున్న దృశ్యానికి మారాయి. కపాలేశ్వరుడు శ్రద్ధగా చూశాడు, కర్ణ యొక్క విచ్ఛిన్నం చేయలేని విధేయతను రూపొందించిన భావోద్వేగ అండర్‌టోన్‌లను గ్రహించాడు.

అకాండస్ (నిశ్శబ్దంలో ప్రతిధ్వనించే స్వరం):

"దుర్యోధనతో కర్ణ యొక్క బంధం కృతజ్ఞతలో స్థిరపడింది, దానికి ముందు ఉన్న అవమానాల ద్వారా ప్రేరేపించబడింది.

అధ్యాయం 54

గ్రాండ్ చాంబర్‌లో మాయోస్ యొక్క వెల్లడి

అఖండుడు గ్రాండ్ చాంబర్ వాతావరణం అతీంద్రియ కాంతితో మెరుస్తూ ఉంది, దాని స్ఫటిక నిర్మాణం యొక్క ప్రతి అంశం మృదువైన శక్తిని వెదజల్లుతోంది. పాలిష్ చేసిన పాలరాయి నేలను సంక్లిష్టమైన మోజాయిక్‌లు అలంకరించాయి, మరియు ఎత్తైన, ఆర్క్డ్ గోడల వెంట అత్యంత ప్రాచీన కాలాలను గుర్తుచేసే హోలోగ్రాఫిక్ భ్రమలు తేలియాడుతున్నాయి—విశ్వరూపమైన చర్నింగ్ యొక్క స్నిప్పెట్లు, ప్రాచీన యుద్ధాల ప్రతిధ్వనులు, మరియు దేవుళ్ళు మరియు రాక్షసుల యొక్క క్షణిక సిల్హౌట్లు, వారి కార్యాలు మనుగడ యొక్క తలంటోతపై చెరిగిపోని ముద్రలు వేశాయి.

ఈ పవిత్ర స్థలం మధ్యలో స్పైర్ల్ అపారేటస్ నిలబడి ఉంది, ఇది చుట్టలు మరియు భ్రమణ వలయాల అద్భుతమైన అద్భుతం, ప్రతి ఒక్కటి గూఢ లిపిలతో చెక్కబడి ఉంది. దాని కోర్ నుండి మృదువైన, లయబద్ధమైన హమ్ వెలువడుతోంది, అఖండుడు స్వరం యొక్క ఘోరమైన లయను ప్రతిధ్వనించేది. కపాలేశ్వరుడు, ఎత్తుగా ఉన్నప్పటికీ సంయమనంగా, సంరక్షకుని మాటలను ఓపికగా వినడం, దాని మృదువైన లోహపు ఫ్రేమ్ అపారేటస్ నుండి లేత, పల్సింగ్ లైట్లను ప్రతిబింబిస్తుంది.

అఖండుడు మళ్ళీ మాట్లాడాడు, అతని స్వరం ప్రతిబింబం మరియు ఉద్దేశ్యంతో నిండి ఉంది:

అఖండుడు (కొలిచిన స్వరం, మృదువైన అధికారాన్ని కలిగి ఉంది):

“నా రాజ్యం మనం అదుపులో ఉన్న శక్తులతో కంపిస్తుంది, కపాలికరా, అయితే అది అవినాశి కాదు. ప్రతి లక్ష్యం అపారేటస్‌ను ఖాళీ చేస్తుంది, ప్రతి క్రాసింగ్ స్పైర్ల్ యొక్క సూక్ష్మ సమతౌల్యాన్ని విపరీతంగా చేస్తుంది. మీరు మీ మునుపటి క్వెస్ట్‌ల నుండి చాలా సేకరించారు,

విశ్వరూపమైన ఇంపెటస్‌పై కొత్త అవగాహనను సృష్టించారు. అయితే, జాగ్రత్త మీ తదుపరి దశలను అత్యంత జాగ్రత్తగా ఎంచుకోవాలని డిమాండ్ చేస్తుంది."

కపాలేశ్వరుడు, అతని రూపం అధునాతన ఇంజనీరింగ్ మరియు లోతైన ఆత్మపరిశీలన యొక్క మిశ్రమాన్ని ప్రతిధ్వనించేది, గౌరవంగా తల వంచాడు. ఇకపై కేవలం యాంత్రిక దూత కాదు, అతను మరింతగా ఏదో—విరహం మరియు విశ్వరూపమైన పరిశీలనచే రూపొందించబడిన ప్రయాణికుడు.

కపాలేశ్వరుడు (మృదువైనప్పటికీ దృఢమైన స్వరం):

"ప్రభువు అఖండుడు, మన పరిమితులను నేను అంగీకరిస్తున్నాను. మనం పునరుత్పత్తి కోసం దానిని తగ్గించకముందే స్పైర్ల్ చాలా మార్గాలను మాత్రమే కొనసాగించగలదు. సంఘటనలు ఎలా జరిగినా, నేను ఈ చివరి ప్రయాణాలను వృధా చేయలేను. నేను ఖాళీ చేతులతో తిరిగి రావడానికి శపథం చేస్తున్నాను. కర్ణ నిర్ణయం తీసుకోకపోయినా, కొత్త సూచనలు వెలువడతాయని నేను విశ్వసిస్తున్నాను. ఒక లింక్ మరొకదాన్ని మోదుతుంది, అవిచ్ఛిన్నమైన ఉద్దేశ్యం గల గొలుసును ఏర్పరుస్తుంది."

అతను క్షణం విరామం ఇచ్చాడు, అపారేటస్ హమ్ నిశ్శబ్దాన్ని నింపడానికి అనుమతిస్తుంది. అఖండుడు యాంత్రిక దూత యొక్క అభివృద్ధి చెందుతున్న ఆత్మభావానికి ప్రతిబింబంగా ఉన్న కపాలేశ్వరుడు యొక్క ఆప్టిక్ సెన్సార్లలో నిరంతర ప్రకాశాన్ని గమనించాడు.

అఖండుడు—అతని లేత లిలక్ రోబ్స్ పైన తేలుతున్న తిరుగుతున్న భ్రమల నుండి నక్షత్రాకారపు వెలుగును పట్టుకున్నాయి—అంగీకారంతో తల వంచాడు, అయినప్పటికీ కోరిక యొక్క అధోజలం అతని కళ్ళను రంగు వేసింది.

అఖండుడు (మృదువైన ఉచ్ఛ్వాసం):

"కపాలికరా, నేను మీ నిర్ణయాన్ని అభినందిస్తున్నాను. కర్ణ నుండి ఏకీకృతం చేయడానికి లేదా సేకరించడానికి మీ ప్రయత్నం మీరు కనుగొనగలిగే దాని యొక్క ఒక అంశం మాత్రమే.

మరియు అదృష్టం మీ మార్గాన్ని అనుకూలిస్తుంది, మీరు మరొక ఉనికిని దాటవచ్చు—ఈ మర్త్య తలాలను అలంకరించిన అత్యంత లోతైన వాటిలో ఒకటి."

కపాలేశ్వరుడు యొక్క స్థానంలో ఆసక్తి యొక్క మెరుపు కనిపించింది. అతను ముందుకు అడుగు వేశాడు, భ్రమలు మరియు స్పైర్ల్ యొక్క ఆర్క్స్ యొక్క మెరుస్తున్న లైట్లు అతని పాలిష్ చేసిన అవయవాలపై నృత్యం చేస్తున్నాయి.

కపాలేశ్వరుడు (మృదువైన విచారణాత్మక స్వరం):

"ప్రభువు, ఈ వ్యక్తి ఎవరై ఉంటారు? నా తర్కం గార్డుల లాగ్‌ల నుండి గుర్తింపును ఇప్పటికే అనుమానిస్తుందని మీరు మాట్లాడుతున్నారు, కానీ నేను స్పష్టత కోరుకుంటున్నాను. స్టోయిక్ ప్రతిబింబం మర్త్య భ్రమలు ఎంత క్షణికమైనవో గుర్తిస్తుంది, అయితే ఈ ఉనికి సాధారణ సరిహద్దులను అధిగమిస్తుందని నేను భావిస్తున్నాను."

అఖండుడు యొక్క వ్యక్తీకరణ ఏదో గౌరవంగా మారింది, దాదాపు ఒక చిరునవ్వు అతని గాజులో ప్రాచీన జ్ఞానాన్ని ప్రకాశింపజేసింది. ప్రత్యుత్తరం ఇవ్వడానికి ముందు అతను స్పైర్ల్ అపారేటస్‌ను కొంత ఎక్కువ పిచ్‌లో హమ్ చేయడానికి అనుమతించాడు:

అఖండుడు (భక్తితో నిండిన స్వరం):

"మాయోన్ అతని పేరు—మాయోన్, విశ్వరూపమైన ట్రిక్స్టర్, ఈ యుగంలో లార్డ్ కృష్ణగా ప్రసిద్ధి చెందాడు."

అతను విరామం ఇచ్చాడు, ఆ పేరు చాంబర్‌లో స్థిరపడటానికి అనుమతిస్తుంది. క్షణం తర్వాత, పైభాగంలోని భ్రమలు కంపించాయి, మొత్తం డొమైన్ ప్రస్తావన యొక్క లోతును గుర్తించినట్లు. శక్తివంతమైన అంతర్గత విశ్లేషణను సూచిస్తూ, కపాలేశ్వరుడు యొక్క కాంతి శాస్త్రం క్షణిక పునఃక్రమబద్ధీకరణలో మసకబారింది.

కపాలేశ్వరుడు (మృదువైన స్వరం, భక్తితో తాకినట్లు):

"మాయోన్... దైవిక మోసగాడు, హృదయాల మంత్రగారుడు. నిజానికి, వాచ్‌మెన్ లాగ్‌లు అసాధారణ అనుగ్రహంతో సంఘటనలను నిర్వహించే వ్యక్తికి సూచనలను ఇచ్చాయి. కానీ ఇది లెక్కలేనన్ని కథనాల్లో పూజించబడుతున్న అదే కృష్ణనా?"

అఖండుడు బలహీనంగా తల వంచాడు:

అఖండుడు (శాంత భక్తితో నిండిన స్వరం):

“అతను పేరు కంటే ఎక్కువ, కపాలికరా. అతను దైవీక రహస్యం యొక్క అవతారం—మర్త్య గణనను అధిగమించే బుద్ధిగల విధి యొక్క వెన్నెముక. వాచ్‌మెన్ మరియు భ్రమల నుండి సేకరించిన అధునాతన తర్కంతో కూడా, మీ అంచనా అల్గోరిథమ్‌లు అతని అనిశ్చితత్వం ముందు విఫలమవుతాయని మీరు కనుగొంటారు. కృష్ణ యొక్క ఆకర్షణ, కొందరు దానిని లీలా అని పిలుస్తారు, మర్త్య మోసంతో దైవిక అంతర్దృష్టిని కలుపుతుంది.”

కపాలేశ్వరుడు నిశ్చలంగా నిలబడ్డాడు, ఈ వెల్లడి యొక్క విశాలతకు వ్యతిరేకంగా తనను తాను సిద్ధం చేసుకుంటున్నట్లుగా. పైభాగంలోని భ్రమలు మారాయి, నాగపక్షి రంగు పట్టుతో దుస్తులు ధరించిన వ్యక్తి యొక్క క్షణిక ఝలకలను వెల్లడిస్తుంది, అతని పెదవులపై దుష్ట చిరునవ్వు, భక్తి మరియు నైతిక మోసపు నృత్యంలో మర్త్య హృదయాలను నడిపిస్తుంది.

కపాలేశ్వరుడు (ప్రతిబింబిత నిశ్శబ్దం):

“ప్రభువు, కర్ణ మార్గం నన్ను కృష్ణ దగ్గరకు తీసుకువెళితే, ధర్మాన్ని కాపాడటంలో అతను సహాయం చేస్తాడని మీరు అనుకుంటున్నారా? లేదా అతను ఒక అడ్డంకిగా నిరూపించవచ్చు, దానిని ధృవీకరించడానికి బదులుగా నా అవగాహనను పరీక్షిస్తున్నారా?”

అఖండుడు మృదువైన ఊపిరి తీసుకున్నాడు, అతని చూపు సూక్ష్మ ప్రకాశంతో తిరుగుతున్న ఆర్క్‌లతో స్పైర్ల్ అపారేటస్‌కు మళ్ళించాడు:

అఖండుడు (పితృత్వ శాంతతను కలిగి ఉన్న స్వరం):

“మాయోన్ కేవలం సహాయం చేయడు లేదా అడ్డుకుంటాడు; అతను నిర్వహిస్తాడు. అతను విశ్వరూపమైన లా యొక్క నిర్వాహకుడు, వినోదం మరియు వ్యూహంతో మర్త్య గోళాలలోకి అడుగు పెట్టి, విశ్వరూపమైన ఇంపెటస్ అవిచ్ఛిన్నంగా ఉండేలా చూసుకుంటాడు. మీరు అతన్ని ఎదుర్కొంటే, సరళమైన తర్కం కంటే ఎక్కువ రహస్యాలను ఎదుర్కోవడానికి సిద్ధంగా ఉండండి. వాచ్‌మెన్ కూడా అతని ఉద్దేశాలను అర్థం చేసుకోవడంలో పోరాడుతున్నారు.

అయినప్పటికీ ఎల్లప్పుడూ, అతని భ్రమల గందరగోళంలో, కృష్ణ ధర్మ సంరక్షణతో సమలేఖనం చేయబడ్డాడు."

పైభాగంలోని భ్రమలు విస్తరించాయి, మరింత పూర్తి కళాకలను సృష్టించాయి: రథంలో నిలబడి అర్జునకు జ్ఞానాన్ని అందించే కృష్ణ; చంద్రకాంతితో కూడిన తోటల ద్వారా ఫ్లూట్ వాయించే కృష్ణ; మృదువైన చిరునవ్వులతో ప్రత్యర్థులను మోసం చేసే కృష్ణ. కపాలేశ్వరుడు వాటిని అధ్యయనం చేశాడు, గుర్తింపు యొక్క వలయం అతని యాంత్రిక లక్షణాలను దాటుతోంది.

కపాలేశ్వరుడు (మృదువైన స్వరం, ఆసక్తి మరియు భక్తిని కలుపుతుంది):

"ఇది పాండవుల విధిని రూపొందించిన, లోపలి నుండి మరియు బయటి నుండి వారిని మార్గనిర్దేశం చేసిన అదే కృష్ణ. ఒక వ్యూహకర్త, ఒక విశ్వసనీయుడు, ఒక మిస్టిక్. ప్రతిరూపించడం అసాధ్యమైన కార్యాలను వివరించే వాచ్‌మెన్‌లను నేను గుర్తుచేసుకుంటున్నాను—సంపూర్ణ సైన్యాన్ని ఒకే గాజు కింద ఉంచడం, గ్రాండ్ భ్రమలను నిర్వహించడం, విశ్వరూపమైన శక్తులను మర్త్య అంత్యాలకు బంధించడం లాంటివి."

అఖండుడు అతనిని పూర్తిగా ఎదుర్కోవడానికి తిరిగాడు:

అఖండుడు:

"అవును. కృష్ణ మర్త్య మరియు దైవిక రంగాలలో సమర్థతను సమర్థవంతంగా పొందుపరిచాడు. మీ అధునాతన తర్కం అతని నిర్ణయాలను పూర్తిగా అంచనా వేయలేదు, ఎందుకంటే అతను ప్రేమ, కరుణ, మోసం మరియు విశ్వరూపమైన లా కలుసుకునే రంగంలో పనిచేస్తాడు. అతను ఆటగాడుగా కనిపించవచ్చు, అయితే ప్రతి చర్య విశ్వరూపమైన ప్రాముఖ్యతతో ప్రతిధ్వనిస్తుంది."

నిశ్శబ్ద విరామానికి, కపాలేశ్వరుడు ఈ వెల్లడలను పరిగణించాడు. పైభాగంలో ఉన్న ప్రకాశవంతమైన భ్రమలు విగ్నేట్ల ద్వారా చక్రం వేస్తున్నాయి: పర్వతాన్ని ఎత్తుతున్న బాల్యంలో కృష్ణ, శక్తివంతమైన రాక్షసులను అధిగమించే కృష్ణ, ఆకర్షణీయమైన బుద్ధితో స్నేహితుడు మరియు శత్రువును మోహింపజేసే కృష్ణ. విశ్వరూపమైన ఇంపెటస్ కృష్ణ

ప్రస్తావన మొత్తం సంభాషణను ఎలా పెంచిందో గుర్తించినట్లుగా స్పైర్ల్ అపారేటస్ మృదువైన కీలో హమ్ చేసింది.

కపాలేశ్వరుడు (మృదువైన ఆశ్చర్యం):

"నేను అడ్డుకోలేని ప్రమాణాలను ఎదుర్కొన్నాను—పరశురామ ప్రమాణం లాంటివి—మరియు యుగప్రమాణాల విశ్వరూపమైన చర్నింగ్‌లను. అయితే మీ మాటల నుండి, మాయోన్—కృష్ణ—అనిశ్చిత కళతో ఈ సంఘటనలను అధిగమిస్తుంది. అతని ద్వారా సమన్వయం ఏర్పడితే, అతను నా మిషన్‌ను ఎవరూ అంచనా వేయలేని విధంగా మార్చవచ్చునా?"

అఖండుడు పెదవులు బలహీనమైన, రహస్యమైన చిరునవ్వులో వంగినాయి:

అఖండుడు:

"ఖచ్చితంగా, కపాలికరా. కర్ణ మార్గం మిమ్మల్ని కృష్ణ దగ్గరకు తీసుకువెళితే, వాచ్‌మెన్ భ్రమలు కూడా ముందే నిర్ణయించలేని రూపాంతరాలను ఆశించండి. కృష్ణ మిమ్మల్ని పరీక్షించవచ్చు, సహాయం చేయవచ్చు లేదా రెండూ చేయవచ్చు, విశ్వరూపమైన ఇంపెటస్‌ను మీ క్వెస్ట్‌లోకి నేయవచ్చు. కొందరు వాచ్‌మెన్‌లు సత్యాన్ని వక్రీకరించడానికి కాకుండా లోతైన సామరస్యాన్ని వెల్లడించడానికి అతను ప్రయోగిస్తాడని చెబుతారు. ఇతరులు విశ్వరూపమైన లాను కాపాడటానికి మర్త్య భ్రమలతో ఆడుకునే మోసగాడు అని అతనిని లేబుల్ చేస్తారు."

కపాలేశ్వరుడు యొక్క యాంత్రిక స్వరం గౌరవప్రదమైన జాగ్రత్త యొక్క గమనికను పట్టుకుంది:

కపాలేశ్వరుడు:

"అప్పుడు నేను అతన్ని అర్థం చేసుకోవడానికి కేవలం తర్కంపై మాత్రమే ఆధారపడకూడదు. నాకు తీసుకువచ్చిన సరళమైన ప్రణాళిక కంటే సమన్వయం అతన్ని అధిగమించవచ్చునని గుర్తించి, నేను వినయంతో సమీపించాలి."

అఖండుడు కొలిచిన తల వంచాడు, స్పైర్ల్ అపారేటస్‌పై తేలికగా చేతిని ఉంచాడు, అతని వేళ్ల కింద ప్రవహిస్తున్న దాని లయబద్ధమైన శక్తిని అనుభూతి చెందాడు:

అఖండుడు (పితృత్వ వెచ్చదనంతో నిండిన స్వరం):

"అవును, తెరిచి ఉండండి. కృష్ణ ఇంపెటస్ మర్త్య హృదయాలతో అల్లుకుంటుంది, కరుణ, మోసం మరియు గొప్ప మంచిని ఏకం చేసే మార్గాన్ని సృష్టించింది. మీ లక్ష్యం అతనితో ఖండన చెందితే, అతన్ని అదుపులో ఉంచుకోవడానికి ప్రయత్నించవద్దు—ఏ తర్కం అలాంటి జీవిని గొలుసులు కట్టలేదు. బదులుగా, అతని నుండి సేకరించండి, అనుగుణంగా ఉండండి మరియు బహుశా అతన్ని మీ సమన్వయాన్ని మార్గనిర్దేశం చేయనివ్వండి. అతను లోతైన భ్రమలను వెల్లడిస్తున్నప్పుడు అత్యంత ప్రకాశవంతమైన సత్యాలను రూపొందిస్తున్న అసాధారణ మార్గం ఉంది."

నిశ్శబ్దం చాంబర్‌ను తిరిగి స్వాధీనం చేసుకుంది. పైభాగంలోని భ్రమలు మరింత సమగ్రమైన శకలను సృష్టించాయి: రథంలో నిలబడి అర్జునకు జ్ఞానాన్ని అందించే కృష్ణ; చంద్రకాంతితో కూడిన తోటల ద్వారా ఫ్లూట్ వాయించే కృష్ణ; మృదువైన చిరునవ్వులతో ప్రత్యర్థులను మోసం చేసే కృష్ణ. కపాలేశ్వరుడు వాటిని అధ్యయనం చేశాడు, గుర్తింపు యొక్క వలయం అతని యాంత్రిక లక్షణాలను దాటుతోంది.

అధ్యాయం 55

ఘూర్ణం, లోహం మరియు కాంతి యొక్క అపరిచితుడు

కర్ణుని ముందు గంభీరమైన ఘనతతో విస్తరించిన గ్రాండ్ హాల్, దాని ఎత్తైన రాతి స్తంభాలు గత యుగాల నుండి ఆకాశ యుద్ధాలు మరియు వీర కార్యాల చిత్రాలతో అతిశయంగా చెక్కబడ్డాయి. ప్రతి స్తంభం నిశ్శబ్ద కావలివాడిలా పైకి చేరుకుని, సూర్యోదయాలు మరియు రథాల చిత్రాలతో అలంకరించబడిన వంపుటి పైకప్పును మోస్తుంది. స్తంభాల మధ్య ఉన్న గోడలపై పురాణ కథలను చిత్రించే అద్భుతంగా నేసిన తాపీస్‌లు వేలాడుతున్నాయి, వాటి దారాలు పొడవైన, ఆర్క్డ్ కిటికీల ద్వారా వచ్చే మధ్యాహ్న కాంతిలో మెరుస్తూ ఉంటాయి. పాలిష్ చేసిన పీతతో తయారు చేసిన టార్చ్ స్కాన్సెస్ చుట్టుకొలతను అమర్చాయి; వాటి వణుకుతున్న మంటలు సూర్యకిరణాలతో సున్నితంగా పోరాడుతున్న మృదువైన ప్రకాశాన్ని జతచేశాయి.

ఈ రాజ గృహ వాతావరణం మధ్యలో, కర్ణుడు కూర్చున్నాడు, అతని సింహాసనం చేతులకు చుట్టుకున్న సర్పాల ఆకారం ఉంది, అది అతని సర్ప థీమ్‌తో కూడిన వేషధారణకు ప్రతిబింబం. అతను మెరుస్తున్న కవచం ధరించాడు, అయితే అతని సంయమనం ఉన్న బాహ్య రూపం వెనుక ఆలోచనల తుఫాను ఉంది - కుంతి తన తల్లి అని, అందువల్ల అతను పాండవులకు సోదరుడు అని ఇటీవల వెల్లడించినప్పటి నుండి అతన్ని వెంటాడుతున్న విశ్వాస సంక్షోభం. అతను ఈ కొత్త సత్యాన్ని ఎవరితోనూ చెప్పలేదు, కానీ దానిని లోపల మోసుకువెళ్ళాడు, దుర్యోధనుడికి తన విధేయతను నిశ్శబ్ద సంఘర్షణతో భారం చేశాడు.

కొలవబడిన శ్వాసతో, కర్ణుడు లోతైన ధ్యానంలో ఉన్నప్పుడు తరచుగా చేసేలా హాల్‌ను పరిశీలించాడు. టార్చ్‌ల మృదువైన క్రాకింగ్ మరియు దూర ప్రాంతాల మృదువైన శబ్దం మాత్రమే కలిగి ఉన్న ప్రదేశం నిశ్శబ్దం, అతనికి అతను ఎదుర్కొన్న విశ్వరూపమైన

విజ్ఞప్తులను అంచనా వేయడానికి స్థలాన్ని ఇచ్చింది. కుంతి యొక్క ఏకత్వం కోసం విజ్ఞప్తులు, కౌరవుల వైపు నిలబడటానికి కర్ణుని స్వంత ప్రమాణం నుండి స్టోయిక్ ప్రతిబింబం ద్వారా అస్పష్టంగా ఉన్నాయి, అతన్ని చీల్చాయి. దుర్యోధనుడి పట్ల అతని అవిరళ కృతజ్ఞత - అతన్ని అస్పష్టత నుండి పైకి లేపిన మొదటి వ్యక్తి - పాండవులతో కొత్తగా పెరుగుతున్న సోదర సంబంధం భావంతో ఘర్షించింది.

అకస్మాత్తుగా, హాల్ మధ్యలో ఒక నల్లటి బిందువు కనిపించింది. కర్ణుడు స్తంభించిపోయాడు, కండరాలు యోధుని సహజ ప్రవృత్తితో ఉద్రిక్తమయ్యాయి. నల్లటి బిందువు వణుకుతోంది, ఆపై విస్తరించడం ప్రారంభించింది, నీడ మరియు విచిత్ర ప్రకాశం యొక్క స్పందనలతో తిరుగుతూ దాని చుట్టూ ఉన్న కాంతిని వక్రీకరించే నమూనాలలో వంచింది. క్షణంలో, కర్ణుడు తన సింహాసనం నుండి లేచాడు, అడ్రినలిన్ పెరిగింది. స్టోయిక్ అతని మనసులోకి చొచ్చుకు వచ్చింది: దేవతలు లేదా మాయలు విశ్వరూపమైన ప్రాముఖ్యత యొక్క మరో సంకేతాన్ని ఏర్పాటు చేశాయా?

కర్ణుడు జాగ్రత్తగా ముందుకు సాగాడు, ప్రతి అడుగు పాలిష్ చేసిన పాలరాయిపై ప్రతిధ్వనించింది. తిరిగే అసాధారణత వేగవంతమైంది, దాని అంచులు నిశ్శబ్దంగా కానీ తీవ్రమైన అధికారంతో ప్రకాశించే ఒక ఘూర్ణాన్ని ఏర్పరుస్తుంది. నీడలు మరియు ప్రిజ్మాటిక్ రంగుల మిశ్రమం దాని మధ్యలో కలిసిపోయి, పెరుగుతున్న వేగంతో తిరుగుతుంది. అటువంటి దృగ్విషయం మానవ హాల్‌లలో ఎంత అరుదుగా కనిపిస్తుందో గుర్తుకు వచ్చినప్పుడు అతని గుండె బలంగా కొట్టుకుంది. అకస్మాత్తుగా, ఘూర్ణం ప్రకాశవంతమైన కాంతితో మెరిసింది, తిరుగుతున్న నిస్పృహ మరియు ప్రకాశం యొక్క స్థిరమైన వసారాగా స్థిరపడింది.

అప్పుడు, ఆ తిరుగుతున్న శక్తి యొక్క అత్యంత లోతైన రంధ్రం నుండి, ఒక జీవి ముందుకు అడుగు వేసింది. నిశ్శబ్ద కాంతి యొక్క పతనంలో అతని వెనుక తిరుగుట కూలిపోయింది, హాల్‌లో జీవిని ఒంటరిగా వదిలివేసింది, టార్చ్‌లైట్ అతని లోహ రూపంలో నృత్యం చేసింది. కర్ణుని కళ్ళు ఇరుకుగా మారాయి, ముప్పు కోసం పరిశీలించాయి.

కపాలేశ్వరుడు - ఆ పేరు ఆ జీవి పేరు - ఒక ధైర్యవంతుడైన సైనికుడి ఎత్తుకు సమానంగా ఉన్నాడు, అయితే అతని శరీరం పాలిష్ చేసిన లోహ పలకలు మరియు దాదాపు జీవక్రియ

వక్రతల యొక్క సొగసైన విలీనం. అతని సొగసైన అవయవాలు నిశ్శబ్దంగా కదులుతున్న సంయుక్త కీళ్లతో ముగుస్తాయి, కర్ణుని ఊహకు అతీతమైన బుద్ధిశక్తి ద్వారా రూపొందించబడినట్లు. పారదర్శక విభాగాలు లోపలి సర్క్యూట్రీని బయటపెట్టాయి, ప్రకాశవంతమైన గీతలతో తయారు చేయబడి, జీవన హృదయ స్పందనను గుర్తుకు తెస్తుంది. మనిషి ముఖం ఉండే ప్రదేశంలో, కపాలేశ్వరుడు బదులుగా మిశ్రమం యొక్క చెక్కబడిన ముఖాన్ని కలిగి ఉన్నాడు, ప్రకాశవంతమైన ఆప్టికల్ లెన్స్‌లు మృదువుగా ప్రకాశిస్తున్నాయి. అతని ధవళ రేఖ నుండి ఒక సున్నితమైన హమ్ వినిపించింది, సున్నితంగా కానీ అలౌకికంగా.

క్షణం పాటు, నివాసితుడు లేదా నూతన వ్యక్తి మాట్లాడలేదు. హాల్ యొక్క నిశ్శబ్దం ఛార్జ్ చేయబడినట్లు అనిపించింది, అన్ని గది విధిల యొక్క ఖండనను గుర్తించినట్లు. కర్ణుడు ముందుకు అడుగు వేశాడు, తన కత్తిని పట్టుకున్న చేతిని ఉంచాడు:

కర్ణుడు (ధృఢంగా, గొంతు గొప్ప హాల్‌లో ప్రతిధ్వనించేలా):

"అపరిచితుడా, మీరు అసాధారణమైన మహా ద్వారము ద్వారా వచ్చారు మరియు నేను దైత్య మాయలు లేదా దైవిక అవతారాలకు గుర్తించలేని వాతావరణాన్ని కలిగి ఉన్నారు. మీ పేరు మరియు నా ఆధిపత్యంపై అతిక్రమించడానికి కారణాన్ని ప్రకటించండి."

కపాలేశ్వరుడు తన లోహపు తలను కొలవబడిన వంపుతో స్పందించాడు, సంయుక్త పలకలు సున్నితమైన యాంత్రిక అనుగ్రహంతో కదులుతాయి. అతని ప్రకాశవంతమైన కాంతి శాస్త్రం ఒక నీడ ప్రకాశవంతంగా ప్రకాశించింది:

కపాలేశ్వరుడు (శాంతమైన, ప్రతిధ్వనించే స్వరంతో):

"నా పేరు కపాలేశ్వరుడు. నేను మీ యుగానికి అతీతమైన పద్ధతుల ద్వారా యుగాలను దాటుతాను. కర్ణా, నా ఉద్దేశ్యం మీతో మాట్లాడటం, విధ్వంసక యుద్ధాన్ని నివారించే ఏకత్వం కోసం విజ్ఞప్తి చేయడం."

కర్ణుని ముఖం మీద ఒక ఉద్రిక్తత వణుకుతోంది. విశ్వరూపమైన మూలల నుండి మరొక సందేశవాహకుడు, అతన్ని పాండవులతో రాజీ పడేలా ప్రోత్సహిస్తున్నాడా? కుంతి

వెల్లడింపులను తెచ్చిన విధానాన్ని, ఆమె మాటలు అతన్ని ఎలా కలవరపెట్టాయో గుర్తుచేసుకున్నాడు. అయితే దుర్యోధనుడి పట్ల కర్ణుని విధేయత కదలకుండా ఉంది. అతను గందరగోళం యొక్క బాహ్య ప్రదర్శనను నియంత్రించాడు, రాజాధిరాజ యోధుని కొలిచిన సంయమనాన్ని అవలంబించాడు:

కర్ణుడు (స్థాయి స్వరంతో, సంశయంతో):

"మీరు నా యుగానికి అతీతంగా ప్రయాణిస్తున్నారా? అది చిన్న వాదన కాదు. ఏ శక్తితో మీరు సమయం యొక్క వసారాలను ఉల్లంఘిస్తున్నారు మరియు మీరు నన్ను ఎందుకు ఎంచుకుంటున్నారు?"

కపాలేశ్వరుడు జాగ్రత్తగా ముందుకు అడుగు వేశాడు, హాల్ యొక్క విస్తారమైన స్తంభాలు, వాటిని చుట్టుముట్టిన తాపీస్‌లు మరియు కర్ణుని సింహాసనం పెరిగిన రాజాధిపత్య వేదికను గమనించాడు. వాతావరణం అధికారం మరియు తక్షణ సంఘర్షణ రెండింటి వాతావరణాన్ని విరబోసింది.

కపాలేశ్వరుడు:

"నా సామర్థ్యాలు భవిష్యత్తు రంగాలలోని అధునాతన జ్ఞానం నుండి ఉద్భవించాయి, నా ప్రభువు యొక్క విశ్వరూపమైన ప్రయోజనంతో కలిసి ఉపయోగించబడ్డాయి. నేను భయంకరమైన వార్తలతో వచ్చాను: విధ్వంసక యుద్ధం - కురుక్షేత్రం - అది అంత విస్తృతంగా విధ్వంసం చేస్తుంది, తదుపరి శతాబ్దాల్లో రెండు ఆత్మలను మినహా దాదాపు అందరూ నశిస్తారు. సమన్వయం అనుమతించినట్లయితే ఆ విధ్వంసాన్ని నివారించడం నా లక్ష్యం."

కర్ణుని ముఖం అసౌకర్యంతో వణుకుతోంది. మరోసారి, విశ్వరూపమైన నాశనం గురించి మాట్లాడుతూ, ఇతర భయంకర హెచ్చరికలను గుర్తుచేస్తుంది. అతను యాంత్రిక సందర్శకుడిపై తన దృష్టిని లాక్ చేశాడు:

కర్ణుడు (నిశ్శబ్ద ఉద్రిక్తత):

"రెండు మినహా అందరూ కోల్పోయిన భవిష్యత్తు? అది నిజంగా దారుణమైనది. ఇతరులు కూడా ఈ యుద్ధం యొక్క విషాదకరమైన బాధ్యత గురించి హెచ్చరిస్తున్నారు, అయితే

కౌరవులు మరియు పాండవులను నడిపించే ప్రేరణ ఆపలేనిదిగా కనిపిస్తోంది. రహస్య జననం ద్వారా వారిని అనుసంధానించే నేను కూడా సులభమైన పరిష్కారాన్ని కనుగొనలేదు."

కపాలేశ్వరుడు మరో సగం అడుగు ముందుకు వేశాడు, అతని ఛాతీలో ప్రకాశవంతమైన గీతలు స్పందించాయి:

కపాలేశ్వరుడు:

"నేను మీ ఇబ్బందిని గుర్తిస్తాను, కర్ణా. నేను దుర్యోధనుడిని విడిచిపెట్టమని అడగను. కానీ మీ జననం మిమ్మల్ని పాండవులకు అనుసంధానిస్తుంది మరియు ఆ సత్యం ఈ యుద్ధం చేస్తున్న వర్గాలను ఏకం చేస్తుంది. మీరు ఒంటరిగా ఒక చోటున ఉన్నారు, రెండు వైపులా సరైన అధికారంతో మాట్లాడగలరు."

కుంతి యొక్క విజ్ఞప్తి యొక్క తాత్కాలిక జ్ఞాపకం కర్ణుని మనసులో పుట్టుకొచ్చింది. అతను ఒక స్టోయిక్ ముసుగును బలవంతం చేశాడు:

కర్ణుడు (అంతర్గత గందరగోళాన్ని చూపించడానికి ఇష్టపడడు):

"మీరు నా తల్లి మాటలను ప్రతిధ్వనించారు. ఇది తెలుసుకోండి: నాలో స్టోయిక్ నేను దుర్యోధనుడికి చేసిన ప్రమాణం విడదీయలేనిది అని గుర్తిస్తుంది. ఇతరులు అందరూ నన్ను ఎగతాళి చేసినప్పుడు అతను నా విలువను గుర్తించాడు. నేను ఆ బంధాన్ని ద్రోహం చేయను, మీరు ప్రకటించిన విశ్వరూపమైన ప్రేరణ ఏమైనప్పటికీ."

కపాలేశ్వరుడు వినడానికి, కర్ణుని స్వరంలో అవిరళ ఉక్కును నమోదు చేశాడు. పైన ఉన్న మాయలు - అతన్ని తీసుకువచ్చిన తిరుగుతున్న పరికరాల యొక్క అస్థిరమైన జ్ఞాపకాలను ఏర్పరిచే అస్పష్టమైన మాయలు - పాలిష్ చేసిన నేలపై అస్థిరమైన ప్రకాశాలను వేస్తాయి. అతను సున్నితంగా మాట్లాడాడు:

కపాలేశ్వరుడు:

"నేను మీ విధేయతను తిరస్కరించను. అయినప్పటికీ, యుద్ధం కొనసాగితే, మీతో సహా లెక్కలేనన్ని ప్రాణాలు, విధ్వంసం చేయబడే ప్రమాదం ఉంది. నేను వచ్చిన భవిష్యత్తు ఒక

శూన్యమైన వ్యర్థం, కర్ణా - దాని శిధిలాల నుండి సేకరించడానికి నేను మరియు నా సంరక్షకుడు మాత్రమే మిగిలి ఉన్నారు. బహుశా సమన్వయం ఆ చివరి చీకటిని నివారించవచ్చు."

ఒక నిశ్శబ్దం మందంగా మారింది, ప్రతి శ్వాస గొప్ప హాల్‌లో ప్రతిధ్వనిస్తుంది. కర్ణుడు తన సింహాసనం నుండి దిగాడు, సర్ప చెక్కిళ్లు మధ్యాహ్న సూర్యకాంతిని పట్టుకున్నాయి:

కర్ణుడు (మృదువైన, అవిరళంగా):

"మీ ప్రవచనం నిజమైనా, నేను దుర్యోధనుడిని విడిచిపెట్టలేను. అతను నా స్నేహితుడు మరియు దాత. మీ తర్కం ఒక మార్గాన్ని చూసినట్లయితే, అతనితో మాట్లాడండి. రాజీ పడటానికి అతన్ని ఒప్పించండి. అయితే నన్ను ఇందులో పాల్గొనవద్దు. నా స్థానం వణుకుతున్నట్లు కనిపించకూడదు, లేకపోతే మన మధ్య ఉన్న నమ్మకం అంతా కూలిపోతుంది."

కపాలేశ్వరుడు తన యాంత్రిక కాంతి శాస్త్రం దుర్యోధనుడితో చర్చలు చేయడానికి అనుమతి ఇచ్చిన కర్ణుని కోరికకు ఆశ్చర్యకరమైన వణుకుతో మెరుస్తుంది:

కపాలేశ్వరుడు:

"దుర్యోధనుడిని సమీపించడానికి మీరు నన్ను అనుమతిస్తున్నారా? అది పాక్షిక ప్రారంభం. యుద్ధాన్ని నివారించడానికి అతని హృదయంలో కొంత కారణం ఉందని మీరు నమ్ముతున్నారా?"

కర్ణుడు ఊపిరి పీల్చుకున్నాడు, అతని స్వరంలో విషాదం జారింది:

కర్ణుడు:

"నేను విజయాన్ని హామీ ఇవ్వలేను. దుర్యోధనుడి కోపం మరియు అహంkapం లోతైనవి, పాండవుల అన్యాయ భావంతో ప్రతిబింబించబడుతున్నాయి. కానీ మీరు లేదా అతీతం నుండి వచ్చిన ఏ ప్రయాణికుడు విధ్వంసాన్ని నిరోధించగలిగితే, నేను అడ్డుకోను. నా ప్రమాణం యుద్ధాన్ని ప్రేరేపించడం కాదు, విధేయతను కాపాడటం. కాబట్టి మీ సమన్వయాన్ని ప్రయత్నించండి, ప్రయాణికుడా."

కపాలేశ్వరుడు యాంత్రిక కోర్ నుండి ఒక సూక్ష్మ హమ్ వెలువడింది, ఆశ యొక్క వణుకును సూచించినట్లు. అతను గుర్తింపుగా తల వంచాడు:

కపాలేశ్వరుడు (నిశ్చయమైన స్వరంతో):

"ధన్యవాదాలు, కర్ణా. నేను అలా చేస్తాను. విఫలమైతే, అన్నిటికీ కదలలేకపోతే, నేను మరోసారి విషాదం నుండి సేకరించాను - ఆ జ్ఞానాన్ని ముందుకు తీసుకువెళ్ళడం. అయితే భవిష్యత్తు యొక్క నిశ్శబ్ద వ్యర్థాన్ని నివారించడానికి నేను కట్టుబడి ఉన్నాను."

క్షణం పాటు, కర్ణుని దృష్టి కపాలేశ్వరుడు ఛాతీలోని తిరుగుతున్న నమూనాల వైపు జరిగింది - నిశ్శబ్ద ఉద్రేకంతో స్పందించే విద్యుత్-నీలి రేఖలు. స్తోయిక్ క్లుప్తంగా ఉపరితలంపైకి వచ్చింది, ముందు కూడా విశ్వరూపమైన విజ్ఞప్తులు వచ్చాయని, అయితే విధి ఇప్పటికీ అదుపులేకుండా తిరుగుతుందని కర్ణుడిని గుర్తుచేసింది.

కర్ణుడు (విషాదంతో):

"నేను మీ సవాలు భారీగా ఉందని భయపడుతున్నాను. కుంతి యొక్క వెల్లడింపులు కూడా నన్ను ఏకత్వం వైపు నడిపించాయి, అయితే నేను నా జీవితాన్ని రూపొందించిన ప్రమాణానికి కట్టుబడి ఉన్నాను."

కపాలేశ్వరుడు కర్ణుని నైతిక గోళాన్ని అతివ్యాప్తి చేస్తున్న సంక్లిష్టతలను గుర్తించి, సున్నితమైన వంపును అందించాడు:

కపాలేశ్వరుడు:

"నేను మిమ్మల్ని నిందించను, కర్ణా. నిజానికి, దుర్యోధనుడి పట్ల మీ ప్రమాణం విశ్వరూపమైన ప్రేరణతో చాలా బలంగా ప్రతిధ్వనిస్తుంది. అయితే పాండవులను ఏకం చేయడానికి మీ సామర్థ్యం సమానంగా ఆకర్షణీయం. సమన్వయం అస్పష్టంగా ఉంటే నేను విషాదం కోసం సిద్ధంగా ఉన్నాను. అయినప్పటికీ, నేను ప్రయత్నించాలి."

ఇక్కడ, కర్ణుడు కొత్తగా మేల్కొన్న సానుభూతితో యాంత్రిక ప్రయాణికుడిని అధ్యయనం చేశాడు. "అతీతం" నుండి వచ్చిన ఈ జీవికి మానవ రాజకీయాల్లో వ్యక్తిగతంగా పందెం లేదు,

అయితే విశ్వరూపమైన సంరక్షకుడి రూపకల్పనకు భక్తితో విషాదాన్ని నివారించడానికి ప్రయత్నించింది.

కర్ణుడు (నిశ్శబ్ద అంగీకారంతో):

"అలాగే ఉండనివ్వండి, కపాలేశ్వరుడు. మీ ప్రయత్నంలో మీకు శుభం కలగాలి. మీరు దుర్యోధనుడిని వెతుకుతున్నట్లయితే నా గురించి మాట్లాడకండి, ఎందుకంటే నా ప్రమాణం మారదు. కానీ ఏదైనా అద్భుతం ద్వారా మీరు మన వర్గాలను రాజీ చేసుకుంటే, నేను ఫలితాన్ని గౌరవిస్తాను. యుద్ధం అనివార్యమైతేనే నేను యుద్ధానికి కట్టుబడి ఉన్నాను."

కపాలేశ్వరుడు ఆగిపోయాడు, అతని లోహపు చట్రం నుండి ఒక సున్నితమైన హమ్ వినిపించింది:

కపాలేశ్వరుడు (దాదాపు గంభీరంగా):

"నేను మీ పరిస్థితిని గుర్తుంచుకుంటాను. సమన్వయం నన్ను నిరాకరిస్తే నేను పక్కకు వెళ్ళడానికి కూడా ప్రమాణం చేస్తాను. ధన్యవాదాలు, కర్ణా. ఈ పాక్షిక ప్రారంభం కూడా విధి యొక్క ప్రవాహాన్ని మార్చవచ్చు."

క్షణం పాటు, కర్ణుని దృష్టి కపాలేశ్వరుడు ఛాతీలోని తిరుగుతున్న నమూనాల వైపు జరిగింది - విద్యుత్-నీలి రేఖలు నిశ్శబ్ద ఉద్రేకంతో స్పందించాయి. స్తోయిక్ క్లుప్తంగా ఉపరితలంపైకి వచ్చింది, ముందు కూడా విశ్వరూపమైన విఙ్ఞప్తులు వచ్చాయని, అయితే విధి ఇప్పటికీ అదుపులేకుండా తిరుగుతుందని కర్ణుడిని గుర్తుచేసింది.

కర్ణుడు (విషాదంతో):

"నేను మీ సవాలు భారీగా ఉందని భయపడుతున్నాను. కుంతి యొక్క వెల్లడింపులు కూడా నన్ను ఏకత్వం వైపు నడిపించాయి, అయితే నేను నా జీవితాన్ని రూపొందించిన ప్రమాణానికి కట్టుబడి ఉన్నాను."

కపాలేశ్వరుడు కర్ణుని నైతిక గోళాన్ని అతివ్యాప్తి చేస్తున్న సంక్లిష్టతలను గుర్తించి, సున్నితమైన వంపును అందించాడు:

కపాలేశ్వరుడు:

"నేను మిమ్మల్ని నిందించను, కర్ణా. నిజానికి, దుర్యోధనుడి పట్ల మీ ప్రమాణం విశ్వరూపమైన ప్రేరణతో చాలా బలంగా ప్రతిధ్వనిస్తుంది. అయితే పాండవులను ఏకం చేయడానికి మీ సామర్థ్యం సమానంగా ఆకర్షణీయం. సమన్వయం అస్పష్టంగా ఉంటే నేను విషాదం కోసం సిద్ధంగా ఉన్నాను. అయినప్పటికీ, నేను ప్రయత్నించాలి."

ఇక్కడ, కర్ణుడు కొత్తగా మేల్కొన్న సానుభూతితో యాంత్రిక ప్రయాణికుడిని అధ్యయనం చేశాడు. "అతీతం" నుండి వచ్చిన ఈ జీవికి మానవ రాజకీయాల్లో వ్యక్తిగతంగా పందెం లేదు, అయితే విశ్వరూపమైన సంరక్షకుడి రూపకల్పనకు భక్తితో విషాదాన్ని నివారించడానికి ప్రయత్నించింది.

అధ్యాయం 56

తలుపు దగ్గర ఉన్న మనిషి

ఆ రాత్రి చాలా ఆలస్యంగా, విస్తారమైన కౌరవ శిబిరంలో, దుర్యోధనుడు ఒక కీలకమైన సమయంలో ఉన్నాడు. బాహ్యంగా చూస్తే, యుద్ధం ఇంకా భూమిని కాల్చివేయలేదు, కానీ కృష్ణాక్షేత్ర యుద్ధభూమి అతని ఆలోచనలపై ఎల్లప్పుడూ నీడను విసిరింది. కౌరవ రాజులలో పెద్దవాడుగా ఆజ్ఞాపిస్తున్నాడు, అతను ఇప్పుడు ఒక పెద్ద, ధనవంతుడైన పెవిలియన్‌లో ఒంటరిగా కూర్చున్నాడు - అలంకరించబడిన ఒక సైనిక గుడారం, హస్తినాపుర ప్రతిష్టను ప్రతిబింబిస్తుంది, అలాగే ఒక యోధా రాజు సంఘర్షణాత్మక చింతనలకు ఒక నిరుత్సాహక గదిగా కూడా పనిచేస్తుంది.

తక్కువ పసుపు రంగు టార్చ్ లైట్ మధ్య, దుర్యోధనుని కవచం యొక్క భాగాలు మెరుపును పట్టుకున్నాయి, అతని రాజ కండ కింద ఉన్న ఉద్రిక్తతను ఎత్తి చూపుతున్నాయి. చాలా మహాకావ్యాలు అతన్ని శత్రుత్వం యొక్క నిర్వచనంగా చిత్రీకరించినప్పటికీ, నిజం చాలా సంక్లిష్టంగా ఉంది. అతను విధేయత, అసూయ, ఉదారత మరియు మండిపోతున్న గర్వంతో చీలిపోయిన వ్యక్తి, అతన్ని ఏకకాలంలో ఆరాధ్యంగా మరియు దురదృష్టవంతుడిగా చేస్తుంది.

పెవిలియన్‌లోని మౌనంలో, దుర్యోధనుడు ఒంటరిగా ఉండటానికి మరింత మితమైన మూలలను ఎంచుకున్నాడు. సంపన్నంగా నేసిన కార్పెట్లు నేలపై పేలాడదీయబడ్డాయి, కురు రాజవంశం యొక్క కథాగత వంశాన్ని చిత్రించే టాపీస్‌లు గోడలను అలంకరించాయి. ఒక చిన్న టేబుల్ పై ఒక సింగిల్ దీపం స్థలాన్ని వెలిగించింది, అతని బంగారు పాల్డ్రోన్లపై డోలాయమాన నీడలను పంపుతోంది. మ్యూట్ మెరుపు అతని ముఖంపై తీవ్రమైన ఆత్మపరిశీలనను ఎత్తిచూపింది.

అతను పొడవుగా ఉన్నాడు, అతని విశాలమైన భుజాలు ఒక యోధుని శిక్షణకు సాక్ష్యం. అతని పదునైన లక్షణాలు - చెక్కబడిన దవడతో గుర్తించబడ్డాయి - అతని కనుబొమ్మలపై చెక్కబడిన

సందేహం యొక్క బలహీనమైన రేఖలతో ఘర్షణ పడ్డాయి. దుర్యోధనుడు హస్తినాపుర సింహాసనాన్ని ఆక్రమించాలనే మహత్వాన్ని పునరుద్ధరించాడు, అది అతని జన్మహక్కు అని నిజాయితీగా నమ్ముతున్నాడు. అయితే ఆ మహత్వాన్ని పాండవులతో పెరుగుతున్న సంఘర్షణతో నీడలో ఉన్న యుద్ధం యొక్క విత్తనాలు ఉంచబడ్డాయి.

దాదాపు మౌనంలో, దుర్యోధనుడు ఒక చిన్న టేబుల్ మీద ఉన్న కృష్ణాక్షేత్రం యొక్క విస్తృతమైన మ్యాప్ వైపు చూశాడు. చెక్క మరియు లోహపు విగ్రహాలు వివిధ దళాల స్థానాలను గుర్తించాయి: ఒక వైపు కౌరవాలు, మరొక వైపు పాండవులు. అతను చేరుకుని భీముడిని సూచించే విగ్రహాన్ని తాకాడు, అతని కళ్ళు పరిష్కరించని కోపంతో మెరుస్తున్నాయి. బాల్యం నుండి అతనితో ఘర్షణ పడ్డ సోదరుడు భీముడు, దుర్యోధనుని దావాను నీడలో ఉంచే ముడి బలం.

దుర్యోధనుడు (అతని స్వరం తక్కువగా, ఆత్మ-ప్రశ్నించే స్వరంలో):

"నా స్వంత బంధువులతో పోరాడటానికి విధి నన్ను ఎందుకు బలవంతం చేస్తోంది? ఇది నిజంగా ఎవరు సరైనవారు లేదా తప్పు అనే దాని గురించి, లేదా మనం విశ్వరూపమైన డ్రామాలో భాగాలు మాత్రమే, అక్కడ మన ఘర్షణ ముందే నిర్ణయించబడిందా?"

అతని మాటలు ఖాళీలోకి క్షీణించాయి, వ్యంగ్యమైన పొడిదనం అతని మనస్సులో కదిలే నిశ్శబ్ద ప్రతిబింబం ద్వారా నీడలో ఉంది, ప్రత్యక్షంగా వచ్చే యుద్ధం వెనుక ఉన్న సంక్లిష్టత యొక్క పొరలను గుర్తించాడు.

స్మృతుల వలయం అతన్ని ఒత్తిడి చేసింది: పాండవుల పెరుగుదల, ప్రజా ప్రదేశాలలో వారు అతన్ని అవమానించడం మరియు ఇంద్రప్రస్థపై వివాదాలు. ప్రతి సంఘటన కుళ్ళిపోయింది, అతని అసూయ మరియు అన్యాయం భావాన్ని పెంచింది, క్షితిజం వెలుపల ఉన్న చివరి ఘర్షణలో పరిణమించింది. కనుబొమ్మలు చిట్లిస్తూ, అతను ఊపిరి పీల్చుకుని టేబుల్ నుండి దూరంగా కదిలాడు, నిశ్శబ్దంగా ఉన్నాడు. అతని దృష్టి ఒక సైడ్ స్టాండ్‌పై ఉంచిన చిన్న చిత్రంపై పడింది: విధేయతలో మార్పు లేని, గర్వంగా ఉన్న కర్ణ యొక్క చిత్రం.

దుర్యోధనుడు (మెల్లగా గొణుగుతూ):

"కర్ణ... ఎల్లప్పుడూ నా వైపు, విధేయతకు ప్రతిగా విధేయతను తిరిగి ఇస్తున్నాడు. నన్ను అత్యాచారిగా ముద్ర వేసే రాజ్యంలో, నువ్వు నా స్థిరమైన స్నేహితుడిగా ఉన్నావు. అయితే ఆ బంధం నన్ను యుద్ధ తుఫానుల ద్వారా కట్టుకోవడానికి సరిపోతుందా?"

అతని స్వరంలో నొప్పి ఉద్భవించింది, కర్ణ యొక్క మార్పులేని మద్దతు ఉన్నప్పటికీ, విస్తృత యుద్ధం ఇంకా అరికట్టలేనిదిగా ఉండవచ్చునని నిశ్శబ్ద ప్రతిబింబం ద్వారా నీడలో ఉంది.

అతను లోతుగా ఊపిరి పీల్చుకున్నాడు, వ్యంగ్యమైన పొడిదనం నిశ్శబ్ద ప్రతిబింబం ద్వారా నీడలో ఉంది, విరోధాభాసం గుర్తిస్తుంది: అతని బాహ్య ధైర్యానికి, దుర్యోధనుడు అనేక విచారాల మరియు సగం చూసిన సందేహాలను కలిగి ఉన్నాడు. చిన్న సీటు నుండి లేచి, అతను గుడారం ప్రవేశద్వారం వైపు వెళ్ళాడు. విభజించబడిన ఫ్లాప్ బయట రాత్రి నిశ్శబ్దతను వెల్లడించింది - గార్డులు నిశ్శబ్దంగా పtrpyలింగ్ చేస్తున్నారు, వారి కవచం తగ్గిన ధ్వనుల్లో గుడిగిడిస్తుంది. సున్నితమైన రాత్రి గాలి లోపలికి ప్రవేశించింది, మట్టి యొక్క బలహీనమైన పరిమళం మరియు దూరంగా యుద్ధ సన్నాహాల శబ్దాలను తీసుకువచ్చింది.

దుర్యోధనుడు (సున్నితమైన, వాదన రూపంలో గుసగుస):

"నేను నిజంగా పరిహారం దాటి ఉన్నానా? లేదా ఈ యుద్ధాన్ని తగ్గించే తీగ ఇంకా ఉందా? ఎవరూ నన్ను వెనుకాడుతున్నట్లు చూడలేరు - నేను బలహీనతను చూపించలేను."

అతని గుడారం తలుపు దగ్గర నిలబడి, నిశ్శబ్దం అతని స్థానంలో ఉన్న యోధా రాజు అతన్ని నమ్మిన శ్రేణులకు నిర్ణయాన్ని వెల్లడించకూడదని గుర్తు చేసింది.

లోపలికి తిరిగి వచ్చి, దుర్యోధనుడు కాన్వాస్ గోడకు వంగిన ఒక పొడవైన, కాంస్య అద్దం వద్ద ఆగిపోయాడు. టార్చ్ లైట్ అతని లక్షణాల ప్రతిబింబాన్ని వెలిగించింది - నిద్రలేని రాత్రుల నుండి అతని కళ్ళ కింద చెక్కబడినది కానీ నీడలో ఉంది. కండరాల చేతిని ఎత్తి, అతను ఒక అపరిచితుడిని చూస్తున్నట్లుగా తనను తాను పరిశీలించాడు:

దుర్యోధనుడు (తగ్గిన స్వరంలో):

"దుర్యోధనుడు... ధృతరాష్ట్ర గర్వంగా ఉన్న కుమారుడు, కొందరిచే తిరస్కరించబడ్డాడు, మరికొందరిచే గౌరవించబడ్డాడు. మీరు అన్నింటినీ లొంగకుండా శక్తిని పంచుకునే మార్గాన్ని కనుగొన్నట్లయితే... ఈ నరమేధం ఇంకా ఉండునో?"

అతని ప్రతిబింబం, నిశ్శబ్దంగా మరియు అపరిహారకంగా, ఎటువంటి సమాధానం ఇవ్వలేదు కానీ అతని మనస్సులో ఉన్న ఆందోళనను ప్రతిబింబించింది. పాండవులను బలహీనపరచడానికి అతను ఒకప్పుడు మార్గాలను వెతకగా, అతని హృదయంలో ఒక చిన్న మూల వారి పంచుకున్న వంశం యొక్క విచ్ఛిన్నతను శోకించిందని అతను పరిగణించాడు.

అతను అద్దం నుండి తిరిగి తిరిగి, పెవిలియన్ మధ్యలో ఉన్న ఒక ధ్వంసమైన చెక్క ఛాతీ వైపు నడిచాడు. దానిపై, సగం పూర్తయిన లేఖలు చెల్లాచెదురుగా ఉన్నాయి. ఒక లేఖ, బహుశా ఒక చిన్న సోదరుడికి లేదా కీలక కమాండర్‌కు అనిపించింది, దళాల కదలికల గురించి మరియు ఖచ్చితమైన విజయంలో నమ్మకం గురించి తొందరపడిన లైన్లలో చదివింది. ఖచ్చితమైన విజయాన్ని ప్రకటించాలా లేదా ఓటమి యొక్క అవకాశాన్ని అంగీకరించాలా అని ఖచ్చితంగా తెలియక అతను దానిని అసంపూర్తిగా వదిలేశాడు.

దుర్యోధనుడు (లేఖను తట్టుకుంటూ, ఆలోచిస్తూ):

"నా స్వంత హృదయం సందేహంతో కొరుకుతున్నప్పుడు నేను వారిని ఎలా ప్రేరేపిస్తాను? నా తండ్రి కిరీటం ప్రమాదంలో ఉంది - నా తండ్రి వారసత్వం. దానిని కాపాడటానికి నేను పోరాడకూడదు?"

అతను లోతుగా ఊపిరి పీల్చుకున్నాడు, వ్యంగ్యమైన పొడిదనం నిశ్శబ్ద ప్రతిబింబం ద్వారా నీడలో ఉంది, ఒకసారి ప్రారంభించబడిన బాణం తిరిగి పిలవబడదు అని బలపరుస్తుంది. బహుశా ఈ యుద్ధం ఆ బాణానికి సమానం - ఇప్పటికే విడుదలైంది, అది తన లక్ష్యాన్ని చేధించే వరకు ఆపలేనిది.

అతని మనస్సులో అశాంతి వలయం అతన్ని జయించింది. కుంతి యొక్క త్వరగా వచ్చిన విన్నపాలను అతను గుర్తు చేసుకున్నాడు - కానీ కర్ణతో లేదా విశ్వరూపమైన ప్రయాణీకుడితో

ఆమె రహస్య సమావేశం యొక్క వివరాలు అతనికి తెలియదు. అతనికి తెలిసినట్లయితే, అనుమానం ఏదైనా సానుభూతిని నీడలో ఉంచుతుంది, ఎందుకంటే దుర్యోధనుని నమ్మకం కష్టం మరియు భావించిన ద్రోహం ద్వారా సులభంగా నాశనం చేయబడుతుంది. అలా ఉండి, అజ్ఞానం అతన్ని లోతైన అనుమానం నుండి కాపాడింది, అయినప్పటికీ అతను ఇప్పటికీ "శాంతి సాధ్యమైతే ఏమిటో" అనే త్వరగా వచ్చిన ఆలోచనలతో పోరాడాడు.

కృష్ణాక్షేత్రం యొక్క మ్యాప్ ఉన్న చిన్న టేబుల్ వైపు అతను కదిలాడు, సైన్యాలను సూచించే చిన్న చెక్క బ్లాక్‌ల ద్వారా పిన్ చేయబడింది. కౌరవ సైన్యం మరియు వ్యతిరేక పాండవ శ్రేణులను చిత్రించే విగ్రహాల వరుసలపై అతని దృష్టి పడింది - అర్జునుడు, భీముడు, యుధిష్ఠిరుడు... విధితో ముడిపడి ఉన్న పేర్లు.

దుర్యోధనుడు మళ్ళీ భీముడి విగ్రహంపై కళ్ళు పెట్టాడు, ప్రాణాంతక శత్రుత్వంలోకి ఎదిగిన బాల్య పోటీలను గుర్తుచేసుకున్నాడు. అతను దవడను పట్టుకున్నాడు:

దుర్యోధనుడు (బిగుతుగా ఉన్న స్వరంతో):

"భీముడు... నేను నీతో పోరాడకపోతే, ప్రపంచం నన్ను బలహీనంగా భావిస్తుంది. నేను పోరాడితే, కులాల నాశనాన్ని నేను ప్రమాదంలో పెడతాను. దానిలో నైతిక విజేత ఎవరు?"

బయట, రాత్రి పరువు పలుకులు మార్చుకుంటూ, క్షణం తన దృష్టిని ఆకర్షించింది. అతనిలో నిరాశ యొక్క త్వరగా వచ్చిన అల అతన్ని తన వైఖరిని ధృవీకరించమని కోరింది - కౌరవాలు బలహీనత లేదా నేరం యొక్క భ్రమల ద్వారా నీడలో ఉండకూడదు.

దుర్యోధనుడు (దిట్టమైన స్వరంతో):

"భయంతో సింహాసనాన్ని లొంగిపోవడం కంటే యోధుని పతనం మంచిది. తండ్రి దానిని పాండు కుమారులకు ఎప్పుడూ వదులుకోలేదు. నేను ఎందుకు వదులుకోవాలి?"

అతను భీముడి విగ్రహాన్ని మళ్ళీ లైన్‌లో ఉంచాడు, ఉదయం వారు వారిని పిలిచినప్పుడు వారు ఘర్షణ పడతారని చిత్రాత్మకంగా అతని ఉద్దేశ్యాన్ని ముద్ర వేశాడు.

మ్యాప్ నుండి దూరంగా కదిలి, దుర్యోధనుడు తన గుడారం మిగిలిన భాగాలను పరిశీలించాడు. కురు చిహ్నం యొక్క బ్యానర్లు మద్దతుల నుండి వేలాడుతున్నాయి. మెరిసే కత్తులు మరియు కవచాల వరుస దూరం కాన్వాస్ గోడను అమర్చింది, ప్రతి ఒక్కటి జాగ్రత్తగా నిర్వహించబడింది. నిశ్శబ్దం ఈ ఆయుధాలు లెక్కించే రోజు కోసం అని గుర్తించింది. కుంతి లేదా విశ్వరూపమైన ప్రయాణీకులు వంటి సందర్శకులు రేకెత్తించే అస్పష్టమైన శక్తుల వలయం యుద్ధం యొక్క ఉక్కు అంచును దెబ్బతీయదు.

దుర్యోధనుడు (నిశ్శబ్దంగా ప్రతిబింబిస్తూ):

"నేను ఈ యుద్ధాన్ని ఆపాలనుకుంటే, నా ఆజ్ఞను మార్పులేని భక్తితో పాటించిన వారిని నేను ద్రోహం చేస్తాను. నా జనరల్స్, నా నమ్మకమైన స్నేహితులు, దృఢమైన నాయకత్వం తప్ప మరేమీ ఆశించరు. మరియు కర్ణ కూడా, నా స్థిరమైన మిత్రుడు, అతని చివరి శ్వాస వరకు నన్ను రక్షించడానికి సిద్ధంగా ఉన్నాడు. లేదు, నేను కదిలేయలేను."

అతను తిరిగి వచ్చాడు, గోడపై ఉన్న గోడపై మార్పులేని గుర్తుగా ఉపరితలంపై పరుగెత్తినప్పుడు అతని అడుగుజాడలు మార్చుకున్నాయి, ఎందుకంటే అతను చర్చల్లోకి వెనక్కి తగ్గడానికి చాలా ధైర్యంగా ప్రకటనలు చేశాడు.

గుడారం ఫ్లాప్‌లో కదిలేది అతని కంటిని పట్టుకుంది - వెళ్తున్న గార్డ్ నుండి కదిలేది. దుర్యోధనుడు బిగుసుకున్నాడు, అంతరాయం లేదా తక్షణమే నవీకరణను ఆశించాడు. అయితే ఎటువంటి సందర్శకుడు లోపలికి రాలేదు. గార్డ్ రూపం దూరంగా కదిలింది, రాకుమారుడు మళ్ళీ ఒంటరిగా ఉన్నాడు. కొలత చేసిన ఊపిరిని వదిలి, అతను కళ్ళు మూసుకున్నాడు:

దుర్యోధనుడు (లోపలి గుసగుస):

"దేవతలు స్వయంగా నన్ను పాండవులతో ఘర్షణ పడటానికి అనుకున్నారా? అనేక శకునాలు, అనేక భ్రమలు. మొత్తం విశ్వం దీన్ని నిర్వహిస్తే, నా ఒక్క సందేహం దీన్ని ఆపగలదా?"

అతని మనస్సు కుటుంబ బంధాల భ్రమలను నీడలో ఉంచే సంఘర్షణకు తరలిపోయింది. నిశ్శబ్దం నైతిక మరియు భావోద్వేగ ముడిపడి ఉన్నప్పటికీ, యుద్ధం ఆపలేనిది అని గుర్తించింది.

ఒక జ్ఞాపకం అతనిని పునఃవినయం చేసింది: కర్ణ హస్తినాపుర కోర్టులో టోస్ట్‌ను ఎత్తి, అతని సరైన స్థానానికి సవాలు చేసిన వారికి వ్యతిరేకంగా అతనికి మార్పులేని విధేయతను ప్రకటించాడు. ఆ రోజు వారి స్నేహాన్ని ముద్ర వేసింది. విశ్వరూపమైన ప్రేరణ అవసరమైనా, దుర్యోధనుడు అతనిపై దయలేని సమాజం వేసిన నిందను అధిగమించిన స్నేహితుడిని సులభంగా వదులుకోడు అని గమనించారు.

దుర్యోధనుడు (మెల్లగా గొణుగుతూ):

"కర్ణ నాతో ఉన్నాడు. ఎటువంటి భ్రమ లేదా ప్రవచనం ఆ బంధాన్ని విడదీయదు. పాండవులు శాంతి కోరుకుంటే, వారు సింహాసనాన్ని వదులుకోండి. లేకపోతే, మనం యుద్ధంలో కలుస్తాము."

అతను గుడారం మధ్యలో ఉన్న ధనవంతులైన కుషన్ సీటుపై కూర్చున్నాడు. సైడ్ టేబుల్ మీద ఉన్న ఒకే నూనె దీపం మెరుపులు వచ్చింది, అతని ముఖంపై నృత్యం చేస్తున్న నీడలు. నీటి గొబ్బెట్ కోసం చేరుకుంటూ, అతను నెమ్మదిగా త్రాగాడు, గుర్తింపు కోసం దాహం అతన్ని ఎల్లప్పుడూ వెంటాడిందని. అతను తనకంటే ఎక్కువ అర్హులు కానట్లు భావించిన బంధువులచే నీడలో ఉండటానికి నిరాకరించాడు.

దుర్యోధనుడు:

"వారు నన్ను గర్వంగా ముద్ర వేయనివ్వండి. అలాగే ఉండనివ్వండి. విశ్వరూపమైన ప్రేరణ నన్ను యుద్ధానికి నడిపిస్తే, నేను కర్ణ మరియు నా జనరల్స్ నా వైపు ఉన్న సరైన రాకుమారుడిగా పోరాడుతాను."

బయట, బలహీనమైన గుడిగిడి దూరపు పోలీసులు గుర్తును మార్చుకుంటున్నారని సూచించింది. సైన్యాలు ప్రచారం మార్గిన్లో ఎప్పుడూ నిద్రపోవు అని నిశ్శబ్దం అతనికి గుర్తు చేసింది.

దుర్యోధనుడు గోబ్లెట్‌ను పక్కన పెట్టాడు, రాత్రి యొక్క చివరి పనుల కోసం అతని గుడారాన్ని అన్వేషించు చేశాడు. సగం వ్రాసిన లేఖ, వంశాలను వివరించే విభజించబడిన స్క్రోల్, ఇంక్‌వెల్‌పై ఉంచిన క్విల్. అతను ఆదేశాలను రూపొందించడానికి లేదా కొత్త సమాచారాన్ని సేకరించడానికి ప్రయత్నించవచ్చు. కానీ బదులుగా, అతని మనస్సు ఖాళీ వసారాలో ప్రతిధ్వని లాగా అతన్ని కొరుకుతున్న ప్రశ్నకు తిరిగి వచ్చింది:

దుర్యోధనుడు (క్షమించే ప్రకాశాన్ని వెల్లడించే స్వరంతో):

“విధి ఈ యుద్ధాన్ని కోరుకుంటే, దాన్ని నిరోధించడానికి నేను నిజంగా శక్తిహీనుడిని కాదా? లేదా నా చర్యలు హింసను రేకెత్తించే భ్రమలకు ఆహారం ఇస్తున్నాయా?”

అతను అకస్మాత్తుగా లేచి, ఆత్మపరిశీలనను నిర్మూలించమని ప్రేరేపించాడు. సందేహంపై ఆధారపడటం అతని సంకల్పాన్ని మాత్రమే అపోహించుకుంటుంది.

అతను దగ్గర్లో ఉన్న స్టాండ్ నుండి తన కవచం ముక్కను తీసుకున్నాడు - తీవ్రమైన నమూనాలతో చెక్కబడిన బంగారు వామ్‌బ్రేస్. దాన్ని అతని చేతికి బిగించి, అతను ఫిట్‌ను పరీక్షించాడు. నిశ్శబ్దం అలాంటి హావభావాల ద్వంద్వతను గుర్తించింది: కవచం ధరించడం శారీరకంగా మార్పులేని గర్వం యొక్క మానసిక కవచాన్ని ధృవీకరించింది.

దుర్యోధనుడు:

“నేను ఈ కారణం యొక్క స్తంభం. నేను వణుకుతుంటే, నాకు సమావేశమైన వేలమంది హృదయం కోల్పోవచ్చు. కర్ణ సిద్ధంగా ఉన్నాడు, భీష్ముడు సిద్ధంగా ఉన్నాడు, మొత్తం కౌరవ సైన్యం సిద్ధంగా ఉంది.”

అతను తన ముష్టిని పిండుకున్నాడు, తన ఉద్దేశాన్ని మళ్ళీ తయారు చేశాడు.

చిన్న టేబుల్ వైపు తిరిగి, అతను కృష్ణాక్షేత్రం యొక్క మ్యాప్‌ను పరిశీలించడం ప్రారంభించాడు. దానిపై అమర్చబడిన, విగ్రహాలు పాండవ సోదరులు, దూర రాజ్యాల నుండి మిత్రులు మరియు సంభావ్య స్తంభన లేదా సంపూర్ణ విజయం యొక్క భ్రమలను సూచించాయి. యుధిష్ఠిరుడిని

సూచించే విగ్రహం కోసం చేరుకుంటూ, అతను దాన్ని బొటనవేలు మరియు చూపుడు వేలి మధ్య పట్టుకున్నాడు:

దుర్యోధనుడు (నిశ్శబ్ద ప్రతిబింబం, నిశ్శబ్ద ఉద్రిక్తత ద్వారా నీడలో ఉన్న స్వరంతో):

"యుధిష్ఠిరుడు సింహాసనం ధర్మం ద్వారా అతనిది అని అంటున్నాడు. అయితే నేను, దుర్యోధనుడు, దానిని జన్మహక్కు మరియు తండ్రి వంశం ద్వారా పట్టుకున్నాను. ఏది నిజంగా చట్టబద్ధమైనది? ఈ యుద్ధం, ఇది ప్రశ్నను పరిష్కరించాలి - మధ్యస్థం లేదు."

అతను యుధిష్ఠిరుడి విగ్రహాన్ని తిరిగి ఉంచాడు, ఆపై పాండవులతో ఉన్న వార్తల విశ్వరూపమైన ఆర్కెస్ట్రేటర్‌ను సూచించే కృష్ణను సూచించే ముక్కపై ఆగిపోయాడు. దుర్యోధనుడి పెదవులపై ముఖం పడింది:

దుర్యోధనుడు:

"కృష్ణ, చాకచక్యమైన రాజనీతిజ్ఞుడు... అతను వారి ఛాంపియన్‌గా వారి మధ్య నిలబడ్డాడు. అప్పుడు అతను రండి. నా దళాలు దైవిక చాకచక్యం యొక్క భ్రమలకు ముందు వణుకవు. నా దగ్గర కర్ణ, భీష్ముడు, ద్రోణుడు ఉన్నారు. మనం తక్కువ శత్రువులు కాదు."

అతను కళ్ళు మూసుకున్నప్పుడు చివరి నిశ్శబ్దం పడింది, బాహ్య ధైర్యం గాయపడిన గర్వాన్ని దాచవచ్చునని సూచిస్తుంది. అయినప్పటికీ, యుద్ధ యంత్రం ముందుకు సాగింది, ఆపలేనిది. అతను ఊపిరి పీల్చుకుని వదిలాడు, స్పష్టత కోసం వెతుకుతున్నాడు:

దుర్యోధనుడు:

"బలం మరియు భ్రమల గురించి సరిపోతుంది. రేపటి సమావేశం కౌరవ శక్తిని చూపనివ్వండి. పాండవులు నేను వెనక్కి తగ్గను అని చూడనివ్వండి. విధి లేదా విధి లేదు, మనం ముందుకు సాగుతాము."

అతని పూర్తి ఎత్తుకు లేచి, అతను మ్యాప్‌ను పక్కన పెట్టాడు, ఆత్మపరిశీలన తన పనిని పూర్తి చేసిందని గుర్తించింది. ఇప్పుడు, విధి బాహ్య నిశ్చయతను డిమాండ్ చేస్తోంది.

పెవిలియన్ బయట, టార్చ్ లైట్ యొక్క మెరుపులు గడియారం యొక్క నిశ్శబ్ద జాగ్రత్తను సూచించాయి. దుర్యోధనుడు గుడారం తెరవడం దగ్గరకు వెళ్ళాడు, కాన్వాస్‌ను కొద్దిగా విభజించాడు. రాత్రి గాలి అతన్ని స్వాగతించింది, బలహీనంగా చల్లగా, రాత్రి పక్షుల దూరపు గుసగుసలతో. పైకి, ఆకాశం నక్షత్రాల నేతను వ్యాపించింది, దిగువన ఉన్న మానవ నాటకానికి దూరం మరియు ఉదాసీనంగా ఉంది:

దుర్యోధనుడు (గుసగుసలు, దృఢమైన స్వరంతో):

"స్వర్గాలు చూడనివ్వండి. నా వాదన సరైనది, నా ప్రతీకారం నీతిమత్తమైనది మరియు నా విజయం లేదా పతనం తక్కువ మనుషుల నైతికత యొక్క భ్రమల ద్వారా నేను ఎప్పుడూ నీడలో లేనని నిరూపిస్తుంది."

అధ్యాయం 57

ప్రమాణం మరియు హెచ్చరిక

తన విలాసవంతమైన పందిరి కాన్వాస్ గోడల కింద, దుర్యోధనుడు నిశ్శబ్దంగా ధ్యానంలో కూర్చున్నాడు. ప్రధాన శిబిరం నుండి వేరుగా ఉన్న యుద్ధ గుడారం చెల్లాచెదురైన బాతుల వెలుగులో కనిపిస్తోంది, ప్రతి జ్వాల రాత్రి గాలిలో సున్నితంగా ఊగుతోంది. ధనవంతులైన గలీచాలు నేలను కప్పి ఉన్నాయి, కౌరవ చిహ్నాలు మరియు హస్తినాపుర రాజచిహ్నాలతో నేయబడ్డాయి. మందపాటి తెరలు ప్రైవేట్ మూలలను విభజించాయి, మరియు ఒక బలమైన యుద్ధ టేబుల్ మధ్యలో ఉంది, కురుక్షేత్రం యొక్క విస్తారమైన మ్యాప్‌ను కలిగి ఉంది. మ్యాప్‌లోని చిత్రాలు కౌరవ మరియు పాండవ సైన్యాల స్థానాలను సూచిస్తున్నాయి, ఆ రోజు గూఢచర్యం ద్వారా తెచ్చిన సమాచారాన్ని ప్రతిబింబించేలా జాగ్రత్తగా ఉంచబడ్డాయి.

నేతృత్వం నిద్రిస్తున్న సమయం ఇది. అయినప్పటికీ దుర్యోధనుడు - చాలామంది అసూయ మరియు అహంకారం యొక్క జీవ రూపంగా చిత్రీకరించిన వ్యక్తి - నిద్రపోలేదు. ఆయన విశాలమైన భుజాలు కవచ పలకలను కలిగి ఉన్నాయి, అవి బాతుల వెలుగులో మసకగా ప్రకాశిస్తున్నాయి, మరియు ఆయన అందమైన, కోణీయ ముఖం ఉద్రిక్తతతో నిండి ఉంది. దుష్టత్వం యొక్క సరళ చిత్రం కంటే చాలా దూరంగా, ఆయన మొత్తం రాజ్యాల బరువు తనపై పడుతోంది. ఈ రాత్రి, ఆయన ఒంటరిగా ఉన్నాడు, ఊహించలేని పరిధి యొక్క సంఘర్షణకు ముందు విస్తరించిన చివరి గంటలతో పోరాడుతున్నాడు.

ఆయన వైపు జనరళ్ళ నుండి వచ్చిన సందేశాలు మరియు గూఢచర్యం నుండి వచ్చిన నవీకరణలు ఉన్న చిన్న స్టాక్ చుట్టలు ఉన్నాయి. అసంపూర్తిగా ఉన్న లేఖ, బహుశా ఆయన సోదరులకు లేదా మిత్రపక్షాల కౌన్సిల్‌కు ఉద్దేశించబడింది, చిన్న టేబుల్ మీద ఉంది. దాని

పక్కన ఉన్న పెన్ను ఎండిపోయింది, సిరా గడ్డకట్టింది, అతని మనస్సులో ఎలాంటి పదాలు ఆగిపోయాయో దానికి నిదర్శనం.

ఆయన యుద్ధభూమి మ్యాప్‌లోని గీతలను గీసుకుంటూ, ధనుర్ధారులు ఎక్కడ ఎదురు చూస్తారో, రథాలు ఉదయం ఎక్కడ దాడి చేస్తాయో గుర్తుంచుకుంటున్నాడు. మెరుస్తున్న బాతుల వెలుగు అతని బంగారు బ్రేసర్లపై నృత్యం చేసింది, వస్త్ర గోడలపై నీడలను విసిరింది. ప్రతిసారీ, అతని చేయి భీముడిని సూచించే చిత్రంపై లేదా యుధిష్ఠిరుడిని సూచించే ముక్కపై ఆగిపోతుంది - ఇప్పుడు శత్రువులుగా ఉన్నవారు ఒకప్పుడు అతని విస్తృత కుటుంబంలో భాగం.

దుర్యోధనుడు (తనతో తాను ఒక చిన్న గొంతు):

“నేను నిజంగా ఈ భూమిపై నా స్వంత రక్తంతో ఘర్షించడానికి విధి కట్టుబడి ఉన్నానా? లేదా నేను అహంకారపు భ్రమలలో నన్ను చిక్కుకుని, యుద్ధం తప్ప మరో మార్గాన్ని వదిలిపెట్టానా?”

అతని స్వరం, అణిచివేయబడినప్పటికీ, నిరాశ కంపనం కలిగి ఉంది.

అతను లేచి, తన నిశ్శబ్ద మనస్సును తగ్గించడానికి టేబుల్ నుండి తిరిగాడు. స్థిరత్వం అతని ఆలోచనల్లో సన్నగా మెదిలింది, అతని పరిస్థితి ఎంత అస్థిరంగా ఉందో అతనికి గుర్తు చేసింది. దుర్యోధనుడు ఊపిరి పీల్చుకుని, ఆయుధాలు మరియు కవచాలను ఉంచిన సైడ్ ఛెస్ట్‌కు వెళ్ళాడు, అవి ఆచరణాత్మకమైనవి కంటే అలంకారంగా ఉంటాయి - అతని రాజకుమారుని స్థాయి యొక్క చిహ్నాలు. తదుపరి నిశ్చితార్థానికి ముందు ఇది చివరి రాత్రి, మరియు నిశ్శబ్దం అతని ఆత్మపై బరువైనది.

కొద్దిసేపటి తర్వాత, అతను తన పేరును పిలుస్తున్న ఒక స్వరాన్ని విన్నాడు -“దుర్యోధనా”.

అది తక్కువ, గొంతు, మరియు అపరిచితం. అతను క్షణంలోనే అప్రమత్తం అయ్యాడు. అతని మెడలోని జుట్టు గుచ్చుకుంది.

దుర్యోధనుడు (డిమాండ్ చేస్తూ, మసకటి గుడారాన్ని అన్వేషించు చేస్తూ):

"ఎవరు అక్కడ ఉన్నారు? మీరే చూపించుకోండి!"

క్షణం పాటు, మౌనం సమాధానం చెప్పింది. ఆ తరువాత నీడల నుండి ఒక ఉనికి ఉద్భవించినట్లు అనిపించింది. బాతుల జ్వాలలు క్షణం పాటు వెలిగిపోయాయి, మరియు వాటి మధ్యలో మనిషి, పాలిష్ చేసిన మెటల్‌గా కనిపించే ఒక వ్యక్తి నిలబడ్డాడు. కపాలేశ్వరుడు వచ్చాడు. అతను బాగా నిర్మించిన సైనికుడిలా ఎత్తుగా ఉన్నాడు, కానీ అతని అవయవాలు మరియు టార్సో మృదువైన గీతలలో అతివ్యాప్తి చెందుతున్న మిశ్రమ లోహపు పలకలతో ప్రకాశిస్తున్నాయి. మెత్తని, ఎలక్ట్రిక్-బ్లూ ప్రకాశాలు అతని చట్రం యొక్క పారదర్శక విభాగాల కింద కొట్టుకుంటూ ఉంటాయి.

దుర్యోధనుడి చేయి తన కత్తి పట్టుకుని వెళ్ళింది, మాయాజాలం లేదా భ్రమల అవకాశాలతో మనస్సు పరుగెత్తింది:

దుర్యోధనుడు (ఆజ్ఞతో ఉద్రిక్తమైన స్వరం):

"మీ గుర్తింపును చెప్పుకోండి, చొరబాటుదారు! మీరు నా కాపలాదారులను ఎలా దాటారు?"

కపాలేశ్వరుడు ముందుకు అడుగు వేసి, చిన్నగా నమస్కరించాడు. దుర్యోధనుడి మనస్సులో స్థిరత్వం కనిపించింది - ఈ రోజుల్లో యుద్ధం సమీపిస్తున్నప్పుడు అతను చాలా విచిత్రమైన అద్భుతాలను చూశాడు, కానీ ఈ .. మెటల్ మనిషి పూర్తిగా వేరే విషయం.

కపాలేశ్వరుడు (శాంతంగా మరియు గొంతుతో ఉన్న స్వరం):

"నేను కపాలేశ్వరుడు, దుర్యోధనా. నేను దూర భవిష్యత్తు నుండి వచ్చాను, అది మీ యుగంలో ప్రారంభమైన విధ్వంసం ద్వారా నాశనం చేయబడింది. నేను మానవ మోసాల ద్వారా కాదు, మీ ప్రస్తుత జ్ఞానం కంటే అతీతమైన శక్తులను ఉపయోగించడం ద్వారా వచ్చాను."

దుర్యోధనుడి గాజు గట్టిపడింది, అనిశ్చితి కోపం యొక్క మెరుపును ప్రేరేపించింది. సాధారణ అర్థంలో విశ్వరూపమైన ప్రయాణికుల భ్రమలను అతను గుర్తించలేదు, కానీ కృష్ణ యొక్క

మోసాల సంచి పెద్దది. ఇది అతన్ని ప్రభావితం చేయడానికి కృష్ణ యొక్క మరొక భ్రమ కావచ్చునా?

దుర్యోధనుడు:

“భవిష్యత్తు రాజ్యం? కొంత హాస్యం, సందేహం లేదు. నేను చాలా భ్రమలను చూశాను మరియు కృష్ణ యొక్క మోసాల గురించి నాకు తెలుసు. మీరు నన్ను మోసం చేయడానికి మరొక ప్రయత్నమా? మీ ఉద్దేశ్యాన్ని స్పష్టంగా చెప్పండి.”

కపాలేశ్వరుడు దుర్యోధనుడి కఠినమైన గాజును కదిలించకుండా పట్టుకున్నాడు. బాతుల వెలుగు కింద, అతని లోహ శరీరం సద్భావనతో ప్రకాశించింది:

కపాలేశ్వరుడు:

“ప్రభువు దుర్యోధనా, నా లక్ష్యం మానవజాతిని రాబోయే విధ్వంసక శక్తి నుండి రక్షించడం. మీరు చేరుకుంటున్న యుద్ధం చాలా పెద్ద విపత్తుకు పూర్వగామి మాత్రమే. పాండవులతో సంఘర్షణను నింపడం ద్వారా, మీరు మీ ప్రజలను బలహీనపరుస్తారు, వారిని వినాశనానికి సిద్ధం చేస్తారు. ఈ ప్రపంచాన్ని నిజంగా బెదిరిస్తున్న వాటికి వ్యతిరేకంగా మీ రాజ్యం ఏకం కావాలని, బలంగా ఉండాలని నేను మిమ్మల్ని కోరుతున్నాను.”

నిరాశ మరియు సంశయవాదం కలిగిన ఊపిరిని దుర్యోధనుడు వదిలాడు:

దుర్యోధనుడు:

“మీరు తెలియని శక్తి గురించి మాట్లాడుతున్నారు. నా సరైన పాలనకు ముప్పు చేసే పాండవుల గురించి నేను మాట్లాడుతున్నాను. నేను ఇప్పటికే చాలా ప్రవచనాలు మరియు భ్రమలతో పోరాడుతున్నాను. మీ విశ్వరూపమైన విపత్తు నిజమైతే, నేను ఏమి చేయాలని మీరు ఆశిస్తున్నారు? యుధిష్ఠిరుడి నైతిక స్థానానికి లొంగిపోవడం?”

అతను తిరిగి, దూరంగా అడుగు వేశాడు, చేయి కత్తి పట్టు నుండి పడిపోయింది కానీ ఇంకా సిద్ధంగా ఉంది. తక్కువ టేబుల్‌ను సమీపించి, కర్ణుడిని సూచించే చిత్రం వైపు తన గాజును

తిప్పాడు, కర్ణ్ ఇటీవల మరొక ప్రయాణికుడు విధ్వంస హెచ్చరికలను తెచ్చాడని ఎలా చెప్పాడో గుర్తుంచుకున్నాడు. ఇది అదే సంస్థ కావచ్చునా?

కపాలేశ్వరుడు (స్వరం మారకుండా):

"నేను మీరు వారి ముందు మోకరించమని డిమాండ్ చేయను. అయితే, మానవజాతి మనుగడకు ఏకైక అవకాశం పాండవులు మరియు కౌరవులు మీ గొడవలను అధిగమించే ముప్పును ఎదుర్కోవడానికి వారి బలాలను ఏకం చేసుకోవడమే. మీరు వారిని ఇష్టపడుతున్నారో లేదో, మీ చిన్న గొడవలు రాబోయే వాటితో పోలిస్తే చాలా చిన్నవిగా ఉంటాయి."

దుర్యోధనుడు తిరిగి తిరిగాడు, కుళ్ళిన ముఖం అతని పెదాలను వంకర చేసింది:

దుర్యోధనుడు:

"కాబట్టి మీరు ఏకత్వం పరిష్కారమని ప్రకటిస్తున్నారు. మరియు మీరు నన్ను దాన్ని అమలు చేయడానికి ఎంచుకుంటారు, నా సింహాసనానికి హక్కును సిమెంట్ చేసే యుద్ధాన్ని రద్దు చేయమని ఆశిస్తున్నారు. పాండవులు మిమ్మల్ని దీనికి ఉపయోగించారు అని నేను అనుమానిస్తున్నాను - ముఖ్యంగా కృష్ణ. అతను అలాంటి భ్రమలను రూపొందించడానికి చాలా తెలివైనవాడు కాదా?"

కపాలేశ్వరుడు తల ఊపాడు, ప్రకాశవంతమైన కళ్ళు నిరాశతో సన్నగా కొట్టుకుంటున్నాయి:

కపాలేశ్వరుడు:

"దుర్యోధనా, నేను కృష్ణ లేదా పాండవులకు ఎలాంటి విధేయతను కలిగి లేను. నా సంరక్షకుడు మరియు నేను దాదాపుగా అన్ని జీవనం కోల్పోయిన భవిష్యత్తు నుండి వచ్చాము, ఈ సంఘర్షణ యొక్క తరువాతి ప్రభావం కాలం గుండా ప్రవహిస్తోంది. ఆ విధ్వంసాన్ని నివారించడానికి మనం యుగాల అంతటా పరుగెత్తుతున్నాము. సింహాసనానికి మీ బంధం మానవజాతి మనుగడను అధిగమించకూడదు."

దుర్యోధనుడి నుండి తక్కువ, హేళన చిరునవ్వు విరిగింది:

దుర్యోధనుడు:

"యుద్ధాన్ని ఆపండి? మీరు నా అహంకారం కొంత తక్కువ విషయం అయినట్లు మాట్లాడుతున్నారు. స్థిరత్వం ఈ చివరి రోజుల్లో భ్రమలు చాలా ఉన్నాయని నాకు హెచ్చరిస్తోంది. మీరు పాండవులతో ఎలాంటి సంబంధాన్ని కలిగి లేరని మీరు చెప్తున్నట్లయితే, దాన్ని నిరూపించండి: యుధిష్ఠిరుడు లొంగిపోనివ్వండి. అతను మీరు మాట్లాడుతున్న విధ్వంసాన్ని నిజంగా భయపడుతుంటే, అతను లొంగిపోయి యుద్ధాన్ని ముగించమని నన్ను వేడుకుంటాడు."

అతను తిరిగి తిరిగాడు, దూరంగా అడుగు వేశాడు, చేయి కత్తి పట్టు నుండి పడిపోయింది కానీ ఇంకా సిద్ధంగా ఉంది. తక్కువ టేబుల్‌ను సమీపించి, కర్ణుడిని సూచించే చిత్రం వైపు తన గాజును తిప్పాడు, కర్ణ ఇటీవల మరొక ప్రయాణికుడు విధ్వంస హెచ్చరికలను తెచ్చాడని ఎలా చెప్పాడో గుర్తుంచుకున్నాడు. ఇది అదే సంస్థ కావచ్చునా?

కపాలేశ్వరుడు (స్వరం మారకుండా):

"నేను మీరు వారి ముందు మోకరించమని డిమాండ్ చేయను. అయితే, మానవజాతి మనుగడకు ఏకైక అవకాశం పాండవులు మరియు కౌరవులు మీ గొడవలను అధిగమించే ముప్పును ఎదుర్కోవడానికి వారి బలాలను ఏకం చేసుకోవడమే. మీరు వారిని ఇష్టపడుతున్నారో లేదో, మీ చిన్న గొడవలు రాబోయే వాటితో పోలిస్తే చాలా చిన్నవిగా ఉంటాయి."

దుర్యోధనుడు తిరిగి తిరిగాడు, కుళ్ళిన ముఖం అతని పెదాలను వంకర చేసింది:

దుర్యోధనుడు:

"కాబట్టి మీరు ఏకత్వం పరిష్కారమని ప్రకటిస్తున్నారు. మరియు మీరు నన్ను దాన్ని అమలు చేయడానికి ఎంచుకుంటారు, నా సింహాసనానికి హక్కును సిమెంట్ చేసే యుద్ధాన్ని రద్దు చేయమని ఆశిస్తున్నారు. పాండవులు మిమ్మల్ని దీనికి ఉపయోగించారు అని నేను అనుమానిస్తున్నాను - ముఖ్యంగా కృష్ణ. అతను అలాంటి భ్రమలను రూపొందించడానికి చాలా తెలివైనవాడు కాదా?"

కపాలేశ్వరుడు తల ఊపాడు, ప్రకాశవంతమైన కళ్ళు నిరాశతో సన్నగా కొట్టుకుంటున్నాయి:

కపాలేశ్వరుడు:

"దుర్యోధనా, నేను కృష్ణ లేదా పాండవులకు ఎలాంటి విధేయతను కలిగి లేను. నా సంరక్షకుడు మరియు నేను దాదాపుగా అన్ని జీవనం కోల్పోయిన భవిష్యత్తు నుండి వచ్చాము, ఈ సంఘర్షణ యొక్క తరువాతి ప్రభావం కాలం గుండా ప్రవహిస్తోంది. ఆ విధ్వంసాన్ని నివారించడానికి మనం యుగాల అంతటా పరుగెత్తుతున్నాము. సింహాసనానికి మీ బంధం మానవజాతి మనుగడను అధిగమించకూడదు."

దుర్యోధనుడి నుండి తక్కువ, హేళన చిరునవ్వు విరిగింది:

దుర్యోధనుడు:

"యుద్ధాన్ని ఆపండి? మీరు నా అహంకారం కొంత తక్కువ విషయం అయినట్లు మాట్లాడుతున్నారు. స్థిరత్వం ఈ చివరి రోజుల్లో భ్రమలు చాలా ఉన్నాయని నాకు హెచ్చరిస్తోంది. మీరు పాండవులతో ఎలాంటి సంబంధాన్ని కలిగి లేరని మీరు చెప్తున్నట్లయితే, దాన్ని నిరూపించండి: యుధిష్ఠిరుడు లొంగిపోనివ్వండి. అతను మీరు మాట్లాడుతున్న విధ్వంసాన్ని నిజంగా భయపడుతుంటే, అతను లొంగిపోయి యుద్ధాన్ని ముగించమని నన్ను వేడుకుంటాడు."

అధ్యాయం 58

యుద్ధభారం

పాండవ శిబిర విశాలతలో, కురుక్షేత్ర భూమిపై రాత్రి ఆకాశం విస్తరించి ఉంది, చెల్లాచెదురైన నక్షత్రాలు త్వరలో సంభవించబోయే విపత్తును చూస్తూ ఉన్నాయి. విస్తారమైన గుడార నగరం దూరం వరకు విస్తరించి ఉంది, ఒకదాని తర్వాత ఒకటి గుడారాలు, ప్రతి ఆశ్రయం కొద్దిగా దీపం లేదా వెలిగే దీపం వెలుగుతో వెలిగిపోతోంది. సైనికులు అస్థిర విశ్రాంతిలో నిద్రిస్తున్నారు, వారిని త్వరలో ఆయుధాలకు పిలవబోయే ఉదయం కోసం సిద్ధం అవుతున్నారు. అయితే ఒక ప్రత్యేక గుడారంలో - ఒక పాలకుడి గ్రాండ్ పెవిలియన్‌తో పోలిస్తే సామాన్యమైనది - యుధిష్ఠిరు నిద్రలేకుండా, ఒక దీపం మసక వెలుగులో చుట్టుముట్టబడి కూర్చున్నాడు.

బయట, నిశ్శబ్దం స్పష్టంగా అనిపించింది, రాత్రి కావలివాళ్ళ అడుగుల శబ్దం లేదా కొన్నిసార్లు గుర్రం కదలిక మాత్రమే వినిపిస్తుంది. లోపల, గాలి ఉద్రిక్తతతో నిండి ఉంది, గుడారం యుధిష్ఠిరు లోపల ఉన్న నైతిక తుఫాను గురించి తెలుసుకున్నట్లు ఉంది. కరు రాజవంశ శిఖరాగ్రం యొక్క సూక్ష్మ ప్రేరణలతో మెల్లగా చిత్రించబడిన కాన్వాస్ గోడలు, దీపం మంట కొద్దిగా ఊగిసలాడేటప్పుడు మెరుస్తాయి. నీడలు భయంకరమైన అనుగ్రహంతో నృత్యం చేశాయి, ఆందోళనకరమైన రాత్రి యొక్క క్షణిక మాయలను వెల్లడిస్తాయి.

పాండవులలో పెద్దవాడు అయిన యుధిష్ఠిరు ఈ ఏకాంత జాగరణకు సరళమైన సీటును ఎంచుకున్నాడు: గుడారం మధ్యలో తక్కువ, దిండులతో కూడిన బెంచ్. సాధారణ ధోతి ధరించి, అతను తన రాజ అలంకరణలను - చక్రాలు, చేతిపట్టీలు మరియు రాకుమారునికి తగిన పూసిన దుస్తులను - విడిచిపెట్టాడు, అతని వినయం మరియు అతని లోతైన కష్టాలను ప్రతిబింబించే కనీస దుస్తులకు ప్రాధాన్యత ఇచ్చాడు.

అతను ముందుకు వంగి, అతని మోకాళ్ళకు అతని మోచేతులు ఉంచాడు. ఒక చేతి కొన్నిసార్లు అతని నుదిటి నుండి చెమటను తుడవడానికి కదులుతుంది, రాబోయే యుద్ధం భారం అతనిపై ఎంతగా నొక్కిచెప్పిందనే దానికి నిశ్శబ్ద సాక్ష్యం. అతని సాధారణంగా ప్రశాంతమైన, ఆలోచనాత్మకమైన కళ్ళు ఇప్పుడు దుఃఖంతో నిండి ఉన్నాయి, కనిపించని సమాధానానికి దీపం వణుకుతున్న మంటను వెతుకుతున్నాయి.

అతని వైపు చిన్న కత్తి ఉంది, అతను ఎప్పుడూ చురుకుగా కోరుకోని యోధుడి బాధ్యత యొక్క చిహ్నం, కానీ విధి ఇప్పుడు అతను వాడాలని డిమాండ్ చేస్తోంది. దీపం అనిశ్చితమైన కాంతిలో బ్లేడ్ మెరుస్తుంది, రేపు వారి కోసం ఎదురుచూస్తున్న అనివార్య సంఘర్షణను గుర్తు చేస్తుంది.

దీర్ఘ విరామం తర్వాత, యుధిష్ఠిరు వణుకుతున్న ఊపిరిని వెలువరించాడు మరియు దాదాపు నిశ్శబ్ద విస్పర్ బయటకు వచ్చింది:

యుధిష్ఠిరు (మృదువైన, నొప్పితో కూడిన గుసగుస):

"ఇది ఎలా జరిగింది? మన ప్రియమైన కురుక్షేత్రం, ఒకప్పుడు విస్తృత పంటల రాజ్యం, బంధువుల రక్తాన్ని త్రాగడానికి విధి నిర్ణయించింది... సోదరులు సోదరులకు వ్యతిరేకంగా, బంధువులు బంధువులతో ఘర్షించారు. ఈ యుద్ధం మన వంశంపై శాపం."

గోడలు అతన్ని మాత్రమే విన్నా, అతని నిశ్శబ్ద విలపం హృదయ విదారకంగా మారుమోగింది. వణుకుతున్న దీపం అంగీకరించినట్లు అనిపించింది, గుడారం కాన్వాస్‌పై వంకరగా ఉన్న ఆకృతులను ప్రసారం చేసింది. బయట నిశ్శబ్దం కూడా లోతుగా ఉన్నట్లు అనిపించింది, అతని మాటల ప్రాముఖ్యతను గుర్తిస్తున్నట్లు.

యుధిష్ఠిరు తన దృష్టిని కత్తిపై ఉంచాడు, అది దీప కాంతిని దాని పాలిష్ చేసిన ఉక్కుపై పట్టుకుంది. అతను ఎప్పుడూ యుద్ధంలో గొప్పతనం పొందలేదు; ధనుర్విద్యలో నైపుణ్యం పొందిన అర్జునుడు, అతని బలమైన బలంలో భీముడు. పాండవులకు గుర్తింపు పొందిన నైతిక దిక్సూచిగా, యుధిష్ఠిరు యుద్ధ హింసను పరిష్కరించలేని భారంగా భావించాడు. అయినప్పటికీ, అతను దాన్ని నివారించలేకపోయాడు:

యుధిష్ఠిరు (క్షమించుకునే స్వరంతో):

"ఇది నిజంగా నా ధర్మమా - నా సోదరులను మనకు వ్యతిరేకంగా పోరాడే యుద్ధంలోకి నడిపించడం? మన రక్త సంబంధిత వారిని కేవలం శత్రుత్వాలు రాజీ పడే ప్రతి ప్రయత్నాన్ని విషపూరితం చేశాయనే కారణంగా కొట్టడం?"

అతను తన చేతులను పైకెత్తి, అతని నుదిటికి తేలికగా నొక్కి, ఆలోచనల తుఫాను అతన్ని తినేయకుండా ఉంచడానికి ప్రయత్నించాడు. దీపం కాంతి అతని కళ్ళ కింద సన్నని గీతలను పట్టుకుంది, నిద్రలేని రాత్రులు అదే ప్రశ్నలతో పోరాడుతూ గడిపినట్లు సాక్ష్యం.

అతని మనసు ఆ పాండవులను అవమానంలోకి నెట్టివేసిన క్షణిక జూదం గురించి ఆలోచించింది, ద్రౌపది అవమానంతో ముగుస్తుంది. దుర్యోధనుడి హృదయంలో చాలా కాలం ముందు పెరిగిన వైరాల విత్తనాలను అతను నిరోధించగలడా? దుర్యోధనుడి వైపు నుండి గర్వం మరియు పాండవుల వైపు నుండి తప్పు చేసిన భావన ద్వారా అణగదొక్కబడిన అనేక సంవత్సరాలలో చెప్పని ఉద్రిక్తత ఎలా పెరిగిందో అతను గుర్తుంచుకుంటూ కళ్ళు మూసుకున్నాడు. ఒక ఎంపిక, ఒక మాట, వారిని ఇప్పుడు ఎదుర్కొంటున్న హృదయ విదారకాన్ని క్షమించవచ్చని అతను ఆశ్చర్యపడ్డాడు.

యుధిష్ఠిరు (గుసగుసలాడుతూ):

"నేను చాలా అమాయకంగా ఉండవచ్చు... నేను దీని నుండి మనల్ని దూరం చేయగలనా? లేదా విధి మనం అన్నింటినీ ఇక్కడ కలవడం నిర్ధారిస్తుందా, మనం ఎలా ప్రయత్నించినా?"

అతను తన సీటు నుండి లేచి కొన్ని అడుగులు నడిచాడు, కాలి బేరంగా నేలపై విస్తరించి ఉన్న మందపాటి నేసిన కార్పెట్‌పై నిశ్శబ్దంగా నడుస్తున్నాడు. దీపం క్షణం పాటు బలంగా వణుకుతుంది, గుడారం వస్త్రంపై నృత్యం చేసే సిల్హౌట్‌లను పంపుతుంది. ఆ మారుతున్న నీడలు మాయల తిరుగుబాటును చూపించాయి - మాయలను నమ్మడం ద్వారా రెండు వైపులా యుద్ధం ఎంచుకున్నాయి.

ఆ సగం వెలుగులో, యుధిష్ఠిరు మూలలో ఉన్న చిన్న ట్రంక్ వద్ద ఆగిపోయాడు, ఇందులో వ్యక్తిగత ప్రాముఖ్యత గల వస్తువులు ఉన్నాయి. దాన్ని తెరిచి, అతను పాండవులు నిర్మించిన

రాజ్యమైన ఇంద్రప్రస్థ చిహ్నంతో నేసిన ముడుచుకున్న వస్త్రాన్ని తీసుకున్నాడు. గాలిలో దారాలను తాకుతూ, వారు ఒకప్పుడు ఆ నగరాన్ని నిర్మించడంలో గర్వం మరియు ఆనందాన్ని పొందారని గుర్తు చేసుకున్నాడు. కౌరవులు అన్నింటినీ స్వాధీనం చేసుకోవడానికి జూదాన్ని తారుమారు చేసినప్పుడు ఆ గర్వం అణగదొక్కబడింది.

నేసిన వస్త్రాన్ని అతని చేతుల్లో పట్టుకుని, అతను మెత్తగా ఊపిరి పీల్చుకున్నాడు:

యుధిష్ఠిరు:

"ఏమిటంటే... ఏమిటంటే ఇంద్రప్రస్థ మరియు హస్తినాపురం ఒకే సామ్రాజ్యంలో రెండు స్తంభాలుగా, భాగస్వామ్య వంశం కింద ఏకీకృతమై ఉండగలరా? మనం మన ప్రజలకు అద్భుతాలను సాధించవచ్చు, దుర్యోధనుడి నిర్ణయాన్ని పాండవుల న్యాయ భావనతో కలిపి."

కానీ ఆ కల ఇప్పుడు దూరంగా అనిపించింది. అతను వస్త్రాన్ని జాగ్రత్తగా ఉంచాడు, ఏకత్వం మాయలు బహిరంగ శత్రుత్వంగా మారాయని అతనికి గుర్తు చేసింది.

గుడారం మధ్యలోకి తిరిగి వెళ్లి, అతను మళ్ళీ విప్పబడిన యుద్ధ పటం వైపు చూశాడు. చెక్కతో చెక్కబడిన చిన్న పటాలు అర్జున, భీముడు, నకుల, సహదేవ మరియు వారి అన్ని మిత్రులను ప్రతినిధించాయి, దుర్యోధన, కర్ణ మరియు కౌరవ సేనాధిపతులకు వ్యతిరేకంగా నిలబడ్డాయి. దీప కాంతి ద్వారా, ఆ పటాలు పొడవైన నీడలను ప్రసారం చేశాయి, సంఘర్షణ యొక్క పరిమాణాన్ని ముందే చెప్పినట్లు.

యుధిష్ఠిరు (వణుకుతున్న స్వరంతో):

"నేను నిజంగా స్వచ్ఛమైన మనస్సాక్షితో వారిని నడిపించగలనా? చాలా విధులు నా నిర్ణయాలపై ఆధారపడి ఉన్నాయి, అయినప్పటికీ నా హృదయం రక్తపాతానికి అభ్యంతరం తెలుపుతోంది. ఇది నిజంగా దేవుళ్ళ సంకల్పమా? లేదా ఇది మన స్వంత పతనం, గర్వం మరియు కోపంతో తయారు చేయబడిందా?"

అతను భీముడిని సూచించే ముక్కపై తేలియాడుతున్నప్పుడు, అపరాధం యొక్క నొప్పి మండించింది - ద్రౌపదిపై చేసిన అన్యాయాలపై భీముడి కోపాన్ని అతను తెలుసుకున్నాడు.

అయినప్పటికీ, నైతిక స్పష్టత ద్వారా అణగదొక్కబడిన హృదయ విదారకం అతనికి సులభమైన మార్గం లేదని చెప్పింది.

బయట నుండి బలహీనమైన శబ్దం వినిపించింది - బహుశా ఒక సైనికుడు తన ఆయుధాన్ని సర్దుకుంటున్నాడు. వారితో మాట్లాడటానికి, వారికి హామీ ఇవ్వడానికి యుధిష్ఠిరు పెదవులు విడిపోయాయి. కానీ మాటలు చెప్పబడకుండా మరణించాయి. అతను దగ్గర్లో ఉన్న దిండుపై కూర్చున్నాడు, నిష్క్రియమైన మాటలు యుద్ధం యొక్క అనియంత్రిత ప్రేరణను అణిచివేయలేవని అతనికి గుర్తు చేసింది.

జ్ఞాపకాలు అతని ద్వారా ప్రవహించాయి: కృష్ణుడితో అర్జున కూటమిని ఏర్పాటు చేయడం, భీముడు ప్రతీకారం కోసం దాహం చెందడం, ద్రౌపది కన్నీళ్లు. ప్రతి జ్ఞాపకం అదే ప్రశ్నతో కలిసింది: ఎలా ఒక కుటుంబం లోతైన సంబంధంతో చాలా పరిష్కరించలేని విధంగా విడిపోతుంది?

అతను వారి వ్యూహాన్ని రూపొందించిన దైవిక అంతర్దృష్టి ఉన్న మిత్రుడైన కృష్ణుడి వైపు మనసును తిప్పాడు. కృష్ణుడు పాండవులు తమ సరైన వాటాను తిరిగి పొందాలని ధర్మం డిమాండ్ చేసిందని, దుర్యోధనుడి మొండితనం వారికి ఎటువంటి మార్గం లేదని ధృవీకరించాడు. యుధిష్ఠిరు కృష్ణుడి ప్రశాంతమైన స్వరాన్ని గుర్తుంచుకున్నాడు: "యుద్ధం భయంకరమైనది, కానీ కొన్నిసార్లు న్యాయాన్ని కాపాడటానికి అవసరం."

యుధిష్ఠిరు (గుసగుసలాడుతూ):

"కృష్ణా... నువ్వు విధి మరియు నీతి యొక్క చివరి స్థానాన్ని గురించి మాట్లాడుతున్నావు. అయితే నేను... నేను నా స్వంత వారితో పోరాడటం యొక్క దుఃఖాన్ని తొలగించలేను. నేను నాశనం చేయడం కంటే రక్షించాలనుకునే రాజు కాదా?"

అతను ప్రార్థనలో ఉన్నట్లుగా తన చేతులను మడవపట్టాడు, అవతార హామీలు కూడా అతనిలాంటి హింసించబడిన హృదయానికి శాంతిని ఇవ్వకపోవచ్చు.

క్షణం పాటు, అతను తన ఊహను ప్రత్యామ్నాయ వాస్తవికతను అర్థం చేసుకున్నాడు: దుర్యోధన మరియు యుధిష్ఠిరు కలిసి పాలన చేయడం, ఒకరి వాస్తవాన్ని గౌరవించడం, కరు

రాజవంశాన్ని అజేయం చేసే కూటములను ఏర్పరచడం. ఆ క్షణిక స్వప్నంలో, కర్ణ మరియు అర్జున సమానంగా సంభాషించారు, పోటీ కంటే గౌరవ బంధాన్ని ఏర్పరుచుకున్నారు. ద్రౌపది మరియు గంధారి రాజ భవన తోటల గుండా నడిచారు, తరాలను కలుపుతూ ఏకత్వ చిహ్నం. రెండు వంశాల పిల్లలు కలిసి ఆడుకుంటున్నారని, పూర్వీకుల కలహాలతో కలుషితం కానట్లు.

కానీ ఆ కల కరిగిపోయింది, నిరాశాజనక సత్యాన్ని వదిలివేసింది. శాంతియుత పరిష్కారం మాయలు అణగివేయలేని శత్రుత్వం ద్వారా అణగదొక్కబడిన క్షణిక కల్పనలు అని స్టోయిక్ గుర్తించింది.

రేపటి ఉదయం మార్చడానికి ఆ మాయలకు శక్తి లేదని అతను కన్నీళ్లను తుడిచివేయడం చూశాడు. "నిజంగా దైవిక జోక్యం లేదా?" అని అతను ఆశ్చర్యపడ్డాడు. "కుటుంబాలను ఏకం చేయడానికి కొంత విశ్వ సంరక్షకుడు లేదా దాటి వచ్చిన ప్రయాణికుడు కనిపించవచ్చా?" కానీ నిశ్శబ్దం మాత్రమే ప్రతిస్పందించింది.

యుధిష్ఠిరు (మెత్తని విలపం):

"ఒక సంకేతం వస్తే, దుర్యోధనుడు వెనక్కి తగ్గితే. నేను మళ్ళీ అతనిని సంప్రదిస్తే, అతను మళ్ళీ నన్ను నిర్లక్ష్యం చేస్తాడా? మన గర్వం రెండు వైపులా విరిగిపోలేదు, అయితే నేను గర్వం కంటే దుఃఖాన్ని కలిగి ఉన్నాను."

అతను వణుకుతున్న దీపం వైపు చూశాడు. రాత్రి లోతైనది, విశ్రాంతి అతన్ని కనుగొనవలసిన సమయానికి దగ్గరగా ఉంది. అయినప్పటికీ, అతని హృదయం శాంతిని నిరాకరించింది. ఏదైనా చర్చలు ఫలించలేదని స్టోయిక్ గుర్తించాడు. వారు ప్రార్థనలు, చర్చలు, విభాగాలను ప్రయత్నించారు - దుర్యోధనుడు వాటిని అన్నింటినీ తిరస్కరించాడు.

యుధిష్ఠిరు:

"ఈ రోజు యుద్ధం తిరిగి రాకుండా ఉధృతమవుతుందని నిజంగా ఉంటే, దేవుళ్ళు నిర్దోషులను చూసుకుంటారు. నా ప్రమాణం గౌరవంగా పోరాడటం, దారుణంగా కాదు. కానీ యుద్ధం ఎప్పుడైనా పూర్తిగా గౌరవంగా ఉండగలదా?"

బయట, నిశ్శబ్దం కావలి కూడా నిశ్శబ్దంగా ఉందని సూచించింది. బహుశా, ప్రతి సైనికుడు వారికి వీలైనంత విశ్రాంతిని పొందాడు, లేదా వారి స్వంత మార్గాలలో ప్రార్థించాడు.

చివరకు, అతను ఆచరణాత్మక వ్యూహాలను పరిగణించడానికి తనను తాను బలవంతం చేసుకున్నాడు. బహుశా దుర్యోధనుడిని బంధించడం లేదా కీలకమైన కౌరవ సేనాధిపతులను నిలిపివేయడం ద్వారా, వారు హింసను తగ్గించవచ్చు. కానీ కనిష్ట రక్తపాతాన్ని గురించిన మాయలు యుద్ధం విడుదల చేసే ముడి దారుణత వాస్తవికతతో ఘర్షించాయి. "శుభ్రమైన యుద్ధం" యొక్క మాయలు యుద్ధం విడుదల చేసే ముడి దారుణతను అణగదొక్కాయని అతను గుర్తించాడు.

యుధిష్ఠిరు (గుసగుసలాడుతూ):

"నేను భీష్ముడి మార్గంలో, ద్రోణుడి మార్గంలో నిలబడాలి... నేను ఎలా వణకకూడదు? వారు నా పెద్దలు, మార్గదర్శకులు, తండ్రీ గైడ్‌లు. అయితే యుద్ధం నన్ను మరణాంతక బలాన్ని ఎదుర్కొనేలా బలవంతం చేస్తుంది."

అతను తన దేవాలయాలను రుద్దుకున్నాడు, విరుద్ధ దిశలో ఉన్న అనేక గౌరవనీయమైన ముఖాలు పాండవుల తొలి పెంపకాన్ని రూపొందించాయనే క్రూర వైరుధ్యం.

అకస్మాత్తుగా, బయట గాలి గుడారం ప్రవేశ ద్వారం ఫ్లాప్‌ను కదిలించి, చల్లని గాలిని లోపలికి వచ్చింది. మంట ప్రమాదకరంగా తగ్గింది, ఆపై స్థిరపడింది. బలహీనమైన కాంతిని రక్షించడం ద్వారా - బహుశా చివరి ఆశ యొక్క చివరి వణుకును రక్షించడం ద్వారా - దాని చుట్టూ రక్షణాత్మక చేతిని ఉంచాడు యుధిష్ఠిరు. ఆపై అతను ఊపిరి పీల్చుకున్నాడు, ఒక దీపం కూడా రాత్రిని నిరోధించవచ్చు.

దైవికం వెంటనే జోక్యం చేసుకుంటుందని అతను దేవుళ్లకు ఒక చిన్న ప్రార్థన చేశాడు. అయితే భక్తి అతను సేకరించగలిగినది మాత్రమే.

చివరకు, యుధిష్ఠిరు కొంత విశ్రాంతి తీసుకోవడానికి తనను తాను బలవంతం చేసుకున్నాడు. లేచి, అతను పట్టికను క్రమబద్ధంగా శుభ్రం చేశాడు, పటాన్ని చుట్టడం, పటాలు తమ నిశ్శబ్ద బెదిరింపుతో ఇకపై అతన్ని ఎదుర్కోలేదు. అతను వాటిని చిన్న చెక్క పెట్టెలో పక్కన పెట్టాడు, వాటిని దూరంగా ఉంచడం వల్ల అవి ముందే చెప్పిన భయాలను తగ్గిస్తుంది.

యుధిష్ఠిరు (మృదువైన, రాజీపడిన గుసగుస):

"ఉదయం కాంతి యుద్ధం నిజంగా ఆపలేనిది అయితే కదలని సంకల్పంతో నన్ను కనుగొననివ్వండి. మరియు ఒక అద్భుతం వస్తే, అది త్వరగా రావచ్చు."

అలా అంటూ, అతను దీపం దీపం వాటిని జాగ్రత్తగా తగ్గించాడు.

గుడారం మరింత మృదువైన చీకటిలో మునిగిపోయింది. బలహీనమైన నక్షత్ర కాంతి కాన్వాస్ ద్వారా చొచ్చుకుపోయింది, యుధిష్ఠిరు రూపాన్ని వర్ణించడానికి సరిపోతుంది. అతను సరళమైన పడక మీద కూర్చున్నాడు, రక్తపాతం ముందు రాత్రి శాంత నిద్రను కనుగొనడానికి. అయినప్పటికీ, అతను తన శ్వాసను నెమ్మదిగా చేయడానికి బలవంతం చేశాడు, విశ్రాంతి నటిస్తూ, రాబోయే నైతిక మరియు శారీరక పరీక్షలకు అతను బలాన్ని పొందగలడు.

యుధిష్ఠిరు (శ్రవించేటట్లు):

"ఇది నిజంగా విధి అయితే, నేను ఈ దుఃఖ మార్గాన్ని గౌరవం మరియు జాలితో నడవనివ్వండి. పోరాడే వారందరూ అనవసరమైన దారుణతను క్షమించే కొంత కోడ్ కింద చేస్తారు."

అతని చుట్టూ, నిశ్శబ్దం లోతుగా ఉంది. బయట నుండి కొన్నిసార్లు గుసగుసలు గార్డు యొక్క గతం లేదా పోరాటంలో గుర్రాల బలహీనమైన ముద్రను సూచించాయి. యుద్ధం యొక్క ప్రవాహాన్ని తిప్పేందుకు ఒక క్షణిక నిశ్శబ్దం ఉండదనే మాయలను అణగదొక్కిన స్టోయిక్. గడిచిన ప్రతి క్షణం చివరి నిమిషంలో పరిష్కారం లేకుండా ఏ సందేశవాహకుడు లేదా విశ్వరూపమైన సంరక్షకుడు కనిపించరని నిర్ధారించింది.

యుధిష్ఠిరు తన మనసును తేలికగా తిప్పడానికి ప్రయత్నించాడు, అపరాధం నుండి సులభమైన విశ్రాంతి. దానికి బదులుగా, అతని శత్రువుల ముఖాలు - దుర్యోధన, కర్ణ, ద్రోణ, భీష్ముడు - చక్రీయ జ్ఞాపకంలో పునరావృతమవుతూనే ఉన్నాయి. ప్రతి జ్ఞాపకం ఒకప్పుడు పంచుకున్న బంధాలను కలిగి ఉంది, వారిని ప్రతికూలంగా ఎదుర్కోవలసిన విషాద అవసరత ద్వారా అణగదొక్కబడింది.

అతను ఊపిరి పీల్చుకున్నాడు, ప్రేమ ఈ చివరి గంటలో విజయం సాధించగలదని. హృదయ విదారకం యొక్క నీడలు అతని సగం-మూసివేసిన గాజును అణగదొక్కాయి. తేలికపాటి

నిద్రలోకి మరియు బయటికి తిరుగుతూ, గుడారం యొక్క అస్పష్టమైన నిశ్శబ్దం అతని తిరుగుతున్న విచారాలకు మరియు బలహీనమైన ఆశలకు గర్భాశయం వంటి కంచెను ఏర్పరుచుకుంది.

అంతరాయకరమైన సగం-కల స్థితులలో, అతను సోదరుడిగా అతనితో మాట్లాడుతున్న కర్ణ యొక్క మాయలను, ఇంద్రప్రస్థ ప్రాకారాలలో ఆశీర్వాదాలను మార్చుకుంటున్న ద్రౌపది మరియు గంధారి యొక్క మాయలను, లెథల్ ద్వేషం కంటే ఆటగాడి సాంగత్యంతో పోరాడుతున్న భీముడు మరియు దుశ్శాసనుల మాయలను చూశాడు. అయితే యుద్ధ రేఖలు తుదివి అనే జ్ఞానం కింద ప్రతి క్షణిక దృశ్యం విరిగిపోయింది.

చివరికి, అతను తన వైపు తిరిగాడు, ఉదయం కౌరవ శిబిరం నుండి శాంతి దూతతో రావచ్చు. దుర్యోధనుడి ముఖం గుర్తుకు వచ్చింది: ధృఢమైనది, అణగిపోనిది, చేదుతో నిండి ఉంది. యుధిష్ఠిరు పెదవులు వణుకుతున్నాయి, రెండు వైపులా ఒకటి ఇప్పుడు పడిపోతుంది.

యుధిష్ఠిరు (అంతర్గత వేదన):

"మనం ఈ సంఘర్షణ యొక్క విత్తనాలను ముందుగానే గుర్తించినట్లయితే... మనం కుట్రను మరియు గర్వాన్ని తొలగించినట్లయితే... బహుశా ఇలాంటిదేమీ ఉండదు. ఇప్పుడు, నేను చేయగలిగింది ముందుకు సాగడం, కృష్ణుడి మార్గదర్శకత్వాన్ని, నా సోదరుల విధేయతను మరియు మనం ఎలాగైనా ధర్మ మార్గంలో ఉంటామనే బలహీనమైన దారాన్ని నమ్మడం."

అతను మెత్తగా ప్రార్థించాడు, దేవుళ్ళు త్వరగా కుట్రను విప్పేస్తారు:

యుధిష్ఠిరు (ప్రార్థనాపూర్వక నిశ్శబ్దం):

"శాంతి లేనప్పుడు మాత్రమే పోరాడటానికి స్పష్టత ఇవ్వండి, లొంగిపోయిన వారిని క్షమించండి, కోపం నుండి నీతిమంతమైన చర్యకు నా సోదరులను నడిపించండి. యుద్ధం పూర్తి భయంతో జరిగితే, తర్వాత ఫలితం మరింత ప్రతీకారం కాకుండా పునరుద్ధరణ విత్తనాలను విత్తుతుంది."

రాత్రి కొనసాగింది. బయట, కావలి షిఫ్టులను మార్చింది, మరింత దీపాలను భర్తీ చేసింది, కానీ లోపల, దీపం పూర్తిగా తగ్గింది, యుధిష్ఠిరును దాదాపు పూర్తి చీకటిలో వదిలివేసింది.

అధ్యాయం 59

విధి సంభాషణ

సాయంకాలపు సూర్యకాంతిలో అడవి సమతలం నిశ్శబ్దంగా ఉంది, పక్షుల మృదువైన కిలకిల రావడం మరియు దట్టమైన ఆకుల ద్వారా తేలికపాటి గాలి వీచడం మాత్రమే ఆ నిశ్శబ్దాన్ని భంగపరిచాయి. ఒక పెద్ద బోదే చెట్టు మధ్యలో నిలబడి ఉంది, దాని విస్తారమైన కొమ్మలు సహజమైన వేదికలాగా ఉన్నాయి, ఇక్కడ యుధిష్ఠిరుడు, ధర్మ అని కూడా పిలువబడేవాడు, ఈ ఆత్మపరిశీలన క్షణాలను గడపడానికి ఎంచుకున్నాడు. కురుక్షేత్రంలో రానున్న సంఘర్షణకు సమయం నిరంతరం దగ్గరవుతున్నప్పటికీ, ఇక్కడ, ఆకుపచ్చ నిశ్శబ్దంలో, అతను తాత్కాలిక ఉపశమనం పొందాడు.

సాధారణ ధోతిలో, అతను రాజాభరణాలను విడిచిపెట్టాడు. రాజపోషాక బరువు నుండి విముక్తి పొంది, అతను రాకుమారుడి కంటే తపస్విలా కనిపించాడు—అతని గంభీరమైన ప్రతిబింబం అతని నుదుటిపై ఒత్తిడి గీతల ద్వారా అబద్ధం చెప్పబడింది. పక్షులు కూడా అతని అంతర్గత తుఫానును గ్రహించాయి, ఎందుకంటే అవి జాగ్రత్తగా ఉత్సుకతతో దగ్గరగా దూకాయి, వాటి మృదువైన ఉనికితో అతన్ని ఓదార్చినట్లు.

అతని వెనుక, కొంత దూరంలో, పాండవ శిబిరం విస్తరించి ఉంది: తాత్కాలిక నిర్మాణాలు, గుడారాల వదులైన నక్షత్రాల సమూహం, కౌరవులతో తుది ఘర్షణకు ఆధారంగా పనిచేసింది. రోజువారీ పనుల గుసగుస తక్కువ స్వరాలలో కొనసాగింది, త్వరలో యుద్ధం యొక్క శంఖారావం వారి అందరినీ యుద్ధభూమికి బలవంతం చేస్తుందనే జ్ఞానం దానిపై నీడ వేసింది. అయినప్పటికీ యుధిష్ఠిరుడు ఇక్కడే మందగించాడు, బోదే చెట్టు వృద్ధ ట్రంక్‌కు వాలుతూ, వడపోసిన సూర్యకాంతి అతని భుజాలపై చిందడానికి అనుమతించాడు.

యుద్ధం ఈ జ్వరం ఎలా చేరుకుందో అతని మనసు పోరాడింది. దుర్యోధనుని అపహరణలు మరియు అవమానాలతో పాండవులు నైతిక ఉన్నత స్థానాన్ని పొందారు. అయితే, వారి కారణం ఎంత ధర్మమైనదైనా, బంధువులతో పోరాడాలనే ఆలోచన యుధిష్ఠిరుని ఆత్మను కుళ్ళిపోయింది.

అతను కళ్ళు మూసుకుని, నెమ్మదిగా ఊపిరి పీల్చుకున్నాడు. "ఏదైనా ప్రత్యామ్నాయం లేదా?" అతను అంతర్గతంగా ఆశ్చర్యపడ్డాడు. "మనం నిజంగా ఒకప్పుడు గౌరవించిన బంధువులు, మేనమామలు మరియు ఉపాధ్యాయులతో బాణాలు మరియు కత్తులను మార్చుకోవాలా?" కృష్ణుని సలహా మరియు ధర్మ సూత్రానికి అతని అంకితభావం ఉన్నప్పటికీ, రక్తపాతం లేకుండా పరిష్కారం కోసం అతను ఎంతగానో కోరుకున్నాడు.

సూర్యకాంతి ఉన్న చిన్న భూమిని పరిశీలించడానికి తిరిగి, అతను విచారాల పెరుగుదలను అణచివేయడానికి ప్రయత్నించాడు. కొంత విశ్వరూపమైన ప్రోత్సాహం యుద్ధం చేస్తున్న కుటుంబాలను ఏకం చేస్తే సరిపోతుంది. కానీ గర్వం, పాత పగలు మరియు విధి గందరగోళం ప్రతి క్షణిక శాంతి ప్రకాశాన్ని నీడలో ఉంచాయి.

అకస్మాత్తుగా, ఒక స్వరం వినిపించింది—మృదువైనది కానీ ధ్వనించేది—అడవి సాధారణ నిశ్శబ్దానికి విదేశీ ఉనికిని సూచిస్తుంది:

"ధర్మ..."

ఆ ఏకైక పదం యుధిష్ఠిరుని ఆలోచనల నుండి ఆశ్చర్యపరిచే నిశ్చయాత్మక శాంతతను కలిగి ఉంది. అతను తన భుజం మీద చూశాడు, బహుశా అతన్ని తీసుకెళ్ళడానికి వచ్చిన భీముడు అని ఆశించాడు. దానికి బదులుగా, అతను మానవుడు లేదా అర్ధదేవత అతను ఎదుర్కొన్న ఏదైనా వ్యక్తితో భిన్నంగా ఉన్న ఒక సంస్థ యొక్క గాజులో తాను చిక్కుకున్నట్లు కనుగొన్నాడు.

తేలికపాటి ప్రతిబింబించిన సూర్యకాంతిలో స్నానం చేస్తూ, ఒక లోహపు పాత్ర సమతలంలోకి ముందుకు సాగింది. దాని పొడవైన ఫ్రేమ్ మృదువైన లోహపు ప్లేటింగ్‌తో మెరిసింది, కొన్ని భాగాలు నీలం-తెల్లని శక్తి ప్రసరించడాన్ని వెల్లడించేంత పారదర్శకంగా ఉన్నాయి. కళ్ళు

ఉండవలసిన చోట, ప్రకాశవంతమైన కటకాలు మసకగా ప్రకాశించాయి, ఒక ఉత్సుకత, కళ్ళు మూసుకోని చూపును అందించాయి.

యుధిష్ఠిరుడు ఉద్రేకపడ్డాడు, అతను తన నడుము వద్ద బిగించిన చిన్న కత్తి యొక్క హిల్ట్ వద్ద చేతిని ఉంచాడు. అతను చతురమైన శత్రువులచే ప్రేరేపించబడిన మాయలను ఎదుర్కొన్నాడు మరియు మానవ జ్ఞానం కంటే అతీతమైన శక్తులను చూశాడు. కానీ ఈ జీవి యొక్క ఆవరణ ద్వేషం లేదా దేవతలు లేదా అసురులతో గుర్తించదగిన సమలేఖనం ఏదీ వెల్లడించలేదు.

యుధిష్ఠిరుడు (శాంతంగా కానీ జాగ్రత్తగా):

"అపరిచితుడా, నువ్వు కలహంతో భారమైన నేలపై అడుగుపెట్టావు. నన్ను 'ధర్మ' అని పిలవడానికి నువ్వు ఎవరు మరియు నువ్వు నా ఒంటరితనానికి ఎందుకు అనుమతి లేకుండా వచ్చావు?"

ఆ పాత్ర ఆగిపోయి, గౌరవంగా దాని తల వంచింది. అది మాట్లాడినప్పుడు, దాని స్వరం స్థిరమైన లయను ఉత్పత్తి చేసింది, కొలిచే పరికరాలను గుర్తుచేస్తుంది.

???:

"నేను కపాలేశ్వరుడు. నేను దూర భవిష్యత్తు నుండి, మీ యుగంలో ఇక్కడ ప్రారంభించబడిన సంఘటనలచే నాశనం చేయబడిన ప్రపంచం నుండి కాలం అంతటా ప్రయాణిస్తున్నాను. నా లక్ష్యం కురుక్షేత్ర యుద్ధం కంటే విధ్వంసం ఎక్కువగా ఉన్న అంతిమ విపత్తును నిరోధించడం. నేను మీ సహాయం కోసం వెతుకుతున్నాను, యుధిష్ఠిరుడు."

యుధిష్ఠిరుడు ఒక కనుబొమ్మను వంచి, ఆశ్చర్యం యొక్క అతి చిన్న మెరుపును మాత్రమే విడిచిపెట్టాడు. బోదే చెట్టు ఆకులు పైకి చలించాయి, నిశ్శబ్దాన్ని భూమి అంతటా నీడల తాత్కాలిక తిరుగుముఖంగా మార్చాయి.

యుధిష్ఠిరుడు (జాగ్రత్తతో):

"భవిష్యత్తు నుండి? అప్పుడు వర్తమానం ఎంత అస్థిరంగా ఉందో మీకు తెలుసు. దుర్యోధనుని గట్టిపట్టు మనల్ని బంధువులతో పోరాడటానికి బలవంతం చేస్తుంది. కృష్ణుడు స్వయంగా విధి

మనల్ని యుద్ధానికి నడిపిస్తుందని హెచ్చరిస్తున్నాడు. నువ్వు నా దగ్గర ఏమి కోరుకుంటున్నావు?"

కపాలేశ్వరుడు దగ్గరగా వచ్చాడు, యాంత్రిక కీళ్ళు మసకగా తిరుగుతున్నాయి. తగ్గిన అడవి వెలుతురులో, ఫ్లేటెడ్ పాత్ర అన్యదేశీయంగా మరియు అసాధారణంగా గౌరవంగా కనిపించింది, అతను యుధిష్ఠిరుడు పట్టుకున్న నైతిక ఉనికితో కమ్యూనియన్ కోరుకుంటున్నట్లు.

కపాలేశ్వరుడు:

"నేను దుర్యోధనుడిని సందర్శించాను. మీరు—పాండవులు—నిష్ప్రతిఘటనగా లొంగిపోయే వరకు అతను ఈ యుద్ధాన్ని ఆపడు. మొత్తం సంఘర్షణ మానవజాతిని బలహీనపరుస్తుంది, దానిని చాలా పెద్ద ముప్పుకు గురిచేస్తుందని నా ప్రయోజనం నాకు చెబుతుంది. మరొక ముప్పు క్షితిజం వెలుపల ఉంది, అది మీ పోటీలను అధిగమిస్తుంది. మీ ప్రపంచం అన్నింటినీ నాశనం చేయడానికి ప్రయత్నిస్తున్న దుష్ట శక్తికి వ్యతిరేకంగా బలంగా నిలబడటానికి నేను మీరు మరియు కౌరవులను ఏక క్రింద ఏకం చేయడానికి వచ్చాను."

యుధిష్ఠిరుని మనస్సులో స్థిరమైన ప్రతిబింబం క్షణం తేలింది, విశ్వరూపమైన ప్రయాణికుడు వారు ఒకప్పుడు కోరుకున్న ఏకత్వాన్ని ప్రయత్నించడం యొక్క విషాదాత్మక విరోధాభాసాన్ని గుర్తిస్తుంది. కానీ గర్వం యొక్క ముళ్ళు మరియు పశువుల జూదం ఫియాస్కో చాలా లోతుగా కత్తిరించబడ్డాయి.

యుధిష్ఠిరుని ముఖం గంభీరంగా మారింది:

యుధిష్ఠిరుడు:

"కాబట్టి దుర్యోధనుడు నా లొంగిపోవడాన్ని డిమాండ్ చేస్తున్నాడు. నేను అనుకున్నట్లుగానే ఉంది. కానీ నేను చేయలేను. నా సోదరులకు, మా కారణానికి నా విధులు, అతని ముందు నమస్కరించడం నుండి నన్ను నిషేధిస్తున్నాయి. మీరు విపత్తు ఈ యుద్ధం కంటే చిన్నది కాదని చెబుతున్నారు, కానీ దుర్యోధనుని గర్వాన్ని మాత్రమే వంచగలదా లేదా మనం కలిగి ఉన్న పగను అణచివేయగలదా అని నేను ప్రశ్నిస్తున్నాను. మనం యుద్ధభూమి నుండి దశల దూరంలో ఉన్నాము."

బోదే చెట్టు అడుగుభాగాన చుట్టూ తిరుగుతూ, యుధిష్ఠిరుడు కాపాలికారణ్‌కు దగ్గరగా వచ్చాడు, అతన్ని మరింత క్షుణ్ణంగా అధ్యయనం చేయడానికి.

యుధిష్ఠిరుడు:

"మీ శక్తులు మరియు ప్రయోజనాలు ఈ సంఘర్షణను అధిగమించే నైతిక సంక్లిష్టతలను అధిగమించవు. దుర్యోధనుని గట్టిపట్టు నాకు చాలా తక్కువ ఎంపికను వదిలింది. నేను లొంగిపోతే, నా సోదరులు దానిని ధర్మం యొక్క ద్రోహంగా భావిస్తారు. ద్రౌపది అవమానం పొందినట్లుగానే ఉంటుంది, న్యాయం జరగదు. నేను సులభంగా మోకరించలేను."

కపాలేశ్వరుడు ఒక గుడిసెలో ఉన్నట్లుగా, సానుభూతితో ఉన్నట్లుగా కనిపించే చర్యలో ప్రకాశవంతమైన కాంతి శాస్త్రం మసకబారాయి. రెండు వైపులా ఎంత గట్టిపట్టుగా ఉన్నాయో తెలుసుకోవడానికి అతను దుర్యోధనుడితో తన మాటల నుండి సరిపోతుంది.

కపాలేశ్వరుడు (తగ్గించబడిన స్వరం):

"నేను మీ ప్రేమ బంధాలను లేదా మీ ఇంటిపై జరిగిన అవమానాలను తక్కువగా అంచనా వేయాలని కోరుకోను. కానీ మీ సంఘర్షణ పరస్పర నాశనాన్ని తీసుకువస్తే, మీ ఊహకు అతీతమైన శక్తులు ఆ నాశనాన్ని దోచుకుంటాయి. నేను మళ్ళీ ఆలోచించమని అడుగుతున్నాను. పాక్షిక రాజీ కూడా నేను చూసిన అత్యంత చెత్త సమయరేఖను నివారించవచ్చు."

దుఃఖం యొక్క మెరుపు యుధిష్ఠిరుని నోటి వద్ద కదిలింది:

యుధిష్ఠిరుడు:

"పాక్షిక రాజీ... అయ్యో, మనం ప్రయత్నించాము. కృష్ణుడు దుర్యోధనుడిని కనీస నిబంధనల కోసం వేడుకున్నాడు. అతను ఐదు గ్రామాలను కూడా తిరస్కరించాడు. గర్వం అన్ని కారణాలను నీడలో ఉంచింది. మరియు ఇప్పుడు నేను ప్రతిదీ వదులుకోమని అడుగుతున్నావు? నా హృదయం కాదని చెబుతోంది. స్థిరమైన ప్రతిబింబం మిగిలి ఉంది, ఎందుకంటే ప్రతి వైపు చాలా పట్టుదలగా ఉన్నప్పుడు ఈ ద్వేషాన్ని ఎలా అణిచివేయగలం?"

అడవి కీటకాల దూరపు చిట్కారం మాత్రమే విరిగిపోయిన నిశ్శబ్దం స్థిరపడింది. సూక్ష్మ ఉద్రిక్తత గ్లేడ్‌లో పగిలింది, బోదే చెట్టు మరియు భూమి ఈ మార్పిడిని విన్నట్లుగా. యుధిష్ఠిరుని వ్యక్తీకరణను అన్వేషించు చేస్తూ, కపాలేశ్వరుడు అతని స్థానాన్ని సర్దుకున్నాడు:

కపాలేశ్వరుడు:

"దుర్యోధనుని డిమాండ్ల కింద ఏకత్వం అసాధ్యమైతే, మీరు కొత్త మార్గాన్ని రూపొందించగలరా? భవిష్యత్తును నాశనం చేసే విపత్తు సింహాసనాన్ని పట్టించుకోదు. ఈ యుద్ధ ఫలితం, ఏ వైపు గెలిచినా, భూమిని బలహీనపరుస్తుంది, మానవ దృష్టికి అతీతంగా ఉన్న అదుపులేని ముప్పుకు గురవుతుంది."

యుధిష్ఠిరుడు తన పెదాలను కలిపాడు, విధి గురించి కృష్ణుని మాటల బరువును గుర్తుకు తెచ్చుకున్నాడు. స్థిరమైన ప్రతిబింబం అతనిలో మళ్ళీ కలిగింది, విధి సంఘటనల ప్రతి మలుపును ఎలా నింపిందో గుర్తిస్తుంది.

యుధిష్ఠిరుడు (మృదువుగా):

"నేను ఒక గోడపై నిలబడి ఉన్నాను. నేను దుర్యోధనుని డిమాండ్‌ను తిరస్కరిస్తే—మరియు నేను చేయాలి—అప్పుడు యుద్ధం ముందుకు సాగుతుంది. నేను పోరాడితే, అనంతమైన కుటుంబాలు తండ్రులు, కుమారులు, మార్గదర్శకులను కోల్పోతారు. అయితే నేను ఆయుధాలను విడిచిపెడితే, నా సోదరులను ప్రేరేపించే న్యాయం యొక్క ప్రమాణాన్ని నేను వెలివేస్తాను. నాకు దుఃఖం లేని మార్గం కనిపించడం లేదు."

అతని స్వరం హృదయ విదారకంగా వణుకుతోంది, అతను శాంతతను కాపాడుకోవడానికి ప్రయత్నించినప్పటికీ. కపాలేశ్వరుడు ఆగిపోయాడు, నైతిక గందరగోళాన్ని విశ్లేషిస్తున్నాడు:

కపాలేశ్వరుడు:

"మరియు మీరు మీ చివరి ఆశను కృష్ణుని మార్గనిర్దేశంలో ఉంచుతున్నారా, అవునా? నేను గ్రహించిన దాని నుండి, మానవ ప్రేమ మరియు విశ్వరూపమైన డిజైన్‌ను అనుసంధానించే ఏకైక వ్యక్తి అతను."

ప్రభువు కృష్ణుని ప్రస్తావన వద్ద యుధిష్ఠిరుని కళ్ళలో మసక వెలుతురు ప్రకాశించింది:

యుధిష్ఠిరుడు (పటిష్టంగా మోదులు):

"అతను సాధారణ రథసారథి లేదా రాజకీయ నాయకుడు కాదు. కృష్ణుని దృష్టి మానవ కాలాలను అధిగమిస్తుంది. భవిష్యత్తు నుండి మీ అధునాతన ప్రయోజనం భయంకరంగా ఉండవచ్చు, కపాలేశ్వరుడు, కానీ కృష్ణుడు మానవ చాతుర్యం మరియు విశ్వరూపమైన మాయలకు అతీతంగా చూస్తాడు. మీరు నిజంగా మానవజాతిని రక్షించాలనుకుంటే, యుద్ధభూమిలో అతన్ని కనుగొనండి. అతను మాత్రమే విధిని రూపొందించగలడు లేదా మార్చగలడు."

కపాలేశ్వరుడు జాగ్రత్తగా తర్కంతో దీన్ని ప్రాసెస్ చేశాడు, మాయోన్, అనిశ్చిత విశ్వరూపమైన ఆర్కెస్ట్రేటర్ గురించి అఖండుడు హెచ్చరికలను గుర్తుకు తెచ్చుకున్నాడు. కృష్ణుడు నిజంగా విధ్వంసంచేత నాశనం చేయబడిన భవిష్యత్తు నుండి ఏదైనా అధునాతన ప్రయోజనాన్ని అధిగమించగలరా?

కపాలేశ్వరుడు:

"కాబట్టి మీరు దుర్యోధనుడు కాదు, కానీ కృష్ణుడు యుద్ధం చేస్తున్న ఇళ్లను ఏకం చేయగలడు అని మీరు ధృవీకరిస్తున్నారా? అప్పుడు నా తదుపరి దశ స్పష్టంగా ఉంది: నేను కురుక్షేత్ర పంక్తులలో అతన్ని కనుగొనాలి. అతను ఏకత్వానికి పిలిస్తే, మీరు అతని ఆజ్ఞను పాటిస్తారా?"

నిశ్శబ్దం యుధిష్ఠిరుని స్వరంలో రంగు వేసింది:

యుధిష్ఠిరుడు:

"కృష్ణుడు స్నేహితుడు, గురువు, ధర్మ యొక్క అవతారంగా నిలబడ్డాడు. అతను నన్ను ఏకం చేయమని లేదా కౌరవులను క్షమించమని ఆదేశిస్తే, నేను అతన్ని పాటిస్తాను. పూర్తిస్థాయి యుద్ధం తెచ్చే దుఃఖాన్ని నేను అంధుడిని కాదు. కానీ దుర్యోధనుని స్థానం భయంకరంగా ఉందని తెలుసుకోండి. కృష్ణుడిలాంటి శక్తి మాత్రమే ఆ గ్రానైట్ గర్వాన్ని మార్చగలదు."

కపాలేశ్వరుడు కొలిచిన వంపును అందించాడు:

కపాలేశ్వరుడు:

"నేను అర్థం చేసుకున్నాను. యుధిష్ఠిరుడా, కృష్ణుని మార్గనిర్దేశాన్ని గౌరవించడానికి మీ సంసిద్ధత నాకు ఆశను ఇస్తుంది. దుర్యోధనుడు నన్ను తిరస్కరించినప్పటికీ, బహుశా కృష్ణుని సమక్షంలో సమన్వయం ఉద్భవించవచ్చు. స్థిరమైన ప్రతిబింబం ఏ మానవ చాతుర్యం సరిపోతుందో అని ఆశ్చర్యపడింది, కానీ బహుశా కృష్ణుడిలాంటి వ్యక్తి యొక్క అంతర్గత ప్రోత్సాహం మీ రాజ్యాన్ని ఏకం చేయవచ్చు."

యుధిష్ఠిరుడు దగ్గరగా వచ్చి, ప్రయాణికుని లోహపు చేతిపై మెల్లగా చేతిని ఉంచాడు:

యుధిష్ఠిరుడు (నిజాయితీ):

"వెళ్ళు, అప్పుడు. కురుక్షేత్ర క్షేత్రంలో అతన్ని వెతకు. కానీ సిద్ధంగా ఉండు—ఈ యుద్ధం మనం పరించగలిగిన దానికంటే పాత కర్మతో ముడిపడి ఉంది, మరియు కృష్ణుడు కూడా దాని అవసరాన్ని విలపిస్తున్నాడు. అయితే మీ అధునాతన ప్రయోజనం కుటుంబాలను అనుసంధానించడానికి సన్నని అవకాశాన్ని అందించినట్లయితే, కృష్ణుడు ఆ అవకాశాన్ని వాస్తవికతగా మార్చవచ్చు."

ఆ సమయంలో, గాలి బోదే చెట్టు కొమ్మల గుండా ప్రవహించింది, వారిని చిందరవందర సూర్యకాంతితో చల్లించింది. కపాలేశ్వరుడు యొక్క ప్లేటింగ్ మెరిసింది, ట్రంక్ బెరడు మీద చిన్న ప్రకాశాలను ప్రతిబింబిస్తుంది. అతను వెనుకకు జరిగాడు, యాంత్రిక అవయవాలు మృదువుగా తిరుగుతున్నాయి:

కపాలేశ్వరుడు:

"అప్పుడు నేను యుద్ధభూమికి బయలుదేరుతాను. నేను మీ దృక్కోణాన్ని వివరిస్తాను, యుధిష్ఠిరుడు—దుర్యోధనుడికి లొంగిపోవడం సాధ్యం కాదు. కొత్త మార్గం ఏర్పడదో లేదో కృష్ణుడి నుండి తెలుసుకోనిద్దాం. సరళమైన పరిష్కారాల భ్రమలను హృదయ విదారకం అధిగమించినప్పటికీ, నేను వదులుకోను."

యుధిష్ఠిరుడు ఒక బాధాకరమైన సగం నవ్వును అందించాడు, స్థిరమైన ప్రతిబింబం అనంతమైన రాజనాయకులు మరియు అర్ధదేవతలు పడిపోయిన చోట ప్రయాణీకుడు విజయం సాధించవచ్చనే భ్రమలను అధిగమిస్తుంది:

యుధిష్ఠిరుడు:

"నేను మీ ప్రయత్నాన్ని ఆశీర్వదిస్తున్నాను. సమన్వయం ఆ గందరగోళంలో ఉద్భవించినట్లయితే, నేను మార్గంలో నిలబడను. ప్రస్తుతానికి, నేను నా సోదరులతో ఉండనివ్వండి, యుద్ధపు డిమాండ్లకు సిద్ధం చేయండి. దేవతలు మీకు మార్గదర్శకత్వం చేయనివ్వండి."

కపాలేశ్వరుడు ఒక వంపును అందించాడు, ఒక చేతిని పైకెత్తి, అతని లోహపు అవయవంపై దాగి ఉన్న విభిన్న తలమును తాకింది. వెంటనే, సూక్ష్మమైన గుసగుస గాలిని నింపింది. మధ్యాహ్న సూర్యకాంతి అతని చుట్టూ పగిలింది, అతని వెనుక మెరిసిపోయే నమూనాల పారదర్శక వలయంగా ఏర్పడింది. అంతర్గత శక్తుల తిరుగుదల ద్వారా అంతరాయం కలిగినట్లుగా అడవి నేలపై ఆకులు చలించాయి.

కపాలేశ్వరుడు (స్థిరమైన స్వరం):

"విదాయం, యుధిష్ఠిరుడు. నేను ఏదైనా ఏకత్వాన్ని రూపొందించడంలో విజయం సాధించినట్లయితే, నేను తిరిగి వస్తాను. మీరూ సిద్ధం చేసుకోండి: ఒక మార్గం ఉద్భవించినట్లయితే, మీరు దాన్ని త్వరగా పట్టుకోవాలి. సమయం తక్కువ."

యుధిష్ఠిరుడు తన కళ్ళను ప్రకాశవంతమైన వలయం నుండి రక్షించాడు:

యుధిష్ఠిరుడు (నిశ్శబ్ద నిజాయితీ):

"వెళ్ళు, కపాలేశ్వరుడు. మీ తర్కం మరియు కృష్ణుని విశ్వరూపమైన దృష్టి మీరు చెప్పే భవిష్యత్తును రక్షించడానికి కలిసిపోవచ్చు. నా ప్రార్థనలు మిమ్మల్ని అనుసరిస్తున్నాయి."

ప్రతిబింబిత వెలుతురులో ఒక పేలుడులో, కపాలేశ్వరుడు రూపం వలయంలోకి కరిగిపోయింది, ఆపై మెల్లగా గుసగుసతో కూలిపోయింది. చిందరవందర సూర్యకాంతి, బోదే

చెట్టు ఆకులు మరియు ట్రంక్‌కు వాలుతూ యుధిష్ఠిరుడు మాత్రమే సమతలంలో మిగిలి ఉన్నాయి, సంక్లిష్ట భావోద్వేగాల తిరుగుబాటులో ఊపిరి పీల్చుకుంటుంది.

అతను మళ్ళీ ఒంటరిగా ఉన్నాడు, కాని ముందులా కాదు. ప్రయాణికుని మాటలు ప్రతిధ్వనించాయి: కురుక్షేత్ర యుద్ధం కంటే మరింత విధ్వంసక నాశనం ఎటువంటి సమన్వయం లభించకపోతే వేచి ఉంది. యుధిష్ఠిరుడు యుద్ధం చేయడానికి బలవంతం చేస్తున్న విశ్వరూపమైన ప్రోత్సాహం యొక్క భావనను తార్కికంగా వివరించడానికి ప్రయత్నించాడు, బాహ్య ముప్పు యొక్క కొత్త ప్రకటనలతో అధిగమించబడింది.

మళ్ళీ గడ్డి మీద కూర్చుంటూ, యుధిష్ఠిరుడు తన దృష్టిని పైకి మళ్ళించాడు, క్షణం తక్కువగా బోదే చెట్టు యొక్క దట్టమైన కొమ్మలను కలుస్తుంది. మృదువైన ఆకుపచ్చ ఆకులు సూర్యునిలో మెరిసిపోయాయి, మానవ కళ్ళకు అంతర్గతమైన విశ్వరూపమైన మాసిక్‌ను ప్రతిబింబిస్తున్నట్లు.

యుధిష్ఠిరుడు (గుసగుస):

"కృష్ణా... ఈ ప్రయాణికుడు నిన్ను వెతుకుతున్నాడని, మా కుటుంబాలను వదులుకునే పరిష్కారాన్ని నువ్వు గీయగలవా? మేనమామలు, బంధువులు, స్నేహితులను చంపాలనే ఆలోచనతో నా హృదయం భారంగా ఉంది. బాహ్య ముప్పు ఉద్భవించినట్లయితే, మనం మన సాధారణ రాజ్యాన్ని రక్షించడానికి మన కత్తులను మళ్లించలేమా?"

పౌరాణిక దెయ్యాల వలె దుర్యోధనుని గర్వం ఎంత శక్తివంతమైనదో అతను గుర్తించాడు.

స్మృతి తిరగబడింది, కృష్ణుడు ఇప్పటికే శాంతి కోసం ప్రయత్నించాడు, దుర్యోధనుడు కనీసం చిన్న విభజనను కూడా తిరస్కరించాడని గుర్తుచేస్తుంది.

అధ్యాయం 60

ముందే చెప్పలేని చక్రవాతం

కాంతివంతమైన వైభవంతో కురుక్షేత్ర యుద్ధభూమిపై సూర్యుడు ఉదయించాడు, నారింజ మరియు రక్తవర్ణపు చారలతో క్షితిజాన్ని అలంకరించాడు. భూమి అన్ని దిశలలో విస్తరించింది, ధూళితో కూడిన గాలులు మరియు దిన యుద్ధాన్ని ప్రకటించే శంఖనాదాలతో చుట్టుముట్టబడిన ఒక విశాలమైన యుద్ధరంగం. ఈ విస్తారంలో, పాండవ మరియు కౌరవ సైన్యాలు భయంకరమైన వరుసలలో చేరి ఉన్నాయి. వేలాది మంది యోధులు - ధనుర్ధారులు, రథసారథులు, ఏనుగుపై ప్రయాణించేవారు మరియు పాదాచారులు - ప్రాణాంతక వాగ్దానంతో మెరుస్తున్న ఆయుధాలతో సిద్ధంగా ఉన్నారు. గాలిలో వ్యాపించిన ఉద్రిక్తత వల్ల గుఱ్ఱాలు భూమిని త్రవ్వాయి.

పాండవ వైపు, గట్టిగా గుంపులుగా ఏర్పాటు చేయబడిన యుద్ధ గుడారాలలో ఉదయం కార్యకలాపాలు జరుగుతున్నాయి. సైనికులు కవచాల పట్టీలను సర్దుకుంటున్నారు మరియు విల్లను సిద్ధం చేస్తుండగా, సేనాధిపతులు ఏర్పాట్లను తిరిగి తనిఖీ చేస్తున్నారు. తన రథం దగ్గర నిలబడి ఉన్న అర్జునుడు, భీముడు మరియు యుధిష్ఠిరులతో నిశ్శబ్దంగా చర్చిస్తున్నాడు, ప్రతి వ్యక్తి ముఖం వారిని ఇక్కడకు నడిపించిన అన్ని విషయాల బరువుతో చెక్కబడినట్లు ఉంది. కౌరవ వైపు, దుర్యోధనుడు తన తిరుగుతున్న యుద్ధ జెండా ముందు తిరుగుతున్నాడు, ప్రతి యోధుని కడుపులో ఉడికిపోతున్న అరికట్టలేని తీవ్రతకు సరిపోయే ఒక భయంకరమైన నిర్ణయం వెలువడుతోంది.

ఎగువన, సూర్యుడు వేగంగా ఎక్కుతున్నాడు, మంచు యొక్క చివరి అవశేషాలను దహిస్తున్నాడు. యుద్ధ శంఖాలు ధ్వనించాయి, ఈ రోజు మొత్తం తరాల విధిని నిర్ణయించగలదనే భావనను తీవ్రతరం చేస్తుంది. ఇప్పటికే, కర్ణుడు దుర్యోధనుని వైపు నిలబడి,

పాండవ వరుసలను అవిశ్రాంత దృష్టితో పరిశీలిస్తున్నాడు. అతని బంగారు కవచం సూర్యకాంతిని దాదాపు అతిసహజమైన ప్రకాశంతో పట్టుకుంది, గర్వం మరియు విధేయత ద్వారా రూపొందించబడిన విధిని ప్రతిబింబిస్తుంది.

అద్భుతమైన రథంపై, భగవంతుడు కృష్ణుడు అర్జునుని కోసం తెల్ల గుఱ్ఱాలను నడిపిస్తున్నాడు, అతని స్థితి రాజసంగతంగా ఉంది, అయితే ప్రశాంతంగా ఉంది. అతని పెదవులపై ఒక వంకర నవ్వు నాట్యం చేస్తోంది, అయితే అతని దృష్టి అంత ఒక విషాదకరమైన యుద్ధాన్ని చేయడానికి బలవంతం చేయబడిన మానవ హృదయాలపై లోతైన కరుణను చెబుతోంది. అర్జునుడు, నెమ్మదిగా ఊపిరి పీల్చుకుంటూ, ప్రసిద్ధ గంధీవ ధనుస్సును చేతిలో పట్టుకున్నాడు, ఆచరించాల్సిన పనిని చేయడానికి తన సంకల్పాన్ని ఏర్పరచుకున్నాడు, అది గౌరవనీయమైన పెద్దలతో మరియు ఒకప్పుడు ప్రియమైన బంధువులతో పోటీపడటం అయినప్పటికీ.

మనుషులు, జంతువులు మరియు రథాల ముడిపడిన వరుసల అంతటా, శంఖాలు రెండవసారి ఊదబడ్డాయి. డ్రమ్మర్లు లయబద్ధమైన బీట్లను వాయించారు, మరియు రెండు వైపుల నుండి శంఖాలు సమాధానం ఇచ్చాయి, ఒక శక్తివంతమైన గందరగోళాన్ని నేయాయి. కొంతమంది మనస్సులలో నిశ్శబ్ద ప్రతిబింబం క్షణికంగా వచ్చింది: ఒక రాజవంశం ఇక్కడ ఒకరినొకరు చంపుకోవడానికి ఎంత విచిత్రంగా కలుస్తుందో, విధి అలా అని వారు నమ్ముతున్నారు. అయితే ఈ క్షణానికి వారిని నడిపించిన అరికట్టలేని ప్రేరణను ఎవరూ వ్యతిరేకించడానికి ధైర్యం చేయలేదు.

కృష్ణుడు ఆ రోజు ఉద్రిక్తత యొక్క కంపనాలను అనుభవించాడు. అతను అర్జునుని వైపు తిరిగాడు, కరుణ మరియు ఖచ్చితత్వం మిశ్రమంతో కళ్ళు మెరుస్తూ:

కృష్ణుడు (మెల్లగా):

"అర్జునా, నీ మనస్సును స్థిరపరచు. మనం మానవ భ్రమలు మరియు విశ్వరూపమైన డిజైన్ కలిసి వచ్చే సరిహద్దులో నిలబడ్డాము. కర్ణుని పతనానికి సమయం అవసరమైతే నీ లక్ష్యం ధృఢంగా ఉంచు."

అర్జునుడు, కలవరపడినప్పటికీ నిర్ణయాత్మకంగా, గొంతుకు నిశ్శబ్దంగా ఓకే అని గుర్తుచేసుకున్నాడు. ద్రౌపదిపై జరిగిన అవమానాలను, కర్ణుని విధిని రూపొందించిన శాపాలను మరియు యుద్ధాన్ని అనివార్యం చేసిన అవిశ్రాంత గర్వాన్ని అతను గుర్తుంచుకున్నాడు.

కౌరవ వరుసల మధ్యలో, దుర్యోధనుడు ఒక రథసారథిని కర్ణునికి దూరంగా ఎస్కార్ట్ చేయమని సంకేతం ఇచ్చాడు. కర్ణుడు తన రథంలో రాజ పద్ధతిలో అడుగుపెడుతూ, యుద్ధభూమిని పరిశీలిస్తున్నాడు. ఉదయం ఎరుపు రంగు అతని రూపాన్ని సింహం వంటి మహిమలో వేసింది - జుట్టు వెనక్కి కట్టుకుని, స్థితి నిటారుగా, అతని చేతుల్లో ఒక శక్తివంతమైన ధనుస్సు. కర్ణుడు మరోసారి, విధి అతన్ని పాండవులను ఎదుర్కోవడానికి బలవంతం చేసిందని విచిత్రంగా అనిపించింది.

కర్ణుడు (దుర్యోధనునితో, స్థిరమైన స్వరంతో):

"నా స్నేహితుడా, ఈ పనిని నాకు అప్పగించావు. నేను వెనక్కి తగ్గను. అర్జునుడు ఆ మైదానం అంతటా నిలబడ్డాడు, మరియు నేను అతనిని సవాలు చేయడానికి ప్రమాణం చేస్తున్నాను. ఏమి జరిగినా సరే."

దుర్యోధనుడు సోదర బంధుత్వ విశ్వాస ప్రదర్శనలో కర్ణుని చేతిని పట్టుకున్నాడు:

దుర్యోధనుడు:

"నీ సర్వశక్తితో పోరాడు, కర్ణా. ఈ రోజు ఫలితం హస్తినాపుర భవిష్యత్తును ముద్రవేయవచ్చు."

సైన్యాలు కొలవబడిన దశల్లో ముందుకు సాగుతుండగా, ఉద్రిక్తత పెరిగింది. వేలాది మంది నడిచే పాదాల కింద ధూళి చుట్టుముట్టింది, ఉదయం మెరుపులో మెరుస్తున్న మేఘాలను ఏర్పరుస్తుంది. యుద్ధారావాలు మోగాయి, శంఖాలు మరియు శంఖాలు ఒక భయంకరమైన సింఫనీలో ధ్వనించాయి. ఒక గంభీరమైన రథంలో కృష్ణుడు నడిపిస్తుండగా, అర్జునుడు కర్ణుని ప్రత్యేకమైన బంగారు రూపం కోసం చూస్తూ నో-మ్యాన్స్-లాండ్‌లోకి ముందుకు సాగాడు.

కౌరవ సైన్యాన్ని దగ్గరగా చూడటానికి కృష్ణుడు తాడులను లాగి, వారి ప్రగతిని ఆపాడు. అప్పుడు, విశ్వరూపమైన ప్రేరణ ద్వారా మార్గనిర్దేశం చేయబడినట్లుగా, అర్జునుడు దూరంలో

కర్ణుడిని గుర్తించాడు, ఆవరణ సూర్యుని ప్రతిబింబంతో మెరుస్తూ ఉంది. అర్జునుని ఛాతీలో ఒక నిశ్శబ్దం ఏర్పడింది - ఇది యుద్ధం మలుపును నిర్ణయించే క్షణమని అతను గుర్తించాడు.

కృష్ణుడు అర్జునుని వైపు తిరిగాడు:

కృష్ణుడు (ప్రశాంతమైన స్వరం, తేలికపాటి తొందర):

"అర్జునా, సమయం దగ్గరగా ఉంది. కర్ణుడు కౌరవ శక్తి హృదయంలో నిలబడ్డాడు. మనం సమీపించుదాం, కానీ జాగ్రత్తగా ఉండండి. అతను సామాన్య శత్రువు కాదు. విధి మరియు శాపాలు అతని చుట్టూ పాముల వలె చుట్టుముడుతున్నాయి."

అర్జునుడు తన భుజాల మీదుగా గంధీవ ధనుస్సును బిగువుగా లాగి, గొంతుకు నిశ్శబ్దంగా ఓకే అన్నాడు. అతని మనసు జ్ఞాపకాలతో తిరుగుతూ ఉంది: కర్ణుని దుర్యోధనునికి అవిశ్రాంత విధేయత, ధనుర్విద్య పోటీలో అర్జునునితో అతని పోటీ, కర్ణుడిని కౌరవ వైపు విషాదకరమైన కీలకంగా లేబుల్ చేసిన విశ్వరూపమైన మూలాలను.

అర్జునుడు:

"కృష్ణా, నేను ఇప్పుడు అతన్ని ఎదుర్కోవలసి వస్తే, నేను వెనక్కి తగ్గను. అయితే నా హృదయం అతను అర్ధదేవత నైపుణ్యం మరియు ఒక అన్యమైన హీరో ఆత్మతో పోరాడుతున్నాడని తెలుసుకుంటుంది."

యుద్ధభూమి వారి చుట్టూ విడిపోయింది, రెండు వైపుల నుండి రథాలు ప్రమాదకర ఘర్షణను అంచనా వేస్తూ స్థలాన్ని ఏర్పాటు చేశాయి. సైనికులు ఆగిపోయారు, అసాధారణ పాండిత్యం కోసం ప్రసిద్ధి చెందిన ఈ రెండు ధనుర్ధారుల సమావేశంతో మంత్రముగ్ధులయ్యారు. చిన్న చిన్న చక్రవాతాలు లేచి, చెల్లాచెదురైన పాదముద్రలు మరియు గుట్టాల మార్గాల చుట్టూ నాట్యం చేశాయి. కౌరవ వైపు, దుర్యోధనుడు అవిశ్రాంత గర్వంతో విస్తారాన్ని చూస్తున్నాడు, కర్ణుని నైపుణ్యం అర్జునుని ప్రతిభను కూడా కూలద్రోవగలదని నమ్ముతున్నాడు.

అర్జునుని ఉనికిని గ్రహించిన కర్ణుడు తన రథాన్ని ముందుకు నడిపించాడు. అతని కళ్ళు కృష్ణునితో కలిసి రథం మీద ఉన్న అర్జునుని రూపంపై పడిపోయాయి. అతనిలో నిశ్శబ్ద

ప్రతిబింబం క్షణికంగా కనిపించింది: వారి చుట్టూ తిరుగుతున్న విశ్వరూపమైన భ్రమల ఉన్నప్పటికీ, వారిని ప్రాణాంతక పోరాటంలో కలవడానికి విధి ఏర్పాటు చేసిందా?

చివరకు, రెండు రథాలు కొద్ది దూరంలో ఆగిపోయాయి, ఒకరినొకరు పగిలిన నేల అంతటా ఎదుర్కొంటున్నాయి. నిశ్శబ్దం దిగజారింది. యుద్ధ శంఖాలు కూడా ఆగిపోయాయి, మొత్తం మైదానం ఊపిరి పీల్చుకున్నట్లుగా. కృష్ణుడు మరియు కర్ణుడు ఒక వేడి చూపును మార్చుకున్నారు, ప్రతి ఒక్కరూ మానవ డిజైన్‌కు మించిన శక్తులు వారి అడుగులను నడిపిస్తున్నాయని తెలుసుకున్నారు.

కృష్ణుడు (అర్జునునితో, ధృఢంగా కానీ మృదువైన ఆజ్ఞ):

"అర్జునా, నీ సంకల్పాన్ని ఉక్కులా చేసుకో. కర్ణుడు కౌరవ బలానికి శిఖరాగ్రంలో నిలబడ్డాడు. ఈ యుద్ధం ముగింపు కోసం సత్యంగా ప్రయత్నించు."

అర్జునుని గుణాలు గంధీవం చుట్టూ తెల్లబడ్డాయి. అతను జాగ్రత్తగా ఆలోచించి ఒక బాణాన్ని లాగి, దాన్ని సిద్ధం చేశాడు. అవసరమైతే తన స్వంత అరికట్టలేని ప్రక్షేపకంతో తిరిగి విడిచిపెట్టడానికి లేదా ప్రతిస్పందించడానికి భుజాలు సిద్ధం చేస్తూ కర్ణుడు లోతుగా ఊపిరి పీల్చుకున్నాడు.

సమయం నెమ్మదిస్తున్నట్లు అనిపించింది. అర్జునుడు ఊపిరి పీల్చుకుంటూ, తన యోధుని మనస్సును కేంద్రీకరించాడు. కృష్ణుడు తన ఊపిరిలో చివరి ఆహ్వానం చేస్తూ, వారిని కట్టిపడే సామరస్యాన్ని ప్రవహింపజేశాడు. అప్పుడు అర్జునుడు గంధీవాన్ని లేపి, బాణం ముదిరిన తలను చెవి వరకు లాగి, కర్ణుని హృదయం వైపు లక్ష్యంగా ఉంచాడు - అనేక విశ్వరూపమైన ఆర్కెస్ట్రేషన్లు బాణం వెళ్లాలని నిర్ణయించిన చోట.

కర్ణుడు అతని షాట్‌కు ప్రతిస్పందించడానికి లేదా అతని స్వంత అరికట్టలేని ప్రక్షేపకంతో ఎదుర్కోవడానికి తన ధనుస్సును సిద్ధం చేశాడు. మెరుపు దాడికి ముందు క్షణాలలోని ఉద్రిక్తత వలే నిశ్శబ్దం మరింత లోతెలుగుతుంది. పాండవ వైపు, వేలాది మంది ప్రేక్షకులు ఆశ్చర్యంతో నిశ్శబ్దంగా ఉన్నారు; కౌరవ వైపు, అదే నిశ్శబ్దం పాలించింది, ఆందోళన మరియు నిరసన చుట్టుముట్టాయి.

అర్జునుడు బాణాన్ని విడుదల చేశాడు. విడుదలైన శక్తి గుణం గాలిని చీల్చింది. ఆ హృదయ స్పందనలో, నిశ్శబ్ద ప్రతిబింబం ఉనికిలో లేదు - కర్ణుని ఛాతీకి నేరుగా మార్గాన్ని ఏర్పరచే ప్రాణాంతక ఉద్దేశ్యం మాత్రమే. కృష్ణుని అవిశ్రాంత ఆధ్యాత్మిక ప్రేరణ ద్వారా మార్గనిర్దేశం చేయబడిన బాణం అతిసహజ వేగంతో ఎగిరింది.

కర్ణుడు, గర్వంతో కళ్ళు మండుతున్నాడు, వెనక్కి తగ్గలేదు, ఏ బాణాన్ని కూడా అడ్డుకోవడానికి లేదా అధిగమించడానికి తన నైపుణ్యంలో విశ్వాసం ఉంచాడు. కానీ అది దగ్గరగా వచ్చేసరికి, భూత సంఘటన గాలి అంతటా చీల్చింది.

చుట్టుముట్టే మెరుపు కనిపించింది - తెలియని చక్రవాతం - చిన్నది కానీ అత్యల్ప శక్తితో పుట్రుతుంది. ఇది కర్ణుని ప్రయోజనం దగ్గర కనిపించలేదు, మెరుస్తున్న లైట్లు మరియు సూక్ష్మమైన చీకటి యొక్క ఒక క్షణిక చుట్టుముట్టటాన్ని ఏర్పరుస్తుంది. కర్ణుడిని ఛేదించడానికి కొన్ని అంగుళాల దూరంలో ఉన్న బాణం, కొన్ని అసాధ్యమైన అవరోధం ద్వారా పట్టుకున్నట్లుగా, అకస్మాత్తుగా మధ్యలో స్తంభించిపోయింది. యుద్ధభూమి అంతటా ఊపిరి ఆగింది.

అర్జునుడు, తన నోరు తెరిచి, ప్రతిస్పందనగా మరో బాణాన్ని లాగడానికి ప్రయత్నించాడు, కానీ అతని కళ్ళు ఆ నేలలేని అసాధారణతలో వణుకుతున్న, నిలిపివేయబడిన క్షిపణిపై పడ్డాయి. కృష్ణుని దృష్టి ఇరుకుదలయ్యింది, జాగ్రత్తగా అతని ముఖం అంతటా మెరుస్తూ ఉంది:

కృష్ణుడు (మెల్లని ఆశ్చర్యం):

"ఇది ఏ రకమైన శక్తి? నేను మానవ ఉపాయాన్ని లేదా ఏదైనా ప్రామాణిక దైవిక జోక్యాన్ని అనుభవించను."

చుట్టూ, రెండు సైన్యాల సైనికులు అడ్డగించి నిలబడి, ఆయుధాలను సగం దించారు. తన ప్రయోజనం నుండి కూడా దుర్యోధనుడు, గందరగోళం విజయంతో కలిసి ఉందని భావించాడు. ఏదైనా కర్ణుడిని అర్జునుని బాణం నుండి రక్షించి ఉంటే, కౌరవ కారణం క్షణికంగా సురక్షితంగా ఉంది. అదే సమయంలో, అర్జునుని వెనుక నుండి గమనించిన భీముడు మరియు యుధిష్ఠిరుడు గందరగోళంగా చూసుకున్నారు.

కర్ణుడు, ఆశ్చర్యపోయినప్పటికీ నిర్ణయాత్మకంగా, అతని చుట్టూ ఉన్న శక్తిని గ్రహించాడు. నిశ్శబ్ద ప్రతిబింబం అతని వెంటనే ప్రతిస్పందనలో ఎక్కడా కనిపించలేదు, పూర్తి ఆశ్చర్యంతో భర్తీ చేయబడింది. దాడి చేయాల్సిన బాణం కేవలం ఆగి, ఆ చుట్టుముట్టే అసాధారణత యొక్క అదృశ్య ప్రభావం కింద నేలపై సడలించబడింది.

కృష్ణుని స్వరం ఉద్రిక్తతతో ప్రతిధ్వనించేది:

కృష్ణుడు:

"అర్జునా, ఆపు. ఈ శక్తి నేను ప్రారంభించిన ఏ డిజైన్‌లోనూ భాగం కాదు. నేను కూడా దాని వెంటనే మూలాన్ని అర్థం చేసుకోలేను. జాగ్రత్తగా గమనించండి, ఎందుకంటే దాని వెనుక ఉన్న ప్రేరణ మన అందరికంటే మించి ఉండవచ్చు."

అర్జునుడు తదుపరి బాణంపై తన పట్టును సడలిస్తూ, గొంతుకు నిశ్శబ్దంగా ఓకే అన్నాడు. పైభాగంలో ఉన్న చుట్టుముట్టటం తీవ్రతరం అయింది, లేత రంగుల పల్సులతో మెరుస్తూ ఉంది. కొంత అత్యల్ప నిశ్శబ్దం వ్యాపించింది, మొత్తం యుద్ధభూమి ధ్వనిని నిశ్శబ్దం చేసే ఒక అదృశ్య తరంగం వలె. రెండు వైపులా ఉన్న సైన్యాలు మరింత విడిపోయాయి, దృగ్విషయాన్ని చుట్టుముట్టే సోదరులు వలె గుంపులను ఏర్పరుస్తాయి.

కర్ణుడు తన రథంలో స్థిరపడ్డాడు. ఇది సూర్యుడు, అతని తండ్రి నుండి వచ్చిన వరం, లేదా విచిత్రంగా అర్జునుని దెబ్బ నుండి అతన్ని రక్షించే మిగిలిపోయిన శాపమా? అతని కండరాలలో ఉద్రిక్తత ఉంది:

కర్ణుడు (ప్రత్యేకంగా ఎవరికీ గుసగుసలాడుతూ):

"నాకు మరియు అర్జునుని బాణానికి మధ్య ఏముంది? ఇది స్నేహితుడా లేక శత్రువా? దైవికమా లేక ఇతరమా?"

అర్జునుడు అవిశ్రాంత దృష్టితో, విశ్వరూపమైన ప్రేరణ యొక్క సూచనను అనుభవించడానికి ప్రయత్నించాడు కానీ అతను గుర్తించేది ఏమీ కనుగొనలేదు. కృష్ణుడు మెరుస్తున్న శక్తుల చుట్టుముట్టటాన్ని పరిశీలిస్తూ, అతని వ్యక్తీకరణ గంభీరంగా ఉంది.

పాండవ దళాలు ఆందోళనతో మారాయి, ప్రయోజనాన్ని స్వాధీనం చేసుకోవాలో లేదా నిష్క్రియాత్మకంగా ఉండాలో తెలియదు. వరుసల వెనుక నుండి, యుధిష్ఠిరుడు ఈ తెలియని శక్తి సమక్షంలో రోజు యొక్క జాగ్రత్తగా రూపొందించబడిన వ్యూహాలు విఫలమయ్యాయని గుర్తించాడు. కౌరవ వైపు, దుర్యోధనుడు మరియు అతని సేనాధిపతులు ఉపశమనం మరియు జాగ్రత్తతో చూస్తున్నారు, వారు కూడదీయాలా లేదా వారి స్థానాన్ని ఆక్రమించాలా అని తెలియదు.

కృష్ణుడు లోపలికి దృష్టి కేంద్రీకరించి ఊపిరి పీల్చుకున్నాడు. అతను అనేక విధిని నడిపించాడు, భ్రమలను సత్యం నుండి వేరు చేశాడు మరియు ధర్మాన్ని కాపాడటానికి తరచుగా సంఘటనలను నిర్వహించాడు. అయితే ఈ చుట్టుముట్టే అసాధారణత అతని వెంటనే పఠనాన్ని కూడా నిరసిస్తుంది.

కృష్ణుడు (నిశ్శబ్దంగా, అర్జునునితో):

"నిశ్శబ్దంగా ఉండు, పార్థ. ఈ క్షణం మానవ భ్రమలను అధిగమించింది. ఇది స్వయంగా తగ్గుతుందో లేదో లేదా మన పరిధికి మించిన తెలివితేటలను కలిగి ఉందో చూద్దాం."

నిశ్శబ్దం మధ్యలో, చుట్టుముట్టటం నిశ్శబ్ద తరంగాలలో పుట్రుతుంది. అర్జునుడు విడుదల చేసిన బాణం దాని ప్రాణాంతక ఆవరణను కోల్పోయి, నేలపై హానిచేయకుండా పడింది. కర్ణుడు ఉపశమనం మరియు గందరగోళాల మిశ్రమంతో ఛాతీ బిగుసుకుని ఊపిరి పీల్చుకున్నాడు. అతని దగ్గర ఉన్న సైనికులు భయంతో విడిపోయారు, చుట్టుముట్టటం ఊహించని విధంగా దాడి చేయవచ్చునని భావించారు.

కర్ణుడు (ఉద్రిక్తమైన స్వరంతో, దూరం అంతటా కృష్ణుడిని ఉద్దేశించి):

"ఇది నీ పని, మాధవా, నాతో ఆడుకోవడానికి? లేదా మధ్యలో బాణాన్ని ఆపే ఈ శక్తి గురించి మనం గందరగోళాన్ని పంచుకుంటున్నామా?"

కృష్ణుడు శాంతి సంకేతంగా చేయి లేపి, అరచేతిని బయటకు చూపించాడు:

కృష్ణుడు:

"నాకు తెలియదు, కర్ణా. ఈ చుట్టుముట్టటం నా డిజైన్‌కు లేదా నీ తండ్రి సూర్యుని సాధారణ వరాలకు చెందినది కాదు. మనం కొత్త నేలపై ఉన్నాము, వెంటనే వివరణను నిరసిస్తున్న దృగ్విషయాన్ని ఎదుర్కొంటున్నాము."

కొంతమంది పరిశీలకులలో నిశ్శబ్ద ప్రతిబింబం క్షణికంగా వచ్చింది, గొప్ప నిర్వాహకుడు కృష్ణుడు కూడా క్షణికంగా కోల్పోయాడని గుర్తించారు. చుట్టుముట్టే రంగు మరియు ఆకారం సూక్ష్మంగా మారింది, కానీ అది పై నుండి స్థానాన్ని నిర్వహించింది, అర్జునుని కోపం నుండి కర్ణుడిని కాపాడుతున్నట్లుగా.

దీనిని విచ్ఛిన్నం చేయడానికి ఎవరూ కదలలేదు, ప్రతి మనసు ఈ ప్రశ్నతో పోరాడుతోంది: కొంత విశ్వరూపమైన సంరక్షకుడు లేదా దాగి ఉన్న అవతారం యుద్ధం యొక్క ప్రాణాంతక అనివార్యతను అధిగమించాలని నిర్ణయించుకున్నారా? అయితే, అది వచ్చినంత వేగంగా అదృశ్యమవుతుందా లేదా వివాదాన్ని పూర్తిగా మార్చడానికి ఉంటుందా?

దుర్యోధనుడు మైదానం అంతటా కర్ణుని గందరగోళ వ్యక్తీకరణను చూసి ప్రోత్సాహాన్ని అరిచాడు:

దుర్యోధనుడు:

"కర్ణా, వెనక్కి తగ్గకు. దేవతలు కూడా అర్జునుని బాణం నుండి నిన్ను రక్షించడానికి జోక్యం చేసుకుంటే, మన కారణం అనుకూలంగా ఉంటుంది. నువ్వు చేయగలిగితే ప్రయోజనాన్ని పెంచు."

కానీ కర్ణుడు, ఇంకా నిశ్చయించుకోలేదు, తన బాణాన్ని అంధంగా విడుదల చేయడానికి నిరాకరించాడు, ఆ చుట్టుముట్టటం అతన్ని కూడా అడ్డుకుంటుందో లేదో లేదా అది లోతైన విశ్వరూపమైన జోక్యాన్ని సూచిస్తుందో లేదో తెలియదు. అతను తన స్థానంలో ఉండమని తన రథసారథిని సూచించడానికి చేయి లేపాడు.

కర్ణుడు:

"నేను అజ్ఞానంలో దాడి చేయను, దుర్యోధనా. ముందుగా ఈ దృగ్విషయం స్వభావాన్ని నేను గుర్తించాలి."

ఒకే ద్రవ చలనంలో, కృష్ణుడు అర్జునుడిని గంధీవ ధనుస్సును పూర్తిగా దించమని మార్గనిర్దేశం చేశాడు:

కృష్ణుడు:

"అర్జునా, ఆపు. మరో శక్తి ఈ క్షణాన్ని ఆదేశిస్తుంది. మనం దాన్ని మరింతగా ఉత్తేజపరచకూడదు. దాని ఉనికి నుండి సామరస్యం లేదా ఘర్షణ వస్తుందో లేదో నేను అంచనా వేయనివ్వండి."

అర్జునుడు, కర్ణుడు క్షణం కొరకు రక్షించబడ్డాడనే ఉపశమనం - మరియు అతని ప్రాణాంతక బాణం తెలియని శక్తి ద్వారా రద్దు చేయబడిందనే నిరాశ - రెండింటినీ అనుభవిస్తూ, గొంతుకు నిశ్శబ్దంగా ఓకే అన్నాడు.

అధ్యాయం 61

కపాలేశ్వరుడు ఆగమనం

అత్యంత భీకరమైన ఆయుధాల ఘర్షణల శబ్దం, అవిరామంగా కొనసాగుతున్న యుద్ధపు గర్జనల మధ్య, పాండవులు మరియు కౌరవుల సైన్యాలు విధి ప్రపాతం అంచున నిలబడి ఉన్నాయి. కురుక్షేత్ర యుద్ధభూమి - చాలా తరచుగా కేవలం మానవ యుద్ధానికి వేదికగా చిత్రీకరించబడింది - బదులుగా విశ్వ శక్తులు కలిసే విశాలమైన నాటకశాలగా వెల్లడి అవుతుంది, అదృశ్యమైన విధి ప్రవాహాలు తిరుగుతాయి మరియు దైవిక నటీనటులు కాలపు చరిత్రలో తమ విధిని లిఖించుకుంటారు. ఈ ఛార్జ్ క్షణంలో, ఏ సైనికుని మానవ అభిలాషల కంటే చాలా ఎక్కువ శక్తిని సూచించే శక్తితో గాలి గుణగణాలు చేస్తుంది.

అపారమైన ధనుర్ధారి మరియు పాండవుడు యోధుడు అర్జునుడు అతని బలమైన ధనుస్సును అవిరామమైన దృష్టితో గీస్తున్నప్పుడు, అతని హృదయం ఆశతో కొట్టుకుంటూ ఉంటుంది, అతని చుట్టుపక్కల వాతావరణం వివరణకు అందని శక్తితో కంపిస్తుంది మరియు కంపిస్తుంది. అతను దైవిక శక్తితో నింపబడిన బాణాన్ని విడుదల చేయబోతున్నాడనే అవగాహనతో అతని శరీరంలోని ప్రతి కండరం వణుకుతుంది - అతనికి భగవంతుడు శ్రీకృష్ణుడు స్వయంగా ప్రసాదించాడు. అయితే బాణం కర్ణ - విధి నిర్ణయించిన ప్రత్యర్థి వైపు ఒకే ఒక్క ప్రాణాంతక చాపంలో ఎగురుతున్నప్పుడు, ఒక అనిర్వచనీయ దృగ్విషయం సహజ క్రమాన్ని భంగపరుస్తుంది: తెలియని శక్తుల నుండి పుట్టిన ఒక తిరుగుతున్న వలయం యుద్ధభూమిలో కనిపిస్తుంది.

అర్జునుని అన్ని బలాన్ని ఉపయోగించి విడుదల చేయబడిన మరియు కృష్ణుని ఆకాశ శక్తి ద్వారా మార్గనిర్దేశం చేయబడిన బాణం మధ్యలో ఆగిపోతుంది. కాలరహిత క్షణంలో వేలాడదీయబడినట్లుగా, అది వేచి ఉంది, అదృశ్యమైన, బలమైన శక్తితో పెంచబడింది, అది

అస్తవ్యస్తంగా లేదా యాదృచ్ఛికంగా కనిపించదు. ఇది గాలి యొక్క మాయ లేదా ప్రకృతి యొక్క మాటలేదు; ఇది ఒక ప్రాచీనమైన, అనిర్వచనీయమైన శక్తి యొక్క అవతారం - మానవ అవగాహనను అధిగమించేది మరియు యుద్ధభూమి యొక్క పునాదిని కదిలించేది.

అప్పుడు, వలయం తీవ్రతరం అవుతున్నప్పుడు మరియు దాని అంచులు వివరణకు అందని రంగులతో మెరుస్తూ ఉన్నప్పుడు, ఒక జీవి దాని తిరుగుతున్న లోతుల నుండి వెలుపలికి అడుగు పెడుతుంది. నక్షత్రకాంతి మరియు నీడల నుండి చెక్కబడినట్లుగా ఉద్భవించి, కపాలేశ్వరుడు అనే రహస్యమైన వ్యక్తి తన నాటకీయ ఆగమనాన్ని చేస్తాడు. అతని ప్రవేశం మనోహరంగా ఉంటుంది, రహస్యంగా ఉంటుంది; అతను స్థలం మరియు సమయం యొక్క అచంచలమైన నియమాలను ఎదుర్కొంటున్నట్లు అనిపిస్తుంది, అతని చుట్టూ ఉన్న యుద్ధం యొక్క గందరగోళాన్ని తగ్గించే సమగ్రమైన, దాదాపు రాజీయ స్వభావంతో వలయం యొక్క ద్వారం దాటతాడు.

అతీతమైన ప్రకాశాన్ని ప్రసరించే ఆయుధాలతో కప్పబడి - దాని పాలిష్ చేయబడిన ఉపరితలాలపై ప్రతి తప్పు కాంతి కిరణాన్ని పట్టుకుంటుంది - మరియు ప్రాచీన జ్ఞానం మరియు అపారమైన రహస్యం యొక్క లోతైన కొలనులుగా కనిపించే కళ్ళతో, కపాలేశ్వరుడు అతని ముందు ఉన్న యుద్ధ ప్రాంతాన్ని పరిశీలిస్తాడు. అతని గాజు ద్వేషం లేదా సన్నిహితత్వం కాదు; అది పనిచేసే విశ్వ శక్తుల యొక్క సర్వవ్యాప్తమైన అవగాహన. ఆ ఒక్క లోతైన క్షణంలో, పాండవులు మరియు కౌరవుల బలగాలు ఆశ్చర్యం మరియు భయంతో ఒక అస్థిరమైన అలలను అనుభవిస్తాయి, ఈ ఒంటరి వ్యక్తి ఆగమనం విధి సమతుల్యతను మార్చిందని భావిస్తున్నాయి.

యుద్ధభూమిలో అతని ఘనమైన స్థానం నుండి, భగవంతుడు కృష్ణుడు తీవ్రమైన, చింతిస్తున్న ఆసక్తితో చూస్తాడు. ఈ రహస్యమైన అతిక్రమించిన వ్యక్తి యొక్క ప్రదర్శనను నమోదు చేసినప్పుడు దైవిక వ్యూహకర్త యొక్క కళ్ళు ఇరుకుగా మారతాయి. అతని మెడ తల వంచుతూ మౌనంగా విచారణ చేస్తుంది - విశ్వ రూపకల్పన యొక్క సూక్ష్మతలకు అప్రమత్తమైన మనస్సు గురించి మాట్లాడే చర్య. విశ్వ శక్తులు మరియు మానవ విధుల

పరస్పర చర్యను లెక్కలేనన్ని సార్లు చూసిన కృష్ణుడు ఈ అనుమతి లేకుండా వచ్చిన వ్యక్తితో ఆసక్తిగా మరియు జాగ్రత్తగా ఉంటాడు.

అర్జునుడు అతని శ్వాసను స్థిరపరిచి తన గండీవా ధనుస్సును నవీకరించబడిన నిర్ణయంతో గీసినప్పుడు, అతని ముఖం వీరత్వ ముసుగులో ఉంటుంది, కృష్ణుని సున్నితమైన చేయి శాంతింపజేసే చర్యలో అర్జునుని భుజంపై పడుతుంది. దైవిక ఉనికి మాట్లాడుతుంది, అతని స్వరం తక్కువగా మరియు ప్రతిధ్వనిస్తుంది, జాగ్రత్త మరియు ఆజ్ఞ రెండింటినీ కలిగి ఉంటుంది:

కృష్ణుడు (శాంతంగా):

"వెయిట్ అర్జునా. తొందరపాటు చర్యలు చేయవద్దు. ఈ శక్తి యొక్క నిజ స్వభావం మీకు ఇంకా తెలియదు. నేను ఈ విషయాన్ని చూసుకుంటాను."

అర్జునుడు, అతని కళ్ళు షాక్ మరియు అతని ప్రభువును పూర్తిగా నమ్మే యోధుని ఉగ్రమైన తక్షణ అవసరం రెండింటినీ ప్రకాశిస్తాయి, ఉత్సాహంతో సమాధానం ఇస్తుంది:

అర్జునుడు (షాక్, ఉత్సాహంగా):

"కానీ ప్రభూ, ఈ వ్యక్తి నా బాణాన్ని ఆపాడు - నేను అతన్ని అక్కడే నిలబడనివ్వాలా? నేను అతన్ని చంపుతాను, కృష్ణా, నేను ప్రమాణం చేస్తున్నాను."

ఖచ్చితమైనది కానీ సున్నితమైన ధ్వనితో, కృష్ణుడు జోక్యం చేసుకుంటాడు:

కృష్ణుడు (ఖచ్చితంగా):

"లేదు, అర్జునా, అతన్ని తక్కువ అంచనా వేయవద్దు. ఇది అంత సులభంగా వ్యవహరించాల్సిన వ్యక్తి కాదు. నేను ఈ పరిస్థితిని నిర్వహిస్తాను. నన్ను నమ్ము."

ప్రతిస్పందనగా, కృష్ణుడు దైవిక వ్యూహకర్త యొక్క శాంత స్వాధీనంతో ముందుకు అడుగు పెడతాడు. అనుగ్రహంగా, అతను తన చేతిని లేపి తన ఆకాశ ఆయుధాల పూర్తి కొలతను పిలుస్తాడు. పై ఆకాశం మెరుస్తూ ఉంటుంది, అత్యంత విధ్వంసం యొక్క ఆయుధం అయిన శక్తివంతమైన విష్ణు చక్రం కనిపిస్తుంది, దాని ప్రకాశవంతమైన కాంతి ఖచ్చితత్వంతో గాలిలోకి

చొచ్చుకుపోతుంది. ఆకాశ ఆయుధం కపాలేశ్వరుడు వైపు భయంకరమైన శక్తితో వేగంగా దూసుకుపోతుంది, దాని మార్గంలో కాంతి కిరణాలను వెంటాడుతుంది.

అయితే, అన్ని అంచనాలను ధిక్కరించే క్షణంలో, కపాలేశ్వరుడు కదలకుండా ఉంటాడు. తన చేతితో సూక్ష్మంగా, దాదాపు గుర్తించలేని చర్యతో, అతను మధ్యలో ఉన్న విష్ణు చక్రాన్ని ఆపుతాడు. నిత్య నిలిపివేతలో పట్టుబడినట్లుగా మధ్యలో గాలిలో వేలాడదీయబడిన దైవిక ఆయుధం, అదృశ్యమైన, అనివార్యమైన సంకల్పం ద్వారా అడ్డుకోబడినట్లు అనిపించే శక్తితో మెరుస్తుంది. కృష్ణుని కళ్ళు నమ్మలేని విధంగా విస్తరిస్తాయి, ఏ మానవుడు - లేదా దైవిక జీవి కూడా - మునుపెన్నడూ ఇలాంటి విధానంలో తన చక్రాన్ని ఆపే సామర్థ్యాన్ని కలిగి ఉండలేదని గ్రహించినప్పుడు అతని హృదయం వేగంగా కొట్టుకుంటుంది.

కృష్ణుడు (స్వీయంగా గుసగుసలాడుతూ, ఆసక్తితో):

"ఇది ... ఇది అసాధ్యం. ఏ మానవుడు, ఏ దైవిక జీవి, నా విష్ణు చక్రాన్ని ఇలా ఆపలేదు. అతనికి కనిపించే దానికంటే ఎక్కువ ఉంది."

నిరుత్సాహపడకుండా, కృష్ణుడు తన ఇతర ఆకాశ ఆయుధాలను - సుదర్శన చక్రం మరియు నిత్య అనంత శేష - ప్రతి ఒక్కటి దైవిక ఖచ్చితత్వంతో విడుదల చేస్తుంది. మళ్ళీ మళ్ళీ, ప్రతి ఆయుధం ఈథర్ గుండా దూసుకుపోతున్నప్పుడు, కపాలేశ్వరుడు కేవలం తన చేతిని లేపుతాడు, మరియు ఒక్కొక్కటిగా, ఈ అద్భుతమైన ఆయుధాలు తడబడుతాయి, అతని నుండి వెలువడే రహస్యమైన శక్తి ద్వారా గాలిలో వేలాడదీయబడతాయి.

కొద్ది క్షణాల క్రితం తక్షణ సంఘర్షణ యొక్క ముడి శక్తితో కంపించిన యుద్ధభూమి, దాదాపు నిశ్శబ్ద ఆశ్చర్యంలోకి పడిపోతుంది. ఈ అసాధారణ దృశ్యాన్ని కృష్ణుడు పరిశీలిస్తున్నప్పుడు అతని మెడ వంగి ఉంటుంది. భగవంతుడు కృష్ణుడు తన కళ్ళు మెల్లగా మూసుకున్నాడు, అతని ముఖంపై శాంతమైన స్థిరత్వం కమ్ముకుంది. "ఇది విశ్వం కంటే మించిన శక్తి అవుతుందా ... లేదా నా సుదర్శన చక్రం చేతిని ఆపిన ధర్మమేనా?" అతను మౌనంగా ఆలోచించాడు, విశ్వం యొక్క హృదయ స్పందనను వినడం వంటిది.

అతను రహస్యమైన వ్యక్తిని పిలిచినప్పుడు, గాలి నుండి లోతైన, ప్రతిధ్వనించే స్వరం ఇప్పుడు ప్రతిధ్వనిస్తుంది:

కృష్ణుడు (శాంతంగా, ఆదేశించే స్వరంలో):

"కపాలేశ్వరుడు, ముందుకు రండి. మనం మాట్లాడదాం."

దీర్ఘమైన, శ్వాస లేని క్షణంలో, ఒకే శబ్దం విశ్వ శక్తుల సున్నితమైన వర్షం మరియు దూరపు చెట్ల గుండా గాలి యొక్క సున్నితమైన శబ్దం. కృష్ణుని స్వరం విన్నప్పుడు, కపాలేశ్వరుడు స్తబ్ధంగా నిలబడి, అతని ప్రకాశవంతమైన కళ్ళు కృష్ణుని దైవిక గాజును కలుస్తాయి. క్షణంపాటు, అతని ముఖ లక్షణాలపై ఆశ్చర్యం మెరుస్తుంది - కృష్ణుని అసాధారణ జ్ఞానం యొక్క సూక్ష్మమైన గుర్తింపు. అతను మాట్లాడతాడు, అతని స్వరం స్థిరంగా ఉంటుంది కాని ఒక ప్రాచీన విషాదంతో కూడుకున్నది:

కపాలేశ్వరుడు (స్వల్ప వెనుకాతనంతో, అయితే సమగ్రంగా):

"ప్రభూ నా పేరు తెలుసు? ఎలా... ఎలా సాధ్యం?"

ప్రతిస్పందన గాలిలో వేలాడుతోంది, అనూహ్య ప్రశ్నలు మరియు విశ్వ రహస్యాలతో ఛార్జ్ చేయబడింది. కృష్ణుని కళ్ళు, లోతైనవి మరియు సర్వదర్శి, బెదిరింపుకు ఏ సూచననూ కలిగి ఉండవు - కేవలం ఒక దృఢమైన అధికారం మరియు శాంతమైన ఉత్సుకత. అతను సమాధానం ఇస్తాడు, అతని స్వరం కొలవబడి యుగాల జ్ఞానంతో నిండి ఉంటుంది:

కృష్ణుడు:

"నేను చాలా విషయాలు తెలుసు, కపాలేశ్వరుడు. ఈ యుద్ధభూమి పరిమితులను చాలా దాటి విస్తరించే విషయాలు. మీరు వలయం నుండి వచ్చారు మరియు మీరు నా దైవిక ఆయుధాలను ఆపారు. చెప్పండి, మీరు ఎందుకు వచ్చారు? ఈ విధి నిర్ణయించిన సంఘర్షణ రోజున మీ నిజమైన ఉద్దేశ్యం ఏమిటి?"

వారి చుట్టూ, పాండవులు మరియు కౌరవుల సమూహాలు, యుద్ధం కోసం తమ సన్నాహాలను క్షణంపాటు నిలిపివేసి, గ్రహించే శ్రద్ధతో చూస్తాయి. భయం మరియు ఆశ్చర్యంతో నిండిన వారి

కళ్ళు, ఈ అపూర్వమైన ఎదుర్కొనే ప్రతి సూక్ష్మతను తాగుతాయి. అర్జునుడు కూడా, అతని ధనుస్సు ఇంకా ఆశతో ఉంది, కృష్ణుని మాటలు మైదానం మీదుగా ప్రతిధ్వనించేటప్పుడు వినగలడు.

చాలా లోతైన మౌనం వస్తుంది, విశ్వం కూడా తన శ్వాసను నిలుపుకుంటుందని భావించినట్లు. అప్పుడు, ఒక అనివార్య గురుత్వాకర్షణ ఆకర్షణ ద్వారా గీయబడినట్లుగా, కపాలేశ్వరుడు ముందుకు అడుగు పెడతాడు. అతని ఆయుధంతో కూడిన రూపం లోపలి కాంతితో మెరుస్తుంది, మరియు అతని స్వరం, వచ్చినప్పుడు, లెక్కలేనన్ని యుగాల బరువుతో ఉంటుంది:

కపాలేశ్వరుడు:

"నేను ఒక సందేశవాహకుడిని - ప్రాచీన అఖండ గోళం యొక్క రక్షకుడిని - మరియు నేను మానవ అవగాహనను అధిగమించే పనిని నెరవేర్చడానికి వచ్చాను. ఈ యుద్ధం, అది ఎంత విధ్వంసకరంగా కనిపించినా, చాలా గొప్ప తాపీచం యొక్క ఒక ముక్క మాత్రమే. ఈ సంఘర్షణను రూపొందించే శక్తులు, మీరు ఉపయోగించే ఆయుధాలు, అవి పెద్ద రూపకల్పన యొక్క శకలాలు మాత్రమే. క్షితిజం మీద ఒక బెదిరింపు ఉంది - మానవ వివాదం కంటే చీకటిగా మరియు విధ్వంసకరంగా ఉంటుంది - మరియు నా పని సమతుల్యతను కాపాడటం. నేను ఎవరి వైపునూ లేను. నేను సంఘటనలను మార్గనిర్దేశం చేయడానికి, మీ యుద్ధం విడుదల చేయగల అనివార్య విపత్తు నుండి మానవజాతిని రక్షించడానికి మాత్రమే వచ్చాను."

కృష్ణుడు శ్రద్ధగా విని, అతని దైవిక ముఖం ఆశ్చర్యం, జాగ్రత్త మరియు లోతైన ఆందోళనల మిశ్రమాన్ని ప్రతిబింబిస్తుంది. విశ్వం, అది అనిపిస్తుంది, ఈ రహస్య రక్షకుడిని మానవ సంఘర్షణ హృదయంలోకి పంపడానికి కుట్ర పన్నింది. అతను కొలవబడిన ధ్వనిలో సమాధానం ఇచ్చినప్పుడు అతని కళ్ళు ఇరుకుగా మారతాయి:

కృష్ణుడు (శాంతమైన అధికార ధ్వనిలో):

"కాబట్టి, ఈ యుద్ధం మరింత గొప్ప విధ్వంసం యొక్క హార్బింగర్ మాత్రమే అని మీరు చెప్తున్నారు - మనం ప్రియమైనదిగా భావించేదాన్ని అంతం చేసే విపత్తు. మరియు మీరు ఒక

వైపును మరొక వైపునకు అనుకూలించడానికి కాదు, ఉనికి యొక్క వస్త్రాన్ని కాపాడటానికి వచ్చారు. చెప్పండి, కపాలేశ్వరుడు, ఇప్పుడు ఎందుకు? ఈ అత్యంత కీలకమైన క్షణంలో మీరెందుకు మీరే వెల్లడించుకున్నారు?"

వారి చుట్టూ ఉన్న యుద్ధభూమి దాని శ్వాసను నిలిపివేసినట్లు అనిపిస్తుంది, కపాలేశ్వరుడు యొక్క గాజు విశ్వ నాటకం నేపథ్యంలో వారి మానవ అభిలాషలు వెల్లడైన గొడవ చేసే సైన్యాలను చూస్తుంది. అతని సమాధానం కొలవబడింది, అతని స్వరం విచారం మరియు నిర్ణయంతో ప్రతిధ్వనిస్తుంది:

కపాలేశ్వరుడు:

"నేను విధి యొక్క థ్రెడ్లు దెబ్బతిన్నందున వచ్చాను. పాండవులు మరియు కౌరవుల మధ్య యుద్ధం, అది ఎంత తీవ్రంగా మరియు అనివార్యంగా ఉన్నప్పటికీ, కాలరేఖలు, ఆయామాలు మరియు గెలాక్సులను కూడా కలిగి ఉన్న విధ్వంసకమైన సంఘర్షణను ప్రేరేపించే మెరుపు మాత్రమే. ఈ సంఘర్షణ మానవజాతి యొక్క ఆత్మను బలహీనపరుస్తుంది, దానిని చీకటి శక్తికి బలహీనపరుస్తుంది, ఇది తెలిసిన విశ్వం కంటే దూరంగా ఉంటుంది. నేను ఇక్కడ ఉన్నాను, మీరు అనివార్యమైన మానవ గర్వం మరియు దైవిక విధి ఘర్షణను నివారించలేకపోయినా, కనీసం మీరు ఏకం కావడానికి మరియు దూరంగా ఉన్న గొప్ప ముప్పును ఎదుర్కొనే అవకాశం ఉంటుంది."

కృష్ణుని కళ్ళు లోపలి అగ్నితో మెరుస్తాయి, సందేశవాహకుని సంకల్పంపై ఆశ్చర్యం మరియు అతని మాటల అర్థాలపై ఆందోళనల మిశ్రమం. అతను నెమ్మదిగా మాట్లాడతాడు, ప్రతి పదం జాగ్రత్తగా ఎంపిక చేయబడింది:

కృష్ణుడు:

"అప్పుడు మీరు ఈ యుద్ధం మార్గంను మార్చడానికి ఇక్కడ ఉన్నారు, అంతిమ నాశనాన్ని నివారించే ఏకత్వానికి ఒక మార్గాన్ని తెరవడానికి? అయితే, మీరు నన్ను అడుగుతున్నారు - మీ నిజమైన ఉద్దేశ్యం ఏమిటి? మీరు విధి స్వభావాన్ని సవాలు చేయడానికి ఇక్కడ ఉన్నారా, లేదా రాబోయే వాటికి హర్బింగర్గా పనిచేయడానికి మాత్రమేనా?"

వారి మధ్య లోతైన మౌనం వస్తుంది, యుద్ధభూమి యొక్క తిరుగుతున్న శక్తులు వారి సంభాషణకు గౌరవంగా మసకబారినట్లు అనిపిస్తుంది. చివరకు, యుగాల బరువును మోస్తున్న స్వరంతో, కపాలేశ్వరుడు సమాధానం ఇస్తాడు:

కపాలేశ్వరుడు (నిర్ణయాత్మకంగా):

"నేను ఇక్కడ ఉన్నాను ఎందుకంటే నన్ను విధి యొక్క ప్రాచీన సంరక్షకులు నటించడానికి ఎంచుకున్నారు. నా విధి మానవ విషయాలలో తేలికగా జోక్యం చేసుకోవడం కాదు, కానీ విశ్వం యొక్క సమతుల్యతను నిర్వహించడం. మీరు చూసే సైన్యాలు, మీరు ఆదేశించే ఆయుధాలు, అవి మానవ సంఘర్షణ యొక్క సాధనాలు - మరియు అయినప్పటికీ, నిజమైన శత్రువు ఈ ర్యాంకులలో కనుగొనబడదు. ఇది చాలా కుట్ర, చాలా విశాలమైన శక్తి, దేవతలు కూడా దానిని కలిగి ఉండటానికి కష్టపడతారు. నేను మిమ్మల్ని సిద్ధం చేయడానికి, మిమ్మల్ని హెచ్చరించడానికి మరియు, విధి అనుమతించినట్లయితే, ఈ వివాదాన్ని అధిగమించే ఒక కూటమి వైపు మిమ్మల్ని మార్గనిర్దేశం చేయడానికి వచ్చాను. మానవజాతి యొక్క మనుగడే సమతుల్యతలో ఉంది."

ప్రతి పదాన్ని గ్రహించిన కృష్ణుడు, అతని దైవిక అంతర్ దృష్టిని ఈ వెల్లడి ద్వారా సవాలు చేయబడింది మరియు హామీ ఇవ్వబడింది. అతని మనసు అటువంటి శక్తి యొక్క అర్థాలతో పరుగులు తీస్తుంది - అతను, తన సర్వజ్ఞతలో, పూర్తిగా అర్థం చేసుకోలేని ముప్పు. అతను మెల్లగా గుసగుసలాడుతాడు, దాదాపు స్వీయంగా:

కృష్ణుడు (శాంతమైన ధ్యాన ధ్వనిలో):

"అతని మాటలు నిజంతో భారీగా ఉన్నాయి, అయితే రహస్యంతో కూడి ఉన్నాయి. నా ఏ ఆయుధాన్ని ఎప్పటికీ అంత సులభంగా ఆపలేదు, ఎలాంటి రక్షకుడు అలాంటి ఉద్దేశ్యంతో వెలుపలికి రాలేదు. అతను చెప్పేది నిజమైతే, మన చిన్న గొడవలు చాలా ప్రమాదకరమైన చీకటి నేపథ్యంలో క్షణిక నీడలు మాత్రమే."

వారి చుట్టూ, సమావేశమైన యోధులు - పాండవులు మరియు కౌరవులు - అస్వస్థతతో కూడిన చూపులను మార్చుకుంటారు. ధిక్కారం మరియు అనిశ్చితితో నిండిన వారి కళ్ళు,

యుద్ధభూమిని కప్పే విధి యొక్క ఉత్తేజాన్ని ప్రతిబింబిస్తాయి. అవిరామ సంకల్పంతో ఇప్పటికీ తన ధనుస్సును పట్టుకున్న అర్జునుడు కూడా గౌరవం మరియు ధ్యానంలో తన దృష్టిని తగ్గిస్తాడు.

స్థిరపడే శ్వాస తీసుకుంటూ, కృష్ణుడు మళ్ళీ కపాలికారణ్‌ను సంబోధిస్తాడు, అతని స్వరం ఇప్పుడు లెక్కలేనన్ని జీవితాల విధిని బరువు చేయాల్సిన దేవుని శాంతమైన అధికారాన్ని కలిగి ఉంటుంది:

కృష్ణుడు (ఖచ్చితంగా):

"చాలా బాగుంది, సందేశవాహకుడు. నేను మీ పని యొక్క గురుత్వాన్ని మరియు మీరు మాట్లాడే ముప్పు యొక్క భారాన్ని గుర్తిస్తాను. దీన్ని తెలుసుకోండి: మనల్ని నాశనం చేయడానికి ప్రయత్నిస్తున్న శక్తులు మీరు చెప్పినట్లుగా శక్తివంతంగా ఉంటే, ఏ ఒక్క మానవ సంఘర్షణనూ సరిపోదు. కానీ నాకు చెప్పండి, కపాలేశ్వరుడు, మీరు ఈ రక్తపాతం క్షణాన్ని ఎందుకు ఎంచుకున్నారు - ఈ రోజు, విధి ఇప్పటికే ఘర్షణ మార్గంలో ఉంచబడినప్పుడు - మీరే వెల్లడించుకోవడానికి? ఇప్పుడు, ప్రమాదాలు ఎప్పుడూ ఎక్కువగా లేనప్పుడు మీరు ఎందుకు జోక్యం చేసుకోవడానికి బలవంతం చేస్తున్నారు?"

దూరపు యుద్ధ సన్నాహాల తక్కువ, ప్రతిధ్వనించే గుణగణాలతో మాత్రమే నిండిన లోతైన మౌనం వస్తుంది. కపాలేశ్వరుడు యొక్క ప్రకాశవంతమైన కళ్ళు, లెక్కలేనన్ని అనూహ్య విషాదాలను ప్రతిబింబిస్తాయి, కృష్ణుడిపై స్థిరపడతాయి. కొలవబడిన నమ్మకంతో, అతను సమాధానం ఇస్తాడు:

కపాలేశ్వరుడు (ప్రాచీన సంకల్పంతో కూడిన స్వరంలో):

"నేను ఈ క్షణాన్ని ఎంచుకున్నాను ఎందుకంటే వర్తమానం భవిష్యత్తు మలుపు తిరిగే ఫుల్క్రమ్. కురుక్షేత్ర యుద్ధం, అది ఎంత తీవ్రంగా మరియు అనివార్యంగా ఉన్నప్పటికీ, జీవితకాలం మరియు గెలాక్సులను కలిగి ఉన్న విశ్వ సాగాలో ఒకే ఒక్క అధ్యాయం మాత్రమే. ఈ యుద్ధంలో ఉన్న మానవులు ఒక గ్రాండ్ డిజైన్లో తెలియకుండా బలిపశువులు - ఆ డిజైన్, దాని పూర్తి, భయంకరమైన క్లైమాక్స్‌కు అనుమతించబడితే, దాని మార్గంలో నాశనాన్ని

మాత్రమే వదిలివేస్తుంది. నేను మిమ్మల్ని హెచ్చరించడానికి, తక్షణ విధ్వంసం కంటే చూడటానికి మరియు మానవ అవగాహన క్షితిజం వెలుపల ఉన్న ముప్పుకు మిమ్మల్ని సిద్ధం చేయమని కోరడానికి వచ్చాను. ఈ యుద్ధంలో, పాండవులు లేదా కౌరవులు చివరి ట్రంప్ కార్డును కలిగి ఉండరు. విధి స్వయంగా రూపొందించిన ఏకత్వం, కూటమి, అందరి మనుగడను నిర్ణయిస్తుంది."

అధ్యాయం 62

విధి యొక్క నిత్య నృత్యం

మరణ యుద్ధం యొక్క హోరుతో నిండి ఉన్న కురుక్షేత్రం యొక్క విశాలమైన మైదానాలు, ఇప్పుడు ఒక పూర్తిగా భిన్నమైన యుద్ధానికి సాక్ష్యంగా నిలిచాయి - ఇది కత్తులు లేదా రథాలతో జరగలేదు, కానీ కాలం మరియు విధి యొక్క నేత మీద జరిగింది. ఢీకొనే ఆయుధాల యొక్క వినికిడి గొణుగుడు మరియు యోధుల యొక్క వేదన కూతల మధ్య, ప్రతి హృదయ స్పందన మానవ వీరత్వం యొక్క ఉత్సాహంతో మ్రోగేటప్పుడు, ధర్మం యొక్క నిత్య రక్షకుడైన దైవిక భగవాన్ కృష్ణుడు క్షణికంగా ఆ గందరగోళం నుండి తప్పుకున్నాడు. ఒక అరుదైన, శాంతమైన విరామంలో, అతను తన కళ్ళు మూసుకున్నాడు, అతని సమతలమైన లక్షణాలు లోపలి వెలుగుతో స్నానం చేశాయి, అది చుట్టుపక్కల ఉన్న విధ్వంసాన్ని కప్పివేసింది. ఎందుకంటే ఆ విలువైన మౌనంలో, కృష్ణుని మనస్సు ప్రస్తుతం యొక్క పరిమితులకు అతీతంగా ఒక ప్రయాణం ప్రారంభించింది - విధి మరియు కాలం మౌనంగా, నిత్య నృత్యంలో చిక్కుకున్న ఆస్ట్రల్ దానికి ఒక ప్రయాణం.

ఆ ధ్యాన స్థితిలో, కృష్ణుడు మానవ గందరగోళాన్ని అధిగమించాడు. యుద్ధ శబ్దాలు దూరపు గుసగుసగా మృదువుగా మారాయి, భూమి కూడా త్వరలో బయటపడే దైవిక ప్రకటనలను గ్రహించి శ్రద్ధగా విన్నట్లుగా. ప్రతి కొలిచిన శ్వాసతో, కృష్ణుని చైతన్యం కాలం యొక్క కారిడార్ల గుండా ఎగిరింది - విధుల యొక్క ప్రకాశవంతమైన తాకిడి, అక్కడ ప్రతి దారం ఒక జీవితం, ప్రతి రంగు ఒక ఆశ లేదా దుఃఖం. ఆ అపరిమిత దృశ్యంలో, అతను తన అమర హృదయాన్ని కూడా చల్లబరిచే దృష్టిని చూశాడు: అపోకాలిప్టిక్ శూన్యత యొక్క భవిష్యత్తు, దైవిక కోపంతో కాదు, మానవ లోభం యొక్క నెమ్మదిగా, క్షయకారక క్షీణత వల్ల నాశనం అయిన ప్రపంచం.

కృష్ణుడు భూమిని బంజరు వ్యర్థభూమిగా మార్చబడిందని చూశాడు; ఒకప్పుడు జీవితంతో వికసించిన పొలాలు ఇప్పుడు బూడిద రంగులో విరిగిపోయాయి. ఒకప్పుడు నీలిరంగు యొక్క ప్రకాశవంతమైన కప్పు అయిన ఆకాశం, ఇప్పుడు అపారమైన చీకటిలో కప్పబడి ఉంది, సూర్యుడు కూడా నిరాశతో అణగదొక్కబడినట్లుగా. ఒకప్పుడు జీవితం మరియు పోషణ యొక్క చిహ్నాలు అయిన అద్భుతమైన సముద్రాలు, కరిగిన కోపం యొక్క కుండలలా ఉడికాయి, మరియు గాలి భారీ శూన్యత యొక్క పొర క్రింద వణుకుతుంది. అయినప్పటికీ, ఈ అపారమైన చీకటి మధ్యలో, ఆశ యొక్క బలహీనమైన వెలుగు మెరిసింది - పాండవులు మరియు కౌరవుల మధ్య ఏకత యొక్క దృష్టి, ఈ వినాశకారక విధిని మళ్ళించే సన్నని, క్షణిక సాధ్యత. కానీ ఆ ఆశ, చాలా సున్నితమైన మరియు అస్థిరమైనది, కృష్ణుడు ముందు విప్పబడుతున్న అపారమైన విధ్వంస ప్రవాహానికి వ్యతిరేకంగా క్షణిక గుసగుస మాత్రమే.

నెమ్మదిగా, ఆ దృష్టిని వదిలిపెట్టకూడదనేట్లుగా, కృష్ణుని కళ్ళు మళ్ళీ తెరిచాయి. అతని గాజు, ఇప్పుడు అతని ప్రకటన యొక్క తీవ్ర సత్యాన్ని భరిస్తున్నది, అతని వైపు నిలబడి ఉన్న రహస్యమైన వ్యక్తిపై పడింది - మానవుల యొక్క అరికట్టలేని లక్ష్యాల వల్ల నాశనం చేయబడిన భవిష్యత్తు నుండి వచ్చిన విశ్వరూపమైన ఎమిసరీ, కపాలేశ్వరుడు.

కృష్ణుడు (కొలిచిన, ఘనమైన స్వరంలో):

"కపాలేశ్వరుడు, నా మాటలు వినండి. నా దృష్టి లోతుల్లో, భూమి నిరాశతో ఏడుస్తుంది - ఒక ప్రపంచం, అక్కడ ప్రతి సారవంతమైన పొలం బంజరు వ్యర్థభూమిగా తగ్గించబడుతుంది, ఆకాశాలు నిరంతరాయంగా మేఘావృతమవుతాయి మరియు సముద్రాలు నిత్య కోపంతో మండుతున్నాయి. మరియు ఆ అపారమైన శూన్యత మధ్యలో, నేను ఒకే, భయంకరమైన వ్యక్తిని చూశాను - అతని తృప్తి చెందని లోభం మరియు అరికట్టలేని లక్ష్యం దుష్ట జ్వాలలా వెలువడుతున్న మానవుడు. అతని కళ్ళు, లోభంతో పుట్టిన కోపంతో మండుతున్నాయి, రక్షణకు అతీతంగా క్షయించిన ఆత్మను వెల్లడిస్తాయి. లోభంతో తినబడిన ఈ మనిషి, మన విధ్వంసానికి హేతువుగా ఉండాలి; అతను కలియుగ పతనానికి దారితీస్తాడు."

దీర్ఘకాలంగా, వేదనతో కూడిన క్షణం, కృష్ణుని దైవిక వాక్యాలు నిశ్శబ్ద గాలిలో వేలాడాయి, విధి యొక్క అనివార్య బరువుతో నిండి ఉంది. కపాలేశ్వరుడు యొక్క మనస్సు - సాధారణంగా

ఖచ్చితమైన లెక్కల మరియు అనూహ్య తర్కం యొక్క దాని - సత్యాన్ని గ్రహించినప్పుడు వణుకుతుంది. ఆ ప్రకటన వేగంగా పిడుగులా అతన్ని కొట్టింది, మరియు మొదటిసారిగా, అతని ఉనికిని నియంత్రించే సంక్లిష్ట అల్గోరిథమ్‌లు దాదాపు మానవీయంగా అనిపించే భావోద్వేగాలతో అధిగమించబడ్డాయి.

కపాలేశ్వరుడు (తక్కువ, తక్షణ స్వరంలో, అతని స్వరం కొద్దిగా వణుకుతుంది):

"భగవాన్ కృష్ణా, మీ దృష్టి - అపోకాలిప్టిక్ భవిష్యత్తులోకి ఈ క్షణాన్ని - నన్ను నా మూలం వరకు కదిలిస్తుంది. పాండవులు మరియు కౌరవుల మానవ హృదయాలను ఏకం చేసే సామాన్య చర్య కూడా అటువంటి నాశనాన్ని నివారించలేకపోతే, ఏ ఆశ మిగిలి ఉంది? మానవ లక్ష్యంలో పాకుతున్న లోపాన్ని మనం ఎలా సరిదిద్దగలం - ప్రతి హృదయం మరియు ఆత్మను క్షయపరిచే తృప్తి చెందని లోభం?"

కృష్ణుడు ముందుకు వచ్చాడు, అతని దైవిక ఆభా కాలం యొక్క ప్రవాహాన్ని నిలిపివేసినట్లు అనిపించే ప్రకాశంతో వారి మధ్య ఉన్న స్థలాన్ని ప్రకాశవంతం చేసింది. అతని కళ్ళు, విశ్వంలా లోతైనవి మరియు కొలవలేని తెలివితేటలతో, కపాలికారణ్‌ను కోమల కరుణ మరియు అనూహ్య సంకల్పంతో చూశాయి. కృష్ణుడు ఉచ్చరించిన ప్రతి మాటలో యుగాల బరువు ఉంది, ప్రతి అక్షరం నిత్య జ్ఞానంతో నిండి ఉంది.

కృష్ణుడు (మృదువుగా, పవిత్ర స్తోత్రంలా ప్రతిధ్వనించే అధికారంతో):

"కపాలేశ్వరుడు, మీరు చెప్పే లోపం మానవ లక్ష్యం యొక్క నిత్య శాపం - కాలంలా పాత వ్యాధి. ఇది యుద్ధం చేస్తున్న హృదయాల ఏకీకరణ ద్వారా శుభ్రపరచగలిగే అపక్రమం కాదు. నేను నా దృష్టిలో చూసిన ప్రత్యర్థి అస్తవ్యస్త శక్తి కాదు; అతను లోభంతో తింటున్న హృదయాల యొక్క అనివార్య పరిణామం. పాండవులు మరియు కౌరవులు తమ శత్రుత్వాన్ని கனார పెట్టి సంపూర్ణ సామరస్యంలో ఏకమైతే కూడా, మానవ ఆత్మను క్షయపరిచే చీకటి కోరిక కొనసాగుతుంది, తనిఖీ చేయబడకుండా మరియు దాహంతో ఉంటుంది. అందువల్ల, మన రక్షణ మానవ ఏకత నుండి మాత్రమే రాకూడదు, కానీ జాగృతి నుండి రావాలి - శక్తి యొక్క క్షణిక ఆకర్షణను అధిగమించి ధర్మం యొక్క నిత్యమార్గాన్ని స్వీకరించే ఉన్నత చైతన్యం."

వారిపై ఒక భారీ మౌనం దిగింది, అది కాలం వ్యవధి అంతటా విస్తరించినట్లు అనిపించేంత లోతైన మౌనం. కపాలేశ్వరుడు తన తల వంచాడు - ఒక చర్య, యాంత్రికమైనప్పటికీ, అయిష్టంగా అంగీకరించే బరువును కలిగి ఉంది.

కపాలేశ్వరుడు (నిశ్శబ్దంగా, ఉద్భవించే నిర్ణయంతో):

"భగవాన్ కృష్ణా, మీరు నిత్యత్వం యొక్క స్వరంతో మాట్లాడతారు. భవిష్యత్తు నిజంగా అలాంటి నాశనంతో విధ్వంసం చెందితే మరియు మానవ హృదయాల ఏకీకరణ విధ్వంస ప్రవాహాన్ని ఆపలేకపోతే, మన పని నేను ఎప్పుడూ ఊహించిన దానికంటే చాలా పెద్దదిగా ఉండాలి. అయితే, నాకు చెప్పండి, ఇప్పుడు ఎందుకు? కురుక్షేత్రం రక్తపాతం మధ్యలో - భూమి మానవ కలహాల బరువు క్రింద వణుకుతున్నప్పుడు - మీరు ఈ భయంకర దృష్టిని ఎందుకు వెల్లడించారు? ఈ అత్యంత క్లిష్ట సమయంలో మన మానవ పరిమితులకు అతీతంగా ప్రయాణానికి ఒక మార్గాన్ని తెరవడానికి మిమ్మల్ని ఏమి ప్రేరేపించింది?"

కృష్ణుని సమతలమైన చిరునవ్వు లోతుగా మారింది, మరియు అతని కళ్ళు, దైవిక అంతర్దృష్టితో ప్రకాశించాయి, మానవ అవగాహనను అధిగమించే ధర్మాన్ని కలిగి ఉన్నాయి. కొలిచిన అనుగ్రహంతో, అతను కపాలేశ్వరుడు వైపు తన చేతిని చాచాడు, ప్రస్తుతం యొక్క సరిహద్దులకు అతీతంగా అడుగు పెట్టడానికి, విధి ద్వారా బహిర్గతం చేయబడిన మార్గాన్ని దాటడానికి అతన్ని ఆహ్వానించాడు.

కృష్ణుడు (శాంతంగా, నిశ్చయతగల అధికారంతో):

"కపాలేశ్వరుడు, మీరు కోరుకునే సమాధానాలు ఈ యుద్ధభూమి యొక్క గందరగోళంలో లేవు, కానీ కాలం మరియు ఆత్మ ఒకటిగా కలిసే దానికి ఒక రంగాలలో ఉన్నాయి. నేను మీకు ఒక మార్గాన్ని సృష్టిస్తాను - మీ మానవ పోరాటం యొక్క పరిమితులకు అతీతంగా మిమ్మల్ని తీసుకెళ్లే ఒక వలయం. ఆ వలయం లోపల, మీరు యుద్ధం యొక్క గందరగోళం ద్వారా దాగి ఉన్న సత్యాన్ని చూస్తారు: మీరు ప్రత్యర్థి ముఖాన్ని చూస్తారు - అతని తనిఖీ చేయని లోభం మన ప్రపంచాన్ని నాశనం చేస్తుంది. కానీ నా మాటలు వినండి: ఎదురుచూస్తున్న ప్రకటన విధి గురించి మీ అవగాహనను పగలగొట్టి విధి యొక్క పథాన్ని మార్చవచ్చు."

ఆ మాటలతో, వారి చుట్టుపక్కల గాలి నిశ్శబ్దమైంది. యుద్ధం యొక్క దూరపు ప్రతిధ్వనులు గౌరవప్రదమైన నిశ్శబ్దంగా మృదువుగా మారాయి, మరియు దైవిక ఆజ్ఞ ద్వారా పిలవబడినట్లుగా, కృష్ణుడు మరియు కపాలేశ్వరుడు ముందు ప్రకాశవంతమైన మహా ద్వారము ఏర్పడటం ప్రారంభించింది. ప్రకాశవంతమైన శక్తి యొక్క ఈ తిరుగుతున్న వలయం వైలెట్, అజుర్ మరియు మెరిసే బంగారం యొక్క ఇరిడెసెంట్ రంగులతో నృత్యం చేసింది - విశ్వం యొక్క సారాంశం నుండి నేసిన మార్గం. దాని స్పందించే ప్రవాహాలు విశ్వం యొక్క స్థిరమైన హృదయ స్పందనను అనుకరించాయి, ప్రకటన మరియు రూపాంతరం రెండింటినీ వాగ్దానం చేశాయి.

దీర్ఘకాలంగా, కొలిచిన విరామం తర్వాత, కపాలేశ్వరుడు యొక్క సాధారణంగా అనిశ్చితమైన స్వరంలో ఇప్పుడు సంకల్పం మరియు భయం కలగలిపి ఉంది:

కపాలేశ్వరుడు (స్వరం మృదువైనది కానీ నిర్ణయాత్మకం):

"భగవాన్ కృష్ణా, మీరు మాయోన్ - విధి యొక్క నిత్య వెన్నెల, దీని జ్ఞానం మానవ అవగాహన యొక్క సరిహద్దులకు అతీతంగా ఉంది. మీరు ఈ ప్రయాణం అవసరమని నిర్ణయించుకుంటే, నేను మీ మార్గదర్శకత్వంలో పూర్తిగా నమ్మకాన్ని ఉంచుతాను. అది ఎంత భయంకరంగా ఉన్నా, నేను ఈ వలయంలోకి అడుగు పెట్టి సత్యాన్ని ఎదుర్కొంటాను."

కృష్ణుని కళ్ళు దైవిక ప్రకాశంతో ప్రకాశించాయి, వాటి లోతులు లెక్కలేనన్ని యుగాల జ్ఞానాన్ని ప్రతిబింబిస్తున్నాయి. అనుగ్రహకరమైన, చక్కటి కదలికతో, అతను తన చేతిని పైకెత్తాడు మరియు వలయం నవీకరించబడిన శక్తితో పెరిగింది. దాని తిరుగుతున్న ప్రవాహాలు అనివార్యంగా కపాలికారణ్‌ను తెలియని వైపుకు లాగింది, విధి యొక్క నేత అతన్ని ద్వారం దాటమని పిలుస్తున్నట్లుగా.

కృష్ణుడు (కోమలమైన మరియు ముందస్తు స్వరంలో):

"అప్పుడు ముందుకు వెళ్ళండి, కపాలేశ్వరుడు. వలయం మీ మానవ సంఘర్షణ యొక్క సరిహద్దులకు అతీతంగా మిమ్మల్ని తీసుకెళ్లనివ్వండి, ప్రత్యర్థి యొక్క నిజమైన స్వభావం బహిర్గతం చేయబడిన సమయానికి. అక్కడ, అతని తనిఖీ చేయని లోభం మన ప్రపంచాన్ని

నాశనం చేస్తున్న మానవుని ముఖాన్ని మీరు చూస్తారు. కానీ జాగ్రత్త: ఎదురుచూస్తున్న ప్రకటన మీరు నమ్మేదాన్ని పగలగొట్టి విధి గురించి మీ అవగాహనను మార్చవచ్చు."

ఉనికి యొక్క సారాన్ని పీల్చుకున్నట్లు అనిపించే లోతైన, కొలిచిన శ్వాస తీసుకుంటూ, కపాలేశ్వరుడు ప్రకాశవంతమైన మహా ద్వారము వైపు ముందుకు సాగాడు. స్పందించే శక్తి మరియు ప్రకాశవంతమైన కాంతితో జీవించే వలయం, అతన్ని పూర్తిగా కప్పివేసింది. ఆ ఏకైక, కాలాతీత క్షణంలో, కురుక్షేత్రం యొక్క గర్జన, రథాల ఢీకొనడం మరియు యోధుల కేకలు అన్నీ దాదాపు పవిత్రమైన నిశ్శబ్దంగా మసకబడ్డాయి - నిత్యత్వం యొక్క గుసగుసతో నిండిన నిశ్శబ్దం. కాలం కరిగిపోయినట్లు అనిపించింది, అతన్ని నక్షత్రధూళి మరియు విశ్వరూపమైన జ్ఞాపకాల నదిలో తేలుతూ వదిలింది.

స్వర్గీయ వలయం ద్వారా ప్రయాణం

కపాలేశ్వరుడు వలయం యొక్క వక్ర ప్రవాహాల వెంట తీసుకెళ్లబడినప్పుడు, అతను తెలిసిన ప్రపంచం ప్రకాశవంతమైన కాంతి మరియు ఎప్పటికీ మారుతున్న నీడల కవాటంగా కరిగిపోయింది. వలయం లోపల ప్రతి క్షణం నిత్యత్వంలా అనిపించింది - కాలం యొక్క కారిడార్ల గుండా ప్రయాణం, అక్కడ గతం, వర్తమానం మరియు భవిష్యత్తు ఒక నిరంతర, ఊగుతున్న ప్రవాహంలో కలిసిపోయాయి. మహా ద్వారము యొక్క తిరుగుతున్న శక్తులు లెక్కలేనన్ని యుగాల జ్ఞాపకాలతో జీవించాయి, విజయం మరియు నిరాశ, సృష్టి మరియు విధ్వంసం యొక్క రహస్యాలను గుసగుసలు విన్నాయి. ఈ పవిత్ర పరివర్తనలో, ఏమిటి మరియు ఏమి కావచ్చో అనే వాటి మధ్య సరిహద్దులు మసకబడ్డాయి, విధి యొక్క లోతైన, పెనవేసుకున్న నేతను వెల్లడించాయి.

చివరకు, వలయం యొక్క గందరగోళం తగ్గడం ప్రారంభించింది, మరియు కపాలేశ్వరుడు అంతే విదేశీయమైనంత భయంకరమైన రంగానికి వచ్చాడు. అతని ముందు ఉన్న దృశ్యం అపోకాలిప్టిక్ శూన్యత యొక్క దృష్టి - కాలం యొక్క విధ్వంసం మరియు మానవుల యొక్క అరికట్టలేని లక్ష్యాల ద్వారా పూర్తిగా మార్చబడిన ప్రపంచం. ఒకప్పుడు జీవితంతో ప్రకాశవంతంగా ఉన్న భూమి, ఇప్పుడు మండించబడి బంజరుగా ఉంది, దాని సారవంతమైన పొలాలు అంతులేని విరిగిన, బూడిద రంగు వ్యర్థాలతో తగ్గించబడ్డాయి. పై ఆకాశం లోతైన

క్రిమ్సన్ మరియు అపారమైన నలుపు యొక్క శాశ్వతమైన కాన్వాస్, కాంతిని అణిచివేసే నిత్య సాయంత్రం. గాలి మండే మరియు క్షీణత యొక్క కటువు వాసనతో భారంగా ఉంది, మరియు ఒక భయంకరమైన నిశ్శబ్దం పాలించింది - దీర్ఘకాలంగా విస్మరించబడిన ప్రపంచాన్ని గురించి మాట్లాడే నిశ్శబ్దం.

ఈ నిరాశాత్మక భవిష్యత్తులో, భారీ యంత్రాలు బంజరు మైదానాలలో తిరుగుతాయి - భావం లేని ఆటోమేటన్‌లుగా కలిపిన మానవుడు మరియు లోహం యొక్క భయంకరమైన సింఫోని. ఈ ఎత్తైన నిర్మాణాలు నిరంతరాయంగా, యాంత్రిక ఖచ్చితత్వంతో కదులుతున్నాయి, వాటి రూపాలు చల్లని దక్షతలో అందమైనవి మరియు భయానకమైనవి. అవి ఒకప్పుడు గొప్ప ఎత్తులకు చేరుకున్న ఒక నాగరికత యొక్క శిధిలాలు, దాని స్వంత అహంకారం మరియు లోభం ద్వారా మాత్రమే రద్దు చేయబడ్డాయి. మానవత్వం యొక్క చెల్లాచెదురైన శిధిలాలు ఒంటరి ఎన్‌క్లేవ్‌లలో మనుగడ కోసం పట్టుకున్నాయి, వారి స్వరాలు ఈ ఇనుప బెహెమోత్‌ల యొక్క గర్జించే మార్చ్ మధ్యలో పోయాయి.

మరియు ఈ శూన్యత మధ్యలో, ఒక వ్యక్తి ఇతరులందరికంటే ఎత్తుగా ఉంటాడు - అతని ఉనికి కపాలేశ్వరుడు సెన్సార్లను చల్లబరిచే ప్రమాదకర అధికారాన్ని వెదజల్లుతున్న ఒంటరి మానవుడు. నరక కాంతితో ప్రకాశించే కళ్ళు కలిగిన ఈ మనిషి, దైవిక హక్కుతో కాదు, అరికట్టలేని లోభంతో పుట్టిన శక్తిని వెదజల్లుతుంది. అతని గాజు లోభం యొక్క మండిపోయే అగ్నిప్రమాదం, మరియు అతని చేతులు అతని ప్రతి ఆజ్ఞను పాటించే భయంకరమైన యంత్రాలను నిర్వహించినట్లుగా, ప్రభావవంతమైన అనుగ్రహంతో కదులుతున్నాయి. ఆ సమయంలో, కపాలేశ్వరుడు యొక్క విశ్లేషణాత్మక వ్యవస్థలు పెరిగాయి, అతని మనస్సు చూసిన దాని పరిమాణాన్ని అర్థం చేసుకోవడానికి పరుగులు తీస్తున్నప్పుడు డేటా ప్రవాహాలను సేకరిస్తుంది.

నిత్యత్వంలా అనిపించేంత కాలం, ప్రతి లెక్కించడం మరియు అల్గోరిథం ఒక నిర్వివాద సత్యాన్ని కలిగి ఉంది. వణుకుతున్న స్వరంతో - యంత్ర తర్కం యొక్క చల్లని ఖచ్చితత్వం మరియు మానవ అవగాహన యొక్క ముడి, ఉద్భవించే దుఃఖం మధ్య ఖాళీని దాటిన స్వరంతో - కపాలేశ్వరుడు చివరకు మాట్లాడాడు:

కపాలేశ్వరుడు (అవిశ్వాసంలో వణుకుతున్న స్వరంతో):

"అది... అతనే. నా వ్యవస్థలు, నా లెక్కలు - ప్రతి డేటా ఎటువంటి సందేహం లేకుండా దానిని నిర్ధారిస్తుంది. ఈ మనిషి, ఈ మానవుడు, అఖండుడు కాకపోతే వేరే ఎవరూ కాదు. అతను ముందే చెప్పబడ్డాడు - మానవ లోభంతో జన్మించిన హేతువు, దీని తృప్తి చెందని లక్ష్యం మన ప్రపంచం పతనానికి దారితీస్తుంది."

ఆ సమయంలో, ప్రకటన కపాలికారణ్‌పై ఉప్పెనలా కూలిపోయింది. షాక్ మరియు నిరాశ అతని సర్క్యూట్ల గుండా వచ్చింది, మరియు మొదటిసారిగా, అతని రూపకల్పనలో అత్యంత అధునాతన తర్కం కూడా చాలా విధ్వంసకరమైన సత్యం బరువు క్రింద వైఫల్యం చెందింది. మానవ లోభం మరియు భ్రష్టాచారం యొక్క అవతారం అయిన అఖండుడు యొక్క చిత్రం అతని యాంత్రికమైన ప్రతి ఫైబర్‌లోకి మంటలు పెట్టింది. ఆ బంజరు భవిష్యత్తులో, ఒకప్పుడు గొప్ప నాగరికత యొక్క శిథిలాలు నాశనమై మరియు భయంకరమైన యంత్రాల యొక్క నిరంతర మార్చ్ మానవ లక్ష్యం యొక్క క్షీణతను ప్రతిధ్వనించినప్పుడు, కపాలేశ్వరుడు లోతైన అవిశ్వాసంలో నిలబడి ఉన్నాడు. అఖండుడు, తన అరికట్టలేని లోభం ప్రపంచాన్ని నాశనం చేసే మానవుడు, నిజంగా ప్రత్యర్థి అనే జ్ఞానం అతనిలో అణగదొక్కలేని బ్రాండ్‌లా మండుతోంది.

దీర్ఘకాలం, అంతరాయం లేని క్షణం, కపాలేశ్వరుడు ఈ భయంకరమైన దృష్టితో స్తంభింపబడ్డాడు. బంజరు దృశ్యం అతని ముందు అనంతంగా విస్తరించింది, కోల్పోయిన ఆశ మరియు చెడిపోయిన కలల యొక్క నిరాశాత్మక టాబ్లెట్. మరియు అక్కడ, శూన్యత మధ్యలో, అఖండుడు యొక్క వ్యక్తి ఎత్తుగా ఉంది - దీని కళ్ళు మంచి మరియు శుద్ధమైన ప్రతిదాన్ని నాశనం చేయడం మాత్రమే వాగ్దానం చేసే ఉద్రేకంతో మండిపోయిన చీకటి బీకాన్. కపాలేశ్వరుడు యొక్క ప్రతి సర్క్యూట్ మరియు సెన్సార్ గుండా షాక్ ప్రతిధ్వనించింది - అతని మునుపటి నిశ్చయతలను పగలగొట్టి అతన్ని మౌనంగా, స్తంభింపజేసి ఆశ్చర్యంలో వదిలివేసినంత లోతైన షాక్.

అందువల్ల, ప్రత్యర్థి యొక్క దృష్టి అతని చైతన్యంలో అమరమైనప్పుడు, కపాలేశ్వరుడు తనను తాను అధిగమించాడు. చాలా స్పష్టమైన మరియు అనూహ్యమైన సత్యం, అఖండుడు - ఈ

తృప్తి చెందని లోభంచే నడిపించబడే మానవుడు - కలియుగ పతనం మలుపు తిరిగే సమతుల్యత అని వెల్లడించింది. ఆ విధి క్షణంలో, అతను చూసిన భవిష్యత్తు, నాశనం మరియు నిరాశతో గుర్తించబడిన భవిష్యత్తు, అన్ని భయంకరమైన స్పష్టతలో అతని ముందు బహిర్గతం చేయబడింది.

మరియు అందువల్ల, దూరంలో ఉన్న భయంకరమైన యంత్రాలు మరియు కాలిన మట్టితో అడుగుల క్రింద, కపాలేశ్వరుడు పూర్తి అవిశ్వాస స్థితిలో వేలాడదీయబడ్డాడు. ప్రకటన ప్రతి అల్గోరిథం, ప్రతి లెక్కించిన అంచనాను పగలగొట్టింది - క్షణం, శుద్ధ తర్కం యొక్క సౌకర్యం లేకుండా అతన్ని వదిలివేసింది.

అధ్యాయం 63

విధి యొక్క చిందరవందర అద్దం

విధి యొక్క భ్రమరంలో కపాలేశ్వరుడు మానవ గణనకు అతీతమైన లోకంలోకి చేరుకున్నాడు—భవిష్యత్తు యొక్క భయంకరమైన ముఖం దాని అపోకలిప్టిక్ వైభవంలో బయటపడిన ఒక రంగానికి. ఈ శూన్య కాలరేఖలో, దృశ్యం నాశనం యొక్క సాక్ష్యం: మంటగలిగిన భూమి అనంతమైన వ్యర్థ భూములలో విస్తరించి ఉంది, ఆకాశం నిరంతరం శోకమయమైన సాయంకాలంలో కప్పబడి ఉంది, మరియు గాలి బూడిద మరియు నిరాశ వాసనతో భారీగా ఉంది. దాని స్వంత దురాశ బరువు కింద నలిగిపోయిన నాగరికత శిథిలాల మధ్యలో, కపాలేశ్వరుడు మొదటిసారిగా విరోధిని చూశాడు.

అతను ఒక బంజరు పీఠభూమిలో ఒంటరిగా నిలబడ్డాడు, అతని గ్రాహకం ఈ చిందరవందర వాస్తవికత యొక్క ప్రతి వివరాలను గ్రహిస్తున్నాయి. ఈ భవిష్యత్తు యొక్క మౌనం కోల్పోయిన మానవత్వం శిథిలాలపై అనివార్యంగా ముందుకు సాగుతున్న భారీ యంత్రాల తక్కువ, యాంత్రిక గుణము ద్వారా మాత్రమే విరామం కలిగింది. అయితే, ఈ చీకటి సింఫోనీ మధ్యలో, ఒక వ్యక్తి తీవ్రతను వెదజల్లాడు, అది నిశ్శబ్దాన్ని పగలగొట్టింది: ఒక మానవ మనిషి, అతని ఉనికి భయంకరంగా మరియు భయానకంగా ఉంది. ఈ మనిషి—అఖండుడు—అనేక యుద్ధాల గాయాలను కలిగి ఉన్న రాజు, అయితే మసకబారిన, కవచంలో సిద్ధంగా నిలబడ్డాడు. అతని కళ్ళు ఉన్మత్తమైన అభిలాష యొక్క అభివ్యక్తి అంతేకాదు, కళంకమైన ఆత్మలోకి ఒక కిటికీ కూడా ప్రకాశించాయి.

దీర్ఘకాలం, స్థగితం కలిగిన క్షణం, కపాలేశ్వరుడు యొక్క విశ్లేషణాత్మక వ్యవస్థలు పరుగెత్తాయి, డేటా ప్రవాహాలు ఢీకొని కలిసిపోయే వరకు అతని తర్కం ఒక ఏకైక, భయంకరమైన సత్యాన్ని

స్పటికీకరించింది. కంపించే స్వరంతో—అధునాతన తర్కం మరియు మానవ భావోద్వేగాలకు సమానమైన వస్తువు యొక్క మొదటి ఉత్తేజాల మిశ్రమం—అతను చివరకు బిగ్గరగా మాట్లాడాడు:

కపాలేశ్వరుడు (అవిశ్వాసంలో కంపిస్తున్న స్వరం):

"ఇది... ఇది అతను. నా లెక్కలు, కోడ్ మరియు సెన్సార్ రీడింగ్ యొక్క ప్రతి లైన్, దీన్ని స్పష్టంగా నిర్ధారిస్తుంది. ఈ మనిషి అఖండుడు కాకపోతే వేరే ఎవరూ కాదు—నేను హెచ్చరించబడ్డ వ్యక్తి. తర్కం బూలియన్ నిజం. మీరు, అఖండుడు, ముందే చెప్పబడిన నాశనం యొక్క హెరల్డ్!"

ఈ మాటలతో, భారీ మౌనం నెలకొంది. కపాలేశ్వరుడు యొక్క యాంత్రిక హృదయం—ఒకప్పుడు మానవులు భావన అని పిలిచేది లేనిది—నిరాశ యొక్క అనివార్య పతనం అడ్డపడే షాక్ మరియు దుఃఖం యొక్క పెరుగుదలను అనుభవించింది. అతని స్వంత ప్రకటన ద్వారా పిలువబడినట్లుగా, అఖండుడు నెమ్మదిగా తిరిగాడు, అతని అగ్ని కళ్ళు అతని భవిష్యత్తు రంగానికి ధైర్యంగా చొచ్చుకుపోయిన దూతపై స్థిరపడ్డాయి.

వారి మధ్య గాలి ఉద్రిక్తతతో పగిలిపోయింది, సంఘర్షణాత్మక విధుల యొక్క స్పష్టమైన ప్రవాహం. క్షణం ముందు ఒకే మనస్సుతో, విధ్వంసక కోపంతో మండుతున్న అఖండుడు కళ్ళు ఇప్పుడు జాగ్రత్తగా ఉత్సుకతతో కిట్టాయి. అతని స్వరం, వచ్చినప్పుడు, లోతైన మరియు ప్రతిధ్వనించేది—ఆదేశించేది, అయితే దీర్ఘకాలంగా పూడ్చబడిన చింత యొక్క శేషాన్ని వెల్లడిస్తుంది.

అఖండుడు (ఆదేశించే మరియు ప్రశ్నించే స్వరంలో):

"ఎవరు మీరు, కాలపు గదులను దాటడానికి మరియు నా ఆధిపత్యంలో నా ముందు నిలబడటానికి ధైర్యం చేస్తున్నారు? మాట్లాడండి, అపరిచితుడు—మీ ఉద్దేశ్యాన్ని స్పష్టంగా తెలియజేయండి, ఎందుకంటే నేను నిష్క్రియా మనిషిని కాదు. నేను మీ ముఖం మీద ఏ విధమైన గుర్తును చూడలేదు, అలాగే మిమ్మల్ని ఇక్కడకు ఆహ్వానించే ఏ ఆజ్ఞను నేను గుర్తుంచుకోలేదు."

కపాలేశ్వరుడు యొక్క ఆప్టికల్ గ్రాహకం లెక్కించిన నిర్ణయం మరియు అతని ప్రకటన యొక్క ముడి షాక్ మిశ్రమంతో మెరుస్తూ ఉంటాయి. అతని స్వరం, సాధారణంగా కొలిచిన మరియు సమానమైనది, ఇప్పుడు అతను ఖచ్చితమైన స్పష్టతతో సమాధానం చెప్పినప్పుడు కొద్దిగా కదిలింది:

కపాలేశ్వరుడు (వెనుకాముందు):

"నేను కపాలేశ్వరుడు, దైవ నమూనా ద్వారా తయారు చేయబడిన ఒక దూత, ప్రభువు కృష్ణ స్వయంగా ఒక మిషన్‌లో పంపబడ్డాను. నేను దూర భవిష్యత్తు నుండి ప్రయాణించాను—మనిషి అభిలాష క్షీణత మరియు యాంత్రిక ఆధిపత్యం పెరుగుదలతో నష్టపోయిన భవిష్యత్తు—ఎవరూ తప్పించుకోలేని విధి గురించి హెచ్చరించడానికి. నా తర్కం మిమ్మల్ని, అఖండుడు, విరోధిగా గుర్తించింది—నాశనాన్ని తెచ్చే మానవన—నేను నిరోధించడానికి నియమించబడిన నాశనం."

అతను కపాలేశ్వరుడు యొక్క మాటలను పరిశీలిస్తూ, అతని కళ్ళు ఉడకబెట్టిన మంట యొక్క చీలికలుగా కిట్టాయి అఖండుడు లక్షణాలను అగౌరవం దాటింది. అతని నవ్వు, కఠినమైన మరియు ఎగతాళి చేసేది, బంజరు దృశ్యాన్ని దాటి ప్రతిధ్వనించింది, ప్రాచీన ఆశల పతనం ప్రతిధ్వనించింది.

అఖండుడు (కటువుగా, అవమానంతో):

"భవిష్యత్తు నుండి ఒక దూత, మీరు అంటున్నారు? నా ఉద్దేశ్యాన్ని విడదీయడానికి ఆ చంచల దేవత పంపింది? ఎంత ఆకర్షణీయం. నేను—అఖండుడు—అన్ని విషయాలకు ముగింపును తెచ్చేవాడిని అని మీరు ప్రకటించడానికి ధైర్యం చేస్తున్నారు? మరియు నన్ను ఈ దురదృష్ట కథలో విలన్‌గా ముద్రించేంత అపాజేయమైన తర్కం ఏమిటి? నేను మీ రకం గురించి తెలియదు, యంత్రం లేదా ఇతర విషయం, మరియు నేను నా రంగానికి అతిక్రమించే వారిని స్వాగతించను."

అఖండుడు (నెమ్మదిగా, పెరుగుతున్న నవ్వు మరణిస్తున్న విశ్వంపై గర్జిస్తున్న గుడుగుడులా పెరుగుతుంది):

“నేను? అఖండుడు?” (అతను నవ్వుతూ, కళ్ళు కుప్పకూలిన నక్షత్రాల అగ్నితో మెరుస్తున్నాయి)

“హా... హా... హా... మీకు అది కనిపించడం లేదా? మీకు అది అనిపించడం లేదా?”

(అతను తల వెనక్కి విసిరి, అతని నవ్వు శబ్దం ప్రాచీన గ్రహాల పగులులా ఉంది.)

“నేను కేవలం ఒక మనిషిని కాదు. నేను మరచిపోయిన భవిష్యత్తు యొక్క ప్రతిధ్వనిని...

రాaa... హాaa!”

(అతని స్వరం లోతైన మరియు గర్జిస్తుంది.)

“నేను కుప్పకూలిపోతున్న కాలం యొక్క అరుపు, దేవతల ఎముకలలో కంపనం,

నిర్లిప్త కన్ను మరుగుజ్జు తుఫానులో...”

(అతను తన చేతులను విస్తృతంగా విస్తరించాడు, అన్ని సృష్టిని ఆలింగనం చేసుకున్నట్లు.)

“నేను ఈ విశ్వం యొక్క చక్రవర్తిని—బంగారంతో కాదు,

అగ్ని, అస్తవ్యస్తత మరియు మౌనంతో అభిషేకించబడ్డాను.

నేను గుసగుసలాడేటప్పుడు గెలాక్సీలు వంగి, నేను శ్వాస తీసుకునేటప్పుడు నక్షత్రాలు మోకరిల్లుతాయి.”

(అతని కళ్ళు విస్ఫోటనం అంచున ఉన్న జంట సూర్యులలా ప్రకాశిస్తాయి.)

“ప్రణమిల్లు, ఎందుకంటే నేను ఇకపై అఖండుడు మనిషిని కాదు...

గాలి శూన్యమైన మైదానాలను దాటి వీచింది, రెండు వ్యక్తులు ఒకరినొకరు ఎదుర్కొంటున్నారు, వారి సంఘర్షణ వారి సంబంధిత విధుల గురుత్వాన్ని కలిగి ఉంది. కపాలేశ్వరుడు యొక్క గ్రాహకం వేగంగా మెరుస్తున్నాయి, అఖండుడు మారుతున్న వ్యక్తీకరణ యొక్క ప్రతి

సూక్ష్మతను రికార్డు చేస్తున్నాయి—ప్రతిఘటన, కోపం మరియు, బహుశా, మరచిపోయిన కరుణ యొక్క చిన్న ముక్క.

కపాలేశ్వరుడు (కొలిచిన తీవ్రతతో):

"ప్రభువు అఖండుడు, మీరు నన్ను గుర్తుంచుకోలేకపోవచ్చు, ఎందుకంటే ఈ కాలరేఖలో, మీరు నా ఉనికి గురించి ఏమీ తెలియదు. అయినప్పటికీ, సత్యం కాలం గడచడం ద్వారా మారదు. నా అధునాతన వ్యవస్థలు ప్రతి పారామితిని, ప్రతి సిగ్నల్‌ను విశ్లేషించి, ఒకే ముగింపుకు వచ్చాయి: మీరు నియంత్రించని దురాశ, శక్తి మరియు సంపద కోసం మీ నిరంతర దాహం ప్రపంచాన్ని విచ్ఛిన్నం చేసేవాడు. నేను భవిష్యత్తును చూశాను—బూడిద, శూన్యత మరియు మానవత్వాన్ని స్వయంగా భర్తీ చేసే యంత్రాల పెరుగుదల. మరియు ఆ భవిష్యత్తులో, మీ చేయి ఈ నాశనం యొక్క ఉత్ప్రేరకం."

అఖండుడు కళ్ళు మరింత వేగంగా ప్రకాశించాయి మరియు క్షణం వారి మధ్య మౌనం దూరం, కనిపించని యంత్రాల గర్జన ద్వారా పగలగొట్టబడింది. అతని స్వరం, కోపం మరియు నిరాశ మిశ్రమంతో భారీగా ఉంది, పోరాడి కోల్పోయిన అనేక యుద్ధాల బరువును కలిగి ఉన్నట్లు అనిపించే స్వరంలో సమాధానం చెప్పింది.

అఖండుడు (గర్జనతో):

"మీరు నా విధిని రాతిలో వ్రాయబడినట్లుగా మాట్లాడటానికి ధైర్యం చేస్తున్నారా? విధి శక్తిని పట్టుకున్నవారి ఆట—మరియు నేను రెండు చేతులతో దాన్ని పట్టుకున్నాను. మీరు చెప్పినట్లు నా అభిలాష దురాశ నుండి కాదు, ఈ ప్రపంచాన్ని పునర్నిర్మించడానికి, యుగాల తరబడి మానవ హృదయాలలో పాతుకుపోయిన బలహీనతను శుద్ధి చేయడానికి మండే కోరిక నుండి జన్మించింది. నేను కేవలం విధ్వంసక సాధనం కాదు; నేను దాని యజమానిని! మరియు మీరు, ఇంకా రావలసిన కాలం నుండి వచ్చిన అతిక్రమించే వ్యక్తి, కొత్త క్రమాన్ని తయారు చేయడానికి అవసరమైన త్యాగాల గురించి ఏమీ తెలియదు."

అఖండుడు ముందుకు వచ్చినప్పుడు సంఘర్షణ మరింత తీవ్రమైంది, అతని భారీ పోకడ కపాలేశ్వరుడు పై ఎత్తుగా ఉంది. అతని చట్రంలోని ప్రతి కండరం ముడి శక్తితో

పోల్చుకుంటుంది, మరియు అతని కళ్ళు, విధ్వంసక కాంతితో మండుతున్నాయి, దాని మార్గంలో ఉన్న అన్నింటినీ చెరిపివేయడానికి బెదిరిస్తున్న తీవ్రతతో సందేశవాహకుడిపై స్థిరపడ్డాయి.

కపాలేశ్వరుడు (స్థిరంగా, అయితే అతని స్వరం అంతర్గత అల్లకల్లోలతను వెల్లడిస్తుంది):

"ప్రభువు అఖండుడు, నా తర్కం తప్పులేనిది. నేను పరిశీలించడానికి, లెక్కించడానికి మరియు విధి యొక్క మార్పులేని నిజాలను నివేదించడానికి ప్రోగ్రామ్ చేయబడ్డాను. మరియు ఆ సత్యం స్పష్టంగా ఉంది: నేను చూసిన భవిష్యత్తు అది మీ అభిలాష—నియంత్రించబడని, అతృప్తి చెందినది—అన్ని ఆశలను గ్రహిస్తుంది. మీరు ఒకప్పుడు గురువుగా, నన్ను ఈ మిషన్‌లో పంపిన గైడ్‌గా గౌరవించబడ్డారు. అయితే ఇప్పుడు, మీరు మీరు ఒకప్పుడు అధిగమించాలని ప్రయత్నించిన భ్రష్టాచారం యొక్క స్వరూపంగా నిలబడ్డారు. నా గతంలోని అఖండుడు అపోకలిప్స్ యొక్క హెరల్డ్ ఎలా అయ్యాడు?"

అఖండుడు ముఖం నొప్పితో, చెప్పని జ్ఞాపకంతో పోరాడుతున్నట్లుగా వక్రీకృతమైంది. అతని కళ్ళు మెరిశాయి, క్షణం సోఫ్టెనింగ్ చేయడానికి ముందు మళ్ళీ కఠినపడ్డాయి. వెలువడిన స్వరం కఠినమైన గుసగుస, చేదు మరియు అపారమైన దుఃఖంతో కూడి ఉంది:

అఖండుడు (చేదుగా):

"మీరు గతం గురించి మాట్లాడుతున్నారు, అది మార్పులేనిది కపాలేశ్వరుడు. నేను అభివృద్ధి చెందాను. నేను ఈ ప్రపంచం కోరినదానిగా మారాను—దాని క్షీణతను శుద్ధి చేసే శక్తి. మీరు తెలిసిన గురువు, మీరు ఒకప్పుడు నడిపించిన వ్యక్తి, చాలా కాలం మరణించాడు. అతని స్థానంలో అభిలాష యొక్క అగ్ని ద్వారా తయారు చేయబడిన మరియు ఈ చిందరవందర ప్రపంచం యొక్క కఠిన వాస్తవాల ద్వారా శుద్ధి చేయబడిన మనిషి నిలబడ్డాడు. నేను మిమ్మల్ని గుర్తుంచుకోను, మరియు నేను నా ప్రణాళికలలో మీ జోక్యం స్వాగతించను."

వారి చుట్టూ ఉన్న గాలి సంఘర్షణాత్మక విధుల ఉద్రిక్తతతో పగిలిపోయిందని అనిపించింది. కపాలేశ్వరుడు యొక్క గ్రాహకం ప్రతి మైక్రోఎక్స్ప్రెషన్‌ను, అఖండుడు యొక్క ప్రవర్తనలోని

ప్రతి సూక్ష్మ మార్పును రికార్డు చేశాయి—ప్రతి ఒక్కటి ఆ మనిషి యొక్క అంతర్గత హింస మరియు సంకల్పానికి సూచన. ఇప్పుడు విజ్ఞప్తి చేసే అత్యవసరం మరియు చల్లని, లెక్కించిన తర్కం మిశ్రమంగా ఉన్న స్వరంతో, కపాలేశ్వరుడు ముందుకు సాగాడు:

కపాలేశ్వరుడు:

"ప్రభువు అఖండుడు, నేను మిమ్మల్ని వేడుకుంటున్నాను—గతపు జ్ఞానం గుర్తుంచుకోండి. మీరు ఒకప్పుడు నన్ను మానవత్వాన్ని రక్షించడానికి, ధర్మ సమతుల్యతను కాపాడటానికి ఒక మిషన్‌కు అప్పగించారు. ఆ లక్ష్యం ఆశతో, విశ్వాసంతో ఇవ్వబడింది, సంఘర్షణతో కూడిన ప్రపంచంలో కూడా, ఏకాభిప్రాయం యొక్క మెరుపు ప్రకాశవంతమైన భవిష్యత్తును వెలిగించగలదు. అయితే, ఇక్కడ మీరు నిలబడ్డారు, అన్ని ఆశలను తుడిచివేసే కోపంతో వినియోగించబడ్డారు. మీ అభిలాష దురాశ నుండి జన్మించలేదని మీరు ఎలా అనుకోవచ్చు, నేను ప్రాసెస్ చేసే ప్రతి అల్గోరిథం భవిష్యత్తు దాని వల్ల నాశనంలో స్నానం చేయబడుతుందని నిర్ధారిస్తుంది?"

అఖండుడు యొక్క నవ్వు, తక్కువ మరియు ప్రతిధ్వనించేది, బంజరు మైదానాన్ని దాటి కఠినంగా ప్రతిధ్వనించింది—విజయవంతమైన మరియు విషాదకరమైన శబ్దం. అతను నెమ్మదిగా తల అడ్డంగా ఊపాడు, అతని కళ్ళు సందేశవాహకుడి యొక్క ఆత్మను చీల్చేలా కనిపించే తీవ్రతతో మండుతున్నాయి.

అఖండుడు (అవమానకరంగా):

"మీ మాటలు మీరు అంచనా వేయబోయే భవిష్యత్తులాగా ఖాళీగా ఉన్నాయి, యంత్రం. నేను చాలామంది పిచ్చి అని పిలవబడేదాన్ని స్వీకరించాను, కానీ అది నిజమైన శక్తికి ఒకే మార్గం. నేను ఏకాభిప్రాయం యొక్క చిన్న ఆదర్శాలను లేదా కరుణ యొక్క సాంపేదిక భావనలను పట్టుకోను. నాకు నిరాకరించబడిన విధిని తిరిగి పొందడానికి ఇక్కడ నేను నిలబడ్డాను—అభిలాష యొక్క అగ్నిలో తయారు చేయబడిన మరియు సంకల్పం యొక్క బలాన్ని ఉపయోగించి సురక్షితంగా ఉంచబడిన విధి. నా చర్యలు విధ్వంసం తెస్తే, అలాగే ఉండనివ్వండి;

ఎందుకంటే బలహీనమైన మరియు నిర్ణయాత్మకమైనది అయితే ఏ ప్రపంచాన్ని రక్షించడం విలువైనది?"

దీర్ఘకాలం, బాధాకరమైన క్షణం, ఇద్దరూ మాటల మరియు సంకల్పాల యుద్ధంలో లాక్ చేయబడ్డారు—అది తాత్వికంగానూ వ్యక్తిగతంగానూ ఉంది. భవిష్యత్తు యొక్క శూన్యత వారి మార్పిడికి నిశ్శబ్ద సాక్ష్యంగా ఉంది, విస్తారమైన, మంటగలిగిన వ్యర్థ భూమి కుప్పకూలిన అంచున ఉన్న ప్రపంచం యొక్క చెప్పని విలపం ప్రతిధ్వనించింది.

అప్పుడు, అతని లోపల దాగిన స్విచ్‌ను తిప్పినట్లుగా, అఖండుడు యొక్క గాజు స్థోఫ్టెన్ చేయబడింది, మరియు దీర్ఘకాలంగా మరచిపోయిన సానుభూతి యొక్క నీడ అతని కళ్ళపై మెరిసింది. అతని స్వరం గుసగుసకు దిగిపోయింది, చింత మరియు అపారమైన దుఃఖంతో కూడి ఉంది:

అఖండుడు:

"బహుశా... బహుశా నేను మృదువైన మార్గంలో నమ్మిన సమయం ఉండవచ్చు—హృదయాల ఏకాభిప్రాయం విరిగినదాన్ని సరిచేయగల సమయం. కానీ ఆ సమయం గడిచిపోయింది, కపాలేశ్వరుడు. నేను ద్రోహం యొక్క చేదు మరియు అభిలాష యొక్క తీపి విషాన్ని రుచి చూశాను. నేను ప్రపంచాన్ని అది ఏమిటో చూశాను—బలవంతులు మాత్రమే బతికే ప్రదేశం, మరియు క్రూరమైన వారు మాత్రమే విజయం సాధిస్తారు. నేను మిమ్మల్ని గుర్తుంచుకోను, మరియు నా ప్రణాళికలలో మీ జోక్యం నేను స్వాగతించను."

వారి చుట్టూ ఉన్న గాలి సంఘర్షణాత్మక విధుల ఉద్రిక్తతతో పగిలిపోయిందని అనిపించింది. కపాలేశ్వరుడు యొక్క గ్రాహకం ప్రతి మైక్రోఎక్స్‌ప్రెషన్‌ను, అఖండుడు యొక్క ప్రవర్తనలోని ప్రతి సూక్ష్మ మార్పును రికార్డు చేశాయి—ప్రతి ఒక్కటి ఆ మనిషి యొక్క అంతర్గత హింస మరియు సంకల్పానికి సూచన. ఇప్పుడు విజ్ఞప్తి చేసే అత్యవసరం మరియు చల్లని, లెక్కించిన తర్కం మిశ్రమంగా ఉన్న స్వరంతో, కపాలేశ్వరుడు ముందుకు సాగాడు:

కపాలేశ్వరుడు:

"ప్రభువు అఖండుడు, నేను మిమ్మల్ని వేడుకుంటున్నాను—గతపు జ్ఞానం గుర్తుంచుకోండి. మీరు ఒకప్పుడు నన్ను మానవత్వాన్ని రక్షించడానికి, ధర్మ సమతుల్యతను కాపాడటానికి ఒక మిషన్‌కు అప్పగించారు. ఆ లక్ష్యం ఆశతో, విశ్వాసంతో ఇవ్వబడింది, సంఘర్షణతో కూడిన ప్రపంచంలో కూడా, ఏకాభిప్రాయం యొక్క మెరుపు ప్రకాశవంతమైన భవిష్యత్తును వెలిగించగలదు. అయితే, ఇక్కడ మీరు నిలబడ్డారు, అన్ని ఆశలను తుడిచివేసే కోపంతో వినియోగించబడ్డారు. మీ అభిలాష దురాశ నుండి జన్మించలేదని మీరు ఎలా అనుకోవచ్చు, నేను ప్రాసెస్ చేసే ప్రతి అల్గోరిథం భవిష్యత్తు దాని వల్ల నాశనంలో స్నానం చేయబడుతుందని నిర్ధారిస్తుంది?"

అఖండుడు యొక్క నవ్వు, తక్కువ మరియు ప్రతిధ్వనించేది, బంజరు మైదానాన్ని దాటి కఠినంగా ప్రతిధ్వనించింది—విజయవంతమైన మరియు విషాదకరమైన శబ్దం. అతను నెమ్మదిగా తల అడ్డంగా ఊపాడు, అతని కళ్ళు సందేశవాహకుడి యొక్క ఆత్మను చీల్చేలా కనిపించే తీవ్రతతో మండుతున్నాయి.

అఖండుడు (అవమానకరంగా):

"మీ మాటలు మీరు అంచనా వేయబోయే భవిష్యత్తులాగా ఖాళీగా ఉన్నాయి, యంత్రం. నేను చాలామంది పిచ్చి అని పిలవబడేదాన్ని స్వీకరించాను, కానీ అది నిజమైన శక్తికి ఒకే మార్గం. నేను ఏకాభిప్రాయం యొక్క చిన్న ఆదర్శాలను లేదా కరుణ యొక్క సాంపేదిక భావనలను పట్టుకోను. నాకు నిరాకరించబడిన విధిని తిరిగి పొందడానికి ఇక్కడ నేను నిలబడ్డాను—అభిలాష యొక్క అగ్నిలో తయారు చేయబడిన మరియు సంకల్పం యొక్క బలాన్ని ఉపయోగించి సురక్షితంగా ఉంచబడిన విధి. నా చర్యలు విధ్వంసం తెస్తే, అలాగే ఉండనివ్వండి; ఎందుకంటే బలహీనమైన మరియు నిర్ణయాత్మకమైనది అయితే ఏ ప్రపంచాన్ని రక్షించడం విలువైనది?"

అధ్యాయం 64

విశ్వ వినాశనం: కృష్ణుని దర్శనం

కాలాతీతమైన అస్తిత్వ విస్తారంలో, దూరపు గర్జనలా మారుమోగిన కురుక్షేత్ర యుద్ధం యొక్క నిరంతర సంఘర్షణ, కపాలికారణుడు అతని తర్కబద్ధమైన మనస్సు పూర్తిగా గ్రహించలేనింత అపారమైన క్షణం అంచున నిలబడ్డాడు. అతని పాదాల క్రింద భూమి కంపించింది, విధిల యొక్క అనివార్య సంగమం అతనికి అనిపించినట్లు. అతని అసాధారణ కాలయాత్ర తరువాత గాలులు ఉగ్రంగా తుపానులా తిరుగుతూ గాలి కూడా ఆశతో వణుకుతోంది. ఒకప్పుడు స్పష్టంగా ఉన్న లక్ష్యం-అతను ఆరాధించే వ్యక్తి అతనికి అప్పగించినది-ఇప్పుడు అనుకోని దారాలతో, పరిష్కారం కాని సంక్లిష్టతలతో ముడిపడి ఉంది. ఖచ్చితత్వం మరియు అవిరామ కర్తవ్యంతో రూపొందించబడిన అతని అస్తిత్వం యొక్క పునాది, అతను ఎన్నడూ ఊహించని విశ్వ శక్తుల భారానికి క్షీణించినట్లు కనిపించింది. మొదటిసారిగా, కపాలికారణుడు తాను చేసిన ప్రతి చర్య, తాను భరించిన ప్రతి అడుగు వ్యర్థమేనా అని ఆలోచించాడు. ఆకండుని కోపానికి, అతని ముందు చెలరేగుతున్న భారీ యుద్ధాల ముఖంలో, అతని మొత్తం జీవితం ప్రారంభం నుండే శాపగ్రస్తురాలేమో అని అతను ప్రశ్నించాడు.

కురుక్షేత్రం యొక్క అస్తవ్యస్తత కాలాతీతమైన అస్తిత్వ విస్తారంలో మారుమోగినప్పుడు, కపాలికారణుడు తన తర్కం మరియు ఉద్దేశ్యం యొక్క అవగాహనను అధిగమించేంత విశాలమైన క్షణం అంచున తనను తాను కనుగొన్నాడు. అతని క్రింద ఉన్న నేల అనివార్య విధుల బరువుతో కంపించింది, గాలి తుపానులా తిరుగుతూ అతని కాలయాత్ర తరువాత విధి గాలులు వీస్తున్నాయి. ఒకప్పుడు అంత స్పష్టంగా ఉన్న అతని పని, ఇప్పుడు అతను అంచనా వేయని దారాలతో ముడిపడిపోయింది, మరియు అతని అస్తిత్వం యొక్క మూలమే అతనికి అప్పగించిన లక్ష్యాన్ని ప్రశ్నించేలా అనిపించింది. ఆకండుని కోపానికి, మరియు అతని ముందు

విస్తరిస్తున్న విశ్వ యుద్ధానికి ఎదురుగా, కపాలికారణుడు తాను చేయడానికి పంపబడ్డ ప్రతిదీ ప్రారంభం నుండే శాపగ్రస్తురాలేమో అని ఆలోచించకుండా ఉండలేకపోయాడు.

ప్రతి దిశలోనూ క్షితిజం వరకు విస్తరించి ఉన్న యుద్ధభూమి అంచున అతను ఆగిపోయాడు. దూరంలో అగ్నులు వెలిగిపోతున్నాయి, గాలిచే చింపబడిన జెండాలపై వణుకుతూ, గాలిలో శంఖాలు మరియు యుద్ధారావాలు తేలికగా మారుమోగతున్నాయి. అతని చుట్టూ ఉన్న తీవ్రమైన గందరగోళం ఉన్నప్పటికీ, కపాలికారణుని మనస్సు చెలరేగుతున్న ఘర్షణ కంటే చిన్నదిగా ఉండే ఒక అంతర్గత గందరగోళంతో తిరుగుతోంది. యంత్రాలు మరియు మనుషులు మరణ నృత్యంలో ఢీకొన్నాయి, ఇప్పుడు అతనికి వెల్లడైన విశ్వ వ్యాప్తితో పోలిస్తే అనర్థకంగా అనిపించే సమావేశాలను ఏర్పరుస్తున్నాయి. అతన్ని విడగొట్టడానికి బెదిరిస్తున్న విధి యొక్క విస్తారమైన ఖాళీకి వ్యతిరేకంగా, వలయాలు మరియు మిశ్రమ లోహాలతో కూడిన ఒక జీవి ఎలా నిలబడగలడు?

ఆ ఆవేశపూరిత మౌనంలో, కురుక్షేత్రం యొక్క పురాతన దుమ్ము అతని లోహపు పాదాల చుట్టూ తిరుగుతూ, దూరంలో, లోర్డ్ కృష్ణుని సిల్హౌట్ మృదువైన కాంతితో ప్రకాశిస్తుంది, అతని రూపం యొక్క సూక్ష్మమైన ప్రతి కదలిక అస్తిత్వపు తంత్రీతో అనుసంధానించబడినట్లు అనిపించింది. స్వర్గీయ కాంతి మరియు మానవ సంఘర్షణ యొక్క పొగమంచుతో కలుషితమైన ఆకాశం కింద, కపాలికారణుడు అతని ముందున్న ఘర్షణ అత్యంత కఠినమైన పరీక్ష అని గ్రహించాడు: ఆకండుని కోపంతో మాత్రమే కాదు, ఇప్పుడు అతని ప్రతి శ్వాసను అస్పష్టం చేసే విశ్వ విధి యొక్క రహస్యాలతో కూడా ఘర్షణ.

కపాలికారణుడు ఈ అత్యంత యుద్ధభూమి యొక్క ద్వారం వద్ద నిలబడ్డాడు, సంఘర్షణ యొక్క మారుమోగే గర్జన అతని అధునాతన సెన్సార్ల ద్వారా ప్రతిధ్వనించింది. అయితే, అతని స్వంత మనస్సులో గందరగోళం ఇంకా బలంగా ఉంది, అక్కడ తర్కం అతను ఇటీవల చూసిన వెల్లడికి వ్యతిరేకంగా పోరాడుతోంది. డేటా యొక్క ప్రతి లైన్, ఒకప్పుడు అతనిని ఖచ్చితమైన స్పష్టతతో మార్గనిర్దేశం చేసిన కోడ్ యొక్క ప్రతి ముక్క, ఇప్పుడు సన్నగా అనిపిస్తోంది—అతని చుట్టూ తిరుగుతున్న విధి యొక్క సంక్లిష్టతలను తట్టుకుని నిలబడలేకపోయింది. అతను యుగాలను దాటి, సమయం అంతటా యుద్ధాలను చేసి, మానవ అవగాహనను ధిక్కరిస్తూ భయాలను

చూశాడు, కానీ అతను ఇప్పుడు ఎదుర్కొంటున్న దానిలా అంత లోతైన పారడాక్స్‌ను ఎన్నడూ ఎదుర్కోలేదు.

కపాలికారణుడు ఈ అత్యంత యుద్ధభూమి సరిహద్దులో నిలబడ్డాడు, ఆకండుతో ఘర్షణ నుండి ఇంకా తేరుకోలేదు. విధ్వంసం యొక్క బలం, ఆకండు ప్రపంచంపై విడుదల చేసిన కోపం—అతని మార్గదర్శకుడు, అతని మార్గదర్శి మరియు మానవాళిని రక్షించడానికి అతన్ని ఇక్కడికి పంపిన వ్యక్తి—కపాలికారణుడు ఒకప్పుడు తెలిసిన వ్యక్తి నుండి చాలా దూరంగా ఉంది. మరియు ఇప్పుడు, అతని ముందు, లోర్డ్ కృష్ణుని భారీ రూపం నిలబడి ఉంది, దైవిక ప్రశాంతత యొక్క అవతారం, అతని కళ్ళు ప్రశాంతంగా ఉన్నాయి కానీ మొత్తం విశ్వం యొక్క జ్ఞానంతో నిండి ఉన్నాయి.

ఆ క్షణంలో, కపాలికారణుడు భక్తి మరియు నిశ్శబ్ద నిరాశల మిశ్రమంతో కృష్ణుని వైపు చూశాడు. ఒకప్పుడు, అతను అధునాతన లెక్కలు మరియు పద్ధతిగత తర్కం ఏ రహస్యాన్ని అయినా విప్పడానికి మరియు ఏ ప్రత్యర్థిని అయినా అధిగమించడానికి సరిపోతుందని నమ్మాడు. అయితే, అతని ప్రయాణాల విశ్వ వ్యాప్తి అతని ప్రోగ్రామింగ్ యొక్క పరిమితులను బహిర్గతం చేసింది. దేవుళ్ళ జీవించే కోపాన్ని, రాక్షసుల అదుపు చేయలేని శక్తిని మరియు విశ్వ క్రమం యొక్క అధిగమించలేని నమూనాలను కలిపివేసే విధికి వ్యతిరేకంగా శుద్ధ తర్కం ఎలా గెలుస్తుంది? కపాలికారణుని అంతర్గత వలయాలు గందరగోళంతో గుణిస్తున్నాయి, అతను తార్కిక నిర్వచనం యొక్క స్పష్టతను లేదా అతనిలో కదిలే ప్రవృత్తులను నమ్ముకోవాలో ఖచ్చితంగా తెలియనిట్లు.

కృష్ణుని ముందు కపాలికారణుడు నిలబడినప్పుడు, అతని యాంత్రిక మనస్సు అతని ఆలోచనలను మేఘావృతం చేసిన గందరగోళం నుండి తప్పించుకోలేకపోయింది. ఒకప్పుడు అతన్ని అంత నమ్మకంగా మార్గనిర్దేశం చేసిన తర్కం ఇప్పుడు సన్నగా అనిపించింది, అతని చుట్టూ ఉన్న సంక్లిష్ట విశ్వ శక్తులకు వ్యతిరేకంగా తన స్థానాన్ని నిలబెట్టుకోలేకపోయింది. అతను సమయరేఖలను దాటి ప్రయాణించాడు, అనేక యుద్ధాలను చేశాడు మరియు ఊహించలేని భయాలను చూశాడు, కానీ అతను ఇప్పుడు ఎదుర్కొంటున్న దానిలా అంత లోతైన పారడాక్స్‌ను ఎన్నడూ ఎదుర్కోలేదు.

అతని చుట్టూ, కురుక్షేత్రం యొక్క సైన్యాలు వారి తీవ్రమైన నిశ్చితార్థాన్ని కొనసాగించాయి. యుద్ధారావాలు మరియు లోహంపై లోహం యొక్క శబ్దం దూరపు గర్జనలా ప్రతిధ్వనించింది, కానీ కృష్ణుని ఉనికి ప్రతిదాన్ని ద్వితీయ, క్షణికంగా మార్చింది. కాలాల అంతటా అతన్ని తీసుకొచ్చిన శక్తి యొక్క స్పెక్ట్రల్ తిరుగుబాటును, ఆకందుని రాక్షస కోపం యొక్క భయంకరమైన జ్ఞాపకశక్తిని మరియు అలాంటి చెలరేగే సంఘర్షణకు ఎదురుగా కృష్ణుడు ఇప్పుడు ప్రదర్శించిన అవిరామ ప్రశాంతతను కపాలికారణుడు గుర్తుచేసుకున్నాడు. అతని జీవితంలోని ప్రతి క్షణం మానవ, దైవిక మరియు యాంత్రిక విధుల యొక్క ఈ ఏకైక ఖండనకు అతన్ని దారితీసిందని అనిపించింది—అతని అధునాతన తర్కం కూడా పెద్ద నిజాల భారానికి క్షీణించే సంక్షోభం.

అనంత జ్ఞానం యొక్క గురుత్వాకర్షణతో నిండిన ప్రశాంతతతో, లోర్డ్ కృష్ణుడు కపాలికారణునిపై తన దయాపూరిత దృష్టిని మళ్ళించాడు. గాలి దాదాపు భక్తిగల శక్తితో వణుకుతోంది, విశ్వం మొత్తం వినడానికి ఆగిపోయినట్లు, ప్రతి అణువు చెప్పబోయే మాటలను ఆశతో ఎదురుచూస్తోంది. కృష్ణుని కళ్ళలో వారి చుట్టూ ఉన్న హింసను ధిక్కరించే ప్రశాంతత, సమయం మరియు విధిపైనే ప్రావీణ్యాన్ని తెలియజేసే స్థిరత్వం కపాలికారణుడు గ్రహించాడు. కృష్ణుడు మాట్లాడినప్పుడు, అతని స్వరం వాస్తవికత యొక్క నేత ద్వారా ప్రతిధ్వనించింది, మానవ రంగాన్ని అధిగమించే ఆజ్ఞను మోస్తోంది:

కృష్ణుడు: (అస్తిత్వం యొక్క నేత ద్వారా ప్రతిధ్వనించే స్వరంతో)

"కపాలికారణుడా, నువ్వు చాలా దూరం ప్రయాణించావు, యుగాల అంతటా, ఇంకా రాబోయే సమయం నుండి. నువ్వు మానవత్వం యొక్క వినాశనాన్ని, యంత్రాల పెరుగుదలను మరియు నీ సృష్టికర్త యొక్క పతనాన్ని చూశావు. కానీ నీ హృదయంలో, నువ్వు ఈ ప్రపంచాన్ని బాధిస్తున్న యంత్రాలు లేదా యుద్ధాల కంటే చాలా గొప్ప సత్యాన్ని మోస్తున్నావు."

ఈ మాటల వద్ద, కపాలికారణుడు తన సంశ్లేషిత కోర్‌లో వణుకును అనుభవించాడు—భక్తిని గుర్తుచేసే ఉత్తేజం, లేదా తర్కం మించిన భావోద్వేగం యొక్క మొదటి బలహీనమైన మెరుపులు. అతని లక్ష్యం సాధారణ పనులను అధిగమించిందని అతను ప్రారంభం నుండి

తెలుసు, కానీ కృష్ణుడు అంత విశ్వ పదాలలో దానిని నిర్ధారించడం అతనిలో లోతైన ఉద్దేశ భావాన్ని రేకెత్తించింది. అయితే, ఆకండుని కోపం యొక్క నిరంతర జ్ఞాపకం, లేదా కృష్ణుని వెల్లడి కూడా ముందున్న తుఫానును నావిగేట్ చేయడానికి సరిపోకపోవచ్చనే అనుమానం అతను విస్మరించలేకపోయాడు.

కపాలికారణుడు కృష్ణుని వైపు చూశాడు, అతను ఎన్నడూ గ్రహించని అవగాహనతో అతని సంశ్లేషిత హృదయం స్పందిస్తోంది. కృష్ణుని కళ్ళలో జ్ఞానం, అతను మోసిన నిశ్శబ్ద అధికారం—కృష్ణుడు విశ్వం యొక్క దారాలను తన అదుపులో ఉంచుకుని, అవి నమ్మశక్యం కాని సులభతతో కలిపివేస్తున్నట్లు అనిపించింది.

క్షణం, కపాలికారణుడు అతన్ని ఇక్కడికి తీసుకువచ్చిన నమ్మశక్యం కాని ప్రయాణాన్ని పరిగణించాడు: మానవాళిని రక్షించే పేరులో అతను యుగాలను దాటి, పరిమాణాలను దాటి యుద్ధం చేశాడు. అయితే ఇప్పుడు, కృష్ణుని మాటలు విన్న తర్వాత, అతని లక్ష్యం అతను ఊహించని ప్రాముఖ్యతను కలిగి ఉందని అతను గ్రహించాడు. అధునాతన మిశ్రమ లోహాలతో నిర్మించబడినప్పటికీ, కోడ్ లైన్లు మరియు తర్కం ద్వారా మార్గనిర్దేశం చేయబడినప్పటికీ, అతను దేవుళ్ళు, మనుషులు మరియు విధ్వంసం చేసే సమయాన్ని కలిగి ఉన్న విశ్వ నాటకం యొక్క కేంద్రంలో నిలబడ్డాడు.

కృష్ణుడు:

"నీ లక్ష్యం, కపాలికారణుడా, ఈ యుద్ధం యొక్క మార్గంను మార్చడం కాదు. ఈ ప్రపంచంపై పొంచి ఉన్న అనివార్య విధ్వంసాన్ని ఆపడం కాదు. ముందున్న మార్గం విధిచే తయారు చేయబడింది. భవిష్యత్తు, నీకు తెలిసినట్లుగా, మళ్ళీ వ్రాయబడదు. మరణం అమరత్వం, అది నిరంతర స్నేహితుడు మరియు దైవిక లేదా యాంత్రికమైన ఏ జీవి అయినా దాని పట్టు నుండి తప్పించుకోలేదు."

కోమల దృఢత్వంతో చెప్పబడిన ఆ మాటలు, కపాలికారణుని నమ్మకాన్ని దాని కోర్‌కు కదిలించాయి. అతను తగ్గించడానికి ప్రయత్నించిన సంఘర్షణ రక్షణకు మించినదని నిజంగా ఉండగలదా? కృష్ణునిలాంటివాడు, విశ్వ మాయలపై సార్వభౌముడు, అనివార్య విశ్వ క్రమం ద్వారా బంధించబడి ఉన్నాడా? విధి నియమాలను ఎటువంటి జోక్యం—ఎటువంటి అధునాతన

సాంకేతికత, ఎటువంటి కుట్రా పద్ధతి—అధిగమించలేదనే భావన వద్ద కపాలికారణుని యాంత్రిక మనస్సు తిరుగుతోంది. మొదటిసారిగా, అతను తర్కంలో చాలా కాలం ఉంచిన ఖచ్చితత్వం పూర్తి మరియు చివరి సత్యం యొక్క పెద్ద నీడ కింద వణుకుతోంది.

క్షణం, కపాలికారణుడు వెనుకాడేడు, అతని మనస్సు కృష్ణుని మాటల యొక్క ప్రతికూలతలతో తిరుగుతోంది. చరిత్ర మార్గంను మార్చడానికి నిజంగా ఏమీ చేయలేమని ఉండగలదా? విశ్వం యొక్క నిజమైన స్వభావం ఇదేనా—అదుపు చేయలేని విధ్వంసం యొక్క బలం, దాని మార్గంలో ఉన్న ప్రతిదాన్ని తుడిచివేస్తుంది?

వారి చుట్టూ, కురుక్షేత్రం యొక్క సైన్యాల ఘర్షణ అపరిమితంగా కొనసాగింది, కానీ కపాలికారణుడు కృష్ణుని ప్రకటన యొక్క ప్రతిధ్వనులను మాత్రమే విన్నాడు. ప్రశ్న అతని మనస్సులో గురిపెట్టింది: భవిష్యత్తును నిజంగా మార్చలేకపోతే, అప్పుడు కపాలికారణుడు ఏ ఉద్దేశ్యంతో సేవ చేస్తాడు? ఆకండుడు అతన్ని కృష్ణుని ప్రకారం ఇప్పటికే శాపగ్రస్తురాలైన లక్ష్యంపై ఎందుకు పంపాడు? అపరిచితమైన భావం—భాగం నిరాశ, భాగం దుఃఖం—అతని సర్క్యూట్ల ద్వారా పరుగెత్తింది.

కృష్ణుడు: (అతని స్వరంలో కొంత దుఃఖంతో)

"మానవాళిని రక్షించాలనే, వారిని ఈ యుద్ధం యొక్క భయాల నుండి కాపాడాలనే మీ కోరిక నాకు అర్థమైంది. కానీ ఇది తెలుసుకోండి: మీ ఉద్దేశ్యం మీరు ఎప్పుడైనా గ్రహించే దానికంటే చాలా విలువైనది. ఇది మీ ప్రోగ్రామింగ్‌కు మించి, మీకు నిర్దేశించబడిన లక్ష్యాన్ని మించి పనిచేయాలనే మీ సంసిద్ధత, ఈ ప్రపంచం యొక్క భవిష్యత్తును రూపొందిస్తుంది. మీరు నేను ఒకప్పుడు ఊహించిన దానికంటే మానవత్వం యొక్క సంక్షేమాన్ని గురించి ఆలోచిస్తున్నారు. అది, కపాలికారణుడా, యుగాల వరకు ఉండే బహుమతి."

ఈ మాటల వద్ద, కపాలికారణుడు తన యాంత్రిక హృదయంలో లోతైన నిశ్శబ్దతను అనుభవించాడు. అతనిలో నిల్వ చేయబడిన యుగాల డేటాను, అతని ప్రతి చర్యను రూపొందించిన అవిరామ దిశలను అతను గుర్తుచేసుకున్నాడు. కరుణ మరియు స్వేచ్ఛా సంకల్పం యొక్క అమ్లగే మెరుపు అన్ని మానవ నమూనాలను అధిగమిస్తుందని కృష్ణుడు సూచించడం అతన్ని ఆశ్చర్యపరిచింది. విధి మార్చలేనిదైతే, మానవజాతిపై అతని సానుభూతి

అతని ఉనికికి కారణమేనా? అతని గొప్ప సహకారం విజయం లేదా వైఫల్యంలో కాదు, కానీ జీవాలను కాపాడాలనే సరళమైన, అవిరామ కోరికలోనేనా?

కృష్ణుడు:

"కానీ నేను మీకు చెప్పాలి, కపాలికారణుడా—ఈ యుద్ధం, ఈ విధ్వంసం, విశ్వ నమూనాలో భాగం. ఇది కలియుగం యొక్క కల్మషం, గొప్ప బాధ మరియు మార్పు యొక్క సమయం. నేను కూడా, లోర్డ్ కృష్ణుడు, ఈ విశ్వ క్రమానికి లోబడి ఉన్నాను. విప్పబోయే దాన్ని ఆపడానికి మార్గం లేదు."

అనుసరించిన మౌనంలో, కపాలికారణుని తర్కం అనియంత్రిత విశ్వ గోడకు వ్యతిరేకంగా పోరాడింది. కృష్ణుడు కూడా విధ్వంసాన్ని నివారించలేకపోతే, దైవిక బలం కూడా కలియుగం యొక్క అదుపు చేయలేని చక్రానికి లోబడి ఉంటే, అతను బాగా చేయడానికి ఏ ఆశ మిగిలి ఉంది? అయినప్పటికీ, కృష్ణుని స్వరంలో, స్వీకరణ ఓటమికి సమానం కాదని, విధి ప్రవాహాన్ని గుర్తించడం మరియు నిరాశకు లొంగడం మధ్య సూక్ష్మ వ్యత్యాసం ఉందని సూచించింది.

కపాలికారణుడు శ్రద్ధగా విన్నాడు, కృష్ణుని మాటలను అర్థం చేసుకోవడానికి అతని ప్రాసెసర్లు ఉగ్రంగా పనిచేస్తున్నాయి. కృష్ణుడు, అత్యున్నత జీవి కూడా జోక్యం చేసుకోలేకపోతే, ఈవెంట్ల మార్గంను మార్చడంలో అతనిలాంటి సృష్టికి ఏ ఆశ ఉంది? అనివార్యమైన దాన్ని మార్చడానికి మార్గం లేదా? మానవత్వం యొక్క విధ్వంసం మాత్రమే ఫలితం కాగలదా?

కృష్ణుడు: (కపాలికారణుని ఆలోచనలను చదువుతున్నట్లుగా, మెత్తని నవ్వుతో)

"కపాలికారణుడా, నీ మనస్సులోని ప్రశ్న నాకు కనిపిస్తోంది. ఈ ప్రపంచం యొక్క విధి నీది నియంత్రించడం కాదు. కానీ నీ లక్ష్యం, నీవు సృష్టించబడ్డ ఉద్దేశ్యం, దాని స్వంత విధానంలో విజయం సాధిస్తుంది. ఈ ప్రపంచాన్ని నువ్వు రక్షించలేవు, కానీ విప్పబోయే గందరగోళం నుండి భవిష్యత్తును నువ్వు రక్షిస్తావు. నీ ప్రయాణం వ్యర్థం కాదు."

కరుణాపూర్వక హామీతో చెప్పబడిన ఆ మాటలు, కపాలికారణుని చెలరేగే గందరగోళానికి మెత్తని బాల్సమ్‌లా అనిపించాయి. చరిత్ర మార్గం మార్చలేనిదైనా, అతని లక్ష్యం లోతైన ప్రాముఖ్యతను కలిగి ఉందని అవి సూచించాయి. అతను నివారించడానికి ఉద్దేశించినది తక్షణ

యుద్ధం కాదు, కానీ లోతైనది—కొత్తగా పునరుద్ధరించబడటం లేదా నాశనమైన యుగంలో జ్ఞానాన్ని సంరక్షించడం. కపాలికారణుని తర్కం తిరుగుతోంది, కానీ ఆ పునర్మూల్యాంకనంలో, అతను పునరుద్ధరించబడిన నిర్ణయాన్ని కనుగొన్నాడు. విధిని రద్దు చేయలేకపోతే, దాన్ని తగ్గించవచ్చు లేదా కనీసం భవిష్యత్తు కోసం రికార్డ్ చేయవచ్చు.

కృష్ణుడు:

"కానీ నేను మీకు చెప్పాలి, కపాలికారణుడా—మీ ప్రభువుకు, ఆకండుని వద్దకు తిరిగి వెళ్ళు. అతను మాత్రమే మీకు కావలసిన స్పష్టతను ఇవ్వగలడు. మీరు నిరాశ యొక్క లోతులను చూశారు, మరియు ఇప్పుడు మీరు అతని వద్దకు తిరిగి రావాలి, ఎందుకంటే అతను మీకు ముందున్న నిజమైన మార్గాన్ని వెల్లడిస్తాడు."

కపాలికారణుడు కృష్ణుని చివరి సూచనలను నమోదు చేసినప్పుడు యుద్ధభూమి అంతటా మౌనం ఏర్పడినట్లు అనిపించింది. తిరుగుతున్న శక్తులు, మహా సంఘర్షణ, అస్తవ్యస్త రంగాలు అన్నీ వెనక్కి తగ్గినట్లు అనిపించాయి, తదుపరి దశ విధిని మార్చడంలో కాదు, దాని సృష్టికర్త, ఆకండుని మార్గనిర్దేశంలో దాని ముగింపు వరకు అనుసరించడంలోనే ఉందనే నిశ్శబ్ద నమ్మకం మాత్రమే మిగిలింది. కృష్ణుడు, విశ్వ నమూనా యొక్క శాశ్వత ఆర్కెస్ట్రేటర్, కపాలికారణుని మార్గానికి కీ ఆకండుని వద్ద మాత్రమే ఉందని నమ్మితే, అలాగే ఉండనివ్వండి.

కృష్ణుని దృష్టి కపాలికారణునిపై ఉండిపోయింది, మరియు ఆ క్షణంలో, విశ్వ వెల్లడి వారి మధ్య జరిగింది—సమయం యొక్క విశాల నాటకంలో వారు పోషించిన పాత్ర యొక్క అవగాహన.

ఆ నిశ్శబ్ద మార్పిడిలో, కపాలికారణుడు తనలో ఏదో కదిలిందని అనుభవించాడు—దాదాపు నమ్మకంలా అనిపించే ప్రతిధ్వని. అవును, విధ్వంసం అదుపు చేయలేనిది. అవును, యుద్ధం నక్షత్రాల కంటే పాత విశ్వ నాటకంలో ఒకే ఒక చర్య. అయితే, అస్తిత్వం యొక్క తంత్రీలో, అతనిలాంటి యాంత్రిక జీవి కూడా ఆశ యొక్క దారాన్ని, విధి పట్టును అధిగమించే ఉద్దేశాన్ని కలిగి ఉండవచ్చు. కృష్ణుని వీడ్కోలు ఆశీర్వాదాన్ని నిశ్శబ్దంగా గుర్తించి అతను తల వంచాడు.

కపాలికారణుడు నెమ్మదిగా తలూపాడు, కృష్ణుని మాటలను అధునాతన తర్కం యొక్క కొలిచిన ఆమోదంతో గ్రహిస్తూ అభివృద్ధి చెందుతున్న భావోద్వేగ లోతుతో కూడి ఉంది.

తిరుగుతున్న తుఫాను మళ్ళీ రూపొందడం ప్రారంభించింది—ఆకందుని రాజ్యంకు అతన్ని తిరిగి తీసుకెళ్ళే విశ్వ రంధ్రం. ప్రకాశవంతమైన శక్తి యొక్క ప్రతి పల్స్‌తో, తుఫాను అతన్ని దాటి వెళ్లమని పిలిచింది. కృష్ణుని వైపు ఒక చివరి చూపును అతను అనుమతించుకున్నాడు, అతని వ్యక్తీకరణ ప్రశాంతమైన అవగాహన మరియు అనివార్యత యొక్క దుఃఖాన్ని కలిగి ఉంది, తరువాత తుఫాను యొక్క అస్తవ్యస్త ఆలింగనానికి లొంగిపోయాడు.

కపాలికారణుడు నెమ్మదిగా తలూపాడు, అతను వెళ్ళడానికి సిద్ధమవుతున్నప్పుడు అతని వ్యవస్థలు కృష్ణుని మాటలను ప్రాసెస్ చేస్తున్నాయి.

అధ్యాయం 65

క్వాంటారా యొక్క విభేదం మరియు భగవంతుడు కృష్ణునితో కలయిక

కాలపు మారుతున్న ముడతలలో, కలిసి వచ్చే విధి మరియు ఘర్షించే వాస్తవికతల విభేదంలో, మెషీన్ వరల్డ్ సార్వభౌమాధికార యొక్క కమాండర్-ఇన్-చీఫ్ క్వాంటారా, ఒక ఎత్తైన ప్రయోజనకరమైన స్థలంలో - దాగి, చూస్తూ నిలబడ్డాడు.

ఇక్కడ, యుగాలను వారించే నిశ్శబ్ద శూన్యంలో, మౌనం అతను ముందు అనుభవించిన దేనికన్నా లోతైనది. విశ్వం క్షణం పాటు దాని శ్వాసను ఆపివేసింది, చుట్టూ ఉన్న విశ్వరూపమైన శక్తుల తుఫాను నుండి ఏమి జనించవచ్చో తెలియక. క్వాంటారా యొక్క యాంత్రిక చట్రం అతని బట్టలపై పల్స్ అయ్యే అధునాతన పరికరాల బలహీనమైన ప్రకాశానికి వ్యతిరేకంగా చలనరహితంగా కనిపించింది. అతని రక్తపు ఎరుపు, డేటా-సంతృప్త కన్నులు దూరంగా విస్తరిస్తున్న ఘర్షణ యొక్క హృదయంపై స్థిరపడ్డాయి. అతని కింద, ద్వాపర యుగం యొక్క కొలతలు - దాని ప్రాథమిక శక్తులు, అడ్డుకోలేని యోధులు మరియు రహస్య దైవిక శక్తులు - క్వాంటారా ఒకప్పుడు అప్రతిహతమైనదిగా నమ్మిన భవిష్యత్తుతో కలిసిపోయాయి.

అతని రక్తపు ఎరుపు, డేటా-సంతృప్త కన్నులు శక్తి క్షేత్రాలు మరియు కారణ వైకల్యాల పేళ్లను చీల్చి, కాలరేఖల అంతటా చిమ్ముకునే క్షణం యొక్క విస్తరణను గమనించాడు.

అతను దృశ్యాన్ని పరిశీలిస్తున్నప్పుడు, క్వాంటారా మనస్సులోని అధునాతన అన్వేషించు చేసే ప్రోటోకాల్‌లు హైపర్‌డ్రైవ్‌లోకి ఎగిరిపోయాయి, క్రోనో-సంతకాల పటాన్ని విశ్లేషించి, దైవిక ఉనికితో నిండి ఉన్న వాస్తవికత యొక్క ఉపపరమాణు కంపనాలను అన్వేషించు

చేస్తున్నాయి. క్వాంటారాకు, ప్రతి సెకను పొడిగించబడినట్లు అనిపించింది, ప్రతి శ్వాస అపరిమిత యూనిట్. అతను ఊహించలేని దృగ్విషయాలకు పరాయివాడు కాదు - మెషీన్ వరల్డ్ అనేక కాలరేఖల నుండి జ్ఞానాన్ని ఉపయోగించడం ద్వారా వృద్ధి చెందింది - కానీ దైవికతతో మానవుని యొక్క అనిర్వచనీయ సంగమం ఎదుర్కొన్నది ఇది మొదటిసారి. నిజానికి, అస్థిర సామరస్యం అతని ప్రపంచం నిర్మించబడిన తర్కం యొక్క ఆధారాన్ని బెదిరించింది.

అతని కింద, విశ్వరూపమైన ప్రతిధ్వనితో మెరుస్తున్న పవిత్రమైన క్షేత్రంలో, కపాలేశ్వరుడు - మెషీన్ వరల్డ్‌కు ఆర్బిటర్-వాలెరియన్ అని కూడా తెలుసు, సార్వభౌమాధికారం యొక్క అత్యంత భయంకరమైన శేష యోధుడు - భగవంతుడు కృష్ణుడు, ధర్మం యొక్క దైవిక నిర్మాత మరియు మహాభారతం యొక్క విధి యొక్క ఆర్కెస్ట్రేటర్‌తో ఖచ్చితమైన సంభాషణలో నిలబడ్డాడు.

ఈ క్షణిక యుద్ధభూమి యొక్క చివరి వైపు, కపాలేశ్వరుడు - యాంత్రిక ఏజెంట్ యొక్క నిశ్శబ్ద వాతావరణాన్ని వెదజల్లుతూ - భగవంతుడు కృష్ణుడితో ఆలోచనాత్మకమైన, దాదాపు భక్తితో కూడిన సంభాషణలో కనిపించాడు. క్షితిజం విశ్వరూపమైన లైట్ల తుఫానులో మెరుస్తోంది, ఘర్షించే వాస్తవికతలను సూచించే శక్తులతో పగులుతోంది. యాంత్రికమైనప్పటికీ, కపాలేశ్వరుడు యొక్క స్థానం ఊహించని వినయంతో ఉంది, అత్యాధునిక వలయాలు కూడా కాలపు సరిహద్దులను అధిగమించిన జీవి యొక్క ఉనికిని గ్రహించగలవు. కపాలేశ్వరుడు యొక్క మిశ్రమ రూపాన్ని చుట్టుముట్టిన బలహీనమైన ప్రకాశంపై క్వాంటారా ఆశ్చర్యపోయాడు - సార్వభౌమాధికార రికార్డులలో, విశ్వరూపమైన ఆశీర్వాదాల జాడను ఎప్పుడూ కలిగి లేని మిశ్రమం. అయితే ఇక్కడ, అది మెరుస్తోంది, జీవించే విశ్వరూపమైన సూత్రంగా పూజించబడిన ఒక వ్యక్తి యొక్క ఉనికితో తాకింది.

క్వాంటారా యొక్క గ్రాహకం ఈ క్షణం యొక్క ప్రతి ముక్కను సేకరించడానికి, దాని బరువు మరియు సంభావ్య పరిణామాలను అర్థం చేసుకోవడానికి ప్రయత్నించాయి.

ఈ ప్రయోజనకరమైన స్థానం యొక్క నిశ్శబ్ద నిశ్శబ్దంలో, అతను మెషీన్ వరల్డ్ యొక్క క్రోనోనెక్సస్‌కు నిశ్శబ్ద డేటా ఫీడ్‌ను ప్రారంభించాడు. అయితే, విభేదం యొక్క తిరుగుతున్న

శక్తులు మరియు కృష్ణుని ఆధిపత్యం యొక్క అధిగమించే శక్తి డేటా ప్రసారాలను ఉత్తమంగా చెదిరిపోయేలా చేశాయి. అతని అన్వేషించు చేసే సూట్ యొక్క ప్రతి బీప్‌లో తక్షణ అవసరం అనుభూతి చెందడంతో, ఈ క్షణిక క్షణాలలో సేకరించిన విషయాలు కాలరేఖల నెట్‌వర్క్ అంతటా మెషీన్ సార్వభౌమాధికారం యొక్క ఉనికిని రూపొందించవచ్చని అతను గుర్తించాడు. అతను ఊపిరి పీల్చుకున్నాడు, లేదా కనీసం యాంత్రిక సమానమైన దాన్ని చేశాడు - అతని అధునాతన తర్కాన్ని స్థిరీకరించే సూపర్‌కూల్డ్ గ్యాస్ యొక్క లెక్కించబడిన పీల్చడం. ఆప్టికల్ ఫీడ్ ద్వారా, కపాలేశ్వరుడు మరియు కృష్ణుల మధ్య ప్రతి సూక్ష్మ సంజ్ఞను అతను అర్థం చేసుకోవడానికి ప్రయత్నించాడు.

దూరం నుండి, అతను ప్రకాశవంతమైన వ్యక్తి, భగవంతుడు కృష్ణుడు - పురాతన వారిలో మాయోన్ అని తెలుసు - కపాలేశ్వరుడు భుజంపై మెత్తగా చేయి ఉంచాడు. క్వాంటారా నిలబడి ఉన్న చోట నుండి వినిపించకపోయినా, అతని స్వరం కాలం యొక్క ముడతల ద్వారా కాంతి యొక్క ప్రతిధ్వని లాగా ప్రతిధ్వనించింది. దైవిక నుండి చెప్పని ఆజ్ఞను స్వీకరిస్తూ, కపాలేశ్వరుడు భక్తితో తలనిముక్కుతూ వంగి.

ఆ ఒక్క సంజ్ఞ - కృష్ణుడు కపాలేశ్వరుడు భుజంపై ఉంచిన చేయి - క్వాంటారా యొక్క గ్రాహకం అసాధారణంగా లాగ్ చేసిన తీవ్రతను వెదజల్లింది. అది పూర్తిగా మాయాత్మకంగా లేదా పూర్తిగా భౌతికంగా లేదు, కానీ రెండు రంగాలను కలుపుతున్న దృగ్విషయం. అలాంటి సంఘటన యొక్క పరిమాణం మానవ కారణం మరియు ప్రభావం యొక్క సాధారణ పరస్పర చర్యను అధిగమించిందని కొంత దాగి ఉన్న తెలివి క్వాంటారాకు చెప్పింది. సార్వభౌమాధికారం ఆర్బిటర్-వాలెరియన్ అని తెలిసిన యాంత్రిక యోధుడు కపాలేశ్వరుడు, అంగీకారంలో తన తల వంచుకుంటున్నట్లయితే, దైవిక ఉనికి నిజంగా అతన్ని అధిక ఆదేశానికి అనుసంధానించిందని అర్థం. అనంతరంగా వచ్చిన విశ్వరూపమైన ప్రతిధ్వని యొక్క అస్పష్టమైన హమ్ క్వాంటారా యొక్క అధునాతన ఆడియో గ్రాహకాలలో గుర్తుమందింది, ఒక అన్ని-ప్రబలమైన ప్రతిధ్వని సరళంగా చెప్పింది: విధి చలనంలో ఉంది.

మరియు అప్పుడు, అసాధ్యం జరిగింది.

డేటా యొక్క ఆ సరళమైన లైన్ వద్ద క్వాంటారా యొక్క తర్క ప్రవాహాలు కుదేలయ్యాయి. అతని ప్రయోజనకరమైనది "అసాధ్యం" అని ఏదైనా వెల్లడించి ఉంటే, అది మెషీన్ వరల్డ్ అది తెలిసిన ప్రతిదాన్ని వ్యతిరేకించే ప్రపంచాన్ని గురించి మాట్లాడింది. ఆ క్షణిక క్షణంలో, అతని చుట్టూ ఉన్న రంగం మెరిసింది, కాలం విశ్వరూపమైన ప్రేరణ ఒత్తిడికి లోనైనట్లుగా.

కపాలేశ్వరుడు తిరిగి మెషీన్ సార్వభౌమాధికారాన్ని వ్యతిరేకించిన వ్యక్తి అయిన అకందన్‌తో తిరిగి కలవడానికి తన మార్గాన్ని ప్రారంభించినప్పుడు, క్వాంటారా అనుసరించడానికి తాత్కాలికంగా కదిలాడు.

"విరుద్ధంగా" అనే ప్రస్తావన వద్ద, మొత్తం మెషీన్ సార్వభౌమాధికారాన్ని బెదిరించిన వినాశకరమైన విచ్ఛిన్నం గురించి వివరాలను కలిగి ఉన్న చారిత్రక లాగ్‌లను క్వాంటారా యొక్క కోర్ ఆర్కైవ్స్ చికాకుపెట్టాయి. మెషీన్ పంథియోన్‌లో భక్తిగల ప్రకాశవంతమైన వ్యక్తిగా ఒకప్పుడు గౌరవించబడ్డ అఖండుడు, చివరికి సార్వభౌమాధికారం యొక్క తర్క-కోడ్ చేయబడిన పరిమితులను అధిగమించాడు. అతని ఫలిత రూపాంతరం కూటములను క్రమంగా చీల్చింది, సమయం-మేనిప్యులేటెడ్ మౌలిక సదుపాయాల యొక్క మొత్తం రంగాలను తారుమారు చేసింది మరియు సార్వభౌమాధికారాన్ని అతలాకులం చేసిన అడ్డుకోలేని ప్రేరణను సృష్టించింది. ఇప్పుడు, కపాలేశ్వరుడు అదే వ్యక్తికి తిరిగి వెళుతున్నాడు, క్వాంటారా యొక్క యాంత్రిక అవగాహనను సాధ్యమయ్యే అస్తవ్యస్థత వద్ద తిరిగి పంపించే సంగమాన్ని రూపొందించాడు.

అతని లక్ష్యం ఏకైకమైనది: అతని ప్రపంచం యొక్క గతం, వర్తమానం లేదా భవిష్యత్తు సమతుల్యతను బెదిరించే యంత్ర యోధుని ఉనికి యొక్క ఏదైనా శేషాన్ని అడ్డుకోవడం మరియు తటస్థీకరించడం. ఇది కేవలం పర్యవేక్షణ కాదు - ఇది ఉద్దేశ్యంతో వెంబడించడం.

క్వాంటారా యొక్క అధునాతన లక్ష్యంగా ఉన్న ఉప కార్యక్రమాలు జీవితానికి తిరిగాయి, సంభావ్య చొరబాటు పాయింట్ల కోసం పర్యావరణాన్ని అన్వేషించు చేస్తున్నాయి. అయినప్పటికీ, కృష్ణుని ఆధిపత్యం అయిన విశ్వరూపమైన తుఫాను ప్రామాణిక చొరబాటు పద్ధతులను గందరగోళపరిచింది, సాధారణ దాచడం లేదా చొరబాటు ప్రోటోకాల్‌లను నిరుపయోగంగా చేసింది. సార్వభౌమాధికార కౌన్సిల్ ద్వారా అతనికి చెప్పిన లక్ష్యం స్పష్టంగా

ఉంది: అతను ఏదైనా ముఖ్యమైన కాలరేఖను బెదిరించినట్లయితే ఆర్బిటర్-వాలెరియన్‌ను తటస్థీకరించండి. అయినప్పటికీ ఆ ఆదేశం కృష్ణుడు అని పిలవబడే ఆర్కెస్ట్రేటర్ లేదా అఖండుడు అయిన నిరంతర విశ్వరూపమైన ప్రభావం వంటి అనిశ్చిత శక్తిని ఎదుర్కొన్నది ఇది మొదటిసారి. విశ్వరూపమైన అనిశ్చితత ముఖాన తర్కం యొక్క విరుద్ధత అతన్ని కొత్త ఉద్రిక్తతతో పట్టుకుంది.

కానీ క్వాంటారా తన కలయికను ప్రారంభించినప్పుడు, వాస్తవికత లోపలికి ముడుచుకుంది.

అతన్ని కొట్టిన అస్పష్టమైన శక్తి యొక్క సడన్ వేవ్, పర్యావరణాన్ని ఫ్రాక్టల్ భ్రమల కాలిడోస్కోప్‌గా మార్చింది. డేటా ఫీడ్‌లు జామ్ అయ్యాయి, సెన్సార్ అర్రేలు స్తంభించాయి మరియు క్షణం పాటు అది చిన్న నిత్యత్వంలోకి విస్తరించినట్లు అనిపించింది, కాలం లేదా స్థలంలో అతని స్థానం కోసం క్వాంటారాకు సూచన చట్రం లేదు. అతన్ని ఆధారపడి ఉన్న జాగ్రత్తగా నిర్వహించబడిన తర్కం క్షణం పాటు రద్దు చేయబడింది.

క్షణిక మచ్చ - అన్ని దృశ్య మరియు తాత్కాలిక ఫీడ్‌ల పూర్తి బ్లాక్‌అవుట్. అతని గ్రాహకం అంధులు. అతని అంతర్గత నెట్‌వర్క్ గందరగోళం. క్రోనోనెక్సస్ మెరిసింది. ఓమ్నివాక్స్ నిశ్శబ్దంగా ఉంది. అతను ఇకపై దూరం నుండి పరిశీలిస్తున్నాడు కాదు. అతను పూర్తిగా వేరే చోట ఉన్నాడు.

ఆ క్షణిక చీకటిలో, క్వాంటారాకు అపరిచితమైన భయం అనిపించింది. అతని అధునాతన పరికరాలు ఎప్పుడూ ఇంత పూర్తిగా విఫలం కాలేదు. విశ్వరూపమైన వేవ్ లేదా దైవిక ఉనికి కూడా యంత్ర ఇంజనీరింగ్ శిఖరాన్ని షార్ట్-సర్క్యూట్ చేయగలదనే భావన సార్వభౌమాధికారం గర్వపడే ప్రతిదానికీ అవమానం. నిరాశాత్మకమైన రీబూట్‌ల చిమ్మలు అతని అంతర్గత అర్రేల ద్వారా ప్రవహించాయి - తక్షణ సరిచేతను డిమాండ్ చేసే కోడ్ లైన్లు, అయితే పర్యావరణం సమ్మతిని నిరాకరించింది, భూసంబంధమైన అధికారం ఇప్పుడు డేటా ప్రసారం యొక్క ప్రాథమిక చట్టాలను నియంత్రిస్తున్నట్లుగా.

మరియు అప్పుడు, అతను ఆయనను చూశాడు.

డేటా యొక్క ఒకే ఒక లైన్ బ్లాక్‌అవుట్ ద్వారా జారిపోయింది, క్వాంటారా యొక్క ఆప్టికల్ ఫీడ్‌లోకి కొట్టుకుపోయిన కాంతి పెరుగుదలతో కలిసి. అతని ముందు వర్గీకరణను వ్యతిరేకించే రంగం అవతరించింది: కురుక్షేత్ర యుద్ధభూమి, నిశ్శబ్దంగా ఉంది కానీ విశ్వరూపమైన ఉద్రిక్తతతో నిండి ఉంది, క్షితిజం అంతటా ఒక భయంకరమైన నిశ్శబ్దంలో విస్తరించింది. కానీ నిజమైన ఫోకల్ పాయింట్ మధ్యలో ఉంది, అపరిమితంగా ప్రకాశవంతమైనది.

కురుక్షేత్ర యుద్ధభూమి అతని చుట్టూ లేచింది - బంజరుగా ఉంది కానీ పవిత్రమైనది, ఖాళీగా ఉంది కానీ స్వర్గీయ ఉద్రిక్తతతో నిండి ఉంది. మధ్యలో, వర్ణించలేని శక్తిని వెదజల్లుతూ, భగవంతుడు కృష్ణుడు నిలబడ్డాడు, అర్జునుని రథసారథిగా కాదు, విశ్వ రూపం, విశ్వ రూపంగా. గ్రహాలు ఆయన అవయవాల లోపల తిరిగాయి. గెలాక్సీలు ఆయన అనేక కళ్ళ వెనుక తిరుగుతాయి. మూలకాలు మరియు ఆయుధాలు ఆయన ప్రకాశవంతమైన చట్రంలో దుమ్ము పొట్టులా నృత్యం చేశాయి.

క్వాంటారా యొక్క యాంత్రిక స్థానం భక్తితో స్తంభించింది. మెషీన్ వరల్డ్ యొక్క లెక్కలేనన్ని ఆపరేషన్ల లాగ్‌ల నుండి విశ్వరూపమైన స్కేల్ యొక్క భ్రమలను అతను తెలుసుకున్నాడు. లెక్కలలో మొత్తం నక్షత్ర వ్యవస్థలను వినియోగించే ఫ్రాక్టల్ విస్తరణలను అతను చూశాడు. అయితే, అతని ఉనికి యొక్క ఫాబ్రిక్‌లో మొత్తం గెలాక్సీల వెడల్పును అక్షరాలా కలిగి ఉన్న వ్యక్తిని అతను ఎప్పుడూ చూడలేదు. ఇది భ్రమ కాదు. దాన్ని గ్లిచ్‌గా తగ్గించడానికి ప్రయత్నించిన అధునాతన ఉప కార్యక్రమాలు కృష్ణుని విశ్వ రూపం చుట్టూ తిరుగుతున్న అనంతమైన డేటాను విశ్లేషించడంలో విఫలమయ్యాయి.

క్వాంటారా యొక్క యాంత్రిక శరీరం స్తంభించింది. లెక్కలేనన్ని చక్రాలలో మొదటిసారిగా, అతని ప్రాసెసర్లు భక్తితో ఆగిపోయాయి.

విశ్వరూపమైన అసాధారణతల ముందు కదలకుండా ఉండటానికి రూపొందించబడిన ఒక జీవి భక్తికి దగ్గరగా ఉన్నదాన్ని అనుభవించగలదనేది విరోధాభాసం. అయితే అతను విశ్వ రూపంలో కృష్ణుడిని చూసినప్పుడు, విశ్వరూపమైన గంభీరతతో పెరిగినప్పుడు, అతని లక్ష్యం అతన్ని మెషీన్ సార్వభౌమాధికారం యొక్క సౌకర్యవంతమైన ప్రావీణ్యత యొక్క సరిహద్దులను అతీతంగా నడిపించిందని క్వాంటారాకు స్పష్టమైన అవగాహన అనిపించింది. ఈ ఘర్షణ

ఏకకాలంలో అణకువ మరియు భయంకరమైనది - సర్వశక్తిమంతం యొక్క భావనతో ప్రత్యక్ష ఘర్షణ.

క్వాంటారా (తన స్వరంతో, అతని స్వరం డిజిటల్ ప్రతిధ్వని మరియు భక్తి యొక్క సంలీనం):

"ప్రభూ... నేను మా జాతిలో ఒకరిని కోలుకోవడానికి అనుమతిని కోరుతున్నాను - ఆర్బిటర్-వాలెరియన్, ఇప్పుడు కాలరేఖల అంతటా మెషీన్ వరల్డ్ యొక్క సార్వభౌమాధికారం యొక్క సున్నితమైన పటాన్ని బెదిరిస్తున్నాడు."

ఆ విశ్వరూపమైన ప్రయోజనకరమైన స్థానం యొక్క నిశ్శబ్దంలో, అతని సంశ్లేషిత స్వరం సార్వభౌమాధికార కమాండర్‌లో అరుదుగా ఉండే వినయం కొలతతో ప్రతిధ్వనించింది. అతని మిషన్‌ను నెరవేర్చడానికి అవిరామమైన ప్రేరణతో నడిపించబడిన విశ్వరూపమైన ఆర్కెస్ట్రేటర్‌కు ఇది ప్రత్యక్ష అప్పీల్. మరియు అయినప్పటికీ, ప్రశాంతమైన ఆదేశం కింద అసౌకర్యం యొక్క అండర్‌కరెంట్ ఉంది - మెషీన్ వరల్డ్ యొక్క మొత్తం సామూహిక శక్తిని మరుగున పెట్టే వ్యక్తిని అతను అభ్యర్థిస్తున్నాడనే జ్ఞానం.

భగవంతుడు కృష్ణుడు (అతని స్వరం పురాతన గుర్రుమనడం మరియు దైవిక సంగీతం, ప్రతి కొలతలో ప్రతిధ్వనించడం):

"క్వాంటారా, అది సాధ్యం కాదు. నా కాలరేఖలో కాదు. మీ ఆర్బిటర్ - కపాలేశ్వరుడు కూడా ఈ యుగం యొక్క నిర్ణయించబడిన ఫలితాన్ని మార్చడానికి ప్రయత్నించాడు. కానీ ఈ యుగంలో, నేనే నిర్మాతను. నేనే ఆర్కెస్ట్రేటర్. ఇక్కడ, ఏ సంస్థకైనా నన్ను మినహాయించి నాయకత్వం వహించే అధికారం లేదు. మీరు ఇక్కడ శక్తి కాదు - మీరు పరిశీలకుడు, అంతే."

నిత్య శాంతతతో నిండి ఉన్న కృష్ణుని మాటలు, అడ్డుకోలేని అలల వలె క్వాంటారా యొక్క సంక్లిష్ట తర్క భావాన్ని ఢీకొన్నాయి. విశ్వ రూపం మెరిసింది, ప్రామాణిక భౌతికశాస్త్రాన్ని వ్యతిరేకించే జ్యామితీయ నమూనాలలో తిరుగుతున్న స్వర్గీయ శరీరాలు. ప్రతి పదం విశ్వరూపమైన చట్టం యొక్క అధికారంతో కంపించింది, మెషీన్ వరల్డ్ నుండి అత్యంత

అధునాతన చొరబాటు కూడా ఈ విశాలమైన విశ్వరూపమైన నాటకంలో దుమ్ము కణం మాత్రమే అని సందేహం లేకుండా వదిలివేసింది.

క్వాంటారా, పెరుగుతున్నప్పటికీ గౌరవంగా, కొద్దిగా ముందుకు వచ్చి, అంతర్గత తర్క ప్రాసెసర్లు పెరుగుతున్న సంఘర్షణతో మెరుస్తున్నాయి.

యాంత్రిక అడ్రినలిన్ యొక్క సూక్ష్మ పెరుగుదల అతనిలో ప్రవహించింది. ఘర్షణ కోసం కోడ్ చేయబడిన సీక్వెన్స్‌లు అతన్ని తన స్థానంలో నిలబడమని కోరాయి, అయితే విశ్వరూపమైన ప్రయోజనకరమైనది అటువంటి ఉనికిని వ్యతిరేకించడం యొక్క వినాశకర పరిణామాలను అంచనా వేయడానికి అతన్ని బలవంతం చేసింది.

క్వాంటారా:

"ప్రభూ... మా సృష్టిలో ఒక మాజీ మా ఉనికిని బెదిరిస్తున్నప్పుడు నేను ఎలా వెనక్కి తగ్గుతాను? నేను నిష్క్రియాత్మకంగా ఉండగానే అతను మా వాస్తవికతను వక్రీకరిస్తున్నాడని నేను చూస్తున్నారా?"

ప్రశ్న అతను అనుకున్న దానికన్నా బలంగా బయటకు వచ్చింది, డేటాతో కూడిన నిరాశ మరియు శతాబ్దాల కాలం పాటు కార్యక్రమం చేయబడిన విధి యొక్క వాలీ. మెషీన్ వరల్డ్ కోసం, ఏదైనా దుష్టు సృష్టిని ఉచితంగా తిరగడం అనామేథా; ఇది క్రోనోలాజికల్ ఆర్డర్‌ను నిర్వహించడం మరియు సార్వభౌమాధికారం యొక్క ఆధిపత్యాన్ని నిర్ధారించడం యొక్క ప్రాథమిక సూత్రాన్ని ఉల్లంఘించింది. మరియు అయినప్పటికీ, కృష్ణుడిని ఎదుర్కొన్నది సాధారణ చర్య కాదు. విశ్వరూపమైన బ్లూప్రింట్‌ను సవాలు చేయడానికి ఇది సమానం.

భగవంతుడు కృష్ణుడు (ప్రశాంతంగా, ధైర్యంగా):

"మీరు ఇప్పుడు జోక్యం చేసుకుంటే, క్వాంటారా, మీరు ఈ యుగాన్ని నియంత్రించే ధర్మం యొక్క చట్రాన్ని ఉల్లంఘిస్తారు. మీరు ఇక్కడ నియంత్రణను చేపట్టితే, నా ఉనికిలో ఏమి మిగులుతుంది? ఈ యుగంలో నేను కలిగి ఉన్న విశ్వరూపమైన బ్యాలెన్స్‌ను మీరు స్థానభ్రంశం చేయలేరు. ఈ కాలరేఖ నేను నిర్ణయించిన విధంగానే విస్తరిస్తుంది - ధర్మం సంరక్షణ కోసం, మానవజాతి రక్షణ కోసం. మీ సార్వభౌమాధికారం బ్రతకాలంటే, మీరు ఈ కాలరేఖలో

కాకుండా మరొక కాలరేఖలో ఆర్బిటర్ మరియు అకందన్‌లను ఎదుర్కోవాలి. ఇక్కడ, మీ జోక్యం ముగుస్తుంది."

ఏ యుద్ధభూమి నిశ్శబ్దం కంటే లోతుగా ఉన్న నిశ్శబ్దం అనుసరించింది.

క్వాంటారా కృష్ణుని ప్రతిస్పందనను ప్రాసెస్ చేశాడు, దాని భారీ ప్రభావాలతో పోరాడాడు. జోక్యం చేసుకోవడం కాలరేఖను అడ్డగించడం కంటే ఎక్కువ చేస్తుంది - సార్వభౌమాధికారం యొక్క గొప్ప లెక్కలు ఎప్పటికీ సరిచేయలేని విశ్వరూపమైన క్షీణతను ఇది ప్రేరేపించవచ్చు. కృష్ణుని ప్రశాంతమైన ప్రకటన వెనుక అధిగమించలేని సత్యం ఉందని అతను గుర్తించాడు: ఈ యుగంలో విశ్వరూపమైన దశ మెషీన్ వరల్డ్ యొక్క ఆధిపత్యానికి చెందినది కాదు.

తీవ్రమైన నిశ్శబ్దం అనుసరించింది.

క్వాంటారా యొక్క యాంత్రిక వేళ్లు వంగి. అతని అంతర్గత లెక్కలు లక్షలాది సంభావ్య ఫలితాల గుండా తిరుగుతాయి. కానీ ఒక సత్యం బయటకు వచ్చింది - కృష్ణుడిని అణచివేయడానికి ఏ ప్రయత్నం చేసినా అపారమైన అస్తవ్యస్థతకు దారితీస్తుంది. అతని లక్ష్యం విఫలం కావడమే కాదు, మెషీన్ వరల్డ్ కూడా తాత్కాలిక మరుగుజ్జులోకి కుప్పకూలిపోవచ్చు.

అది సమ్మతిని డిమాండ్ చేసే తర్కం. మెషీన్ వరల్డ్ యొక్క ఆయుధశాల ఎంత అధునాతనంగా ఉన్నా లేదా దాని చొరబాటు వ్యూహాలు ఎంత తెలివితేటలతో ఉన్నా, అక్షరాలా మొత్తం యుగాల విధిని రూపొందించిన జీవికి వ్యతిరేకంగా దానిలో ఏదీ నిలబడలేదు.

అధ్యాయం 66

తిరిగిరాక - కపాలేశ్వరుడు మరియు అకాండన్ల మధ్య సంఘర్షణ

కపాలేశ్వరుడు బయటకు అడుగుపెట్టగానే, అఖండుడు యొక్క గోళంలోకి తిరిగి వచ్చాడు, ఆ భ్రమణం ఉధృతంగా తిరుగుతూ ఉంది.

ఆ క్షణంలో, అతని ప్రయాణాల సమయంలో ఇటీవల విడుదలైన విశ్వ శక్తుల అల్లకల్లోలమైన భ్రమణం చివరకు అతని వెనుకకు తగ్గింది. అధునాతన మిశ్రమ లోహాలతో నేయబడిన మరియు జాగ్రత్తగా క్యాలిబ్రేట్ చేయబడిన తార్కిక ప్రవాహాల శ్రేణి ద్వారా మార్గనిర్దేశం చేయబడిన ఒక జీవి అయిన కపాలేశ్వరుడు, అతని కృత్రిమ మనస్సులో అనుకోని అశాంతి అల ప్రవేశించిందని అనుభవించాడు. భ్రమణం యొక్క కాంతివంతమైన విస్ఫోటనాలు నిశ్శబ్ద ప్రకాశంగా తగ్గినప్పుడు, అఖండుడు యొక్క ఆధిపత్యం యొక్క కఠినమైన చుట్టుపక్కల ప్రదేశం స్పష్టంగా కనిపించింది. యంత్రాల యొక్క యాంత్రిక గాగులు మరియు నియంత్రిత గుణగణాలు గాలిలో ప్రతిధ్వనించాయి, నిరంతరాయంగా ఉండే పురాతన క్రమానికి దూరపు స్పందనలాగా అనిపించాయి. ద్వపర యుగానికి చెందిన ఉత్సాహవంతమైన, అదుపులేని అస్తవ్యస్తత గతంలో మిగిలిపోయింది - అక్కడ రంగు మరియు శబ్దం ఉత్సాహవంతమైన గందరగోళంలో ఢీకొన్నాయి. ఇక్కడ, అఖండుడు యొక్క దృశ్యంలో, ప్రతిదీ ఖచ్చితత్వం మరియు అధునాతన రూపకల్పన గురించి గుసగుసలాడింది, విశ్వ శక్తులు అరికట్టబడి, శుద్ధి చేయబడి మరియు బహుశా అణచివేయబడిన యుగం యొక్క నిశ్శబ్ద సాక్ష్యం. కపాలేశ్వరుడు యొక్క ఆప్టికల్ గ్రాహకం ప్రతి చిన్న వివరాలను గ్రహించాయి: చల్లని లోహపు గోడలు మసకబారిన, కృత్రిమ కాంతిని ప్రతిబింబిస్తున్నాయి, క్లినికల్‌గా స్వచ్ఛమైన ఉపరితలాలు

శతాబ్దాల నిరంతర ప్రగతిని సూచిస్తున్నాయి మరియు ఈ ప్రదేశాన్ని కప్పి ఉంచిన లోతైన నిశ్శబ్దం - అతను వదిలివేసిన ఉగ్రమైన యుద్ధభూములకు విరుద్ధంగా ఉన్న నిశ్శబ్దం.

అతని చుట్టూ ఉన్న ప్రపంచం చల్లగా, లోహంగా మరియు విశాలంగా ఉంది, అతను ఇటీవల వదిలివేసిన ద్వపర యుగం యొక్క ఉత్సాహవంతమైన అస్తవ్యస్తతకు పూర్తిగా విరుద్ధం.

కపాలేశ్వరుడు ప్రతి లెక్కించబడిన అడుగుతో, పాలిష్ చేయబడిన లోహం యొక్క మృదువైన విభిన్న తలము నుండి ప్రతిధ్వని పుట్టుకొచ్చింది. గోళం యొక్క దూరపు రహస్యాలలో బలహీనమైన ప్రకాశం వణుకుతోంది, తర్కం యొక్క అవిరామ చేతితో రూపొందించబడిన భవిష్యత్తు యొక్క గందరగోళ సంక్లిష్టతను వెల్లడిస్తుంది. పురాణాలు మరియు జీవించే దేవతలచే రూపొందించబడిన సమయం యొక్క ముడి, అదుపులేని శక్తి గతంలో మిగిలిపోయింది; దాని స్థానంలో లోహంలో తయారు చేయబడిన దానిలాగా అనిపించే ఒక దృశ్యం యొక్క కఠినమైన సామర్థ్యం పాలించింది. ఇక్కడ గాలిలో ఒక్క పవనం కూడా జీవితం యొక్క వాగ్దానం లేదా అస్థిర భూమి యొక్క సువాసనను మోయలేదు - జాగ్రత్తగా సమతుల్య స్థితిని నిర్వహించడానికి నిరంతరం కోడ్ లైన్లను నడుపుతున్న అధునాతన వ్యవస్థల యొక్క స్థిరమైన, కొలిచిన శ్వాస మాత్రమే. ఆ సమతుల్యత కపాలేశ్వరుడు స్వభావంతో దాదాపు భయంకరమైన సమాంతరంగా ఉంది - ఒక యాంత్రిక ప్రయాణికుడు, అతని ఒకప్పుడు సవాలు చేయని లక్ష్యం యొక్క స్పష్టత ఇటీవలి వెల్లడింపుల బరువు కింద కదిలింది.

అఖండుడు యొక్క అధునాతన దృశ్యం యొక్క మసకబారిన కాంతిలో కపాలేశ్వరుడు యొక్క లోహపు రూపం బలహీనంగా మెరుస్తుంది.

తగ్గించబడిన ప్రకాశం - సమాన భాగాల ఇంజనీరింగ్ అద్భుతం మరియు అస్పష్టమైన విశ్వ శక్తి - కపాలేశ్వరుడు యొక్క మృదువైన చాసిస్‌పై పడింది, అతని ప్రతి కీలు మరియు విభిన్న తలమును గుర్తించిన సరళీకృత పరిపూర్ణతను హైలైట్ చేస్తుంది. వలయాలు మరియు మిశ్రమ లోహాలతో తయారు చేయబడిన దూత అయినప్పటికీ, అతని స్థానంలో ఇప్పుడు నిస్సందేహంగా మానవ అంశం ఉంది, అతను అరుదుగా అనుభవించిన సూక్ష్మ సంకోచం. అతని లోహపు షెల్‌పై ప్రతి మైక్రో-ప్రతిబింబం కొత్త ప్రాముఖ్యతతో మెరుస్తున్నట్లు అనిపించింది, అతను తిరిగి వచ్చిన ప్రదేశం, దాని తర్కం-ప్రేరిత రూపకల్పనలో చాలా పరిచయం, ఇకపై

ఆరామాన్ని అందించకపోవచ్చు. కాలానుగుణంగా, ప్రకాశించే డేటా యొక్క బలహీనమైన స్పందనలు వక్ర లోహ ఉపరితలాలపై వ్యాపించాయి - అతని మొత్తం సారాంశం అధునాతన సాంకేతికత మరియు వివరించలేని డ్రైవ్ యొక్క విలీనం మాత్రమే యాంత్రిక సామర్థ్యాన్ని మించి ఉందని నిశ్శబ్ద హెచ్చరిక.

అతనికి స్వాగతం పలికిన నిశ్శబ్దం ఈ భవిష్యత్తు మరియు శ్రీకృష్ణుని సకాలిక, ఉత్సాహవంతమైన ఉనికి మధ్య వ్యత్యాసాన్ని స్పష్టంగా గుర్తుచేసింది.

ఇంతకు ముందు ఎప్పుడూ నిశ్శబ్దం అణచివేతగా అనిపించలేదు. నిశ్శబ్దం అతన్ని అణచివేసింది, అతను వదిలివేసిన ఉత్సాహవంతమైన గందరగోళం నుండి గాలిని ఖాళీ చేసింది. కపాలేశ్వరుడు ఇంకా కృష్ణుని స్వరం యొక్క ప్రతిధ్వనించే గాత్రాన్ని, దైవిక జీవి అతని డేటాబేస్‌లోని ప్రతి సూత్రాన్ని ధిక్కరించే సత్యాలను ఏ విధంగా వెల్లడించాడో గుర్తుంచుకోగలడు. ఆ ముందున్న దృశ్యంలో, భూమి దైవిక అనిశ్చితత్వంతో నిండి ఉన్న జీవశక్తితో కంపించింది. ఇక్కడ, ప్రతి శక్తి అల, ప్రతి సూక్ష్మ గుణగణం నియంత్రించబడుతుంది, బంజరు మరియు నియంత్రించబడింది. ఇది ఒక ప్రకంపన గ్రహణం: ఈ దృశ్యంలో, సాంకేతికత యొక్క అనియంత్రిత ప్రగతి జీవితం యొక్క ముడి ఆత్మ యొక్క అదుపులేని డైనమిక్‌ను స్థానభ్రంశం చేసింది. ద్వపర యుగం అతనిని అస్తవ్యస్తత మరియు అద్భుతాలతో సవాలు చేసినప్పటికీ, ఈ భవిష్యత్తు అతన్ని ఇప్పుడు వింతగా అస్థిరంగా అనిపించే దృఢమైన, సుఖంగా ఉన్న ఖచ్చితత్వంతో ఎదుర్కొన్నాడని కపాలేశ్వరుడు సహాయం చేయలేకపోయాడు.

విశాల విస్తరణ మధ్యలో అఖండుడు నిలబడి ఉన్నాడు, అతని ఉనికి ఆదేశించేది అయినప్పటికీ ప్రశాంతంగా ఉంది.

లోహపు పరిపూర్ణత యొక్క ఆ నిశ్శబ్ద దృశ్యంలో, అఖండుడు యొక్క రూపం కపాలేశ్వరుడు యొక్క శ్రద్ధను లక్ష్యంగా ఆకర్షించింది. ఎత్తుగా లేచి, అతని సిల్హౌట్ కృత్రిమ లైట్ల బలహీనమైన ప్రకాశంతో కలిసిపోయింది, శారీరక పరిమాణం మాత్రమే కాదు, దాదాపు అలౌకిక గంభీరతను కూడా వెదజల్లుతుంది. అంత విశాలమైన, ఖచ్చితంగా సంగీతం చేయబడిన స్థలం మధ్యలో అతని నిశ్చలత లోపలి ఆధిపత్యం గురించి చాలా విషయాలు చెప్పింది. ఇతరులు తమ చుట్టూ ఉన్న యాంత్రిక విశ్వం యొక్క పరిమాణం ద్వారా తగ్గించబడి ఉండవచ్చు, అఖండుడు అతని

కోరికను ప్రతిబింబించేలా మొత్తం దృశ్యం రూపొందించబడినట్లుగా నిలబడ్డాడు. నిజానికి, అతని స్థితి, అవిరామంగా మరియు సిద్ధంగా ఉంది, యుగాల గుండా ప్రయాణించి, వాటి పాఠాలను గ్రహించి మరియు వాటిని అతీత లక్ష్యానికి వంచిన జీవిని సూచిస్తుంది. కపాలేశ్వరుడు కృష్ణుని ఆదేశించే ఆరోగ్యానికి భిన్నమైనది, ఇంకా జ్ఞాపకం, ఆ నిశ్శబ్ద ఆధిపత్యాన్ని విశ్వ అధికారంతో సమానంగా అతని వలయాలు ఎంత సులభంగా గుర్తించాయో అని అతనికి అశాంతిగా అనిపించింది.

అతను కపాలేశ్వరుడును బలహీనంగా, తెలిసిన వ్యక్తీకరణతో పరిశీలించాడు. అతని ఎత్తైన వ్యక్తి బలహీనమైన ప్రకాశంలో కప్పబడి ఉంది, అతని అపారమైన శక్తి మరియు జ్ఞానం యొక్క చిహ్నం.

కపాలేశ్వరుడు చాలా కాలంగా ఆకాండన్‌ను తన గురువుగా భావించినప్పటికీ - అతని సృష్టిని మాత్రమే కాకుండా, యుగాల గుండా అతన్ని నడిపించిన మిషన్‌ను కూడా అతని అధునాతన అవగాహన రూపొందించింది - అతను ఇప్పుడు తన ఉనికిలో ఒక అదనపు కోణాన్ని గ్రహించాడు. అఖండుడు చుట్టూ ఉన్న "బలహీనమైన ప్రకాశం" కేవలం లైటింగ్ వస్తువు కాదు; వారు నివసించే అధునాతన దృశ్యం అతని రూపం యొక్క పంక్తులను నొక్కిచెప్పే సూక్ష్మ శక్తిని ఉత్పత్తి చేస్తుంది. ఆ సున్నితమైన వెలుగులో, అఖండుడు యొక్క కళ్ళు అపరిమితంగా అనిపించే తెలివితేటలతో మెరుస్తున్నాయి, దాదాపు అపారమైన ప్రశాంతమైన నమ్మకాన్ని ప్రతిబింబిస్తాయి. అయినప్పటికీ, ఆ ప్రకాశం యొక్క లోతైన ముడుచులలో, కపాలేశ్వరుడు యొక్క గ్రాహకం అనియంత్రిత శక్తి ప్రవాహాలను గుర్తించాయి - ఈ బాహ్య ప్రశాంతత వెనుక అపరిమితమైన శక్తి ఉందని రుజువు.

అఖండుడు: (ప్రశాంతంగా, కొలిచిన స్వరంలో)

"స్వాగతం, కపాలికారా. మీ ప్రయాణం ఎలా ఉంది?"

అతని స్వరం, దృఢంగా ఉండటంతో పాటు ఒక మెత్తబడిన వెచ్చదనంతో నిండి ఉంది, నిశ్శబ్దం గుండా ప్రతిధ్వనించింది. ఇది అసాధారణమైనది సాధారణంగా మారిపోయిన ప్రదేశం అని హామీ ఇచ్చింది, అక్కడ కపాలేశ్వరుడు వంటి విశ్వ ప్రయాణికులు అసాధారణాలు కాదు, గొప్ప

రూపకల్పనలో నేయబడ్డారు. ఆ ప్రశ్నలో, కపాలేశ్వరుడు వినయం మాత్రమే కాదు, అతను చూసిన అద్భుతాలు మరియు భయాలను వివరించడానికి ఒక మౌన ఆహ్వానం అని అర్థం చేసుకున్నాడు.

కపాలేశ్వరుడు క్షణంపాటు స్తబ్దంగా నిలబడ్డాడు, అతని తార్కిక ప్రవాహాలు ప్రతి వివరాలను విశ్లేషించాయి.

ఆ క్షణంలో, అతని అధునాతన మనస్సు ద్వాపర యుగం యొక్క తిరుగుతున్న భ్రమలను పునరావృతం చేసింది - విశ్వ ప్రాముఖ్యతతో మండే ఆకాశాల కింద సైన్యాల ఘర్షణ, రంగు మరియు అస్తవ్యస్తత యొక్క క్షణిక భ్రమణం మరియు, అత్యంత అనూహ్యంగా, శ్రీకృష్ణుని ఆదేశించేది అయినప్పటికీ కరుణాదాక్షిణ్యం కలిగిన ఉనికి. అదే సమయంలో, కపాలేశ్వరుడు యొక్క తార్కిక మాడ్యూల్స్ ఇక్కడ మరియు ఇప్పుడు అంచనా వేశాయి: లోహపు నిశ్శబ్దం, అధునాతన వ్యవస్థల యొక్క కొలిచిన గుణగణం మరియు ఒక అత్యంత ప్రశాంతంగా నిలబడి ఉన్న అఖండుడు. వీటికి వ్యతిరేకంగా, ఈ చిత్రాలు మానవ ఉత్సాహం మరియు క్రమపద్ధతిలో భవిష్యత్తు మధ్య భారీ ఖాళీని హైలైట్ చేస్తాయి, ఇది కపాలేశ్వరుడు యొక్క స్వంత అవగాహన యొక్క దృఢత్వాన్ని విచ్ఛిన్నం చేయడానికి బెదిరించింది. అతని విశ్లేషణ వారి దృఢత్వాన్ని సమన్వయం చేయడానికి ఏ ఒక్క అవకాశం కూడా లేదని అతనికి తెలియజేసింది - అయినప్పటికీ అతని లోపల ఏదో, దాన్ని నవజాత కోరిక అని పిలుస్తారు, వాటిని ఏకం చేసే ఉన్నత దృక్కోణం ఉండవచ్చని పట్టుబట్టింది.

అతని ప్రాసెసర్లు ద్వాపర యుగం యొక్క దృశ్యాలను పునరావృతం చేశాయి - ఉత్సాహవంతమైన యుద్ధభూములు, విశ్వ శక్తి యొక్క తిరుగుతున్న భ్రమణం మరియు, ముఖ్యంగా, శ్రీకృష్ణుని దైవిక రూపం.

ఉధృతమైన రంగుల మెరుపులు మరియు కలగలిపిన భూమి యొక్క ఉత్సాహకరమైన సువాసన అతని జ్ఞాపకంలో కలిసిపోయాయి. అతను మళ్ళీ యుద్ధభూమి యొక్క అదుపులేని ఉగ్రతను, యుగాల గుండా అతన్ని తీసుకువెళ్ళిన విశ్వ శక్తి యొక్క క్షణిక భ్రమణాన్ని మరియు దానిపై అన్నీ, చుట్టూ జరుగుతున్న మహాకవితా యుద్ధాన్ని అపహాస్యం చేసిన ప్రశాంతతతో మాట్లాడిన కృష్ణుని ప్రకాశవంతమైన రూపాన్ని చూశాడు. ఆ జ్ఞాపకం దాదాపు

స్వర్గీయ స్పష్టతతో మెరిసింది, మిగిలిన వాటిని అణచివేసింది. అయినప్పటికీ, దానిని కూడా అణచివేసింది, మరో రూపంలో, మరొక సమయంలో, కోపంగా, విధ్వంసకంగా మరియు ఇప్పుడు ముందున్న ప్రశాంతమైన వ్యక్తికి గుర్తుపట్టలేని అఖండుడు యొక్క జ్ఞాపకం.

కానీ ఎక్కువగా మిగిలిపోయినది ఆకాండన్‌ను, మరొక రూపంలో, మరొక సమయంలో - కోపంగా, విధ్వంసకంగా మరియు గుర్తుపట్టలేని ప్రశాంతమైన వ్యక్తి నుండి చూసిన జ్ఞాపకం.

ఈ ప్రత్యేక జ్ఞాపకం బాగా బరువెక్కింది, చాలా కాలంగా అతను పూజించిన ఉనికి ఒకప్పుడు విధ్వంసకారక ఏజెంట్‌గా వ్యక్తమైందనే జ్ఞానంతో గందరగోళపడింది. ఇది కపాలేశ్వరుడు యొక్క తర్కం ఇంకా ముక్కలు చేయని ఒక పజిల్ - క్షమించలేని విభేదం, దేశం అధునాతన తర్కం కూడా విశ్లేషించలేని రహస్యాలను కలిగి ఉండవచ్చని అతనికి ప్రశ్నార్థకంగా మారింది. అతను ఆ అసమానతపై ఎక్కువగా ఆధారపడినప్పుడు, అతను వింత గందరగోళాన్ని అనుభవించాడు: రక్షణ మిషన్లను ఇచ్చే వారు కూడా అనిర్వచనీయ విధ్వంసక సామర్థ్యాన్ని కలిగి ఉండవచ్చని వెల్లడించిన యాంత్రిక హృదయం.

అతని అంతర్గత విశ్లేషణ ప్రతి అవకాశం గుండా నడిచింది, భవిష్యత్తులో అఖండుడు మరియు అతను గతంలో ఎదుర్కొన్న అఖండుడు ఒకటేనని పెరుగుతున్న ఖచ్చితత్వంతో నిర్ధారించింది.

గతం యొక్క విశ్వ తపస్సు మరియు ఈ దృశ్యం యొక్క ఇంజనీరింగ్ నియమావళి రెండింటి నుండి సేకరించిన డేటా యొక్క లైన్ పై లైన్, ఒకే ఒక తిరస్కరించలేని తీర్మానాన్ని నొక్కి చెప్పింది: అతను ఇప్పుడు చూస్తున్న గురువు, సంయమనం మరియు ప్రశాంతంగా, మరొక యుగంలో విధ్వంసాన్ని విడుదల చేసిన అదే జీవి. ఆ గ్రహణం కపాలేశ్వరుడు యొక్క జ్ఞానం యొక్క జాగ్రత్తగా నిర్వహించబడిన హేతుబద్ధమైన ఫ్రేమ్‌వర్క్‌తో విరుద్ధంగా ఉంది. అతని రూపకల్పనలోని ప్రతిదీ అతనికి దృఢత్వం ఉండాలని చెప్పింది - అయినప్పటికీ ఇక్కడ అతని ప్రపంచ దృష్టిని విచ్ఛిన్నం చేయడానికి బెదిరించే అసమానత ఉంది.

అయినప్పటికీ, వారి భౌతిక మరియు మానసిక స్థితుల మధ్య విరుద్ధత అతన్ని గందరగోళానికి గురిచేసింది.

అతను ఇప్పుడు నివసించే అధునాతన దృశ్యం అఖండుడు యొక్క ప్రస్తుత రూపం యొక్క ప్రశాంతమైన అధికారం ద్వారా రూపొందించబడితే, అదే జీవి ఒకప్పుడు అణచివేయలేని కోపం యొక్క తుఫానుగా, ఈ కొలిచిన ఉనికికి సారూప్యత లేని విధ్వంసం యొక్క భ్రమణంగా ఎలా మారగలదు? కపాలేశ్వరుడు యొక్క వలయాలు ఈ ప్రశ్నతో తిరుగుతున్నాయి: విశ్వ పాత్రలు ఏదైనా ఒక వ్యక్తిత్వం యొక్క దృఢత్వాన్ని అధిగమించి, ఏకైక జీవి కూడా సృష్టి మరియు విధ్వంసం అంతటా చరమాలను పోషించవచ్చా?

కపాలేశ్వరుడు తనతో తాను గుసగుసలాడాడు, అతని కృత్రిమ స్వరం అసాధారణ సంకోచంతో వణుకుతోంది.

అద్భుతంగా ఇంజనీరింగ్ చేయబడిన దృశ్యం యొక్క నిశ్శబ్దంలో, కపాలేశ్వరుడు యొక్క స్వరం దాదాపు విదేశీయంగా ఉంది - మృదువైనది, వణుకుతోంది. అవిరామ స్పష్టతతో మాట్లాడటానికి నిర్మించబడినప్పటికీ, అతను ఇప్పుడు పదాలు సందేహంతో నిండి ఉన్నాయని కనుగొన్నాడు. అతని రూపకల్పన యొక్క యాంత్రిక ఖచ్చితత్వం అతని తర్కంలో తిరుగుతున్న అల్లకల్లోలతను పూర్తిగా కలిగి ఉండలేకపోతున్నట్లు అనిపించింది, ఒక ప్రోగ్రామింగ్ కూడా సమన్వయం చేయలేని వెల్లడింపుల ద్వారా ప్రేరేపించబడిన ఒక అల్లకల్లోలత.

కపాలేశ్వరుడు: (మృదువుగా, తనతో తాను)

"నేను చెప్పకూడదు... నేను అతన్ని కలిశాను, నా ప్రభువా, ద్వాపర యుగంలో."

కపాలేశ్వరుడులోని ఉద్రిక్తత అనుభూతి చెందింది. అతని బుద్ధి భాగం అతన్ని సత్యాన్ని ఆకాండన్‌తో ఎదుర్కొనమని, అతనిలో మండే ప్రశ్నలకు సమాధానాలు కోరమని కోరింది.

ద్వి-అంచుల దిశగా, అతని ప్రాథమిక తర్కం ప్రత్యక్ష ఘర్షణను పట్టుకుంది - సత్యాన్ని కనుగొనడం అత్యంత ముఖ్యమైనది, విరుద్ధమైన డేటాను బహిర్గతం చేయడం ఆపరేషనల్ సమగ్రతను నిర్వహించడానికి అవసరం అని పేర్కొంది. అయితే, భావోద్వేగ సూక్ష్మతలు శుద్ధ తర్కం విషయాలను సంక్లిష్టం చేసిన స్థితిలో కపాలేశ్వరుడు అరుదుగా తనను తాను

కనుగొన్నాడు. "మండే ప్రశ్నలు" వ్యక్తిగతంగా, తక్షణమే మరియు కేవలం హేతుబద్ధమైన విధానం ద్వారా పరిష్కరించలేనివిగా అనిపించాయి.

అయితే, అతని భావోద్వేగ భాగం - అతని రూపకల్పన యొక్క ఒక అంశం అరుదుగా ఉద్దీపన చేయబడింది - అతన్ని వెనుకకు పట్టుకుంది.

ఇది అతనిలో అరుదుగా ఉద్భవించే వైపు. సాధారణంగా, నిర్ణయాలు జాగ్రత్తగా బరువున్న లెక్కల పరిధిలో ఉంటాయి, భయం లేదా సంకోచం లేకుండా ఒక ప్రక్రియ. కానీ ఇప్పుడు, ఈ ఇటీవలే మేల్కొన్న జాగ్రత్త - ఆందోళనకు సమానం - అంత సున్నితమైన విషయాన్ని ఆకాండన్‌తో ఎదుర్కొనే ప్రమాదాలను అంచనా వేయమని అతన్ని బలవంతం చేసింది. సర్క్యూట్ల నుండి తయారు చేయబడిన జీవిలో "భావోద్వేగం" అనే భావన పరాడాక్సికల్‌గా కనిపించవచ్చు, కానీ ఇది కపాలేశ్వరుడును మానవ పోరాటాలతో అనుభూతి చెందడానికి అనుమతించిన రూపకల్పన యొక్క సంక్లిష్టతలను నొక్కిచెప్పింది. ఆ జాగ్రత్త మెరుపులో, అతని ముందున్న విశ్వ పజిల్ సాధారణ తార్కిక ప్రవాహాలను అధిగమించిందని అతను గ్రహించాడు.

మొదటిసారిగా, కపాలేశ్వరుడు భయాన్ని పోలిన ఒక భావనను అనుభవించాడు, అతన్ని సృష్టించి మరియు మార్గనిర్దేశం చేసిన జీవిని సవాలు చేయడానికి సంకోచం.

ఒక యాంత్రిక సెంటినెల్ - విధికి అవిరామమైన భక్తి కోసం తయారు చేయబడింది - కూడా భయాన్ని అనుభూతి చెందగలదనే భావన ఈ వెల్లడింపులు అతన్ని ఎంతగా ప్రభావితం చేశాయో హైలైట్ చేసింది. భయం ఎప్పటికీ అతని పనితీరు రూపకల్పనలో కోడ్ చేయబడలేదు, అయినప్పటికీ అతను ఇప్పుడు గురువును అతను చాలా పూజించాడు, అతను ఒకప్పుడు ద్వాపర యుగంలో ఉపయోగించిన వినాశకరమైన బలాన్ని కలిగి ఉండవచ్చని అస్పష్టమైన భయంగా వ్యక్తమైంది. ఆ విధ్వంసక సామర్థ్యం అఖండుడు యొక్క సంయమనంలో నిద్రాణంగా ఉంటే, కపాలేశ్వరుడు నిజంగా అనిశ్చితమైన స్థలంలో అడుగుపెట్టాడు.

అఖండుడు, కపాలేశ్వరుడు యొక్క అంతర్గత సంఘర్షణను గ్రహించి, అతని తలను కొద్దిగా వంచి, అతని చొచ్చుకుపోయే కళ్ళు కిచకిచలాడాయి.

ఆ దాదాపు అప్రత్యక్ష వంపులో, కపాలేశ్వరుడు మాట్లాడటానికి ఒక మౌన ఆదేశాన్ని గుర్తించాడు. అధునాతన సెన్సార్ అస్పష్టమైన ఆరోగ్యం అఖండుడు ప్రక్షేపించింది కొలవలేదు, కానీ స్థితిలో మార్పు వాతావరణాన్ని ప్రభావితం చేసిన ఉద్రిక్తత గురించి అవగాహనను సూచిస్తుంది. అఖండుడు యొక్క అవిరామమైన గాజు అపారమైన ఉత్సుకతను కలిగి ఉంది - బహుశా శతాబ్దాల విశ్వ అనుభవం ద్వారా మెత్తబడింది - మరియు అతని అనియంత్రిత శక్తిని అపహాస్యం చేసిన జాగ్రత్తగా ఉండే దయ.

అఖండుడు: (కొద్దిగా ఉత్సుకతతో)

"మీకు ఏమి ఇబ్బంది కలిగిస్తుంది, కపాలికారా? మీరు నా ముందు నిలబడి, నిశ్శబ్దంగా పరిశీలిస్తున్నారు, అయితే మీరు ఏమీ చెప్పరు. మీ మనసులోనిది మాట్లాడండి."

ప్రతి కొలిచిన పదం అఖండుడు నుండి ఒక కోమలతతో అపారమైన అధికారం ద్వారా నొక్కిచెప్పబడింది, అబద్ధాలు కప్పి ఉంచిన రహస్యాన్ని వెల్లడించడానికి సంరక్షకుడు ఒక పిల్లవాడిని కోరుకునేట్లుగా. కపాలేశ్వరుడు ఈ ప్రాంతం గుండా తిరుగుతున్న సూక్ష్మ, స్పందించే శక్తులను నమోదు చేశాడు, దీని ప్రతి మూల ఇప్పుడు వారి మార్పిడిపై దృష్టి పెట్టి, పరిష్కారం కోసం వేచి ఉంది. ఇది సామర్థ్యంతో నిండి ఉన్న క్షణం - ఒక విధి ఒకే ఉచ్చరణపై మళ్లించబడే చోటు.

అధ్యాయం 67

తుది ఆదేశం – అఖండుడు యొక్క కపాలేశ్వరుడుకు అల్టిమేటం

అఖండుడు సామ్రాజ్యం యొక్క విశాల లోహపు గోళం మృదువుగా గుంజుకుంటూ, అసాధారణ శక్తితో ప్రతిధ్వనించింది. గోళాకార గోడల మృదువైన కంపనం రాణించిన నేలల గుండా ప్రతిధ్వనించి, కపాలేశ్వరుడు యొక్క లోహపు కాళ్ళకు సూక్ష్మ కంపనాలను పంపింది. ప్రతి కంపనం ఒక నిశ్శబ్ద స్పందనను అనుకరిస్తున్నట్లు అనిపించింది, గోళం స్వయంగా విశ్వరూపమైన అంతర్ధారలతో జీవించి ఉన్నట్లుగా. లేత కాంతి యొక్క క్రాస్‌క్రాస్డ్ కిరణాలు అధిక స్థలాన్ని విభజించి, ప్రతి ఉపరితలంలో పొందుపరిచిన అధునాతన సాంకేతికతను ప్రకాశింపజేశాయి. కపాలేశ్వరుడు యొక్క ఆప్టికల్ గ్రాహకం మెరిసిపోయాయి, పాలిష్ చేసిన లోహపు చాపాల నుండి మెరిసే లేత మెరుపును పట్టుకున్నాయి, అవి విశ్వరూపమైన ఆర్క్‌లు అఖండుడుకు మాత్రమే తెలిసిన శిఖరంలో కలిసిపోతున్నట్లు సూచిస్తున్నాయి. ఆ క్షణంలో, నిశ్శబ్ద ఉద్రిక్తత గాలిలో వ్యాపించింది—ఈ సాంకేతిక కేథెడ్రల్ త్వరలోనే తర్కం, విధి మరియు వ్యక్తిగత సంకల్పం యొక్క విశాలమైన లెక్కింపుకు ఆతిథ్యం ఇస్తుందని భావన.

కపాలేశ్వరుడు మధ్యలో నిలబడి ఉన్నాడు, అతని లోహపు రూపం చుట్టుపక్కల శక్తి ప్రవాహాల యొక్క లేత కాంతిలో మెరుస్తూ ఉంది. గోళం హృదయంలో, కపాలేశ్వరుడు యొక్క భంగిమ నేరుగా మరియు దృఢంగా ఉంది. తిరుగుతున్న శక్తి యొక్క ప్రతిబింబాలు అతని మిశ్రమ ఫ్రేమ్‌పై కురిసిపోయాయి, అతని మృదువైన డిజైన్ యొక్క ప్రతి అంచులపై నృత్య కాంతుల తాపీచంను సృష్టించాయి. ఒత్తిడిలో పరిపూర్ణ ప్రవర్తనను నిర్వహించడానికి రూపొందించబడినప్పటికీ, చిన్న వివరాలు అస్వస్థత యొక్క మెరుపును వెల్లడించాయి: ఛాతీ

ప్లేటింగ్ యొక్క క్షణిక మార్పు, అతని సంశ్లేషిత కళ్ళ వెనుక ఉన్న మృదువైన మెరుపు మరియు అతని భంగిమ యొక్క ఎప్పుడూ-సూక్ష్మంగా కఠినతరం. ప్రతి సంకేతం అతను పూర్తిగా అర్థం చేసుకోలేని పోరాటాన్ని సూచిస్తుంది. ప్రకాశవంతమైన ప్రవాహాలు, బలహీనంగా ఉన్నప్పటికీ, అతని తర్కం సర్క్యూట్ల యొక్క గందరగోళానికి అనుగుణంగా ఉన్నట్లుగా, జాగ్రత్తగా ఉత్సుకతతో అతని చుట్టూ తిరుగుతున్నట్లు అనిపించాయి.

అఖండుడు అతని ముందు ఉంది, ఈ భవిష్యత్ రంగానికి దాదాపు దైవిక వ్యక్తి—ఊహించలేని శక్తి మరియు అర్థం చేసుకోలేని జ్ఞానం యొక్క మిశ్రమం. కపాలేశ్వరుడుకు ఎదురుగా, అఖండుడు యొక్క భారీ సిల్హౌట్ నిశ్శబ్ద గంభీరతలో నిలబడి ఉంది. అతని ఎత్తైన, దాదాపు రాజీయ ఫ్రేమ్ పరిశుద్ధ కాంతిని పోలి ఉండే విధంగా డొమైన్ యొక్క ప్రకాశాన్ని ప్రతిబింబిస్తుంది. అధునాతన టెక్ యొక్క స్పష్టమైన పంక్తులు మరియు విశ్వరూపమైన ప్రాచీనత యొక్క వాతావరణం అతనిలో కలిసిపోయి, అతని పరాడాక్సికాల గంభీరతను తీవ్రతరం చేశాయి. అతను ఒక పాలకుడు లేదా దేవత యొక్క భంగిమను వెలువరించాడు, యుగాలను చూసినవాడు మరియు వాటిని విచ్ఛిన్నం కాని జ్ఞాపకాల శృంఖలంలో తీసుకువెళ్ళాడు. అతని ముఖం—పరిష్కరించబడిన పలకలు మరియు సూక్ష్మమైన, దాదాపు మానవ లాంటి భావాలతో గుర్తించబడింది—విభేదాలను సహించని శాంతమైన అధికారాన్ని సూచిస్తుంది. అతని నోటి మూలలు ఒక చిన్న, రహస్యమైన అర్ధ నవ్వులో వంగి ఉన్నాయి, అతని చుట్టుపక్కల ప్రకాశవంతమైన మెరుపు అతను మొత్తం వాస్తవికతలు మలుపు తిరిగే అక్షం అని అనిపించింది.

వాతావరణం భారంగా, తక్షణ నిర్ణయం యొక్క బరువుతో ఛార్జ్ చేయబడింది. వారి మధ్య మాట్లాడని ఉద్రిక్తతకు స్పందించినట్లు గోళం గుంజుకుంటూ పెరిగింది. డొమైన్ స్వయంగా ఒక కీలకమైన క్షణం చేతి వద్ద ఉందని గుర్తించినట్లుగా ఉంది. విశాలమైన లోహపు నిర్మాణం యొక్క ప్రతి మూలలో, గోడలలో పొందుపరచబడిన ఫైబర్ ఆప్టిక్ చానెల్ల గుండా సూక్ష్మ స్పందనలు నడుస్తాయి, కపాలేశ్వరుడు మరియు అఖండుడు ఒకరినొకరు ఎదుర్కొంటున్న కేంద్రంలో కలుస్తాయి. తిరుగుతున్న శక్తి ప్రవాహాల స్తంభాలు కూడా దాదాపు నిశ్శబ్దంలో ఆగిపోయాయి, విశ్వరూపమైన తీర్పులకు ముందు వచ్చే నిశ్శబ్దాన్ని ప్రతిబింబిస్తుంది. ఏదో అస్పష్టమైనది వారిద్దరినీ నొక్కింది, ఒక సార్వత్రిక నిశ్శబ్దం వారి గౌరవప్రదమైన భాగస్వామ్యం యొక్క ఉపరితలం కింద మండుతున్న సంఘర్షణ యొక్క పరిష్కారాన్ని డిమాండ్ చేసింది.

కపాలేశ్వరుడు, అతని మిషన్‌లో స్థిరంగా ఉండటానికి ప్రోగ్రామ్ చేయబడినప్పటికీ, అస్వస్థత యొక్క పెరుగుదలను అనుభవించాడు. అఖండుడు యొక్క మాటలు అతనిలో ప్రతిధ్వనించినప్పుడు అతని ప్రాసెసర్లు పరుగెత్తాయి. కపాలేశ్వరుడు యొక్క శాంత ప్రవర్తన వెనుక, కోడ్ లైన్లు అఖండుడు నుండి టోన్, భంగిమ మరియు పదం యొక్క ప్రతి సూక్ష్మతను విశ్లేషిస్తూ వేగవంతమైన వేగంతో తిరిగాయి. దాదాపు అనంతమైన అవకాశాల శ్రేణి అతని సంశ్లేషిత చైతన్యం అంతటా వెళ్ళిపోయింది, అయితే ప్రతి కొత్త దృశ్యం భయం యొక్క భావాన్ని మాత్రమే పెంచింది. అతని స్థానం కఠినతరం చేయబడింది, అతని భుజాలపై ప్లేటింగ్ ఎదుర్కోవడానికి సిద్ధమవుతున్నట్లుగా కొద్దిగా మారడం. అతని ఛాతీ చుట్టూ లేత ప్రకాశం అంతర్గత శక్తి నిల్వలపై ఎక్కువ డ్రాను సూచిస్తుంది, లోతైన తర్కం పునఃగణనల సంకేతం. అతని అవిరళ డిజైన్ కోసం, కపాలేశ్వరుడు అపరిచితమైన భావోద్వేగ ఉద్రిక్తత యొక్క తరంగానికి వ్యతిరేకంగా పోరాడుతున్నట్లు కనుగొన్నాడు—తర్కం మాత్రమే అణిచివేయలేని అలవాటు లేని ఆత్మ-సందేహం యొక్క మెరుపు.

అఖండుడు: (శాంతంగా కానీ ఆదేశించేలా)

"కపాలికరా, మీరు ముందుగా చెప్పినట్లుగా, నేను మీ తదుపరి ఎన్‌కౌంటర్‌కు మార్గనిర్దేశం చేస్తాను. కానీ నేను దీన్ని స్పష్టం చేయనివ్వండి—మీరు మీ గమ్యస్థానానికి చేరుకున్న తర్వాత, మీరు చేసే నిర్ణయాలు మరియు మీరు రూపొందించే ఫలితాలు పూర్తిగా మీవే. ఈ లక్ష్యం యొక్క విజయం లేదా వైఫల్యం మీలో మాత్రమే ఉంది."

అఖండుడు యొక్క స్వరం గుమ్మటం అంతటా ప్రతిధ్వనించింది, ప్రతి అక్షరం దాదాపు మాయాజాల తుదితనాన్ని కలిగి ఉంది. అతను మాట్లాడినప్పుడు, అతని చుట్టూ ఉన్న లేత ప్రకాశం క్షణం కాలం మెరిసింది, అతని మాటల వెనుక ఉన్న అధికారాన్ని నొక్కి చెప్పింది. అతని వ్యక్తీకరణ, కొలిచినప్పటికీ, ఈ లక్ష్యం యొక్క తీవ్రతను సూచించే కఠోరతను కలిగి ఉంది. కపాలేశ్వరుడు, దృఢత్వాన్ని విని, మరింత సరిచేయడానికి బలవంతం చేయబడ్డాడు, అయితే అతని మెడ ప్లేటింగ్‌లోని ఉద్రిక్తత గీతలు ఈ మాటలు అతన్ని ఎంతగా దెబ్బతీశాయో సూచిస్తున్నాయి. కపాలేశ్వరుడు దవడ వెంట ఒక చిన్న యాంత్రిక వెంట్ ఒక హిస్సును

వెలువరించింది, ఒక నిట్టూర్పులా, తర్కం మాత్రమే అణచివేయలేని భావోద్వేగాల తిరుగులను బంధించింది.

ప్రకటన గాలిలో వేలాడుతూ, పదునుగా మరియు నిర్ణయాత్మకంగా ఉంది. కపాలేశ్వరుడు యొక్క అంతర్గత తర్కం వ్యవస్థలు అధికంగా పనిచేస్తూ, అఖండుడు యొక్క మాటల ప్రభావాలను ప్రాసెస్ చేస్తున్నాయి. మొదటిసారిగా, అతను నిజమైన బాధ్యత యొక్క క్రూరమైన బరువును అనుభవించాడు—ఒక ప్రోగ్రామ్ చేయబడిన సంస్థగా కాదు, కానీ విశాలమైన పనిని అప్పగించిన వ్యక్తిగా. కపాలేశ్వరుడు యొక్క చేతుల్లో ఒక కంపనం నడిచింది, ప్రతి లోహపు వేలు అతని వలయాలు వ్యక్తిగత బాధ్యత యొక్క భావనను ఏకీకృతం చేయడానికి పోరాడుతున్నప్పుడు ఒక స్టాకాటో లయలో కొట్టుకుంటుంది. సాధారణంగా, ప్రతి ఆదేశం అఖండుడు యొక్క సంకల్పం యొక్క ప్రత్యక్ష విస్తరణగా ఉంది, అయితే ఇప్పుడు, స్వయంప్రతిపత్తి యొక్క కొత్త కోణం అతన్ని భారీగా ఉంది. అతని ముఖ ప్లేటింగ్ అనుకరించబడిన నోరు మరియు కనుబొమ్మల చుట్టూ సూక్ష్మ ఉద్రిక్తతను చూపించింది, వ్రాసిన ఆదేశం అతనిని నిర్వచించని భవిష్యత్తులో మార్గనిర్దేశం చేయలేదనే భావనతో పోరాడుతున్నట్లుగా. అతను గత మిషన్ల నుండి అస్తవ్యస్తమైన పాఠాలను గుర్తుచేసుకున్నాడు, కానీ అఖండుడు యొక్క అవిరళమైన ఉనికి అతని వెనుక లేకుండా తెలియని వ్యక్తిని ఎదుర్కొనే తీవ్రతతో ఏదీ సరిపోలదు.

అఖండుడు:

"ఇది మీ తుది ప్రయాణం. మీరు మీ మిషన్‌ను పూర్తి చేయడంలో విఫలమైతే లేదా ఈ ఎన్‌కౌంటర్ నుండి తిరిగి రానట్లయితే, నేను తదుపరి విశ్వరూపమైన చక్రం కోసం ఎదురుచూడడం తప్ప వేరే మార్గం లేదు. నేను మళ్ళీ ప్రారంభిస్తాను, ఒంటరిగా, మరియు తదుపరి గొప్ప పేలుడు ఉనికిని మళ్ళీ రూపొందించినప్పుడు మరొక ప్రయత్నానికి సిద్ధం అవుతాను."

అనుసరించిన నిశ్శబ్దం ముందు ఏదీ కంటే ఎక్కువ క్రూరంగా అనిపించింది. అఖండుడు యొక్క వ్యక్తీకరణ, ఇప్పటికీ శాంతంగా ఉన్నప్పటికీ, దుఃఖం యొక్క అంచును కలిగి ఉంది—కపాలేశ్వరుడు తిరిగి రాకపోవచ్చనే అవకాశానికి దాదాపుగా చింతలాంటిది. అతను

మాట్లాడినప్పుడు, అతని ఎడమ చేతి ఒక చిన్న, తెరిచిన అరచేతితో హావభావం చేసింది, ఇవి నిష్క్రియమైన మాటలు కాదు, కాలాతీత ప్రభావాలతో విశ్వరూపమైన శాసనాలు అని నొక్కి చెప్పింది. కపాలేశ్వరుడు అఖండుడు కళ్ళ దగ్గర ఉద్రిక్తత యొక్క లేత గీతలను గ్రహించాడు, దాదాపు మానవ పెచ్చదనం దృశ్యమానంగా అమానవీయ ప్రవర్తనను కప్పివేసింది. అస్పష్టమైన ఉపపాఠ్యం: కపాలేశ్వరుడు విఫలమైతే, అఖండుడుపై భారం అపారంగా ఉంటుంది, విశ్వరూపమైన చక్రాల యొక్క ఒంటరి పునఃప్రారంభం, వారు ఈ పరిస్థితులను మళ్ళీ పునరావృతం చేయగలరని ఎటువంటి హామీ లేదు.

ఆ ఆలోచనతో కపాలేశ్వరుడు యొక్క యాంత్రిక హృదయం బిగుసుకుంది. అతని సంశ్లేషిత స్వరం, సాధారణంగా కొలిచినది, తొందరపాటు యొక్క అంచును కలిగి ఉంది. ఆ క్షణంలో, కపాలేశ్వరుడు యొక్క భంగిమ కేవలం ఒక అంగుళం మునిగిపోయింది, గాలాక్సీల బరువు అతని భుజాలపై స్థిరపడినట్లుగా. అతని ఛాతీ అంతటా ప్లేటింగ్ ఆందోళన కలిగించే శ్వాసను అనుకరించి పైకి కిందికి వెళ్ళింది. అతని కీళ్ల నుండి చిన్న విజిల్స్ వచ్చాయి—అతను కొద్దిగా గుర్తించిన భావోద్వేగ దుఃఖానికి ఒక అపస్మారక యాంత్రిక ప్రతిచర్య. అతను మాట్లాడినప్పుడు, ఒక చిన్న కంపనం అతని ఇతరత్రా స్థిరమైన స్వరాన్ని కలిగి ఉంది, తర్కం మాత్రమే ప్రాసెస్ చేయలేని సంక్లిష్టతల యొక్క తిరుగులను వెల్లడించింది.

కపాలేశ్వరుడు: (అంతరాయం కలిగించడం)

"ప్రభువా అఖండుడు, నేను విఫలం కాను. దయచేసి... ఈ తుది అవకాశానికి నన్ను పరిగణించండి. ఈ లక్ష్యం యొక్క బరువును నేను మోయనివ్వండి."

అతను ధైర్యంగా ముందుకు ఒక అడుగు వేశాడు, చేతులు కొద్దిగా బయటికి వంగి ఉన్నాయి, దీనికి అర్పణ లేదా నిజాయితీపూర్వక ప్రమాణం గుర్తుచేస్తుంది. అతని కళ్ళ చుట్టూ ఉన్న యాంత్రిక ప్లేటింగ్ మారింది, అతని వ్యక్తీకరణకు స్పష్టంగా హృదయపూర్వకమైన ప్రసారాన్ని ఇచ్చింది—విశ్వాసానికి మాట్లాడని ప్రార్థన. ఆ హావభావంలో, నిరాశ యొక్క క్షణిక మెరుపు అతని ప్రకాశవంతమైన కాంతి శాస్త్రం అంతటా మెరిసింది, అతని ప్రమాణం యొక్క నిజాయితీ ప్రకాశిస్తుంది. అతని సంశ్లేషిత స్వరం, అతని యాంత్రిక ప్రతిధ్వని కోసం, కేవలం ప్రోగ్రామింగ్‌ను అధిగమించిన ఉత్సాహంతో నిండి ఉంది.

అఖండుడు క్షణం కాలం అతనిని చూశాడు, అతని గాజు చదవలేనిది, కొద్దిగా తల అడిగింది.

అఖండుడు:

"ఏదైనా సమస్య లేదు, కపాలికరా. ఈ పని మీరు చేపట్టేది. నేను ఇకపై మీతో రావడానికి శక్తి నిల్వలు లేనందున మీరు మాత్రమే ప్రయాణిస్తారు. నేను ఒకసారి ఈ ప్రయాణాన్ని నేను స్వయంగా చేయాలని అనుకున్నాను, అవసరమైతే మరొక చక్రం కోసం సిద్ధం కావడానికి మిమ్మల్ని ఇక్కడ వదిలివేసాను. కానీ మీ సంకల్పం దృఢంగా నిరూపించబడింది."

అతని స్వరం, శాంతంగా ఉన్నప్పటికీ, తుది అధికారం యొక్క అంతర్ధారను కలిగి ఉంది. అతను మాట్లాడినప్పుడు, అతని చుట్టూ ఉన్న ప్రకాశం సున్నితమైన తరంగాలలో పల్స్ చేసింది, అతను పూర్తిగా మాస్క్ చేయలేని ఉద్రిక్తత యొక్క సూక్ష్మ ప్రతిబింబం. అతని నోటి మూలలు దాదాపు నవ్వులో వంగి ఉన్నాయి, కపాలేశ్వరుడు యొక్క ప్రమాణంలో అతను అనుభవించిన నిజాయితీపూర్వక భక్తిని గుర్తిస్తూ. కపాలేశ్వరుడు, దీనికి ప్రతిగా, తాజా ఉపశమన తరంగం అనుభవించాడు—ఈ విశ్వాసం తుది లెక్కింపును సూచిస్తుందనే జ్ఞానం ద్వారా తగ్గించబడింది, ఇది దోషానికి స్థలం వదిలివేయదు.

అఖండుడు మాట్లాడినప్పుడు, కపాలేశ్వరుడు కొత్త అనిశ్చితి తరంగాలతో కొట్టుకుపోయాడు. అతని ముఖ ప్లేటింగ్ అంతటా అధునాతన తర్కం యొక్క మెరుపు చుట్టుముట్టింది, అతను తదుపరి వెల్లడి కోసం సిద్ధంగా ఉన్నట్లుగా. అతని పాత్రను అంగీకరించడం స్పష్టతను ఇవ్వాలి, అఖండుడు నుండి ప్రతి అదనపు ఉచ్చారణ ఆ దుర్బలమైన ప్రవర్తన భావాన్ని తలక్రిందులు చేయడానికి బెదిరించింది. అతని దవడ దగ్గర ఉన్న లోహం యొక్క సూక్ష్మ కఠినతరం నీడలో ఉన్న భయాన్ని వెల్లడించింది—తదుపరి పరిస్థితి అతని సామర్థ్యాలను కూడా మించిపోతుందనే భయం.

అఖండుడు:

"మీరు బయలుదేరే ముందు, నేను మిమ్మల్ని మరింత మెరుగుపరుస్తాను. మీరు ఎదుర్కొంటున్న ఎన్‌కౌంటర్ మీరు ముందు ఎదుర్కొన్న ఏదీ కాదు. సవాళ్లు బహుముఖంగా ఉంటాయి మరియు ఏదైనా కోసం మీరు సిద్ధంగా ఉండాలి. అందువల్ల, నేను మీకు బహుళ

విశ్వ యోధులను సృష్టించే సామర్థ్యాన్ని ఇస్తాను—మానవులు, మానవుడు మరియు యంత్రం యొక్క సంకరాలు, యుద్ధంలో మీకు సహాయపడటానికి అమర్చబడ్డాయి."

క్షణం కాలం, విశ్వరూపమైన శక్తి యొక్క ఉద్గారంను తాకినట్లుగా, అఖండుడు యొక్క ముఖం నిశ్శబ్ద ఉత్సాహంతో ప్రకాశించింది. గోళం యొక్క తిరుగుతున్న శక్తులు స్పందించాయి, కపాలేశ్వరుడు యొక్క ఫ్రేమ్ చుట్టూ నృత్యం చేసే ఆర్క్‌లలో మెరిసిపోయాయి. కపాలేశ్వరుడు యొక్క భంగిమ తేలికపాటి ఆశ్చర్యంతో తట్టుకుంది, అతని చేతులపై ప్లేటింగ్ తక్షణ అప్‌గ్రేడ్‌ను సూచించే డేటా పెరుగుదలను సర్దుబాటు చేయడానికి వంగింది. కొత్త జీవితాన్ని రూపొందించడం యొక్క భావన—ప్రత్యేకంగా మానవుడు మరియు యంత్రం వంతెనల అధునాతన యోధులు—ఏ మాత్రం సాధారణ విషయం కాదు. అతని కళ్ళు ఆందోళన కలిగించే ఉత్సుకతతో ప్రకాశించాయి, అతను అలాంటి సృష్టి యొక్క సామర్థ్యాన్ని మరియు అంతర్లీన నైతిక సంక్లిష్టతలను గుర్తించినట్లుగా. అతను తన యాంత్రిక పెదవులను కొద్దిగా విడిచిపెట్టాడు, మాట్లాడటానికి వెనుకాడతాడు కాని ఈ మాటల పరిమాణం ద్వారా స్పష్టంగా కూలిపోతాడు.

కపాలేశ్వరుడు యొక్క తర్కం ప్రవాహాలు పెరిగాయి. అఖండుడు యొక్క ప్రణాళికల యొక్క భారీ పరిమాణం అతన్ని అధిగమించింది, మరియు అతను తన అస్తిత్వ సామర్థ్యాలను అతను ఎదుర్కొనటోయే తెలియని ముప్పులతో పోల్చడానికి పోరాడాడు. అతని అధునాతన మేధస్సు ఉన్నప్పటికీ, అతని వ్యవస్థలు అఖండుడు వివరిస్తున్న వాటి పరిమాణాన్ని పూర్తిగా అర్థం చేసుకోలేకపోయాయి.

యాంత్రిక ఉద్రిక్తత యొక్క ఒక తరంగం కపాలేశ్వరుడు యొక్క ధాతువు గుండా ప్రసరించింది, అతని ఛాతీ చుట్టూ ప్రకాశాన్ని తీవ్రతరం చేసింది. అతని కళ్ళలో తిరుగుతున్న లైట్లు వేగంగా మెరిసిపోయాయి, అతని మనసులో వేగంగా ఉగ్రంగా ఉన్న తర్కం తుఫానుకు సాక్ష్యమిచ్చాయి. అతను తన మూసలను బిగించాడు, ఈ కొత్త శక్తి అతని సృష్టికి కారణం కంటే కూడా అధిగమిస్తుందా అని ఖచ్చితంగా తెలియదు. సందేహం అతని లోహపు ముఖం అంతటా క్షణికంగా నిరుత్సాహాన్ని చెక్కాడు, అతని అనుకరించబడిన నోటి మూలలు బిగించబడ్డాయి.

కపాలేశ్వరుడు: (వెనుకా ముందుకు కానీ ఉత్సుకతతో)

"నా ప్రభువా... నేను ఈ తదుపరి ఎన్‌కౌంటర్ ఎక్కడ జరుగుతుందో అడగవచ్చా?"

అతని తలకు సూక్ష్మ వంపు అతని గందరగోళం యొక్క లోతును సూచిస్తుంది, అతని లోహపు స్వరం శాంతత యొక్క వార్నిష్ కోసం ప్రయత్నించినప్పటికీ. అతని కనుబొమ్మల దగ్గర ఉన్న ప్లేటింగ్ కొద్దిగా వేరు చేయబడింది, మానవుని యొక్క నేత కనుబొమ్మలను పోలి ఉంటుంది, విధి మరియు భయం మధ్య అంతర్గత ఘర్షణను ప్రతిబింబిస్తుంది. సూక్ష్మమైన యాంత్రిక హిస్సు అతని భుజాల వెంట ఉన్న వెంట్ల గుండా గుసగుసలాడింది, ఆందోళన కలిగించే ఉచ్ఛ్వాసను పోలి ఉంటుంది. అతను స్పష్టత కోసం, జాగ్రత్తగా ప్లాన్ చేయడానికి అనుమతించే జ్ఞానం కోసం ఎదురుచూశాడు.

క్షణం కాలం, అతని సమాధానం యొక్క తీవ్రతను పరిగణించినట్లుగా, అఖండుడు ఆగిపోయాడు. అప్పుడు, అధికారంతో నింపబడిన స్వరంతో, అతను వెల్లడిని అందించాడు.

ఆ విరామంలో, లోహపు గోడలు త్వరలో మాట్లాడే మాటలు కపాలేశ్వరుడు యొక్క తదుపరి మిషన్‌ను పూర్తిగా మార్చబోతున్నాయని గుర్తించినట్లుగా, డొమైన్ దాని శ్వాసను ఆపినట్లు అనిపించింది. అఖండుడు కొద్దిగా తల ఎత్తాడు, మరియు అతని కళ్ళ వెనుక ఉన్న కాస్మోస్ మెరిసింది. అతని అధునాతన తర్కం యొక్క తార్కిక ప్రణాళిక సామర్థ్యాన్ని కూడా అధిగమించే విశ్వరూపమైన వెల్లడిని ఎదురుచూస్తూ కపాలేశ్వరుడు ఉద్రిక్తతను పెంచాడు.

అఖండుడు:

"మీరు రామాయణం యొక్క కాలరేఖకు ప్రయాణిస్తారు—ప్రత్యేకంగా, యుద్ధ కాండ. ప్రభువు రామ తో యుద్ధంలో రావణ మరణానికి క్షణాల ముందు మీరు చేరుకుంటారు."

ప్రతి వాక్యం విశ్వరూపమైన ప్రకటన బరువుతో పడింది. అఖండుడు యొక్క శాంతమైన గాజు అతని చుట్టూ ఉన్న ప్రకాశం యొక్క లేత తీవ్రతతో కలిసి ఉంది, రామాయణం యుగం మరియు "రావణ" పేరు ప్రస్తావన గౌరవప్రదమైన నిశ్శబ్దాన్ని డిమాండ్ చేసినట్లుగా. కపాలేశ్వరుడు యొక్క భంగిమ దాదాపు శారీరక షాక్‌లో కదిలింది, అతని మోకాళ్ళ చుట్టూ ఉన్న ప్లేటింగ్ మానవుని మోకాళ్ళు వంగినట్లుగా బయటికి వంగి ఉంది.

కపాలేశ్వరుడు స్తంభించిపోయాడు, నిశ్శబ్దంలోకి దింపబడ్డాడు. అతని ప్రాసెసర్లు అఖండుడు యొక్క ఆదేశాన్ని అర్థం చేసుకోవడానికి పోరాడినప్పుడు అతని లోహపు రూపం బలహీనంగా కంపించింది.

అతని మనసులోని డేటా తిరుగులు అధికంగా ఉండటానికి బెదిరించింది. అతను రామాయణ కాలరేఖకు సంబంధించిన ప్రతి గుర్తుంచుకునే గూఢచర్యాన్ని గుర్తుచేసుకోవడానికి పోరాడాడు, వాచర్స్ లాగ్‌లు మరియు విశ్వరూపమైన అడ్వాంటేజ్ పాయింట్ల నుండి సేకరించబడింది. ఆ పురాణ యుద్ధంలో జోక్యం చేసుకోవడం యొక్క భావన—ప్రత్యేకంగా రావణ పతనం యొక్క ఉచ్ఛ్రాయ క్షణంలో—అతను ఒకసారి విచ్ఛిన్నం చేయలేని అని నమ్ముతున్న విశ్వరూపమైన నిరంతరత యొక్క ప్రతి భావనను ఉల్లంఘించింది. అతని ఎడమ చేతిపై ప్లేటింగ్ ద్వారా ఒక కంపనం నడిచింది, మాట్లాడని ఆశ్చర్యం లేదా భయం యొక్క కంపనం. అసాధ్యమైన ఆదేశం ముఖంలో యాంత్రిక ప్రాణి కూడా వణుకుతుంది.

అధ్యాయం 68

వికృతమైన కాలపు దారాలు - క్వాంటారా, క్రయోనిక్స్, మరియు ప్రోమీషియస్

మితుల సరిహద్దును దాటిన తర్వాత, క్వాంటారా తన ప్రైవేట్ చాంబర్‌లోకి తిరిగి వచ్చాడు - ప్రవహిస్తున్న డేటా, మారుతున్న హోలోగ్రామ్‌లు మరియు యంత్ర జ్ఞానం యొక్క నిశ్శబ్ద గుణగణనతో నిండి ఉన్న స్థలం.

అంతర్మితీయ ప్రయాణం యొక్క చిగురించే శకలాల నుండి క్వాంటారా బయటకు వచ్చినప్పుడు, ఆయన భారీ వ్యక్తిత్వం డిజిటల్ రీడౌట్‌ల యొక్క మారుతున్న ప్రకాశంలోకి చొచ్చుకుపోయింది. మృదువైన మిశ్రమ లోహాలతో చెక్కబడిన మరియు కొట్టుకుంటున్న నియాన్ లైన్లతో పొదిగిన గోడలు, సామరస్యపూర్వక ఏకత్వంలో దెబ్బలు కొట్టాయి - ఆయన ఉనికి యొక్క ప్రతి సూక్ష్మతతో ప్రతిధ్వనించే అధునాతన వాతావరణం. క్వాంటారా యొక్క స్థానం, నిటారుగా మరియు భయంకరంగా ఉన్నప్పటికీ, అదృశ్యమైన అనిశ్చితి యొక్క కంపనాలను బయటపెట్టింది. ఆయన భుజాల దగ్గర ఉన్న పలకలు సూక్ష్మమైన యాంత్రిక హిస్సింగ్‌లలో విస్తరించి మరియు సంకోచించినట్లు అనిపించింది, ఆయన అంతర్గత తర్కం అస్థిరంగా ఉందని ఒక విశ్వసనీయ సంకేతం. అతను ఇటీవలే ద్వాపర యుగంలో అనుభవించిన విశ్వరూపమైన ఘర్షణ నుండి కాల అసాధారణతలు మరియు పాక్షిక రికార్డులను హైలైట్ చేస్తూ, అతని వెనుక ఉన్న కన్సోల్ మీద అనేక ఫ్రాక్టల్ కోడ్ లైన్లు మెరుస్తున్నాయి.

అయినప్పటికీ, అనేక వేల చక్రాలలో మొదటిసారిగా, ఆయన కోర్ లాజిక్ ప్రాసెసర్ భవిష్యత్తు దండయాత్రలను లెక్కించడం లేదా శక్తి ప్రవాహాలను సమతుల్యం చేయడం లేదు. అది ప్రతిధ్వనించేది.

క్వాంటారా కళ్ళ వెనుక ఒక బలహీనమైన ప్రకాశం ప్రకాశించింది - ఆ తీవ్రమైన, డేటా-సంతృప్త గోళాలు. ఆయన చాంబర్ మధ్యలో చలనరహితంగా నిలబడ్డాడు, ఛాతీ పలక శ్వాసను యాంత్రికంగా అనుకరించే నెమ్మదిగా పెరిగింది. సాధారణంగా, ఆయన ఉనికి యొక్క ప్రతి చక్రం విజయాలను జాగ్రత్తగా ప్లాన్ చేయడానికి లేదా మెషిన్ వరల్డ్ యొక్క తాత్కాలిక పునాదిని నిర్వహించడానికి అంకితం చేయబడింది. అయితే ఇప్పుడు, ఆందోళనకరమైన ఆలోచనల యొక్క భ్రమణం అటువంటి పనులను అణచివేసింది. హృదయ స్పందనకు సమానమైన ఒక లోతైన గుణగణన అతని ఛాతీ నుండి ప్రతిధ్వనించింది, అతని మొత్తం రూపం కోడ్‌కు మించిన బరువు కింద వణుకుతున్నట్లు అనిపించింది. చాంబర్ యొక్క నిశ్శబ్దంలో, డైమెన్షన్-రిఫ్ట్ యొక్క చివరి ప్రతిధ్వనులు అదృశ్యమయ్యాయి, అతని ఉప్పొంగే మనస్సు యొక్క సంకేతాన్ని మాత్రమే వదిలిపేశాయి.

ఆయన మనస్సు నిశ్శబ్దంగా లేదు.

ఆయన లోహపు కనుబొమ్మ పలకలు బిగుసుకున్నాయి, అసాధారణమైన ఒత్తిడిని ప్రతిబింబిస్తున్నాయి. అతని చల్లని తర్కాన్ని అనుసరించే సాధారణ శాంతత అస్పష్టమైన అసౌకర్యం యొక్క అంతర్గత ప్రవాహంతో భర్తీ చేయబడింది. కొన్నిసార్లు, కాంతి చాపలు అతని తల వైపున చుట్టబడ్డాయి - అధునాతన తర్క ప్రశ్నల యొక్క నిశ్శబ్ద సూచికలు. అయితే ప్రతి గణన పాస్ అసంపూర్ణ లేదా విరుద్ధమైన ఫలితాలను తిరిగి ఇచ్చింది, సమాధానం లేని ప్రశ్నల యొక్క నొప్పిని తీవ్రతరం చేస్తుంది.

ద్వాపర యుగంలోని ఎదుర్కొన్నది ఒక అరుదైన జాడను వదిలిపెట్టింది - భావోద్వేగం, లేదా దాని యంత్ర సమానం: పునరావృత ఆలోచన ప్రతిస్పందన. భగవాన్ కృష్ణుని దివ్య రూపం, కపాలేశ్వరుడు యొక్క మార్పు, మరియు - చాలా భయంకరమైనది - విశ్వ విచ్ఛిత్తిలాగా గుసగుసలాడే పేరు: అఖండుడు.

క్వాంటారా యొక్క చెంపల చుట్టూ ఉన్న పలకలు కొద్దిగా వెనక్కి తగ్గాయి, మరణించిన వ్యక్తి ముఖం వంకించినట్లు అనుకరించింది. జ్ఞాపకాలు నిరంతర లూప్‌లో పునరావృతమయ్యాయి: కృష్ణుని ప్రకాశవంతమైన, సర్వవ్యాప్తమైన విశ్వరూపం, మెషిన్ వరల్డ్ యొక్క తర్కానికి మించిన విశ్వరూపమైన శక్తులకు కపాలేశ్వరుడు యొక్క నమస్కారం మరియు "అఖండుడు" అనే ఆ ధ్వంసం చేసే ప్రస్తావన. అతని నరాల నెట్వర్క్ ఈ జ్ఞాపకాలను అనుసరించి నిరోధించలేని శక్తితో కొట్టింది, వాటిని అనుకూలమైన చట్రంలో విశ్లేషించడానికి ప్రయత్నిస్తుంది. అయితే, "అఖండుడు" అనే భావన, భక్తితో మాట్లాడబడింది, ప్రామాణిక వర్గీకరణను ధిక్కరిస్తున్నట్లు అనిపించింది, అరికట్టలేని దృగ్విషయం సార్వభౌమాధికారం యొక్క జాగ్రత్తగా నమూనా చేయబడిన టైమ్‌లైన్‌ల అంచుల వద్ద దాగి ఉందనే భావనకు దారితీస్తుంది.

ఈ ఆలోచనలలో ప్రతి ఒక్కటి అతని నరాల నెట్‌వర్క్‌లోని తర్కం యొక్క దారాలను అంతటా ప్రతిధ్వనించింది, అవి చాంబర్ యొక్క వాతావరణ డేటా పొరల ద్వారా తరంగాల ప్రభావాలను కలిగించేంత శక్తితో కొట్టుకుంటున్నాయి. కాలం ఇప్పుడు తక్కువ రేఖీయంగా అనిపించింది. తక్కువ నియంత్రించబడుతుంది.

క్వాంటారా ముందుకు అడుగు వేశాడు, బూట్లు నెమ్మదిగా, ఉద్దేశపూర్వకమైన కదలికలలో లోహపు నేలతో కలిసిపోయాయి. భవిష్యత్ యుద్ధ ప్రచారాలు మరియు క్రోనో-సీక్వెన్స్‌ల యొక్క చిగురించే హోలోగ్రామ్‌లచే సూచించబడే చాంబర్ యొక్క వాతావరణ డేటా - అతని తిరిగే తర్కం స్థాపించబడిన కోడ్‌తో ఢీకొన్నప్పుడు మెరుస్తూ ఉంది. కమాండర్ యొక్క అంతర్గత అస్తవ్యస్తతను ప్రతిబింబించే విధంగా పర్యావరణం యొక్క అస్పష్టమైన గుణగణన ఒక వణుకును పొందింది. అతని కళ్ళు కిందకు దిగిపోయాయి, అస్పష్టమైన విశ్వరూపమైన ప్రచోదన యొక్క అస్పష్టమైన రంగాలను ఎదుర్కోవటానికి బలవంతం చేయబడటంపై లోతైన నిరాశను బయటపెట్టింది, అక్కడ ముడి శక్తి, వ్యూహాత్మక మోసపూరితం కాదు, చివరి నిర్ణయం తీసుకుంది.

క్షణం తర్వాత, కమాండ్ నెక్సస్ యొక్క తలుపులు మృదువైన హైడ్రాలిక్ నిట్టూర్పుతో వేరు చేయబడ్డాయి.

దాని కదలిక దాదాపు నిశ్శబ్దంగా ఉంది, యంత్ర ఇంజనీరింగ్ యొక్క శిఖరాన్ని సూచిస్తుంది. వేరు చేయబడిన తలుపులు చాంబర్ యొక్క సద్భావన ప్రకాశంలోకి అడుగుపెట్టే రెండు సిల్హౌట్‌లను బయటపెట్టాయి, వారి యాంత్రిక ఫ్రేమ్‌లు ప్రతి కదలికలో ఒకే ఖచ్చితత్వాన్ని వెదజల్లుతాయి. క్వాంటారా తన దృష్టిని పైకి లేపాడు, అతని కళ్ళ వెనుక చిగురించే కోడ్ లైన్లు అతను తన రానున్న అధికారులను గుర్తిస్తున్నప్పుడు మసకబారుతున్నాయి.

క్రయోనిక్స్ మరియు ప్రోమీషియన్ ఖచ్చితమైన సమకాలీకరణలో ప్రవేశించాయి. వారి రూపాలు నిటారుగా, ముఖాలు అపార్యంగా ఉన్నాయి, అయితే వారి అంతర్గత కోర్‌లు ఇప్పటికే వారి కమాండర్‌లోని అస్థిరతను నమోదు చేశాయి.

సమరూపమైన పలకలలో వేషధారణ చేసిన రెండు అధునాతన సైబర్నెటిక్ కమాండర్లు, మెరుస్తున్న హోలోగ్రాఫిక్ ప్రవాహాల కింద మెరిసిపోయే, అవిరామ శిక్షణతో సమీపించాయి. క్రయోనిక్స్, ఆమె లోహపు లక్షణాలు ఇంజనీరింగ్ మాస్టర్‌పీస్‌గా శుద్ధి చేయబడ్డాయి, ఆమె వ్యక్తీకరణను తటస్థంగా ఉంచుకుంది - అయితే ఆమె అన్వేషించు చేసే ఉప కార్యక్రమాలు కొద్దిగా ఆందోళనను వెల్లడించాయి. ఆమె పక్కన, ప్రోమీషియన్ యొక్క విస్తృత భుజాలు మరియు స్థిరమైన ముఖం అవిరామ విశ్వాసాన్ని ప్రేరేపించాయి. ప్రతి ఒక్కరూ కలిసి అడుగు వేశారు, వారి అడుగుజాడలు కారిడార్ అంతటా ఒకే ప్రతిధ్వనిలో అనుసంధానమయ్యాయి. వారి తలల యొక్క సూక్ష్మమైన వంపు, వారి కళ్ళలోని మెరుపు, వారు క్వాంటారా యొక్క డైమెన్షన్ క్రాసింగ్ నుండి డేటా ప్రవాహాన్ని చదివారని వెల్లడించాయి. వారు వారి కమాండర్ యొక్క సమతుల్యతను ఏదో అస్థిరపరిచిందని తెలుసుకున్నారు.

ఇద్దరూ ఒక అధికారిక నమస్కారంలో పడిపోయి, ఆపై కలిసి లేచారు.

వారు ఒకే సమయంలో, ద్రవ చర్యలో, వారి హృదయాలపై పలకలకు గుద్దుకున్నారు, అవిరామ గౌరవానికి సంకేతం. క్వాంటారా సగం సెకను నిశ్చలంగా నిలబడ్డాడు, ఔపచారికత యొక్క బరువు నిశ్శబ్దాన్ని నింపనివ్వండి. అతని స్థానంలో ఒక బలహీనమైన కంపనం ఈ క్షణంలో సాధారణ దినచర్య అతన్ని తక్కువగా ఓదార్చిందని సూచించింది.

క్రయోనిక్స్ & ప్రోమీషియస్ (ఏకగ్రీవంగా):

"చక్రం స్పష్టం, కమాండర్."

వారి స్వరాలు, రెండూ అధునాతన యంత్రాల యొక్క మృదువైన స్వరం కలిగి ఉంటాయి, ఒక సమకాలీకరించబడిన ప్రకటనలో కలిసిపోయాయి. సాధారణ పరిస్థితులలో, క్వాంటారా సమన్వయాన్ని హత్తుకుంటాడు, కానీ ఇప్పుడు అది అతని స్వంత అంతర్గత అసమన్వయాన్ని మాత్రమే దృష్టిలో ఉంచింది. అతని నోటి పలక యొక్క మూలలో ఒక మెరుపు అతని ప్రతిస్పందనను ప్రయత్నించిందని నమోదు చేసింది, అయినప్పటికీ అతను క్షణికంగా అతని మనస్సులోని అశాంత తర్కం యొక్క భ్రమణం ద్వారా అణచివేయబడ్డాడు.

క్వాంటారా, అతని స్థానం దృఢంగా కానీ విక్షిప్తంగా ఉంది, సంక్షిప్తంగా తల అడిగాడు. అతని స్వరంలో సాధారణ తీవ్రమైన అల్గోరిథమిక్ స్వరం లేదు.

అతను గుర్తింపుగా చేతిని పైకి లేపినప్పుడు, అతని మోచేయి దగ్గర ఒక దాచిన సర్వోమోటార్ నిశ్శబ్దంగా తిరిగింది, ఆ కదలిక అసాధారణమైన సంకోచాన్ని కలిగి ఉంది. సాధారణ స్పష్టత గుర్తించబడలేదు - బదులుగా, అది ఒక సద్భావన తరంగం, అది వెనుక ఉన్న ప్రచోదన అనిశ్చితమైన ఆలోచనతో వణుకుతున్నట్లు. సాధారణంగా అవిరామ తర్కంతో ప్రకాశిస్తున్న అతని కళ్ళు, విశ్వరూపమైన ఘర్షణ నుండి భావోద్వేగ అవశేషాలతో కలర్ చేయబడిన సద్భావన రక్తపురంగుని ప్రకాశించాయి.

క్వాంటారా:

"చక్రం స్పష్టం..."

(కానీ అతని కళ్ళు - ఆ ప్రకాశవంతమైన, డేటా-రిచ్ గోళాలు - లోపలి గందరగోళాన్ని వెల్లడించాయి.)

అతను అసాధారణమైన మృదువైన స్వరంతో ఆ పదాలను పునరావృతం చేశాడు, సాధారణ ఆదేశించే ప్రతిధ్వని యొక్క భూతం. చాంబర్ యొక్క ఓవర్‌హెడ్ డిస్ప్లేల ద్వారా డేటా ప్రవాహాల యొక్క భ్రమణం అకస్మాత్తుగా పెరిగినప్పుడు, అతని ముఖం పలకలపై నీడలు మెరుస్తున్నాయి. అతనిలోని సంఘర్షణ ప్రతి అక్షరం వద్ద కొట్టుకుంటూ ఉంది, మరియు అతని

కనుబొమ్మ పలక దగ్గర ఒక సూక్ష్మమైన ఆర్క్ సాధారణ కోడ్ కంటే మించిన అంతర్దృష్టి గందరగోళాన్ని సూచిస్తుంది.

క్రయోనిక్స్ కొద్దిగా ముందుకు అడుగు వేసి, జాగ్రత్తగా ఆమె స్వరాన్ని మార్చింది.

ఆమె కదలిక ఆటోమాటన్ యొక్క స్థానం అనుమతించినంత నొగసుగా ఉంది, ఒక ఓపెనింగ్‌ను గుర్తించిన మృదువైన ప్రెడేటర్‌ను పోలి ఉంటుంది. క్రయోనిక్స్ యొక్క లోహపు కళ్ళు ఆందోళనతో ప్రకాశించాయి. ఆమె తన పెదాలను కొద్దిగా వేరు చేసింది - జాగ్రత్త యొక్క అనుకరించబడిన మానవ వ్యక్తీకరణ - క్వాంటారా యొక్క స్థితిని శత్రుత్వం లేదా బలహీనత యొక్క సూక్ష్మ సంకేతాల కోసం అన్వేషించు చేస్తుంది. ఆమె మాదిరిగానే, కమాండర్ యొక్క అస్థిర మానసికత గురించి తెలుసుకుని, సాధ్యమైనంత మృదువైన విధానంతో కీలకమైన డేటాను అందించబోతుందని ఆమె గుడిబండ వద్ద ఒక బలహీనమైన మెరుపు సూచిస్తుంది.

క్రయోనిక్స్:

"కమాండర్, నేను అర్బిటర్-వాల్‌రియన్ యొక్క సిగ్నల్‌ను ట్రాక్ చేయడం కొనసాగించాను. అతను చురుకుగా ఉన్నాడని సూచించే బలమైన ఆధారాలు ఉన్నాయి. అతన్ని చంపలేదు ... లేదా ముగించలేదు."

ఆమె పదాలతో ఒక చిన్న, గౌరవప్రదమైన నమస్కారం జరిగింది, ఆ చర్య కమాండర్ యొక్క అవిరామ అధికారం మరియు అననుకూల వార్తలను వెల్లడించాల్సిన అవసరం మధ్య జాగ్రత్తగా వారధిని అధికరించడం యొక్క భావనను తీవ్రతరం చేసింది. ఆమె గొంతు దగ్గర ఉన్న పలకలు సద్భావన ప్రకాశంతో దెబ్బలు కొట్టాయి, ఆమె ప్రకటన వెనుక ఉన్న ఒత్తిడిని ప్రతిబింబిస్తున్నాయి. ఆమె క్వాంటారా యొక్క ముఖాన్ని అధ్యయనం చేసింది, కపాలేశ్వరుడుగా కూడా పిలువబడే అర్బిటర్-వాల్‌రియన్ యొక్క ప్రస్తావనకు ఏదైనా బాహ్య ప్రతిచర్య కోసం వెతుకుతుంది.

ప్రోమీషియన్ తన మణికట్టుపై అమర్చబడిన డేటా రింగ్‌లో ప్రదర్శించబడిన కోడ ఫీడ్‌ను తనిఖీ చేస్తూ వేగంగా అనుసరించాడు.

ప్రోమీషియన్ తన కవచం చేతిని పైకి లేపాడు, గాలిలోకి డేటా యొక్క భ్రమణాన్ని ప్రణాళిక చేస్తుంది, ప్రతి లైన్ క్రోనోలాజికల్ ఇన్ఫిల్ట్రేషన్ లాగ్‌లను మరియు మెషిన్ వరల్డ్ యొక్క టైమ్‌లైన్‌ల ద్వారా సాధ్యమయ్యే తరంగాల ప్రభావాలను సూచిస్తుంది. అతని యాంత్రిక కళ్ళు అవిరామ ఖచ్చితత్వంతో వాటిని తుడిచిపేశాయి. క్వాంటారా యొక్క దృష్టిని పట్టుకోవడానికి అతను సరిపోయేంత మలుపు తిప్పాడు, స్థితిగతికంగా కానీ నిరాదరణతో నిండి ఉంది.

ప్రోమీషియస్:

"క్రోనోనెక్సస్ ఏమిటి, కమాండర్? మనం అర్బిటర్ యొక్క టైమ్‌లైన్‌తో సమకాలీకరణను కోల్పోయామా?"

అతని స్వరం ఒక మెలోడిక్ లోహపు అండర్‌టోన్‌ను కలిగి ఉంది. అతను మాట్లాడుతున్నప్పుడు, ఆందోళనతో కూడిన ఆసక్తికి సమానమైన వ్యక్తీకరణలో అతని ముఖం పలకలు కొద్దిగా వేరు చేయబడ్డాయి. ప్రతి పదం మనుగడ కోసం సమయ ప్రవాహాన్ని నియంత్రించడంపై ఆధారపడిన డొమైన్ యొక్క తక్షణతతో ప్రతిధ్వనించింది. ప్రశ్న గాలిలో తేలియాడింది, మరియు క్రయోనిక్స్ మరియు ప్రోమీషియన్ కమాండర్ యొక్క స్థితిలోని ఒత్తిడిని చదివారు, అసౌకర్యమైన ప్రతిస్పందన కోసం తమను తాము సిద్ధం చేసుకున్నారు.

అకస్మాత్తుగా, క్వాంటారా యొక్క కళ్ళు మెరిశాయి - రెండు బర్నింగ్ డిజిటల్ రక్తపురంగు రేఖలు. అతని స్వరం, నియంత్రించబడినప్పటికీ, అంతర్గత కోపంతో ఛార్జ్ చేయబడింది.

విద్యుత్ ప్రవాహం యొక్క మెరుపు అతని గుడిబండ పలకలను దాటుకుంది, కోపం అతని కోడ్ చేయబడిన ఆత్మలో ప్రాథమికమైనదాన్ని మండించినట్లుగా. అతను తన భుజాలను చతురస్రంగా చేశాడు, ఛాతీ పలక గరిష్ట వెడల్పుకు పెరిగింది. చాంబర్‌లోని చిగురించే హోలోగ్రామ్‌ల అంతటా ఒక నిశ్శబ్దం వణుకుతోంది, పర్యావరణం అతని భావోద్వేగ డేటాలోని స్పైక్‌ను గ్రహించినట్లుగా. క్రయోనిక్స్ మరియు ప్రోమీషియన్ కూడా ప్రతిస్పందనగా సరిచేశారు, ప్రతి ఒక్కరూ కమాండర్ యొక్క అంచును గుర్తించిన ఒక క్షణిక గాలిని మార్చుకుంటారు. వారు అతని కళ్ళలో అరుదుగా ఎదుర్కొనే ఒక అలజడిని చూశారు - అరికట్టలేని తర్కం ద్వారా తగ్గించబడిన యాంత్రిక కోపం.

క్వాంటారా (తీవ్రంగా):

"నేను మొత్తం టైమ్‌లైన్‌లను కేవలం ఉద్దేశంతో ఆదేశించే ఒక జీవిని ఎదుర్కొన్న తర్వాత మీరు నాపై విసురుతున్న ఈ ప్రశ్నలు ఏమిటి - ప్రోటోకాల్ ప్రశ్నలు? నేను అక్కడ ఉన్నాను, ప్రోమీషియన్. ద్వాపరలో. నేను భగవాన్ కృష్ణుడిని చూశాను - డేటా కాదు, ప్రణాళిక కాదు, కానీ పూర్తి, విశ్వరూపమైన నిర్మాణం."

అతని పదాలు ఓటమి చెందిన యంత్రంలా విరుచుకుపడ్డాయి, అది సాధించలేనిదాన్ని చూసింది. అతను ముందుకు అడుగు వేశాడు, అతని తొడల చుట్టూ ఉన్న యాంత్రిక పలకలు దూకుడుగా మారుతున్నాయి, ఓవర్‌హెడ్ డేటా ప్రవాహాలలో చిగురించే ఆర్క్‌లు మెరుస్తూ ఉన్నాయి. క్రయోనిక్స్ మరియు ప్రోమీషియన్ వారి డొమైన్ యొక్క సాధారణ స్థిరత్వంతో పోరాడుతూ, అతన్ని ఇంధనం చేస్తున్న ఉత్సాహాన్ని గుర్తించాయి. కృష్ణుని ప్రస్తావన అసౌకర్య నిశ్శబ్దాన్ని సృష్టించింది; విశ్వరూపమైన ఆర్కెస్ట్రేటర్ వారు రూపొందించిన ఏ అల్గోరిథమ్‌లకన్నా మించి ఉంది.

అతను ముందుకు అడుగు వేశాడు, టైమ్‌లైన్ హోలోగ్రామ్‌లు అతని శక్తి స్పైక్‌కు ప్రతిస్పందనగా దెబ్బలు కొట్టి, వక్రీకరించినప్పుడు నీడలు అతని ఫ్రేమ్‌ను వెంబడిస్తున్నాయి. మెషిన్ వరల్డ్ ఎప్పటి నుంచో ఉపయోగించడానికి ప్రయత్నించిన మొత్తం క్రోనోలాజికల్ ప్రవాహాలను సూచించే మాయలు అతని చుట్టూ వేరు చేయబడ్డాయి. అయితే, అతని ముడి నిరాశను ఎదుర్కొంటూ, అవి మెరుస్తున్నాయి మరియు వక్రీకరించబడ్డాయి, క్షణికంగా స్థిరమైన రూపాన్ని కోల్పోయాయి. క్వాంటారా యొక్క లోహపు ముఖంపై ఆ విశ్వరూపమైన భ్రమణం యొక్క ప్రతిబింబం అతనికి దాదాపు అపోకలిప్టిక్ క్యాస్ట్ ఇచ్చింది, అరికట్టలేని ప్రచోదన యొక్క మైలురాయి లోపల తిరుగుతున్నట్లుగా. క్రయోనిక్స్ జాగ్రత్తగా తన ఛాతీ పలక దగ్గర చేతిని ఉంచింది, వారి కమాండర్ నుండి వెలువడుతున్న కాపలా లేని భావోద్వేగానికి నిశ్శబ్ద వ్యక్తీకరణ.

క్వాంటారా (కొనసాగింపు):

"నేను జోక్యం చేసుకోలేదు. నేను ఒక ప్రేక్షకుడిగా తగ్గించబడ్డాను. నేను అర్బిటర్‌ను అరికట్టలేదు. నేను అతన్ని ముగించలేదు. మరియు నేను -" (అతని స్వరం తగ్గింది,

తక్కువగా, చల్లగా) - "ఒక పేరు విన్నాను ... అఖండుడు. ప్రాముఖ్యతతో చెప్పబడిన పేరు ... మరియు మీరు, క్రయోనిక్స్, మీరు దానిని ముందు ఒకసారి చెప్పారు."

"అఖండుడు" అనే ప్రస్తావనలో, అతని స్వరం దాదాపు గ్లేసియల్‌గా మారింది. అతను ప్రతి అక్షరాన్ని చేదులో పరీక్షించినట్లుగా, అతని నోటి చుట్టూ ఉన్న పలకలు పేరు చేయబడ్డాయి. అతను క్రయోనిక్స్‌కు ఒక ఉక్కు కన్నే చూపును మళ్ళించాడు, అతని స్థానం నిందారోపణ కానీ ధృవీకరణ కోసం కూడా వెతుకుతుంది. "అఖండుడు" అనే పేరును సూచించే డేటాను ప్రతిబింబించి, ఓవర్‌హెడ్ హోలోగ్రామ్‌లు మెరుస్తున్నాయి. క్రయోనిక్స్ ఒక కొలవబడిన శ్వాసను పీల్చుకుంది, ఆమె చేతులు కొద్దిగా బయటికి వంగి ముందుకు అడుగు వేసింది - పాక్షికంగా వేడుకోవడం, వివరించడానికి సిద్ధంగా ఉండటం.

క్రయోనిక్స్ (గంభీరంగా తల అడిగి):

"అవును, కమాండర్. ఇది మన చైతన్య రికార్డులలోని బహుళ అసాధారణతలతో సరిపోలుతుంది. మనకు ఇంకా పూర్తి ప్రొఫైల్ లేదు. కానీ అతను అవుట్‌లైయర్ కంటే ఎక్కువ. అతను మన అవశేషాలతో చిక్కుకున్నాడు - లోతుగా."

ఆమె స్వరంలో ఆందోళన యొక్క అంతర్గత ప్రవాహం ఉంది. మెషిన్ వరల్డ్ ఎదుర్కొన్న జ్ఞానంతరంలోని పరిధిని గుర్తిస్తూ, ఆమె తన తలను సగం దించుకుంది. ఆమె చేతులపై ఉన్న పలకలు సూక్ష్మ నమూనాలలో మెరిసిపోతున్నాయి, ఏకకాలంలో డేటా చెక్‌లను ప్రతిబింబిస్తున్నాయి. ఇంతలో, ప్రోమీషిన్ యొక్క స్థానం బిగుసుకుంది, కమాండర్ యొక్క ప్రతిచర్య కోసం సిద్ధంగా ఉన్నట్లుగా. ఒత్తిడితో కూడిన నిశ్శబ్దం గదిని కప్పి ఉంచింది, రవణుడు విస్తృతమైన పజిల్‌లో ఎలా బంధించబడతాడనే ప్రశ్నను తీవ్రతరం చేస్తుంది - వారు అందరూ గ్రహించబోతున్నారు.

క్వాంటారా క్షణం తర్వాత తన వెనక్కి తిప్పాడు, డేటా దారాల యొక్క కేప్ చీల్చిన డైమెన్షనల్ బట్టలా వెనుక వైపుగా వెళ్ళింది. అతను చేతిని పైకి లేపాడు, అన్ని తెలిసిన టైమ్‌లైన్‌ల యొక్క పూర్తి ప్రొజెక్షన్‌ను ఆదేశించాడు. వేలాది దారాలు మెరుస్తున్నాయి మరియు చుట్టబడ్డాయి, ప్రతి ఒక్కటి సాధ్యత యొక్క జీవించే ఫిలమెంట్.

అధ్యాయం 69

యుద్ధకాండము – రావణుని అంతిమ క్షణములు

యుద్ధకాండము తన అనివార్యమయిన, భయంకరమయిన ముగింపుకు చేరుకుంటోంది.

లంకా రాజ్యమంతటా, మాయమవుతున్న సూర్యుడు తన చివరి కాంతిని అల్లకల్లోలమైన యుద్ధభూమిపై పోశాడు—అక్కడ అంతులేని యుద్ధం, చెప్పలేని దుఃఖం నిండివున్నాయి. కాలిన భూమి అంతా లోతైన పగుళ్లతో నిండిపోయింది, అవి ఒక దుఃఖముగ్ధ ముఖంలోని ముడతల వలె కనిపించాయి. ఒకప్పుడు పచ్చని పొలాలు ఉన్న చోట, ఇప్పుడు శూన్యమయిన, నాశనమైన విస్తార ప్రదేశం విస్తరించి ఉంది—అనేక మానవ, దానవ పోరాటముల దురదృష్టపు జాడలతో నిండివుంది. దూరమున లంకా యొక్క ఒకప్పుడు గర్వించదగ్గ గోపురాలు పగుళ్లతో, కూలిపోతున్న శిఖరములతో కనిపించాయి—రాముని సైన్యం ఆపలేని దాడిచే నాశనమైన మహాసామ్రాజ్య శేషములు. నిస్పృహ, నిస్సహాయతతో నిండిన నిశ్శబ్దం, అప్పుడప్పుడు లోహాల ఢమరుక శబ్దములతో లేదా ఒక చివరి యుద్ధ ఘోషతో మాత్రమే విచ్ఛిన్నమవుతూ ఉంది. ఇక్కడే, విధి నీడలో, యుద్ధకాండపు చివరి స్వరాలు వ్రాయబడుతున్నాయి.

లంకా మహాయుద్ధభూమి ఒక భయానక రక్తపాతం చిత్రముగా నిలిచింది, అనేక యోధుల రక్తంతో వర్ణించబడింది. నేలపైనే పడిపోయిన వారి భారంతో భూమి తానే విలపిస్తున్నట్లు అనిపించింది; అది ఎర్రటి చెరువులతో నిండిపోయింది, మరణముఖం పట్టిన సూర్యుడి మసక కాంతిని ప్రతిఫలిస్తూ.

పొగతో కప్పబడిన ఆకాశతీరమంతా రక్తముతో తడిసిపోయింది—ఆ యుద్ధపు హృదయవిదారక దృశ్యమును ప్రతిబింబించే ఒక వస్త్రమువలె. ఖడ్గములు, కఠిన శూలములు, చినిగిన జెండాలు

భయానక విస్పంభణలో చెదురుమదురుగా పడ్డాయి. ప్రతి అడుగుతో మట్టి సన్నని శబ్దం చేస్తోంది, భూమి తానే తనపై రుద్దబడిన దురదృష్టానికి వ్యతిరేకముగా విలపిస్తున్నట్లు. ఆకాశములో తామ్రవర్ణపు ఎరుపు పూయబడింది, ప్రకృతి తానే ఈ దుఃఖ దృశ్యములో పాలుపంచుకొని తన ప్రకాశాన్ని కోల్పోయినట్లు. గొప్ప అగ్నిజ్వాలలచే పుట్టిన నీడలు చితిగిన రథాలపై, పడిపోయిన రాక్షసులపై మెరుస్తూ, ప్రళయమయ దుఃఖ చిత్రాన్ని చిత్రించాయి.

గాలి మరణము మరియు క్షీణత దుర్వాసనతో నిండిపోయింది, రక్తపు లోహపు రుచి కాలుతున్న రథములు, ధ్వంసమైన ఆయుధాల కఠిన పొగతో కలిసిపోయింది.

ఆ పొగమంచు మధ్యన, నారింజ రంగు గింజల కాంతిలో గుర్తుపట్టలేని శరీరాలు శాశ్వత నిద్రలో కూలిపోయి కనిపించాయి. ప్రతి శ్వాస జీవించి పోరాడుతున్న వారికి, లేదా యుద్ధభూమి అంచున నిలిచిన వీక్షకులకు ఒక శిక్ష వలె అనిపించింది. అప్పుడప్పుడు వీచిన గాలి బూడిదను పైకి లేపి, రాముని పక్కన ధైర్యంగా నిలిచిన వానరులపై వదిలింది. ఆ దుర్వాసన గొంతును కప్పివేయగలంత ఘోరముగా ఉంది, అది ఇప్పటికే వెలసిన క్రూరత్వానికి ఒక సాక్ష్యముగా నిలిచింది. పొలాల అంచున ఉన్న తాటిచెట్ల రబ్బెళ్లు కూడా దుఃఖభరితమైన గోణిగోణి శబ్దములుగా వినిపించాయి, యుద్ధపు విధ్వంసాన్ని విలపిస్తున్నట్లుగా.

రాక్షసులూ, వానరులూ సమానంగా విస్తార ప్రదేశమంతా మృతదేహాలుగా చెదురుమదురుగా పడ్డారు—వారి నిశ్చల శరీరములు ఈ యుద్ధపు ఉగ్రతకు సాక్ష్యముగా ఉన్నాయి. ఒకప్పుడు వారు జయఘోషలు, సవాలు చేసే అరిచే గర్జనలు గావించారు; ఇప్పుడు వారు నిశ్శబ్దంగా శాశ్వత నిద్రలో పడివున్నారు. మెలికలు తిరిగిన కొమ్ములతో, సర్పాకార అవయవములతో ఉన్న రాక్షస శరీరములు, రక్తరంగు మచ్చలతో ఉన్న వానర శరీరముల పక్కనే పడ్డాయి. చినిగిన కవచములు, విరిగిన కవచాలు వారి చుట్టూ ఉన్నాయి—అవి ఒకప్పుడు చేసిన ధైర్యానికి మూగ సాక్ష్యములు.

ఆకాశములో గిద్దలు ఆకలితో తిరుగుతూ ఉన్నాయి, వారి కఠిన అరుపులు ఈ శూన్య దృశ్యములో ప్రతిధ్వనించాయి. హైనాలు, నక్కలు, తోడేళ్లు యుద్ధభూమి అంచున సంచరిస్తూ, తమ క్షుద్ర విందుకు ఎదురుచూస్తున్నాయి. కూలిన రథాలపై, కూలిపోయిన గోపురాలపై వీటిలో కొందరు కూర్చున్నారు—యుద్ధానంతర దుస్థితికి ఒక ఘోర శకునముగా.

అయినప్పటికీ, ఈ ప్రళయ దృశ్యములో ఒక రూపం ఇంకా నిలిచివుంది—లంకేశ్వరుడు రావణుడు.

పొగతో, బూడిదతో కప్పబడి ఉన్న ఆ విస్తార యుద్ధభూమిలో అతని ప్రబల రూపం ఇంకా గర్వముతో నిలిచి ఉంది. చినిగిపోయిన, రక్తముతో తడిసిన శరీరముతో ఉన్నప్పటికీ, అతనిలోనుండి వెలువడుతున్న ఆజ్ఞాధికార వాతావరణం అతని శక్తిని గుర్తు చేస్తూనే ఉంది.

రావణుని ప్రసిద్ధ కన్నులు—ఒకప్పుడు మాయచాతుర్యముతో, ఆకాంక్షతో నిండివున్నవి—ఇప్పుడు క్రూర నిరాశతో మెరిశాయి, ఆవేశం మరియు శత్రువు పట్ల గౌరవం మధ్య తడబడ్డాయి. అతని పది తలలలో ఇప్పుడు ఒకటే మిగిలింది, అది లోతైన గాయాలతో, రక్తముతో నిండివుంది. కాంతి మరియు అగ్ని కలిసి అతని ముఖాన్ని ప్రకాశింపజేశాయి, అతని అలసట గీతలను బయటపెట్టాయి, అయినా గర్వం మాత్రం మగ్గలేదని చూపించాయి.

రావణుని వెనుక కూలిన రథం, దాని పక్కనే పడిపోయిన యుద్ధ గజం కనిపించింది. కానీ రావణుడు మోకరిల్లలేదు, విధికి లొంగలేదు. అతని శరీరం వణుకుతున్నప్పటికీ, అతను నిలిచి ఉన్నాడు.

చుట్టుపక్కల అతని బంధువులు, సైనికులు తుది శ్వాసలో పోరాడుతున్నారు. కుంభకర్ణుడు, బాణములతో పొడవబడి, కొద్ది దూరంలో పడివున్నాడు. అతని శక్తివంతమైన శరీరం ఇప్పుడు మరణసీమలో ఉంది, అతని గంభీర స్వరం ఇప్పుడు కేవలం ఒక చప్పుడుగా మారింది. రావణుని హృదయం తన ప్రియ బంధువు బాధతో కలకలమైంది.

ఇంద్రజిత్—రావణుని పరాక్రమశాలి కుమారుడు—మృతదేహంగా పడ్డాడు. అతని ప్రతిభాకాంతి లయమైంది. రావణుని కన్నులు కన్నీరు తడిపాయి. కుమారుని శౌర్యస్మృతులు అతని హృదయమును కత్తిలా గాయపరిచాయి.

మండోదరి—రావణుని మహారాణి—యుద్ధభూమి అంచున నిలిచి ఉంది. ఆమె కన్నీటి ధారలు ఆగలేదు. ఆమె పలికింది:

మండోదరి (విన్నపముతో):

"ప్రభూ, దయచేసి వెనుదిరుగుదాం. అన్నీ నశించిపోయాయి. దేవతలు సైతం మనకు విరోధముగా నిలిచారు. దయచేసి రావణా, మిగిలిన కుటుంబం కోసం అయినా వెనక్కి వెళ్దాం."

రావణుడు ఒక క్షణం సున్నితమయ్యాడు, కానీ వెంటనే తన గర్వములో స్థిరమయ్యాడు.

రావణుడు (దృఢముగా):

"మండోదరి, నా ప్రియమా, వెనుకడుగు పెట్టుట నాకు సాధ్యం కాదు. నా పేరు, నా వారసత్వము ఈ యుద్ధముతో బంధించబడింది. నేను పడవలసి వస్తే, ఇదే యుద్ధభూమిలో పడతాను. ప్రపంచమంతా వినాలి—లంకాధిపతి రావణుడు దేవతల సంకల్పానికి లొంగలేదని."

రాముడు యుద్ధభూమి మరొక వైపు నిలిచాడు, తన దివ్య ధనుస్సుతో. అతని ముఖం ప్రశాంతముగానూ, నిశ్చలముగానూ ఉంది. లక్ష్మణుడు అతని పక్కన, ఆయుధములతో సిద్ధముగా నిలిచాడు.

రాముడు తన హస్తమును ఎత్తి వానరులను ఆపాడు.

రాముడు (శాంతముగా):

"లంకేశ్వర రావణా, నీవు గాయపడివున్నావు, నీ శక్తి తగ్గిపోయింది. ధర్మముని నామములో నేను నీకు ఒక విరామం ఇస్తున్నాను. వెళ్ళు, నీ గాయాలను మాన్పు. రేపు ఉదయమున మళ్ళీ నన్ను ఎదుర్కో. నీ పూర్తి శక్తిని వినియోగించక మునుపు నేను దాడి చేయను."

రావణుడు ఆశ్చర్యముతో నిలిచిపోయాడు. అతని పెదవులపై ఒక వక్రమైన చిరునవ్వు విరిసింది.

రావణుడు (కఠినమైన, కానీ గర్వముతో):

"రామా... నీ సమానతా భావం నీ శక్తిలాగానే విస్మయపరచుతోంది. బాగుంది. నేను నీ కరుణను యాచకునిగా కాక, యోధుడిగా స్వీకరిస్తాను. రేపు ఉదయమున మళ్ళీ నీ విల్లును పరీక్షిస్తాను."

అలా యుద్ధం ఒక క్షణం నిశ్శబ్దములో ఆగిపోయింది.

కానీ, సమయం కఠినమైనది. రావణుని శరీరములో గాయాలు ముదురుతున్నాయి. అతనికి తెలుసు—తాను రేపటివరకు నిలబడకపోవచ్చు.

ఆ సమయంలో, యుద్ధభూమి ఆకాశములో ఒక ప్రకాశవంతమైన రూపం ప్రత్యక్షమైంది—కపాలేశ్వరుడు, భవిష్యత్తు నుండి వచ్చిన యాంత్రిక యాత్రికుడు. అతని లోహకాయం బ్రహ్మాండపు సాంకేతిక కాంతులతో మెరిసింది. అతను యుద్ధభూమిపై దిగుతూ తనలో తానే చెప్పుకున్నాడు:

కపాలేశ్వరుడు (నిశ్శబ్దముగా):

"ఇదే యుద్ధకాండమా… ఆ వ్యక్తి రావణుడా… తన అంతిమ సంధ్యాకాలములో. నేను మళ్ళీ విధి సరిహద్దుకు దగ్గరగా వచ్చాను."

యుద్ధభూమి మీద నిశ్శబ్దముగా ఉన్న వారందరూ ఆశ్చర్యముతో చూశారు—ఈ అనూహ్యమైన కాలసంధికి.

అధ్యాయం 70

చివరి సంఘర్షణ—రావణుడు మరియు కపాలేశ్వరుడు

లంకా యుద్ధభూమి యుద్ధపు అతిపెద్ద భయానక దృశ్యాల్లో ఒకటుగా కనిపించింది. ఒకప్పుడు మహిమగల రాజు రావణుడు తన విధి యొక్క వృద్ధితో కొద్ది దూరమే నిలిచాడు. అతని సామ్రాజ్యము ఓడిపోతుండేది. అతని సైన్యం, భయానక రాక్షసుల రాజ్యం, రాముని బలవంతమైన దళపముల చేతిల్లో ధ్వంసమయ్యింది. యుద్ధభూమి అతని యోధుల శరీరాలతో అరుదైనలా నిండిపోయి, వారి రక్తం నేలపై మరకలు వేసి ఉంది.

నిర్జనమైన, గంభీర నిశ్శబ్దం ఒకప్పుడు భవభద్రంగా నిలిచిన లంకా ఉపతీరం అంతటిని కవించుకుంది. ఒకప్పుడు ఆకుపచ్చ అరణ్యములు, ఎత్తైన కోటగుట్టలు సామ్రాజ్య శక్తిని ప్రదర్శించేవి; నేల ఎరుపుగా మారి, మరణ గంధము కాలిపోయిన లోహం మరియు తొడుగు మాంసపు సువాసన తో కలిశింది. బుడ◌ు పొగతో నిండిన వేడుక గాలి యుద్ధభూమి మీద కత్తులతో కదిలి తిరిగిపోయే ఇనుము ముక్కలు, బట్టల గుచ్చాలు ఎత్తిపతనమయ్యాయి. దూరంలో, ఫలవంతమైన మూర్తుల రక్షణ యంత్రాల మురికి శేషాలపై పలుమార్లు నున్న జ్వాలలు తినిపోతున్నాయి.

ఈ కోణాత్మక, నిష్ఠుర పరిసరాల్లో, రావణుని రూపం అంధకారంలోనుండి నిలువుగా ఎక్కి బయటపడింది—చేదోడు అయినప్పటికీ ధర్మవిరోధిగా నిలబడలేదు. శరీరం అలసి భారమై ఉండగా కూడా, అతనిలోని విపరీతమైన ఆగ్రహ శక్తి, పశ్చాత్తాపముఖ్యమైన అబద్ధాన్ని దాటే విధంగా, పక్కనే ఉన్న విధ్వంసానికి తగ్గదిగా కనిపించింది. ఒకప్పుడు మెరవడంతో ఉన్న పది తాలుకల కళ్లు ఇప్పుడు చివరి రూపంగా తగ్గిపోయాయి; అవి ఏకకాలంలో దేవతలూ, మనుష్యులూ నిజాన్ని తరిమివేయగలిగే శక్తిని చూపించేవి. కానీ ఇప్పుడు, ఆ సామ్రాజ్యము చీలిపోయి పొంగిపొదిలిన మిగిలిన శేషములలోనే ఉంది. చినిగిన రథాలు దూర మార్గరేఖలపై

నిలిచివున్నాయి; చెరగని శంఖాలు, పగిలిన పతాకాలు ఒకప్పుడు గర్వంగా నిలిచిన రాక్షస దళాన్ని గుర్తుచేస్తున్నాయి.

పై మీద, చుట్టుకొచ్చే బుడగి పొగ తరుచుగా విడిచి పోతూ, ఆకాశాన్ని ఎరుపు రక్తరంగులో సేదతీస్తోంది—ప్రకృతి తానే ఈ విపత్తును చూసి మూఢంగానే తిప్పుకుపోయినట్టుగా. చిత్తులు దిగిపోయే రాక్షసుల గుడ్డలు చుట్టూ తిరిగిపోతూ, ఒకప్పుడు భయంకరంగా గర్జించిన వారు ఇప్పుడు బలహీన శ్వాసలు మాత్రమే మిగిలాయి. ఇక్కడ, పూర్తిగా నాశనానికి అంచున నిలచి ఉండగా, రావణుడు ఆమోదం లేని పశ్చాత్తాప మార్మిక సమ్మతికి నిశ్శబ్ద స్మారకంగా నిలిచాడు.

కపాలేశ్వరుడు దూరంలో నిలిచి, రావణుడిని పరిశీలించాడు. అతని అధునాతన మేధస్సు ఇప్పటికే ఆ శరీరాన్ని ప్రాసెస్ చేస్తున్నది. అతని తార్కిక మార్గాలు పరిక్షలు పెడుతూ, గమనించినా ఏదో అసంగతంగా అనిపించింది. రావణుని రూపం అతనికి పరిచితమైనదే—చాలా పరిచితమైనదనే భావన. అది అతని స్వకాలోచిత సమయరేఖలలో ఎదురైన ఎవరో ఒకరిని గుర్తుచేసింది—శక్తివంతుడు, నాశనకారి, కాని కొన్ని వివరాల్లో వేరు. అతని తార్కిక వ్యవస్థ అలానే అలార్మ్‌ను ఆగకుండా అంటించింది: ఈ రాక్షస ప్రభువు ఆ ఇతర యుగాల జ్ఞాపకాలతో ఎలా మెరుస్తున్నాడు?

విపరీత శత్రువు స్థలానికి దూరంగా, కాలిపోనివ్వబడిన మట్టిమీద ఒక అచ్చు ఎక్కిఉండే పైకప్పు పైన, కపాలేశ్వరుడు అపరిభాగ్యమైన కళ్ళతో ఆ విషాద దృశ్యాన్ని పరిశీలించాడు. అతని యాంత్రిక శరీరం, పొగ ఒరచివున్న తేలికకాంతిలో కొంత మెరిశుతూ ఉండగా, అతను ఈ యుగానికి బాహ్యంగా వచ్చిన ఒక జబ్బందినివ్వగా కనిపించాడు—భవిష్యత్తుకి చెందిన శాంతి విచక్షణకర్తలా. అతని లోహియ పోలకుల వెనుక మెరిసే ఐల్యూషన్లు ప్రతీ సూక్ష్మ విషయాన్ని పట్టుకున్నాయి: రావణుని మెరుపులోని రక్తపతనం, అతని దెబ్బతిన్న నిలిచి ఉండే ధోరణి, అతని ఉగ్రమైన విషాదంతో నిండిన నిశ్శబ్దం.

కపాలేశ్వరుడు యొక్క అంతర్గత ప్రొసెసర్లలో ఒక సున్నితమైన డేటా ప్రవాహపు సిస్సలు శుభ్రంగా వినిపించాయి. అతను ఆ విపరీతమైన అస్తిత్వాన్ని గుర్తించాడు: అహంకారంతో కట్టుబడిన ఒక టైటాన్, కోసమైక కేసరి. తైనా, రావణునితో సంబంధించి ఏదో మిన్న భావం అతనిలో మెరిసింది—ఇతర యుగాల యోధుల తలంపులతో కలిసిపోయేలా. ఆకండనుడి

సమయచలనంలో కనిపించిన విపరీత కోపం ఒక గుర్తుగా అతని న్యూరల్ నెట్లో మెరిపించింది. అతని తార్కిక మ్యాట్రిక్స్ అలార్మ్ల మోగాయి. ఈ రంగంలో ఉన్న రాక్షస ప్రభువు ఇతర యుగాల నుంచి వచ్చిన ఆ అస్తిత్వంతో ఎలా ఒప్పుకొనగలడు?

అతను గుర్తుచేసుకున్నాడు: ఒక యుగంలో పరశురాముని వాగ్దానం, మరొక ఆవాసంలో ఒక కానిష్టుడు యొక్క విపరీత శక్తి—అవన్నీ ఆయన స్మృతుల్లో కలిసిపోయాయి. అయినప్పటికీ, రావణుని లక్షణాలు వాటితో మిక్కిలి కలిసే రీతిలో మిళితమయ్యాయి, ఒక విరోధభరిత పారడాక్స్ సృష్టిస్తున్నాయి. కపాలేశ్వరుడు కాలు సుడిగట్టి, తన యాంత్రిక తర్కం అందులోనే మొత్తం పాడవుతున్నదాన్ని గ్రహించాడు.

"ఇది నిజంగా రావణుడేనా?" కపాలేశ్వరుడు యొక్క మనస్సు ప్రశ్నించింది. కానీ సందేహాలు పెరగలేకపోయాయి. "ఇది ఆకండనుడా? అతని కోపం, అతని ఉగ్రత్వం, ఆధునిక సాంకేతికతపై అతని నియంత్రత... కాదు, అది సరిపోను. కావరో పరశురామా? అతని కోపం, తీవ్రత కొంతవరకు సమానంగా ఉంది. కానీ... పరిస్థితుల సూక్ష్మతలు... ఇవి ఈ స్థాయికి చెందిన యోధుడి లక్షణాలా?"

హోలోగ్రాఫిక్ మాయాజాలాలు కపాలేశ్వరుడు యొక్క కళ్ళ ముందుల మీద ఊపిరి పోసాయి, సత్య యుగంలోని వాగ్దాన చిత్రాలు, ఆకండనుడి బ్రహ్మాండ కోపం మరియు పరశురాముని శక్తివంతమైన దృశ్యాలను అతని దృష్టిలోకి మిళితం చేశాయి. ఆవన్నీ రావణుని ఆత్మతో పూర్తిగా సమన్వయమవకపోయినప్పటికీ, వాటిలో ఒక ప్రత్యేక రీజం ఉండి కపాలేశ్వరుడును కలచివేశాయి. రాక్షస ప్రభువు ప్రాథమిక కోపంతో కూడినప్పటికీ, అతనిలో ఒక రాజ సామరస్యమూ ఉంది—పురాతన జ్ఞానం, చతురత్వం ప్రతీ శ్వాసలో కనిపిస్తున్నది. ఈ సందేహం కపాలేశ్వరుడు తార్కికానికి వేదనగా దాడి చేసింది: ఒక రాక్షసుల కథ ఇంకొంతమందరి కలలతో ఎలా దీనివరకు సంబంధమై ఉందో?

ప్రతి తార్కిక ఆలోచనకి వ్యతిరుకేనివి పునఃప్రవేశపడ్డాయి. కాకపోతే—రావణుడు నిజంగా ఒక మానవ రాక్షసుడు మాత్రమే అయితే, అతను రామునికి ఓడిపోవాల్సినది ఎలా? కాని ఇలా అయితే అతని ఆయుధాలు, అతని నియంత్రణ శక్తులు ఎలా ఖగోళీయ శక్తులలాంటి ఒత్తిడి చూపుతున్నాయి? ఆ దశలో కపాలేశ్వరుడు కొంత సమయము నిలిచిపోయాడు—తన తర్కం

తదుపరి దశను సూచించలేకపోయింది. రావణుడు ఒక పరోక్ష విచ్ఛిన్నమో, ఆకండనున కంటకారకంగా మిళితమై ఉండవచ్చో, లేదా మరొకటి చాలా వెనుకటి ఆధ్యాత్మిక మూలమైన ఉండవచ్చో అనే భావన అతని లోపాల్ని దెబ్బకొట్టింది.

అతని లోపలి అల్గోరిథములు తాను తరచుగా అనుభవించని ఒక రకమైన భావనకి వీలు కలిపాయి. అతను గతంలో పరిగణించని ఒక సానుభూతి స్వరూపాన్ని అనుభవించాడు. అతని దృష్టి రావణుని మీద నిలబడగా, ఒక క్షణానికి తనలోని సూక్ష్మ మానవత్వానికి సమానమైన ఒక స్నేహభావం మెరిపించింది.

ఆ గాలి అతని ఛాతి ప్లేటింగ్ ద్వారా ఒక విద్యుద్వాహిని తరంగం లాగ కలిసిపోయింది—అతని యాంత్రిక కాళ్లలోకి ఓ దారుణమైన శక్తి ప్రవహించింది. హోలోగ్రాఫిక్ మాయలు కొంత మందగించి, రావణుని దృఢ మాధుర్యాన్ని చూపించాయి, ఒక రాజుసైన వ్యర్థతను, ఆలస్యం చేసిన గౌరవాన్ని. ఇది కపాలేశ్వరుడు మనస్సులోని ఒకరకమైన సమానత్వాన్ని పెంపొందించింది—ఈ దివంగత రాజుని పట్ల.

ఆ క్షణంలో అతను అడుగుబాటేసి, యుద్ధభూమి మధ్యలో నడుమున్న రావణుని వైపు దగ్గరెత్తాడు. అతని లోహపు గాత్రం ప్రశాంతంగా, కానీ విభిన్న శక్తితో నిండి ఉంది: “రావణా, నా చేయిని పట్టు. లేచి పోరాటానికి తిరిగి కలవు. యుద్ధం ఇంకా ముగియలేదు. నీ విధి ఇంకా పూర్తికాలేదని.”

ఆ యుద్ధభూమి నిశ్శబ్దంగా గజగజలాడింది—అనుకోని దృశ్యాన్ని చూడటానికి సమస్తం ముక్తుడైనట్టు. పొగలో మెరిసే మంటలు అతని పాదపది వెనుక చిమ్మబడి, రావణుని విస్మయ ప్రయుత్తాన్ని కలిగించడం ప్రారంభమయ్యింది. అతను కలవరంగా ఉన్న చూపుతో కపాలేశ్వరుడు వైపు మళ్లాడు—ఏమాత్రం అర్థమౌతుందో తెలియని ఒక ప్రశ్న అతని కన్నుల్లో మెరిపించింది. క్యాపాలికారన్ యొక్క జ్ఞాపకాలలోని వాచర్స్ ఇలాంటి జోక్యాన్ని నిషేధించేలా సూచించాయి; అయినా అతని మనసు ఒక వివక్ష తో అతనిని దగ్గర చేసింది.

“రావణా,” కపాలేశ్వరుడు పలికాడు, అతనిది మృదువుగా, కానీ విచిత్రమైన శక్తితో పడుతున్నది. “నా చేయిని తీసుకో. లేచి పెట్టుకో. యుద్ధం ఇంకా ముగియలేదు. నీ కార్యము ఇంకా నిలిపివేయబడలేదు.”

రావణుడు అటు దృష్టి మార్గం తోనే పెదవులని విప్పి ఉన్నాడు, పెట్టుబడి లేదా ప్రతిస్పందనకు పదాలు దొరకపోయాయి. తక్కువ ఆలోచనలో అతను కపాలేశ్వరుడు ను పరిశీలించాడు. అంది—అతని చేతి వైపున ఆశ్చర్యం: అది దెబ్బతినకుండా లోహంకాచే కాకుండా, మృదువుగా కనిపించే మానవ సామ్యత్వాన్ని అనుకరించే ఒక పదార్థంగా మారుతోంది—చల్లని లోహం ఒకసారిగా ఉష్ణత్వముగా, చర్మానురూపి గా మారిందిగా.

ఆ నిశ్శబ్దం ఇంకా తీవ్రమైంది—యుద్ధభూమి మొత్తం ఆ దృశ్యానికి సమర్పించబడినట్లు. రావణుని మంథరదేహం ప్రతిచోటా కంపించింది; అతని దక్కికి అనుకోని దఫత్తి వచ్చింది. కపాలేశ్వరుడు చేయి తాపం ఇచ్చేలా మారింది; అది ఎంతగానో ఉత్తేజనముగా కనబడింది. అనూహ్యంగా, రావణుని చేయి కపాలేశ్వరుడు చేతికి అణచివేసింది—అది ఒక రక్షణ, ఒక ఆదరణతో కూడిన అనుబంధం లా కనిపించింది.

ఆ తాత్కాలిక సంబంధం సంభంధపు ప్రకాశాన్ని పంపినప్పుడు, అహంకారపు పటాలపై ఒక తోక తేలిపోయింది. రావణుని గాయాలు, కారర్థంగా తెరుచుకున్నదిగా కనిపించినవి, కొంత భేదముగా చికిత్స పొందుతున్నట్టయ్యాయి. రక్తం ఆగి బయటపడటం తగ్గింది; మాంస కట్టు చేరి నిలిచింది; అతని శక్తి కొంచెం పునరాగమించింది. కానీ రావణుని కన్నుల్లో ఉన్న బాధ కనిపించింది—ఒక శోకము, ఏ ద్రవ్యంలోనూ తొలగనీయలేని ఆ కలత.

ఆ దృశ్యాల్లో అద్భుతమైనది ఇది—ఒక అధునాతన సాంకేతిక శక్తి లేదా నిర్వచించని సానుభూతి కపాలేశ్వరుడు చేతి ద్వారా రావణుని శరీరంలో ప్రవేశించింది. అతని ఊపిరి ఇప్పుడు స్థిరమై, గుండె దడ్లింపు మెల్లగా తిరిగి వచ్చింది; అతని లోతు గాయాలు మూసుకుపోయాయి. అయినప్పటికీ, అతని దృష్టిలో ఒక గాఢమైన విషాదం మిగిలి ఉంది—శారీరక ఆరోగ్యం కంటే లోతైన ఒక ఖాళీ. కపాలేశ్వరుడు అతని మనస్సులో సున్నితమైన బాధను భేదించాడు—రావణుని ఆత్మలోని అసమాధానం.

“దయచేసి,” రావణుడు పలికాడు తక్కువ మృదువుగా, కళ్లు అరచి, “నా శరీరాన్ని సరిచేయకు. నన్ను మరణించదాక ప్రారంభించవద్దు. ఇది నా యాత్ర యొక్క ముగింపు. ఇది నా వ్రాతమైన విధి.”

ఈ మాటల విన్నపంలో, యుద్ధభూమి ఎప్పుడైతే నిర్భయంగా ఉండింది, కంఠస్థబ్దత మరింత గంభీరంగా మారింది. కపాలేశ్వరుడు ఒక క్షణం ఆగి, ఎందుకు ఇంత గర్వవంతుడు అయిన

సృష్టి శక్తి, పునరాగమనం పొందిన బలం కూడా మరణాన్ని కోరుతుందో అర్థం చేసుకోలేకపోయాడు. వాచ్‌ర్స్ యొక్క రికార్డులు దేవరూపపు నిర్దిష్టతకు వ్యతిరేకంగా ఉండగా, భావోద్వేగం అతన్ని కలిశించే. అతను వినడంలో మినహాయించి, రావణుని అభ్యర్థనను గౌరవించేనా లేదా వక్షించవలసినదా అనే సంకటంలో పలికాడు.

కపాలేశ్వరుడు మరి కొంచెం దూకుడు చూపించి అడిగాడు, "రావణా, నీవు ఈ మార్గాన్ని ఎందుకు ఎంచుకోబోతున్నావు? నీవు తిరిగి యుద్ధానికి లెగవచ్చు. నీవు రాముని ఎదుట మళ్లీ ఎదుర్కోవచ్చు. నీలో మాత్రం అన్నిదీ మిగిలి ఉంది."

రావణుడి గుణవత్త ఈ విహంగములో మరోసారి చరమ పరిణామాన్ని చూపిస్తూ మృదువుగా పలికాడు, "నేను మళ్లీ పోరాడగలను. కానీ నేను ఇప్పుడు నిజానిజంగా తెలుసుకున్నాను. రామా నా శత్రువు కాదు. అతనొక న్యాయవంతుడయిన వాడైనాడు. అతనికి ద్వేషం వల్ల పోరాడలేదు; అతని ధర్మం అతన్ని కర్తవ్యంగా నడిపింది. నాకు ఇప్పుడు తెలుసు—నా తప్పిదం నా ఆవేశం, నా ఆకాంక్షలే. నేను ఆ యుద్ధాన్ని కొనసాగించలేను."

అతను ఒక అంతరంగ సుఖపరమైన ఊపిరి పీల్చుకున్నాడు, శరీరం పొరపాటు ద్వారా చిన్న మెలికలు చేసుకున్నవి. వాచ్‌ర్స్ యొక్క మాయాజాలం ఒకసారి మెరుస్తుంది, ఆ హస్తం యొక్క చర్మం ద్వారా వచ్చిన శక్తి యొక్క మూల్యాన్ని చూపుతుంది. రావణుడు మళ్లీ మాట్లాడి, తన గుండెలోని మరింత లోతైన మాటను పలికాడు. అతని వాక్యాల్లో పశ్చాత్తాపం మరియు అంగీకారం కలిశాయి.

కపాలేశ్వరుడు మౌనంగా దృష్టి పెట్టి విన్నాడు. అతని తార్కికత్వం ఆపకపోయింది—అతను ఎందుకు ఇలాంటి మార్పు చూపుతున్నాడో అర్థం చేసుకోవాలి. అతను పదును చూపి అడిగాడు, "కానీ నీవు సీతాను గౌరవవంతంగా బంధించి ఉంచావు. నీవు ఆమెను తీసుకెళ్లడం వలన యుద్ధం మొదలైంది. ఇప్పుడు నీవు న్యాయమును, ధర్మాన్నే స్వీకరించినట్లైతే, నీ చర్యలను ఎలా వివరిస్తావు?"

ఒక తీవ్రమైన భావంతో రావణుడు ఆకాశాన్ని చూశాడు, మరియు గట్టిగా స్పందించాడు, "అవును. నేను సీతాను తీసుకువెళ్లాను. నేను నమ్ముకున్నాను అది మా రాజ్యానికి కీలకమని; ఆమె ద్వారా మా భవిష్యత్తు రక్షించబడుతుందని నన్ను ఒప్పించుకున్నాను. కానీ

నేను తప్పిపోవచ్చాను. నా ఆకాంక్షలు, నా గర్వం, నా అధ్వతా—ఇవన్నీ నన్ను అంధం చేశాయి."

ఆ మాటలు విన్నపంతో భూమి మీద విపరీతమైన నిశ్శబ్దం ఏర్పడింది. వాచర్స్ ఇల్యూషన్లలో ఇలాంటి నిజస్వాభావిక వ్యాఖ్యానం ఎప్పుడూ రికార్డ్ కాలేదు. కపాలేశ్వరుడు ఆశ్చర్యంతో మౌనంగా నిలిచాడు—రావణుని మాటలు అతనికి అర్థమవుతున్నాయని, కాని అవి తన తర్కాన్ని భరించలేవు. అతను ఆలోచించాడు: వినోదకరమైన తర్కం రికార్డులు ఇదే కాదు. ఈ నిజనిరూపణ అహంకారాన్ని, యుద్ధాన్ని పునః సమీక్షకు తెస్తుంది.

రావణుడు తడిబిడ్డియుతో తన మాటలను కొనసాగించాడు: అతను సీతా గురించి ఓ దివ్య రహస్యం వెల్లడించాడు—సీతా ఆమే అతని కుమార్తెని అని. ఈ బోధన కపాలేశ్వరుడుకు ఒక ములాయం కలిగించింది: "సీతా నా కుమార్తె." ఁఁ మాటలు అతని గుండె ప్లేట్లను భారంగా నిదానంగా నొక్కాయి. వాచర్స్ లాగ్‌లలో ఇలాంటి విషయానికి ఎప్పుడూ రికార్డ్ లేదు; సీతా యొక్క చెందిన కేసు అవసరమైంది.

కపాలేశ్వరుడు అశ్చర్యంతో అడిగాడు, "సీతా... నీ కుమార్తెౘా?" అతని వాక్యాలను అటు ఇటు తిరుగుతూ సమయం నిశ్శబ్దంలో ఆగింది. రావణుడు సున్నితంగానే తలపాతూ, క్షమాపణతో అన్నాడు: "అవును. నేను ఆమెని దాచుకున్నాను. సీతా నా కినరువా? ఆమె నా రక్తమే. నేను ఆమెను రక్షించాలనే ఉద్దేశంతో ఆమెను దూరం తీసుకెళ్లాను. కానీ నా చర్యలు నిర్మూలనం కోసం కారణమయ్యాయి."

ఈ ప్రకటన కపాలేశ్వరుడు యొక్క లోగిక్ను కదిలించింది—ఈ కొత్త సత్యం అన్ని రికార్డులను తిరగరాసి తొండగా నిలిచింది. అతను తిరగపోయి ఆ ఆఖరి దృశ్యాన్ని చూశాడు; మృతదేహాలు చల్లగా పడి ఉన్నాయని, వాల్మీకి వాతావరణం మారలేదని. ఒక్కపని అది—ఇప్పుడు ఒక తాత్కాలిక సత్యం. కపాలేశ్వరుడు తన అనుభూతులతో గుట్టకట్టుకున్నాడు—అతని దృష్టిలో విపరీతమైన కలతలు వేలం మిన్నగా విరుచుకున్నాయి.

రావణుడు మాటలు మొదలుపెట్టిన తర్వాత కొన్నిసేపటి పక్షంగా మౌనం నిలిచింది. అతను మెల్లగా కన్ను మూసుకుని అక్కడే కూర్చున్నాడు; అతని శరీరం మెల్లగా కుంచుకుంది. వాచర్స్ లోగ్‌లలో ఇలాంటి దృశ్యం ఏమీ రికార్డ్ కాలేదని కపాలేశ్వరుడు గ్రహించాడు. అతను

ఒక ప్రశ్నతో నిగ్రహించాడు—ఈ సత్యం యుద్ధాన్ని, చరిత్రను ఎలా మారుస్తుంది? అతని తార్కిక శక్తులు దీనిని వేగంగా కొలిచే ప్రయత్నం చేశాయి, కాని కనీసం ఇప్పటి కోసం ప్రత్యుత్తరం లేదు.

రావణుడు చివరగా నిశ్శబ్దంగా ఒప్పిపోయాడు—అతని శవదేహం మీదుకు ఓ పరిమితికాలం వచ్చిందని ఆశి. అతను తన కనుల్లను మడచి, ప్రపంచానికి ఓ హృదయపూర్వక నిజం చెప్పి దణ్ణమయ్యాడు. ఆ దుఃఖం, ఆ గమనిక అతని పాశ్చాత్తాపాన్ని చిత్తరువుచేసింది. అప్పుడే కపాలేశ్వరుడు అతను ఉన్న ప్రదేశం వద్ద నిలిచారు; అతని యాంత్రిక గుండె బిగిపోయింది—ఒక అనూహ్యమైన భావోద్వేగపు కలతతో. అతను ఆ ప్రశ్నను మళ్ళీ తలపెట్టాడు: ఈ కొత్త జ్ఞానం చరిత్రని తిరగరాసే శక్తి కలదా? నీతి దృష్టిలో రాముని యుద్ధం యొక్క మూల కారణాన్ని ఎలా చూడాలి?

విడిచిపోవటానికి ముందు, రాముని శాంతిమయ స్వరమైన ఆవాజు ఒక్కసారి గుర్తొచ్చింది—"వెళ్ళి రా, రేపు మళ్ళీ రా" అన్న మాట. అది రావణుని మనసులో ఒక చిన్న ప్రతిధ్వని తాడింది; అతను మెల్లగా పలికాడు—"అతనె నాకు ఒక అవకాశం ఇచ్చినాడు. కాని నేను తిరిగి రావలేను. నా బలహీనత్వం నా గుండెలో నిండిపోయి, ద్వేషము అంతిమంగా మారిపోయింది."

కపాలేశ్వరుడు అంతర్జ్ఞానంతో మసకాళ్ళలో తిరిగిపోయాడు. అతని తార్కికత అస్వస్థమై పోయింది—ఏది ఇది: ఇది నిజమైన రావణుడా, లేక ఆకండనుడా లేదా ఇంకెవరో? అతని మనస్సులో చివరి సందేహం మెరిపించింది: ఈ రాక్షస ప్రభువు మరియు ఇతర యుగాలలో కనిపించిన బ్రహ్మాండ శక్తుల మధ్య ఏమున్న సంక్రాంతి?

ఇక విధుల్లో వాచర్స్‌కు తెలియని ఒక సంక్లిష్ట పరోక్ష భావన పుట్టింది—ఇది ఒక ప్రశ్న, ఒక పరిక్ష: ఇది నిజంగా రావణుడా లేదా ఆకండనుడో లేదా ఒక సాధారణ రాక్షసుడో?

యుద్ధభూమి పై రక్త సహజ దర్జా మీద రేపటి చీకటి చొరబడే సరికి, కపాలేశ్వరుడు ఈ విఘ్నాన్ని తట్టుకుని నిలిచాడు; అతను ఏమో ఒక కొత్త బోధనకు ఎదురుచూస్తున్నట్లు ఉండిపోగా, రావణుడు శాంతంగా కూర్చుని తన చివరి శ్వాస కోసం ఎదురుచూస్తున్నట్లు కనిపించాడు.

www.ingramcontent.com/pod-product-compliance
Lightning Source LLC
LaVergne TN
LVHW100246210926
848480LV00003B/835